AF762132

ಪುತ್ತೂರು ಅನಂತರಾಜ ಗೌಡ

ಪುತ್ತೂರು ಅನಂತರಾಜ ಗೌಡರು ವೃತ್ತಿಯಲ್ಲಿ ತಂತ್ರಜ್ಞರಾಗಿದ್ದು ಬಿ.ಯಚ್.ಇ.ಎಲ್. (ಹೈದರಾಬಾದು) ಮತ್ತು ಮೈಕೊ-ಬಾಷ್ ಬಹುರಾಷ್ಟ್ರೀಯ ಸಂಸ್ಥೆಯಿಂದ Sr. Manager ಆಗಿ ನಿವೃತ್ತಿ ಪಡೆದು ಈಗ ಬೆಂಗಳೂರಿನಲ್ಲಿ ಉದ್ಯಮಿಯಾಗಿರುತ್ತಾರೆ.

ಇವರು ದಕ್ಷಿಣ ಕನ್ನಡ, ಕೊಡಗು, ಮಲ್ನಾಡು ಮತ್ತು ಬಯಲು ಸೀಮೆಯ ಗೌಡ-ಒಕ್ಕಲಿಗ ಸಮುಧಾಯದ ಸಂಸ್ಕೃತಿ, ಪರಂಪರೆ, ಭಾಷೆ ಗಳ ಅಧ್ಯಯನ ಸ್ಥೂಲ ಮಟ್ಟದಲ್ಲಿ ನಡೆಸಿದ್ದು, ಸುದೀರ್ಘ ಕ್ಷೇತ್ರ ಶೋಧನೆಯಿಂದ, ಈ ಕುರಿತು ಅವರ ಎರಡು ಕೃತಿಗಳು-ಆಂಗ್ಲ ಭಾಷೆಯಲ್ಲಿ 'IN PURSUIT OF OUR ROOTS' ಮತ್ತು ಕನ್ನಡದಲ್ಲಿ 'ರಾಜ ಪರಂಪರೆಯ ಕೊಡಗು ಮತ್ತು ದಕ್ಷಿಣ ಕನ್ನಡ ಗೌಡರು' ಬಿಡುಗಡೆಯಾಗಿ ರಾಜ್ಯದಾದ್ಯಂತ ಉತ್ತಮ ಪ್ರತಿಕ್ರಿಯೆ ದೊರಕಿದೆ.

ದಕ್ಷಿಣ ಕನ್ನಡ ಮತ್ತು ಕೊಡಗಿನ ಗೌಡ ಸಮುದಾಯವನ್ನು ಮಲ್ನಾಡು ಹಾಗೂ ಬಯಲು ಸೀಮೆಯ ಗೌಡ-ಒಕ್ಕಲಿಗ ಸಮುದಾಯದೊಂದಿಗೆ ಸಮೀಕರಿಸುವ ಇವರ ಪ್ರಯತ್ನ ಇಂದಿಗೆ ಕೈಗೂಡಿದೆ ಎಂದರೆ ಅತಿಶಯೋಕ್ತಿ ಆಗಲಾರದು. ಇವರ ಪ್ರಥಮ ಕೃತಿ ಆಂಗ್ಲ ಭಾಷೆಯಲ್ಲಿ 'IN PURSUIT OF OUR ROOTS' ದೆಹಲಿ ಒಕ್ಕಲಿಗ ಸಂಘದಲ್ಲಿ 2015ರಲ್ಲಿ ಬಿಡುಗಡೆಯಾದರೆ, ಎರಡನೇ ಕೃತಿ 'ರಾಜ ಪರಂಪರೆಯ ಕೊಡಗು ಮತ್ತು ದಕ್ಷಿಣ ಕನ್ನಡ ಗೌಡರು' ಬೆಂಗಳೂರಿನ ಸಾಹಿತ್ಯ ಪರಿಷತ್ತಿನಲ್ಲಿ ಆದಿಚುಂಚನಗಿರಿಯ ಪೀಠಾಧ್ಯಕ್ಷ, ಜಗದ್ಗುರು ಶ್ರೀ ಶ್ರೀ ಶ್ರೀ ಡಾ. ನಿರ್ಮಲಾನಂದನಾಥ ಮಹಾಸ್ವಾಮೀಜಿಯವರ ಧಿವ್ಯ ಹಸ್ತದಿಂದ, ಗಣ್ಯರು ಸಮಕ್ಷಮ 2017ರಲ್ಲಿ ಬಿಡುಗಡೆಯಾದವು. ದಕ್ಷಿಣ ಕನ್ನಡ ಮತ್ತು ಕೊಡಗಿನಲ್ಲಿ ಬಹು ಸಂಖ್ಯಾತರು ಮತ್ತು ಪ್ರಭಾವಿ ಸಮುಧಾಯದ ಕೊಂಡಿಯನ್ನು ಕರ್ನಾಟಕದ ರಾಜವಂಶಗಳಾದ ಹಾಲೇರಿ, ಕೆಳದಿ, ಚಂಗಾಳ್ವರು, ಚಾಲುಕ್ಯರ, ಹೊಯ್ಸಳರ ಹಾಗೂ ತಲಕಾಡಿನ ಗಂಗರೊಂದಿಗೆ ಶಾಸನ ಮತ್ತಿತರ ಆಧಾರಪೂರ್ವಕವಾಗಿ ಸಾಬೀತು ಪಡಿಸಿರುತ್ತಾರೆ. 1837ರ ಅಮರಸುಳ್ಯ ಸ್ವಾತಂತ್ರ ಸಮರದ ನಂತರ ಬ್ರಿಟಿಷರು ಹಾಗೂ ಅವರ ಅನುಯಾಯಿಗಳ ಕುಮ್ಮಕ್ಕಿನಿಂದ ಸರ್ವಸ್ವವನ್ನೂ ಕಳೆದುಕೊಂಡು ನೂರು ವರ್ಷಗಳ ಕಾಲ ಅವಹೇಳನಕ್ಕೆ ಈಡಾದ, ಕೀಳರಿಮೆಯಿದ್ದ ಯುವ ಜನಾಂಗಕ್ಕೆ ತಮ್ಮವರ ಪೂರ್ವಕಾಲದ ಹಿರಿಮೆಯನ್ನು ತೋರಿಸಿಕೊಟ್ಟು ಆತ್ಮ ನಿರ್ಭರತೆಯನ್ನು ಉಂಟುಮಾಡಲು ಶ್ರಮಿಸಿರುತ್ತಾರೆ.

ಕೊಡಗಿನಲ್ಲಿ ಅಳಿವಿನಂಚಿನಲ್ಲಿದ್ದ ಕೆಲವು ವಿದ್ಯಾ ಸಂಸ್ಥೆಗಳನ್ನು ಆದಿಚುಂಚನಗಿರಿ ಸಂಸ್ಥಾನ ಅಧೀನಕ್ಕೆ ತರುವಲ್ಲಿ ಎಲೆಮರೆಯ ಕಾಯಿ ತರ ಶ್ರಮಿಸಿದ ವ್ಯಕ್ತಿ ಇವರು. 2016ರಲ್ಲಿ ಗೌಡರ ನೇತೃತ್ವದಲ್ಲಿ ತಲಕಾವೇರಿ ತೀರ್ಥೋದ್ಭವದ ಅಂಗವಾಗಿ 1000ಕ್ಕೂ ಹೆಚ್ಚು ಕೊಡಗು ಮತ್ತು ಬಯಲು ಸೀಮೆಯ ಗೌಡ-ಒಕ್ಕಲಿಗರು ತಮ್ಮ ಪಾರಂಪರಿಕ ಪೋಷಾಕಿನೊಂದಿಗೆ ಭಾಗಮಂಡಲದಿಂದ ತಲಕಾವೇರಿಗೆ ಭಂಡಾರ ಹೋಗುವ ಕಾರ್ಯಕ್ರಮದಲ್ಲಿ ಭಾಗವಹಿಸಿರುವುದು ಅವಿಸ್ಮರಣೀಯ.

2017ರ ಬೆಂಗಳೂರಿನಲ್ಲಿ ಕೆಂಪೇಗೌಡರ ಜಯಂತ್ಯುತ್ಸವ ಕರ್ನಾಟಕ ಸರಕಾರದ ಸಮಾರಂಭದಲ್ಲಿ 1000ಕ್ಕೂ ಮಿಗಿಲಿದ ಕೊಡಗು ಮತ್ತು ದಕ್ಷಿಣ ಕನ್ನಡ ಗೌಡರು ಸಾಂಪ್ರದಾಯಿಕ ಉಡುಗೆಯಲ್ಲಿ ಕೊಡಗಿನ ಸುಗ್ಗಿ ಕುಣಿತ, ಕೋಲಾಟ ಇತ್ಯಾದಿಯೊಂದಿಗೆ ಮೆರವಣಿಗೆಯಲ್ಲಿ ಭಾಗವಹಿಸಿ ಸರ್ಕಾರ, ಮಾಧ್ಯಮ ಮತ್ತು ರಾಜ್ಯವ್ಯಾಪಿ ಜನರ ಗಮನ ಸೆಳೆದು ಪ್ರಶಂಸೆಗೆ ಪಾತ್ರರಾದರು. ಅನಂತರಾಜ ಗೌಡರು ಕಾರ್ಯಕ್ರಮದ ಅಯೋಜನೆಯಲ್ಲಿ ಪ್ರಮುಖ ಪಾತ್ರಧಾರರಾಗಿದ್ದರು.

ಇವರು ಹಲವು ಸಂಘ ಸಂಸ್ಥೆಗಳಲ್ಲಿ ಸೇವೆ ಸಲ್ಲಿಸಿರುತ್ತಾರೆ. ಕೊಡಗು ಮತ್ತು ದಕ್ಷಿಣ ಕನ್ನಡ ಗೌಡ ಸಮಾಜದ (ಬೆಂಗಳೂರಿನ) ಉಪಾಧ್ಯಕ್ಷ, INDIAN INSTITUTE OF PRODUCTION ENGINEERSನ ಕಾರ್ಯದರ್ಶಿಯಾಗಿ, ಮೈಕೊ ಎಂಪ್ಲಾಯಿಸ್ ಹೌಸ್ ಬಿಲ್ಡಿಂಗ್ ಕೋ. ಒಪ. ಸೊಸೈಟಿಯ ನಿರ್ದೇಶಕರಾಗಿದ್ದರು. ನವಂಬರ 2019ರಂದು ತಲಕಾಡು ಚಿಕ್ಕರಂಗೇಗೌಡರ ಅಧ್ಯಕ್ಷತೆಯ 'ಭಾರತ ಜ್ಞಾನಾಭಿವೃದ್ಧಿ ಟ್ರಸ್ಟ್'ನ ಗೌರವ ಸದಸ್ಯರಾಗಿ, ತಂಡದಿಂದ 1837ರ ಅಮರಸುಳ್ಯ ಸ್ವಾತಂತ್ರ್ಯದ ಕುರಿತು ಕ್ಷೇತ್ರ ಶೋಧನೆಯಿಂದ ಬೆಂಗಳೂರಿನ ಕನ್ನಡ ಸಾಹಿತ್ಯ ಪರಿಷತ್ತಿನಲ್ಲಿ ನಡೆದ 'ಅಮರಸುಳ್ಯ ಸ್ವಾತಂತ್ರ ಸಮರ–1837' ರಾಷ್ಟ್ರೀಯ ವಿಚಾರ ಸಂಕಿರಣ ಮತ್ತು ಕಾರ್ಯಕ್ರಮ ನಡೆಸಿ ಇದರಲ್ಲಿ ಜಗದ್ಗುರು ಶ್ರೀ ಶ್ರೀ ಶ್ರೀ ಡಾ. ನಿರ್ಮಲಾನಂದನಾಥ ಮಹಾಸ್ವಾಮೀಜಿಯವರು, ಆಗಿನ ರಾಜ್ಯದ ಮುಖ್ಯ ಮಂತ್ರಿ ಯಡಿಯೂರಪ್ಪನವರು, ಕೇಂದ್ರ ಸರ್ಕಾರದ ಮಂತ್ರಿಗಳಾದ ಡಿ.ವಿ. ಸದಾನಂದಗೌಡರು, ಉಪ ಮುಖ್ಯಮಂತ್ರಿ ಅಶ್ವತ್ ನಾರಾಯಣ, ಆರ್. ಅಶೋಕ್, ಸಂಸದರಾದ ಶೋಭಾ ಕರಂದ್ಲಾಜೆ, ಬಿ.ಸಿ. ಚಂದ್ರಶೇಖರಾದಿಯಾಗಿ ಹಲವು ಗಣ್ಯರು ಭಾಗವಹಿಸಿದ್ದು, 1837ರ ಅಮರಸುಳ್ಯ ಸ್ವಾತಂತ್ರ್ಯ ಸಮರ ವಿಚಾರ ರಾಜ್ಯವ್ಯಾಪಿ ಗಮನ ಸೆಳೆದು ಆಗ ಮುಖ್ಯ ಮಂತ್ರಿಯವರಿಗೆ ಸಮರ್ಪಿಸಿದ ಮನವಿ ಮೇರೆಗೆ ಅಮರಸುಳ್ಯ ಸ್ವಾತಂತ್ರ್ಯ ಸಮರದಲ್ಲಿ ಹುತಾತ್ಮರಾದ ಮಹಾ ದಂಡನಾಯಕ ಕೆದಂಬಾಡಿ ರಾಮಯ್ಯ ಗೌಡರ ಕಂಚಿನ ಪ್ರತಿಮೆಯ ಲೋಕಾರ್ಪಣೆಯು 2022ರ ನವಂಬರ 19ರಂದು ಶ್ರೀ ಶ್ರೀ ಶ್ರೀ ನಿರ್ಮಲಾನಂದನಾಥ ಮಹಾಸ್ವಾಮೀಜಿಯವರ ಹಾಗೂ ಮುಖ್ಯ ಮಂತ್ರಿ ಬಸವರಾಜ ಬೊಮ್ಮಾಯಿರವರಿಂದ ನೆರವೇರಿತು. ಕೆದಂಬಾಡಿಯ ರಾಮಯ್ಯ ಗೌಡರ ಪ್ರತಿಮೆ ಅನಾವರಣ ಗೊಳ್ಳುತ್ತಿರುವುದು ಅನಂತರಾಜ ಗೌಡರ 2015ರಿಂದ ಕನಸು/ಹೋರಾಟದ ಫಲ–ಕಿರಣ್ ಬುಡ್ಲೆಗುತ್ತುರವರ ನೇತೃತ್ವದಲ್ಲಿ ರಾಮಯ್ಯ ಗೌಡ ಸ್ಮಾರಕ ಸಮಿತಿಯ ಸತತ ಪ್ರಯತ್ನದಿಂದ ನೆರವೇರಲಿದೆ. ಅನಂತರಾಜ ಗೌಡರು ಸದರಿ ಸಮಿತಿಯ ಗೌರವ ಸಲಹಾ ಸದಸ್ಯರಾಗಿರುವರು.

ಹಾವೇರಿಯಲ್ಲಿ ನಡೆಯಲಿರುವ 86ನೇ ಅಖಿಲ ಭಾರತ ಕನ್ನಡ ಸಾಹಿತ್ಯ ಸಮ್ಮೇಳನದಲ್ಲಿ 'ಸಾಧಕರಿಗೆ ಸನ್ಮಾನ' ಸ್ವೀಕರಿಸಿರುತ್ತಾರೆ.

10 ಕುಟುಂಬ 18 ಗೋತ್ರದ

ಗೌಡ ಪರಂಪರೆ

ಪುತ್ತೂರು ಅನಂತರಾಜ ಗೌಡ

ವೀರಲೋಕ

207, 2ನೇ ಮಹಡಿ, 3ನೇ ಮೇನ್
ಚಾಮರಾಜಪೇಟೆ, ಬೆಂಗಳೂರು–560018
ಮೊಬೈಲ್: 70221 22121, 88612 12172
ಇಮೇಲ್: veeralokabooks@gmail.com
ವೆಬ್‌ಸೈಟ್: www.veeralokabooks.com

10 KUTUMBA 18 GOTRADA **GOWDA PARAMPARE**
written by **Puttur Anantharaja Gowda**
Mob: 8073913336

Published by:
VEERALOKA BOOKS PVT. LTD.
207, 2nd Floor, 3rd Main
Chamarajpet, Bengaluru - 560018

Mobile : +91 7022122121
E-mail : veeralokabooks@gmail.com
Website: www.veeralokabooks.com

Price : Rs. 325/-
Pages : 272
First Impression : 2023
Second Impression : May 2024

Paper used : 70 GSM NS Maplitho
Book size : 1/8th Demy

ISBN : 978-93-94942-48-6

Cover page illustration by : Prashanth Vitla
Inner pages illustration by : Vijaya Vikram

Printer : Regal Print Service
No. 92, Pipeline West, Kasturibanagar
Mysore Road Cross, Near Christian Tollgate
Bengaluru - 560026

ಅರ್ಪಣೆ

ತಾನು ಅರೆ ಹೊಟ್ಟೆಯಲ್ಲಿದ್ದು
ನನ್ನನ್ನು ಸಾಕಿ ಸಲಹಿದ ಮಾತೋಶ್ರೀ
ಶ್ರೀಮತಿ ದಿ. ಸೀತಮ್ಮನವರಿಗೆ

ಮುನ್ನುಡಿ

ಹತ್ತು ಕುಟುಂಬ ಹದಿನೆಂಟು ಗೋತ್ರದ ಗೌಡ ಪರಂಪರೆ ಎಂಬ ಈ ಕೃತಿ ದಕ್ಷಿಣ ಕನ್ನಡ ಮತ್ತು ಕೊಡುಗು ಜಿಲ್ಲೆಗಳಲ್ಲಿ ನೆಲೆಸಿರುವ ಒಕ್ಕಲಿಗ ಸಮುದಾಯದ ಚಾರಿತ್ರಿಕ ಹಾಗೂ ಸಾಂಸ್ಕೃತಿಕ ಪರಂಪರೆಯನ್ನು ನಿರೂಪಿಸುವ ಒಂದು ವಿಶಿಷ್ಟ ಕೃತಿಯಾಗಿದೆ. ಭಾರತ ಬಹು ಸಂಸ್ಕೃತಿ, ಬಹುಭಾಷೆಗಳುಳ್ಳ ದೇಶ. 'ವೈವಿಧ್ಯತೆಯಲ್ಲಿ ಏಕತೆ' ಭಾರತದ ವಿಶೇಷತೆ. ಸಾವಿರಾರು ಬುಡಕಟ್ಟುಗಳು, ಸಮುದಾಯಗಳು ಪರಸ್ಪರ ಹೆಣೆದುಕೊಂಡು ಸಂಶ್ಲಿಷ್ಟವಾಗಿದ್ದರೂ ಸೌಹಾರ್ದತೆಯಲ್ಲಿ ಬದುಕಿ ಬಾಳಿರುವ ದೇಶವಿದು. ಸಿಂಧು–ಸರಸ್ವತಿ ಸಂಸ್ಕೃತಿಯ ಕಾಲದಿಂದ ಇಲ್ಲಿಯವರೆಗೆ ಈ ಪರಂಪರೆ ಬದುಕಿಬಾಳಿದೆ. ಹಾಗೆ ನೋಡಿದರೆ ಪ್ರತಿಯೊಂದು ಬುಡಕಟ್ಟು, ಸಮುದಾಯಗಳಿಗೂ ತಮ್ಮದೇ ಆದ ಇತಿಹಾಸ, ಪರಂಪರೆ, ಸಾಂಸ್ಕೃತಿಕ ಚರಿತ್ರೆ ಇರುತ್ತದೆ. ಇಲ್ಲಿ ಶ್ರೇಷ್ಠತೆಯ ಕನಿಷ್ಠತೆಯ ಪ್ರಶ್ನೆಯೇ ಉದ್ಭವಿಸಬಾರದು. ಎಲ್ಲ ಸಮುದಾಯಗಳ ಸಂಸ್ಕೃತಿಯೂ ಶ್ರೇಷ್ಠವೇ. ಎಲ್ಲ ಸಮುದಾಯಗಳ ಜೀವನಕ್ರಮದಲ್ಲಿ ಜೀವಪರವಾದ ನಿಲುವುಗಳು ಇದ್ದೇ ಇರುತ್ತವೆ. ಪ್ರಧಾನ ಸಂಸ್ಕೃತಿ ಅನ್ನುವುದು ಭಾರತದಲ್ಲಿ ಇಲ್ಲ. ಉಪ ಸಂಸ್ಕೃತಿ ಎಂಬ ಮಾತು ಸಮುದಾಯಗಳಿಗೆ ಖಂಡಿತ ಅನ್ವಯಿಸುವುದಿಲ್ಲ. ವೈದಿಕ ಸಂಸ್ಕೃತಿ ಭಾರತೀಯ ಪ್ರಧಾನ ಸಂಸ್ಕೃತಿ ಎಂಬ ಮಾತು ಸಲ್ಲದ ವಿಚಾರ. ಎಲ್ಲ ಸಮುದಾಯಗಳ ಸಂಸ್ಕೃತಿಯೂ ಒಟ್ಟುಗೂಡಿ ಕರೆಯುವಂತದ್ದೇ ಭಾರತೀಯ ಸಂಸ್ಕೃತಿ. ಈ ಹಿನ್ನೆಲೆಯಲ್ಲಿ ನಾವು ಪ್ರತಿಯೊಂದು ಸಮುದಾಯಗಳ ವಿಶೇಷತೆಯನ್ನೂ ಕೊಡುಗೆಗಳನ್ನೂ ಅರಿಯಬೇಕಾಗಿದೆ. ಪ್ರಸ್ತುತ ಕೃತಿಯನ್ನು ಈ ಹಿನ್ನೆಲೆಯಲ್ಲಿಯೇ ಗಮನಿಸಬೇಕು.

ಹತ್ತು ಕುಟುಂಬ ಹದಿನೆಂಟು ಗೋತ್ರದ ಗೌಡ ಸಮುದಾಯ ದಕ್ಷಿಣ ಕನ್ನಡದ ಪುತ್ತೂರು, ಸುಳ್ಯ, ಬೆಳ್ತಂಗಡಿ ಮತ್ತು ಬಂಟ್ವಾಳ ತಾಲ್ಲೂಕಿನ ವಿಟ್ಲ, ಪಾಣೆ ಮಂಗಳೂರು ಹಾಗೂ ಕೊಡಗಿನಲ್ಲಿ ಬಹುಸಂಖ್ಯಾತರಾಗಿ, ಸಾಕಷ್ಟು ಭೂ ಹಿಡುವಳಿ ಹೊಂದಿ ಜೀವಿಸುತ್ತ ಬಂದಿದ್ದಾರೆ. ಇವರು ಮೂಲತಃ ಕೃಷಿಕರು. ಆದರೆ ಈ ಸಮುದಾಯದ ಬೇರುಗಳನ್ನು ಹುಡುಕುತ್ತಾ ಹೋದರೆ ಇವರ ಮೂಲವನ್ನು ಸುಮಾರು ಸಾವಿರದ ಐದುನೂರು ವರ್ಷಗಳಷ್ಟು ಹಿಂದಕ್ಕೆ ತೆಗೆದುಕೊಂಡು ಹೋಗಬಹುದಾಗಿದೆ ಎಂಬುದು ಕೆಲವು ವಿದ್ವಾಂಸರ ಅಭಿಪ್ರಾಯವಾಗಿದೆ. ಇವರ ಮೂಲದ ಬಗ್ಗೆ ಅನೇಕ ಚರ್ಚೆ, ವಾದಗಳಿದ್ದರೂ

ಪ್ರಸ್ತುತ ಕೃತಿಯಲ್ಲಿ ಈ ಸಮುದಾಯದ ಮೂಲವನ್ನು ಗಂಗವಂಶದಲ್ಲಿ ಗುರುತಿಸಲಾಗಿದೆ. ಗಂಗವಂಶದ ಸ್ಥಾಪಕರಾದ ದಡಿಗ-ಮಾಧವ ಈ ಸಮುದಾಯದ ಮೂಲ ಪುರುಷರು. ಗಂಗವಂಶ ಮೂಲದಿಂದ ಬಂದವರೇ ಗಂಗಡಿಕಾರ ಒಕ್ಕಲಿಗರು (ಗಂಗವಾಡಿಯಿಂದ ಬಂದವರು). ಈ ಸಮುದಾಯ ಕೃಷಿಕರಾಗಿದ್ದದ್ದು ಅಷ್ಟೇ ಅಲ್ಲಿ ಕರ್ನಾಟಕ ಚರಿತ್ರೆಯ ಆಗುಹೋಗುಗಳಲ್ಲಿಯೂ ಭಾಗವಹಿಸಿರುವುದು ಒಂದು ವಿಶೇಷ ಸಂಗತಿ. ಗಂಗರ ಕಾಲದಿಂದ (ಪ್ರ.ಶ. 250-1004) ಖಚಿತವಾಗಿ, ಆಧಾರಗಳ ಮೂಲಕ ಗುರುತಿಸಬಹುದಾದ ಈ ಸಮುದಾಯ ಚರಿತ್ರೆಯುದ್ದಕ್ಕೆ ನಾನಾ ಮನೆತನಗಳ ಹೆಸರುಗಳಿಂದ ರಾಜ್ಯವನ್ನು ಕಟ್ಟಿ, ಸಾಮಂತರಾಗಿ, ಮಾಂಡಳಿಕರಾಗಿ, ಪಾಳೆಯಗಾರರಾಗಿ, ತುಂಡರಸರಾಗಿ ಆಳ್ವಿಕೆ ನಡೆಸಿರುವುದು ತಿಳಿದುಬರುತ್ತದೆ. ಈ ಕೃತಿಯಲ್ಲಿ 'ದಕ್ಷಿಣ ಕರ್ನಾಟಕದ ಚಾರಿತ್ರಿಕ ನೋಟ' ಎಂಬ ಅಧ್ಯಾಯದಲ್ಲಿ ಗಂಗವಂಶಸ್ಥಾಪನೆ, ಕೊಡಗನ್ನಾಳಿದ ರಾಜವಂಶಗಳು, ಹೊಯ್ಸಳ ಸಾಮ್ರಾಜ್ಯ, ವಿಜಯನಗರ ಸಾಮ್ರಾಜ್ಯ, ಕೆಳದಿ ನಾಯಕರು-ಈ ರಾಜವಂಶಗಳ ಹಿನ್ನೆಲೆಯಲ್ಲಿ ಒಕ್ಕಲಿಗ ಸಮುದಾಯದ ಜನವರ್ಗ ವಹಿಸಿದ ಪಾತ್ರವನ್ನು ಅನೇಕ ಆಧಾರಗಳ, ದಾಖಲೆಗಳ ಹಿನ್ನೆಲೆಯಲ್ಲಿ ಕಂಡುಕೊಳ್ಳುವ ಮೂಲಕ ಗುರುತಿಸಲು ಪ್ರಯತ್ನಿಸಲಾಗಿದೆ. ದಕ್ಷಿಣ ಕನ್ನಡದ ಇತಿಹಾಸ ಎಂಬ ಅಧ್ಯಾಯದಲ್ಲಿ ಬಂಟರಮೂಲ, ಆಳುಪರು, ಕಾರ್ಕಳದ ಭೈರರಸರ ವಿಚಾರವನ್ನು ಒಕ್ಕಲಿಗ ಸಮುದಾಯದ ಹಿನ್ನೆಲೆಯಲ್ಲಿ ಚರ್ಚಿಸಲಾಗಿದೆ. ತುಳನಾಡಿಗೆ ಗೌಡರ ಪ್ರಸರಣ, ಅಮರ ಸುಳ್ಯಕ್ಕೆ ಗೌಡರ ಪ್ರಸರಣ-ಈ ವಿಚಾರಗಳನ್ನು ಸಾಕಷ್ಟು ದಾಖಲೆಗಳನ್ನು ನೀಡಿ ಚರ್ಚೆಗೆ ಒಳಪಡಿಸಿದೆ. ಕೊಡಗಿನಲ್ಲಿ ಗೌಡ ಸಮುದಾಯ ಎಂಬ ಅಧ್ಯಾಯದಲ್ಲಿ ಕೊಡಗನ್ನು ಆಳಿದ ರಾಜವಂಶಗಳು, ಕೊಡವರ ಮೂಲದ ವಿವರಗಳು, ವಾದವಿವಾದಗಳು, ಕೊಡಗಿನಲ್ಲಿ ಹಾಲೇರಿ ರಾಜವಂಶದ ಏಳುಬೀಳುಗಳು, ಒಕ್ಕಲಿಗ ಹೊಂಬಾಳೆ ನಾಯಕನಿಂದ ವೀರರಾಜೇಂದ್ರ ಪಡೆದ ಸಹಾಯ ಮತ್ತು ನೆರವಿನಿಂದ ಟಿಪ್ಪುವಿನ ಸೆರೆಯಿಂದ ತಪ್ಪಿಸಿಕೊಂಡದ್ದು ಈ ವಿಚಾರಗಳನ್ನು ನಾನಾ ಮೂಲಗಳಿಂದ ಸಂಗ್ರಹಿಸಿಕೊಡಲಾಗಿದೆ.

ಕೊಡಗಿನ ಚರಿತ್ರೆಯಲ್ಲಿ ತಮ್ಮ ಛಾಪನ್ನು ದಾಖಲಿಸಿರುವ ಒಕ್ಕಲಿಗ ಸಮುದಾಯದ ಕೆಲ ಮುಖಂಡರುಗಳ ಜೀವನ ಚರಿತ್ರೆಯ ವಿವರಗಳು ಇಲ್ಲಿ ಅತ್ಯಂತ ಆಪ್ತವಾಗಿ, ಸೂಕ್ತ ಅಧಿಕೃತ ದಾಖಲೆಗಳನ್ನು ಆಧರಿಸಿ ದಾಖಲಿಸಿರುವುದು ವಿಶೇಷ ಅಂಶವಾಗಿದೆ. ನಗರಹಳ್ಳಿ ಪುಟ್ಟೇಗೌಡ, ಕುಂಭಗೌಡ, ಕೊಂಗಾಳ್ವರ ಮೂಲಪುರುಷ ಮನಿಜಗೌಡ-ಈ ವ್ಯಕ್ತಿಗಳ ವಿವರಗಳು ಸಮುದಾಯದ ಚರಿತ್ರೆಗೆ ಹಲವು ರಂಗುಗಳನ್ನು ಸೇರ್ಪಡೆಗೊಳಿಸಿದೆ. ಇದಲ್ಲದೆ ಸಮುದಾಯದ ಹಿರಿಯರ, ಆಗಿ ಹೋದವರ

ಸಮಾಧಿ ನೆಲೆಗಳು ಪೂಜೆಗೊಳ್ಳುವ ಕೈಮಡಗಳ ಬಗೆಗೆ ಸುದೀರ್ಘವಾಗಿ ಪ್ರಸ್ತಾಪಿಸಲಾಗಿದೆ, ಬಾಚಿನಾಡ ಮನೆತನ, ಚೌಡ್ಲು ಮನೆತನ ಮೊದಲಾದ ಮನೆತನಗಳಿಗೆ ದೊರೆತ ರಾಜ ಮಾನ್ಯತೆ, ಗೌರವ, ಬಿರುದು ಬಾವಲಿ, ಪ್ರಶಸ್ತಿ ಮೊದಲಾದ ಸಂಗತಿಗಳನ್ನು ಈ ಕೃತಿಯಲ್ಲಿ ದಾಖಲಿಸಲಾಗಿದೆದೀ ವಿವರಗಳು ಸಾಂಸ್ಕತಿಕವಾಗಿ ಅಷ್ಟೇ ಅಲ್ಲ ರಾಜಕೀಯವಾಗಿಯೂ ಈ ಸಮುದಾಯದ ಮಹತ್ವವನ್ನೂ ಸ್ಥಾನಮಾನವನ್ನೂ ಎತ್ತಿ ಹೇಳುತ್ತವೆ.

ಈ ಕೃತಿಯಲ್ಲಿ ದಾಖಲಿಸಲಾಗಿರುವ ಕಳಶಪ್ರಾಯವಾದ ಎರಡು ಸಂಗತಿಗಳೆಂದರೆ 1934–37ರ ಅಮರ ಸುಳ್ಯದ ಸ್ವಾತಂತ್ರ್ಯ ಸಂಗ್ರಾಮ, ಇನ್ನೊಂದು ನಾಥಪಂಥದ ವಿವರಗಳು. ಕೊಡಗು ಸಂಸ್ಥಾನ ಬ್ರಿಟಿಷರ ಕೈವಶವಾದ ಮೇಲೆ, 1799ರ ಆಂಗ್ಲ ಮೈಸೂರು ಯುದ್ಧದಲ್ಲಿ ತಮಗೆ ಸಹಾಯಮಾಡಿದ ದೊಡ್ಡವೀರರಾಜನಿಗೆ ಪುತ್ತೂರು ಮತ್ತು ಅಮರಸುಳ್ಯ ಮಾಗಣೆಗಳನ್ನು ಬಿಟ್ಟುಕೊಡಲಾಯಿತು. 1834ರಲ್ಲಿ ಬ್ರಿಟಿಷರು ಚಿಕ್ಕವೀರರಾಜನನ್ನು ಪದಚ್ಯುತಗೋಳಿಸಿ ಕೊಡಗನ್ನು ಕೈವಶಮಾಡಿಕೊಂಡ ಅನಂತರ, ಕೊಡಗು ರಾಜ್ಯಕ್ಕೆ ಸೇರಿದ್ದ ಅಮರ ಸುಳ್ಯ, ಬೆಳ್ಳಾರೆ, ಪುತ್ತೂರು ಸೀಮೆಗಳು ದಕ್ಷಿಣ ಕನ್ನಡ–ಮಂಗಳೂರಿಗೆ ಸೇರಿದವು. ಈ ವಿಭಜನೆ ಕೆಳಕೊಡಗಿನಲ್ಲಿ ಅಸಮಾಧಾನಕ್ಕೆ ಕಾರಣವಾಯಿತು. 1834ರ ವರೆಗೆ ಕೆಳಕೊಡಗಿನ ಈ ಪ್ರದೇಶಗಳು ಕೊಡಗಿನ ಅವಿಭಾಜ್ಯ ಅಂಗವಾಗಿದ್ದವು. ಜೊತೆಗೆ ಕೊಡಗು ರಾಜರ ಕಾಲದಲ್ಲಿ ಕಂದಾಯ ಧಾನ್ಯ ರೂಪದಲ್ಲಿ ಸಂದಾಯವಾಗುತ್ತಿತ್ತು. ಈ ವಿಭಜನೆಯಾದ ಮೇಲೆ ಆಂಗ್ಲ ಕಲೆಕ್ಟರ್ ಈ ಸೀಮೆಯ ಜನರು ಕಂದಾಯವನ್ನು ಹಣ ರೂಪದಲ್ಲಿ ಕೊಡುವಂತೆ ಆದೇಶ ಮಾಡಿದ. ಮೇಲ್‌ಕೊಡಗಿನಲ್ಲಿ ಹಿಂದಿನ ಧಾನ್ಯ ರೂಪದ ವ್ಯವಸ್ಥೆಯೇ ಜಾರಿಯಲ್ಲಿತ್ತು. ಈ ಬದಲಾವಣೆಯಿಂದ ಮಧ್ಯವರ್ತಿಗಳು, ದಲ್ಲಾಳಿಗಳು ಲಾಭ ಪಡೆದುಕೊಂಡರು. ರೈತರು ಶೋಷಣೆಗೊಳಗಾದರು. ಕೊಯ್ಲಾದ ದವಸ ಧಾನ್ಯಗಳನ್ನು ಅಗ್ಗದ ಬೆಲೆಗೆ ಮಾರಾಟ ಮಾಡುವ ಸಂಕಷ್ಟ ಉಂಟಾಯಿತು. ಹಣದ ಚಲಾವಣೆಯೇ ತುಟ್ಟಿಯಾಗಿದ್ದ ಆ ಕಾಲದಲ್ಲಿ ಇಂಥ ಸಂಕಷ್ಟ ರೈತರಿಗೆ ಎದುರಾದಾಗ ಸಾಮೂಹಿಕವಾಗಿ ಈ ವ್ಯವಸ್ಥೆಯನ್ನು ಪ್ರತಿಭಟಿಸಿದರು. ಇದೇ 'ಅಮರ ಸುಳ್ಯದ ಸ್ವಾತಂತ್ರ್ಯಸಂಗ್ರಾಮ'ಕ್ಕೆ ನಾಂದಿಯಾದ ಸಂಗತಿ. ಕಿಡಿಯಾಗಿ ಹುಟ್ಟಿಕೊಂಡ ಈ ಪ್ರತಿಭಟನೆ ದಳ್ಳುರಿಯಾಯಿತು. ಬ್ರಿಟಿಷರು ಈ ರೈತ ಹೋರಾಟವನ್ನು 'ದಂಗೆ' ಎಂದು ಕರೆದು ಹತ್ತಿಕ್ಕಲು ಪ್ರಯತ್ನಿಸಿದರು. ಇದು ಒಕ್ಕಲಿಗ ಸಮುದಾಯದ, ಕೆಳ ಕೊಡಗಿನ ಎಲ್ಲ ಸಮುದಾಯಗಳ ಸ್ವಾಭಿಮಾನದ ಹೋರಾಟವಾಗಿ ಪರಿವರ್ತಿತವಾಯಿತು. ಒಕ್ಕಲಿಗ ಸಮುದಾಯದ ಮುಖಂಡರು ಈ ಪ್ರತಿಭಟನೆಯಲ್ಲಿ ಮುಂಚೂಣಿ ನಾಯಕರಾಗಿದ್ದರು. ಕೂಜುಗೋಡು ಮಲ್ಲಪ್ಪಗೌಡ, ಕೆದಂಬಾಡಿ

ರಾಮಯ್ಯಗೌಡ, ಸುಬೇದಾರ್ ಗುಡ್ಡೇಮನೆ ಅಪ್ಪಯ್ಯಗೌಡ ಹೋರಾಟವನ್ನು ಮುನ್ನಡೆಸಿದರು. ಸಂಘಟನೆಗೊಂಡ ಸುಮಾರು ಎರಡುಸಾವಿರ ಜನರ ದಂಡು ಬ್ರಿಟಿಷರ ವಿರುದ್ಧ ಹೋರಾಡಿತು. ಕೆಲಮಟ್ಟಿಗೆ ಸಫಲವೂ ಆಯಿತು. ಆದರೆ ಪಿತೂರಿ, ಕುತಂತ್ರಗಳಿಂದ ಅನೇಕ ತಿರುವುಗಳನ್ನು ಪಡೆದು ಈ ಸ್ವಾತಂತ್ರ್ಯ ಸಮರ ಅಲ್ಪಕಾಲದಲ್ಲಿಯೇ ಕೊನೆಗೊಂಡಿತು. ಕೆಲವರು ನೇಣುಗಂಬ ಏರಿದರು, ಕೆಲವರಿಗೆ ಕರಿನೀರಿನ ಶಿಕ್ಷೆಯಾಯಿತು. ಭಾರತದ ಇತಿಹಾಸದಲ್ಲಿ ಚರಿತ್ರಾರ್ಹವಾಗಿ ದಾಖಲಾಗಬೇಕಾಗಿದ್ದ ಈ ಹೋರಾಟ ಇತ್ತೀಚಿನವರೆಗೂ ತೆರೆಮರೆಯಲ್ಲಿ ಇತ್ತು; ವಿಸ್ಮೃತಿಗೆ ಒಳಗಾಗಿತ್ತು.

ಈಗೀಗ ಅನೇಕ ಸತ್ಯಸಂಗತಿಗಳು ಅಧಿಕೃತ ದಾಖಲೆಗಳು ಬೆಳಕು ಕಾಣುತ್ತಿವೆ. 1857ರಲ್ಲಿ ಭಾರತದಲ್ಲಿ ಬ್ರಿಟಿಷರ ವಿರುದ್ಧ ನಡೆದ ಪ್ರತಿಭಟನೆಯು ಮೊತ್ತಮೊದಲ ಸ್ವಾತಂತ್ರ್ಯ ಸಂಗ್ರಾಮವೆಂದು ಇದುವರೆಗೆ ದಾಖಲಾಗಿದೆ. ಆದರೆ ಈ ಘಟನೆ ನಡೆಯುವುದಕ್ಕೂ ಸುಮಾರು 20 ವರ್ಷಗಳಿಗೂ ಮೊದಲು ನಡೆದ ಅಮರಸುಳ್ಯದ ಹೋರಾಟ ಭಾರತದ ಮೊತ್ತಮೊದಲ ಸ್ವಾತಂತ್ರ್ಯ ಹೋರಾಟ ಎಂಬ ಹೆಗ್ಗಳಿಕೆಗೆ, ಕೀರ್ತಿಗೆ ಪಾತ್ರವಾಗಿದೆ. ನಮ್ಮ ಸ್ವಾತಂತ್ರ್ಯ ಸಂಗ್ರಾಮದ ಭಾರತದ ಚರಿತ್ರೆಯನ್ನು ಮರುಪರಿಶೀಲನೆಗೆ ಒಳಪಡಿಸಿ ಅಮರಸುಳ್ಯದ ಸ್ವಾತಂತ್ರ್ಯ ಸಂಗ್ರಾಮದ ಹೋರಾಟವನ್ನು ಪ್ರಥಮ ಎಂದು ದಾಖಲಿಸಬೇಕಾಗಿದೆ. ಈ ಹೋರಾಟದ ವಿವರಗಳನ್ನು ಲೇಖಕರು ಅನೇಕ ಆಕರಗಳನ್ನು ಪರಿಶೀಲಿಸಿ, ಅಧ್ಯಯನಮಾಡಿ ಎಳೆಎಳೆಯಾಗಿ ದಾಖಲಿಸಿದ್ದಾರೆ. ಇದು ಈ ಕೃತಿಯ ಬರೆವಣಿಗೆಯ ಹೆಚ್ಚುಗಾರಿಕೆಯ ಅಂಶಗಳಲ್ಲಿ ಒಂದಾಗಿದೆ.

ಒಕ್ಕಲಿಗ ಸಮುದಾಯದ ಧಾರ್ಮಿಕ ಆಚರಣೆಗಳಲ್ಲಿ ಈಗ ಪಳೆಯುಳಿಕೆಯಾಗಿ, ಸಾಂಕೇತಿಕವಾಗಿ ಉಳಿದಿರುವ ನಾಥಪಂಥದ ವಿಶಿಷ್ಟ ಅಂಶಗಳನ್ನೂ ಲೇಖಕರು ಕಲೆಹಾಕಿ ವಿವರವಾಗಿ ಚರ್ಚಿಸಿದ್ದಾರೆ. 'ಕನ್ನಿಕಂಬ'ದ ಆರಾಧನೆ ನಾಥಪಂಥದ ಪಳೆಯುಳಿಕೆಯಾಗಿ ಸಾಂಸ್ಕೃತಿಕ ಮಹತ್ವ ಪಡೆದ ಅಂಶವಾಗಿದೆ. ಒಕ್ಕಲಿಗರು ಕಾಲಾಂತರದಲ್ಲಿ ಮೂಲ ಕೃಷಿಕರಾಗಿ, ನಾಥಪಂಥದವರಾಗಿ, ಜೈನಧರ್ಮೀಯರಾಗಿ, ವೈಷ್ಣವಧರ್ಮೀಯರಾಗಿ, ನಾನಾ ಒತ್ತಡಗಳಿಗೆ ಒಳಗಾಗಿ ಅನೇಕ ಧಾರ್ಮಿಕ ಪರಂಪರೆಗಳನ್ನು ಅನುಸರಣೆ ಮಾಡಿದ ಸಾಂಸ್ಕೃತಿಕ ವಿಚಾರಗಳೂ ಈ ಕೃತಿಯಲ್ಲಿ ದಾಖಲಾಗಿವೆ. ಹೀಗೆ ಧರ್ಮಾಂತರಗೊಳ್ಳುವ ಚಾರಿತ್ರಿಕ ಅನಿವಾರ್ಯತೆಗೆ ಕಾರಣವಾಗುವ ಸಂಗತಿಗಳನ್ನೂ ಲೇಖಕರು ಗುರುತಿಸಲು ಪ್ರಯತ್ನಿಸಿದ್ದಾರೆ. ಹೊಯ್ಸಳ ವಿಷ್ಣುವರ್ಧನನ ಕಾಲದಲ್ಲಿ ನಡೆದ ವೈಷ್ಣವ ಧರ್ಮಾಂತರ, ರಾಮಾನುಜರ ಪ್ರೇರಣೆ, ಒಕ್ಕಲಿಗ ಸಮುದಾಯ (ಮೂಲದಲ್ಲಿ ಜೈನರಾಗಿದ್ದವರು) ವೈಷ್ಣವರಾದದ್ದು, ಹೊಸ ಸಂಪ್ರದಾಯವನ್ನು ಅನುಸರಿಸತೊಡಗಿದ್ದು,

ಹೀಗಿದ್ದರೂ ಮೂಲದ ವಾಸನೆ ಸಾಂಕೇತಿಕವಾಗಿ ಉಳಿದದ್ದು, ಅದರ ಪಳೆಯುಳಿಕೆಗಳು–ಹೀಗೆ ಅನೇಕ ಸ್ವಾರಸ್ಯಕರ ಸಂಗತಿಗಳು ಇಲ್ಲಿ ಪ್ರಸ್ತಾಪಿತವಾಗಿವೆ. ಒಂದು ಉದಾಹರಣೆಯನ್ನು ಉಲ್ಲೇಖಿಸುವುದಾದರೆ ಮಲೆನಾಡಿನ ನಾಮಧಾರಿ ಒಕ್ಕಲಿಗ ಸಮುದಾಯದಲ್ಲಿ ಹಿರಿಯರಿಗೆ ಎಡೆಯಿಡುವ ಪದ್ಧತಿಯಿದೆ. ಹೀಗೆ ಎಡೆಯಿಡುವ ಸಂದರ್ಭದಲ್ಲಿ 'ಜೈನ ಎಡೆ' ಎಂಬ ಹೆಸರಿನಲ್ಲಿ ಈಗಲೂ ಒಂದು ಎಡೆಯನ್ನು ಇಡುವ ಸಂಪ್ರದಾಯವಿರುವುದು ತಿಳಿದುಬರುತ್ತದೆ. ಇದು ಮೂಲ ಜೈನದಿಂದ ವೈಷ್ಣವ ಪರಂಪರೆಗೆ ಬದಲಾದ ಸಂಗತಿಯ ಪಳೆಯುಳಿಕೆಯಾಗಿದೆ ಎಂದು ಹೇಳಬಹುದು. ಹೀಗೆಯೇ ತುಳುನಾಡಿನ ದೈವಗಳ ಆರಾಧನೆಯೂ ಈ ಸಮುದಾಯದಲ್ಲಿ ಕಂಡುಬರುವುದು ಸಾಂಸ್ಕೃತಿಕ ಮೇಲೊತ್ತಡದ ಕಾರಣವೂ ಇರಬಹುದು.

ಕಾಲಗರ್ಭದಲ್ಲಿ ಅಡಗಿರುವ, ಸಾಂಕೇತಿಕ ರೂಪದಲ್ಲಿರುವ, ಒಂದು ಸಮುದಾಯದ ಮೂಲ ಚರಿತ್ರೆ, ಸಂಸ್ಕೃತಿ, ಪರಂಪರೆಯನ್ನು ಉತ್ಖನನ ಮಾಡುತ್ತ, ಈಗಿರುವ ಸಂಗತಿಗಳೊಂದಿಗೆ ತಳುಕು ಹಾಕುತ್ತ ಸಂಶೋಧನಾತ್ಮಕವಾಗಿ ನಿರೂಪಿತವಾಗಿರುವ ಈ ಕೃತಿ ಸಂಸ್ಕೃತಿ ಅಧ್ಯಯನದ ದೃಷ್ಟಿಯಿಂದ ನಮ್ಮ ಗಮನ ಸೆಳೆಯುತ್ತದೆ. ಸಮುದಾಯದ ಅಭಿಮಾನದೊಂದಿಗೆ ಸತ್ಯಾನ್ವೇಷಣೆಯೇ ಮೂಲಧಾತುವಾಗಿರುವ ಇಲ್ಲಿನ ಬರೆವಣಿಗೆ ಹೊಸ ಹೊಸ ಅಂಶಗಳನ್ನು ತುಂಬಿಕೊಂಡಿದ್ದು, ಕುತೂಹಲಕಾರಿಯಾಗಿದ್ದು, ಚರಿತ್ರೆ ಪ್ರಿಯರನ್ನೂ ಸಂಸ್ಕೃತಿ ಪ್ರಿಯರನ್ನೂ ಏಕಕಾಲಕ್ಕೆ ಆಕರ್ಷಿಸುತ್ತದೆ. ಅನಂತರಾಜಗೌಡರು ತಾವು ಆಯ್ಕೆಮಾಡಿಕೊಂಡ ವಿಷಯದ ಮಂಡನೆಯಲ್ಲಿ ಯಶಸ್ವಿಯಾಗಿದ್ದಾರೆ ಎಂದು ನಾನು ತಿಳಿದಿದ್ದೇನೆ. ಇಂಥ ವಿಚಾರಗಳ ಬರೆವಣಿಗೆಯನ್ನು ಅವರು ಮುಂದುವರೆಸಲಿ ಎಂದು ಆರೈಸುತ್ತೇನೆ.

–ಡಾ. ಹಾ.ತಿ. ಕೃಷ್ಣೇಗೌಡ

ಲೇಖಕರ ನುಡಿ

10 ಕುಟುಂಬ 18 ಗೋತ್ರದ ಗೌಡ ಪರಂಪರೆ (ಕೊಡಗು ಮತ್ತು ದಕ್ಷಿಣ ಕನ್ನಡ) ಎಂಬುದೊಂದು ಸಮುದಾಯದ ಅಧ್ಯಯನ. ಈ ಕೃತಿಯು ದಕ್ಷಿಣ ಕನ್ನಡ ಮತ್ತು ಕೊಡಗು ಜಿಲ್ಲೆಗಳಲ್ಲಿ ನೆಲೆಸಿರುವ ಗೌಡ–ಒಕ್ಕಲಿಗ ಸಮುದಾಯದ ಚಾರಿತ್ರಿಕ ಸಿಂಹಾವಲೋಕನವಾಗಿದೆ. ಇದೇ ವಿಷಯದಲ್ಲಿ ನನ್ನ ಆಂಗ್ಲ ಭಾಷೆಯ ಕೃತಿ "IN PURSUIT OF OUR ROOTS" 2015ರಲ್ಲಿ ಪ್ರಕಟಗೊಂಡಿದ್ದು, ಉತ್ತಮ ಪ್ರತಿಕ್ರಿಯೆಯನ್ನು ಕಂಡಿದ್ದು, ಸಾಕಷ್ಟು ಉತ್ಸಾಹವನ್ನು ನಮ್ಮ ಯುವ ಜನತೆಯಲ್ಲಿ ತುಂಬಿತ್ತು. ಈ ವಿಚಾರವು ಕನ್ನಡ ಭಾಷೆಯಲ್ಲಿ ಪ್ರಕಟಗೊಂಡಿದ್ದಲ್ಲಿ ಗ್ರಾಮೀಣ ವಾಸಿಗಳಿಗೆ ಹೆಚ್ಚಿನ ಉಪಯೋಗ ಕಾಣಬಹುದಿತ್ತೆಂದು ನನ್ನ ಸ್ನೇಹಿತರು ಮತ್ತು ಇತರ ಓದುಗರಿಂದ ಪ್ರತಿಕ್ರಿಯೆ ಬಂದಿರುವ ಹಿನ್ನಲೆಯಲ್ಲಿ ಈಗಿನ ಪ್ರಯತ್ನವನ್ನು ಮುಂದುವರಿಸಿರುವೆನು.

"ಚರಿತ್ರೆಯನ್ನು ತಿಳಿಯದ ವ್ಯಕ್ತಿ ಚರಿತ್ರೆಯನ್ನು ಸೃಷ್ಟಿಸಲಾರ" ಎಂದು ವಿದ್ವಾಂಸರು ಅಭಿಪ್ರಾಯಪಟ್ಟಿದ್ದಾರೆ. "The people who are ignorant of their origin are condemned to remain faceless" ಎಂದು ದಾರ್ಶನಿಕರು ಪ್ರಸ್ತಾಪಿಸಿದ್ದಾರೆ. ಈ ಕೃತಿಯ ಉದ್ದೇಶವು ನಮ್ಮ ತರುಣ ತರುಣಿಯರಿಗೆ ನಮ್ಮ ಸಂಸ್ಕೃತಿ ಮತ್ತು ಪರಂಪರೆಯನ್ನು ಮನದಟ್ಟುಮಾಡಿ ತಲುಪುವಂತೆ ಪ್ರೋತ್ಸಾಹಿಸುವುದಾಗಿದೆ.

ತಮ್ಮ ತಮ್ಮ ಸಾಮಾಜಿಕ ಮತ್ತು ಸಾಂಸ್ಕೃತಿಕ ಮೂಲಗಳನ್ನು ಹುಡುಕುವ ಪ್ರಯತ್ನಗಳು ಇತ್ತೀಚೆಗಿನ ದಿನಗಳಲ್ಲಿ ಹೆಚ್ಚಾಗುತ್ತಿವೆ. ಇತಿಹಾಸದ ಯಾವುದೇ ಕಾಲದಲ್ಲಿ ವಲಸೆಯಾದ ಇಲ್ಲವೇ ವಿಸ್ತಾರಗೊಂಡ ಸಾಮಾಜಿಕ ಮೂಲವನ್ನು ಹುಡುಕುವ ತುಡಿತದೊಂದಿಗೆ ಅಮೆರಿಕದ ಕಪ್ಪುಜನ ಆಫ್ರಿಕ ಖಂಡದೊಳಗೆ ಅಲೆದಾಡುತ್ತಿದ್ದಾರೆ. ಅಂತೆಯೇ ಅಮೆರಿಕದ ಮಾಜಿ ಅಧ್ಯಕ್ಷ ಬರಾಕ್ ಒಬಾಮ ಕೂಡಾ ತಮ್ಮ ಪೂರ್ವಜರ ವಂಶದವರನ್ನು ಆಫ್ರಿಕದಲ್ಲಿ ಭೇಟಿಯಾಗಿದ್ದರು. ಅಮೆರಿಕದ ಬಿಳಿಯರು ಕೂಡ ತಮ್ಮ ಮೂಲವನ್ನು ಹುಡುಕುವ ಪ್ರಯತ್ನವನ್ನು ಮುಂದುವರಿಸಿರುತ್ತಾರೆ.

10 ಕುಟುಂಬ 18 ಗೋತ್ರದ ಗೌಡರು ದಕ್ಷಿಣ ಕನ್ನಡದ ಪುತ್ತೂರು, ಸುಳ್ಯ, ಬೆಳ್ತಂಗಡಿ ಮತ್ತು ಬಂಟ್ವಾಳ ತಾಲೂಕಿನ ವಿಟ್ಲ, ಪಾಣೆಮಂಗಳೂರು ಹಾಗೂ ಕೊಡಗಿನಲ್ಲಿ ಬಹುಸಂಖ್ಯಾತರಾಗಿ ಭೂಹಿಡುವಳಿ ಹೊಂದಿದವರಾಗಿರುತ್ತಾರೆ. ಉತ್ತರದಲ್ಲಿ ಬೆಳ್ತಂಗಡಿಯಿಂದ, ದಕ್ಷಿಣದಲ್ಲಿ ಬದಿಯಡ್ಕ ತನಕವೂ, ಪಶ್ಚಿಮದಲ್ಲಿ ಪಾಣೆಮಂಗಳೂರಿನಿಂದ ಪೂರ್ವಕ್ಕೆ ಕುಶಾಲನಗರದವರೆಗೂ ನೆಲೆಸಿರುತ್ತಾರೆ.

ಗೌಡರು–ಒಕ್ಕಲಿಗರು ಮೂಲತಃವಾಗಿ ಕೃಷಿಯನ್ನು ಅವಲಂಬಿಸಿದ್ದರೂ ತಮ್ಮ ಜೀವನದ ಪಯಣದಲ್ಲಿ ರಾಜ್ಯವನ್ನು ಕಟ್ಟಿದರು, ರಾಜ್ಯವನ್ನಾಳಿದರು. ಚರಿತ್ರೆಯ ಆಗುಹೋಗುಗಳಲ್ಲಿ ರಾಜ್ಯವನ್ನು ಕಳಕೊಂಡರೂ ರಾಜ್ಯದ ಉಸ್ತುವಾರಿಯಲ್ಲಿ ತಮ್ಮನ್ನು ತೊಡಗಿಸಿಕೊಂಡರು. ವಿಜಯನಗರದ ಶಾಸನಗಳಲ್ಲಿ ಇವರನ್ನು "ಗೌಡ ಪ್ರಭು" ಎಂದು ನಮೂದಿಸಲಾಗಿದೆ (ರಾಜರಾಮ ಹೆಗ್ಗಡೆ, ಅಶೋಕ ಶೆಟ್ಟರ್ (200–221). ತಲಕಾಡಿನ ಗಂಗರಸರಿಂದ (ಪ್ರ.ಶ. 200–1004) ಆರಂಭವಾಗಿ ಹೊಯ್ಸಳ, ವಿಜಯನಗರ, ಕೊಡಗಿನ ಚಂಗಾಳ್ವರು, ಕೊಂಗಾಳ್ವರು, ಕೆಳದಿ (ಇಕ್ಕೇರಿ) ನಾಯಕರು, ಹಾಲೇರಿ ರಾಜರು, ಬೆಂಗಳೂರು ನಿರ್ಮಾಪಕ ನಾಡಪ್ರಭು ಕೆಂಪೇಗೌಡರಾದಿ ಯಾಗಿ ಗ್ರಾಮದ ಉಸ್ತುವಾರಿ, ಕಪ್ಪಕಾಣಿಕೆಗಳ ಸಂಗ್ರಹವು "ಗಾವುಂಡರ"ದಾಗಿತ್ತು (ಸದರಿ ಪು. 20). ಗೌಡರು ಸಾಮಂತರಾಗಿ, ಮಾಂಡಲೀಕರಾಗಿ, ಪಾಳೇಯಗಾರರಾಗಿ, ದಂಡನಾಯಕರಾಗಿ ಆಗಾಗಿನ ಸಾಮ್ರಾಜ್ಯಗಳ ಅಧಿನಾಯಕರಾಗಿದ್ದರು.

ಕೊಡಗು ಮತ್ತು ದಕ್ಷಿಣ ಕನ್ನಡದ ಗೌಡರು ತಮ್ಮನ್ನು 10 ಕುಟುಂಬ 18 ಗೋತ್ರದ ಗೌಡರೆಂದು ಕರೆದುಕೊಳ್ಳುತ್ತಾರೆ. ಇವರದು ಮೂಲತಃ ಇಕ್ಕೇರಿ ಮಹಾ ಸಂಸ್ಥಾನದಿಂದ (ಈಗಿನ ಹಾಸನ, ಚಿಕ್ಕಮಗಳೂರು ಮತ್ತು ಶಿವಮೊಗ್ಗ ಜಿಲ್ಲೆಗಳಿಂದ) ಹದಿನಾರನೆಯ ಶತಮಾನದ ಆದಿಭಾಗದಲ್ಲಿ ಇಕ್ಕೇರಿ ರಾಜರು ಮತ್ತು ಶೃಂಗೇರಿ ಮಠದಿಂದ ರಾಜಕೀಯ ಮತ್ತು ಮತೀಯ ಪ್ರೇರಿತವಾದ ವ್ಯವಸ್ಥಿತ ವಲಸೆಯಾಗಿದೆ. ಪ್ರ.ಶ. 1700ರಲ್ಲಿ ಇಕ್ಕೇರಿ ಸೋಮಶೇಖರನಾಯಕನು ಅಮರಸುಳ್ಯ ಮತ್ತು ಪುತ್ತೂರು ಮಾಗಣೆಗಳನ್ನು ಹಾಲೇರಿ ರಾಜರಿಗೆ ದಾನವಾಗಿ ಕೊಟ್ಟಿದ್ದು, ಈ ಮಾಗಣೆಗಳು ವಿಶಾಲ ಕೊಡಗಿನ ಅವಿಭಾಜ್ಯ ಅಂಗವಾದವು. ಪ್ರ.ಶ. 17ನೆಯ ಶತಮಾನದ ಅಂತ್ಯದಲ್ಲಿ ಕೊಡಗು ರಾಜರ ಆಹ್ವಾನದ ಮೇರೆಗೆ ತುಳುನಾಡಿನ ಗೌಡರ ಕವಲು ಕುಟುಂಬಗಳು ಮೇಲಿನ ಕೊಡಗಿಗೆ ಸ್ಥಳಾಂತರ ಪಟ್ಟು ಮೇಲಿನ ಕೊಡಗಿನಲ್ಲಿ ಆದಿಯಿಂದ ಗಂಗರ ಕಾಲದಿಂದಲೂ ವಾಸವಿದ್ದ ತಮ್ಮದೇ ಮೂಲದವರಾದ ಮೂಲಗೌಡ (ಒಕ್ಕಲಿಗ) ಕುಟುಂಬಗಳೊಂದಿಗೆ ಮಿಲನವಾಗಿ ಕೊಡಗುಗೌಡರೆಂದು ಗುರುತಿಸಿಕೊಂಡರು.

ನನ್ನ ಮೂಲ ಕೃತಿ ಆಂಗ್ಲಭಾಷೆಯಲ್ಲಿ "IN PURSUIT OF OUR ROOTS" ಎಂಬುದನ್ನು ಹೊರತರಲು ದಾರಿದೀಪವಾಗಿ ಪ್ರೋತ್ಸಾಹಿಸಿದವರು ಡಾ. ಪುರುಷೋತ್ತಮ ಬಿಳಿಮಲೆಯವರು, ಸೂಕ್ತ ಮಾಹಿತಿ ಕೊಟ್ಟವರು ಡಾ. ಪೂವಪ್ಪ ಕಣಿಯೂರರವರು, ಡಾ. ಎ.ಕೆ. ಹಿಮಕರರವರು, ವಿದ್ವಾಂಸರಾದ ದಿವಂಗತ ಡಿ.ಜಿ. ನಡ್ಕರವರು. ಇವರೆಲ್ಲರಿಗೆ ನಾನು ಆಭಾರಿಯಾಗಿರುತ್ತೇನೆ. ಕೊಡಗಿನ ಇತಿಹಾಸದಲ್ಲಿ ಗೌಡ/ಒಕ್ಕಲಿಗರ ಬಗ್ಗೆ "ಕೊಡಗಿನ ಹಾಲೇರಿ ರಾಜವಂಶವು" ಕೃತಿಯ ಮಾಹಿತಿಗಳನ್ನು ಅಳವಡಿಸಿಕೊಳ್ಳಲು ಒಪ್ಪಿಗೆ ಕೊಟ್ಟು

ಪ್ರೋತ್ಸಾಹಿಸಿದವರು ಹಿರಿಯ ಸಾಹಿತಿ, ಚರಿತ್ರೆಕಾರ ಎಂ.ಜಿ. ನಾಗರಾಜ ಅವರು, ಉತ್ತರ ಕೊಡಗಿನಲ್ಲಿ ಸಂಚರಿಸುವಾಗ ಮಾಹಿತಿ ಸಂಗ್ರಹದಲ್ಲಿ ಸಹಕರಿಸಿದ ಚೆಟ್ಟಿಮಾಡ ರೋಹಿತ್ ಇವರೆಲ್ಲರಿಗೂ, ಮಾಜಿಮಂತ್ರಿಗಳಾದ ಶ್ರೀ ಬಾಚಿನಾಡ ಜೀವಿಜಯ ಅವರಿಗೂ ನಾನು ಆಭಾರಿಯಾಗಿರುತ್ತೇನೆ.

ದಿ. ಮಾಕೋನಹಳ್ಳಿ ದೊಡ್ಡಪ್ಪಗೌಡರ "ಪಾಶುಪತ ಶೈವರು ಮತ್ತು ಗೌಡ ಸಮಾಜ–1995" ಎಂಬ ಕೃತಿಯಿಂದ ಆಯ್ದ ಭಾಗಗಳನ್ನು ಇಲ್ಲಿ ಅಳವಡಿಸಲು ಮಾನ್ಯತೆ ಕೊಟ್ಟಿರುವ ಅವರ ಮೊಮ್ಮಗ ಶ್ರೀ ನವೀನ್ ಮಾಕೋನಹಳ್ಳಿ ಅವರಿಗೂ ಚಿರಋಣಿಯಾಗಿದ್ದೇನೆ.

ಸ್ನೇಹಿತರಾದ ಕುಡೆಕಲ್ ವಿದ್ಯಾಧರ ಅವರು ತಮ್ಮ ಲೇಖನಗಳ ಆಯ್ದ ಭಾಗಗಳನ್ನು ಈ ಕೃತಿಯಲ್ಲಿ ಅಳವಡಿಸಲು ಮಾನ್ಯತೆ ಕೊಟ್ಟು ಪ್ರೋತ್ಸಾಹಿಸಿರುವುದಕ್ಕೆ ಅವರಿಗೆ ನಾನು ಆಭಾರಿ.

ಹಂಪಿ ಕನ್ನಡ ವಿಶ್ವವಿದ್ಯಾಲಯದ ಪ್ರಾಧ್ಯಾಪಕರು ಹಾಗೂ ಮುಖ್ಯಸ್ಥರು, ಇತಿಹಾಸ ವಿಭಾಗ ಡಾ. ವಿಜಯ ಪೂಣಚ್ಚ, ತಂಬಂಡ ಅವರು ಚಾರಿತ್ರಿಕ ವಿಷಯಗಳನ್ನು ದಾಖಲಿಸುವಾಗ ಅದರ ಸ್ವರೂಪ, ಪರಾಮರ್ಶೆ ಹಾಗೂ ಅಡಿಟಿಪ್ಪಣಿ ಕೊಡುವ ವಿಧಾನಗಳನ್ನು ನನಗೆ ಮನವರಿಕೆ ಮಾಡಿಕೊಟ್ಟಿರುತ್ತಾರೆ. ಅವರಿಗೆ ನಾನು ಅತ್ಯಂತ ಕೃತಜ್ಞನಾಗಿದ್ದೇನೆ.

ಡಾ. ಹಾ.ತಿ. ಕೃಷ್ಣೇಗೌಡ ಅವರು ಈ ಕೃತಿಯನ್ನು ಆಮೂಲಾಗ್ರವಾಗಿ ಓದಿ, ತಿದ್ದುಪಡಿಮಾಡಿ, ಸಲಹೆ ಸೂಚನೆ ನೀಡಿ ಇದಕ್ಕೊಂದು ಶೈಕ್ಷಣಿಕ ರೂಪ ಕೊಟ್ಟಿದ್ದಾರೆ. ಇದಕ್ಕಾಗಿ ನಾನು ಅವರಿಗೆ ಕೃತಜ್ಞತೆಗಳನ್ನು ಸಲ್ಲಿಸುತ್ತೇನೆ.

ಪುಸ್ತಕವನ್ನು ತಪ್ಪಿಲ್ಲದಂತೆ ಎಚ್ಚರ ವಹಿಸಿ ಬೆರಳಚ್ಚು ಮಾಡಿದ ಕುಮಾರಿ ಶಶಿಕಲಾ ಬಂಗೇರ ಅವರಿಗೆ, ಪುಟವಿನ್ಯಾಸ ಮಾಡಿದ ಮೈಸೂರಿನ ವಿಸ್ಮಯ ಪ್ರಕಾಶನದ ಮಾಲೀಕರಾದ ಹಾಲತಿ ಲೋಕೇಶ್ ಅವರಿಗೆ ಆಭಾರಿಯಾಗಿದ್ದೇನೆ.

ಸ್ನೇಹಿತರೂ, ಹಿತಚಿಂತಕರೂ ಆದ ಕೆದಂಬಾಡಿ ರಾಜೇಶ್‌ರವರು, ಪುಸ್ತಕ ರಚನೆಯ ಸಮಯದಲ್ಲೂ ಮಾಹಿತಿ ಕ್ರೋಢಿಕರಿಸುವುದರಲ್ಲೂ ಸಹಕರಿಸಿರುತ್ತಾರೆ ಅವರಿಗೂ ನನ್ನ ಬಾಳಸಂಗಾತಿ ಶ್ರೀಮತಿ ವೇದಾವತಿ ಅವರಿಗೂ, ನನ್ನ ಪುತ್ರ ಹಿತೇಶ್‌ಗೌಡರವರಿಗೂ ನನಗೆ ಸಮಯಾವಕಾಶ ನೀಡಿ ಸ್ಫೂರ್ತಿ ತುಂಬಿದ್ದಕ್ಕೆ ಆಭಾರಿಯಾಗಿದ್ದೇನೆ.

ಬೆಂಗಳೂರು **–ಪುತ್ತೂರು ಅನಂತರಾಜಗೌಡ**

ದಿನಾಂಕ: 20–04–2022

ಎರಡನೇ ಮುದ್ರಣಕ್ಕೆ
ಲೇಖಕರ ನುಡಿ

"ಗೌಡ ಪರಂಪರೆ" ನನ್ನ ಚಾರಿತ್ರಿಕ ಸಂಶೋಧನಾ ಕೃತಿ "10 ಕುಟುಂಬ 18 ಗೋತ್ರದ ಗೌಡ ಪರಂಪರೆ" ಮರುಮುದ್ರಣ ಕಾಣುತ್ತಿರುವುದು ಅತ್ಯಂತ ಸಂತಸದ ಸಂಗತಿ. ಈ ಕೃತಿಯ ಪ್ರಥಮ ಮುದ್ರಣ 1000 ಪ್ರತಿಗಳನ್ನು ಕೊಂಡು ಓದಿದ ಎಲ್ಲಾ ಗ್ರಾಹಕರಿಗೆ ಅಭಿನಂದನೆಗಳು. ನನ್ನ ಕೃತಿಯನ್ನು ಪ್ರಕಟಿಸಿ, ರಾಜ್ಯದಾದ್ಯಂತ ಮಾತ್ರವಲ್ಲದೆ ಪರದೇಶದ ಕನ್ನಡ ಸಾಹಿತ್ಯಾಭಿಮಾನಿಗಳಿಗೂ ಕೂಡಾ ಅತ್ಯಂತ ಕ್ಷಮತೆಯಿಂದ ತಲಪಿಸಿದ ವೀರಲೋಕ ಪ್ರಕಾಶನದ ಮಾಲಿಕ ಶ್ರೀ ವೀರಕಪುತ್ರ ಶ್ರೀನಿವಾಸ ಹಾಗೂ ಅವರ ತಂಡದವರಿಗೆ ಹೃದಯ ಪೂರ್ವಕ ಅಭಿನಂದನೆಗಳು.

ಮರುಮುದ್ರಣದ ಪ್ರತಿಗಳನ್ನು ಓದುಗರು ಮತ್ತು ಸ್ನೇಹಿತರು ಕೊಂಡು ಓದುವಂತೆ ವಿನಯಪೂರ್ವಕವಾಗಿ ಕೋರುತ್ತೇನೆ.

ನಿಮ್ಮ "10 ಕುಟುಂಬ 18 ಗೋತ್ರದ ಗೌಡ ಪರಂಪರೆ" ಪ್ರತಿಯನ್ನು ಕಾದಿರಿಸಲು "ವೀರಲೋಕ" 7022122121 ಸಂಪರ್ಕಿಸಿ.

ಬೆಂಗಳೂರು
ದಿನಾಂಕ: 10-04-2024

ಇಂತೀ ನಿಮ್ಮ
-ಪುತ್ತೂರು ಅನಂತರಾಜಗೌಡ

ಪ್ರಕಾಶಕರ ಮಾತು

ಅಕ್ಷರದ ಬೆಳದಿಂಗಳ ಮುಂದೆ ಕೂತು ಬೆರಗುಗೊಂಡಿದ್ದೇನೆ. ನನ್ನಿಂದ ಇದು ಸಾಧ್ಯವಾ ಎಂದು ಪ್ರಕಾಶನ ಲೋಕಕ್ಕೆ ಬಂದವನಿಗೆ, ಇದು ಸಾಧ್ಯ ಎಂದು ಬೆನ್ನುತಟ್ಟಿದ ತಮಗೆಲ್ಲ ಮೊದಲಿಗೆ ಧನ್ಯವಾದಗಳು.

ಕನಸುಗಳು ಬರೀ ಕನವರಿಕೆಗಳಾಗಬಾರದು, ಕಸುವು ಆಗಬೇಕು ಎನ್ನುವುದರ ಮೇಲೆ ನಂಬಿಕೆ ಇಟ್ಟವನು ನಾನು. ಹಾಗಾಗಿ ಕೇವಲ ಸಾಹಿತ್ಯ ಓದುಗನಾಗಿದ್ದವನು, ಇದೀಗ ಅದೇ ಕ್ಷೇತ್ರದ ಹಲವು ಹೊಸತನಗಳಿಗೆ ಮುಖಾಮುಖಿ ಆಗುತ್ತಿದ್ದೇನೆ. ನನ್ನ ಕನಸುಗಳು ನಿಮ್ಮವೂ ಆಗಿದ್ದರಿಂದ ಕಡಿಮೆ ಅವಧಿಯಲ್ಲೇ 'ವೀರಲೋಕ ಬುಕ್ಸ್' ಮನೆಮಾತಾಗಿದೆ.

ಓದುಗ ಇರುವ ಕಡೆಯೇ ಕನ್ನಡ ಪುಸ್ತಕಗಳು ಸಿಗುವಂತಾಗಬೇಕೆಂಬ ಮಹತ್ವಾಕಾಂಕ್ಷೆಯಿಂದ ಶುರುವಾದ ವೀರಲೋಕ ಪ್ರಕಾಶನ ಕೇವಲ ಒಂದೇ ವರ್ಷದಲ್ಲಿ ಹಲವು ಹೊಸತನಗಳ ಮೂಲಕ ಕನ್ನಡಿಗರ ಮೆಚ್ಚಿನ ಸಂಸ್ಥೆಯಾಗಿ ರೂಪುಗೊಂಡಿದೆ. ಮೆಡಿಕಲ್ ಶಾಪ್, ದಿನಸಿ ಅಂಗಡಿ, ಹೋಟೆಲ್, ಮಾಲ್, ಥಿಯೇಟರ್ ಹೀಗೆ ಎಲ್ಲೆಲ್ಲಿ ಸಾಧ್ಯವೋ ಅಲ್ಲೆಲ್ಲಾ ಪುಸ್ತಕದ ಸ್ಟ್ಯಾಂಡ್‌ಗಳನ್ನಿಟ್ಟು ಕಟ್ಟ ಕಡೆಯ ಓದುಗನಿಗೂ ಪುಸ್ತಕಗಳು ಸುಲಭವಾಗಿ ಸಿಗುವಂತೆ ಮಾಡಲಾಗುತ್ತಿದೆ. ಜೊತೆಗೆ ಕನ್ನಡ ಪುಸ್ತಕಗಳಿಗಾಗಿ ಕಾಲ್ ಸೆಂಟರ್, ಮಧ್ಯರಾತ್ರಿಯಲ್ಲಿ ಪುಸ್ತಕ ಬಿಡುಗಡೆ ರೀತಿಯ ಕಾರ್ಯಕ್ರಮಗಳ ಮೂಲಕ ಓದಿನ ಕಡೆ ಯುವ ಸಮೂಹವನ್ನು ಸೆಳೆಯುವ ಪ್ರಯತ್ನ ಜಾರಿಯಲ್ಲಿಟ್ಟಿದ್ದೇವೆ. ಇವುಗಳ ಜೊತೆ ವೀರಲೋಕ ಸಂಸ್ಥೆಯು ಮುಂದಿನ ಹೆಜ್ಜೆಯಾಗಿ 'ದೇಸೀ ಜಗುಲಿ' ಎಂಬ ಅರ್ಥಪೂರ್ಣ ಸಾಹಸಕ್ಕೆ ಕೈಹಾಕಿದೆ. ಈ ಯೋಜನೆ ಮೂಲಕ ನಾಡಿನ ಪ್ರತಿ ಜಿಲ್ಲೆ, ತಾಲೂಕಿನಲ್ಲಿ ಕಥಾಕಮ್ಮಟ, ಕಾವ್ಯ ಕಮ್ಮಟಗಳನ್ನು ಏರ್ಪಡಿಸುವ ಗುರಿ ಹೊಂದಿದ್ದೇವೆ. ಯಾರಿಗೆ ಗೊತ್ತು? ಅಲ್ಲೂ ಒಬ್ಬ ಬೇಂದ್ರೆ, ಕುವೆಂಪು, ತೇಜಸ್ವಿ, ಸಿದ್ದಲಿಂಗಯ್ಯನವರಂತಹ ಪ್ರತಿಭೆಗಳು ಒಂದು ಅವಕಾಶಕ್ಕಾಗಿ ಕಾದು ಕೂತಿರಬಹುದು.

ದೇಸೀ ಜಗುಲಿ ಕೇವಲ ಕಮ್ಮಟಗಳನ್ನು ಮಾಡಿ ಸುಮ್ಮನೆ ಕೂರುವುದಿಲ್ಲ. ಈ ಕಮ್ಮಟಗಳಲ್ಲಿ ಪ್ರತಿಭಾವಂತ ಬರಹಗಾರರು ಸಿಕ್ಕರೆ ಅವರ ಪುಸ್ತಕಗಳನ್ನು ವೀರಲೋಕ ಪ್ರಕಟಿಸಲಿದೆ ಮತ್ತು ಅವರನ್ನು ಮುಖ್ಯವಾಹಿನಿ ಜೊತೆ ಮುಖಾಮುಖಿಯಾಗಿಸಲಿದೆ. ಈ ದೇಸೀ ಜಗುಲಿ ಜೊತೆಗೆ ವೀರಲೋಕದ ಮತ್ತೊಂದು ಮಹತ್ತರ ಕೆಲಸವೆಂದರೆ 'ಬುಕ್ಸ್ ಬರ್ಗರ್ ಕಾಫಿ' (BBC). ಯಾವುದು ಹೆಚ್ಚಾಗಿ ಕಣ್ಣಿಗೆ ಕಾಣುವುದೋ ಅದೇ ಹೆಚ್ಚು ಚಾಲ್ತಿಯಲ್ಲಿರುತ್ತದೆ

ಎಂಬ ಕಾರಣಕ್ಕೆ ಬರ್ಗರ್ ಮತ್ತು ಕಾಫಿ ಜೊತೆಗೆ ಪುಸ್ತಕಗಳನ್ನು ಇರಿಸಿದ್ದೇವೆ. ಈ ಪ್ರಯತ್ನವನ್ನು ಕನ್ನಡ ಸಾರಸ್ವತಲೋಕ ತುಂಬು ಮನಸಿನಿಂದ ಒಪ್ಪಿ, ಅಪ್ಪಿರುವುದು ನಮ್ಮನ್ನು ಮತ್ತಷ್ಟು ಉತ್ಸಾಹಿಗಳನ್ನಾಗಿಸಿದೆ. ಅದೇ ಉತ್ಸಾಹದಲ್ಲಿ ಈ ಜೂನ್ ತಿಂಗಳಿನಿಂದ ಸ್ವಿಗ್ಗಿ, ಜೊಮಾಟೋದ ಫುಡ್ ಡೆಲಿವರಿಯ ಮಾದರಿಯಲ್ಲೇ, ವೀರಲೋಕದಿಂದ ಪುಸ್ತಕ ಡೆಲಿವರಿಯನ್ನೂ ಮಾಡಲಾರಂಭಿಸಿದ್ದೇವೆ ಎಂಬುದು ಹೆಮ್ಮೆಯ ಸಂಗತಿ. ಎಲ್ಲಾ ಕನ್ನಡ ಪುಸ್ತಕಗಳು ಒಂದೇ ಸೂರಿನಡಿ ಸಿಗುವಂತಾಗಬೇಕೆಂಬ ಕಾರಣಕ್ಕೆ ವೀರಲೋಕ.ಕಾಮ್ ಎಂಬ ವೆಬ್‌ಸೈಟ್ ಮಾಡಿದ್ದೇವೆ. ಈ ಮೂಲಕ ಒಂದು ಲಕ್ಷ ಪುಸ್ತಕಗಳನ್ನು ಕನ್ನಡಿಗರಿಗೆ ಒಂದೇ ಕಡೆ ದೊರಕುವಂತೆ ಮಾಡುವ ಯೋಜನೆ ನಮ್ಮದು. ಈಗಾಗಲೇ ಹಲವಾರು ಪ್ರಕಾಶನಗಳ ಎರಡು ಸಾವಿರ ಪುಸ್ತಕಗಳನ್ನು ವೆಬ್‌ಸೈಟ್‌ಗೆ ಸೇರಿಸಿದ್ದೇವೆ. ಇದು ಖಂಡಿತವಾಗಿಯೂ ಕನ್ನಡ ಪುಸ್ತಕಗಳ ಪಾಲಿನ ಫ್ಲಿಪ್‌ಕಾರ್ಟ್, ಅಮೇಜಾನ್ ಆಗಲಿದೆ ಎಂಬ ನಂಬಿಕೆ ನಮ್ಮದು.

ವೀರಲೋಕದ ಇಷ್ಟೆಲ್ಲಾ ಪ್ರಯತ್ನಗಳನ್ನು ಮಾಡುತ್ತಿರುವಾಗ ಓದುಗ ದೊರೆಗಳ ಜೊತೆ ಅದನ್ನು ಹಂಚಿಕೊಳ್ಳದೆ ಇರುವುದಾದರೂ ಹೇಗೆ? ಹಾಗಾಗಿ ವಿವರಿಸಬೇಕಾಯಿತು. ಇಲ್ಲಿಂದಾಚೆ '10 ಕುಟುಂಬ 18 ಗೋತ್ರದ ಗೌಡ ಪರಂಪರೆ' ಓದುವ ಖುಷಿ ನಿಮ್ಮದಾಗಲಿ.

ಪುತ್ತೂರು ಅನಂತರಾಜ ಗೌಡರ '10 ಕುಟುಂಬ 18 ಗೋತ್ರದ ಗೌಡ ಪರಂಪರೆ' ಎಂಬ ಕೃತಿಯು ಒಂದು ಸಮುದಾಯದ ಸಂಶೋಧನಾತ್ಮಕ-ಚಾರಿತ್ರಿಕ ಮತ್ತು ಸಾಂಸ್ಕೃತಿಕ ಮತ್ತು ಅಧ್ಯಯನವಾಗಿದೆ. ದೀರ್ಘವಾದ ಕ್ಷೇತ್ರ ಶೋಧನೆಯಿಂದ, ಹಲವು ಹಿರಿಯರು, ಗಣ್ಯರೊಂದಿಗೆ ನಡೆಸಿದ ದಾಖಲಿತ ಸಂಭಾಷಣೆ ಮತ್ತು ಅನೇಕ ಗ್ರಂಥಗಳ ಆಧಾರದ ಮೇಲೆ ಈ ಕೃತಿ ರಚನೆಗೊಂಡಿದೆ.

'ಚರಿತ್ರೆಯನ್ನು ತಿಳಿಯದ ವ್ಯಕ್ತಿ ಚರಿತ್ರೆಯನ್ನು ಸೃಷ್ಟಿಸಲಾರ' ಎಂಬ ಮಾತಿನಂತೆ ಈ ಕೃತಿಯಲ್ಲಿ ಅನಂತರಾಜ ಗೌಡರು ಒಂದು ಸಮುದಾಯದ ಚಾರಿತ್ರಿಕ ಬೇರನ್ನು ಅಗೆದು ಓದುಗರ ಮುಂದಿಡುವಲ್ಲಿ ಸಫಲರಾಗಿದ್ದಾರೆ. ಕೇವಲ ರಸಸ್ವಾದಕ್ಕಷ್ಟೇ ಅಲ್ಲದೇ ಇಂಥ ಆಳವಾದ ಅಧ್ಯಯನಕ್ಕೂ ಎಳೆಸುವ ಕೃತಿಗಳನ್ನೂ ಸಹ ವೀರಲೋಕ ಪ್ರಕಾಶಿಸುತ್ತದೆ ಎಂಬುದನ್ನು ವಿನಮ್ರನಾಗಿ ಓದುಗ ದೊರೆಗಳಾದ ನಿಮ್ಮ ಅವಗಾಹನೆಗೆ ತರುತ್ತಿದ್ದೇನೆ.

ಓದುವ ಸುಖ ನಿಮ್ಮದಾಗಲಿ.

ನಿಮ್ಮ

–ವೀರಕಪುತ್ರ ಶ್ರೀನಿವಾಸ

ಪರಿವಿಡಿ

1

ದಕ್ಷಿಣ ಕರ್ನಾಟಕದ ಚಾರಿತ್ರಿಕ ನೋಟ

ಒಂದು ಸಮುದಾಯ ತಾನು ಬೆಳೆದು ಬಂದ ದಾರಿಯನ್ನು ಅವಲೋಕಿಸಿ ಅರಿತು ಕೊಳ್ಳುವುದು ಆ ಸಮುದಾಯದ ಬೆಳವಣಿಗೆಗೆ ಅಗತ್ಯವಿದೆ. ತಾನು ಸಾಮಾಜಿಕ, ರಾಜಕೀಯವಾಗಿ ಹೇಗೆ ಪರಿವರ್ತನೆಗಳಿಗೆ ಒಳಗಾಗುತ್ತಾ ಬಂದಿದ್ದೇನೆ ಎಂಬುದನ್ನು ಅರಿತುಕೊಳ್ಳುವ ಮೂಲಕ ಅದರ ಆಂತರಿಕ ಬೆಳೆವಣಿಗೆಯಾಗುತ್ತದೆ. ದಕ್ಷಿಣ ಕನ್ನಡ ಹಾಗೂ ಕೊಡಗು ಭಾಗಗಳ ಪ್ರಬಲ ಸಮುದಾಯದ ಗೌಡರು ಇಡೀ ಕರ್ನಾಟಕದಲ್ಲಿರುವ ಒಕ್ಕಲಿಗ ಸಮುದಾಯಗಳೊಂದಿಗೆ ಸಾಂಸ್ಕೃತಿಕ ಹಾಗೂ ರಾಜಕೀಯ ಸಂಬಂಧವನ್ನು ಹೊಂದಿರುವವರು. ವಲಸೆ ಪ್ರಕ್ರಿಯೆಯ ಅನಂತರ ರಾಜಕೀಯ ಹಾಗೂ ಸಾಮಾಜಿಕ ಸ್ಥಿತ್ಯಂತರಗಳು ಸಮುದಾಯದಲ್ಲಿ ಹೇಗೆ ಘಟಿಸಿದೆ ಎಂಬುದು ಅಧ್ಯಯನ ಯೋಗ್ಯವಾದ ವಿಚಾರ.

ಈ ಅಧ್ಯಾಯದಲ್ಲಿ 'ಹತ್ತು ಕುಟುಂಬ-ಹದಿನೆಂಟು ಗೋತ್ರದ' ಗೌಡರು ಕರಾವಳಿ ಕರ್ನಾಟಕ ಹಾಗೂ ಕೊಡಗು ಮಲೆನಾಡಿನ ಭಾಗದ ಇತಿಹಾಸದಲ್ಲಿ ಹೇಗೆ ಪಾತ್ರ ವಹಿಸಿದ್ದಾರೆ ಎಂಬುದನ್ನು ತಿಳಿಯೋಣ. ಗೌಡರು ಕರ್ನಾಟಕದ ಅನೇಕ ರಾಜವಂಶ ಗಳೊಂದಿಗೆ ಮೂಲದಲ್ಲಿ ಸಂಬಂಧವನ್ನು ಹೊಂದಿದ್ದು, ಸಾಮಾಜಿಕವಾಗಿ ವಿಶೇಷ ಸ್ಥಾನಮಾನವನ್ನು ಹೊಂದಿದ್ದರು. ಆ ಕಾರಣದಿಂದ ಗೌಡ ಜನಾಂಗ ಕರ್ನಾಟಕದ ಅತ್ಯಂತ ಪ್ರಭಾವಿ ಸಮುದಾಯವಾಗಿ ಬೆಳೆದಿದೆ.

ಪಶ್ಚಿಮದ ಗಂಗವಂಶ (ಪ್ರ.ಶ. 250–1004):

ಗಂಗರ ಬಗೆಗೆ ಒಂದು ಶಾಸನೋಕ್ತ ಕತೆಯಿದ್ದು, ಅದು ಇವರನ್ನು ಪುರಾಣ ಮೂಲದ ರಾಜವಂಶದೊಂದಿಗೆ ಸಂಬಂಧವನ್ನು ಕಲ್ಪಿಸುತ್ತದೆ. ಸಂಶೋಧಕ ಬಿ. ಲೂಯಿಸ್ ರೈಸ್ ಇದನ್ನು ಪ್ರತಿಪಾದಿಸಿದ್ದಾರೆ. ಇದರಲ್ಲಿ ಜೈನ ಗುರು 'ಸಿಂಹನಂದಿ'ಯ ಉಲ್ಲೇಖವಿದ್ದು, ಗಂಗರ ಹಿರಿಯರು 'ವಿಷ್ಣುಗುಪ್ತನ' ನೇತೃತ್ವದಲ್ಲಿ ಅಯೋಧ್ಯೆಯಿಂದ ಬಂದು ಗಂಗಾ-ಯಮುನಾ ಜಲಾನಯನ ಭಾಗವಾದ ಅಹಿಚ್ಛತ್ರದಲ್ಲಿ ಮೊದಲು ನೆಲೆಸಿದರು. ಇಲ್ಲಿಂದ ಮುಂದೆ ದಕ್ಷಿಣ ಭಾರತದ ಭಾಗಗಳಿಗೆ ಹರಡಿದರು.

ಇವರಲ್ಲಿ ಈರ್ವರು ಸಹೋದರರು ತಮ್ಮ ಸಮೂಹದೊಂದಿಗೆ ಸರಯೂ ನದಿ ತೀರದಿಂದ ಬಂದವರು. ಇವರಲ್ಲಿ ಓರ್ವ 'ಕಳಿಂಗ' ದಲ್ಲಿ 'ಪೂರ್ವ ಗಂಗ ಸಾಮ್ರಾಜ್ಯ'ವನ್ನು ಸ್ಥಾಪಿಸುತ್ತಾನೆ ಹಾಗೂ ಇನ್ನೋರ್ವ ತಲಕಾಡಿನಲ್ಲಿ 'ಪಶ್ಚಿಮ ಗಂಗ ಸಾಮ್ರಾಜ್ಯ'ವನ್ನು ಸ್ಥಾಪಿಸುತ್ತಾನೆ. ತಲಕಾಡಿನ ಗಂಗರು ಪ್ರ.ಶ.250 ರಿಂದ 1004ರವರೆಗೆ ಸುದೀರ್ಘವಾದ ಆಳ್ವಿಕೆಯನ್ನು ಮಾಡಿ, ಚಾಳುಕ್ಯ, ಪಲ್ಲವ, ಕದಂಬರೊಂದಿಗೆ ವೈವಾಹಿಕ ಸಂಬಂಧವನ್ನು ಬೆಳೆಸಿದರು.

ಗಂಗರ ಮೂಲದ ಬಗ್ಗೆ ಅನೇಕ ವಾದಗಳು ವಿದ್ವನ್ಮಮಂಡಳಿಯಲ್ಲಿವೆ. ಅವುಗಳಲ್ಲಿ ಒಂದು ಗಂಗರ ಹಿರಿಯರು ಉತ್ತರ ಭಾರತದವರು ಎಂದರೆ, ಇನ್ನೊಂದರ ಪ್ರಕಾರ ದಕ್ಷಿಣದ ಮೂಲದವರು ಎಂಬುದಾಗಿದೆ. ಕೆಲವು ಶಾಸನಗಳು ಇವರನ್ನು "ಕಣ್ವಾಯನ" ವಂಶಸ್ಥರೆನ್ನುತ್ತವೆ. ಇತಿಹಾಸ ಶಾಸ್ತ್ರಜ್ಞರಾದ ರೈಸ್ ಹಾಗೂ ಜೈಸ್ವಾಲ್ ಇವರು ಮಗಧದ ಕಣ್ವ ವಂಶಕ್ಕೆ ಸಂಬಂಧಪಟ್ಟವರು ಎನ್ನುತ್ತಾರೆ. 12ನೆಯ ಶತಮಾನದ ಶಾಸನವೊಂದು ಇವರನ್ನು ಅಯೋಧ್ಯೆಯ 'ಇಕ್ಷ್ವಾಕು' ವಂಶಸ್ಥರು ಎನ್ನುತ್ತದೆ. ಸಮುದ್ರಗುಪ್ತನ ದಂಡಯಾತ್ರೆಯ ಅನಂತರ ದುರ್ಬಲಗೊಂಡ ಇಕ್ಷ್ವಾಕುಗಳು ದಕ್ಷಿಣ ಭಾರತಕ್ಕೆ ಪ್ರಸರಣಗೊಂಡರು. ಇವರ ಜನರೇ ಗಂಗವಂಶದ ಸ್ಥಾಪಕರು.

ಇತಿಹಾಸಕಾರ ಮಾಲಿನಿ ಅಡಿಗರು ಈ ವಾದವನ್ನು ಸಕಾರಣವಾಗಿ ತಿರಸ್ಕರಿಸುತ್ತಾರೆ.[1] ಈ ಶಾಸನಗಳೆಲ್ಲವೂ ಗಂಗರು ಪ್ರಬಲರಾಗಿ ಹಲವಾರು ಶತಮಾನಗಳ ಅನಂತರ ಬರೆದವು. ಗಂಗರ ಪ್ರಾಚೀನ ಶಾಸನಗಳಲ್ಲಿ ಗಂಗರ ಉತ್ತರ ಭಾರತ ಮೂಲದ ಬಗ್ಗೆ ಮಾಹಿತಿಯೇ ಇಲ್ಲ. ಅಲ್ಲದೇ ಇವು ಗಂಗರ 'ತಾಮ್ರಪುರ ಶಾಸನಗಳೊಂದಿಗೆ ತಾಳೆ ಹೊಂದುವುದಿಲ್ಲ. ಅಡಿಗ, ಶೇಖ್‌ಅಲಿ, ಆರ್.ಎಸ್. ಪಂಚಮುಖಿ ಹಾಗೂ ಲಕ್ಷ್ಮೀನಾರಾಯಣರಾವ್‌ರವರು ಗಂಗವಂಶದ ಸ್ಥಾಪಕರು ದಕ್ಷಿಣ ಕರ್ನಾಟಕ ಭಾಗದವರು ಎಂದು ವಾದಿಸುತ್ತಾರೆ.

ಬಿ. ಶೇಖ್‌ಅಲಿ ಈ ಕೆಳಗಿನ ಅಭಿಪ್ರಾಯವನ್ನು ದಾಖಲಿಸುತ್ತಾರೆ.

``The founders must have watched local conditions and prepared themselves carefully for striking at the root of weak political authority existing at the time. They must have prepared to the ground previously both in respect of military force and financial resources. Dadiya and Madhava (founders of Ganga Dynasty) must have be-

---

1. Malini Adiga - The making of Southern Karnataka- AD 400-1030- Orient Longman (2006)

longed to the agricultural population of the state for the territory ruled was known as ``Gangavadi" a province of unity ninty six thousand. The Gangadikaras even now form the largest section of the agricultural population in old Mysore State with their base in Bangalore, Mysore and Hassan"[2] (1976:13).

ಈ ವಾದಕ್ಕೆ ಗಟ್ಟಿಯಾದ ಭೂಮಿಕೆಯಿಲ್ಲ. ಮೊದಲೇ ಪ್ರಸ್ತಾಪಿಸಿದಂತೆ ಗಂಗರು ಸ್ಥಳೀಯ ಸ್ಥಿತಿಗತಿಯನ್ನು ಗಮನಿಸಿ ತಮ್ಮನ್ನು ಪ್ರತಿರೋಧಗಳಿಗೆ ಎದುರಾಗಲು ಸಿದ್ಧಪಡಿಸಿಕೊಂಡರು.... ಗಂಗರು ಅನ್ಯಭಾಗದಿಂದ ಬಂದವರಾದ್ದರಿಂದ ಸ್ಥಳೀಯ ಸ್ಥಿತಿಯನ್ನು ಅವಲೋಕಿಸುವ ಅಗತ್ಯವಿತ್ತು. ಆದ್ದರಿಂದ ಇದನ್ನು ಸಮರ್ಥಿಸಲು ಅಸಾಧ್ಯವಾಗುತ್ತದೆ.

'ಗಂಗಡಿಕಾರ' ಒಕ್ಕಲಿಗ ಗೌಡರ ಒಂದು ಪ್ರಬಲ ಪಂಗಡ. ಇವರು ತಮ್ಮನ್ನು ಗಂಗವಂಶದವರೆಂದು ದಾಖಲಿಸಿಕೊಳ್ಳುತ್ತಾರೆ. ಇವರು ಹಳೆ ಮೈಸೂರು ರಾಜ್ಯದಲ್ಲಿ ಅತ್ಯಂತ ಪ್ರಭಾವಿಗಳಾದ ಕೃಷಿಕರು ಹಾಗೂ ಭೂಮಾಲಿಕರಾಗಿದ್ದಾರೆ. ಪ್ರಸ್ತುತ ಇವರು ಒಕ್ಕಲಿಗ ಗೌಡರ ಪ್ರಬಲ ಪಂಗಡದವರು.

ಗಂಗರು ಮೂಲತಃ ಶೈವರು. ಇವರು ಕಾಶಿಯೊಂದಿಗೆ ಸಂಬಂಧವನ್ನು ಹೊಂದಿದ್ದರಲ್ಲದೆ ಅನೇಕ ಶೈವ ದೇಗುಲಗಳನ್ನು ನಿರ್ಮಿಸಿದ್ದಾರೆ. ಈ ದೇವಾಲಯಗಳಲ್ಲಿ ಪೂಜಾಕ್ರಮಗಳನ್ನು ನಡೆಸಲು ಕಾಶಿಯಿಂದ ಬ್ರಾಹ್ಮಣರನ್ನು ಕರೆಸಿಕೊಂಡರು. ಜೈನಗುರು 'ಸಿಂಹನಂದಿ' ಗಂಗರ ಇತಿಹಾಸದಲ್ಲಿ (ಪ್ರ.ಶ.350) ಪ್ರಮುಖ ಪಾತ್ರ ವಹಿಸುತ್ತಾನೆ. ಇವನಿಂದಾಗಿ ಗಂಗರು 'ಜೈನಧರ್ಮವನ್ನು ತಮ್ಮ ರಾಜ್ಯ ಧರ್ಮವಾಗಿ ಸ್ವೀಕರಿಸುತ್ತಾರೆ. ಗಂಗರ ಮಂತ್ರಿ ಚಾವುಂಡರಾಯ ಶ್ರವಣಬೆಳಗೊಳದಲ್ಲಿ ಗೊಮಟೇಶ್ವರನ ಏಕಶಿಲಾ ವಿಗ್ರಹವೊಂದನ್ನು ಸ್ಥಾಪಿಸುತ್ತಾನೆ. (ಪ್ರ.ಶ.978–993). ಗಂಗರಲ್ಲಿ ಪ್ರಬಲ ದೊರೆಯಾಗಿದ್ದವನು 'ಶಿವಮಾರನ' ಮೊಮ್ಮಗನಾದ 'ಶ್ರೀಪುರುಷ' (ಪ್ರ.ಶ.726–788). ಇವನು ಶೈವಧರ್ಮವನ್ನು ಪ್ರೋತ್ಸಾಹಿಸಿದನು.

ಗಂಗರು ಜೈನಧರ್ಮವನ್ನು ರಾಜ್ಯಧರ್ಮವಾಗಿ ಘೋಷಿಸುವಾಗ ಅನೇಕ ಗೌಡರು ಜೈನರಾಗಿ ಮತಾಂತರ ಹೊಂದಿದರು. ಇವರಲ್ಲಿ ಅನೇಕರು ಶೈವಮೂಲದ ನಾಥಪಂಥೀಯರಾಗಿದ್ದರಿಂದ ತಮ್ಮ ಮೂಲದ ಮದ್ಯಸೇವನೆ, ಗಾಂಜಾ ಸೇವನೆ, ಮಾಂಸಭಕ್ಷಣೆಯನ್ನು ಬಿಡಲಾಗಲಿಲ್ಲ ಮತ್ತು ಪುನಃ ತಮ್ಮ ಮೂಲ ಪಂಥಕ್ಕೆ ವಾಪಾಸು ಬಂದಿರುತ್ತಾರೆ.

---

2. Western Gangas of Talkad , By B. Sheikali, Prasaranga, University of Mysore-1976, page. 13

ತಲಕಾಡು ಗಂಗರ ಶಾಸನಗಳು:

ಕೊಡಗಿನ ಶಾಸನಗಳು:

ಮಡಿಕೇರಿ ಟ್ರಷರಿಯಲ್ಲಿ ದೊರಕಿದ ತಾಮ್ರ ಶಾಸನವು ಶಾಲಿವಾಹನ ಶಕ 388 ಅಥವಾ ಪ್ರ.ಶ.466 ರದ್ದಾಗಿದ್ದು, ಕೊಡಗ ಪ್ರದೇಶವು ತಲಕಾಡು ಗಂಗರ ಆಳ್ವಿಕೆಗೆ ಒಳಪಟ್ಟ ಬಗ್ಗೆ ಬೆಳಕು ಚೆಲ್ಲುತ್ತದೆ. ಪ್ರಸಿದ್ಧ ಆಂಗ್ಲ ಚರಿತ್ರೆಕಾರ ಬೆಂಜಮಿನ್ ಲೂಯಿಸ್ ರೈಸ್ ಅವರು 1872 ರಲ್ಲಿ ಪ್ರಕಟಿಸಿದ ``COORG INSCRIPTIONS - EPIGRAPHIA CARNATICA, VOL. I" ರಲ್ಲಿ[1] ಈ ಶಾಸನವೂ ಕೂಡಿ ಒಟ್ಟು 8 ಶಾಸನಗಳ ಚಿತ್ರಪಟ, ವಿಶ್ಲೇಷಣೆ ಕೊಟ್ಟಿರುತ್ತಾರೆ. ಆದನಂತರದ ದಿನಗಳಲ್ಲಿ ದಿವಂಗತ ಡಿ.ಎನ್. ಕೃಷ್ಣಯ್ಯ ಅವರು, ಎಂ.ಜಿ. ನಾಗರಾಜ್ ಯಾದಿಯಾಗಿ ಹಲವು ಪ್ರಸಿದ್ಧ ಚರಿತ್ರಕಾರರು ಇವುಗಳ ಬಗ್ಗೆ ಉಲ್ಲೇಖ ಮಾಡಿರುತ್ತಾರೆ. ಇದಾದ ಮೇಲೆ ಇನ್ನೂ ಹಲವು ಶಾಸನಗಳು, ಮಾಹಿತಿ ದೊರಕುತ್ತಾ ಇದ್ದು, ಕೊಡಗಿನ ಇತಿಹಾಸದ ಬಗ್ಗೆ ಬೆಳಕು ಚೆಲ್ಲುತ್ತವೆ.

ತಲಕಾಡು ಗಂಗರ ಬಗ್ಗೆ ಪ್ರಥಮ ಬಾರಿಗೆ ಮಾಹಿತಿ ಒದಗಿಸುವ ಈ ತಾಮ್ರ ಶಾಸನ ಹಾಗೂ ಇತರ ಹಲವು ಶಾಸನಗಳ ಪ್ರಕಾರ ರೈಸ್ ರವರು ದಾಖಲಿಸಿರುವ ತಲಕಾಡು ಗಂಗರ ವಂಶಾವಳಿಯು ಈ ಕೆಳಗಿನಂತಿದೆ:

ಪದ್ಮನಾಭ

↓

ದಡಿಗ ಮಾಧವ 1 ಪ್ರ.ಶ.103)

ಮಾಧವ 2 ಯಾನೆ ಕಿರಿಯ ಮಾಧವ

↓

ಆರ್ಯವರ್ಮ ಅಥವಾ ಹರಿವರ್ಮ ಅಥವಾ ಕೃಷ್ಣವರ್ಮ (247–266 ಎಡಿ)

ವಿಷ್ಣುಗೋಪ

↓

ಪ್ರಿತ್ವಿ–ಗಂಗ

↓

ಮಾಧವ 3 (357–370) – ಪತ್ನಿ : ಕದಂಬ ರಾಜಕುಮಾರಿ

↓

ಅವನಿತ, (ನಿರ್ವಿನಿತ, ಕಾಳಿ ಗಂಗ (430–482), ಪತ್ನಿ ಪುನ್ನಾಟ ರಾಜಕುಮಾರಿ

---

1. Coorg Inscriptions- EPIGRAPHIA CARNATICA Vol- I- 1872 & Reviseed 1914- prnited by the Superntendant, Goverment press, Madras.

↓

ದುರ್ವಿನೀತ (482–522)

↓

ಮುಷ್ಕರ ಯಾನೆ ಮೊಕ್ಕರ, ಪತ್ನಿ ಸಿಂಧು ರಾಜಕುಮಾರಿ (579–604)

↓

ಶ್ರೀವಿಕ್ರಮ (629–654)

↓

ಭೂವಿಕ್ರಮ ಯಾ ಶ್ರೀವಲ್ಲಭ (679)

↓

ಶಿವಮಾರ–1, ನೃಪಕಾಮ, ಸಿಸ್ಥಪ್ರಿಯ–ಪ್ರತ್ವಿ ಕೊಂಗಣಿ–1 (679–713)
ಎರೆಗಂಗ

↓

ಶ್ರೀಪುರುಷ, ಮುತ್ತರಸ, ಪ್ರತ್ವಿ ಕೊಂಗಣಿ 2, ಪೆರ್ಮನಾಡಿ (726–776)

↓

ಶಿವಮಾರ–2 ಯಾ ಸೈಗೊಟ್ಟ (816 ಎಡಿ)

↓

ವಿಜಯಾದಿತ್ಯ ಯಾ ರಣವಿಕ್ರಮ

↓

ಮಾರಸಿಂಹ, ಮಾರಸಿಂಗ–ಎರೆಯಪ್ಪ ಲೋಕ ತ್ರಿನೇತ್ರ (797ಎಡಿ)

↓

ರಾಜಾಮಲ್ಲ ಸತ್ಯವಾಕ–1 (817–828) ಪತ್ನಿ: ಪಲ್ಲವ ರಾಜಕುಮಾರಿ

↓

ನೀತಿಮಾರ್ಗ–1, ಎರೆಯಂಗ ರಣವಿಕ್ರಮಯ್ಯ (843–870)

↓

ಪ್ರತ್ವಿಪಥಿ–1, ಪಿಲಿದುವಿಪತಿ ದಿನ್ದಿಕ (815)

↓

ಮಾರಸಿಂಹ–2

↓

ಪ್ರತ್ವಿಪಥಿ–2, ಹಸ್ತಿಮಲ್ಲ (910)

---

2. ಕನ್ನಡ ವಿಷಯ ವಿಶ್ವಕೋಶ, ಸಂಪುಟ–1, ಕುವೆಂಪು ಕನ್ನಡ ಅಧ್ಯಯನ ಸಂಸ್ಥೆ, ಮೈಸೂರು ವಿಶ್ವವಿದ್ಯಾನಿಲಯ–2005

ಮಡಿಕೇರಿ ತಾಮ್ರ ಶಾಸನವು ಈಗಿನ ಉತ್ತರ ತಮಿಳುನಾಡು ಮತ್ತು ದಕ್ಷಿಣ ಕರ್ನಾಟಕವನ್ನು 1000 ದೀರ್ಘ ವರ್ಷಗಳ ಕಾಲ ಆಳಿದ ತಲಕಾಡು ಗಂಗರ ವಂಶಾವಳಿ ಮತ್ತು ಅವರ ಮೂಲದ ಬಗ್ಗೆ ಸಂಪೂರ್ಣ ಮಾಹಿತಿಯನ್ನು ನೀಡುತ್ತದೆ. ಇವರು ಆಳಿದ ಪ್ರದೇಶವು "ಕೊಂಗುನಾಡು" ಎಂದು ನಾಮಧೇಯವನ್ನು ಹೊಂದಿದ್ದು, ಪ್ರಪಂಚದಲ್ಲಿ ಇಲ್ಲಿ ಮಾತ್ರ ಬೆಳೆಯುತ್ತಿರುವ ಶ್ರೀಗಂಧದ ನಾಡಾಗಿರುತ್ತದೆ. ಅವರ ಆಡಳಿತ ವ್ಯವಸ್ಥೆಯ ಕಾಲದಲ್ಲಿ ರೂಪಿಸಿದ ಅಧಿಕಾರ ವರ್ಗ "ಸೀಮೆಗೌಡ-ನಾಡ ಗೌಡ ಮಾಗಣೆ ಗೌಡ ಊರ ಗೌಡ ಒತ್ತು ಗೌಡ" ಎಂಬುದು ವಿಜಯನಗರ ಶಾಸನಗಳಲ್ಲಿ ದಾಖಲಿಸಿದ್ದು, ಇತ್ತೀಚಿಗಿನ ದಿನಗಳ ತನಕ ನಡೆದು ಬಂದಿತ್ತು. ತಲಕಾಡು ಗಂಗರು ತಮ್ಮ ಪರಿವಾರದವರನ್ನು/ ಪ್ರಜೆಗಳಲ್ಲಿ ಪ್ರತಿಷ್ಠಿತರನ್ನು ಗೌಡರನ್ನಾಗಿ ನೇಮಿಸಿ, ರಾಜ್ಯದ ಬೊಕ್ಕಸಕ್ಕೆ ಕಪ್ಪ ಕಾಣಿಕೆಗಳನ್ನು ಕ್ರೋಡೀಕರಿಸಲು ನೇಮಿಸಿದರು. ತಂಟೆ ತಕರಾರುಗಳನ್ನು ಪರಿಹರಿಸುವ ಜುಡಿಷಿಯಲ್ ಅಧಿಕಾರ ಇವರಿಗಿತ್ತು. ಶಾಂತಿ ಸಮಯದಲ್ಲಿ ಕೃಷಿಯಲ್ಲಿಯೂ ಯುದ್ಧ ಸಂದರ್ಭದಲ್ಲಿ ಸೈನ್ಯವನ್ನು ರೂಪಿಸುವ ಜವಾಬ್ದಾರಿ ಇವರಿಗೆ ಇತ್ತು.

ಕೊಡಗನ್ನಾಳಿದ ರಾಜವಂಶಗಳ ಪಟ್ಟಿಯು ಈ ರೀತಿಯಿದೆ: 1. ಕದಂಬರು, 2. ತಲಕಾಡು ಗಂಗರು, 3. ಚೋಳರು, 4. ಚೆಂಗಾಳ್ವರು, 5. ಕೊಂಗಾಳ್ವರು, 6. ಹೊಯ್ಸಳರು, 7. ರಾಜ ಬೋದರೂಪ, 8.ಮುನಿವರಾದಿತ್ಯ, 9. ನವ-ಧನ್ನಾಯಕರು, 10. ವಿಜಯನಗರ, 11. ಬೇಲೂರು ನಾಯಕರು, 12. ಕೆಳದಿ ನಾಯಕರು. ಅನಂತರದ ದಿನಗಳಲ್ಲಿ ಅರಾಜಕತೆ ಕೊಡಗು ರಾಜ್ಯದಲ್ಲಿ ತುಂಬಿದ್ದು, ಬಾಳುಕೊರ, ಬಾಚಿಕೊರರೆಂಬ ಗುಂಪುಗಳು ಒಬ್ಬರ ಮೇಲೆ ಇನ್ನೊಬ್ಬರು ಸೇಡು ತೀರಿಸಿಕೊಳ್ಳುತ್ತಿದ್ದರು. ಈ ಸಂದರ್ಭದಲ್ಲಿ ಉದಯವಾದ 12 ಹಾಲೇರಿ ರಾಜವಂಶವು ಸುಮಾರು 300 ವರ್ಷಗಳ ಕಾಲ ರಾಜ್ಯವಾಳಿದ ಮೇಲೆ 13. ಆಂಗ್ಲರ ಸಮಯ. ಇಲ್ಲಿ ಹಾಲೇರಿಯವರ ಕಾಲದಲ್ಲಿ ವಿಶಾಲ ಕೊಡಗಿನಲ್ಲಿ ತುಳುನಾಡಿನ ಸುಳ್ಯ ಮತ್ತು ಪುತ್ತೂರು ಮಾಗಣೆಗಳೂ ಸೇರಿದ್ದವು.

ಮಡಿಕೇರಿ ಟ್ರೆಷರಿಯಲ್ಲಿ ದೊರಕಿದ ಪ್ರ.ಶ. 466 ರ ಈ ತಾಮ್ರಶಾಸನದ ಬಗ್ಗೆ ನಾನು ಕೆದಂಬಾಡಿ ರಾಜೇಶ್, ಸಬ್ಬಂಡರ ಜಗದೀಶ್, ಹೇಮಂತ್ರ ತೋರೆರ ಜೊತೆ ಮಡಿಕೇರಿಯ ಟ್ರೆಷರಿ ಮತ್ತು ಪ್ರಾಚ್ಯ ವಸ್ತು ಸಂಗ್ರಹಾಲಯದ ಅಧಿಕಾರಿಗಳ ಜೊತೆಗೆ ಶೋಧನೆ ನಡೆಸಿದಾಗ ಸದರಿ ತಾಮ್ರಶಾಸನ ಇರುವ ಬಗ್ಗೆ ಯಾವುದೇ ಮಾಹಿತಿ ದೊರೆಯಲಿಲ್ಲ. ಪ್ರಸಿದ್ಧ ಚರಿತ್ರೆಕಾರ ಡಾ.ಎಂ.ಜಿ. ನಾಗರಾಜ್ ಅವರ ಜೊತೆ ಚರ್ಚಿಸಿ ಮತ್ತು ಲೂಯಿಸ್ ರೈಸ್‌ರವರು[3] ದಾಖಲಿಸಿರುವ ಪ್ರಕಾರ– They (the Mercara Copper Plate) were brought to the notice of Dr. Burgess by Mr.

---

3. ``COORG INSCRIPTIONS - EPIGRAPHIA VOL -I`` - 1879. Page 4

Graeter, and are now (at that time!) deposited in the Lutheran Mission Museum at Bassle in Switzerland" ಸದರಿ ತಾಮ್ರಶಾಸನಗಳು ಸ್ವಿಜರ್‌ಲ್ಯೆಂಡ್‌ನ ಬಾಸೆಲ್‌ನಲ್ಲಿ ಲುಥರೆನ್ ಮಿಷನ್ ವಸ್ತುಸಂಗ್ರಹಾಲಯದಲ್ಲಿ ಇರಿಸಲಾಗಿದೆ. ಇದು ಕರ್ನಾಟಕದಲ್ಲಿ (ಮಡಿಕೇರಿ ಕೋಟೆಯೊಳಗೆ) ದೊರಕಿದ ಅತ್ಯಂತ ಪುರಾತನ ಕನ್ನಡ ಲಿಪಿಯ ತಾಮ್ರಶಾಸನವಾಗಿದೆ.

ತಲಕಾಡು ಗಂಗರು ಈಗಿನ ಕರ್ನಾಟಕದ ಬಹುಭಾಗ ಮತ್ತು ತಮಿಳುನಾಡಿನ ಉತ್ತರಭಾಗವನ್ನು, ಕಳಿಂಗದ ತನಕ ರಾಜ್ಯವನ್ನು ವಿಸ್ತರಿಸಿದ್ದು, ಅವರ ವಂಶಸ್ಥರು ಪುರಿಯ ಜಗನ್ನಾಥ ದೇವಾಲಯ ನಿರ್ಮಿಸಿದ್ದುದಲ್ಲದೇ ಕರ್ನಾಟಕದ ಬಹುತೇಕ ಶಿವ ದೇವಾಲಯಗಳು, ಶ್ರವಣಬೆಳಗೊಳದ ಗೊಮ್ಮಟೇಶ್ವರ ಏಕಶಿಲಾ ಮೂರ್ತಿ ನಿರ್ಮಿಸಿದ್ದು, ಕನ್ನಡ ಭಾಷಾಭಿವೃದ್ಧಿಗೆ ಶ್ರಮಿಸಿರುತ್ತಾರೆ. ಗಂಗವಾಡಿ 96000 ಸೀಮೆಯ ಒಡೆಯರಾಗಿ, ಗಂಗವಾಡಿ–ಗಂಗಟಿಕಾರ, ಇಂದಿನ ಎಲ್ಲಾ ಒಕ್ಕಲಿಗೆ ಸಮುದಾಯದ ಮೂಲದವರಾಗಿದ್ದು, ಗಂಗರ ಪರಿವಾರದವರು/ಪ್ರಜೆಗಳು ಕಾಲಾನುಘಟ್ಟದಲ್ಲಿ ಯಥಾ ರಾಜ ತಥಾ ಪ್ರಜೆಯೆಂಬಂತೆ ಜೈನ, ಶ್ರೀವೈಷ್ಣವ, ಲಿಂಗಾಯತರಾಗಿರುವುದು ಚರಿತ್ರೆಯ ಭಾಗವಾಗಿದೆ. ಮಾಂಸ, ಮದಿರೆ, ಗಾಂಜಾ ಸೇವನೆ ಮತ್ತು ಅನಿಯಮಿತ ಮೈಥುನ ಪ್ರಿಯರಾದವರು ಒಕ್ಕಲಿಗ/ಗೌಡರಾಗಿ ಉಳಿದರು ಮತ್ತು ಮಾರ್ಪಾಡಾದವರು, ಪುನಃ ಮಾರ್ಪಾಡಾದರು.

ವೈಪರೀತ್ಯವೆಂದರೆ, ಈಗಿನ ಚರಿತ್ರೆಕಾರರು 1000 ವರ್ಷದಷ್ಟು ದೀರ್ಘ ಕಾಲ ರಾಜ್ಯವನ್ನಾಳಿದ ತಲಕಾಡು ಗಂಗರ ಬಗ್ಗೆ ವಿವರಗಳನ್ನು ನೀಡದೆ, ಪಠ್ಯ ಪುಸ್ತಕಗಳಲ್ಲಿ ನಮೂದಾಗದೇ ಜನ ಸಮುದಾಯಕ್ಕೆ ಗಂಗರ ಬಗ್ಗೆ ಹೆಚ್ಚಿನ ಮಾಹಿತಿ ಇಲ್ಲವಾಗಿದೆ.

ಮಡಿಕೇರಿ ಟ್ರೆಷರಿಯಲ್ಲಿ ದೊರಕಿದ ತಾಮ್ರ ಶಾಸನದ ಮೂಲಪ್ರತಿ ಸ್ವಿಜರ್‌ಲ್ಯೆಂಡ್‌ನ ಬಾಸೆಲ್‌ನಲ್ಲಿ ಲುಥರೆನ್ ಮಿಷನ್ ವಸ್ತುಸಂಗ್ರಹಾಲಯದಿಂದ ಯಾ ಇನ್ನೆಲ್ಲೇ ಇದ್ದರೂ ಅದನ್ನು ತರಿಸಿ ಮಡಿಕೇರಿ ವಸ್ತುಸಂಗ್ರಹಾಲಯದಲ್ಲಿ ಪ್ರದರ್ಶಿಸುವ ಏರ್ಪಾಡು ಮಾಡಬೇಕಾಗಿದೆ. ಅಷ್ಟರ ತನಕ ಸದರಿ ಶಾಸನದ ಪ್ರತಿರೂಪವನ್ನು ತಯಾರಿಸಿ ವಸ್ತು ಸಂಗ್ರಹಾಲಯಗಳಲ್ಲಿ ಪ್ರದರ್ಶಿಸುವ ಏರ್ಪಾಡು ಮಾಡಲು ಕೋರಲಾಗಿದೆ.

ಗೌಡ :

ಗೌಡ – ಪದೋತ್ಪತ್ತಿಯು ಕನ್ನಡ ಶಾಸನಗಳಲ್ಲಿ ಅನೇಕ ರೂಪದಲ್ಲಿ ಕಾಣಿಸಿಕೊಂಡಿದೆ. ಗಂಗರ ಶಾಸನಗಳಲ್ಲಿ ಗೌಡ ಪದವು ಗಾಮುಂಡ–ಗಾವುಂಡ–ಗವುಡ ಎಂದು ಕಾಣಿಸಿಕೊಳ್ಳುತ್ತದೆ. ಹೆಚ್.ವಿ. ನಂಜುಂಡಯ್ಯ ಇದನ್ನು 'ಗ್ರಾಮ' ಹಾಗೂ 'ಮುಂಡ' ಎಂಬ ಸಂಸ್ಕೃತ ಮೂಲದ ಪದಗಳ ಸಂಯೋಜನೆಯಿಂದ ಹುಟ್ಟಿದೆ ಎನ್ನುತ್ತಾರೆ. ಗ್ರಾಮ–ಗಾವ–ಊರು, ಮುಂಡ–ಮುಖಂಡ. 'ಗಾಮುಂಡ' ಎಂದರೆ ಊರಿನ

ಮುಖಂಡ. ಗೌಡರು ಸಾಂಪ್ರದಾಯಿಕವಾಗಿ ಭೂಮಾಲೀಕರು ಹಾಗೂ ವಿಸ್ತಾರವಾದ ಭೂಮಿಯ ಒಡೆಯರು. ಹೈದರಾಬಾದ್ ಭಾಗಗಳಲ್ಲೂ ಗೌಡ ಉಪನಾಮವಿರುವ ಜನರಿದ್ದು ಇವರೂ 'ಪೂರ್ವ ಗಂಗವಂಶದ' ಪಂಗಡದವರಿರಬೇಕು.

ಖ್ಯಾತ ಇತಿಹಾಸತಜ್ಞ ಪ್ರೊ.ಕೆ.ಎ. ನೀಲಕಂಠಶಾಸ್ತ್ರಿ ತಮ್ಮ ``The Mouryas and Shatha Vahanas (B.C.325-AD300, P.30)"[4] ಎಂಬ ಕೃತಿಯಲ್ಲಿ ಕೇಂದ್ರ ಸರಕಾರದ ಅಡಿಯಲ್ಲಿರುವ ಗ್ರಾಮದ ಮುಖಂಡನನ್ನು 'ಗ್ರಾಮ ವೃದ್ಧ' ಎಂದು ಕರೆಯಲಾಗುತ್ತಿತ್ತು. ಮುಂದೆ ಇದೇ 'ಗವುಂಡ/ಗೌಡ'ವಾಗಿರಬೇಕು ಎನ್ನುತ್ತಾರೆ.

ಗಾವುಂಡ–ಗೌಡ, ಹೆಗ್ಗಡೆ, ಮಲೆನಾಡಿನ ನಾಯಕ ಈ ಉಪನಾಮಗಳು ಪ್ರಾಂತೀಯ ಸರಕಾರಗಳ ಆಡಳಿತಾತ್ಮಕ ವ್ಯವಸ್ಥೆಯಿಂದ ಬಂದವು. ಇವು ಹುದ್ದೆಯನ್ನು ಸಾಂಕೇತಿಸುತ್ತದೆಯೇ ಹೊರತು ಜಾತಿಯನ್ನಲ್ಲ, "The chief men of Nads or rural circles where the Gamunda a word which, after becoming Gaund, now appears as Gowda/Gawda..... Every Indian villages and appears always have been, infact, a separate amenity or republic, the Gaunda or Patel is the judge and Magistrate" (Mysore GO 436. Administration). Majority of these community families enjoy ``Umbali" (Inam) lands which were granted by Roylties of ancient times. They are honoured with `Pallaki Chathri, Chamara, Honorary titles etc.,"[5] ಇವುಗಳಲ್ಲಿ ಬಹುತೇಕ ಸಮುದಾಯಗಳು ರಾಜರಿಂದ ಕೊಡಲ್ಪಟ್ಟ ಉಂಬಳಿ ಭೂಮಿಯನ್ನು ಅನುಭವಿಸುತ್ತವೆ. ಅಲ್ಲದೇ ಪಲ್ಲಕ್ಕಿ, ಛತ್ರಿ, ಚಾಮರ, ಹೊಗಳುವಿಕೆಗಳಿಂದ ಗೌರವಿಸಲ್ಪಡುತ್ತಾರೆ. ಒಕ್ಕಲಿಗ ಗಂಗಟಿಕಾರ ಗೌಡರು ಗಂಗವಂಶಸ್ಥರು, ಗಂಗರ ಆಡಳಿತ ವ್ಯವಸ್ಥೆಯಲ್ಲಿಯೂ ಊರಗೌಡ, ನಾಡಗೌಡ, ಸೀಮೆಗೌಡ ಎಂಬ ಸ್ಥಾನಮಾನಗಳಿವೆ. ಇದಲ್ಲದೆ ಗಂಗರ ಸೈನ್ಯದಲ್ಲಿ ಸೈನಿಕರಾಗಿಯೂ ಕಾರ್ಯ ನಿರ್ವಹಿಸಿದವರು ಗೌಡರು. ಇದೇ ವ್ಯವಸ್ಥೆಯಲ್ಲಿ ದಕ್ಷಿಣ ಕನ್ನಡದ ಗೌಡರ ಒಳಾಡಳಿತ ವ್ಯವಸ್ಥೆಯಲ್ಲಿ ಕಾಣಬಹುದು. ಇದರಲ್ಲೂ ಊರಗೌಡ, ಮಾಗಣೆಗೌಡ, ಕಟ್ಟೆಮನೆಗೌಡ ಎಂಬ 'ಗೌಡ ಪಂಚಾಯತಿ' ವ್ಯವಸ್ಥೆಗಳಿವೆ.

ಗಂಗಟಿಕಾರರೂ, ತಮಿಳುನಾಡಿನ ಕೊಂಗು ವೆಲ್ಲಾಳ ಗೌಂಡರ್‌ಗಳೂ ಒಂದೇ ಮೂಲದವರಾಗಿದ್ದು, ತಮ್ಮನ್ನು 'ಗಂಗ ಕ್ಷತ್ರಿಯರು' ಎಂದು ಕರೆಸಿಕೊಳ್ಳುತ್ತಾರೆ. ಕನ್ನಡ

---

1. Neelakanta Shastry- The Mouryas and shatha vahanas (B.C. 325-AD 300 P.30)
2. A.N.Narasimhas Article ``Linguistics vol 22 (1961- P.114.

ಮಾತನಾಡುವ ಇವರು ತಮಿಳುನಾಡಿನ ಕೊಯಮತ್ತೂರು, ಸತ್ಯಮಂಗಲ, ಊಟಿ, ಪಾಲ್ಘಾಟ್, ಈರೋಡ್, ತಿರುಚಿ, ಮಧುರೆ, ಕಂಚಿ ಮೊದಲಾದ ಭಾಗಗಳಲ್ಲಿ ನೆಲೆಸಿದ್ದಾರೆ. ಇವೆಲ್ಲವೂ ಗಂಗರ ಆಡಳಿತಕ್ಕೆ ಒಳಪಟ್ಟ ಭೂಭಾಗಗಳೆಂಬುದನ್ನು ಗಮನಿಸಬೇಕು.

ಪಿತೃಪ್ರಧಾನ ಕುಟುಂಬ ವ್ಯವಸ್ಥೆ ಹೊಂದಿರುವ ಗಂಗಡಿಕಾರರು–ಗಂಗವಾಡಿಕಾರರು– ಮೂಲತಃ ಗಂಗವಾಡಿಯವರು. ಇವೆಲ್ಲವೂ ಒಂದೇ ಜನಾಂಗದಿಂದ ಕವಲೊಡೆದ ಸಮುದಾಯಗಳು. ಗಂಗರ ಪ್ರಾಬಲ್ಯವು ತಂಜಾವೂರಿನ ಚೋಳರೊಂದಿಗಿನ ಸೋಲಿನೊಂದಿಗೆ (ಪ್ರ.ಶ.1004) ಕಡಿಮೆಯಾಗುತ್ತದೆ. ಕರ್ನಾಟಕದ ವಾಸ್ತುಶಿಲ್ಪ, ಕಲೆ– ಸಾಹಿತ್ಯಕ್ಕೆ ಅಪೂರ್ವವಾದ ಕೊಡುಗೆಗಳನ್ನು ಗಂಗರು ನೀಡಿದ್ದಾರೆ.

ಹೊಯ್ಸಳ ಸಾಮ್ರಾಜ್ಯ (ಪ್ರ.ಶ.11 ರಿಂದ 14 ನೆಯ ಶತಮಾನ):

ಹೊಯ್ಸಳ ಸಾಮ್ರಾಜ್ಯದ ಸಂಸ್ಥಾಪಕ ಸಳನ ಬಗ್ಗೆ ಒಂದು ಜನಪದ ನಿರೂಪಣೆಯಿದೆ. ಒಂದು ಬಾರಿ ಜೈನಮುನಿ ಆಚಾರ್ಯ ಸುದತ್ತನು ಸೊಸೆಯೂರಿನ ದೇವಿ ವಾಸಂತಿಕಾ ದೇಗುಲದಲ್ಲಿ ಪೂಜಾವಿಧಿಗಳನ್ನು ನಡೆಸುತ್ತಿರುತ್ತಾನೆ. ಇದ್ದಕ್ಕಿದ್ದಂತೆ ನೆರೆದವರ ಮೇಲೆ ಹುಲಿಯೊಂದು ಎರಗಿ ಬರುತ್ತದೆ. ಆಗ ಸುದತ್ತ ಮುನಿಯು ಪಕ್ಕದಲ್ಲಿ ನಿಂತಿದ್ದ ಯುವಕನಿಗೆ 'ಹೊಯ್ ಸಳ' ಎಂದು ಹುಲಿಯೆಡೆಗೆ ಈಟಿಯನ್ನು ಎಸೆಯಲು ಹೇಳುತ್ತಾನೆ. ಯುವಕ ಹುಲಿಯೊಂದಿಗೆ ಕಾದಾಡಿ ಈಟಿಯಿಂದ ಇರಿದು ಸಾಯಿಸುತ್ತಾನೆ. ಮುಂದೆ ಮುನಿಯ ಆದೇಶ, ಅನುಗ್ರಹದೊಂದಿಗೆ 'ಹೊಯ್ಸಳ ಸಾಮ್ರಾಜ್ಯ' ವನ್ನು ಸ್ಥಾಪಿಸುತ್ತಾನೆ. ಈ ಯುವಕ ಮಲೆನಾಡು ಪರಿಸರದವನಾಗಿದ್ದು, ಗೌಡ ಸಮುದಾಯಕ್ಕೆ ಸೇರಿದವನಾಗಿದ್ದ.

ಹೊಯ್ಸಳರಿಗೆ ಸಂಬಂಧಿಸಿದ ದಾಖಲೆಗಳು ಪ್ರ.ಶ.950 ರಿಂದ 'ಅರೆಕಳ್ಳ' ನೊಂದಿಗೆ ಕಾಣಿಸಿಕೊಳ್ಳುತ್ತದೆ. ಇವನು ಗಂಗಮೂಲದ ದಂಡನಾಯಕ. ಇವನ ವಂಶಿಗನಾದ ನೃಪಕಾಮ ಓರ್ವ ಹೆಸರುವಾಸಿ ದೊರೆ. 2ನೆಯ ನೃಪಕಾಮನಿಗೆ ಪೆರ್ಮನಾಡಿ ಎಂಬ ಹೆಸರಿದ್ದು, ಇದು ಇವನ ಗಂಗಮೂಲವನ್ನು ತೋರಿಸುತ್ತದೆ.

ಹೊಯ್ಸಳರು ಹಿಂದೂಧರ್ಮ ಹಾಗೂ ಜೈನಧರ್ಮಗಳೆರಡರ ಅನುಯಾಯಿ ಗಳಾಗಿದ್ದರು. ಗಂಗರನ್ನು ಸೋಲಿಸಿದ ಚೋಳರನ್ನು ಪ್ರ.ಶ.1116 ರಲ್ಲಿ ರಾಜಾ ವಿಷ್ಣುವರ್ಧನ (ಪ್ರ.ಶ1108–1152) ಸೋಲಿಸಿ ತಲಕಾಡನ್ನು ತನ್ನ ವಶಕ್ಕೆ ಪಡೆಯುತ್ತಾನೆ. ತಮಿಳುನಾಡಿನಿಂದ ಬಂದ ವಿಶಿಷ್ಟಾದ್ವೈತದ ಪ್ರತಿಪಾದಕ 'ಶ್ರೀ ರಾಮಾನುಜಾಚಾರ್ಯ' ರಿಂದ ವಿಷ್ಣುವರ್ಧನ ಪ್ರೇರಿತನಾಗಿ ಗೌರವಿಸಿ ಅವರ ಅನುಯಾಯಿಯಾದನು. ಬಿಟ್ಟಿದೇವನಾಗಿದ್ದ ಇವನು ಮುಂದೆ ವಿಷ್ಣುವರ್ಧನನಾದನು. ಬೇಲೂರಿನ ಚೆನ್ನಕೇಶವ ದೇಗುಲ ಇವನ ಕಾಲದ ರಚನೆ.

ಇಂದು ಬೇಲೂರು ಹಾಗೂ ಹಳೆಬೀಡಿನಲ್ಲಿ ಇರುವ ಇವರ ದೇವಾಲಯಗಳ ಸುತ್ತ ಗೌಡ ಸಮುದಾಯದವರು ಹೇರಳವಾಗಿದ್ದಾರೆ. ಇದು ಚಿಕ್ಕಮಗಳೂರು ಹಾಗೂ ಹಾಸನ ಜಿಲ್ಲೆಗಳ ಗಡಿಭಾಗವಾಗಿದೆ.

ಬಿಟ್ಟಿದೇವ ವೈಷ್ಣವ ಮತವನ್ನು ಸ್ವೀಕರಿಸಿ ವಿಷ್ಣುವರ್ಧನನಾದಾಗ ಅನೇಕ ಮಂದಿ ಗೌಡ ಮೂಲದ ಜೈನರು ಪುನಃ ವೈಷ್ಣವರಾಗುತ್ತಾರೆ. ಇವರು ಇಂದಿಗೂ ಅದೇ ಮತವನ್ನು ಅನುಸರಿಸುವ 'ನಾಮಧಾರಿ' ಗೌಡರಾಗಿದ್ದು, ಒಕ್ಕಲಿಗ ಗೌಡರಲ್ಲಿ ಎರಡನೆಯ ದೊಡ್ಡ ಪಂಗಡ. ಮಲೆನಾಡಿನ ಜಿಲ್ಲೆಗಳಲ್ಲಿ ವ್ಯಾಪಕವಾಗಿ ನೆಲೆಸಿರುವ ಇವರು ಕೊಡಗು ಹಾಗೂ ದಕ್ಷಿಣ ಕನ್ನಡಕ್ಕೂ ಹರಡಿದ್ದಾರೆ. ಗೌಡರು ಹೀಗೆ ವೈಷ್ಣವ ಮತವನ್ನು ವಿಜಯನಗರದ ಕಾಲದವರೆಗೆ ಅನುಸರಿಸುತ್ತಾ "ತಿರುಪತಿ ತಿಮ್ಮಪ್ಪ" ನ ಆರಾಧಕ ರಾಗುತ್ತಾರೆ. ದಕ್ಷಿಣ ಕನ್ನಡ ಹಾಗೂ ಕೊಡಗಿನ ಗೌಡರು ಮನೆಗಳಲ್ಲಿ 'ಹರಿಸೇವೆ' ಎಂಬ ವಿಧಿಯನ್ನು ದಾಸಯ್ಯನನ್ನು ಕರೆಸಿ ನಡೆಸುತ್ತಾರೆ. ಇಲ್ಲಿ ಹಿತ್ತಾಳೆಯ ಹುಂಡಿಯೊಂದಕ್ಕೆ ನಾಣ್ಯವನ್ನು ಕರಿಮೆಣಸಿನೊಂದಿಗೆ ಹಾಕಿ 'ಮುಡಿಪು' ಎಂದು ತೆಗೆದಿಡುತ್ತಾರೆ. ಮುಂದೆ ತಿರುಪತಿಗೆ ಯಾತ್ರೆ ಹೋದಾಗ ಕುಟುಂಬದ ಹಿರಿಯನು ಈ ಹಣವನ್ನು ತಿರುಪತಿಗೆ ಒಪ್ಪಿಸುತ್ತಾನೆ.

ಹೊಯ್ಸಳರು ಕೃಷಿ ಮೂಲದ ಆರ್ಥಿಕತೆಯಿಂದ ಕರವನ್ನು ತೆಗೆದುಕೊಳ್ಳುತ್ತಿದ್ದರು. ಹಾಗಾಗಿ ಕೃಷಿಯೋಗ್ಯ ಭೂಮಿಯನ್ನು ಭೋಗ್ಯಕ್ಕಾಗಿ ನೀಡುತ್ತಿದ್ದರು. ಉತ್ತಮ ಕೃಷಿ ಹಾಗೂ ಕಾಡುತ್ಪತ್ತಿಯ ಮೂಲಕ ಅನೇಕರು ಶ್ರೀಮಂತರಾದರು. ಇಲ್ಲಿ ಎರಡು ವಿಧದ ಭೂಮಾಲೀಕರು (ಗಾವುಂಡ) ಬರುತ್ತಾರೆ. ಪ್ರಜಾಗಾವುಂಡ ಹಾಗೂ ಪ್ರಭುಗಾವುಂಡ. ಪ್ರಜಾಗಾವುಂಡರು ಅಂತಸ್ತು ಹಾಗೂ ಸಾಮಾಜಿಕ ಸ್ತರಗಳಲ್ಲಿ ಪ್ರಭುಗಾವುಂಡರಿಗಿಂತ ಕೆಳಗಿನವರು.[6]

ಹೊಯ್ಸಳರು ಕಾಡಿನಲ್ಲಿದ್ದ ಬೆಲೆಬಾಳುವ ಮರಗಳಾದ ಸಾಗುವಾನಿ, ಗಂಧ, ಚಂದನಗಳನ್ನು ಕಡಿದು ಕೇರಳ ಹಾಗೂ ದಕ್ಷಿಣ ಕನ್ನಡದ ಬಂದರುಗಳ ಮೂಲಕ ವಿದೇಶಗಳಿಗೆ ಮಾರುತ್ತಿದ್ದರು. ಚೀನದ ಶುಂಗ್ ರಾಜವಂಶದ ದಾಖಲೆಗಳಲ್ಲಿ ಭಾರತೀಯ ಸಮುದ್ರ ವ್ಯಾಪಾರಿಗಳ ಪ್ರಸ್ತಾಪಗಳಿವೆ. ದಕ್ಷಿಣ ಭಾರತದಿಂದ ಅಕ್ಕಿ, ಬಟ್ಟೆ, ಸಾಂಬಾರ ಪದಾರ್ಥಗಳು, ಔಷಧೀಯ ಗಿಡಮೂಲಿಕೆಗಳು, ಗಂಧ, ಧೂಪ ಮೊದಲಾದವುಗಳನ್ನು ಚೀನ, ಡೋಫುರ್, ಆಡೆನ್ ಹಾಗೂ ಸಿರಫ್ ಮೊದಲಾದ ಬಂದರುಗಳಿಗೆ ಮಾರುತ್ತಿದ್ದರು (ಇವು ಈಜಿಪ್ಟ್, ಅರೇಬಿಯ, ಪರ್ಷಿಯದ ಪ್ರವೇಶ ಬಂದರುಗಳು).

---

6. ಸೂರ್ಯನಾಥ ಕಾಮತ್ ಕರ್ನಾಟಕ ಸ್ಟೇಟ್ ಗ್ಯಾಸ್‌ಟೀರ್ 2001– ಪುಟ.132

ಕುದುರೆಗಳ ಆಮದು ಶ್ರೀಮಂತರ ಪ್ರಯಾಣಕ್ಕೆ ಹಾಗೂ ಸೈನ್ಯಗಳಲ್ಲಿ ವಿಶೇಷ ಬದಲಾವಣೆಗಳನ್ನು ತಂದವು. ಮಾರ್ಕೋಪೋಲೋ ಇದನ್ನು ದಾಖಲಿಸುತ್ತಾನೆ. ಆದರೆ ಆ ಕಾಲಕ್ಕೆ ಕುದುರೆಗಳನ್ನು ದೇಶದೊಳಗೆ ತಳಿ ಮಾಡುವುದು ಯಶಸ್ವಿಯಾಗಲಿಲ್ಲ. ಇಲ್ಲಿನ ಹವಾಮಾನವು ಕುದುರೆಗಳ ಸಂತಾನೋತ್ಪತ್ತಿಗೆ ಪೂರಕವಾಗಿರಲಿಲ್ಲ. ಹಾಗಾಗಿ ಕುದುರೆಗಳನ್ನು ಆಮದು ಮಾಡಿಕೊಳ್ಳುವುದು ಅನಿವಾರ್ಯವಾಗಿತ್ತು.

ವಿಜಯನಗರ ಸಾಮ್ರಾಜ್ಯ (ಪ್ರ.ಶ.1336–1565):

ವಿಜಯನಗರ ಸಂಸ್ಥಾನದ ಆಳ್ವಿಕೆ ಕರ್ನಾಟಕದ ಇತಿಹಾಸದಲ್ಲಿ ಸುವರ್ಣ ಗಳಿಗೆ. ಅತ್ಯಂತ ಶಕ್ತಿಶಾಲಿ ಹಾಗೂ ವೈಭವಪೂರ್ಣವಾದ ರಾಜವಂಶ ವಿಜಯನಗರವಾಗಿದ್ದು, ಇಡೀ ದಕ್ಷಿಣ ಭಾರತವನ್ನು ಆಳಿದ್ದಲ್ಲದೆ, ಮಧ್ಯಪ್ರದೇಶದವರೆಗೆ ತಮ್ಮ ಸಾಮ್ರಾಜ್ಯವನ್ನು ವಿಸ್ತರಿಸಿಕೊಂಡಿದ್ದರು. ಹಂಪಿ ಇವರ ರಾಜಧಾನಿಯಾಗಿದ್ದು, ಪ್ರ.ಶ.1509 ರಿಂದ 1529 ರವರೆಗೆ ಆಳಿದ ಕೃಷ್ಣದೇವರಾಯ ಓರ್ವ ಪ್ರಬಲ ದೊರೆಯಾಗಿದ್ದ. ವಿಜಯನಗರದ ಆಳ್ವಿಕೆಯ ಕಾಲದಲ್ಲಿ ವಿದೇಶಿ ವ್ಯಾಪಾರ ಉಚ್ಛ್ರಾಯವಾಗಿತ್ತು. ಪೋರ್ಚುಗೀಸರು ತಮ್ಮ ವ್ಯಾಪಾರಿ ಕೇಂದ್ರಗಳನ್ನು ಪಶ್ಚಿಮ ಕರಾವಳಿಯಲ್ಲಿ ತೆರೆದಿದ್ದರು. ವಿಜಯನಗರ ಪ್ರಬಲವಾಗುತ್ತಿದ್ದಂತೆ ಹೊಯ್ಸಳರು ಇವರೊಂದಿಗೆ ವಿಲೀನವಾದರು. ಹಾಗಾಗಿ ಮಲೆನಾಡು ಹಾಗೂ ಕರಾವಳಿ ಭಾಗಗಳು ಇವರ ಕೈವಶವಾದುವು. ಕರಾವಳಿಯ ಕನ್ನಡ ಜಿಲ್ಲೆಗಳನ್ನು ಆಳುಪರು, ಚೌಟರು, ಬಂಗರಸರು ಹಾಗೂ ತುಂಡು ಬಲ್ಲಾಳರು ಆಳುತ್ತಿದ್ದರು. ಇವರೆಲ್ಲರೂ ವಿಜಯನಗರದ ಅಧೀನಕ್ಕೆ ಬಂದರು. ಕರಾವಳಿ ಭಾಗವು ವಿಜಯನಗರದ ಅರಸರಿಗೆ ಬಹುಮುಖ್ಯ ನೆಲೆಯಾಗಿತ್ತು. ಬೇಕಲ, ಕುಂಬಳೆ, ಮಂಗಳೂರು, ಬಾರ್ಕೂರು ಮೊದಲಾದ ಬಂದರುಗಳು ವಿಜಯನಗರ ಕಾಲದಲ್ಲಿ ಪ್ರಮುಖ ವಿದೇಶಿ ವ್ಯಾಪಾರಿ ನೆಲೆಗಳಾಗಿದ್ದವು.

ವಿಜಯನಗರದ ಕಾಲದಲ್ಲಿ ಐರೋಪ್ಯ ಮಧ್ಯ ಪ್ರಾಚ್ಯ ದೇಶಗಳು ಹಾಗೂ ಚೀನದೊಂದಿಗಿನ ಆಮದು–ರಫ್ತು ವ್ಯವಹಾರ ಬೆಳೆಯಿತು. ಇಟಲಿಯ ಪ್ರವಾಸಿ ವರ್ತೆಮಾ (1506) ಈ ವ್ಯಾಪಾರಗಳ ಬಗ್ಗೆ ದಾಖಲಿಸುತ್ತಾನೆ. ಅರವತ್ತಕ್ಕೂ ಹೆಚ್ಚು ಹಡಗುಗಳು ಅಕ್ಕಿಯನ್ನು ಹೇರಿಕೊಂಡು ಸಮುದ್ರ ಯಾನಕ್ಕೆ ಮಂಗಳೂರಿನಲ್ಲಿ ಸಿದ್ಧವಾಗಿದ್ದ ಬಗ್ಗೆ ಪ್ರಸ್ತಾಪಿಸುತ್ತಾನೆ. ಮಂಗಳೂರಿನ ಬಂದರಿನ ಮೂಲಕ ಸ್ಥಳೀಯ ರಾಜರುಗಳು ಅರೇಬಿಯ, ಪರ್ಷಿಯಗಳಿಂದ ಕುದುರೆಗಳನ್ನು ಆಮದು ಮಾಡಿಕೊಳ್ಳುತ್ತಿದ್ದರು. ಕರಾವಳಿ ಮತ್ತು ಮಲೆನಾಡಿನ ಭಾಗದ ಆರ್ಥಿಕ ಪ್ರಗತಿ ಅಲ್ಲಿನ ಭತ್ತದ ಕೃಷಿಯನ್ನು ಅವಲಂಬಿಸಿತ್ತು. ಇಲ್ಲಿಂದ ಕಾಳುಮೆಣಸು, ಏಲಕ್ಕಿ, ಲವಂಗ, ದಾಲ್ಚಿನಿ, ತೆಂಗಿನಕಾಯಿ, ಅಡಿಕೆ ಮೊದಲಾದವುಗಳು ವಿದೇಶಗಳಿಗೆ ರಫ್ತಾಗುತ್ತಿತ್ತು. ಇದನ್ನು ಬಾರ್ಬೋಸ, ಸೀಸರ್ ಫೆಡ್ರಿಕ್ ಮತ್ತು ಕೊರ್ಬಲ್‌ನಂತಹ ವಿದೇಶಿ ಪ್ರವಾಸಿಗರು ದಾಖಲಿಸಿದ್ದಾರೆ.

ಹದಿನಾರನೆಯ ಶತಮಾನದಲ್ಲಿ ಪಶ್ಚಿಮ ಕರಾವಳಿಯಲ್ಲಿ ಪೋರ್ಚುಗೀಸರು ವ್ಯಾಪಾರ ವಹಿವಾಟಿನಲ್ಲಿ ಪ್ರಾಬಲ್ಯ ಹೊಂದಿದ್ದರು. ಕೃಷ್ಣದೇವರಾಯ ಹಾಗೂ ಇವನ ಅನಂತರದವರು ಇವರೊಂದಿಗೆ ಸ್ನೇಹ ಸಂಬಂಧವನ್ನು ಹೊಂದಿದ್ದರು. ಇದರಿಂದ ಮಾಪಿಳ್ಳೆ ಹಾಗೂ ಅರಬ್ಬಿಗಳ ವ್ಯಾಪಾರ ಏಕಸಾಮ್ಯತೆ ಕುಸಿಯಲಾರಂಭಿಸಿತು.

ಇಡೀ ಕರ್ನಾಟಕದ ರಾಜವಂಶಗಳಿಗೆ ಕರಾವಳಿ ಭಾಗವು ಬಹುಮುಖ್ಯ ವ್ಯಾಪಾರಿ ನೆಲೆಯಾಗಿತ್ತು. ಇದರ ಮೇಲೆಯೇ ಆರ್ಥಿಕತೆ, ಸೈನ್ಯಬಲ ನಿಂತಿತ್ತು. ವಿದೇಶಗಳೊಂದಿಗೆ ಆಮದು-ರಫ್ತು ವ್ಯವಹಾರಗಳು ನಡೆಯುತ್ತಿದ್ದುದು ಈ ಬಂದರುಗಳ ಮೂಲಕವೇ. ಹಾಗಾಗಿ ಬಯಲುಸೀಮೆಯ ಯಾವುದೇ ಅರಸೊತ್ತಿಗೆಯೂ ಕರಾವಳಿಯ ಮೇಲಿನ ಹಿಡಿತವನ್ನು ಬಿಟ್ಟುಕೊಡಲು ಸಿದ್ಧರಿರಲಿಲ್ಲ. ಕರಾವಳಿಯನ್ನು ಆಳುತ್ತಿದ್ದ ಆಳುಪಾದಿ ತುಂಡು ಬಲ್ಲಾಳರನ್ನು ಇವರು ಹಿಡಿತಕ್ಕೆ ತೆಗೆದುಕೊಳ್ಳುತ್ತಿದ್ದರು. ಇದು ಹೈದರ್‌ಅಲಿ, ಟಿಪ್ಪು ಹಾಗೂ ಬ್ರಿಟಿಷರವರೆಗೆ ಮುಂದುವರಿಯಿತು.

ಕೆಳದಿ-ಇಕ್ಕೇರಿಯ ನಾಯಕರು (1499-1763) :

ಮಧ್ಯಕಾಲೀನ ಕರ್ನಾಟಕದ ಇತಿಹಾಸದಲ್ಲಿ ಕೆಳದಿಯ ನಾಯಕರ ಆಳ್ವಿಕೆ ಮುಖ್ಯವಾದುದು. ಇವರ ಮೂಲ ಶಿವಮೊಗ್ಗೆಯ ಸಾಗರ ತಾಲೂಕಿನ ಕೆಳದಿ. ಚಂಗಾಳ್ವರಲ್ಲಿ ಪಾಲ್ಪರೆ ಹಾಗೂ ಕೊಡಗು ಶ್ರೀರಂಗಪಟ್ಟಣಗಳನ್ನು ಆಳುತ್ತಿದ್ದ ರಾಜಕುಟುಂಬಗಳ ನಡುವೆ ಸಂಘರ್ಷ ನಡೆದಂತಿದೆ. ಈ ಸಂದರ್ಭದಲ್ಲಿ ಚೆಂಗಾಳ್ವರ ಒಂದು ಶಾಖೆ ತನ್ನ ಭವಿಷ್ಯ ಅರಸಿಕೊಂಡು ಈಗಿನ ಶಿವಮೊಗ್ಗದ ಸೊರಬ, ಕೆಳದಿಹಳ್ಳಿ ಬಯಲಿನತ್ತ ಹೋಗಿರುವಂತಿದೆ. ಆರಂಭದಲ್ಲಿ ವಿಜಯನಗರದ ಅರಸರ ಮಾಂಡಲಿಕರಾಗಿದ್ದ ಇವರು ವಿಜಯನಗರ ಸಾಮ್ರಾಜ್ಯದ ಪತನದ ಅನಂತರ ಸ್ವತಂತ್ರರಾದರು. ವಿಜಯನಗರದ ರಾಜರು ತಾಳಿಕೋಟೆಯಲ್ಲಿ ದಕ್ಕನ್ನಿನ ಸುಲ್ತಾನನಿಂದ ಪರಾಜಯಗೊಂಡಾಗ (ಪ್ರಶ.1565) ಶಿವಮೊಗ್ಗ ಸೇರಿದಂತೆ ಕರಾವಳಿ ಕರ್ನಾಟಕ ಹಾಗೂ ತುಂಗಭದ್ರ ಕೇಂದ್ರಿತ ಜಿಲ್ಲೆಗಳು ಕೆಳದಿಯವರ ಕೈಗೆ ಬಂದವು. ದಕ್ಷಿಣ ಭಾರತದಲ್ಲಿ ಪ್ರಬಲ ಅರಸೊತ್ತಿಗೆಯಲ್ಲಿ ಕೆಳದಿಯವರದೂ ಒಂದಾಗಿತ್ತು.

ಸದಾಶಿವನಾಯಕನ (1530-1566) ಆಳ್ವಿಕೆಯ ಕಾಲದಲ್ಲಿ ಕರಾವಳಿ ಇವನ ಆಳ್ವಿಕೆಗೆ ಸೇರಿತ್ತು. ಇವನು ತನ್ನ ರಾಜಧಾನಿಯನ್ನು ಕೆಳದಿಯಿಂದ ಇಕ್ಕೇರಿಗೆ ವರ್ಗಾಯಿಸಿದ. ಇದು ಕೆಳದಿಯಿಂದ ಸುಮಾರು 32 ಕಿಮೀ ದೂರದಲ್ಲಿದೆ. ಇಟಲಿಯ ಪ್ರವಾಸಿ ಪಿಯಾತ್ರೋ ಡೆಲಾವೆಲ್ಲೆ ಹಿರಿಯ ವೆಂಕಟಪ್ಪನಾಯಕನ (1582-1629) ಕಾಲದಲ್ಲಿ ಅವನ ಆಸ್ಥಾನಕ್ಕೆ ಬಂದಿದ್ದ. ಇವನು ನಾಯಕನನ್ನು ಓರ್ವ ವೀರಯೋಧ, ಉತ್ತಮ ಆಡಳಿತಗಾರ ಎಂದು ಬಣ್ಣಿಸಿದ್ದಾನೆ. ನಾಯಕರ ಮೂಲದವರು ತಲಕಾಡಿನ

ಗಂಗವಂಶಸ್ಥರು. ಇವರು ಮಲೆನಾಡಿನ ಗೌಡ ಜನಾಂಗಕ್ಕೆ ಸೇರಿದವರು. ಇದಕ್ಕೆ ಪೂರಕವಾಗಿ 1562ರ ಸುಳ್ಯದ ಬಳ್ಪ ತ್ರಿಶೋಲಿನಿ ದೇವಸ್ಥಾನದ ಶಾಸನದಲ್ಲಿ ಕೆಳದಿ ವಂಶದ ಸ್ಥಾಪಕರಾದ 'ಚವುಡಪ್ಪ' ಹಾಗೂ 'ಭದ್ರಪ್ಪನನ್ನು' 'ಗೌಡ' ಎಂದು ಸಂಬೋಧಿಸಲಾಗಿದೆ. ಸದಾಶಿವ ನಾಯಕನ (1544–1563) ಕಾಲದ ಶಾಸನವೊಂದರಲ್ಲಿ "ಚಿವುಡ ಗೌಡರ ಮಕ್ಕಳು ಸದಾಶಿವ ನಾಯಕರು ಕುಕ್ಕೆ ಸುಬ್ರಾಯ ದೇವರಿಗೆ ಅಮೃತ ಪಡಿಗಾಗಿ ಇಮರು ಗದ್ದೆಯ ರಾಜ ಕಂದಾಯ ಬಾಕಿ ಮಾಡಿ "ಸುಬ್ರಹ್ಮಣ್ಯ ದೇಗುಲಕ್ಕೆ ದತ್ತಿ ಬಿಟ್ಟಿದೆ"[7]. ಇಕ್ಕೇರಿ ನಾಯಕರು ಕೊಡಗನ್ನಾಳಿದ ಗಂಗ ಮೂಲದ ಚಂಗಾಳ್ವರ ಸಂತತಿಯವರೆಂಬುದನ್ನು ಮುಂದಿನ ಭಾಗದಲ್ಲಿ ಚರ್ಚಿಸಲಾಗಿದೆ.

ಕೆಳದಿಯಲ್ಲಿ ಕೆಳದಿ (ಇಕ್ಕೇರಿ) ಅರಸರು ಕಟ್ಟಿಸಿದ ದೇವಾಲಯಗಳನ್ನು ದಕ್ಷಿಣ ಕನ್ನಡದ ಬಲಪದ ತ್ರಿಶೂಲಿ ದೇವಾಲಯ ಹೋಲುತ್ತದೆ. ಇಲ್ಲಿ ಕೆಳದಿ ಅರಸರ ಶಾಸನ ಇದೆ. ಕೆಳದಿ ಅರಸರು ಕಟ್ಟಿಸಿರಬಹುದೇ? ಇಲ್ಲ ನವೀಕರಣ ಮಾಡಿಸಿರಬಹುದೇ?

Nithin Herale, historian and descendant of Keladi Minister has lot of recrods about Keladi Samsthana, from Shimoga commented as follows:

"ತ್ರಿಶೂಲಿನಿ ಅಮ್ಮನವರ ಸನ್ನಿಧಿ... ಬಿದನೂರು ಅರಸರ ಕರಾವಳಿ ಭಾಗದ ಪ್ರಮುಖ ಯುದ್ಧ ತರಬೇತಿ ಕೇಂದ್ರ.. ಪರಿಪೂರ್ಣವಾಗಿ ಈ ದೇವಸ್ಥಾನ ನಿರ್ಮಾಣ ಮಾಡಿರುವುದು ಬಿದನೂರು ಪ್ರಭುಗಳೇ, ಅದರಲ್ಲಿ ಯಾವ ಅನುಮಾನ ಕೂಡ ಇಲ್ಲ. ಇದೆ ಶೈಲಿಯ ದೇವಸ್ಥಾನ ಇಕ್ಕೇರಿ ಹಾಗೂ ಬೇರೆ ಬೇರೆ ಭಾಗ ಭಾಗಗಳಲ್ಲಿ ಇದೆ. ಕೊಲ್ಲೂರು ಕೂಡ" ಈ ಕುರಿತು ಹೆಚ್ಚಿನ ಸಂಶೋಧನೆ ಆಗಬೇಕು.

ಚರಣ್ ಐವರ್ನಾಡುರವರು 2017 ರಲ್ಲಿ ನನಗೆ ನೀಡಿದ ಮಾಹಿತಿಯಲ್ಲಿ 1562ರ ಬಲ್ಪ ತ್ರಿಶೂಲಿನಿ ದೇವಾಲಯದ ಶಾಸನದಲ್ಲಿ ಕೆಳದಿ ವಂಶದ ಸ್ಥಾಪಕರಾದ 'ಚೌಡಪ್ಪ' ಹಾಗೂ 'ಭದ್ರಪ್ಪ' "ಗೌಡ" ಎಂದು ಸಂಬೋಧಿಸಲಾಗಿದೆ. ಸದಾಶಿವನಾಯಕನ (1544–1563) ಕಾಲದ ಶಾಸನವೊಂದರಲ್ಲಿ "ಚಿವಡು ಗೌಡರ ಮಕ್ಕಳು" ಎಂದಿದೆ.

Further Rev. Richter records [8] "Dr. Francis Buchanan's" Journey from Madras through Mysore etc." Vol. III. p.125, one of the chief Polygars, who on the decline of Vijayanagara assumed independence was Sadasiva, the son of the Gauda (Chowdappa Gouda) of Kilidi or Ikkeri.

---

7. Mysore Gazetter - 1931 P. 347-48
8. Rev. Richter - Gazetter of Coorg- 1870 P. 230

ಕರ್ನಲ್ ಮೆಕಂಝಿಯ ಕೈಫಿಯತ್ 1796ರಲ್ಲಿ ಕೂಡಾ ಕೆಳದಿ ಸಂಸ್ಥಾನದ ಸ್ಥಾಪಕರು ಭದ್ರಪ್ಪಗೌಡ ಮತ್ತು ಚೌಡಪ್ಪಗೌಡರ ಪ್ರಸ್ತಾವನೆ ಇದೆ. ಸದಾಶಿವ ನಾಯಕರು ಕುಕ್ಕೆ ಸುಬ್ರಾಯ ದೇವರಿಗೆ ಅಮೃತ ಪಡಿಗಾಗಿ ಇಮರು ಗದ್ದೆಯ ರಾಜ ಕಂದಾಯ ಬಾಕಿ ಮಾಡಿ "ಸುಬ್ರಹ್ಮಣ್ಯ ದೇಗುಲಕ್ಕೆ ದತ್ತಿ ಬಿಟ್ಟಿದೆ" [9] ಮೈಸೂರು ವಿಶ್ವವಿದ್ಯಾನಿಲಯ ಪ್ರಕಟಿಸಿದ ಕನ್ನಡ ವಿಷಯ ವಿಶ್ವಕೋಶದಲ್ಲಿ ಕೆಳದಿ ಅರಸರ ಮೂಲಪುರುಷರು "ಚೌಡಪ್ಪ ಗೌಡ ಮತ್ತು ಭದ್ರಪ್ಪ ಗೌಡ" ಎಂದು ದಾಖಲಿಸಿರುತ್ತದೆ.

ಕೊಡಗನ್ನಾಳಿದ ಗಂಗಮೂಲದ ಚಂಗಾಳ್ವರ ಸಂತತಿಯವರು. ಹಾಲೇರಿ ರಾಜವಂಶ ಸ್ಥಾಪಕ ವೀರರಾಜು ಕೆಳದಿ ಸದಾಶಿವನಾಯಕನ ಸೋದರ ಅಳಿಯ.

ತುಳುನಾಡಿನಲ್ಲಿ ಶೈವ ಸಂಪ್ರದಾಯದ ಮರುಸ್ಥಾಪನೆ ಮತ್ತು ಗೌಡ ಸಮುದಾಯದ ಹಾಗೂ ಹವ್ಯಕ ಬ್ರಾಹ್ಮಣರು ನೆಲೆ ಕಾಣುವಲ್ಲಿ ಕೆಳದಿ ಸಂಸ್ಥಾನದ ಕೊಡುಗೆ ಅಪಾರ. ಕೆಳದಿ ಅರಸರಿಂದ ನೇಮಿಸಲ್ಪಟ್ಟ ಕೂಜುಗೋಡಿನ ಗೌಡ ಕುಟುಂಬದವರು ಸುಬ್ರಹ್ಮಣ್ಯ ದೇವಾಲಯದ ಕ್ಷೇತ್ರಪಾಲಕ, ಸಂಖೇಶ ಮತ್ತು ಪಾಳೆಯಗಾರರಾಗಿದ್ದರು, ಅಧಿಕಾರಿಗಳಾಗಿದ್ದರು.

ಆಗ ಸುಬ್ರಹ್ಮಣ್ಯ ದೇವಾಲಯದ ಪ್ರಧಾನ ಅರ್ಚಕರಾಗಿದ್ದ ಸ್ಥಾನಿಕ ಬ್ರಾಹ್ಮಣರು 1837 ರ ಅಮರ ಸುಳ್ಯ ಬಂಡಾಯದಲ್ಲಿ ಭಾಗವಹಿಸಿದ ಪ್ರಯುಕ್ತ ಅವರಿಗಿದ್ದ ದೇವಾಲಯದ ಸ್ಥಾನಮಾನಗಳನ್ನು ಕಿತ್ತು ಬ್ರಿಟಿಷರು ಅವರ ವಿಧೇಯರಿಗೆ ಹಸ್ತಾಂತರ ಮಾಡಿದರು.

ಕೆಳದಿಯ ಸದಾಶಿವನಾಯಕನು ವೀರಶೈವ ಮತವನ್ನು ಸ್ವೀಕರಿಸಿ ಲಿಂಗಾಯತನಾದ. ಇವನ ಜೊತೆಗೆ ಅನೇಕ ಗೌಡ ಕುಟುಂಬಗಳು ಲಿಂಗಾಯತ ಧರ್ಮವನ್ನು ಅನುಸರಿಸಿದರು. ಸಕಲೇಶಪುರದ ಪಕ್ಕದ ಬಾಳ್ಳುಪೇಟೆಯಲ್ಲಿ ಲಿಂಗಾಯತ ಗೌಡರ ದೊಡ್ಡ ಪಂಗಡಗಳಿವೆ. ಪುನಃ ಲಿಂಗಾಯತರಾದ ಗೌಡರು ನಾಥ ಸಂಪ್ರದಾಯಕ್ಕೆ ಮರಳುತ್ತಾರೆ. ಗೌಡ ಹಾಗೂ ಲಿಂಗಾಯತರಲ್ಲಿ ವಿವಾಹ ಸಂಬಂಧ ಸಾಮಾನ್ಯವಾಗಿತ್ತು.

ಗಂಗರ ಕಾಲದಲ್ಲಿದ್ದ ಆಡಳಿತಾತ್ಮಕ ವ್ಯವಸ್ಥೆಗಳಾದ ಊರಗೌಡ, ನಾಡಗೌಡ ಹಾಗೂ ಸೀಮೆಗೌಡ ನಾಯಕರ ಆಳ್ವಿಕೆಯವರೆಗೂ ಮುಂದುವರಿಯುತ್ತದೆ. ಇವರು ಕರ್ನಾಟಕದ ಬಹುತೇಕ ರಾಜವಂಶಗಳ ಸೈನ್ಯದಲ್ಲಿ ಸೈನಿಕರಾಗಿದ್ದವರು. ಹಾಗಾಗಿ ಗೌಡರು ಕರ್ನಾಟಕದ ಇತಿಹಾಸದಲ್ಲಿ ವಿಶಿಷ್ಟ ಪಾತ್ರವನ್ನು ವಹಿಸಿದ್ದಾರೆ. ಅಲ್ಲದೆ ಸಾಹಿತ್ಯ, ಕಲೆ, ಸಂಸ್ಕೃತಿಗಳ ಕೆಲಸದಲ್ಲಿ ಸಾಧನೆಗೈದಿದ್ದಾರೆ, ವಿದ್ಯಾವಂತರಾಗಿದ್ದರು. ಇವರು ತಮ್ಮ ತಮ್ಮ ಮಠಗಳಿಗೆ ಬದ್ಧರಾಗಿದ್ದು, ಅವರ ನಿರ್ದೇಶನದಂತೆ ನಡೆದವರು. ಇವರ ರಾಜಕೀಯ ಪ್ರಭಾವದಿಂದಾಗಿ

---

9. (Mysore Gazeteer 1931 no. 347-48).

ಮತ್ತು ವಿದ್ಯಾವಂತರಾಗಿದ್ದು ತುಳುನಾಡಿನಲ್ಲಿ "ಬೂಡು ಬುದ್ಧಿವಂತರು" ಎಂದು ಕರೆಯಲ್ಪಟ್ಟಿದ್ದರು.

2

ದಕ್ಷಿಣ ಕನ್ನಡದ ಇತಿಹಾಸ

ತುಳುನಾಡೆಂದು ಕರೆಯಲ್ಪಡುವ ದಕ್ಷಿಣ ಕನ್ನಡಕ್ಕೆ ಬಹುತೇಕ ಎಲ್ಲಾ ಪ್ರಭಾವಿ ಸಮುದಾಯಗಳು ಹೊರಗಿನಿಂದ ಬಂದವು. ಮೂಲತಃ ಇದು ಇಂದು ದಲಿತರೆಂದು ಗುರುತಿಸಲ್ಪಡುವ ಆದಿ ದ್ರಾವಿಡರಾದ ಕೊರಗ, ಮಲೆಕುಡಿಯ, ಮಾಯಿಲ, ಮೇರ, ಮೊಗೇರ, ಮನ್ಸ ಮೊದಲಾದ ಸಮುದಾಯಕ್ಕೆ ಸೇರಿದ ಪ್ರದೇಶ. ಇವರು ಬೇಟೆಯಾಡುತ್ತಾ ಕಾಡುತ್ಪತ್ತಿಯನ್ನು ಸಂಗ್ರಹಿಸುತ್ತಾ ಬದುಕಿದವರು. ಇವರಿಗೆ ವ್ಯವಸ್ಥಿತವಾದ ಕೃಷಿ ಚಟುವಟಿಕೆಗಳ ಅರಿವು ಇರಲಿಲ್ಲ. ದ್ರಾವಿಡ ಭಾಷಾವರ್ಗಕ್ಕೆ ಸೇರಿದ ಪ್ರಾಚೀನ ಭಾಷೆ ತುಳು ಇವರ ಆಡುನುಡಿ. ಇವರದೇ ಜಾತಿಯ ಪಾಳೆಯಗಾರರು ಈ ಭಾಗವನ್ನು ಆಳುತ್ತಿದ್ದರು. ಮುಖ್ಯವಾಗಿ ಕೊರಗ ಹಾಗೂ ಮಾಯಿಲರು ಆಳಿದ್ದರು. ಇದಕ್ಕೆ ಸಾಕ್ಷ್ಯವಾಗಿ ಕೊಲ್ಲಮೊಗ್ರ, ಕಲ್ಮಕಾರು, ಸುಬ್ರಹ್ಮಣ್ಯ, ಅಡ್ಕಾರು, ವಿಟ್ಲ, ಮಡಪ್ಪಾಡಿ, ನೆಟ್ಟಣಿಗೆ ಮೊದಲಾದೆಡೆ ಇರುವ 'ಮಾಯಿಲರ ಕೋಟೆ' ಎಂದು ಕರೆಯಲ್ಪಡುವ ಮಣ್ಣಿನ ಕೋಟೆಯ ದಿಬ್ಬಗಳಿವೆ. ಇವುಗಳು ಕಾಡುಪ್ರಾಣಿಗಳಿಂದ ರಕ್ಷಿಸಿಕೊಳ್ಳಲು ನಿರ್ಮಿಸಿದಂತವು. ಇವರು ಕನ್ನಡವನ್ನು ಮಾತನಾಡುವವರಾಗಿದ್ದು, ಇವರದೂ ಹೊರಗಿನಿಂದ ವಲಸೆ ಬಂದ ಸಮುದಾಯವಿರಬೇಕು.

ಸುಮಾರು 2000 ವರ್ಷಗಳ ಹಿಂದೆ ಬಂಟರು, ಬಿಲ್ಲವರು, ಮೂಲ್ಯರು, ಕೊಟ್ಟಾರರು, ಸಾಪಲ್ಯರು ಮೊದಲಾದ ಸಮುದಾಯಗಳು ಭಾರತದಿಂದ ದಕ್ಷಿಣ ಕನ್ನಡಕ್ಕೆ ಬಂದು ಪ್ರಬಲರಾದರು. ಹೀಗಾಗಿ ಮೂಲ ಜನಾಂಗಗಳು ಹಿಂದೆ ಸರಿಯಲ್ಪಟ್ಟವು.

ಬಂಟರ ಮೂಲ–ಮೆಡಿಟರೇನಿಯನ್ ಭಾಗ:

World Bunt Foundation Trust Mangalore (2005-2008) ಪ್ರಾಯೋಜಕತ್ವದ ಸಂಶೋಧನಾ ಯೋಜನೆಯಲ್ಲಿ ಬಂಟರ ಮೂಲಕ ಕುರಿತು ಕೃಷ್ಣ ಹೆಗ್ಡೆ ಹೀಗೆ ದಾಖಲಿಸುತ್ತಾರೆ:

``Bunts were not original inhabitants of the west coast of India. Reason: They do not have the physical features of Dravidians who were the original inhabitants of India. Their features are more akin to the Aryans (In other words, they are proto-Austroloid and not Negrito.) They have skeletal features of the Mediterranean people.

Many Bunts also share the Thallasaemia gene of the Mediterranean people (Thallos refers to the sea). This peculiar genetic trait, according to experts, is common among people who have intra-family marriages. Such marriages within the family were common particularly among the ancient people of the Aegean, the Spartans to be precise."[1]

ಬಂಟರ ಬಲಿಷ್ಟ ಹಾಗೂ ವಿಶೇಷ ಶಾರೀರಿಕ ಲಕ್ಷಣಗಳು ದ್ರಾವಿಡ ಮೂಲದ ಜನಾಂಗಗಳಿಗಿಂತ ಭಿನ್ನವಾಗಿರುವುದು ಮೇಲ್ನೋಟಕ್ಕೆ ಗೋಚರವಾಗುತ್ತದೆ.

ದಕ್ಷಿಣ ಕನ್ನಡದ ಆಳುಪರು: (ಪ್ರ.ಶ. 200– 1500).

ಮಂಗಳೂರು ಹಾಗೂ ಉಡುಪಿ ಜಿಲ್ಲೆಗಳನ್ನು ಒಳಗೊಂಡ ತುಳುನಾಡನ್ನು 'ಆಳ್ವಖೇಡ'ವೆಂದು ಕರೆಯಲಾಗುತ್ತಿತ್ತು. ಇದು ಭಾರತದ ಇತಿಹಾಸದಲ್ಲಿ ದೀರ್ಘ ಆಳ್ವಿಕೆ ಮಾಡಿದ ರಾಜವಂಶವೆಂದೆನಿಸಿ ಕೊಂಡಿರುವ 'ಆಳುಪರ' ಆಳ್ವಿಕೆಗೆ (ಪ್ರ.ಶ.200– ಪ್ರ.ಶ.1500) ಒಳಗಾಗಿತ್ತು. ಆಳುಪ–ಆಲುವ–ಆಳ್ವರು ಕರಾವಳಿ ಕರ್ನಾಟಕವನ್ನಾಳಿದ ಪ್ರಬಲ ರಾಜವಂಶ. ಆರಂಭದಲ್ಲಿ (ಪ್ರ. ಶ.200-450) ಆಳ್ವಖೇಡ ಭಾಗವನ್ನು ಇವರು ಸ್ವತಂತ್ರವಾಗಿ ಆಳಿದರು. ಕಾಲಕ್ರಮೇಣ ಬನವಾಸಿಯ ಕದಂಬರ ಪ್ರಾಬಲ್ಯದಿಂದಾಗಿ ಅವರ ಅಧೀನ ರಾಜರಾದರು. ಮುಂದೆ ರಾಜಕೀಯ ಸ್ಥಿತ್ಯಂತರಗಳಿಗನುಗುಣವಾಗಿ ಇವರು ಚಾಳುಕ್ಯ, ರಾಷ್ಟ್ರಕೂಟ, ಹೊಯ್ಸಳ ಹಾಗೂ ವಿಜಯನಗರದ ಅಧೀನಕ್ಕೆ ಬಂದರು. ಇವರು ಕಾಸರಗೂಡಿನಿಂದ ಬೈಂದೂರಿನವರೆಗೆ ಚಾಚಿರುವ ಅರಬ್ಬೀ ಕಡಲಿನ ಕರಾವಳಿಯ ಮೇಲೆ ಒಂದು ಸಾವಿರ ವರ್ಷಗಳಿಗೂ ಹೆಚ್ಚು ಪ್ರಭಾವವನ್ನು ಹೊಂದಿದ್ದರು. ಆಳುಪರು ಮಾತೃ ಪ್ರಧಾನ ಕುಟುಂಬ ವ್ಯವಸ್ಥೆಯನ್ನು ಪಾಲಿಸುತ್ತಿದ್ದರು (ಅಳಿಯ ಸಂತಾನ). ಸೋಯಿದೇವನ ಅನಂತರ ಅಳಿಯ ಕುಲಶೇಖರಭಂಕಿದೇವ ಆಡಳಿತಕ್ಕೆ ಬರುತ್ತಾನೆ. ಇವನು ಅಳುಪ ರಾಜಕುಮಾರಿ ಕೃಷ್ಣಾಯಿತಾಯಿ ಹಾಗೂ ಹೊಯ್ಸಳ ದೊರೆ ವೀರ ಬಲ್ಲಾಳನ 3ನೆಯ ಮಗ.

---

1. Krishna Hegde- world Bunt Foundation trust, Mangalore, ಪ್ರಾಯೋಜಕತ್ವದ ಸಂಶೋಧನಾ ಯೋಜನೆ

ಅಳಿಯ ಕಟ್ಟನ್ನು ಜಾರಿಗೊಳಿಸಿದ ಐತಿಹಾಸಿಕ ರಾಜ ವೀರ ಭೂತಾಳ ಪಾಂಡ್ಯ ದೇವ (ಪ್ರ.ಶ.1254–1277). ಇದೇ ವಂಶಸ್ಥ ಆಳುವ ಎಂಬ ಉಪನಾಮ ಇಂದಿಗೂ ಬಂಟರಲ್ಲಿ ಪ್ರಚಲಿತದಲ್ಲಿದೆ. ಆಳುಪರ ರಾಜಲಾಂಛನ ಎರಡು ಮೀನುಗಳಿರುವ ಮತ್ಸ್ಯಲಾಂಛನ ಮೂಲದಲ್ಲಿ ಇವರು ಬಂಟರಾಗಿದ್ದು, ಮುಂದೆ ಜಿನತ್ವವನ್ನೂ ಪಾಲಿಸಿರಬೇಕು. ತುಳುನಾಡಿನಲ್ಲಿ ಶೆಟ್ಟಿ ಜೈನ ಬಲ್ಲಾಳರೂ ಇದ್ದು, ಇವರು 4ನೆಯ ಶತಮಾನದಲ್ಲಿ ತುಳುನಾಡಿಗೆ ಜೈನಧರ್ಮವನ್ನು ತಂದವರು. ಹಾಗಾಗಿ ಬಂಟ ಹಾಗೂ ಜೈನ ಬಲ್ಲಾಳರು ದಕ್ಷಿಣ ಕನ್ನಡವನ್ನಾಳಿದ ಪ್ರಭಾವಿ ರಾಜವಂಶಗಳು.

ಚೌಟರು, ಬಂಗರು, ಸಾವಂತರು, ಅಜಿಲರು ಹಾಗೂ ತೊಳಹಾರರು ಸಾಮಂತ ರಾಜರುಗಳಾಗಿದ್ದು, ಜೈನಧರ್ಮದೊಂದಿಗೆ ಅಳಿಯಕಟ್ಟನ್ನು ಅನುಸರಿಸುತ್ತಿದ್ದರು. ಇದು ಕೇರಳದ 'ಮರುಮಕ್ಕತ್ತಾಯ' ಪದ್ಧತಿಗೆ ಸಂವಾದಿಯಾಗಿದ್ದು ಮಾತೃಪ್ರಧಾನ ಕುಟುಂಬ ವ್ಯವಸ್ಥೆಗೆ ಇಲ್ಲಿ ಪ್ರಾಧಾನ್ಯತೆ. ಮೊದಲ ಬಾರಿಗೆ ಉತ್ತರ ಭಾರತ–ಕಾಶಿಯಿಂದ ಶೈವ ದೇಗುಲಗಳಲ್ಲಿ ಅರ್ಚನೆಗಾಗಿ ತುಳುನಾಡಿಗೆ ಕರೆ ತಂದ ಬ್ರಾಹ್ಮಣರು 'ಸ್ಥಾನಿಕ ಬ್ರಾಹ್ಮಣರು'. ಇವರ ಮನೆ ದೇವರೂ ಶಿವನಾಗಿದ್ದು ಕುಕ್ಕೆ ಸುಬ್ರಹ್ಮಣ್ಯ, ಕದ್ರಿ ಮಂಜುನಾಥ ದೇಗುಲ, ಕೊಲ್ಲೂರು ಮೂಕಾಂಬಿಕ ದೇವಾಲಯ, ಪುತ್ತೂರು ಮಹಾಲಿಂಗೇಶ್ವರ ಮೊದಲಾದ ಕ್ಷೇತ್ರಗಳು ಇವರ ಸುಪರ್ದಿಯಲ್ಲಿರುತ್ತವೆ. 8ನೆಯ ಶತಮಾನದಲ್ಲಿ ಶಂಕರಾಚಾರ್ಯರು ಇಂತಹ ಹಲವು ಕ್ಷೇತ್ರಗಳನ್ನು ಸಂದರ್ಶಿಸಿದ್ದು, ಶೃಂಗೇರಿಯ 'ಶಾರದಾ ಪೀಠ' ಮೊದಲಾದೆಡೆ 'ಶ್ರೀ ಚಕ್ರ'ವನ್ನು ಸ್ಥಾಪಿಸಿ ಅನೇಕ ಜನರನ್ನು ಜಿನತ್ವದಿಂದ ಶೈವತ್ವಕ್ಕೆ ಮರು ಕರೆತಂದರು.

ಆದರೆ ಹೊಯ್ಸಳ ಹಾಗೂ ವಿಜಯನಗರದ ಅರಸರು ವೈಷ್ಣವ ಮತವನ್ನು ಹೆಚ್ಚು ಪ್ರೋತ್ಸಾಹಿಸಿದರು. ಹಾಗಾಗಿ ಮಾಧ್ವ ಬ್ರಾಹ್ಮಣರು ಪ್ರವಾದಿಗಳಾಗಿ ದಕ್ಷಿಣ ಕನ್ನಡದ ಅನೇಕ ದೇವಾಲಯಗಳು ಇವರ ಅಧೀನಕ್ಕೆ ಬಂದವು ಮತ್ತು ಅಷ್ಟಮಠದ ಸ್ಥಾಪನೆಯಾಯಿತು. ಇಕ್ಕೇರಿಯ ನಾಯಕರ ಕಾಲಘಟ್ಟದಲ್ಲಿ ಪುನಃ ಶೈವಧರ್ಮವು ಉಚ್ಛ್ರಾಯಕ್ಕೆ ಬಂತು. ಇದರಲ್ಲಿ ಅಮರ ಸುಳ್ಯ ಹಾಗೂ ಪುತ್ತೂರು ಮಾಗಣೆಗಳ ಗೌಡರು ಪ್ರಮುಖ ಪಾತ್ರವನ್ನು ವಹಿಸಿರುತ್ತಾರೆ.

ಪಶ್ಚಿಮಘಟ್ಟ ಸೇರಿದಂತೆ ಸುಳ್ಯ ಹಾಗೂ ಪುತ್ತೂರು ತಾಲೂಕುಗಳಿಂದ ಪಶ್ಚಿಮ ಪಾದಬೆಟ್ಟಗಳ ದಟ್ಟ ಅರಣ್ಯದಿಂದ ಪಾಣೆಮಂಗಳೂರಿನವರೆಗಿನ ಕಾಡುಭಾಗ ನಿರ್ವಸತಿ ಕೇಂದ್ರಗಳಾಗಿದ್ದವು. ಬಹುಶಃ ಹಿಂದೆ ಹೇಳಿದಂತೆ ದ್ರಾವಿಡ ಮೂಲದ ಜನಾಂಗಗಳು ವಾಸಿಸುತ್ತಿದ್ದಿರಬೇಕು. ಜೊತೆಗೆ ಅರಬ್ಬೀ ಸಮುದ್ರ ತೀರದ ಪಟ್ಟಣಗಳ ಜೊತೆಗೆ ಅನೇಕ ಸಮುದ್ರ ವ್ಯಾಪಾರ ಕೇಂದ್ರಗಳು, ಬಂದರುಗಳು ಸ್ಥಾಪನೆಯಾದವು. 2ನೆಯ ಶತಮಾನಕ್ಕೇ ರೋಮನ್, ಪ್ರಶ. 7ನೆಯ ಶತಮಾನಕ್ಕೆ ಅರಬ್‌ನೊಂದಿಗೆ ವ್ಯಾಪಾರಗಳು ಪ್ರಗತಿಯಲ್ಲಿದ್ದವು.

ಇವು ಬಿಸಿಲೆ, ಶಿರಾಡಿ ಹಾಗೂ ಬಂಗಾಡಿ ಕಡ್ತಿಕಲ್ಲು ಘಾಟಿಗಳ ಮೂಲಕ ಕರ್ನಾಟಕದ ಬಯಲು ಒಳನಾಡಿನೊಂದಿಗೆ ಸಂಪರ್ಕಗೊಂಡಿರುತ್ತವೆ. ಪ್ರವಾಸಿಗಳಾದ ಇಬ್ನ ಬತೂತ, ಅಬ್ದುಲ್ ರಜಾಕ್ ಹಾಗೂ ಪಾಡ್ದನಗಳಲ್ಲಿ ಒಳನಾಡಿಗಿರುವ ಚಕ್ಕಡಿ ಸಾಗಬಲ್ಲ ರಸ್ತೆಗಳ ಬಗೆಗೆ ಉಲ್ಲೇಖಗಳಿವೆ.

ಬಯಲುಸೀಮೆಗಳಿಂದ ಬಂದರುಗಳಿಗೆ ರಾಜರ ಸುರಕ್ಷೆಯೊಂದಿಗೆ ಎತ್ತಿನಗಾಡಿಗಳಲ್ಲಿ (caravan ಸಾರಥ್ಯದಂತೆ) ಮಾರಾಟದ ವಸ್ತುಗಳು ಸಾಗುತ್ತಿದ್ದವು. ದರೋಡೆ ಹಾಗೂ ಕಳ್ಳತನ ಒಂದು ಸಾಮಾನ್ಯ ಸಂಗತಿಗಳಾಗಿದ್ದವು.

ಕಾರ್ಕಳದ ಭೈರರಸರು ಮೂಲತಃ ಶಿವಮೊಗ್ಗೆಯ ಹುಂಚದವರು (ಹೊಂಬುಜ):

ಇವರು ಕಾರ್ಕಳದಲ್ಲಿ ಪ್ರ.ಶ.1400 ರ ಅನಂತರ ಆಳ್ವಿಕೆಯನ್ನು ನಡೆಸಿದವರು. ಇವರಲ್ಲಿ ವೀರಭೈರರಸ ಪ್ರ.ಶ.1432 ರಲ್ಲಿ ಕಾರ್ಕಳದ ಗೊಮ್ಮಟೇಶ್ವರನ ಏಕಶಿಲಾ ವಿಗ್ರಹವನ್ನು ಕೆತ್ತಿಸಿದ. ಕೆಳದಿಯ ಹಿರಿಯ ವೆಂಕಟಪ್ಪನಾಯಕ (ಪ್ರ.ಶ.1586–1629) ಭೈರರಸರ ಕೊನೆಯ ಅರಸನನ್ನು ಸೋಲಿಸಿ ಕಾರ್ಕಳವನ್ನು ತನ್ನ ಸುಪರ್ದಿಗೆ ತಂದುಕೊಂಡ. ಆದರೆ ದಾಖಲೆಗಳ ಪ್ರಕಾರ ಕೆಳದಿ ಶಿವಪ್ಪನಾಯಕ (ಪ್ರ.ಶ.1645–1660) ಕಾರ್ಕಳದ ಭೈರರಸರ ಆಡಳಿತವನ್ನು ಅಂತ್ಯಗೊಳಿಸಿದ ಎಂಬುದು ತಿಳಿದುಬರುತ್ತದೆ.

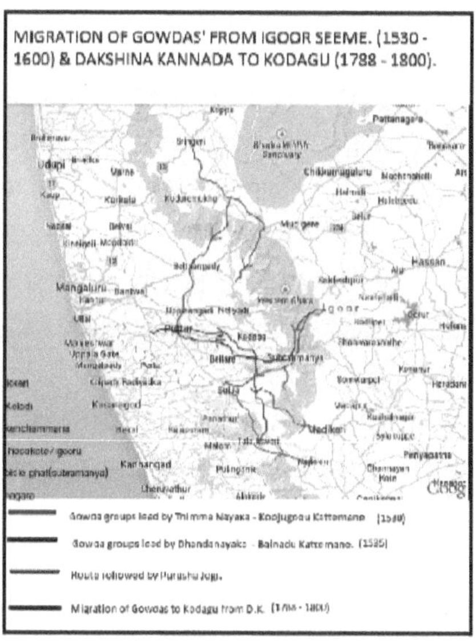

3

ತುಳುನಾಡಿಗೆ ಗೌಡರ ಪ್ರಸರಣ (1530–1630)

ಭಾರತದ ಇತಿಹಾಸದಲ್ಲಿ ವರ್ಣರಂಜಿತ ಆಡಳಿತವನ್ನು ಮಾಡಿದ ವಿಜಯನಗರದ (ರಾಜರ) ಸಂಸ್ಥಾನದ ಮೇಲೆ ಪ್ರ.ಶ.1565 ಜನವರಿ 23 ರಂದು ದಖ್ಖನಿನ ಪಂಚರಾಜ್ಯಗಳ ಒಕ್ಕೂಟ ಧಾಳಿಯನ್ನು ಮಾಡುತ್ತದೆ. ರಕ್ಕಸಗಿ ತಂಗಡಗಿಯ ತಾಳಿಕೋಟೆಯ ಕದನದಲ್ಲಿ ರಾಮರಾಯನ ಹತ್ಯೆಯೊಂದಿಗೆ ಮಹಾಸಾಮ್ರಾಜ್ಯವು ಅಧಃಪತನ ಹೊಂದುತ್ತದೆ. ಪೆನುಗೊಂಡ, ಚಂದ್ರಗಿರಿ ಕೊನೆಗೆ ವೆಲ್ಲೂರುಗಳಿಂದ ಅರವೀಡು ವಂಶದ ಆಳ್ವಿಕೆ ಪ್ರ.ಶ.1646ರವರೆಗೆ ನಡೆದರೂ ಕರ್ನಾಟಕದಲ್ಲಿ ಮೈಸೂರು, ಚಿತ್ರದುರ್ಗ, ಕೆಳದಿ ಮುಂತಾದ ಮಾಂಡಳಿಕರು ಸ್ವತಂತ್ರ ಆಡಳಿತ ನಡೆಸಲಾರಂಭಿಸಿದರು.

ವಿಜಯನಗರದ ಹಿಡಿತದಿಂದ ಸ್ವತಂತ್ರಗೊಂಡ ತುಳುನಾಡಿನ ಆಳುಪರೂ ಸೇರಿದಂತೆ ಅನೇಕ ಬಲ್ಲಾಳರು ನಿರಂಕುಶ ಆಡಳಿತ ನಡೆಸಲಾರಂಭಿಸಿದರು. ಮಲೆನಾಡಿನಲ್ಲಿ ಕೆಳದಿಯ ನಾಯಕರ ಆಳ್ವಿಕೆಯೂ ಬಲಗೊಂಡು ತಮ್ಮ ವಾಣಿಜ್ಯ ನೆಲೆಗಳಿರುವ ಕರಾವಳಿಯನ್ನು ಸುಪರ್ದಿಗೆ ತೆಗೆದುಕೊಳ್ಳಲು ಅಪೇಕ್ಷಿಸುತ್ತಾರೆ. ಆದರೆ ಕರಾವಳಿಯ ಆಳುಪ ಮೊದಲಾದ ರಾಜವಂಶಗಳು ಸ್ವತಂತ್ರ ಹೊಂದಿದ ಮೇಲೆ ಬಿಸಿಲೆ, ಶಿರಾಡಿ ಹಾಗೂ ಬಂಗಾಡಿಯ ಮೂಲಕ ಕರಾವಳಿಯೊಂದಿಗೆ ಮಲೆನಾಡಿಗೆ ಮತ್ತು ಬಯಲುಸೀಮೆಗೆ ಇದ್ದ ವ್ಯಾಪಾರಿ ಮಾರ್ಗ ಕಡಿದು ಹೋಗುತ್ತದೆ. ಆದರೆ ಕೆಳದಿಯ ನಾಯಕರಿಗೆ ಕರಾವಳಿಯ ಬಂದರುಗಳು ಆರ್ಥಿಕ ಮೂಲಗಳಾಗಿದ್ದವು. ಇಲ್ಲಿಂದಲೇ ಅಕ್ಕಿ, ಕರಿಮೆಣಸು, ಸಂಬಾರ ಪದಾರ್ಥಗಳು, ರೇಷ್ಮೆ ಇತ್ಯಾದಿಗಳು ರಫ್ತಾಗುತ್ತಿದ್ದವು; ಕುದುರೆ, ಸುಗಂಧದ್ರವ್ಯ ಮೊದಲಾದವು ಆಮದಾಗುತ್ತಿದ್ದವು. ಪೋರ್ಚುಗೀಸರು, ಡಚ್ಚರು ಅರಬರೊಂದಿಗೆ ಕೆಳದಿ ಸಂಸ್ಥಾನ ಈ ಕರಾವಳಿಯ ಬಂದರುಗಳಿಂದಲೇ ವ್ಯಾಪಾರ ನಡೆಸುತ್ತಿದ್ದರಿಂದ ಇವುಗಳ ಮೇಲೆ ಅಧಿಕಾರ ಹೊಂದುವುದು ಅನಿವಾರ್ಯವಾಗಿತ್ತು. ಈ ನೆಲೆಗಳನ್ನು ಕಳೆದುಕೊಂಡರೆ ಸಂಸ್ಥಾನ ದೊಡ್ಡ ನಷ್ಟವನ್ನು ಹೊಂದಬೇಕಾದುದರಿಂದ ತುಳುನಾಡಿನಲ್ಲಿ ತಮ್ಮ ಆಧಿಪತ್ಯವನ್ನು ಸ್ಥಾಪಿಸುವಲ್ಲಿ ಯೋಜನೆಗಳನ್ನು ರೂಪಿಸುತ್ತಾರೆ.

ಪ್ರಭುತ್ವವೊಂದರ ನಿರ್ಮಾಣದ ಹಿಂದೆ ಧಾರ್ಮಿಕ ಶಕ್ತಿಯೊಂದು ಪ್ರೇರಣದಾಯಿಯಾಗಿ ನಿಲ್ಲುವುದು ಇತಿಹಾಸದಲ್ಲಿ ಕಾಣುವ ಸಾಮಾನ್ಯ ಸಂಗತಿ, ವಿಜಯನಗರದ ಹಿಂದೆ ವಿದ್ಯಾರಣ್ಯರು, ಗಂಗರಿಗೆ ಪ್ರೇರಣೆಯಾಗಿ ಜೈನಮುನಿ ಸಿಂಹನಂದಿ, ಶಿವಾಜಿಗೆ ಗುರು

ಸಮರ್ಥ ರಾಮದಾಸರು. ಒಂದು ಪ್ರದೇಶದ ಮೇಲೆ ಪರಕೀಯ ರಾಜಕೀಯ ಶಕ್ತಿಯೊಂದು ನೆಲೆಗೊಳ್ಳಲು ಮೂಲಭೂತವಾಗಿ ಧಾರ್ಮಿಕ ಬದಲಾವಣೆ ಘಟಿಸಬೇಕು. ಧಾರ್ಮಿಕ ಹಾಗೂ ರಾಜಕೀಯ ಅತಿಕ್ರಮಣಗಳು ಜೊತೆಜೊತೆಯಾಗಿ ಸಂಭವಿಸುತ್ತವೆ.

ತುಳುನಾಡಿನ ಬಹುತೇಕ ಧಾರ್ಮಿಕ ಕೇಂದ್ರಗಳು ಜೈನ ಹಾಗೂ ವೈಷ್ಣವ ಧರ್ಮಗಳ ಹಿಡಿತದಲ್ಲಿದ್ದಿದ್ದರಿಂದ ಶೈವ ಸಂಪ್ರದಾಯವನ್ನು ಮರುಸ್ಥಾಪಿಸುವಲ್ಲಿ ಶೃಂಗೇರಿ ಮಠದ ಪಾತ್ರ ಮಹತ್ವದ್ದು. ಇಕ್ಕೇರಿಯ ಸಂಸ್ಥಾನ ಹಾಗೂ ಶೃಂಗೇರಿ ಮಠ ತುಳುನಾಡಿನಲ್ಲಿ ರಾಜಕೀಯ ಹಾಗೂ ಧಾರ್ಮಿಕ ಬದಲಾವಣೆ ತರುವಲ್ಲಿ ವಿಶೇಷ ಯೋಜನೆಯನ್ನು ರೂಪಿಸುತ್ತವೆ. ಆಡಳಿತಾತ್ಮಕವಾಗಿ ಇಕ್ಕೇರಿಯ ಸಂಸ್ಥಾನ ಗಟ್ಟಿಗೊಳ್ಳುತ್ತಿದ್ದರೆ ಶೃಂಗೇರಿ ಮಠವು ಬಹುತೇಕ ದೇವಾಲಯಗಳನ್ನು ತನ್ನ ಸುಪರ್ದಿಗೆ ತೆಗೆದುಕೊಳ್ಳುತ್ತದೆ. ಈ ಬದಲಾವಣೆಗಳಿಗೆ ಪೂರಕವಾಗಿ ಶ್ರೀಮಠ ಹಾಗೂ ಇಕ್ಕೇರಿಯ ಸಂಸ್ಥಾನಕ್ಕೆ ನಿಷ್ಠರಾದ 'ಪಾಶುಪತ ನಾಥಪಂಥೀಯ' ಗೌಡರನ್ನು ತುಳುನಾಡಿನಲ್ಲಿ ನೆಲೆಗೊಳಿಸಲಾಯಿತು. ಕಾಳಭೈರವನ ಆರಾಧಕರಾದ ಇವರು ಪಿತೃಪ್ರಧಾನ ಕುಟುಂಬ ವ್ಯವಸ್ಥೆಯನ್ನು ಅನುಸರಿಸುವವರು. ಕೃಷಿ ಹಾಗೂ ಸೈನಿಕ ಬಲಗಳೆರಡರಲ್ಲೂ ಗಟ್ಟಿಗರಾದ ಗೌಡರು 'ಗುರುಮನೆ–ಶೃಂಗೇರಿ, ಅರಮನೆ–ಇಕ್ಕೇರಿ' ಯ ಅನುಸಾರವಾಗಿ ದಕ್ಷಿಣ ಕನ್ನಡ ತದನಂತರ ಕೊಡಗಿನಲ್ಲಿ ನೆಲೆಯೂರುತ್ತಾರೆ. "ಗುರುಮನೆಯವರೇ, ಅರಮನೆಯವರೇ, ಕಟ್ಟೆಮನೆಯವರೇ, ಮಾಗಣೆಯವರೇ, ಊರಗೌಡರೇ, ಹತ್ತು ಕುಟುಂಬ ಹದಿನೆಂಟು ಗೋತ್ರದ ಬಂಧುಬಾಂಧವರೇ..." ಎಂದು ಪ್ರಾರ್ಥಿಸುವಾಗ ಅಥವಾ ಧಾರ್ಮಿಕ ವಿಧಿಗಳನ್ನು ಕೈಗೊಳ್ಳುವಾಗ ತಮ್ಮ ಆಡಳಿತ ವ್ಯವಸ್ಥೆಯನ್ನು ನೆನೆಯುತ್ತಾರೆ.

ಗೌಡರು ಸುಳ್ಯ ಪರಿಸರಕ್ಕೆ ಹಾಸನದ ಐಗೂರು ಪರಿಸರದಿಂದ ಬಂದವರು. ಇದಕ್ಕೆ ಪೂರಕವಾದ ಲಿಖಿತ ಆಧಾರಗಳಿಲ್ಲದಿದ್ದರೂ ಗೌಡರು ಹೇಳುವ 'ಕೆಂಡದ ಮಳೆಯ' ಐತಿಹ್ಯ ಐಗೂರಿನಲ್ಲಿ ಬಂದಿರಬಹುದಾದ ಬರವನ್ನು ನಿರೂಪಿಸುತ್ತದೆ. ಬಹುಶಃ ಹೇಮಾವತಿ ನದಿಯು ಬತ್ತಿ ಹೋದುದರಿಂದ ಗೌಡರು ಘಟ್ಟವಿಳಿದು ಬಂದಿರಬೇಕು. ಇದು 15–16ನೆಯ ಶತಮಾನದಲ್ಲಿ ಘಟಿಸಿರಬಹುದಾದ ವಲಸೆ ಪ್ರಕ್ರಿಯೆ ಇರಬೇಕು ಎಂಬುದು ಡಾ.ಬಿಳಿಮಲೆಯವರ ಅಭಿಪ್ರಾಯ.

ಆದರೆ ಇದು 16ನೆಯ ಶತಮಾನಗಳ ನಡುವೆ ನಡೆದು ರಾಜಕೀಯ ಮತ್ತು ಮತೀಯ ಪ್ರೇರಿತವಾದ ವ್ಯವಸ್ಥಿತ ವಲಸೆಯಿರಬೇಕು. 'ಗುರುಮನೆ–ಅರಮನೆ'ಗಳ ನಿರ್ದೇಶನದಂತೆ ಮುಖಂಡನೋರ್ವನ ಮುಂದಾಳತ್ವದಲ್ಲಿ ತಂಡ ತಂಡವಾಗಿ ನಡೆದ ವಲಸೆಯಾಗಿರಬೇಕು. ಕಂದ್ರಪ್ಪಾಡಿಯ ಆರಾಧ್ಯ ದೈವ 'ಪುರುಷ ಭೂತದ' ಪಾಡ್ದನದಲ್ಲಿ ಲಭ್ಯವಾಗುವ 'ಅರವತ್ತು ತೊಟ್ಟಿಲುಗಳಲ್ಲಿ ಮಕ್ಕಳನ್ನು ತೂಗುವ' ಗೌಡ ಮನೆತನ ಇವರ ಸಂಖ್ಯಾ ಪ್ರಾಬಲ್ಯವನ್ನು ಸೂಚಿಸುತ್ತದೆ.

ಪ್ರ.ಶ.1530ರ ಆಸುಪಾಸಿನಲ್ಲಿ ಈ ವಲಸೆ ನಡೆದಿದ್ದರೆ ಆ ಕಾಲದಲ್ಲಿ ಕೆಳದಿಯ 'ಸದಾಶಿವ ನಾಯಕನ' ಆಳ್ವಿಕೆ ತುಳುನಾಡಿನಲ್ಲಿತ್ತು (ಪ್ರ.ಶ.1530–1566). ಕೊಡಗಿನಿಂದ ಪಾಣೆಮಂಗಳೂರಿನವರೆಗೆ ಇವನ ಆಳ್ವಿಕೆಗೆ ಒಳಪಟ್ಟ ಭಾಗಗಳು ದಟ್ಟ ಅರಣ್ಯದಿಂದ ಕೂಡಿತ್ತು. ಮಾಯಿಲ ಮೊದಲಾದ ಸಣ್ಣ ಬುಡಕಟ್ಟು ಸಮುದಾಯಗಳ ಸ್ಥಳೀಯ ಆಳ್ವಿಕೆಗೆ ಒಳಪಟ್ಟಿತ್ತು. ಕೊಲ್ಲಮೊಗರು, ಜಾಲ್ಸೂರು ಮೊದಲಾದೆಡೆ ಇರುವ ಮಾಯಿಲರ ಕೋಟೆ, ದಿಬ್ಬಗಳು ಇದಕ್ಕೆ ಸಾಕ್ಷಿಗಳು. ಈ ಸಂದರ್ಭದಲ್ಲಿ ಪುತ್ತೂರು ಮತ್ತು ಸುಳ್ಯ ಮಾಗಣೆಗಳನ್ನು ಪಾಳೆಯಗಾರರಾಗಿ ಅಷ್ಟ ಬಲ್ಲಾಳ್ತಿಯರು ಆಳುತ್ತಿದ್ದರು ಎಂದು ಈ ಮುಂದೆ ಚರ್ಚಿಸಲಾಗಿದೆ. ಇಂತಹ ಪ್ರದೇಶಗಳಿಗೆ ಗೌಡರ ಪ್ರವೇಶ ಸುಲಭದ ಮಾತಾಗಿರಲಿಲ್ಲ. ಇವರು ಅಲೆಮಾರಿ ಸಣ್ಣ ಪಂಗಡಗಳಂತೆ ಬರಲಿಲ್ಲ. ಇಲ್ಲಿನ ಮೂಲನಿವಾಸಿಗಳ ಪ್ರತಿರೋಧವನ್ನು ಎದುರಿಸಲು ಸಿದ್ಧತೆಯೊಂದಿಗೆ ಬಂದಿರಬೇಕು. ಇದು ಶೃಂಗೇರಿಯ ಮಠ ಹಾಗೂ ಇಕ್ಕೇರಿಯ ನಾಯಕರ ನಿರ್ದೇಶನದಲ್ಲಿ ವ್ಯವಸ್ಥಿತವಾಗಿ ನಡೆದಿರಬೇಕು. ಕೂಜುಗೋಡಿನ ತಿಮ್ಮನಾಯಕ ಬಲ್ನಾಡಿನ ದಂಡನಾಯಕರು ಈ ತಂಡಗಳ ನೇತೃತ್ವ ವಹಿಸಿದ್ದರು. ಇದೊಂದು ಗೌಡರ ಜೈತ್ರಯಾತ್ರೆಯಂತೆ ನಡೆದಿರಬೇಕು ಎಂದು ಡಾ.ಪೂವಪ್ಪ ಕಣಿಯೂರರವರ ತರ್ಕವಾಗಿದೆ [1]

ಪ್ರ.ಶ.1550ರಲ್ಲಿ ತುಳುನಾಡು ವಿಜಯನಗರದ ಸದಾಶಿವರಾಯ ಹಾಗೂ ಕೆಳದಿಯ ಸದಾಶಿವನಾಯಕನ ಆಳ್ವಿಕೆಗೆ ಒಳಪಟ್ಟಾಗ ಸುಳ್ಯ ಹಾಗೂ ಪುತ್ತೂರು ಭಾಗಗಳನ್ನು ಒಟ್ಟಾಗಿ 'ಅಮರ ಮಾಗಣೆಗಳು' ಎಂದು ಕರೆಯಲಾಗುತ್ತಿತ್ತು. ಕೆಳದಿ ವೆಂಕಟಪ್ಪ ನಾಯಕನ ಪ್ರಭಾವದಿಂದಾಗಿ (1613) ಶಿಶಿಲ, ಬೆಳ್ಳಾರೆ, ಕಾಂತಮಂಗಲ, ಬದಿಯಡ್ಕ, ಕುಂಬಳೆ, ಕಾಸರಗೋಡು ಭಾಗಗಳಲ್ಲಿ ಬಂಟ ಹಾಗೂ ಜೈನ ಬಲ್ಲಾಳರ ಆಡಳಿತ ಪ್ರಭಾವ ನಾಶವಾಗುತ್ತದೆ [2] ಇದು ಇಕ್ಕೇರಿಯವರ ಅನುಯಾಯಿಗಳಾದ ಗೌಡರ ನೆಲೆ ಭದ್ರಗೊಳ್ಳುವಲ್ಲಿ ಒಂದು ದಾರಿಯಾಗುತ್ತದೆ. ಗೌಡರು ಸುಳ್ಯ ಹಾಗೂ ಪುತ್ತೂರುಗಳಲ್ಲಿ ಪ್ರಭಾವಿ ಜಮೀನ್ದಾರರಾಗುತ್ತಾರೆ.

ಪೂವಪ್ಪ ಕಣಿಯೂರರ 'ಮೌಖಿಕ ಸಂಕಥನ' ದಕ್ಷಿಣ ಕನ್ನಡದ ಗೌಡರಿಗೆ ಗಂಗ, ಹೊಯ್ಸಳ, ಕೆಳದಿಯ ನಾಯಕರೊಂದಿಗೆ ಇರುವ ಐತಿಹಾಸಿಕ ಮತ ಮೂಲದ ಸಂಬಂಧವನ್ನು ಚರ್ಚಿಸುತ್ತದೆ. ಈ ವಂಶಗಳ ಮೂಲಿಗರು ಗಂಗಡಿಕಾರ ಒಕ್ಕಲಿಗರು. ಇದಕ್ಕೆ ಪೂರಕವಾಗಿ ತುಳುನಾಡಿನಲ್ಲಿ ಆರಾಧನೆಗೊಳ್ಳುವ ಅನೇಕ ಅರಸು ದೈವಗಳು, ಅರಸು ಪ್ರತಿನಿಧಿಗಳ ಆತ್ಮಗಳು! ಗೌಡರ ತರವಾಡು ಮನೆಗಳಲ್ಲಿ 'ಕಿನ್ನಿಮಾಣಿ–ಪೂಮಾನಿ'ಗಳ ಅಶ್ವಾರೋಹಿ ಪ್ರತಿಮೆಗಳಿವೆ. ಇವರು ತುಳುನಾಡಿನಿಂದ ಕಂಡಾಯ

1. ಡಾ. ಪೂವಪ್ಪ ಕಣಿಯೂರು– ಮೌಖಿಕ ಸಂಕಥನ, ತರಂಗಿಣಿ ಪ್ರಕಾಶನ, 2009, ಪು. 29
2. ಗಣಪತಿರಾವ್ ಐಗಳ್– ದಕ್ಷಿಣ ಕನ್ನಡ ಜಿಲ್ಲೆಯ ಪ್ರಾಚೀನ ಇತಿಹಾಸ 1923

ಸಂಗ್ರಹಿಸಿ ಇಕ್ಕೇರಿ ಹಾಗೂ ಶೃಂಗೇರಿಗೆ ಸಲ್ಲಿಸಲು ಬಂದ ರಾಜ ಪ್ರತಿನಿಧಿಗಳು, ಉಲ್ಲಾಕುಳುಗಳು ಸುಬ್ರಹ್ಮಣ್ಯನ ಕೊಡಿಮರ (ಧ್ವಜಸ್ತಂಭ) ಕಡಿದ ಐತಿಹ್ಯವು ಸ್ಥಳೀಯರೊಂದಿಗೆ ಗೌಡರು ಎದುರಿಸಿದ ಸಂಘರ್ಷದ ಸೂಚನೆಯಾಗಿದೆ. ಇವರು ಕಡ್ತಿಕಲ್ಲು, ಕಳಶ, ಬಿಸಿಲೆಯ ಮೂಲಕ ತುಳುನಾಡಿಗೆ ಬಂದ ದಾರಿ ಗೌಡರು ವಲಸೆ ಬಂದ ದಾರಿಯೇ ಆಗಿದೆ. ದಂಡನಾಯಕನ ನೇತೃತ್ವದಲ್ಲಿ ತುಳುನಾಡನ್ನು ಇಕ್ಕೇರಿಯ ಸಂಸ್ಥಾನಕ್ಕೆ ಒಳಪಡಿಸಲು ಬಂದ ಸೈನ್ಯಗಳ ಬಗೆಗೆ ಪಾಡ್ದನಗಳಲ್ಲಿ ವಿವರ ಲಭ್ಯವಾಗುತ್ತದೆ. ಇವರು ಕ್ರಮೇಣ ಜೈನ ಬಲ್ಲಾಳರಿಂದಲೂ ಆರಾಧನೆಗೆ ಒಳಪಟ್ಟು ಗೌಡರ ಮನೆ ದೈವಗಳಾಗುತ್ತಾರೆ. ಗೌಡರ ಪ್ರಾಬಲ್ಯ ಗಟ್ಟಿಯಾಗುತ್ತದೆ. ಇವರ ಮತಮೂಲದ ದೈವಗಳು ಅರಸು ಸ್ಥಾನ ಪಡೆದು ಭೂತಾರಾಧನೆಯ ಶ್ರೇಣೀಕೃತ ವ್ಯವಸ್ಥೆಯಲ್ಲಿ ಮೇಲ್ತುದಿಯಲ್ಲಿ ಕಾಣಿಸಿಕೊಳ್ಳುತ್ತಾರೆ.

ಉಲ್ಲಾಕುಳು ದೈವಗಳ ನುಡಿಯು ಇಲ್ಲಿ ಸ್ತುತ್ಯರ್ಹ–"ಬಲ್ಲಾಳರ ಕಾಲದ ಪೂರ್ವಕಟ್ಟಳೆ, ಬಲ್ಲಾಳರ ಸಂತಾನ ನಾಶಮಾಡಿದವು, ಪ್ರತಿ ಬಲ್ಲಾಳರಾದ ನಿಮ್ಮ ಬೆನ್ನು ಹಿಡಿದೆವು." ಈ ಬಗೆಯ ಮೌಖಿಕ ಕಥನಗಳು ಗೌಡ ಸಮುದಾಯಗಳನ್ನು ಹೊಂದಿಕೊಂಡು ಹಲವು ಸಿಗುತ್ತವೆ. ಉಲ್ಲಾಕುಳು ಆರಾಧನೆಯಲ್ಲಿ ಗೌಡ ಸಮುದಾಯ ಹೊಂದುವ ಆಡಳಿತಾತ್ಮಕ ನೆಲೆ ಬಲ್ಲಾಳರಿಂದ ಈ ಸಮುದಾಯ ಭೂ ಆಸ್ತಿಯನ್ನು ಪಡಕೊಂಡ ಚಾರಿತ್ರಿಕ ಸ್ಥಿತ್ಯಂತರ ಮೂಲದಲ್ಲಿದೆ. ಪುತ್ತೂರು ಮತ್ತು ಸುಳ್ಯ ಸೀಮೆಗಳನ್ನು ಈ ಶಾಖೆಗಳ ಕೊನೆಯ ಸಂತತಿಗಳಾಗಿ ಮಾತೃ ಪ್ರಧಾನ ಸಂತತಿಯ ಅಷ್ಟಬಲ್ಲಾಳ್ತಿಯರು ಆಡಳಿತ ನಡೆಸುತ್ತಿದ್ದರೆಂದು ಪ್ರತೀತಿ. ಈ ಆಳುವ ಬಲ್ಲಾಳ್ತಿಯರು ಇಕ್ಕೇರಿ ನಾಯಕರ ಆಳ್ವಿಕೆಗೆ ಒಳಪಟ್ಟಾಗ ಹಲವು ಕಾರಣಗಳಿಂದ ನಾಶವಾದರು. ಇವರ ಭೂಆಸ್ತಿಯೊಂದಿಗೆ ಆರಾಧನ ಪದ್ಧತಿಯನ್ನು ಗೌಡರು ನಿರ್ವಹಿಸಬೇಕಾಗಿ ಬಂತೆಂದು ಆ ಸ್ಥಳಗಳಲ್ಲಿನ ಉಳ್ಳಾಕ್ಲು ಆಡಳಿತ ಸಮುದಾಯವಾಗಿರುವ ಗೌಡರು ಇಂದೂ ಹೇಳಿಕೊಳ್ಳುತ್ತಾರೆ.

ಈ ರೀತಿಯಾಗಿ ಸುಳ್ಯ ಮತ್ತು ಪುತ್ತೂರು ಪರಿಸರಗಳನ್ನು ಆಳುತ್ತಿದ್ದು ನಶಿಸಿಹೋದ ಅಷ್ಟಬಲ್ಲಾಳ್ತಿಯರು, ಅವರು ಆಳುತ್ತಿದ್ದ ಪ್ರದೇಶ ಹಾಗೂ ಅವರ ಆಸ್ತಿಗಳಿಗೆ ಉತ್ತರಾಧಿಕಾರಿಗಳಾದ ಗೌಡ ಕುಟುಂಬಗಳನ್ನು ಈ ರೀತಿಯಾಗಿ ಡಾ. ಪೂವಪ್ಪ ಕಣಿಯೂರುರವರು ದಾಖಲಿಸಿರುತ್ತಾರೆ.[3]

---

3. **ಡಾ. ಪೂವಪ್ಪ ಕಣಿಯೂರು,**
("ಮೌಖಿಕ ಸಂಕಥನ"–ತರಂಗಿಣಿ ಪ್ರಕಾಶನ–2009 ಪುಟ 35)

ಕ್ರ ಸಂ.	ಬಲ್ಲಾಳ್ತಿಯರ ಹೆಸರು	ಆಳುತ್ತಿದ್ದ ಪ್ರದೇಶ	ವರ್ಗಾವಣೆ ಪಡೆದ ಗೌಡ ಕುಟುಂಬಗಳು
1	ಅಕ್ಕುಬಲ್ಲಾಳ್ತಿ	ಸುಳ್ಯ ಪನ್ನೆಬೀಡು	ಕಾನತ್ತಿಲ ಉಲ್ಲಾಕುಳು ಕುರುಂಜಿ ಗೌಡರು
2	ಚೋಮು ಬಲ್ಲಾಳ್ತಿ	ಇಡ್ಯಡ್ಕ ಬೀಡು	ಇಡ್ಯಡ್ಕ ಗೌಡರು
3	ಚೆನ್ನು ಬಲ್ಲಾಳ್ತಿ	ಸುಳ್ಯಕೋಡಿ ಕೊಟ್ಟಾರ	ಮಿತ್ತೂರು ಉಲ್ಲಾಕುಳು ಸುಳ್ಯಕೋಡಿ ಗೌಡರು
4	ಮಾಣಿಕ್ಯ ಬಲ್ಲಾಳ್ತಿ	ಬಲ್ನಾಡು ಮರ್ಕಂಜ ಬಲ್ನಾಡು ಉಲ್ಲಾಕುಳು	ಬಲ್ನಾಡು ಗೌಡರು
5	ದೈಯುಕ್ಕು	ಅಳಕೆ ಬೀಡು –ಅಳಕೆ ಮಜಲು ಉಲ್ಲಾಕುಳು	ಉಳುವಾರ ಗೌಡರು
6	ಸೋಮು ಬಲ್ಲಾಳ್ತಿ	ಸೋಮು ಕೊಟ್ಟಾರ ಪೆರಾಜೆ ಉಲ್ಲಾಕುಳು	ಕುದುರೆ ಕುಂಜ್ಞಾ ಮೂಲದ ಗೌಡರು
7	ಪಾಟಿ ಬಲ್ಲಾಳ್ತಿ	ಸೋಮು ಕೊಟ್ಟಾರ ಪೆರಾಜೆ ಉಲ್ಲಾಕುಳು	ಮೂಲೆಮಜಲು ಗೌಡರು
8	ಚಿನ್ನೇರು ಬಲ್ಲಾಳ್ತಿ	ಅರಸುಮಂಜಿಷ್ ಬೀಡು–ಬಜಪಿಲ ಉಲ್ಲಾಕುಳು	ಊರುಗೌಡರು

ಈ ಮೇಲಿನ ದಾಖಲಾತಿಗಳು 'ಬಲ್ಲಾಳ–ಗೌಡ–ಉಲ್ಲಾಕುಳು ಸಂಬಂಧಗಳನ್ನು ನಿರೂಪಿಸುತ್ತಿದ್ದು ಭೂಆಸ್ತಿ ಹಸ್ತಾಂತರವನ್ನು ನಿರೂಪಿಸುತ್ತವೆ. "ಸುವರ್ಣ ಪುತ್ಥಳಿ ಕೋಲಿನಿಂದ ಕೊಟ್ಟಾರದವರು ಉಂಬಳಿ ಭೂಮಿಯಾಗಿ ಅಳೆದು ಕೊಟ್ಟರು" ಎನ್ನುವುದು ಈ ಕಥನಗಳ ಪ್ರಧಾನ ಸಂಗತಿ.

ದಕ್ಷಿಣ ಕನ್ನಡದ ಗೌಡರನ್ನು ಪ್ರಪ್ರಥಮವಾಗಿ ತಲಕಾಡಿನ ಗಂಗರಸರ ಮೂಲದವರೆಂದು ಉಲ್ಲೇಖಿಸಿರುವ ಸಂಶೋಧಕರೂ, ವಿದ್ವಾಂಸರೂ ಆದ ಎಣ್ಮೂರು ಪಂಜದ ಶ್ರೀಮಾನ್ ಡಿ.ಜಿ. ನಡ್ಕರವರು (ಶ್ರೀ ಧರ್ಮಪಾಲ, 86 ವರ್ಷ ಪ್ರಾಯ). ತುಳುನಾಡಿನ ಭೂತಾರಾಧನೆಯಲ್ಲಿ ಅರಸು ದೈವಗಳಾದ 'ಉಳ್ಳಾಕ್ಲು" (ಒಡೆಯರು) ಭೂತಗಳು Hirarchy ಯಲ್ಲಿ ಮೇಲ್ಪಂಕ್ತಿಯಲ್ಲಿರುವಂತಹ ದೈವಗಳು. ಅಶ್ವಾರೋಹಿ ಗಳಾದ ಇಬ್ಬರು ರಾಜಕುಮಾರರ ಪ್ರತಿಮೆಗಳು ಗೌಡರ ತರವಾಡು ಮನೆತನ ಗಳಲ್ಲಿರುವುದಾಗಿ ತಿಳಿಸಿರುತ್ತೇವೆ. ಈ ರಾಜಕುಮಾರರು ಗಂಗವಂಶದ ಸ್ಥಾಪಕರಾದ 'ದಡಿಗ ಮತ್ತು ಮಾಧವ' ಹಾಗೂ ಅವರೊಂದಿಗಿರುವ ಹೆಣ್ಣು ದೈವ ಉಲ್ಲಾಳ್ತಿ (ಒಡತಿ), ದಡಿಗ ಮಾಧವನವರ ಸೋದರಿ 'ಆಲಬ್ಬೆ' ಎಂಬುದಾಗಿ ಡಿ.ಜಿ. ನಡ್ಕ (ಧರ್ಮಪಾಲನವರು) ತಮ್ಮ ಕೃತಿಯಲ್ಲಿ ನಮೂದಿಸಿರುತ್ತಾರೆ.

ಈ ರೀತಿಯಾಗಿ ಗೌಡರ ತುಳುನಾಡಿನ ವಲಸೆಯು ಒಂದು ಸಾಮ್ರಾಜ್ಯ ಚಕ್ರವರ್ತಿಯ ಜೈತ್ರಯಾತ್ರೆಯೆಂದು ಕೆಳದಿಯ ಕವಿ ಲಿಂಗಣ್ಣನು ತನ್ನ "ನೃಪವಿಜಯ" ವೆಂಬ ಹಳೆಗನ್ನಡ ಕಾವ್ಯದಲ್ಲಿ ಬರೆದಿರುವ ಬಗ್ಗೆ ಚರ್ಚಿಸುತ್ತಾ, ಡಾ.ಪೂವಪ್ಪ ಕಣಿಯೂರರವರು ತಮ್ಮ ಕೃತಿ "ಮೌಖಿಕ ಸಂಕಥನ" ದಲ್ಲಿ ವಿವರಿಸಿರುತ್ತಾರೆ. ಇಕ್ಕೇರಿ ಮಹಾಸಂಸ್ಥಾನದಿಂದ ಹದಿನಾರನೆಯ ಶತಮಾನದ ಆದಿಯಲ್ಲಿ ತುಳುನಾಡಿಗೆ, ಅನಂತರದ ದಿನಗಳಲ್ಲಿ ಕೊಡಗಿಗೆ ವಲಸೆ ಬಂದಂತಹ ಗೌಡರು ತಮಗೆ ಎದುರು ನಿಂತವರನ್ನು ರಕ್ತಸಿಕ್ತವಾದ ಹೋರಾಟದಲ್ಲಿ ಸೋಲಿಸಿ, 'ಸಾಮ, ದಾನ, ಭೇದ ಮತ್ತು ದಂಡದ ಮೂಲಕ ಧಾರ್ಮಿಕ, ರಾಜಕೀಯ, ಯೋಧರಾಗಿ ತುಳುನಾಡಿನ ಪೂರ್ವಭಾಗಗಳನ್ನು ಪೂರ್ಣವಾಗಿ ಇಕ್ಕೇರಿ ನಾಯಕರ ಸುಪರ್ದಿಗೆ ತರುವಲ್ಲಿ ಹಾಗೂ ಶೈವ ಸಂಪ್ರದಾಯವನ್ನು ಪ್ರಬಲಗೊಳಿಸುವಲ್ಲಿ ಸಫಲರಾದರು.

"ಕೂಜುಗೋಡು ಕಟ್ಟೆಮನೆ" ಗೌಡರಿಗೆ
ಶೃಂಗೇರಿ ಮಠದಿಂದ ಕೊಟಲ್ಪಟ್ಟ ಬಿಲ್ಲೆ ಕ್ರಿ.ಶ. 1643

4

ಅಮರ ಸುಳ್ಯಕ್ಕೆ ಗೌಡರ ಪ್ರಸರಣ–ಕೂಜುಗೋಡು ಕಟ್ಟೆಮನೆ

ಅದೊಂದು ದಿನ ಪ್ರಶ.1565 ರ ಮಧ್ಯಭಾಗದಲ್ಲಿ ಇಕ್ಕೇರಿ ಸಂಸ್ಥಾನದ ರಾಜಸಭೆಯಲ್ಲಿ ಕೆಳದಿಯ ದೊರೆ ಸದಾಶಿವನಾಯಕರು ಸಿಂಹಾಸನಾರೂಢರಾಗಿರುತ್ತಾರೆ. ಎಲ್ಲರ ಮುಖದಲ್ಲಿ ಕಳವಳದ ಛಾಯೆ ಮೂಡಿರುತ್ತದೆ. ಅದೇ ವರ್ಷ ಜನವರಿ 25 ರಂದು ದಕ್ಷನಿನ ಒಕ್ಕೂಟ ದಾಳಿಯಿಂದ ವಿಜಯನಗರ ಸಾಮ್ರಾಜ್ಯದ ಚಕ್ರವರ್ತಿ ರಾಮರಾಯನ ಹತ್ಯೆಯೊಂದಿಗೆ ಮಹಾಸಾಮ್ರಾಜ್ಯವು ಅಧಃಪತನ ಹೊಂದಿರುತ್ತದೆ. ಸಾಮ್ರಾಜ್ಯದಲ್ಲಿ ಅರಾಜಕತೆ ತಾಂಡವವಾಡುತ್ತದೆ. ಕರ್ನಾಟಕದ ಮೈಸೂರು, ಚಿತ್ರದುರ್ಗ, ಕೆಳದಿ (ಐಗೂರು), ತುಳುನಾಡಿನ ಕರಾವಳಿಯ ಆಳುಪರು ಆದಿಯಾಗಿ ಮಾಂಡಲೀಕ ಅರಸರು ಸ್ವತಂತ್ರ ಆಡಳಿತ ನಡೆಸಲು ಆರಂಭಿಸಿದ್ದರು. ಆಳುಪ ರಾಜರಿಂದಾಗಿ ಕರಾವಳಿ ಬಂದರುಗಳು ಮತ್ತು ಅದಕ್ಕೆ ಹೊಂದಿದ ರಹದಾರಿಗಳು ಇಕ್ಕೇರಿ ನಾಯಕರ ಕೈತಪ್ಪಿ ಹೋಗುವ ಸಾಧ್ಯತೆಯನ್ನು ರಾಜಸಭೆಯು ಮನಗಂಡಿತ್ತು. ಇದರೊಂದಿಗೆ ಅಂತಾರಾಷ್ಟ್ರೀಯ ವ್ಯಾಪಾರ–ವಹಿವಾಟುಗಳು ಕುಂಟಿತಗೊಂಡು, ಕುದುರೆಗಳನ್ನು ಆಮದು ಮಾಡಲಾಗದೆ ಸಂಸ್ಥಾನವು ಶಿಥಿಲಗೊಳ್ಳುವ ಸಾಧ್ಯತೆ ಎದುರು ಬಂದಿತ್ತು.

ಇಕ್ಕೇರಿ ಸಂಸ್ಥಾನಕ್ಕೆ ನಿಷ್ಠರಾದ ಸೀಮೆಯ ಪ್ರಜೆಗಳನ್ನು ಸಂಸ್ಥಾನದ ಅಧೀನದಲ್ಲಿ ಇದ್ದ ಪುತ್ತೂರು, ಸುಳ್ಯ ಅಮರ ಮಾಗಣೆಗಳಲ್ಲಿ ನೆಲೆಸುವ ವ್ಯವಸ್ಥೆಯನ್ನು ಕಾರ್ಯರೂಪಕ್ಕೆ ತರಲು ಇಕ್ಕೇರಿ ದೊರೆ ಸದಾಶಿವನಾಯಕನ ಸಂಬಂಧಿ ಯುವ ದಂಡನಾಯಕನಾದ ತಿಮ್ಮನಾಯಕನ ನೇತೃತ್ವದಲ್ಲಿ ಕಳುಹಿಸಲು ಸಭೆಯಲ್ಲಿ ನಿರ್ಧಾರವಾಯಿತು. ಇದರಿಂದ ಕರಾವಳಿಯ ಬಂದರುಗಳು ಹಾಗೂ ರಹದಾರಿಗಳು ಇಕ್ಕೇರಿ ಸಂಸ್ಥಾನದ ಸುಪರ್ದಿನಲ್ಲಿ ಇರುವಂತಹ ವ್ಯವಸ್ಥೆ ಮುಂದುವರಿಯಲು ಕಾರಣೀಭೂತವಾಯಿತು.

ಅಮರ ಸುಳ್ಯಕ್ಕೆ ಗೌಡರ ಆಗಮನ ಸುಳ್ಯದ ಇತಿಹಾಸದಲ್ಲಿ ಹೊಸ ಯುಗವನ್ನು ತರುತ್ತದೆ. ಇದೊಂದು ಹೊಸ ರಾಜಕೀಯ ಶಕ್ತಿಯೊಂದರ ನೆಲೆಗೊಳ್ಳುವಿಕೆ, ಪರಂಪರಾಗತ ಪ್ರಭುತ್ವದ ಪಲ್ಲಟ ಹಾಗೂ ಧಾರ್ಮಿಕ ಸ್ಥಿತ್ಯಂತರಗಳಂತಹ ಚಾರಿತ್ರಿಕ ಬದಲಾವಣೆಗಳು ಘಟಿಸಲು ಕಾರಣೀಭೂತವಾದ ಪ್ರವೇಶ.

ಸುಳ್ಯದ ಗೌಡರು ಹಾಸನ ಜಿಲ್ಲೆಯ ಸಕಲೇಶಪುರದ 'ಐಗೂರು ಸೀಮೆ'ಯವರು. ವಣಗೂರು ಕೆಂಚಮ್ಮನ ಹೊಸಕೋಟೆಯಿಂದ ಕೂಡುರಸ್ತೆ, ಬಿಸಿಲೆ ಮೂಲಕ ಘಟ್ಟವಿಳಿದು

'ತಿಮ್ಮನಾಯಕ'ನ ಸಮರ್ಥ ಮುಂದಾಳತ್ವದಲ್ಲಿ ಬಂದ ಗೌಡ ಪಂಗಡವೊಂದು ಕುಳ್ಕುಂದ–ಸುಬ್ರಹ್ಮಣ್ಯದ ಮೂಲಕ ಐನೆಕ್ಕಿಯಲ್ಲಿ ನೆಲೆಸುತ್ತದೆ. ಇವರೇ 'ಕೂಜುಗೋಡು ಕಟ್ಟೆಮನೆ' ಯವರು. ಇವರು ಶೃಂಗೇರಿ ಮಠ ಹಾಗೂ ಇಕ್ಕೇರಿ ಸಂಸ್ಥಾನದಿಂದ ಸನ್ನದು (Licence) ಮತ್ತು ನಿರೂಪಣೆ (Decree) ಪಡೆದು ಅದರ ಸಹಾಯದಿಂದ ಬಲ್ಲಾಳರಿಂದ ಭೂಮಿ ಹಾಗೂ ದೇವಾಲಯಗಳ ಒಡೆತನವನ್ನು ಪಡೆಯುತ್ತಾರೆ.[೧೨] ಇದು ಇಕ್ಕೇರಿಯ ಸಂಸ್ಥಾನ ಹಾಗೂ ಶೃಂಗೇರಿ ಮಠದ ಪ್ರಾಬಲ್ಯ ದಕ್ಷಿಣ ಕನ್ನಡದಲ್ಲಿ ಬಲಗೊಳ್ಳುವುದರಲ್ಲಿ ಗೌಡರ ಪಾತ್ರವನ್ನು ತೋರಿಸುತ್ತದೆ.

ಇಕ್ಕೇರಿ ನಾಯಕರ ನಿರ್ದೇಶನದಂತೆ ಕೆಲ ಗೌಡ ಕುಟುಂಬಗಳನ್ನು ಸುಳ್ಯ ಭಾಗಕ್ಕೆ ಕರೆತಂದ ತಿಮ್ಮನಾಯಕ ಓರ್ವ ಶಿವಾಚಾರ (ಲಿಂಗಾಯತ) ಸಂಪ್ರದಾಯಸ್ಥ. ಇವನು ತಲಕಾಡು ಗಂಗರ ಮೂಲದ ಇಕ್ಕೇರಿ ನಾಯಕರ ನೇರ ರಕ್ತ ಸಂಬಂಧಿ. ಹರಿಹರ ಪಲ್ಲತಡ್ಕದಲ್ಲಿ ನೆಲೆಯೂರಿದ ಇವನ ಮೂಲ ವಣಗೂರು– ಕೆಂಚಮ್ಮನ ಹೊಸಕೋಟೆ. ಈತನು ಕೊಲ್ಲಮೊಗರ ಸಮೀಪದ ಕಜ್ಜೋಡಿಯ ಗೌಡ ಮನೆತನದ ಕನ್ಯೆಯೋರ್ವಳನ್ನು ವಿವಾಹವಾಗಿ ಈರ್ವರು ಗಂಡುಮಕ್ಕಳನ್ನು ಪಡೆಯುತ್ತಾನೆ. ಇವನ ಮುಂದುವರಿದ ವಂಶವೇ 'ಕೂಜುಗೋಡು ಕಟ್ಟೆಮನೆ'. ಇವನ ಮಕ್ಕಳು ಗೌಡ ಕನ್ಯೆಯರನ್ನು ಮದುವೆಯಾಗಿ ಗೌಡರಾಗುತ್ತಾರೆ. ಕೂಜುಗೋಡಿನ ಕಟ್ಟೆಮನೆಯವರು 'ನಾಯರ್ ಬಳಿ'ಯವರಾಗಿದ್ದು, ವಣಗೂರು ಹೊಸಕೋಟೆ ಕೆಂಚಮ್ಮನನ್ನು ಕುಟುಂಬದ ದೇವತೆಯನ್ನಾಗಿ ಆರಾಧಿಸುತ್ತಾರೆ.

ಗೌಡರ ಆಗಮನಕ್ಕೂ ಮುನ್ನ ಸುಳ್ಯದ ಅನೇಕ ಪ್ರದೇಶಗಳು ತುಂಡು ಬಲ್ಲಾಳರ ಆಡಳಿತಕ್ಕೆ ಒಳಪಟ್ಟಿದ್ದುದು ಮೌಖಿಕ ಆಕರಗಳಿಂದ ತಿಳಿದುಬರುತ್ತದೆ. ಬಾಳುಗೋಡಿನ 'ರತ್ನಾಪುರದ ಬಲ್ಲಾಳರು, ಹರಿಹರ, ಐನೆಕ್ಕಿ, ಕೊಲ್ಲಮೊಗರ ಮೊದಲಾದ ಪ್ರದೇಶಗಳನ್ನೂ, ಹರಿಹರೇಶ್ವರ ದೇವಾಲಯ, ಸುಬ್ರಹ್ಮಣ್ಯ ಹಾಗೂ ಇತರ ದೇವಾಲಯಗಳನ್ನೂ ತನ್ನ ಸುಪರ್ದಿನಲ್ಲಿ ಇಟ್ಟುಕೊಂಡಿದ್ದರು. ರತ್ನಾಪುರದ ಬಲ್ಲಾಳರಲ್ಲೋರ್ವ ಸ್ತ್ರೀ ಲಂಪಟ ಹಾಗೂ ಅನೈತಿಕನಾಗಿದ್ದು, ಸಂತಾನಹೀನನಾಗಿದ್ದ. ಇವನ ತಂಗಿಯೋರ್ವಳು ಹರಿಹರೇಶ್ವರ ದೇವಾಲಯದ ಅರ್ಚಕನೊಂದಿಗೆ ಅನೈತಿಕ ಸಂಬಂಧ ಹೊಂದಿದ್ದಳು. ಇದನ್ನು ತಿಳಿದ ಬಲ್ಲಾಳ ಅರ್ಚಕನನ್ನು ಸಂಹರಿಸಿದ ಪ್ರಯುಕ್ತ ತನ್ನ ತಂಗಿಯ ಆತ್ಮಹತ್ಯೆಗೂ ಕಾರಣನಾಗಿದ್ದ. ರತ್ನಾಪುರದ ಬಲ್ಲಾಳನಿಗೆ ತನ್ನ ವಶದಲ್ಲಿರುವ ಭೂಮಿಗಳಲ್ಲಿ ಕಟ್ಟೆಮನೆ ತಿಮ್ಮನಾಯಕನ ಕೌಟುಂಬಿಕರು ಬಲಗೊಳ್ಳುವುದನ್ನು ಸಹಿಸಿಕೊಳ್ಳಲಾಗಲಿಲ್ಲ. ತಿಮ್ಮ ನಾಯಕನ ಮಕ್ಕಳೀರ್ವರೂ ತಮ್ಮ ತಾಯಿಯ ಮನೆಗೆ ಕೊಲ್ಲಮೊಗ್ರಕ್ಕೆ ಹೋದಾಗ ಅವರನ್ನು ಸಂಹರಿಸುವ ಯೋಜನೆಯನ್ನು ರೂಪಿಸುತ್ತಾನೆ.

---

೨. Puttur Anantharaja Gowda- IN PERSUIT OF OUR ROOTS- Tenkila Prakashana- 2015.

ಆದರೆ ಇದರ ವಾಸನೆ ನಾಯಕನ ಮಕ್ಕಳಿಗೆ ಬಂದು ಬಲ್ಲಾಳನನ್ನು ಎದುರಿಸಲು ಸನ್ನದ್ಧರಾಗಿ ಖಡ್ಗ, ವಿಷಪೂರಿತ ಆಯುಧಗಳೊಂದಿಗೆ ಬಲ್ಲಾಳನ ತಂಡದೊಂದಿಗೆ ಮುಖಾಮುಖಿಗೊಳ್ಳುತ್ತಾರೆ. ಕೆಚ್ಚಿನ ಯುವಕರನ್ನು ನೋಡಿ ಬಲ್ಲಾಳನ ತಂಡ ದಿಕ್ಕಾಪಾಲಾಗುತ್ತದೆ. ಬಲ್ಲಾಳನನ್ನು ಸೆರೆಹಿಡಿದು ಹರಿಹರೇಶ್ವರ ದೇವಾಲಯದ ಗರ್ಭಗುಡಿಯಲ್ಲಿ ಕೂಡಿಹಾಕುತ್ತಾರೆ. ಬಲ್ಲಾಳನನ್ನು ಕೊಲ್ಲದೆ ಪ್ರಾಣಭಿಕ್ಷೆಯನ್ನು ನೀಡುತ್ತಾರೆ. ಆದರೆ ಇಷ್ಟಕ್ಕೇ ಮುಗಿಯಲಿಲ್ಲ.! ದ್ವೇಷ ಹೊಗೆಯಾಡುತ್ತಿತ್ತು. ಕಟ್ಟೆಮನೆಯ ಗುರಿಕಾರ ದೇವಾಲಯದ ಜಾತ್ರೆಯ ಸಂದರ್ಭದಲ್ಲಿ ಬಲ್ಲಾಳನನ್ನು 'ಅಂಬುಗಾಯಿ' ಆಡಲು ಆಹ್ವಾನಿಸುತ್ತಾನೆ. ಅಂಬುಗಾಯಿ ಆಡುತ್ತಾ ಬಲ್ಲಾಳನ ತಲೆಗೆ ತೆಂಗಿನಕಾಯಿಯಿಂದ ಹೊಡೆದು ಸಾಯಿಸಲಾಗುತ್ತದೆ. ಉತ್ತರಾಧಿಕಾರಿಯಿಲ್ಲದ ಬಲ್ಲಾಳನ ಆಳ್ವಿಕೆ ನಾಶವಾಗುತ್ತದೆ. ಗೌಡರು ಮುನ್ನೆಡೆಗೆ ಬಂದು ಇಕ್ಕೇರಿಯವರ ನೆರವಿನೊಂದಿಗೆ ಜಮೀನ್ದಾರರಾಗಿ ಇಕ್ಕೇರಿ ಸಂಸ್ಥಾನದ ಪಾಳೇಗಾರರಾಗುತ್ತಾರೆ. ಬಂಟ ಹಾಗೂ ಜೈನರು, ಬಲ್ಲಾಳನ ಸಂತತಿಯವರು ಕಾಲಕ್ರಮೇಣ ಮೂಡುಬಿದರೆ, ಕಾರ್ಕಳ ಭಾಗಕ್ಕೆ ವಲಸೆ ಹೋಗುತ್ತಾರೆ. ಇವರಲ್ಲಿ ಕೆಲವರು ಗೌಡರೊಂದಿಗೆ ಸಮೀಕರಣ ಹೊಂದಿ ಗೌಡ ಸಮುದಾಯವನ್ನು ಸೇರಿಕೊಳ್ಳುತ್ತಾರೆ. ಇವರೇ 'ಗುಂಡನ ಬಳಿ'ಯವರು!.

ಕಾಲಕ್ರಮದಲ್ಲಿ ತಿಮ್ಮನಾಯಕನ ಈರ್ವರು ಮಕ್ಕಳ ನಡುವೆ ಬಲ್ಲಾಳನ ವಿಚಾರವಾಗಿ ಮನಸ್ತಾಪ ಮೂಡುತ್ತದೆ. ಇವರು ಹರಿಹರೇಶ್ವರ ದೇವಾಲಯದ ಸಂಗಮದಲ್ಲಿ ನಿಂತು ತಮ್ಮ ಸಂಬಂಧವನ್ನು ಕಡಿದುಕೊಳ್ಳುತ್ತಾರೆ. ಇಬ್ಬರೂ ಪರಸ್ಪರ ಯಾವುದೇ ಕೌಟುಂಬಿಕ ಸಂಬಂಧವನ್ನು ಹೊಂದುವುದಿಲ್ಲ ಎಂದು ಪ್ರತಿಜ್ಞೆ ಮಾಡುತ್ತಾರೆ. ಇವರು ಕೊಕ್ಕರೆಗಳು ಹಾರುವ ದಿಕ್ಕನ್ನು ಅನುಸರಿಸಿ ಅದು ನೆಲೆ ನಿಂತ ಜಾಗದಲ್ಲಿ ಬೇರೆ ಬೇರೆ ವಾಸ್ತವ್ಯವನ್ನು ನಿರ್ಮಿಸಿಕೊಳ್ಳುತ್ತಾರೆ. ಹೀಗೆ ಕೂಜುಗೋಡು ಹಾಗೂ ಕಟ್ಟೆಮನೆಗಳು ಅಸ್ತಿತ್ವಕ್ಕೆ ಬಂದವು. ಇವರ ನಡುವೆ ಯಾವುದೇ ಸಂಬಂಧಗಳು ಇಲ್ಲದೆ ಒಂದೇ ಮೂಲಕ್ಕೆ ಸೇರಿದ್ದರೂ ಸ್ವತಂತ್ರವಾಗಿ ಕುಟುಂಬಗಳನ್ನು ಕಟ್ಟಿಕೊಂಡಿದ್ದಾರೆ. ಎರಡೂ ಮನೆತನಗಳು ಲಿಂಗಾಯಿತ ಸಂಪ್ರದಾಯ ಮೂಲದ ಗೌಡರಾಗಿದ್ದು, 'ನಾಯರ್ ಬಳಿ'ಯವರು.[1]

ಕೂಜುಗೋಡು ಕಟ್ಟೆಮನೆಯ ಇಂದಿನ ಹಿರಿಯರಾದ ಶ್ರೀ ಧರ್ಮಪಾಲಗೌಡರಲ್ಲಿ ಶೃಂಗೇರಿ ಮಠ ನೀಡಿದ ಅನೇಕ ದಾಖಲೆ ಪತ್ರಗಳು, ಹಿತ್ತಾಳೆಯ 'ಬಿಲ್ಲೆಪದಕ'ಗಳಿದ್ದು ಇವರು ಮಠದೊಂದಿಗೆ ಸಂಬಂಧವನ್ನು ಹೊಂದಿದ್ದಾರೆ. ಕಟ್ಟೆಮನೆ ಗೌಡರಿಗೂ ಶೃಂಗೇರಿ ಗುರುಮಠಕ್ಕೂ ನಡುವೆ ಕೊಂಡಿಯಂತಿದ್ದು, ಗೌಡರ ಕಾಣಿಕೆಗಳನ್ನು ಗುರು ಪೀಠಕ್ಕೆ ಸಲ್ಲಿಸುವ ಜವಾಬ್ದಾರಿಯನ್ನು ಹೊಂದಿದೆ.

---

1. Dr. Chandrashekhar Kiribhaga-Managing trustee of Harihareshwara Temple, Harihar Pallathadka.

ಇಕ್ಕೇರಿಯವರ ಕಾಲದಿಂದಲೂ ಕುಕ್ಕೆ ಸುಬ್ರಹ್ಮಣ್ಯ ದೇವಾಲಯದ ಆಡಳಿತ ಈ ಎರಡೂ ಕುಟುಂಬಗಳ ಕೈಯಲ್ಲಿತ್ತು. ಇತ್ತೀಚಿನವರೆಗೆ ದಿ.ಶಾಂತಪ್ಪಗೌಡ, ಕೂಜುಗೋಡು ಕುಶಾಲಪ್ಪಗೌಡ, ಕೂಜುಗೋಡು ಕಟ್ಟೆಮನೆ ವೆಂಕಟ್ರಮಣಗೌಡರು (ಪುತ್ತೂರಿನ ಮಾಜಿ ಶಾಸಕರು) ದಿ. ಸುಬ್ರಹ್ಮಣ್ಯಗೌಡ (ಪುತ್ತೂರು ಹಾಗೂ ಬೆಳ್ತಂಗಡಿಯ ಮಾಜಿ ಶಾಸಕರು) ಇವರೆಲ್ಲ ದೇವಾಲಯದ ಟ್ರಸ್ಟಿಗಳಾಗಿದ್ದರು. ಕ್ರಮೇಣ ಅಧಿಕ ಆದಾಯದ ಗಳಿಕೆಯಿಂದಾಗಿ ಶ್ರೀಮಂತಗೊಂಡು 'ಧಾರ್ಮಿಕ ದತ್ತಿ ಇಲಾಖೆ'ಯ ಸುಪರ್ದಿಗೆ ಬಂದಿತು. ಕೂಜುಗೋಡು ಹಾಗೂ ಕಟ್ಟೆಮನೆಯವರ ಕೈಯಿಂದ ಅಧಿಕಾರ ಜಾರಿತು.

ಬಹುಶಃ ಇದೊಂದು ಸ್ಥಿತ್ಯಂತರ ಗೌಡ ಸಮುದಾಯದ ಮೇಲೆ ಹೊಡೆತ ಎನ್ನಬಹುದು. ರಾಜಕೀಯ, ಧಾರ್ಮಿಕ ಹಾಗೂ ಸಾಂಸ್ಕೃತಿಕವಾದ ಅಧಿಕಾರಗಳು ಸಮುದಾಯವೊಂದರ ಕೈಯಿಂದ ಬದಲಾಗುವುದು ಆ ಸಮುದಾಯದ ಮೇಲಾಗುವ ಹೊಡೆತ.

ಕೂಜುಗೋಡು ಕಟ್ಟೆಮನೆಗೆ ಶೃಂಗೇರಿ ಮಠದ ಅಪ್ರಕಟಿತ ನಿರೂಪ

ಶೃಂಗೇರಿ ಜಗದ್ಗುರು ಸಂಸ್ಥಾನದಿಂದ ಕೂಜುಗೋಡು ಕಟ್ಟೆಮನೆ ದೇರಣ್ಣಗೌಡ ಮತ್ತು ಬಲ್ನಾಡು ಸಂಕಪ್ಪಗೌಡರಿಗೆ ತಾ॥ 22–04–1935 ರಲ್ಲಿ ಕಳುಹಿಸಿದ ಆಮಂತ್ರಣ

ಶ್ರೀ ಶೃಂಗೇರಿ ಜಗದ್ಗುರು ಸಂಸ್ಥಾನ

ದಕ್ಷಿಣ ಕನ್ನಡ ಜಿಲ್ಲಾ ಆಚಾರ ವಿಚಾರಣಾ ಸ್ಥಾನದಿಂದ

ಮ॥ ರಾ॥ ರಾ॥ [illegible] ರವರಿಗೆ.

ಶ್ರೀ ಸಂಸ್ಥಾನದಿಂದ ಆಚಾರ ವಿಚಾರಕ್ಕೋಸ್ಕರ ಬಂದು [illegible] ರಲ್ಲಿ ಮೊಕ್ಕಾಂ ಮಾಡಿದ್ದೇವೆ. ನೀವು ನಿಮ್ಮ ಸಂಗಡದ ಜನರಿಂದ ಸೇರಿ ಬಂದು [illegible] 2-2-35 [illegible] ಶ್ರೀ ಜಗದ್ಗುರು ಮಹಾಸ್ವಾಮಿಗಳವರ ಪ್ರಸಾದ ಮಂತ್ರಾಕ್ಷತೆಗಳನ್ನು ಸ್ವೀಕರಿಸಿ ಕರ್ತವ್ಯವನ್ನು ನೆರವೇರಿಸಿ ಕೃತಾರ್ಥರಾಗಬೇಕೆಂದು ತಿಳಿಸಿದ್ದೇವೆ.

[illegible]

ಮೊಕ್ಕಾಂ [illegible]

ತಾರೀಕು. 25. 1. '35.

ದಕ್ಷಿಣ ಕನ್ನಡ ಜಿಲ್ಲಾ ಧರ್ಮಾಧಿಕಾರಿ.

ಸರಸ್ವತೀ ಪ್ರಿಂಟಿಂಗ್ ವರ್ಕ್ಸ್, ಲಿಮಿಟೆಡ್, ಮಂಗಳೂರು.

[illegible]

ಶೃಂಗೇರಿ ಜಗದ್ಗುರು ಸಂಸ್ಥಾನದಿಂದ ತಾ॥ 18–09–1950 ರಲ್ಲಿ ನೀಡಿದ ನಿರೂಪ

॥ ಶ್ರೀ ಗಣೇಶ ಶಾರದಾ ಗುರುಭ್ಯೋನಮಃ ॥

ಸ್ವಸ್ತಿಶ್ರೀ ಜಗದ್ಗುರು ಮಹಾ[illegible] ಶ್ರೀ ಶೃಂಗಗಿರಿ ಶ್ರೀಮಠದ ಶಿಷ್ಯ ಭಕ್ತರಾದ [illegible] ಮಹಾಜನರಿಗೆ

ನಿರೂಪ

ಶ್ರೀಮದಾದಿ ಜಗದ್ಗುರು ಶ್ರೀ ಶಂಕರ ಭಗವತ್ಪಾದಾಚಾರ್ಯ ಶ್ರೀ ವಿದ್ಯಾಶಂಕರ, ಶ್ರೀವಿದ್ಯಾರಣ್ಯ ಪ್ರಮುಖ ಮಹಾ ತಪೋನಿಧಿಗಳು ಅಲಂಕರಿಸಿ ಚಾತುರ್ವರ್ಣ್ಯ ಧರ್ಮಪರಿಪಾಲನೆಯನ್ನು ನಡೆಸಿಕೊಂಡು ಬಂದ ಶ್ರೀ ಶಾರದಾ ವ್ಯಾಖ್ಯಾನ ಸಿಂಹಾಸನದಲ್ಲಿ ಈಗ ತಪಶ್ಚಕ್ರವರ್ತಿಗಳಾಗಿರುವ ಶ್ರೀ ಶೃಂಗೇರಿ ಜಗದ್ಗುರು ಚಂದ್ರಶೇಖರ ಭಾರತೀ ಮಹಾಸ್ವಾಮಿಗಳವರು ಶ್ರೀಮಠದ ಸಮಸ್ತ ಶಿಷ್ಯ ಭಕ್ತರಿಗೆ ಅನುಗ್ರಹಿಸಿ ನಮ್ಮ ಮಠದಲ್ಲಿ ಕೊಡಿಸಿರುವ ಶ್ರೀಮುಖವು ಅಗ್ರಭಾಗದಲ್ಲಿ ಕಳುಹಿಸಲ್ಪಟ್ಟಿರುವುದು

ಈ ಶ್ರೀಮುಖದ ಮುಖ್ಯ ಉದ್ದೇಶ್ಯವು :— ಶ್ರೀಮಠದ ಗುರು ಶಿಷ್ಯ ಭಾವವು ಪರಂಪರೆಯಾಗಿ ಶಾಶ್ವತವಾಗಿ ನಡೆಯುತ್ತ ಬರಬೇಕೆಂದು ಶ್ರೀ ಸರ್ವಜ್ಞ ವಿದ್ಯಾರಣ್ಯ ಮಹರ್ಷಿಗಳ ಕಾಲದಲ್ಲಿ ಚಾತುರ್ವರ್ಣ್ಯಕ್ರಮದ ಧರ್ಮ ಪರಿಪಾಲನೆಯು ಕಟ್ಟು ನಿಟ್ಟಾಗಿ ನಡೆದು ಬರಲು ವ್ಯವಸ್ಥಾ ನಿಬಂಧನೆಗಳು ಮಾಡಲ್ಪಟ್ಟವು. ಈ ನಿಬಂಧನೆಯಂತೆ ನಾಲ್ಕು ವರ್ಣಗಳಿಗೆ ಸೇರಿದ ಪ್ರತಿ ಜಾತಿಗೂ ಮಠ ಮುದ್ರೆ, ಜೋಯಿಸರು, ಮುಜಮಾನ, ಚೌತ್ರಿ ಗೌಡ, ಬುದ್ಧಿವಂತ ಗುರಿಕಾರ ಮೊದಲಾದ ಗೌರವಾಧಿಕಾರಿಗಳು ನಿರ್ಮಿಸಲ್ಪಟ್ಟು ಪ್ರತ್ಯೇಕ ಜಾತಿ ವಿಹಿತ ಧರ್ಮಾಚರಣೆಗಳು ಕಟ್ಟು ನಿಟ್ಟಾಗಿ ನಡೆದು ಬರುವ ಕ್ರಮವು ನಿರ್ಮಿಸಲ್ಪಟ್ಟಿತು. ಶ್ರೀಮಠದ ಶಿಷ್ಯರಾದ ಪ್ರತಿ ಜಾತಿಯವರೂ ಶ್ರೀ ಜಗದ್ಗುರುಗಳವರ ಧರ್ಮ ನಿರ್ಣಯಕ್ಕೆ ಒಳಪಟ್ಟು ಜಾತಿ ಧರ್ಮ ರಕ್ಷಣೆ ಮಾಡಿಕೊಳ್ಳಲು ಬದ್ಧರಾಗಿ ನಿರ್ಣಯಿಸಿದ್ದರು. ಶ್ರೀ ಗುರು ಶಿಷ್ಯ ಭಾವದ ಶಾಶ್ವತ ಚಿಹ್ನೆಯಾಗಿ ವರ್ಷಂಪ್ರತಿ ಸೇವಕಾ ಗುರು ಕಾಣಿಕೆಯು ಕಲ್ಪಿಸಲ್ಪಟ್ಟಿತು. ಶ್ರೀ ಜಗದ್ಗುರುಗಳವರು ಲೋಕಕಲ್ಯಾಣಾರ್ಥವಾಗಿ ನಡೆಸುವ ಶ್ರೀ ಶಾರದಾ ಚಂದ್ರಮೌಳೀಶ್ವರಾದಿ ದೇವತಾರ್ಚನೆಯ ಪುಣ್ಯಾಂಶದ ಫಲಕ್ಕೆ ಪ್ರತಿಯೊಬ್ಬರೂ ಭಾಗಿಯಾಗಿ ಸಕಲ ಶ್ರೇಯಃಪ್ರಾಪ್ತಿಗಾಗಿ "ದೀಪಾರಾಧನೆ ಕಾಣಿಕೆ" ಎಂಬ ವಾರ್ಷಿಕ ಸೇವಾ ದ್ರವ್ಯವನ್ನು ಪ್ರತಿ ಮನೆಯವರೂ ಪ್ರತಿ ವರ್ಷವೂ ಶ್ರೀ ಮಠಕ್ಕೆ ಸಲ್ಲಿಸಲು ಶಾಶ್ವತವಾದ ಧರ್ಮ ಬದ್ಧ ಪತ್ತರೆಯನ್ನು ಶ್ರೀ ಕಾಶೀವಿಶ್ವೇಶ್ವರಾದಿ ದೇವತಾಸ್ಮರಣಾ ಪ್ರತಿಜ್ಞಾ ಪೂರ್ವಕವಾಗಿ ಆತ್ಮಸಾಕ್ಷಿಯಿಂದ ಶಿಷ್ಯರಾದ ಪ್ರತಿ ಜನಾಂಗದವರೂ ಅರ್ಪಿಸಿದ್ದು ಇವರ ಪರಂಪರೆಯವರು ಈವರೆವಿಗೂ ಈ ಧರ್ಮ ಸೇವೆಯನ್ನು ನಡೆಸಿಕೊಂಡು ಬರುತ್ತಿರುವರು. ಅಲ್ಲದೆ ಆಗಾಗ ನಡೆಸಲ್ಪಡುವ ವಿವಾಹಾದಿ ಮಂಗಳ ಕಾರ್ಯದಲ್ಲಿ ಶ್ರೇಯೋಭ್ಯುದಯಕ್ಕಾಗಿ ಶ್ರೀ ಗುರು ಚರಣ ಕಾಣಿಕೆ, ಅಗ್ರ ತಾಂಬೂಲ ನೀಡಬೇಕಾದ ಸೇವಾ ದ್ರವ್ಯಗಳನ್ನು ಸಲ್ಲಿಸುತ್ತಾ ಬರಲು ಧಾರ್ಮಿಕ ನಿರ್ಣಯ ಮಾಡಲ್ಪಟ್ಟಿತು. ಜನ್ಮಾಂತರೀಯ ದುಷ್ಕರ್ಮದಿಂದ ಈ ಜನ್ಮದಲ್ಲಿ ಪಾಪ ಮಾಡಿದವರ ಪಾಪ ಪರಿಹಾರಾರ್ಥವಾಗಿ ಶಾಸ್ತ್ರೀಯ ಪ್ರಾಯಶ್ಚಿತ್ತವು ವಿಧಿಸಲ್ಪಟ್ಟು ಪ್ರಾಯಶ್ಚಿತ್ತಾಂಗವಾಗಿ ಶುದ್ಧ ಪತ್ರವನ್ನು ಹೊಂದಲು ಗುರುದಂಡವೆಂಬ ಶಾಸನವೂ ನಿರ್ಣಯಿಸಿತು. ಈ ನಿಬಂಧನೆಯಿಂದ ಧರ್ಮಾಚರಣೆಯ ಪರಿಪಾಲನೆಯು ಅಧಿಕೃತವಾಗಿ ನಿಷ್ಪಟ್ಟು ನಡೆದು ಬಂದಿರುವುದು.

ಶ್ರೀ ಮಠದ ಸಾಕ್ಷಾತ್ ಶಿಷ್ಯರಲ್ಲದಿದ್ದರೂ ಭಕ್ತರಾದ ಭಾರತೀಯರು ಶ್ರೀ ಶಾರದಾಂಬಾ ಸೇವೆ ನಡೆಸಿ ಶ್ರೇಯಸ್ಸನ್ನು ಸಂಪಾದಿಸಲು ಶ್ರೀ ಶಾರದಾ ಕಾಣಿಕೆಯನ್ನು ಸಲ್ಲಿಸುತ್ತಿರುವರು. ಇಂತಹ ಭಕ್ತರು ಪ್ರತ್ಯೇಕ ಗುರುಪೀಠಕ್ಕೆ ಶಿಷ್ಯರಾಗಿ ಅಥವಾ ಕುಲ ಗುರುಗಳನ್ನುಳ್ಳವರಾಗಿರುವರು.

ಶ್ರೀ ಮಠದ ಶಿಷ್ಯರಾದ ಬ್ರಾಹ್ಮಣ ಪುರೋಹಿತರ ಮೂಲಕ ಶುಭಾಶುಭಕಾರ್ಯಗಳನ್ನು ಪರಂಪರೆಯಾಗಿ ನಡೆಸಿಕೊಂಡು ಬಂದಿರುವ ಬ್ರಾಹ್ಮಣ, ಕ್ಷತ್ರಿಯ, ವೈಶ್ಯ, ಶೂದ್ರ ವರ್ಣದವರೂ ಮುಖ್ಯ ಪಟ್ಟಿಗೆ ಒಳಪಟ್ಟ ಕನ್ನಡ ಜಿಲ್ಲೆಯಲ್ಲಿರುವ ನಾಲ್ಕು ವರ್ಣದವರೂ ಅಖಂಡ ಭರತ ಖಂಡದಲ್ಲಿರುವ ಅದ್ವೈತ ಮತಧರ್ಮಾನುಯಾಯಿಗಳಾದ ಸಕಲ ಭಾರತೀಯರೂ ಪ್ರಾಯಶಃ ಶ್ರೀಮಠದ ಶಿಷ್ಯರಾಗಿ ಗಣಿಸಲ್ಪಟ್ಟಿರುವರು.

ಶ್ರೀ ಜಗದ್ಗುರುಗಳವರು ಚಾತುರ್ವರ್ಣ್ಯಾಂತರ್ಗತ ಸಮಸ್ತ ಭಾರತೀಯ ಶಿಷ್ಯರ ಶಾಸ್ತ್ರ ವಿಹಿತ ಧರ್ಮ ನಿರ್ಣಯಕ್ಕೆ ಮೂಲಭೂತ ಧರ್ಮಾಧಿಕಾರಿಗಳಾಗಿರುವರು. ಈ ಧರ್ಮಾಧಿಕಾರವು ಶ್ರೀ ಮಠಕ್ಕೆ ಶಾಶ್ವತವಾದ ಅಪರಿವರ್ತನೀಯವಾದ ಅಧಿಕಾರವಾಗಿರುವುದು. ಈ ಪವಿತ್ರವಾದ ಧರ್ಮದ ಪರಿಪಾಲನೆಗೆ ಪೂರ್ವ ಕಾಲ ಬಾಧ್ಯತೆಯು ಯಾವ ಪ್ರಭುತ್ವಕ್ಕೂ ಒಳಪಡುವುದಿಲ್ಲವು.

ಹೀಗೆ ಶ್ರೀಮಠದ ಶಿಷ್ಯರ ಪೂರ್ವಿಕರು ಶಾಶ್ವತವಾಗಿ ನಡೆಸಿಕೊಂಡು ಬಂದ ಧರ್ಮಾಚರಣೆಗೆ ವಿರೋಧವಾಗಿ ನಡೆಯುವುದು. ಶಿಷ್ಯ ಜನರ ಪೂರ್ವಿಕರು ಪ್ರತಿಜ್ಞಾ ಪೂರ್ವಕವಾಗಿ ಶ್ರೀಮಠಕ್ಕೆ ಸಲ್ಲಿಸುತ್ತಾ ಬಂದ ದೇವತಾ ಸೇವಾ ದ್ರವ್ಯವನ್ನು ಸಲ್ಲಿಸದಿರುವುದು ಅಥವಾ ಯಾವ ದೇವತಾ ಸೇವೆಗೆ ಈ ಕಾಣಿಕೆಯು ಉದ್ದೇಶಿಸಲ್ಪಟ್ಟಿತೋ ಆ ದೇವತಾ ಉದ್ದೇಶ್ಯವನ್ನು ಬಿಟ್ಟು ಬೇರೆಯಾಗಿ ವಿನಿಯೋಗ ಮಾಡುತ್ತೇವೆನ್ನುವುದು ಸರ್ವಥಾ ಅಧರ್ಮ ಪ್ರವರ್ತಕರಾಗುವುದು ಮಹಾ ಪಾತಕವೆಂದು ವೇದ ಶಾಸ್ತ್ರಗಳು ಘಂಟಾ ಘೋಷವಾಗಿ ತಿಳಿಸುವುವು. ಇಂಥವರು ತಮ್ಮ ಪೂರ್ವಿಕರ ಧರ್ಮ ಪ್ರತಿಜ್ಞೆಗೆ ಭಂಗಕರುವವರಾಗಿ ಅವರ ಶಾಪಕ್ಕೆ ಗುರಿಯಾಗುವರಲ್ಲದೆ ಶ್ರೀ ಸದ್ಗುರ್ವನುಗ್ರಹವನ್ನು ಕಳೆದುಕೊಂಡು ಇಹ ಪರ ಲೋಕದಲ್ಲಿ ಅಶ್ರೇಯಸ್ಸನ್ನು ಹೊಂದುವರು.

ಲೋಕದಲ್ಲಿ ವೇದ ಶಾಸ್ತ್ರ ವಿಹಿತವಾದ ಧರ್ಮಕ್ಕೆ ಪರ್ಯಾಯವೇ ಇಲ್ಲವು. ತಾನು ಹೊಸದಾದ ಧರ್ಮವೊಂದನ್ನು ಪ್ರಾರಂಭಿಸುವುದಕ್ಕಿಂತಲೂ ಪೂರ್ವಿಕರು ನಡೆಸಿಕೊಂಡು ಬಂದ ಧರ್ಮವನ್ನು ಪಾಲಿಸಿಕೊಂಡು ಬರುವುದು ಶ್ರೇಯಸ್ಕರವು. ತನ್ನ ವಿರೋಧಿಗಳು ಮಾಡಿದ ಒಂದು ಧರ್ಮವನ್ನಾದರೂ ಪಾಲಿಸುವುದು ಪುಣ್ಯಕರವು.

ಶ್ಲೋಕಃ ಶತ್ರುಣಾಪಿಹಿತಪ್ರಾಜ್ಞಾಃ ಧರ್ಮಕೃತ್ಪುರ್ವಕಸ್ಯಚಿತ್ ।

" ಧರ್ಮೇ ಸರ್ವಂ ಪ್ರತಿಷ್ಠಿತಂ "

ಧರ್ಮವೆಂದರೆ - ವೇದಶಾಸ್ತ್ರ ವಿಹಿತವಾದ ಸದಾಚರಣೆಯು. ಈ ಧರ್ಮವು ಕಾಲಾನುಗುಣವಾಗಿ ಪರಿವರ್ತನ ಹೊಂದತಕ್ಕದ್ದಲ್ಲವು. ಶಾಶ್ವತವಾಗಿ ನಡೆದು ಬರುವಂತಹುದು. [illegible] ಶಂಕರಾಚಾರ್ಯರಾದಿಯಾಗಿ ಸಮಸ್ತ ಧರ್ಮಾಚಾರ್ಯರೂ ಇದನ್ನು ಸ್ಪಷ್ಟಪಡಿಸಿರುವರು. ಅನೇಕ ಆಧುನಿಕರು ನಾಗರಿಕ ವ್ಯಾಮೋಹದಿಂದ ಧರ್ಮ ತತ್ವವನ್ನು ತಿಳಿಯಲಾರದೆ ಅನ್ಯಮಾರ್ಗಗಾಮಿಗಳಾಗಿರುವರು.

ಪ್ರಕೃತ ಭರತ ಖಂಡದಲ್ಲಿ ಪ್ರಾಪ್ತವಾಗುತ್ತಿರುವ ಪ್ರಕೃತಿ ವಿಕೋಪಾದಿ ಸಕಲ ಅನರ್ಥ ಪರಂಪರೆಗಳಿಗೂ " ಅಧರ್ಮವೇ " ಮೂಲಕಾರಣವೆಂದೂ ಸಕಲರೂ ಶಾಸ್ತ್ರವಾದ ಮತ್ತೆಗೂ ಧರ್ಮ ವಿಷಯವನ್ನು ತಿಳಿದುಕೊಂಡು ಅದರಂತೆ ಆಚರಿಸುವಲ್ಲಿ ಸಕಲ ಅಭ್ಯುದಯವನ್ನು ಪಡೆಯುವರೆಂದೂ ಪೂರ್ವಿಕರು ನಡೆಸಿಕೊಂಡು ಬಂದ ಧರ್ಮಾಚರಣೆಯಿಂದ ಶ್ರೇಷ್ಠ ಪರಂಪರೆಗಳು ತಪ್ಪಿ ಹೋಗಿ ಶ್ರೀ ಶಾರದಾ ಚಂದ್ರ ಚೂಡಾದಿ ದೇವತಾನುಗ್ರಹವು ಲಭಿಸಿ ಶ್ರೇಯಃಪಾತ್ರರಾಗುವರೆಂದೂ ಶ್ರೀ ಮಠದಲ್ಲಿ ಶ್ರೀ ಜಗದ್ಗುರುಗಳವರು ಸೂತ್ರಪ್ರಾಯವಾಗಿ ಅಪ್ಪಣೆ ಕೊಡಿಸಿದ್ದಾರೆ. ಈ ಶಾಸ್ತ್ರೀಯ ಧರ್ಮಬೋಧೆಯನ್ನೇ ಭಾವಿ ಧರ್ಮಪೀಠಾಲಂಕೃತರಾಗಿದ ಶ್ರೀ ಶ್ರೀ ಜಗದ್ಗುರು ಶ್ರೀಮದಭಿನವ ವಿದ್ಯಾತೀರ್ಥ ಮಹಾಸ್ವಾಮಿಗಳವರೂ ಶಾಸ್ತ್ರೋಕ್ತವಾಗಿ ನಿರೂಪಿಸಿರುತ್ತಾರೆ.

ಈ ಧರ್ಮ ಬೋಧೆಗಾಗಿಯೂ ಶ್ರೀ ಶಾರದಾ ದೇವಿಪೂಜಾದಿ ಸೇವಾ ಕಾಣಿಕೆಯ ವ್ಯವಸ್ಥಾ ಪೂರ್ವಕ ಸ್ವೀಕಾರಕ್ಕಾಗಿಯೂ ಶ್ರೀ ದೇವರ ಪ್ರಸಾದ ವಿತರಣಕ್ಕಾಗಿಯೂ ನಮ್ಮನ್ನು ಪ್ರತಿನಿಧಿಯಾಗಿ ನಿಯಮಿಸಿ ಶ್ರೀಮುಖವನ್ನೂ ಪ್ರಸಾದವನ್ನೂ ನಮ್ಮ [illegible]ಲ್ಲಿ ಅನುಗ್ರಹಿಸಿ ಪಾಲಿಸಿಕೊಟ್ಟು ಕಳುಹಿಸಿದಂತೆ ನಾವು ಪ್ರಯಾಣ ಬೆಳೆಸಿ ಬಂದು ಶ್ರೀಮುಖವನ್ನು ಎಲ್ಲಾ ಮಹಾ ಜನರಿಗಾಗಿ ಕಳುಹಿಸಿರುತ್ತೇವೆ. ಶ್ರೀಮಠದ ಶಿಷ್ಯರಾದ, ಭಕ್ತರಾದ ಸಮಸ್ತ ಮಹಾಜನರೂ ಶ್ರೀಮುಖ ಸಂದೇಶವನ್ನು ಶಿರಸಾವಹಿಸಿ ಎಲ್ಲಾ ವಿಧವಾಗಿ ಸಹಕರಿಸಿ ನಡೆದು ಶ್ರೀ ಶಾರದಾ ಚಂದ್ರಮೌಳೀಶ್ವರ ಸದ್ಗುರು ಅನುಗ್ರಹ ಹೊಂದಿ ಸಕಲ ಶ್ರೇಯಃಪಾತ್ರರಾಗಬೇಕಾಗಿ ನಿರೂಪಿಸುತ್ತೇವೆ.

ಶೃಂಗೇರಿ,
ವಿಕೃತಿ ಸಂ|| ಭಾದ್ರಪದ
ಶುದ್ಧ ೭ ಸೋಮವಾರ,
(ತಾ|| 18—9—1950)

ವಿದ್ವಾನ್ ಪಂಡಿತ ಕಳ್ಳಿ ಕೇಶವ ಶಾಸ್ತ್ರಿ,
ಧರ್ಮಾಧಿಕಾರಿ,
ಶ್ರೀ ಜಗದ್ಗುರು ಮಹಾ ಸಂಸ್ಥಾನ,
ಶೃಂಗೇರಿ.

[illegible] ಪ್ರೆಸ್, ಮೈಸೂರು.

|| ಶ್ರೀಮಠದ ಧರ್ಮಾಧಿಕಾರಸ್ಥಾನ, ಶೃಂಗೇರಿ. ||

ಶ್ರೀಮಠದ ಪರವಾಗಿ ಗ್ರಾಮ ಪಟ್ಟಣಗಳಿಗೆ ನಿಯಮಿಸಲ್ಪಟ್ಟ ಮಠಮುದ್ರೆ, ಜೋಯಿಸರು, ಪುರೋಹಿತರು, ಆಯಾಯ ಜಾತಿಗೆ ಅಧಿಕೃತರಾದ ಮೊಕ್ತೇಸರರು, ಯಜಮಾನ, ಗೌಡ, ಬುದ್ಧಿವಂತ, ಪಟೇಲ, ಚೌದ್ರಿ, ಶೆಟ್ಟೀಮನೆ, ಗುತ್ತಿನಮನೆ, ಗುರಿಕಾರ, ಜಾತಿ ಮುಖ್ಯಸ್ಥ (ಮೆಂಬರ್) ಮುಂತಾದ ಬಹುಮತಿ ಪಟ್ಟ ಅಧಿಕಾರಿಗಳಿಗೆ

ನಿ ರೂ ಪ

ಶ್ರೀಮಠದ ಶಿಷ್ಯ ಜನರ ಧಾರ್ಮಿಕ ಯೋಗಕ್ಷೇಮ ಕಾರ್ಯಕ್ಕಾಗಿಯೂ ದೀಪಾರಾಧನಾದಿ ಕಾಣಿಕೆ ವಸೂಲಿ ವ್ಯವಸ್ಥೆಗಾಗಿಯೂ ಶ್ರೀಮುಖಗಳ (ನಮಗೆ ಕೊಡಿಸಿದ) ಅಪ್ಪಣೆಯಂತೆ ಈ ಕೆಳಗೆ ಕಂಡ ನಿಬಂಧನೆಗಳು ಮಾಡಲ್ಪಟ್ಟಿವೆ. ೧. ಈ ಹಿಂದೆ ಕೊಡಲ್ಪಟ್ಟ ಅಧಿಕಾರ ಸನ್ನದುಗಳು ರದ್ದುಮಾಡಲ್ಪಟ್ಟು ಪುನಃ ವಿಷಯ ವಿಮರ್ಶೆಯಿಂದ ಈ ಲಾಗಾಯತು ಹೊಸ ಅಧಿಕಾರ ಸನ್ನದು ಕೊಡಲ್ಪಡುವುವು. ೨. ಈ ಹೊಸ ಅಧಿಕಾರ ಸನ್ನದು ಪಡೆದವರು ಮಾತ್ರ ಕಾಣಿಕೆ ವಸೂಲಿಗೆ ಅಧಿಕೃತರಾಗುವರು. ೩. ಈ ಅಧಿಕೃತರಿಗೆ ಧರ್ಮಾಧಿಕಾರಸ್ಥಾನಾಂಕಿತ ರಶೀತಿ ಪುಸ್ತಕವು ಕೊಡಲ್ಪಡುವುವು. ೪. ಪ್ರತಿ ಗ್ರಾಮದಲ್ಲಿಯೂ ಧರ್ಮ ಸಭೆಯೂ, ಜಾತಿ ಸಂಗಡಕ್ಕೆ ಪ್ರತ್ಯೇಕ ಪ್ರತಿನಿಧಿ ಸಭೆಯೂ ಶ್ರೀಮಠದ ಪರವಾಗಿ ಏರ್ಪಡಿಸಲ್ಪಡುವುದು. ೫. ಜಾತಿ ಧರ್ಮ ವಿಷಯಗಳನ್ನು ಈ ಧರ್ಮ ಸಭೆಯಲ್ಲಿ ಮೇಲ್ಕಂಡ ಅಧಿಕೃತರು ಕಂಡು ವಿಮರ್ಶಿಸಿ ನಿರ್ಣಯಿಸಿ ಶ್ರೀಮಠದ ಅಪ್ಪಣೆ ತೀರ್ಮಾನಕ್ಕಾಗಿ ನಮಲ್ಲಿಗೆ ಕಳುಹಿಸಬೇಕು. ೬. ಅಧಿಕೃತರು ಕಾಣಿಕೆ ವಸೂಲ್ಮಾಡಿದೊಡನೆ ರಶೀತಿ ಕೊಡಬೇಕು. ೭. ಮಹಾಜನ ಶಿಷ್ಯರು ರಶೀತಿ ಪಡೆದೇ ಕಾಣಿಕೆ ಸಲ್ಲಿಸಬೇಕು. ೮. ಅನುಮತಿಗೆ ಅನಧಿಕೃತರಾಗಿ ಕಾರ್ಯ ನಡೆಸಿದವರ ಮತ್ತು ವಸೂಲ್ಮಾಡಿದ ಕಾಣಿಕೆಯನ್ನು ಸಲ್ಲಿಸದಿರುವವರ ವಿಷಯದಲ್ಲಿ ಮುಂದಿನ ಕ್ರಮವು ತೆಗೆದುಕೊಳ್ಳಲ್ಪಡುವುದು. ೯. ಈ ಲೋಪ ದೋಷಗಳಿಗೂ ವಿಮರ್ಶೆಯಿಂದ ಈ ಬಾರಿ ಮಾತ್ರ ಕ್ಷಮಾಪಣೆಯು ಕೊಡಲ್ಪಡುವುದು. ೧೦. ಅಧಿಕೃತರು ಶ್ರೀಮಠಕ್ಕೆ ಪ್ರೋತ್ಸಾಹವಾಗುವಂತೆಯೂ ಶ್ರೀಮಠದ ಶಿಷ್ಯರಿಗೆ ತೊಂದರೆಯಾಗದಂತೆಯೂ ಕಾರ್ಯಮಾಡಬೇಕು. ೧೧. ದೀಪಾರಾಧನಾದಿ ಕಾಣಿಕೆ ವಸೂಲಿ ಲೆಕ್ಕ ಪತ್ರಗಳನ್ನೂ ಜಾತಿ ಧರ್ಮ ವಿಮರ್ಶನ (ಪ್ರೊಸೀಡಿಂಗ್ಸ್) ಬುಕ್ಕುಗಳನ್ನೂ ಕ್ರಮವಾಗಿಟ್ಟು ಶ್ರೀಮಠದಿಂದ ಬಂದ ಅಧಿಕಾರಿಗಳಿಗೆ ಪ್ರಕಟಪಡಿಸುತ್ತಿರಬೇಕು ಮತ್ತು ನಡೆಸಿದ ಕಾರ್ಯಗಳನ್ನು ಆಗಾಗ ವರದಿ ಮಾಡುತ್ತಿರಬೇಕು. ೧೨. ಶ್ರೀಮಠದಿಂದ ಬರುವ ಉತ್ತರದಂತೆ ಆಗಾಗ ಧಾರ್ಮಿಕ ಕಾರ್ಯವನ್ನು ನಡೆಸಬೇಕು. ೧೩. ಶ್ರೀ ಶಂಕರ ಜಯಂತಿ ಮುಂತಾದ ಉತ್ಸವಗಳನ್ನು ಚಾತುರ್ವರ್ಣ್ಯದವರೂ ನಡೆಸುವ ಏರ್ಪಾಡಾಗಬೇಕು. ೧೪. ಸರ್ವರೂ ವೇದ ಶಾಸ್ತ್ರ ವಿಹಿತ ಧರ್ಮಾಚರಣೆಯಲ್ಲಿ ತತ್ಪರರಾಗಲು ಧರ್ಮ ಬೋಧೆಗಳು ನಡೆಸಲ್ಪಡಬೇಕು. ೧೫. ಈ ಮೇಲ್ಕಂಡ ಶ್ರೀಮುಖದಲ್ಲಿ " ಈ ಕೇಶವ ಶಾಸ್ತ್ರಿಗಳ ದ್ವಾರಾ ಧರ್ಮ ಸಂಬಂಧವಿಷಯಗಳನ್ನು ಶ್ರೀ

ಶೃಂಗೇರಿ ಜಗದ್ಗುರು ಸಂಸ್ಥಾನದಿಂದ ಕೂಜುಗೋಡು ಕಟ್ಟೆಮನೆ ದೇರಣ್ಣಗೌಡ ಮತ್ತು ಬಲ್ನಾಡು ಸಂಕಪ್ಪ ಗೌಡರಿಗೆ ತಾ|| 21–05–1961 ರಲ್ಲಿ ನೀಡಿದ ನಿರೂಪ

ಶ್ರೀ ಜಗದ್ಗುರು ಮಹಾ ಸಂಸ್ಥಾನ ಶ್ರೀ ಶೃಂಗೇರಿ ಶ್ರೀಮಠ,

ಧರ್ಮಾಧಿಕಾರ ಸ್ಥಾನ.

— ನಿರೂಪ. —

ಧರ್ಮಾಧಿಕಾರಿ,

ಶ್ರೀ ಜಗದ್ಗುರು ಸಂಸ್ಥಾನ, ಶ್ರೀಮಠ, ಶೃಂಗೇರಿ.

ಮಾಹಿತಿಯನ್ನು ಕೊಟ್ಟು ಸಹಕರಿಸಿದವರು ಕೂಜುಗೋಡು ಕಟ್ಟೆಮನೆಯ

ಶ್ರೀ ಧರ್ಮಪಾಲ ಗೌಡರು

ಕೊಡಗಿನ ಹಾಲೇರಿ ರಾಜವಂಶ ಮೂಲಪುರುಷ:

ಇಕ್ಕೇರಿಯಿಂದ ಬಂದ ರಾಜಕುಮಾರ ವೀರರಾಜ (ವೀರಪ್ಪ) ಕೆಳದಿ (ಇಕ್ಕೇರಿ) ರಾಜವಂಶದ, ಇಕ್ಕೇರಿ ಮಹಾಸಂಸ್ಥಾನವನ್ನು ಪ್ರ.ಶ.1530 ರಿಂದ 1566 ರ ಮಧ್ಯೆ ಆಳಿದ ಸದಾಶಿವ ನಾಯಕನ ಸೋದರಳಿಯನಾಗಿದ್ದ. ಪ್ರ.ಶ.1613ರಲ್ಲಿ ಹಿರಿಯ ವೆಂಕಟಪ್ಪ ನಾಯಕನ ತುಳುನಾಡಿನ ದಂಡಯಾತ್ರೆಯಲ್ಲಿ ಯುವಕನಾದ ವೀರರಾಜ ಭಾಗವಹಿಸಿದ್ದ ಹಾಗೂ ಆ ಸಮಯದ ತದನಂತರದ ದಿನಗಳಲ್ಲಿ ಕೂಜುಗೋಡು ಮನೆಯಲ್ಲಿ ಕೆಲವು ದಿನ ತಂಗಿದ್ದ. ಈ ದಂಡಯಾತ್ರೆಯಲ್ಲಿ ಶಿಶಿಲ, ಬೆಳ್ಳಾರೆ, ಕಾಂತಮಂಗಳ, ಬದಿಯಡ್ಕ, ಕುಂಬಳೆ, ಕಾಸರಗೋಡು ಪ್ರದೇಶಗಳನ್ನು ಬಂಟ ಮತ್ತು ಜೈನ ಬಲ್ಲಾಳರ ಹಿಡಿತದಿಂದ ತಪ್ಪಿಸಿ ಇಕ್ಕೇರಿ ನಾಯಕರ ರಕ್ತಸಂಬಂಧಿಗಳಾದ ಗೌಡ ಸಮುದಾಯದವರ ಉಸ್ತುವಾರಿಗೆ ಹಸ್ತಾಂತರವಾಯಿತು. (1) ವೆಂಕಟಪ್ಪ ನಾಯಕ ದಂಡಯಾತ್ರೆಯಲ್ಲಿದ್ದಾಗ ವೀರರಾಜ ತುಳುನಾಡಿನಲ್ಲಿ ನೆಲೆಸಿದ್ದ ತಮ್ಮ ರಕ್ತಸಂಬಂಧಿಗಳಾದ ಗೌಡ ಮುಖ್ಯಸ್ಥರಿಂದ ಕೊಡಗಿನ ಸ್ಥಿತಿಗತಿಗಳನ್ನು, ಅಲ್ಲಿನ ಅರಾಜಕತೆಯನ್ನು ತಿಳಿದುಕೊಂಡಿದ್ದ. ವೆಂಕಟಪ್ಪ ನಾಯಕನ ತುಳುನಾಡಿನ ದಂಡಯಾತ್ರೆಯಲ್ಲಿ ಕೂಜುಗೋಡು ಕಟ್ಟೆಮನೆ ಮನೆಯವರ ಪಾತ್ರವು ಪ್ರಶಂಸನೀಯ.

ಹಾಲೇರಿ ಮತ್ತು ಇಕ್ಕೇರಿ ಅರಸರ ವಿಚಾರ ವಿನಿಮಯವು ಕೂಜುಗೋಡು ಕಟ್ಟೆಮನೆಯವರ ಮಧ್ಯವರ್ತಿಕೆಯೊಂದಿಗೆ ನಡೆಯುತ್ತಿತ್ತೆಂದು ಚರಿತ್ರೆಕಾರರಾದ ಡಿ.ಎನ್. ಕೃಷ್ಣಯ್ಯ ಮತ್ತು ಎಂ.ಜಿ. ನಾಗರಾಜರವರು ನಿರೂಪಿಸಿರುತ್ತಾರೆ.

ಸುಬ್ರಹ್ಮಣ್ಯದೊಂದಿಗೆ ಇಕ್ಕೇರಿಯ ನಾಯಕರ ಸಂಬಂಧ:

ಲಿಂಗಣ್ಣ ಕವಿಯ 'ಕೆಳದಿ ನೃಪವಿಜಯ'[1] ಎಂಬ ಹಳೆಗನ್ನಡ ಕಾವ್ಯದಲ್ಲಿ ಕೆಳದಿಯ ಅರಸರ ಯಶೋಗಾಥೆಗಳಿವೆ. ಮೊದಲನೆಯ ವೆಂಕಟಪ್ಪನಾಯಕ ಕಾರ್ಕಳದ ಭೈರರಸನನ್ನು ಸೋಲಿಸಿ ಬೆಳ್ಳಾರೆ, ಕಾರ್ಕಳ, ಕಳಸ, ಸುಬ್ರಹ್ಮಣ್ಯ ಇತ್ಯಾದಿ ಭಾಗಗಳನ್ನು ಕೆಳದಿ ಸಂಸ್ಥಾನದ ವಶಮಾಡಿಕೊಳ್ಳುತ್ತಾನೆ. ಹೀಗೆ ಕುಕ್ಕೆ ಪಟ್ಟಣವೆಂದು ಕರೆಯಲ್ಪಡುತ್ತಿದ್ದ ಸುಬ್ರಹ್ಮಣ್ಯದೊಂದಿಗೆ ಕೆಳದಿ ಸಂಸ್ಥಾನ ಸಂಬಂಧವನ್ನು ಬೆಳೆಸಿಕೊಳ್ಳುತ್ತದೆ. ಕೆಳದಿಯ ರಾಣಿ ಚೆನ್ನಮ್ಮ ಸೇವಾರ್ಥವಾಗಿ ಮಗನೊಂದಿಗೆ ಆಗಾಗ ದೇವಾಲಯಕ್ಕೆ ಬರುತ್ತಿದ್ದಳು. ಷಷ್ಠಿ ಮೊದಲಾದ ವಿಶೇಷ ಉತ್ಸವಗಳಲ್ಲಿ ರಾಜ ಸೋಮಶೇಖರನಾಯಕ ಕಳಸ ಘಾಟಿನ (ಚಾರ್ಮಾಡಿ) ಮೂಲಕ ಸುಬ್ರಹ್ಮಣ್ಯಕ್ಕೆ ಬರುತ್ತಿದ್ದ.[2] ನಾಯಕರು ದೇವಾಲಯಕ್ಕೆ

---

2. ಕೆಳದಿ ನೃಪವಿಜಯಂ: ಕೆಳದಿ ಲಿಂಗಣ್ಣ

ದತ್ತಿಯನ್ನಲ್ಲದೇ ಉಂಬಳಿಗೆ ಭೂಮಿಗಳನ್ನು ನೀಡಿದ್ದರು. ದೇವಾಲಯದ ಹಳೆಯ ರಥ ಇವರ ಕೊಡುಗೆಯಾಗಿದೆ.

ಕೆಳದಿಯ ನಾಯಕರು ಶಿವಾಚಾರದವರಾಗಿದ್ದು, ದಕ್ಷಿಣ ಕನ್ನಡದ ಅನೇಕ ಕಡೆಗಳಲ್ಲಿ ಶೈವ ದೇವಾಲಯಗಳನ್ನು ನಿರ್ಮಿಸಿ ಸ್ಥಾನಿಕ ಬ್ರಾಹ್ಮಣರನ್ನು ನೇಮಿಸುತ್ತಿದ್ದರು. ಸುಬ್ರಹ್ಮಣ್ಯದಲ್ಲಿ ಕೂಜುಗೋಡು ಕಟ್ಟೆಮನೆಯ ಗೌಡರು 'ಸಂಕೇಶ' ಅಧಿಕಾರಿಗಳಾಗಿದ್ದರು.

ಎಡಮಂಗಲದ ದೇವಾಲಯದಲ್ಲಿ 'ಮಾಲಿಂಗರಾಯ' ಎಂಬ ದೈವಕ್ಕೆ ಆರಾಧನೆ ಇದ್ದು, ಇದು ರಾಯ ಪದ್ಧತಿಯಲ್ಲಿ ಕಪ್ಪ ಸ್ವೀಕಾರಕ್ಕೆ ತುಳುನಾಡಿಗೆ ಬರುತ್ತಿದ್ದ ರಾಜ ಪ್ರತಿನಿಧಿಯ ಆರಾಧನೆಯಿರಬೇಕು. ಗೌಡರೂ ಕೆಳದಿ, ಶಿವಮೊಗ್ಗ ಮೊದಲಾದ ಭಾಗಗಳಿಂದ ರಾಜ ಅಧಿಕಾರಿಗಳಾಗಿ ತುಳುನಾಡಿಗೆ ಕಂದಾಯ ಸ್ವೀಕಾರಕ್ಕೆ ಬರುತ್ತಿದ್ದರು.

ನಾಯೇರ್ ಗೋತ್ರದ ಮೂಲಪುರುಷ ಕೂಜುಗೋಡು ತಿಮ್ಮನಾಯಕ:

ಗೌಡ ಕುಟುಂಬಗಳನ್ನು ತುಳುನಾಡಿಗೆ ಕರೆತಂದವನು ಕೆಳದಿ ಸಂಸ್ಥಾನದ ಸೈನ್ಯಾಧಿಕಾರಿ ದಂಡನಾಯಕ ತಿಮ್ಮನಾಯಕ. ತನ್ನ ಕುಟುಂಬದೊಂದಿಗೆ ಸುಬ್ರಹ್ಮಣ್ಯದ ಸಮೀಪದ ಹರಿಹರ ಪಲ್ಲತ್ತಡ್ಕದಲ್ಲಿ ನೆಲೆ ನಿಂತು ಸುಬ್ರಹ್ಮಣ್ಯ ದೇವಾಲಯದ 'ಸಂಕೇಶ ಅಧಿಕಾರಿ'ಯಾಗಿ ಅಧಿಕಾರ ನಿರ್ವಹಿಸಿದ. ಇವನ ಪತ್ನಿ, ಕೊಲ್ಲಮೊಗ್ರದ ಕಜ್ಜೋಡಿ ಗೌಡ ಮನೆಯ ಹುಡುಗಿ. ಇವನ ವಂಶಸ್ಥರೇ ಕೂಜುಗೋಡು ಕಟ್ಟೆಮನೆಯನ್ನು ಕಟ್ಟಿ ಬೆಳೆಸಿದವರು. ಇವನೊಂದಿಗೆ ಬಂದ ಇತರ ಲಿಂಗಾಯತ ಸೈನಿಕರು ಗೌಡ ಸ್ತ್ರೀಯರನ್ನು ವಿವಾಹವಾಗಿ ಗೌಡರಾದರು. ಕಟ್ಟೆಮನೆ ಗೌಡ ಸಮುದಾಯದ ಆಡಳಿತ ಕೇಂದ್ರವಾಗಿದ್ದು, ಸುಳ್ಯದ ಗೌಡರಿಗೂ ಗುರುಮನೆ ಶೃಂಗೇರಿ ಹಾಗೂ ಅರಮನೆ ಇಕ್ಕೇರಿಯೊಂದಿಗೂ ಸಂಬಂಧವನ್ನು ಕಲ್ಪಿಸುತ್ತದೆ. ಇವರಿಗೆ ಶೃಂಗೇರಿ ಹಾಗೂ ಇಕ್ಕೇರಿಯವರು ಸುಬ್ರಹ್ಮಣ್ಯ ಆಸುಪಾಸಿನ ದೇವಾಲಯಗಳ ಆಡಳಿತವನ್ನು ನಿರ್ವಹಿಸಲು ಒಪ್ಪಿಗೆಯಾಗಿ 'ಸನ್ನದ್ದು' ಹಾಗೂ 'ನಿರೂಪ' ಗಳನ್ನು ನೀಡಿದ್ದಾರೆ.[3]

ಕಬರು ಗೋತ್ರದ ಮೂಲಪುರುಷ ಕುಮಾರಸ್ವಾಮಿ:

ಕಾಲಾಂತರದಲ್ಲಿ ಈರ್ವರು ಕೆಳದಿಯ ದಂಡನಾಯಕ ಸಹೋದರರು ಕೂಜುಗೋಡಿನ ಕಟ್ಟೆಮನೆಗೆ ಬರುತ್ತಾರೆ. ಮುಂದುವರಿದು ಸುಳ್ಯ ಪಕ್ಕದ ಬಲ್ಲಡ್ಕಕ್ಕೆ

---

3. ಮಾಹಿತಿಯನ್ನು ಕೊಟ್ಟು ಸಹಕರಿಸಿದವರು ಕೂಜುಗೋಡು ಕಟ್ಟೆಮನೆಯ ಶ್ರೀ ಧರ್ಮಪಾಲ ಗೌಡರು.

ಬಂದಾಗ ರಾತ್ರಿಯಾಯಿತು. ದಣಿದಿದ್ದುದರಿಂದ ಅಲ್ಲೇ ವಿಶ್ರಮಿಸಲು ನಿಶ್ಚಯಿಸಿ ಕುದುರೆಗಳನ್ನು ಪಕ್ಕದಲ್ಲೇ ಕಟ್ಟಿಹಾಕಿ ತಜಂಕ್ ಗಿಡಗಳಿಂದ ಬೆಂಕಿಹಚ್ಚಿ, ಗಾಢ ನಿದ್ರೆಯಲ್ಲಿದ್ದರು. ಬೆಳಗ್ಗೆ ಎಚ್ಚೆತ್ತಾಗ ತಮ್ಮ ಮತ್ತು ಆತನ ಕುದುರೆ ಇರಲಿಲ್ಲ. ತಮ್ಮನು ಮೈಪ್ಪಾಡಿಗೆ ಹೋಗಿ ಅಲ್ಲಿನ ರಾಜಕುಮಾರಿಯೊಂದಿಗೆ ಮದುವೆಯಾಗಿ ತಾನೇ ರಾಜನಾಗುತ್ತಾನೆ. ಅಣ್ಣ ಕುಮಾರಸ್ವಾಮಿಯು ಅಲ್ಲೇ ನೆಲೆಯೂರಲು ನಿರ್ಧರಿಸಿ ಅಲ್ಲಿನ ಗೌಡ ಸ್ತ್ರೀಯನ್ನು ವಿವಾಹವಾಗಿ ಬಳ್ಳಡ್ಕದಲ್ಲಿ ನೆಲೆಸುತ್ತಾನೆ. ಇವನು ಕಾಲಾಂತರದಲ್ಲಿ ಸುಳ್ಯಕೋಡಿ ಕೊಟ್ಟಾರೆ ಚೆನ್ನು ಬಲ್ಲಾಳ್ತಿಯ ಕೈಯಿಂದ ಆಡಳಿತವನ್ನು ಪಡೆಯುತ್ತಾನೆ. ಬಳ್ಳಡ್ಕದಲ್ಲಿ ಇವನು ಕಟ್ಟಿದ ಶೈವಮಠವೊಂದಿದೆ. ಇದನ್ನು ಕುಮಾರಸ್ವಾಮಿ ಮಠವೆಂದು ಕರೆಯಲ್ಪಡುತ್ತದೆ. ಇದರಲ್ಲಿ ಲಿಂಗಾಯತ ಸಂಪ್ರದಾಯದಂತೆ ಪೂಜಾ ಕೈಂಕರ್ಯಗಳೂ ನಡೆಯುತ್ತವೆ. ಇವನಿಂದ ಆರಂಭವಾದ ವಂಶಗಳು 'ಕಬರ್' ಬಳಿ (ಗೋತ್ರ) ಎಂದು ಗುರುತಿಸಿಕೊಂಡಿರುತ್ತಾರೆ.

ಒಟ್ಟು ಒಂಬತ್ತು ಕುಟುಂಬಗಳು ಈ ಬಳಿಯಲ್ಲಿ ಬರುತ್ತವೆ. ಕಬರ್ ಬಳಿಯವರು ಹಾಗೂ 'ನಾಯೇರ್' ಬಳಿಯವರು ಒಂದೇ ವಂಶಾವಳಿಗೆ ಸೇರಿರುವುದರಿಂದ ಇವರ ನಡುವೆ ಕೊಡು-ಕೊಳ್ಳುವಿಕೆ ನಡೆಯುವುದು ನಿಷೇಧ. ಇತ್ತೀಚೆಗಿನವರೆಗೆ ಕಬರ್ ಬಳಿಯವರು ತಮ್ಮ ಮತ ಮೂಲ ಸಂಪ್ರದಾಯದಂತೆ ಮದ್ಯ ಹಾಗೂ ಹಂದಿ ಮಾಂಸವನ್ನು ಸೇವಿಸುತ್ತಿರಲಿಲ್ಲ.

ಈ ವಂಶೀಯ ಕುಟುಂಬಗಳು ಬಾಳುಗೋಡು, ಕಂದ್ರಪ್ಪಾಡಿ, ಗುತ್ತಿಗಾರು, ಪಂಜ, ಜಾಲ್ಸೂರು, ಸುಳ್ಯ, ಚೆಂಬು, ಪೆರಾಜೆ, ತೊಡಿಕಾನ, ಐವರ್ನಾಡು, ಚೊಕ್ಕಾಡಿ, ಅಮರ ಪಡ್ನೂರು, ಕುಕ್ಕುಜಡ್ಕ, ಪೈಲಾರು ಮೊದಲಾದ ಭಾಗಗಳಲ್ಲಿ ಹಾಗೂ ಕೊಡಗು ಭಾಗಗಳಲ್ಲಿ ನೆಲೆಸಿದ್ದಾರೆ.

ಬಳ್ಳಡ್ಕ, ಕಾಂತಿಲ, ಕುದ್ಪಾಜೆ, ಪರಿವಾರಕಾನ, ಕೊಯಿಂಗಾಜೆ, ಸುಳ್ಯಕೋಡಿ, ಕೆದಂಪಾಡಿ (ಕೆದಂಬಾಡಿ), ಕೂಟೇಲು ಮತ್ತು ಕುಡೆಕಲ್ಲು ಇವು ಕಬರು ಬಳಿಯ ಒಂಬತ್ತು ಮನೆತನಗಳು. ಕೊಡಗಿನಲ್ಲಿ ನೆಲೆಸಿರುವ ಇನ್ನೊಂದು ಕವಲು ಪ್ರತಿಷ್ಠಿತ ಗೌಡ ಮನೆತನ ದಂಬೆಕೋಡಿಯವರು ಕೂಡ ಕಬರ್ ಬಳಿಯವರಾಗಿದ್ದಾರೆ. 'ನಾಯೇರ್, ಬಲಸನ್ನ ಹಾಗೂ ಕಬರ್' ಬಳಿಯವರ ಹಿರಿಯರು ಶಿವಾಚಾರದ ಇಕ್ಕೇರಿ ನಾಯಕರ ದಂಡನಾಯಕರ ವಂಶಸ್ಥರು. ಹಾಲೇರಿಯವರು ಇದೇ ಮೂಲದವರಾಗಿದ್ದು, ಇವರ ರಕ್ತ ಸಂಬಂಧಿಗಳು. ಪ್ರ.ಶ.1700 ರಿಂದ 1834 ರ ತನಕ ಪುತ್ತೂರು ಹಾಗೂ ಸುಳ್ಯ ಹಾಲೇರಿಯವರ ಹಿಡಿತದಲ್ಲಿತ್ತಲ್ಲದೆ ಕೆಳಗಿನ ಕೊಡಗು ಎಂದು ಕರೆಯಲ್ಪಡುತ್ತಿತ್ತು.[4]

---

4. ಎಂ.ಜಿ. ನಾಗರಾಜ, ಕೊಡಗಿನ ಹಾಲೇರಿ ರಾಜವಂಶವು, ಇಲಾಖೆ ನಿರ್ದೇಶಕರು, ಪುರಾತತ್ವ ಮತ್ತು ವಸ್ತು ಸಂಗ್ರಹಾಲಯ, ಮೈಸೂರು, 2004

ಆ ಕಾಲಘಟ್ಟದಲ್ಲಿ ಈ ಮೂರು ಬಳಿಯ ಕುಟುಂಬಸ್ಥರು ರಾಜರ ಆಡಳಿತದಲ್ಲಿ ಉನ್ನತ ಹುದ್ದೆಗಳನ್ನು ಪಡೆದಿದ್ದರು. ರಾಜರ ಆಸ್ಥಾನದಲ್ಲಿ ಪ್ರತಿಷ್ಠಿತ ಪದವಿಯನ್ನು ಪಡೆದು ಸಲಹೆಗಳನ್ನು ನೀಡುತ್ತಿದ್ದರು. ಇವರು ಇಕ್ಕೇರಿ ಹಾಗೂ ಹಾಲೇರಿ ರಾಜರ ಮಧ್ಯೆ ವಿಚಾರ ವಿನಿಮಯ ಮಾಡುತ್ತಿದ್ದರು.

ಕಬರು ಬಳಿಯ (ಗೋತ್ರ) ಮೂಲ ಕವಲು ಕುಟುಂಬಗಳು:

ಬಚ್ಚನಾಯಕ (ಪ್ರ.ಶ.1535):

ಸುಳ್ಯದ ಯೇನೆಕಲ್ಲಿನಲ್ಲಿ ಬಚ್ಚನಾಯಕ ಅತ್ಯಂತ ಪ್ರಭಾವಿ ದೈವ. ಬಚ್ಚನಾಯಕನ ಬಗ್ಗೆ ಅನೇಕ ಪಾಡ್ದನ ನಿರೂಪಣೆಗಳಿವೆ. ಯೇನೆಕಲ್ಲು ಮಾಗಣೆಯ ನಾಲ್ಕೂರುಗುತ್ತು

ಸುಬ್ಬಣ್ಣ (ಸುಬ್ಬೇ) ಗೌಡ ಪಂಜದ ಬಲ್ಲಾಳನಿಗೆ ನೀಡಬೇಕಾದ ಕಂದಾಯವನ್ನು ನೀಡುವುದಿಲ್ಲ. ಇದು ಬಲ್ಲಾಳನನ್ನು ಕೋಪಗೊಳ್ಳುವಂತೆ ಮಾಡುತ್ತದೆ. ಬಲ್ಲಾಳನು ಗೌಡನನ್ನು ಬೆದರಿಸಲು ಘಟ್ಟದ ಮೇಲಿನಿಂದ ಬಚ್ಚನಾಯಕನೆಂಬುವವನ್ನು ಕರೆಸುತ್ತಾನೆ. ಇವನು ಗೌಡನನ್ನು ಪ್ರಶ್ನಿಸಲು ಬರುತ್ತಿರುವುದನ್ನು ಗೌಡ ಮೊದಲೇ ತಿಳಿದಿರುತ್ತಾನೆ. ದಾರಿ ಮಧ್ಯದಲ್ಲಿ ಮೊಗೇರನೊಬ್ಬನಿಂದ ವಿಷ ಸವರಿದ ಬಾಣವನ್ನು ಬಚ್ಚನಾಯಕನಿಗೆ ಗುರಿಯಿಡಿಸಿ ಹೊಡೆಯಿಸುತ್ತಾನೆ. ಬಾಣಕ್ಕೆ ಸಿಲುಕಿದ ಬಚ್ಚನಾಯಕ ಸತ್ತು ಬೀಳುತ್ತಾನೆ. ಆಗ ಗೌಡನ ಹೆಂಡತಿಯರು ನಾಯಕನ ಕೊರಳನ್ನು ಮೆಟ್ಟಿ ನಾಲಗೆಯನ್ನು ಕತ್ತರಿಸುತ್ತಾರೆ. ಸಾಯುವಾಗ ಕ್ಷಮೆಯಾಚಿಸುವ ಬಚ್ಚನಾಯಕ ದೈವತ್ವಕ್ಕೇರಿ ಆರಾಧಿಸಲ್ಪಡುತ್ತಾನೆ.

ಬಚ್ಚನಾಯಕ ನಾಯಕ ಪರಂಪರೆಯ ದೈವ. ಬಹುಶಃ ಇಕ್ಕೇರಿಯವರ ಪ್ರತಿನಿಧಿಯಾಗಿ ಕಂದಾಯ ವಸೂಲಿಗೆ ದಕ್ಷಿಣ ಕನ್ನಡಕ್ಕೆ ಬಂದವನಿರಬೇಕು. ಸುಬ್ಬೇಗೌಡ ಸ್ಥಳೀಯ ಬಲ್ಲಾಳನನ್ನು ಮಣಿಸಿ ಅವನ ಆಡಳಿತವನ್ನು ಅಂತ್ಯಗೊಳಿಸಿ ತನ್ನ ಸ್ಥಾನವನ್ನು ಗಟ್ಟಿಗೊಳಿಸುವ ಸೂಚನೆ ಈ ಕತೆಯಲ್ಲಿ ಸಿಗುತ್ತದೆ. ಬಚ್ಚನಾಯಕನ ನೈಜ ವ್ಯಕ್ತಿತ್ವವನ್ನು ತಿಳಿದು ಗೌಡ ತನ್ನ ಪ್ರಮಾದಕ್ಕೆ ಪಶ್ಚಾತ್ತಾಪಪಟ್ಟು ದೈವವಾಗಿ ಆರಾಧಿಸುತ್ತಾ ಬಂದ. ಬಚ್ಚನಾಯಕ ತನ್ನ ಪ್ರಭಾವಕ್ಕೆ ಬರುವ ಗೌಡರನ್ನು ಕಾಯುತ್ತಾನೆ ಎಂಬ ನಂಬಿಕೆ ಇದೆ.

ಕಾಯರ್ತೋಡಿಯ ಜಾಲಾಟದಲ್ಲಿ ಜಂಗಮ ಬಂಟನಿಗೆ ಆರಾಧನೆ ಇದೆ. ಇವನ ನೇಮಕ್ಕಿಂತ ಮೊದಲು ಬೈಸುನಾಯಕನಿಗೆ ನೇಮವಿರುತ್ತದೆ. ಇವನು ಬಚ್ಚನಾಯಕನ ಸಹೋದರನೆನ್ನುತ್ತಾರೆ. ಒಂದು ಬಾರಿ ಸುಬ್ಬಣ್ಣ ಗೌಡ ಮನೆಯಲ್ಲಿ ವೀಳ್ಯ ಕೀಳುತ್ತಿರುವಾಗ ಬೈಸುನಾಯಕ ಗುತ್ತಿನ ಮನೆಗೆ ಬಂದು ನೀರು ಕೇಳುತ್ತಾನೆ. ಆಗ ಗೌಡನ ಗರ್ಭಿಣಿ ಸೊಸೆ ಅವನಿಗೆ ನೀರು ತಂದು ಕೊಡುತ್ತಾಳೆ. ಆಗ ನಾಯಕ ತುಂಬು ಗರ್ಭಿಣಿಯಾದ ಅವಳನ್ನು ಕೈಯಲ್ಲಿ ಹಿಡಿದೆಳೆದು ಗರ್ಭವನ್ನು ಸೀಳಿ ಶಿಶುವನ್ನು ತನ್ನ ಕೈಯಲ್ಲಿ ಹಿಡಿಯುತ್ತಾನೆ. ಅನಂತರ ನಾಯಕ ಓಡಿಹೋಗಲು ಯತ್ನಿಸುತ್ತಾನೆ. ಆದರೆ ಅವನನ್ನು ಸೆರೆಹಿಡಿದು ಕೈಕಾಲು ಕತ್ತರಿಸಲಾಗುತ್ತದೆ.

ಇವನನ್ನು ಮುಂದೆ ಜಂಗಮ ಬಂಟನೆಂದು ಜಾಲಾಟದ ಸಂದರ್ಭದಲ್ಲಿ ಆರಾಧಿಸುತ್ತಾರೆ. ಕಾಯರ್ತೋಡಿ, ಗುತ್ತಿಗಾರು ಮೊದಲಾದ ಪ್ರದೇಶಗಳಲ್ಲಿ ಇವನ ಆರಾಧನೆ ನಡೆಯುತ್ತಿದೆ.

ಬಚ್ಚನಾಯಕನ ಹತ್ಯೆಯ ದ್ವೇಷವನ್ನು ತೀರಿಸಲು ಬೈಸುನಾಯಕ ಗೌಡನ ಮನೆಗೆ ಬಂದಂತೆ ಕಾಣುತ್ತದೆ. ಆದರೆ ಒಂದು ಕಥಾ ನಿರೂಪಣೆಯನ್ನು ಈ ರೀತಿ ಬೆಳೆಸುವ ಸ್ವಾತಂತ್ರ್ಯವೂ ಜನಪದರಿಗೆ ಇರುವಾಗ ಬೈಸುನಾಯಕನ ಕತೆಯನ್ನೂ ಬಚ್ಚನಾಯಕನಿಗೆ ತಳುಕು ಹಾಕಿರಲೂಬಹುದು.

ನಾಯಕ ಸಂಪ್ರದಾಯದ ದೈವಗಳೆಲ್ಲವೂ ಘಟ್ಟದ ಮೇಲಿನಿಂದ ಬಂದವು.[5] ಇವು ರಾಜಕೀಯ ಕಾರಣಗಳಿಗಾಗಿ ತುಳುನಾಡಿಗೆ ಬಂದವು. ನಾಯಕರ ಪರಂಪರೆ ಇಕ್ಕೇರಿಯವರಿಂದಲೇ ಬಂದದ್ದಿರಬೇಕು. ಇಕ್ಕೇರಿ ನಾಯಕರು ಬಳ್ಪ, ಸುಬ್ರಹ್ಮಣ್ಯ ಮೊದಲಾದೆಡೆ ತಮ್ಮ ಕೊಡುಗೆಗಳನ್ನು ನೀಡಿದ್ದಾರೆ. ಸ್ವತಃ ಗೌಡರನ್ನು ಸುಳ್ಯ, ಪುತ್ತೂರು ಭಾಗಗಳಿಗೆ ಕರೆತಂದವರಲ್ಲಿ ದಂಡನಾಯಕ ತಿಮ್ಮಣ್ಣನಾಯಕರೆಂಬವರಿದ್ದಾರೆ. ಇದು ಇಕ್ಕೇರಿ ಸಂಸ್ಥಾನದ ಆಧಿಪತ್ಯವು ತುಳುನಾಡಿನಲ್ಲಿ ಬಲಗೊಂಡಿದ್ದರ ಸೂಚನೆಗಳನ್ನು ನೀಡುತ್ತವೆ. ಅಂತೆಯೇ, ನಾಯಕ ಪರಂಪರೆಯ ದೈವಗಳಾದ ಗೌಡ ಮೂಲದವರಾದ ಬಚ್ಚನಾಯಕ, ಬೈಸುನಾಯಕ, ಕರಿಯಣ್ಣನಾಯಕರೂ ಇದೇ ರೀತಿ ಕಂದಾಯ ವಸೂಲಿಗಾಗಿ ದಕ್ಷಿಣ ಕನ್ನಡಕ್ಕೆ ಬಂದವರು ಅಸಹಜ ಸಾವಿನಲ್ಲಿ ಅಂತ್ಯ ಕಾಣುತ್ತಾರೆ. ಮುಂದೆ ಪ್ರಭುತ್ವದ ನೆಲೆಯಿಂದ ದೈವಗಳಾಗಿ ಆರಾಧನೆ ಹೊಂದುತ್ತಾರೆ. ಸುಳ್ಯದ ಅಹತ್ತಡ್ಕ ಭಾಗದಲ್ಲಿ ಕನ್ನಡಭೂತ ಎಂಬ ದೈವಕ್ಕೆ ಆರಾಧನೆ ಇದೆ. ಇವನು ಘಟ್ಟದ ಮೇಲಿನ ರಾಜ್ಯದಿಂದ ತುಳುನಾಡು ನೋಡಲು ಬಂದ 'ಭೈರವನ' ಭಕ್ತ. ಕುಮಾರಧಾರಾದಲ್ಲಿ ಸ್ನಾನ ಮಾಡುವಾಗ ಕಾಯಬಿಟ್ಟು ಮಾಯಕಕ್ಕೆ ಸೇರುತ್ತಾನೆ. ಹೀಗೆ ಕನ್ನಡ ಮಾತನಾಡುವ ಅನೇಕ ದೈವಗಳು ದಕ್ಷಿಣಕನ್ನಡದಲ್ಲಿವೆ.

ಬಚ್ಚನಾಯಕ ಮೊದಲಾದ ದೈವಗಳ ಐತಿಹಾಸಿಕ ಹಿನ್ನಲೆ ಗೌಡರ ಚರಿತ್ರೆಯ ರಚನೆಯಲ್ಲಿ ಬಳಸಬಹುದಾದಂತವು. ಆದರೆ ಜನಪದ ಆಕರಗಳಾಗಿರುವುದರಿಂದ ಆರಿಸುವಿಕೆಯಲ್ಲಿ ಜಾಗೃತೆಯನ್ನು ವಹಿಸಬೇಕಾಗುತ್ತದೆ.

ಕೆರಂಬಾಡಿ ತರವಡು (ಐನ್) ಮನೆಯ ನಾಯರ್ ದೈವಕ್ಕೆ ಹಾಲೇರಿ ರಾಜರಿಂದ ಕೊಡಲ್ಪಟ್ಟ ರತ್ನ ಖಚಿತ ಕಿರೀಟ, ಆಭರಣ ಹಾಗೂ ಆಯುಧಗಳು.

---

5. **ಡಾ. ಪೂವಪ್ಪ ಕಣಿಯೂರು, ಮೌಖಿಕ ಸಂಕಥನ, ತರಂಗಿಣಿ ಪ್ರಕಾಶನ, 2009**

5

ಪುತ್ತೂರಿಗೆ ಗೌಡರ ಆಗಮನ (ಪ್ರ.ಶ.1532)

ತುಳುನಾಡಿಗೆ ಗೌಡರ ವಲಸೆ ಪ್ರಕ್ರಿಯೆ ಬೇರೆ ಬೇರೆ ಕಾಲಘಟ್ಟದಲ್ಲಿ ನಡೆದಿದೆ. ಇದೊಂದು ರಾಜಕೀಯ ಕಾರಣಗಳ ವಲಸೆಯಾಗಿದ್ದು, ಈ ಪಂಗಡಗಳನ್ನು ಪ್ರತಿನಿಧಿಸಿ ಸಮರ್ಥ ನಾಯಕನೊಬ್ಬ ಬರುತ್ತಾನೆ. ಹೀಗಾಗಿ ದಕ್ಷಿಣ ಕನ್ನಡದ ಪುತ್ತೂರು, ವಿಟ್ಲ, ಸುಳ್ಯ ಭಾಗಗಳಲ್ಲಿ ಗೌಡರು ಅತ್ಯಂತ ಪ್ರಭಾವಿ ಸಮುದಾಯವಾಗಿ ಬೆಳೆಯುತ್ತಾರೆ.

ಪುತ್ತೂರು ಭಾಗಕ್ಕೆ ಆಗಮನ ಐತಿಹಾಸಿಕವಾಗಿ ವಿಶೇಷವಾದುದು. ಇಕ್ಕೇರಿ ಸಂಸ್ಥಾನದ ಮಾರ್ಗದರ್ಶನದಂತೆ 'ದಂಡನಾಯಕ' ಹಾಗೂ 'ದಂಡನಾಯಕಿಯ' ನೇತೃತ್ವದಲ್ಲಿ ಗೌಡರು ಪುತ್ತೂರಿಗೆ ಬರುತ್ತಾರೆ. ದಂಡನಾಯಕ ಹಾಗೂ ದಂಡನಾಯಕಿ ಉಲ್ಲಾಳ್ತಿಯರು ಕಾಲಾಂತರದಲ್ಲಿ ವಿಷ್ಣು ಹಾಗೂ ಚಂಡಿಕಾ ರೂಪಗಳೊಂದಿಗೆ ಸಮೀಕರಿಸಿಕೊಂಡು ಆರಾಧಿಸಲ್ಪಡುತ್ತಾರೆ.

ಬಿಸಿಲೆ ಘಾಟಿನ ಮೂಲಕ ಐಗೂರು ಸೀಮೆಯಿಂದ ಬಂದವರು ಸುಬ್ರಹ್ಮಣ್ಯದ 'ಕುಕ್ಕೆ ಪಟ್ಟಣ'ಕ್ಕೆ ಬಂದಿಳಿಯುತ್ತಾರೆ. ಈ ಮೊದಲೇ ಕೆಲವರು ಇಲ್ಲೆ ನೆಲೆ ನಿಂತು ತಮ್ಮ ಆಧಿಪತ್ಯವನ್ನು ಆರಂಭಿಸಿರುತ್ತಾರೆ. ಇವರು ಕೂಜುಗೋಡು ಕಟ್ಟೆಮನೆಯವರ ನೇತೃತ್ವದಲ್ಲಿ ಬಂದವರು. ಕೆಲವು ವರ್ಷಗಳ ಹಿಂದಿನವರೆಗೆ ಸುಬ್ರಹ್ಮಣ್ಯ ದೇವಾಲಯದ ಆಡಳಿತ ಇವರ ಕೈಯಲ್ಲಿತ್ತು.

ದೇವಾಲಯದ ಮೇಲೆ ತಮ್ಮ ಆಧಿಪತ್ಯವನ್ನು ಸ್ಥಾಪಿಸಿದ ಬಗೆಗೆ ಜನಪದದಲ್ಲಿ ಪಾಡ್ದನದಲ್ಲಿ, ನಿರೂಪಣೆಯೊಂದಿದೆ. ದಂಡನಾಯಕ ಉಲ್ಲಾಕುಳು ತಮ್ಮ ಬಾಣದಿಂದ ಕುಕ್ಕೆಯ ಸುಬ್ರಾಯನ ಕೊಡಿಮರವನ್ನು ತುಂಡರಿಸುತ್ತಾರೆ. ಅದರ ಧ್ವಜವನ್ನು ವಶಮಾಡಿಕೊಳ್ಳುತ್ತಾರೆ. ಇದು ಅವರ ಅಧಿಕಾರ ಬಲಪಡಿಸಿದ್ದನ್ನು ಸಂಕೇತಿಸುತ್ತದೆ. ಸುಬ್ರಾಯನೊಂದಿಗೆ ಮುಖಾಮುಖಿಯಾಗಿ ಅಲ್ಲೇ ನೆಲೆ ನಿಲ್ಲಲು ಅಪೇಕ್ಷಿಸುತ್ತಾರೆ. ಬಹುಶಃ ತಿಮ್ಮನಾಯಕನ ಗೌಡ ತಂಡಕ್ಕೂ ಸ್ಥಳೀಯರಿಗೂ ನಡೆದ ಸಂಘರ್ಷವನ್ನು ಇದು ಸೂಚಿಸಿರಬೇಕು. ಈ ಕೊಡಿಮರ ಕಡಿದ ಪ್ರಸಂಗವನ್ನು ವಿದ್ವಾಂಸರಾದ ಡಾ. ಬಿಳಿಮಲೆಯವರು ಗೌಡರ ವಲಸೆ ಮತ್ತು ಸುಳ್ಯ ಪರಿಸರದಲ್ಲಿ ಅವರ ನೆಲೆಸುವಿಕೆ ಸುಗಮವಾಗಿರಲಿಲ್ಲದ್ದರಿಂದ ಗೌಡೇತರ ದೈವಗಳ ಕೊಡಿಮರ ಕತ್ತರಿಸುವ ಮಹಾನ್ ಸಾಹಸಗಾಥೆ ಎನ್ನುತ್ತಾರೆ. ಇದೇ ತೆರನಾದ ಸಂಘರ್ಷಗಳ, ರಕ್ತಹರಿಸುವಿಕೆಯ ಪ್ರಸಂಗವನ್ನು

ಪುರುಷ ಭೂತದ ಕಥಾನಕದಲ್ಲಿ ಕಿನ್ನಿಮಾಣಿ–ಪೂಮಾಣಿ ಹಾಗೂ ನಾಯರ್ ಭೂತದ ಪಾಡ್ದನಗಳಲ್ಲೂ ಕಾಣಸಿಗುತ್ತದೆ. "ಕತ್ತಲು ಬೆಳಗಾಗುವುದರ ಒಳಗಾಗಿ ವೈರಿಗಳ ರಕ್ತವನ್ನು ಬೀದಿಯಲ್ಲಿ ಹರಿಸಿದ" ಪುರುಷ ದೈವದ ಪ್ರತಾಪ ಗೌಡರಲ್ಲಿ ಇಂದಿಗೂ ಜನಜನಿತ. ಹೀಗೆ ಐಗೂರಿನಿಂದ ಸುಳ್ಯಕ್ಕೆ ವಲಸೆ ಬಂದ ಗೌಡರು ತಮ್ಮ ಅಸ್ತಿತ್ವವನ್ನು ಸಾಬೀತು ಪಡಿಸುವ ಘಟನೆಗಳು ಐತಿಹ್ಯಗಳಾಗಿವೆ.[1]

ಸುಬ್ರಹ್ಮಣ್ಯದಲ್ಲಿ ನೆಲೆಯೂರಿದ ಗೌಡರು ಕುಕ್ಕೆಯ ದೇವಾಲಯವನ್ನು ತಮ್ಮ ಸುಪರ್ದಿಗೆ ಪಡೆಯುತ್ತಾರೆ. ಇದಕ್ಕಾಗಿ ಅವರಿಗೆ ಶೃಂಗೇರಿ ಮಠ (ಗುರುಮಠ) ಹಾಗೂ ಇಕ್ಕೇರಿ ಸಂಸ್ಥಾನದ (ಅರಮನೆ) 'ಸನ್ನದು (Licence)' ಹಾಗೂ 'ನಿರೂಪಣೆ (Proclamation)' ಇದೆ. ಇವರು ನಾಯಕರ ಅಪ್ಪಣೆಯಂತೆ ದೇವಾಲಯದ ಕ್ರಿಯಾವಿಧಿಗಳಲ್ಲಿ ಪಾಲು ಪಡೆಯುತ್ತಾರೆ. ಪುತ್ತೂರು ಹಾಗೂ ಕೂಜುಗೋಡಿನ ಗೌಡರಿಗೆ ಮಾತೃಪ್ರಧಾನ ಕುಟುಂಬ ಪದ್ಧತಿಯನ್ನು ಪಾಲಿಸುತ್ತಿರುವ ಬಲ್ಲಾಳರಿಂದ ಅಧಿಕಾರ ವಶಮಾಡಿಕೊಳ್ಳಲು ಅರಮನೆ–ಗುರುಮನೆಗಳೆರಡರ ಅಪ್ಪಣೆ ಇದ್ದಿರಬೇಕು. ದಂಡನಾಯಕನ ಪ್ರವೇಶಕ್ಕಿಂತ ಮೊದಲೇ ಕೂಜುಗೋಡಿನ ಗೌಡರು ಬಂದಿರುವುದರಿಂದ, ಸುಬ್ರಹ್ಮಣ್ಯ, ದಂಡನಾಯಕನಲ್ಲಿ 'ಇಲ್ಲಿ ಈಗಾಗಲೇ ಬೇರೆಯವರು ನೆಲೆಯೂರಿದ್ದು, ಹೊಸಬರಿಗೆ ಜಾಗವಿಲ್ಲ' ಎಂದು ಪುತ್ತೂರಿನ ಮಹಾಲಿಂಗೇಶ್ವರನಲ್ಲಿ ಇವರಿಗೆ ನೆಲೆ ನೀಡಲು ಕೇಳಿಕೊಳ್ಳುತ್ತಾನೆ. ಪುತ್ತೂರಿನ ಕಡೆಗೆ ಹೊರಟ ದಂಡನಾಯಕನ ಗೌಡ ಪರಿವಾರ ಸುಬ್ರಹ್ಮಣ್ಯನಲ್ಲಿ ಕುರುಹು ಒಂದನ್ನು ಕೇಳುತ್ತದೆ. ಸುಬ್ರಹ್ಮಣ್ಯ ಇವರಿಗೆ ಕುರುಹಾಗಿ ತನ್ನ ಧ್ವಜವನ್ನೇ ಕೊಂಡೊಯ್ಯುವಂತೆ ಹೇಳುತ್ತಾನೆ. ಈ ಕಾರಣದಿಂದಾಗಿ ಜಾತ್ರೆಯ ಸಂದರ್ಭದಲ್ಲಿ ಇಂದಿಗೂ ಸುಬ್ರಹ್ಮಣ್ಯದಲ್ಲಿ ಧ್ವಜಾರೋಹಣ–ಕೊಡಿ ಏರುವುದು ನಡೆಯುವುದಿಲ್ಲ. ಇಲ್ಲಿ 'ಅನ್ನದ ಕೊಪ್ಪರಿಗೆ' ಏರುವ ಮೂಲಕ ನಡೆಯುತ್ತದೆ.

ಸುಬ್ರಹ್ಮಣ್ಯನ 50 ಕೆ.ಜಿ.ಗೂ ಅಧಿಕ ತೂಕದ ಧ್ವಜವನ್ನು ದಂಡನಾಯಕ ಉಲ್ಲಾಕುಳ ಸೇವಕ 'ಕಾಜು ಕುಜುಂಬ' ಎಂಬ ಪರಿಚಾರಿಕ ಹೊತ್ತೊಯ್ಯುತ್ತಾನೆ. "ಕಾಜುಕುಜುಂಬ" ಎಂಬ ದೈವವು ಇಂದಿಗೆ ಪುತ್ತೂರಿನಲ್ಲಿ ಆರಾಧಿಸಲ್ಪಡುತ್ತಾನೆ. ಪುತ್ತೂರಿನಲ್ಲಿ ಇವರು ತಮ್ಮನ್ನು ಮಹಾಲಿಂಗೇಶ್ವರನಿಗೆ ಅರ್ಪಿಸಿಕೊಳ್ಳುತ್ತಾರೆ. ಇವರು ಇಕ್ಕೇರಿಯ ನಾಯಕ ಸದಾಶಿವನ (ಪ್ರ.ಶ.1530–1566) ಮಾಂಡಳಿಕರಾದ ಬಂಗರಸನನ್ನು ಒಪ್ಪಿಕೊಳ್ಳುತ್ತಾರೆ. ಬಂಗರಸನ ಅಪ್ಪಣೆಯಂತೆ (ಮಹಾಲಿಂಗೇಶ್ವರನ ಅಪ್ಪಣೆ–ಜನಪದ ನಿರೂಪಣೆ) ಇವರು ಪುತ್ತೂರಿನ ಬಲ್ನಾಡಿನಲ್ಲಿ (ಬಲನಾಡು) ನೆಲೆಯೂರುತ್ತಾರೆ.

ಪುತ್ತೂರಿನ ದೇವಾಲಯ ಹಾಗೂ ಬಲ್ನಾಡು ಸ್ಥಳೀಯ ಬಲ್ಲಾಳನೊಬ್ಬನ

---

1. ಹಿಮಕರ ಎ.ಕೆ. ಜನಮನದ ಕಂದ್ರಪ್ಪಾಡಿ– ಕಂದ್ರಪಾಡಿ ಸೀಮೆಯ ಸಾಂಸ್ಕೃತಿಕ ಪರಿಚಯ– ಶ್ರೀ ರಾಜ್ಯದೈವ ಮತ್ತು ಪುರುಷ ದೈವಸ್ಥಾನ ಆಡಳಿತ ಸಮಿತಿ– 2001

ಕೈಯಲ್ಲಿರುತ್ತದೆ. ಇವನು ಸನ್ನದ್ದು, ನಿರೂಪಣೆ ಹೊಂದಿರುವ ಶೃಂಗೇರಿ, ಇಕ್ಕೇರಿಯವರ ನಾಯಕರಿಂದ ಬೆಂಬಲಿತರಾಗಿರುವ ಗೌಡರಿಗೆ ಪ್ರತಿರೋಧ ಒಡ್ಡುತ್ತಾನೆ. ದಂಡನಾಯಕ ಉಲ್ಲಾಕುಳು ಹಾಗೂ ಬಲ್ಲಾಳನಿಗೆ ಕಾದಾಟವಾಗಿ, ಉಲ್ಲಾಕುಳು ಇಡೀ ಬಲ್ಲಾಳನ ಸಂತಾನವನ್ನೇ ನಾಶ ಮಾಡುತ್ತಾರೆ. ಹೀಗೆ ಬಲ್ಲಾಳನ ಆಳ್ವಿಕೆ ಪುತ್ತೂರಿನಲ್ಲಿ ಕೊನೆಯಾಗುತ್ತದೆ. (ಇಲ್ಲಿ ತುಳುಭಾಷೆಯಲ್ಲಿ "ಉಲ್ಲಾಕ್ಲು, ಉಳ್ಳಾಲ್ತಿ" ಶಬ್ದಗಳು ಕನ್ನಡದ "ಒಡೆಯ, ಒಡತಿ" ಎಂದು ಪ್ರಯೋಗವಾಗಿವೆ)

ಬಲ್ನಾಡಿನಲ್ಲಿ ನೆಲೆಯೂರಿದ ಕಟ್ಟೆಮನೆಯ ಗೌಡರು ಬಳಸನ್ನ ಬಳಿಯವರು. ಇವರು ತುಳು ಭಾಷಿಕ ಸಮುದಾಯವಿರುವ ಪ್ರದೇಶಗಳಿಗೆ ಗೌಡರು ಪ್ರಸರಣ ಹೊಂದಲು ಮಾರ್ಗವನ್ನು ರೂಪಿಸುತ್ತಾರೆ. ಮುಂದೆ ಪಾಣೆಮಂಗಳೂರು, ನೇತ್ರಾವತಿಯ ಪೂರ್ವಭಾಗಗಳಲ್ಲಿ ಗೌಡರು ನೆಲೆ ನಿಲ್ಲುತ್ತಾರೆ. ಇಕ್ಕೇರಿಯ ಅರಸರ ಬೆಂಬಲ ಹೊಂದಿದ್ದ ಗೌಡರು ದೊಡ್ಡ ಭೂಮಿಯ ಮಾಲೀಕರಾಗುತ್ತಾರೆ. ತುಳುನಾಡಿನ ಉಜಿರೆ, ಬಂಗಾಡಿ, ಕೊಕ್ಕಡ, ಉಪ್ಪಿನಂಗಡಿ, ಹಿರೇಬಂಡಾಡಿ, ಬೆಳ್ಳಿಪ್ಪಾಡಿ, ಕಲ್ಲೇಗ ಮೊದಲಾದ ಭಾಗಗಳಲ್ಲಿ ಪ್ರಬಲವಾಗಿ ನೆಲೆಯೂರುತ್ತಾರೆ. ವಿಟ್ಲ, ಮುಂಡೂರು, ಬೆಳ್ಳಿಪ್ಪಾಡಿ, ಹಿರೇಬಂಡಾಡಿ ಮೊದಲಾದ ಗ್ರಾಮಗಳಲ್ಲಿ ಜಮೀನ್ದಾರರಾಗಿರುತ್ತಾರೆ. ಇವರ ಪ್ರಸರಣ ಬಹುಶಃ ಬಂಗಾಡಿ ಕಡ್ತಿಕಲ್ಲು, ಶಿರಾಡಿ ಘಾಟಿ ಹಾಗೂ ಚಾರ್ಮಾಡಿ ಘಾಟಿನ ಮೂಲಕ ನಡೆದಿರಬೇಕು.

ಗೌಡರು ತುಳುನಾಡಿಗೆ ಪ್ರಸರಣ ಹೊಂದಿ ನೆಲೆಯೂರಿದ ಮೇಲೆ ಮೂಲನಿವಾಸಿ ಗಳೊಂದಿಗೆ ಒಡನಾಟ ಹೊಂದುತ್ತಾರೆ. ಅವರನ್ನು ತಮ್ಮ ಕೃಷಿಯಲ್ಲಿ ತೊಡಗಿಸಿಕೊಳ್ಳುತ್ತಾ ಸಮನ್ವಯದಲ್ಲಿ ಬಾಳುತ್ತಾರೆ. ತುಳು ಭಾಷೆಯನ್ನು ತಮ್ಮ ಮಾತೃಭಾಷೆಯಾಗಿ ಸ್ವೀಕರಿಸುತ್ತಾರೆ. ತೌಳವ ಮೂಲದ ಮೂಲನಿವಾಸಿಗಳ ಸಂಸ್ಕೃತಿಯಾದ 'ಭೂತಾರಾಧನೆ' ಯನ್ನು ತಾವೂ ಪಾಲಿಸುತ್ತಾರೆ. ತಮ್ಮ ಹಿರಿಯರನ್ನು ಭೂತಾರಾಧನೆಯ ಉತ್ತುಂಗದಲ್ಲಿ ಕೂರಿಸಿ ಆರಾಧಿಸುತ್ತಾರೆ. ತಮ್ಮ ಮೂಲ ಸಂಸ್ಕೃತಿಯಾದ 'ಹತ್ತು ಕುಟುಂಬ ಹದಿನೆಂಟು ಗೋತ್ರದ' ಆಚರಣೆಗಳನ್ನು ಉಳಿಸಿಕೊಳ್ಳುತ್ತಾರೆ.

ಗೌಡರ ಮರು ವಲಸೆ ಬಹುಶಃ 16ನೆಯ ಶತಮಾನದ ಆದಿಯಲ್ಲಿ ನಡೆದಿರಬೇಕು. ಆಗ ಸದಾಶಿವನಾಯಕನ (1530–1566) ಆಡಳಿತಕ್ಕೆ ದಕ್ಷಿಣ ಕನ್ನಡ ಒಳಪಟ್ಟಿತ್ತು. ಈ ಪ್ರಸರಣ ಪ್ರಕ್ರಿಯೆಗೆ ಲಿಖಿತ ದಾಖಲೆಗಳು ಇಲ್ಲದಿರುವುದರಿಂದ ನಿರ್ದಿಷ್ಟ ಕಾಲನಿರ್ಣಯ ಅಸಾಧ್ಯ. ಆದರೆ ಅದಕ್ಕೆ ಪೂರಕವಾಗಿ ಮೌಖಿಕ ಆಕರಗಳು ಲಭ್ಯ ಇವೆ. ಪುರುಷ ಭೂತದ ಪಾಡ್ದನ, ಬಚ್ಚನಾಯಕನ ಪಾಡ್ದನಗಳು ಕನ್ನಡದಲ್ಲಿದ್ದು, ಇದರಲ್ಲಿ ದೈವಗಳು ಘಟ್ಟದಿಂದ ಇಳಿದು ಬಂದ ದಾರಿಗಳೇ ಗೌಡರು ನಡೆದು ಬಂದ ಹಾದಿಗಳು. ಬಲ್ನಾಡಿನ ಕಟ್ಟೆಮನೆಯವರು ದಂಡನಾಯಕ ಉಲ್ಲಾಕುಳು, ಉಲ್ಲಾಳ್ತಿ, ಮಲರಾಯ, ಧೂಮಾವತಿ

ದೈವಗಳನ್ನು ಆರಾಧಿಸುತ್ತಾರೆ. ಈ ದೈವಗಳ ವಾರ್ಷಿಕ ಜಾತ್ರೆಗೆ 'ವಾಲಸರಿ ನೇಮ' ಎನ್ನುತ್ತಾರೆ. ಇದು ನಡೆಯುವ ಗದ್ದೆ 'ವಾಲಸರಿ ಮಜಲು'. ವಾಲಸರಿ ಎಂದರೆ ವಲಸೆ ಎಂದರ್ಥ. ಇದು ದೈವಗಳು ಘಟ್ಟ ಇಳಿದು ವಲಸೆ ಬಂದದ್ದರ ಸಾಂಕೇತಿಕ ನಿರೂಪಣೆಯಿರಬೇಕು.

ಗೌಡರ ದೈವಸ್ಥಾನಗಳಲ್ಲಿ ಕುದುರೆ ಮೇಲೆ ಕುಳಿತು ಬಿಲ್ಲುಬಾಣಗಳನ್ನು ಹಿಡಿದಿರುವ ಈರ್ವರು ವೀರರ ಪ್ರತಿಮೆಗಳು ಇರುತ್ತವೆ. ಇವು ಆ ಕುಟುಂಬದ ದೈವಗಳು ಅಲ್ಲದೆ ಅವರ ಹಿರಿಯರ ಇಲ್ಲವೇ ಇಕ್ಕೇರಿಯಿಂದ ಇವರನ್ನು ನಡೆಸಿಕೊಂಡು ಬಂದ ನಾಯಕರ ಪ್ರತಿಮೆಗಳು. ಇಂತಹ ಪ್ರತಿಮೆಗಳು ಸುಳ್ಯ ಹಾಗೂ ಪುತ್ತೂರು ಭಾಗಗಳಲ್ಲಿ ಬಹುತೇಕ ಕಡೆ ನೋಡಬಹುದು. ತರವಾಡು, ಐನ್‌ಮನೆಗಳಲ್ಲಿ ದಕ್ಷಿಣ ಭಾಗದಲ್ಲಿ ಇವು ಇವೆ. ಇವು ಉಲ್ಲಾಕುಳು–ಕಿನ್ನಿಮಾಣಿ–ಪೂಮಾಣಿಗಳದ್ದು.*

ಪ್ರ.ಶ.1565 ರ ತಾಳಿಕೋಟೆ ಕದನದಲ್ಲಿ ವಿಜಯನಗರ ಅರಸರು ಸೋಲನ್ನು ಕಂಡ ಪ್ರಯುಕ್ತ ವಿಜಯನಗರ ಸಾಮ್ರಾಜ್ಯವು ಛಿದ್ರಗೊಂಡು ಹಲವಾರು ಮಾಂಡಲೀಕರಲ್ಲಿ ಹರಿದು ಹಂಚಿಹೋಯಿತು. ಆ ಸಂದರ್ಭದಲ್ಲಿ ಮಲೆನಾಡಿನ ಶಿವಮೊಗ್ಗ, ಚಿಕ್ಕಮಗಳೂರು, ಹಾಸನ ವಿಭಾಗದಲ್ಲಿ ಮತ್ತು ದಕ್ಷಿಣ ಕನ್ನಡದ ಸುಳ್ಯ ಮತ್ತು ಪುತ್ತೂರು (ಈಗಿನ ಬೆಳ್ತಂಗಡಿ ಸೇರಿ) ಮಾಗಣೆಗಳಲ್ಲಿ ಇಕ್ಕೇರಿ ನಾಯಕರು ವಿಜಯನಗರದ ಮಾಂಡಲೀಕ ಅರಸರಾಗಿದ್ದು ಸ್ವತಂತ್ರವಾಗಿ ಆಳತೊಡಗಿದ್ದರು. ಪ್ರ.ಶ.1499–1763 ಇಕ್ಕೇರಿ ರಾಜರು ಮೂಲತಃ ತಲಕಾಡಿನ ಗಂಗರಾಜರ (ಪ್ರ.ಶ.200–1084) ವಂಶಸ್ಥರಾಗಿದ್ದು, ಗೌಡ ಮೂಲದವರಾಗಿ ವೀರಶೈವ ಮತಾವಲಂಬಿಗಳಾಗಿದ್ದರು.

ಈ ಸಂದರ್ಭದಲ್ಲಿ ಪುತ್ತೂರು ಮತ್ತು ಅಮರ ಸುಳ್ಯ ಮಾಗಣೆಗಳನ್ನು ಜೈನಮತಾವಲಂಬಿಗಳಾದ ಮತ್ತು ಮಾತೃ ಪ್ರಧಾನ ಸಂತತಿಯವರಾದ ಅಷ್ಟಬಲ್ಲಾಳ್ತಿಯರು ಮಾಂಡಲೀಕರಾಗಿ ಆಳುತ್ತಿದ್ದರು. ಈ ಬಲ್ಲಾಳರು ನಂಬಲರ್ಹರಲ್ಲವೆಂದು ತಿಳಿದು, ಅವರು ಯಾವಾಗ ಬೇಕಾದರೂ ಮಂಗಳೂರಿನ ಆಳುಪ ರಾಜರೊಡನೆ ಸೇರುವ ಸಾಧ್ಯವಿರುವುದರಿಂದಲೂ, ಅವರು ಜೈನ ಮತ್ತು ವೈಷ್ಣವ ಮತಾವಲಂಬಿ ಆದ ಪ್ರಯುಕ್ತ ಇಕ್ಕೇರಿ ಸಂಸ್ಥಾನ ಮತ್ತು ಶೃಂಗೇರಿ ಮಠದ ಸಂಯೋಗದಿಂದ ದಕ್ಷಿಣಕನ್ನಡದಲ್ಲಿ ಮಾತೃಪ್ರಧಾನ ಸಂತತಿ ಮತ್ತು ಜೈನ/ವೈಷ್ಣವರನ್ನು ಹಿಮ್ಮೆಟ್ಟಿಸಿ ಶೈವಧರ್ಮವನ್ನು ಎತ್ತಿ

*** ಹಿರಿಯ ವಿದ್ವಾಂಸರಾದ ಧರ್ಮಪಾಲನಡ್ಕರವರು (ಡಿ.ಜಿ.ನಡ್ಕ) ಈ ದೈವಗಳ ಮೂಲವನ್ನು ಗಂಗವಂಶದ ಮೂಲ ಪುರುಷರೊಂದಿಗೆ ಚರ್ಚಿಸುತ್ತಾರೆ (ಗೌಡ ಜನಾಂಗದ ಐತಿಹಾಸಿಕ ಅವಲೋಕನ; ಮನೋಹರ ದೇವಸ್ಯ, 2003). ಆನಂದಗೌಡ ಪೆರ್ಲ (ಪ್ರಾಯ 54; 2005) ಹಾಗೂ ಕೇಶವ ಅಡೂರು (1987) ಕೂಡ ಗಂಗವಂಶದೊಂದಿಗೆ ಉಲ್ಲಾಕುಳು ಸಂಬಂಧವನ್ನು ಕಲ್ಪಿಸುತ್ತಾರೆ. ಈ ಕುರಿತು ಶ್ರೀ ರಾಜ್ಯದೈವ ಮತ್ತು ಪುರುಷ ದೈವಸ್ಥಾನ ಕಂದ್ರಪಾಡಿ ಸ್ಮರಣ ಸಂಚಿಕೆ (2011) ಯಲ್ಲಿ ಚರ್ಚಿಸಲಾಗಿದೆ.**

ಹಿಡಿಯುವ ಪ್ರಯುಕ್ತ ಇಕ್ಕೇರಿ ರಾಜರ ರಕ್ತಸಂಬಂಧಿಗಳು, ಶೈವ ಸಂಪ್ರದಾಯಸ್ತರೂ, ಪಿತೃಪ್ರಧಾನ ಸಂತತಿಯವರೂ ಆದ ಗೌಡ ಸಮುದಾಯವನ್ನು ತಂಡತಂಡವಾಗಿ ಇಕ್ಕೇರಿ ದಂಡನಾಯಕರ ಮುಂದಾಳತ್ವದಲ್ಲಿ ಪುತ್ತೂರು ಮತ್ತು ಅಮರ ಸುಳ್ಯ ಮಾಗಣೆಗಳಿಗೆ ಕಳುಹಿಸಿಕೊಡಲಾಯಿತು (ಪ್ರ.ಶ.1530 ರಿಂದ ಪ್ರ.ಶ.1600) ಕಾಲಘಟ್ಟದಲ್ಲಿ ಪುತ್ತೂರು ಮತ್ತು ಅಮರ ಸುಳ್ಯ ಮಾಗಣೆಗಳಲ್ಲಿ ಅಷ್ಟಬಲ್ಲಾಳ್ತಿಯರ (ಬಲ್ಲಾಳರ) ರಾಜಕೀಯ ಮತ್ತು ಧಾರ್ಮಿಕ ಒಡೆತನಗಳು ಗೌಡ ಜನಾಂಗದ ಹಸ್ತಾಂತರವಾಯಿತು. ಬಲ್ಲಾಳರ ಸಂತತಿಯು ಕ್ಷೀಣವಾಯಿತು (ಗಣಪತಿರಾವ್ ಐಗಳ್ 2004).

ಬಲ್ನಾಡು ಕಟ್ಟೆಮನೆ:

ಗೌಡ ಸಮಾಜದ ಆಡಳಿತ ಘಟಕಗಳಲ್ಲಿ ಮುಖ್ಯವಾದುದು ಕಟ್ಟೆಮನೆಗಳು. ಗೌಡರ ವಲಸೆಯ ಅನಂತರ ರಾಜಕೀಯವಾಗಿ ಬಲಗೊಂಡು ಅಧಿಕಾರ ಸ್ಥಾಪನೆಯನ್ನು ಮಾಡುವ ಪ್ರಕ್ರಿಯೆಯಲ್ಲಿ ಕಟ್ಟೆಮನೆಗಳ ಪಾತ್ರ ಮಹತ್ವದ್ದು. ಪುತ್ತೂರಿನ ಬಲ್ನಾಡು ಕಟ್ಟೆಮನೆ ನಮಗೆ ಗೌಡರ ರಾಜಕೀಯ ಬೆಳೆವಣಿಗೆ ಹಾಗೂ ಸ್ಥಿತ್ಯಂತರಗಳನ್ನು ತೋರಿಸುತ್ತದೆ.

ದಂಡನಾಯಕ ಉಲ್ಲಾಕುಳು ಹಾಗೂ ಉಲ್ಲಾಳ್ತಿ ತಮ್ಮ ಪರಿವಾರದೊಂದಿಗೆ ಇಕ್ಕೇರಿಯಿಂದ ಘಟ್ಟವಿಳಿದು ಕುಕ್ಕೆ ಪಟ್ಟಣಕ್ಕೆ ಬಂದಾಗ ಸುಬ್ರಾಯ ದೇವರ ಕೊಡಿಮರದಲ್ಲಿ ಧ್ವಜವೇರುತ್ತಿರುತ್ತದೆ. ಇವರು ಸುಬ್ರಾಯನೊಂದಿಗೆ ಕಾದಾಡಿ ಕೊಡಿಮರ ತುಂಡರಿಸಿ ಧ್ವಜವನ್ನು ವಶಮಾಡಿಕೊಳ್ಳುತ್ತಾರೆ. ಇದು ಸ್ಥಳೀಯ ಬಲ್ಲಾಳನೊಂದಿಗೆ ನಡೆದ ಸಂಘರ್ಷವನ್ನು ಸಂಕೇತಿಸುತ್ತದೆ. ಈ ಧ್ವಜದೊಂದಿಗೆ ಬಲ್ನಾಡಿಗೆ ಬಂದ ದಂಡನಾಯಕ ಹಾಗೂ ಇತರ ಗೌಡರು ಬಲ್ನಾಡಿನಲ್ಲಿ ತಮ್ಮ ಅಧಿಕಾರವನ್ನು ಸ್ಥಾಪಿಸುತ್ತಾರೆ.

ಬಲ್ನಾಡು ಬಂಗರಸನ ಆಡಳಿತಕ್ಕೆ ಸೇರಿದ್ದ ಭೂಭಾಗವಾಗಿದ್ದು, ಇಂದು ಪುತ್ತೂರಿನ ಮುನ್ಸಿಫ್ ಕೋರ್ಟ್ ಇರುವ ಭಾಗದಲ್ಲಿ ಅವನ ಅರಮನೆಯೊಂದಿತ್ತು. ಇವನ ಕಾಲದಲ್ಲಿ ಬಲ್ನಾಡಿಗೆ ಬಂದ ಗೌಡರು ಅವನ ಆಸ್ಥಾನದಲ್ಲಿ ಸ್ಥಾನಮಾನವನ್ನು ಪಡೆದುದಲ್ಲದೆ ಮಹಾಲಿಂಗೇಶ್ವರ ದೇವಾಲಯದ ಸೇವೆಯಲ್ಲಿ ಸಂಕೇಶ ಅಧಿಕಾರಿಗಳಾಗಿ ತೊಡಗಿಸಿಕೊಳ್ಳುತ್ತಾರೆ.

ದಂಡನಾಯಕ ಉಲ್ಲಾಕುಳು ಹಾಗೂ ಉಲ್ಲಾಳ್ತಿಯ ಮರಣದ ಅನಂತರ ದೈವತ್ವಕ್ಕೇರಿ ಬಲ್ನಾಡು ಕಟ್ಟೆಮನೆಯ ಮನೆತನದ ದೈವಗಳಾಗಿ ಆರಾಧನೆ ಹೊಂದುತ್ತಾರೆ. ಮಲರಾಯ ಇವರ ಬಂಟನಾಗಿದ್ದು, ಕಾಲಾಂತರದಲ್ಲಿ ಪುತ್ತೂರು ಸೀಮೆಗೆ ದೈವಗಳಾಗುತ್ತಾರೆ. ಏಪ್ರಿಲ್ ತಿಂಗಳ 16 ರಂದು ನಡೆಯುವ ಮಹಾಲಿಂಗೇಶ್ವರನ ಜಾತ್ರೆಯಂದು ದೈವಗಳ

ಭಂಡಾರವನ್ನು ಪಲ್ಲಕ್ಕಿಯಲ್ಲಿ ದೇವಾಲಯಕ್ಕೆ ತರಲಾಗುತ್ತದೆ. ಗೌಡ ಜನಾಂಗದ ಬಲ್ನಾಡು ಕಟ್ಟೆಮನೆಯ ದರ್ಶನ ಪಾತ್ರಿಯು ಬಿಲ್ಲುಬಾಣಗಳನ್ನು ಹಿಡಿದಿರುತ್ತಾನೆ. ಛತ್ರ-ಚಾಮರ, ಧ್ವಜ, ಬಿರುದು ಬಾವಲಿಗಳೊಂದಿಗೆ ದೈವಗಳು ಮಹಾಲಿಂಗೇಶ್ವರನನ್ನು ಎದುರುಗೊಳ್ಳುತ್ತವೆ. ದೇವರ ಉತ್ಸವ ಮೂರ್ತಿಯೊಂದಿಗೆ ದೈವಗಳು ದೇವಾಲಯಕ್ಕೆ ಪ್ರದಕ್ಷಿಣೆ ಬರುತ್ತವೆ. ರಥೋತ್ಸವದಲ್ಲಿ ದೈವಗಳ ಭಂಡಾರವನ್ನು ಹಿಡಿಯುವ ಕಟ್ಟೆಮನೆಯ ದರ್ಶನ ಪಾತ್ರಿಯು ಮುಖ್ಯ ಆಕರ್ಷಣೆಯೂ ಹೌದು. ಕಟ್ಟೆಮನೆಯ ಗೌಡರು ಆರ್ಥಿಕ ಹಾಗೂ ರಾಜಕೀಯವಾಗಿ ಪ್ರಬಲರಾಗಿದ್ದದ್ದು ದೇವಾಲಯದಲ್ಲಿ ಅವರಿಗಿರುವ ಸ್ಥಾನಮಾನಗಳಿಂದ ವೇದ್ಯವಾಗುತ್ತದೆ.

ಪ್ರ.ಶ.1836-1837 ರಲ್ಲಿ ನಡೆದ ಅಮರಸುಳ್ಯ ದಂಗೆ ಗೌಡರ ವೀರಶ್ರೀಗೊಂದು ಒಳ್ಳೆಯ ನಿದರ್ಶನ. ಈ ಹೋರಾಟದಲ್ಲಿ ವಿಟ್ಲ, ಬಲ್ನಾಡು, ಬೆಳ್ತಂಗಡಿಯ ಗೌಡರು ಪಾಲ್ಗೊಂಡು ಬ್ರಿಟಿಷರ ವಿರುದ್ಧ ದಂಗೆ ಎದ್ದಿದ್ದರು. ಇವರು ಮಹಾದಂಡನಾಯಕ ಕೆದಂಬಾಡಿ ರಾಮಯ್ಯಗೌಡ, ಕಲ್ಯಾಣಪ್ಪ ಮೊದಲಾದ ವೀರರೊಂದಿಗೆ ಪುತ್ತೂರಿನ ಆಂಗ್ಲ ಖಜಾನೆಯ ಮೇಲೆ ಧಾಳಿ ಇಡುತ್ತಾರೆ. ಇದರ ಪರಿಣಾಮ ಗೌಡ ಸಮುದಾಯ ಬ್ರಿಟಿಷರ ಕೆಂಗಣ್ಣಿಗೆ ಗುರಿಯಾಗಬೇಕಾಯಿತು.

ಇದಲ್ಲದೆ ಪುತ್ತೂರು ಸೀಮೆ, ವಿಟ್ಲ ಮೊದಲಾದ ಭಾಗದ ಗೌಡರು, ಬಂಟರು, ಶಿವಳ್ಳಿ-ಹವ್ಯಕ ಬ್ರಾಹ್ಮಣರು, ಗೌಡಸಾರಸ್ವತರು ಮೊದಲಾದ ಪ್ರಬಲ ವರ್ಗಗಳ ತುಳಿತಕ್ಕೂ ಒಳಗಾಗಿದ್ದಾರೆ. ಇದರಿಂದ ತಮ್ಮ ಆಸ್ತಿ-ಪಾಸ್ತಿಗಳನ್ನು ಕಳೆದುಕೊಂಡಿದ್ದಾರೆ. ಹಿಂದೆ ಬಲ್ನಾಡು ಕಟ್ಟೆಮನೆಯ ಗೌಡರ ಹತ್ತಿರದ ಬಂಟ ಕುಟುಂಬವೊಂದು ಅವರ ಅನಕ್ಷರತೆಯನ್ನು ದುರುಪಯೋಗಪಡಿಸಿಕೊಂಡು ಭೂಮಿಯನ್ನು ನುಂಗಿತ್ತು. ಕಾಲಾಂತರದಲ್ಲಿ ಇವರ ಅನೇಕ ಭೂಭಾಗಗಳು ಇವರ ಕೈ ತಪ್ಪಿ ಹೋದವು. ದಂಡನಾಯಕ ಉಲ್ಲಾಕುಳು ಹಾಗೂ ಉಲ್ಲಾಳ್ತಿಯ ದೈವಸ್ಥಾನದ ಅಧಿಕಾರವೂ ಇವರ ಕೈಯಿಂದ ನಟ್ಟೋಜ ಬ್ರಾಹ್ಮಣ ಕುಟುಂಬದ ಸಹಭಾಗಿತ್ವಕ್ಕೆ ಬಂತು. ಇವರೆಡೂ ಕುಟುಂಬಗಳ ಮನಸ್ತಾಪದಿಂದಾಗಿ ಅನೇಕ ವರ್ಷ ನೇಮ ನಡಾವಳಿಗಳು ನಡೆಯಲಿಲ್ಲ. ಇದರಿಂದ ಎರಡೂ ಕುಟುಂಬಗಳಿಗೆ ದೋಷಾಧಿಗಳು ಕಂಡುಬಂದವು.

ಕಾಲಾಂತರದಲ್ಲಿ ಗೌಡರು ಸೇಡಿಯ ಸೀತಾರಾಮಭಟ್ಟರೆಂಬ ಹವ್ಯಕರೊಂದಿಗೆ ಸೇರಿ ನೇಮೋತ್ಸವ ನಡೆಸಿದರು. ಇವರ ನಡುವಿನ ಭಿನ್ನಾಭಿಪ್ರಾಯ ಕೋರ್ಟಿನ ಮೆಟ್ಟಿಲೇರಿ ಭಟ್ಟನ ಪಿರ್ಯಾದಿನಂತೆ ಇಂದು ಬಲ್ನಾಡು ದಂಡನಾಯಕ ದೈವಸ್ಥಾನ ಕರ್ನಾಟಕ ಸರಕಾರದ ಮುಜರಾಯಿ ಇಲಾಖೆಗೆ ಒಳಪಟ್ಟಿದೆ. ಇಂದು ಗೌಡರ ಕಟ್ಟೆಮನೆಯವರು ದರ್ಶನ ಪಾತ್ರಿಗಳಾಗಿ ದೈವಗಳ ಸೇವೆ ಮಾಡುತ್ತಿದ್ದಾರೆ. ಪ್ರಸ್ತುತ ದರ್ಶನ ಪಾತ್ರಿಯಾಗಿರುವ ಪರಮೇಶ್ವರ ಗೌಡರಿಗೆ ವಾರ್ಷಿಕ 2700 ರೂ.ಗಳನ್ನು ಇಲಾಖೆ ನೀಡುತ್ತಿದೆ.

ಗೌಡ ಸಮುದಾಯದ ಆಡಳಿತ ವ್ಯವಸ್ಥೆ:

ದಕ್ಷಿಣ ಕನ್ನಡ, ಕೊಡಗು ಭಾಗಗಳಲ್ಲಿ ನೆಲೆಸಿರುವ ಗೌಡ ಸಮುದಾಯದ ಒಳ ಆಡಳಿತ ವ್ಯವಸ್ಥೆಯು ಗಂಗರ ಆಡಳಿತ ವ್ಯವಸ್ಥೆಯನ್ನು ಹೋಲುತ್ತದೆ. ಗಂಗರ ಸಾಮ್ರಾಜ್ಯದಲ್ಲಿ ಊರುಗೌಡ, ನಾಡಗೌಡ, ಸೀಮೆಗೌಡರೆಂಬ ಪದವಿಗಳನ್ನು ಕಾಣಬಹುದು. ಇದೇ ವ್ಯವಸ್ಥೆ ಚಾಳುಕ್ಯ, ಹೊಯ್ಸಳ, ವಿಜಯನಗರ ಹಾಗೂ ಇಕ್ಕೇರಿ ಸಂಸ್ಥಾನಗಳ ಆಡಳಿತದಲ್ಲೂ ಮುಂದುವರಿದಿದೆ.

ಕಟ್ಟೆಮನೆಯ ಸೀಮೆಗೌಡರು ಶ್ರೇಣಿಯ ಮೇಲ್ತುದಿಯಲ್ಲಿದ್ದರೆ ಅವರ ಕೆಳಗೆ ಮಾಗಣೆಗೌಡರು ಬರುತ್ತಾರೆ. ಮಾಗಣೆಗೌಡರ ಅನಂತರ ಊರಗೌಡರು ಬರುತ್ತಾರೆ. ಊರಗೌಡನಿಗೆ ಜೊತೆಯಾಗಿ ಒತ್ತುಗೌಡನಿದ್ದು, ಊರಿನ ಎಲ್ಲಾ ಗೌಡ ಕುಟುಂಬಗಳನ್ನು ಇತರ ಸಮುದಾಯವನ್ನೂ ಇವರು ನಿಯಂತ್ರಿಸುತ್ತಿದ್ದರು. ದಕ್ಷಿಣ ಕನ್ನಡದಲ್ಲಿ ಎರಡು ಕಟ್ಟೆಮನೆಗಳನ್ನು ಕಾಣಬಹುದು. ಅವು ಬಲ್ನಾಡು ಹಾಗೂ ಕೂಜುಗೋಡು ಕಟ್ಟೆಮನೆಗಳು. ಕೊಡಗಿನ ಗೌಡರಿಗೆ 'ಕುಂಭಗೌಡನ' ಕಟ್ಟೆಮನೆ.

ಬಲ್ನಾಡು ಕಟ್ಟೆಮನೆಯವರು ಬೆಳ್ತಂಗಡಿ, ಪುತ್ತೂರು, ವಿಟ್ಲ, ಬಂಟ್ವಾಳ ಹಾಗೂ ಕಾಸರಗೋಡು ಭಾಗಗಳ ತುಳು ಗೌಡರನ್ನು ನಿಯಂತ್ರಿಸುತ್ತಾರೆ. ಇವರ ಅಡಿಯಲ್ಲಿ ಈ ಕೆಳಗಿನ ಮಾಗಣೆಗಳು ಬರುತ್ತವೆ. (1) ವಿಟ್ಲ ಅಮ್ಮೆ, (2) ನರುವೋಲ್ದಡಿ, (3) ಕುಂಟಿನಿ, (4) ಪಲ್ಲದಾಲ, (5) ವಲಂಬ್ರ, (6) ಬಾಜಿಲ ಹಿರೇ ಬಂಡಾಡಿ, (7) ಕಾಯೆರ್‌ಮೊಗರು, (8) ಕನ್ನಡ್ಕ. (9) ನೆಲ್ಯಾಡಿ ಓಡಿತ್ತಡ್ಕ

ಬಲ್ನಾಡು ಭಂಡಾರ

ಗೌಡರ ಒಳಾಡಳಿತ

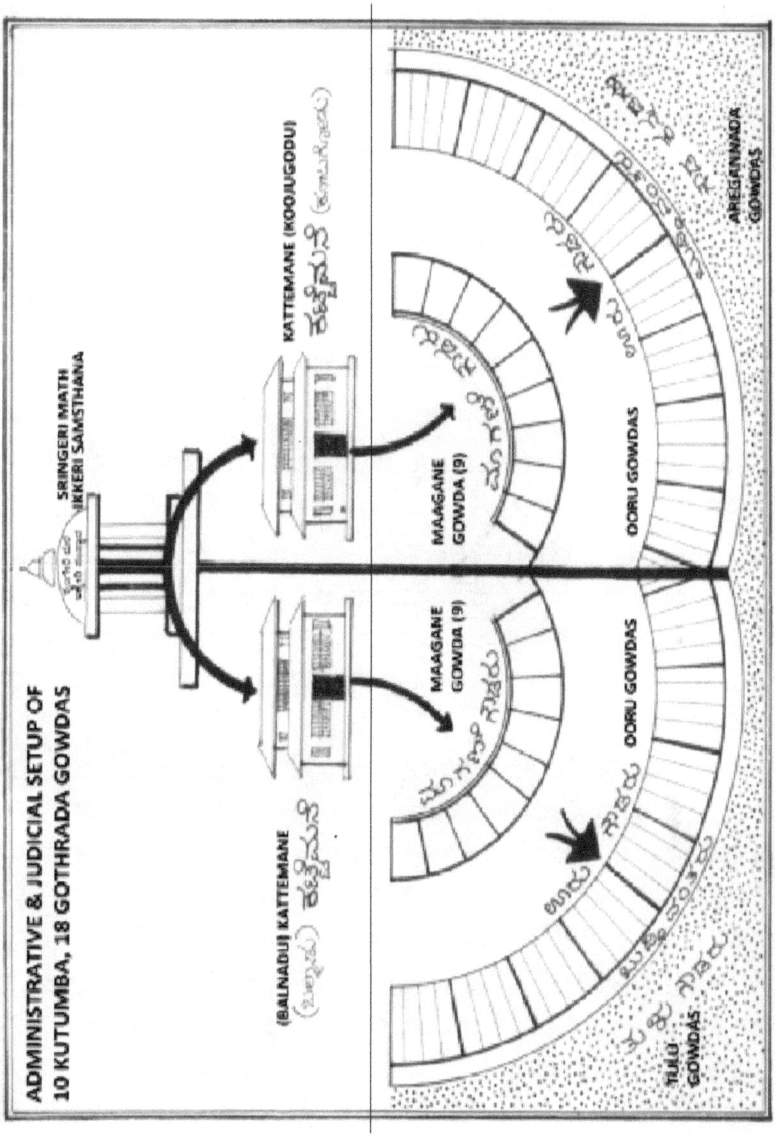
ADMINISTRATIVE & JUDICIAL SETUP OF
10 KUTUMBA, 18 GOTHRADA GOWDAS
SRINGERI MATH
IKKERI SAMSTHANA
(BALNADU) KATTEMANE
ಕಟ್ಟೆಮನೆ
KATTEMANE (KOOJUGODU)
ಕಟ್ಟೆಮನೆ
MAAGANE
GOWDA (9)
MAAGANE
GOWDA (9)
ಮಾಗಣೆ ಗೌಡರು
ಮಾಗಣೆ ಗೌಡರು
ಊರು ಗೌಡರು
ಊರು ಗೌಡರು
OORU GOWDAS
OORU GOWDAS
TULU
GOWDAS
AREGANNADA
GOWDAS

ಬಲ್ನಾಡು ಕಟ್ಟೆಮನೆ ನಾಲ್ಕು ಅಂಕಣದ ನಡುವೆ ಒಳ ಮುಂದಿಲ್ ಇರುವ 'ತುಳುವರ ಸುತ್ತು ಪಡ್ಸಿರೆ' ಮನೆಯ ರಾಚನಿಕ ವಿನ್ಯಾಸವನ್ನು ಹೊಂದಿದೆ. ಇದಕ್ಕೆ 300–400 ವರ್ಷಗಳ ಇತಿಹಾಸವಿದೆ. ನಾಲ್ಕು ಕವಲಿನ ಕೂಡುಕುಟುಂಬವಿದೆ. ಮುಂಭಾಗದ ದೊಡ್ಡ ಚಾವಡಿಯ ದಕ್ಷಿಣ ಭಾಗದಲ್ಲಿ ಮನೆ ದೈವಗಳ ಕೋಣೆ ಇದೆ. ಇಂತಹ ಮನೆಯನ್ನು ವಿಟ್ಲ ಅಮೈ ಮಾಗಣೆ ಮನೆ ಹಾಗೂ ಪಾಡಿ, ಗೋಲ್ತಮಜಲಿನಲ್ಲೂ ನೋಡಬಹುದು. ಇಂದು ಬಲ್ನಾಡಿನ ಮನೆ ಜೀರ್ಣಾವಸ್ಥೆಯನ್ನು ತಲುಪಿದ್ದು, ಕಷ್ಟಗಳನ್ನು ಎದುರಿಸುತ್ತಿದೆ. ಮನೆಯ ಆರ್ಥಿಕ ವ್ಯವಸ್ಥೆಯೂ ಕುಸಿದಿದ್ದು, ಇಂದೂ ಸೌದೆ ಒಲೆಯಲ್ಲಿಯೇ ಅಡುಗೆ ಮಾಡುತ್ತಾರೆ. ಸದಸ್ಯರೂ ಕೂಡ ಹೆಚ್ಚು ವಿದ್ಯಾವಂತರಲ್ಲ ದಿರುವುದರಿಂದ ಪ್ರಬಲ ವರ್ಗಗಳ ತುಳಿತಕ್ಕೆ ಒಳಗಾಗುತ್ತಿದ್ದಾರೆ.

ಗೌಡ ಯಾನೆ ಒಕ್ಕಲಿಗೆ ಸಮುದಾಯಕ್ಕೆ ಪ್ರಪ್ರಥಮವಾಗಿ ದೊರಕಿದ ರಾಜಮುದ್ರೆಯ ಸನ್ನದು:

ಹರಿಹರ ಕೂಜುಗೋಡು ತಿಮ್ಮಣ್ಣ (ಮೂಲಪುರುಷ ತಿಮ್ಮನಾಯಕನ ಮೊಮ್ಮಗ) ಮತ್ತು ಇತರ ಸುಳ್ಯ ಮತ್ತು ಪುತ್ತೂರು ಪ್ರದೇಶದ ಹತ್ತು ಕುಟುಂಬ ಹದಿನೆಂಟು ಗೋತ್ರದ ಗೌಡರು ಕೆಳದಿ ಅರಸ ಬಸಪ್ಪನಾಯಕರಿಗೆ ಶಾಲಿವಾಹನ ಶಕ 1626 (ಪ್ರಶ.1704) ರಲ್ಲಿ ಅರ್ಪಿಸಿದ ಬಿನ್ನವತ್ತಳೆ, ಅದಕ್ಕೆ ಬಸಪ್ಪನಾಯಕರ ರಾಜಮುದ್ರೆಯೊಂದಿಗೆ ದೊರೆತ ನಿರೂಪಣೆ:

ದಿವಂಗತ ಶ್ರೀ ಮಾಕೊನಹಳ್ಳಿ (ಮೂಡುಗೆರೆ) ದೊಡ್ಡಪ್ಪಗೌಡರು ತಮ್ಮ ಕೃತಿ "ಪಾಶುಪತ ಶೈವರು ಮತ್ತು ಗೌಡ ಸಮಾಜ" (1995) ದಲ್ಲಿ ಈ ಕೆಳಗಿನಂತೆ ದಾಖಲಿಸಿ ದ್ದಾರೆ. ಇದರಿಂದ ತಿಳಿಯುವುದೇನೆಂದರೆ ಆ ಕಾಲದಿಂದಲೇ ದಕ್ಷಿಣ ಕನ್ನಡದ ಗೌಡರು ತಮ್ಮ ಮೂಲದ ಮಲೆನಾಡು ಮತ್ತು ಕೆಳದಿ ಸಂಸ್ಥಾನದೊಂದಿಗೆ ಉತ್ತಮ ಸಂಬಂಧ ಹೊಂದಿದ್ದರು.

"ಮಾಕೋನಹಳ್ಳಿಯ ನನ್ನ ಆದಿಮನೆಯಲ್ಲಿ ಇದೀಗ ಹಳೆಯ ದಾಖಲೆಯೊಂದರ ಪೂರ್ಣಪಾಠ ದೊರೆತಿದೆ. ಅದು ಶೃಂಗೇರಿ ಮಠದ ಭಂಡಾರದಲ್ಲಿ ನಂಬರ್ 368 ಎಂದು ದಾಖಲಾಗಿದ್ದುದನ್ನು ಮಂಗಳೂರು ಬಾರೆಕಾಜೆ, ಮಾಗಣಿಗೌಡ–ನೀಲಬೈಲು ರಾಮೇಗೌಡರು 1892, ಜನವರಿ 24 ರಲ್ಲೂ ಮಠದ ಮೊಹರು ನಿಶಿನಕಲು ಪಡೆದು ಪ್ರತಿ ನಕಲು ನಮ್ಮ ಹಿರಿಯರಿಗೆ ಕಳಿಸಿದ್ದಾಗಿದೆ."

"ಶ್ರೀ ಶಾರಾಂಬಾಯ ನಮಃ, ವಿದ್ಯಾಶಂಕರಾ–ಶ್ಯಾಸನದ ಕಲ್ಲು" ಅಂತ ಪ್ರಾರಂಭವಾಗಿ, "ಶ್ರೀ ಸಚ್ಚಿದಾನಂದ ಶಿವಾಭಿನವ ನರಸಿಂಹ ಭಾರತಿ ಸ್ವಾಮೀಜಿಃ" ಎಂಬ ಸ್ವಾಮಿಗಳ ಮಾನ ಸನ್ಮಾನ ಗೌರವದ ವಾಕ್ಯಗಳನ್ನಷ್ಟೇ ಆಯ್ದುಕೊಂಡಿದೆ.

ಶ್ರೀ ಶೃಂಗೇರಿ ಭಂಡಾರಕ್ಕೆ

"ಸ್ವಸ್ತಿಶ್ರೀ ವಿಜಯಾಭ್ಯುದಯ ಶಾಲಿವಾಹನ ಶಕ 1626 (ಪ್ರ.ಶ.1704)ನೆಯ ವರ್ತಮಾನಕ್ಕೆ ಸಲ್ಲುವ ತಾರಣಸಂವತ್ಸರದ ಜೇಷ್ಟ ಶುದ್ಧ 15 ರಲ್ಲು ಮಠದ ಪಾರುಪತ್ತೇಗಾರರು ನಾರಾಯಣಭಟ್ಟರ ಮುಂತಿಟ್ಟು, ಮೇಲುಸೀಮೆಯ ಬೇಲೂರು ತಿಮ್ಮೇಗೌಡ, ವಸ್ತಾರೆ ಕಲಸೇಗೌಡ, ದೇಗುಂದದ ರಾಮೇಗೌಡ, ಚಿಕ್ಕಮಗಳೂರು ಜೋಗೇಗೌಡ ಮುಂತಾದವರ ಮುಂತಿಟ್ಟುಕೊಂಡು, ಮಂಗಳೂರು ಹೋಬಳಿಯಲ್ಲಿ ಇಹ ಹಾಲೊಕ್ಕಲು ಮಕ್ಕಳು ಗೌಡಗಳು ಸುಳ್ಯ ಸೀಮೆ ಅಜ್ಜಾವರದ ಕುನ್ಯಟ್ಟಿಗೌಡ...ಅಮರಸೀಮೆ...ಪಂಜದ ಮಾಗಣೆ...ಸುಬ್ರಹ್ಮಣ್ಯ ಮಾಗಣೆ... ಕಡಬದ ಮಾಗಣೆ... ಗೇರಂಕಿ ಮಾಗಣೆ.... ಪುತ್ತೂರು ಸೀಮೆ... ಕುಂಬಳ ಸೀಮೆ... ಮೊಗ್ರನಾಡು ಸೀಮೆ... ಬಂಗರ ಸೀಮೆ... ಮುಂತಾದ ಸಮಸ್ತ ಬಂಗಾಡಿ ಸೀಮೆಗೌಡಗಳು ಬರೆದು ವಪ್ಪಿಸಿದ ಬಿನ್ನವತ್ತಳೆ ಕ್ರಮವೇನೆಂದರೆ, ಘಟ್ಟದ ಕೆಳಗಿನ ತುಳುಪ್ರಜೆಗಳು ತಮ್ಮ ತಮ್ಮ ಜಾತಿ ಮರ್ಯಾದೆ ಇದ್ದ ರೀತಿ ತೊಡರು ಮಾಡಿದ್ದರಿಂದ ಹುಜೂರಿಗೆ ಹೋಗಿ ಅರಿಕೆ ಮಾಡಿ ನಿರೂಪ ಬರ್ಸಿಕ್ಕೊಂಡು ಬಂದೆವು... ಆದ್ಯಂತರ ಸಮ್ಮತದಿಂದ ಹರಿಹರದ ತಿಮ್ಮಂಣ, ಹೊಪ್ಪಳೆರಾಜಾ, ಅಮಾಸಿಸುಬ್ಬ, ಸಬನಿಚಂನ, ಅಜ್ಜಾವರದ ಕುನ್ಯಟ್ಟಿ, ಉಪ್ಪಿನಂಗಡಿ ಶಿವಣ್ಣ, ಅಬಿಕಸುಬ್ಬ ಸಹ ಆದ್ಯಂತರ ಸಮ್ಮತದಿಂದ ಬರೆದು ವಪ್ಪಿಸಿದ ಬಿನ್ನವತ್ತಳೆಯ ಯಥಾನಕಲು (1. ಕೆಳದಿ ಅರಸು ಬಸಪ್ಪನಾಯಕರ ಆಸ್ಥಾನ)

ಹದಿನೆಂಟು ಮಾಗಣೆಯವರು ಶ್ರೀಮಠದವರೂ ಕೂಡಿ ನಿಶ್ಚಯಿಸಿದ ಹಾಲುವಕ್ಕಲು ಮಕ್ಕಳು ಗೌಡರ ಜಾತಿ ರಿವಾಜು ಪಟ್ಟಿ.. ತಾರಣ ಸಂವತ್ಸರದ ವೈಶಾಖ ಶುದ್ಧ ಪಂಚಮಿಯಲ್ಲೂ ಕೆಳದಿ ಬಸಪ್ಪನಾಯಕರು ಸನ್ನದಿನ ಅಪ್ಪಣೆ ಪ್ರಕಾರ ಹಾಲುವಕ್ಕಲು ಮಕ್ಕಳು ಶುಭ ಶೋಭನ ಆಗುವ ವಿವರಕ್ಕೆ ಮಾಡಿದಂತೆ ಕಟ್ಟುಕಟ್ಟಲೆಯ ಪ್ರಮಾಣ..

ಈ ರಿವಾಜು ಪಟ್ಟಿಯು ಪ್ರಾಕುಶಾಸನದಲ್ಲಿದನ್ನು ಅಪೇಕ್ಷಿಸಿದವರು ದಕ್ಷಿಣ ಕನ್ನಡ ಹಾಲುವಕ್ಕಲು ಮಕ್ಕಳು ಗೌಡಗಳು ಅಪೇಕ್ಷಿಸಿ ಆಚಾರ ವಿಚಾರ ಅಧಿಕಾರ ನೇಮಕಪಟ್ಟ ಶುಭೇದಾರರು ಯಡಮಂಗಲ ಸೀತಾರಾಮಯ್ಯನವರಿಗೆ ಬಿನ್ನವತ್ತಳೆ ಅರ್ಜಿಸಿದ ಪ್ರಕಾರ ಅವರು ಶ್ರೀಮಠಕ್ಕೆ ಸದರಿ ಬಿನ್ನವತ್ತಳೆ ಹುಡುಕೋಣ ಪೀಜು ರೂಪಾಯಿ 129–96 ಸಮೇತ ಬರಕೊಂಡವರಿಗೆ ಶಾಸನದ ಯಥಾನಕಲನ್ನು ಸುಭೇದಾರ್ ಸೀತಾರಾಮಯ್ಯ ನವರ ಬಳಿಗೆ ರವಾನಿಸಿದ ತಾರೀಕು ಸಾಲಿವಾಹನ ಶಕವರುಷ 1806 ತಾರಣ ಸಂವತ್ಸರದ ಜೇಷ್ಠ ಬಹುಳ 7ರಲ್ಲು ಸುಭೇದಾರ್‌ರವರಿಂದ ವಳಗುತ್ತೇದಾರರಿಗೆ ಸಿಕ್ಕಿದ ಯಥಾನಕಲು... ರುಜು ಸುಬೇದಾರ್ ಶಿವಂಗೈಶಾಸ್ತ್ರಿಗಳು.

ಮೊಹರ್‌ನಿಶಿ ದಸ್ಕತುಂಟು

ಈ ನಕಲು ವಿವರ 24 ಪುಟಗಳಲ್ಲಿದೆ. ದಕ್ಷಿಣ ಕನ್ನಡದ ಗೌಡ ಸಮುದಾಯದ ಮದುವೆ ಶಾಸ್ತ್ರಗಳು, ಛತ್ರಿ, ಚಾಮರ, ಪಲ್ಲಕ್ಕಿ, ದೀವಟಿಗೆ, ಮಕರತೋರಣ ಮುಂತಾದ ಮಾನಮರ್ಯಾದೆಗಳೂ ಕೈವಾಡದವರಿಗೆ, ಉದ್ಯೋಗದವರಿಗೆ ಕೊಡುವ ರಿವಾಜು ಇತ್ಯಾದಿ ವಿವರಗಳಿವೆ. ಇಷ್ಟು ವಿವರವಾಗಿ ನಿರೂಪಿಸುವ ಸನ್ನದು ದಾಖಲೆ ಪ್ರಾಯಶಃ ಇತರ ಕಡೆ ಗೌಡ ಸಮುದಾಯದವರಿಗೆ ದೊರೆತಿರುವ ನಿದರ್ಶನ ಈವರೆಗೆ ಕಂಡು ಬಂದಿರುವುದಿಲ್ಲ. ಅಥವಾ ಅಂತಹ ಸನ್ನದುಗಳನ್ನು ರೆಕಾರ್ಡ್ಸ್ ರೂಮಿನಲ್ಲಿ ಹುಡುಕಿಸಿ ನೋಡುವ ಪ್ರಯತ್ನ ಮಾಡಿಲ್ಲ. ಈ ಸನ್ನದು ಪತ್ರ ಸುಮಾರು ಮುನ್ನೂರು ವರ್ಷಗಳಷ್ಟು ಹಿಂದಿನದಾಗಿರುತ್ತೆಂಬುದು ಗಮನಾರ್ಹ.

"1837ರ ಅಮರ ಸುಳ್ಯ ಸ್ವಾತಂತ್ರ ಸಂಗ್ರಾಮದಲ್ಲಿ" ಭಾಗವಹಿಸಿದ ಗಣ್ಯರಲ್ಲಿ ಕೂಜುಗೋಡು ಮಲ್ಲಪ್ಪಗೌಡ ಮತ್ತು ಕೂಜುಗೋಡು ಅಪ್ಪಯ್ಯ ಗೌಡ ಸಹೋದರರು ಪ್ರಮುಖರು. ಸ್ವಾತಂತ್ರ ಸಂಗ್ರಾಮದ ಮುಖ್ಯಸ್ಥ ಅಪರಂಪರ–ಕೂಜುಗೋಡು ಮಲ್ಲಪ್ಪನವರ ಮನೆಯಲ್ಲಿಯೇ ತಂಗಿದ್ದ. ಬಂಡಾಯಗಾರರು ಬೆಳ್ಳಾರೆ ಪೇಟೆಯನ್ನು ಮುತ್ತಿದಾಗ ಕೂಜುಗೋಡು ಸಹೋದರರು 200 ಮಂದಿ ಯೋಧರನ್ನು ಸೇರಿಸಿ, ಮುತ್ತಿಗೆಗೆ ಸಹಾಯ ಮಾಡಿದರು. ಊಟದ ವ್ಯವಸ್ಥೆ ಮಾಡಿದರು. ದಾರಿಗಳನ್ನೆಲ್ಲ ಅಡ್ಡ ಕಟ್ಟಿದರು. ಘಾಟಿ ಮಾರ್ಗಗಳನ್ನು ಮುಚ್ಚಿದರು. ಗುಡ್ಡೆಮನೆ ಅಪ್ಪಯ್ಯಗೌಡರ ನೇತೃತ್ವದಲ್ಲಿ ಕೂಜುಗೋಡು ಸಹೋದರರ ದಂಡು ಮಡಿಕೇರಿ ಕೋಟೆಯನ್ನು ದಿನಾಂಕ 16ನೆಯ ಏಪ್ರಿಲ್ 1837 ರಂದು ಮುತ್ತಿಗೆ ಹಾಕುವುದೆಂದು ಮುಂದುವರಿಯಿತು. ಆದರೆ, ಬ್ರಿಟಿಷರ ವಿಧೇಯರಾದ ಸುಬೇದಾರ್ ಮಾದಯ್ಯ ಮತ್ತು ಅಪ್ಪಾರಂಡ ಬೋಪು ದಿವಾನನ ಕುಟಿಲ ತಂತ್ರದಿಂದಾಗಿ ಸುಬೇದಾರ್ ಗುಡ್ಡೆಮನೆ ಅಪ್ಪಯ್ಯ, ಕೂಜುಗೋಡು ಸಹೋದರರನ್ನು ಸೆರೆ ಹಿಡಿದು ಗುಡ್ಡೆಮನೆ ಅಪ್ಪಯ್ಯನನ್ನು ಮಡಿಕೇರಿ ಕೋಟೆಯ ಪೂರ್ವ ಭಾಗದಲ್ಲಿ ದಿನಾಂಕ 31.10.1837 ರಂದು ಅವರ ಕುಟುಂಬ ಮತ್ತು ಊರಿನ ಹಿರಿಯರ ಎದುರಲ್ಲಿ ಗಲ್ಲಿಗೇರಿಸಲಾಯಿತು. ಕೂಜುಗೋಡು ಸಹೋದರರನ್ನು 14 ವರ್ಷ ಕಠಿಣ ಕಾರಾಗೃಹಕ್ಕೆ ತಳ್ಳಲಾಯಿತು."

6

ಕೊಡಗಿನಲ್ಲಿ ಗೌಡ ಸಮುದಾಯ

ಪ್ರ.ಶ.5 ರಿಂದ 10ನೆಯ ಶತಮಾನದ ಅಂತ್ಯದವರೆಗೆ ಗಂಗರ ಆಳ್ವಿಕೆಯು ಕೊಡಗಿನ ಭಾಗಗಳಲ್ಲಿತ್ತು. ತಲಕಾಡಿನ ಗಂಗರಸರ ಆಳ್ವಿಕೆಯಲ್ಲಿ ಹಲವಾರು ಗ್ರಾಮಗಳ ಗುಂಪಿಗೆ ಒಂದು ನಾಡು ಇರುತ್ತಿತ್ತು. ಸೀಮೆಯೆಂದು ಕರೆಯಲ್ಪಡುತ್ತಿದ್ದ ನಾಡಿಗೆ ನಾಡಗೌಡ ಅಥವಾ ಗೌಡ ಪ್ರಭು ಮುಖ್ಯಸ್ಥನಾಗಿರುತ್ತಿದ್ದನು. ನಾಡು ರಾಜ್ಯದ ಪ್ರಮುಖ ಆಡಳಿತ ಘಟಕ. ಒಂದು ಪ್ರದೇಶದ ಶಾಂತಿ ಸುವ್ಯವಸ್ಥೆಯನ್ನು ಕಾಯ್ದುಕೊಳ್ಳುವ, ರಾಜ್ಯದ ಬೊಕ್ಕಸಕ್ಕೆ ಸಂಪನ್ಮೂಲವನ್ನು ಕ್ರೋಡಿಕರಿಸುವ, ಸೈನ್ಯಕ್ಕೆ ಯೋಧರನ್ನು ಸೇರಿಸುವ ಮುಖ್ಯ ಕಾರ್ಯಗಳು ನಾಡಗೌಡ ಅಥವಾ ನಾಡಪ್ರಭುವಿಗಿದ್ದವು. ರಾಜ ಈ ನಾಡಗೌಡರನ್ನೆ ಅವಲಂಬಿಸಿ ಆಳ್ವಿಕೆ ನಡೆಸುತ್ತಿದ್ದನು. ಗಂಗ ಸಾಮ್ರಾಜ್ಯದ ಸಂದರ್ಭದಲ್ಲಿ ಆರಂಭವಾದ ಆಡಳಿತ ಪದ್ಧತಿಯಾದ "ಊರಗೌಡ-ನಾಡಗೌಡ-ಸೀಮೆಗೌಡ" ಹಾಗೂ ಯುದ್ಧ ಸಂದರ್ಭಗಳಲ್ಲಿ ರಾಜ್ಯಕ್ಕೆ ಸೈನ್ಯವನ್ನು ಒದಗಿಸುವ ಜವಾಬ್ದಾರಿಯು ಗೌಡರಿಗೆ ಗಂಗ, ಚಾಳುಕ್ಯ, ರಾಷ್ಟ್ರಕೂಟ, ಹೊಯ್ಸಳ, ವಿಜಯನಗರ ಮತ್ತು ಕೆಳದಿ (ಇಕ್ಕೇರಿ) ನಾಯಕರ ಆಳ್ವಿಕೆಯಲ್ಲಿ ನಡೆದುಬಂತು.

ಕೊಡಗಿನಲ್ಲಿ ಕೂಡಾ ಇದೇ ವ್ಯವಸ್ಥೆಯಂತೆ ಗಂಗರಸರು ಕೊಡಗಿನ ಹಾಲೇರಿ-ಭಾಗಮಂಡಲದಂತಹ ಊರುಗಳಲ್ಲಿ ತಮ್ಮವರೇ ಆದ ಗೌಡ ಕುಟುಂಬಗಳನ್ನು ನೇಮಿಸಿದ್ದರು. ಇವರ ಪೈಕಿ ಹಾಲೇರಿ ಸೀಮೆಗೌಡನಾದ ಬೊಮ್ಮಗೌಡ, ಭಾಗಮಂಡಲ ಭಗಂಡೇಶ್ವರ ದೇವಾಲಯದ ಕ್ಷೇತ್ರಪಾಲಕರಾದ ದರೋಗನ (ಈಗ ದರಗನ ಯಾ ನಿಡ್ಯೆಮಲೆಯೆಂದು ಕರೆಯಲ್ಪಡುವ) ಕುಟುಂಬ, ತಲಕಾವೇರಿಯ ತಕ್ಕ ಮುಖ್ಯಸ್ಥರಾದ ಕೋಡಿ ಮನೆಯವರು ಮುಖ್ಯವಾದವರು. ಭಾಗಮಂಡಲದ ಸುತ್ತುಮುತ್ತಲಿನ ಪ್ರದೇಶಗಳಿಗೆ ಕೈಬಿಲಿರ, ಕರ್ಣಂಬಾಹು ಇತ್ಯಾದಿ ಪಾಳೆಗಾರರಿದ್ದರು ಇವರ ವಂಶಸ್ಥರೇ ಇಂದು ಕೈಬಿಲಿರ, ಕರ್ಣಯ್ಯನ ಇತ್ಯಾದಿ ಕುಟುಂಬಗಳಾಗಿರಬೇಕು.

ಉತ್ತರ ಕೊಡಗಿನಲ್ಲಿ ಬಾಚಿನಾಡನ, ಚೌಡ್ಲು ಇತ್ಯಾದಿ ಪಾಳೆಯಗಾರ ಮನೆತನಗಳಿದ್ದವು.

ಪ್ರ. ಶ.1815 ರ ಲಿಂಗರಾಜೇಂದ್ರ ಒಡೆಯನ ನಿರೂಪ :

ಕೊಡಗು ರಾಜರ ಕಾಲದಲ್ಲಿ ಗೌಡರ ಕಟ್ಟುಕಟ್ಟಳೆಗಳನ್ನು ತೀರ್ಮಾನಿಸಲು ಭಾಗವಹಿಸಿದ ಮಹನೀಯರು ಮತ್ತು ತೀರ್ಮಾನಗಳು:

ಹಾಲು ಒಕ್ಕಲು ಮಕ್ಕಳು ಯಾನೆ ಗೌಡರ ಚರಿತ್ರೆ :

ಗೌಡರು ತಮ್ಮ ಮದುವೆಗಳಲ್ಲಿ ಗಂಡು ಹೆಣ್ಣಿಗೆ ತಾಳಿ ಕಟ್ಟುವ ಸಮಯದಲ್ಲಿ ಬ್ರಾಹ್ಮಣ ಪುರೋಹಿತರಿಂದ ಧಾರೆ ಮಾಡಿಸುವ ಕ್ರಮ. ಕೊಡಗಿನಲ್ಲಿ ಲಿಂಗ ರಾಜೇಂದ್ರ ಒಡೆಯರು ರಾಜರಾಗಿದ್ದ ಕಾಲದಲ್ಲಿ ಕೊಡಗು ಪಾಣೆ ಮಂಗಳೂರಿನವರೆಗೆ ಪಸರಿಸಿದ್ದುದರಿಂದ ಕೊಡಗಿಗೆ ಸುಳ್ಯ, ಪುತ್ತೂರು, ಬಂಟ್ವಾಳ, ಬೆಳ್ತಂಗಡಿ ತಾಲೂಕುಗಳು ಸೇರಿ 1834 ರವರೆಗೆ ಕೊಡಗು ರಾಜರ ಅಧೀನದಲ್ಲಿತ್ತು. ಈ ಸಮಯದಲ್ಲಿ ಸುಳ್ಯದಲ್ಲಿ ಒಬ್ಬ ಗೌಡರ ಮನೆಯಲ್ಲಿ ಮದುವೆ ಏರ್ಪಾಡು ಆಗಿತ್ತು. ಆ ದಿನ ಬಹಳ ಮಳೆ ಬಂದು ಅಲ್ಲಿದ್ದ ನದಿಗಳಲ್ಲೆಲ್ಲಾ ನೀರು ಉಕ್ಕಿ ಹರಿಯುತ್ತಿತ್ತು. ಮದುವೆ ಮನೆ ನದಿಯ ಒಂದು ಕಡೆ ಬ್ರಾಹ್ಮಣ ಪುರೋಹಿತರು ನದಿಯ ಇನ್ನೊಂದು ದಡದಲ್ಲಿದ್ದುದರಿಂದ ಮದುವೆ ಮನೆಗೆ ಬ್ರಾಹ್ಮಣ ಪುರೋಹಿತರು ನದಿ ದಾಟಿ ಬರಲಿಕ್ಕೆ ಆಗಲೇ ಇಲ್ಲ. ಧಾರೆ ಮಾಡುವ ಸಮಯ ಹತ್ತಿರಕ್ಕೆ ಬಂದಾಗ ಬ್ರಾಹ್ಮಣ ಪುರೋಹಿತರು ಬರಲಿಲ್ಲವಲ್ಲಾ ಮುಹೂರ್ತಕ್ಕೆ ಇರುವ ಸಮಯ ಕಳೆದು ಹೋಗುತ್ತಿದೆಯಲ್ಲಾ ಎಂಬುದಾಗಿ ಎಲ್ಲರೂ ಚಡಪಡಿಸುತ್ತಿದ್ದ ಕಾಲಕ್ಕೆ ಅಲ್ಲಿ ನೆರೆದಿದ್ದವರಲ್ಲಿ ಒಬ್ಬ ಬಂಟರ ಮುಖಂಡರು ಸಿಟ್ಟಿನಿಂದ ದೊಡ್ಡ ಧ್ವನಿಯಲ್ಲಿ "ಬ್ರಾಣೆ ದಾಯಿತ ಬ್ರಾಣೆ, ಅಪ್ಪೆ ಅಮ್ಮೆ ಧಾರೆ ಮಯಿಪುಲೆ" ಎಂಬುದಾಗಿ ಹೇಳಿ ಆ ದಿನ ತಂದೆ ತಾಯಿಯರಿಂದ ಧಾರೆ ಮಾಡಿಸಿದರಂತೆ. ಆದ್ದರಿಂದ ತಂದೆ ತಾಯಿ ಧಾರೆ ಮಾಡುವುದಕ್ಕೆ ಅಂದಿನಿಂದ "ಬಂಟ್ರ ಧಾರೆ" ಎಂದು ಹೆಸರಾಯಿತು. ಮೇಲೆ ಹೇಳಿದ ವಿಷಯ ನಡೆದುದನ್ನ ರಾಮಯ್ಯ ಎಂಬ ಪುರೋಹಿತರು ಶೃಂಗೇರಿ ಜಗದ್ಗುರು ಶ್ರೀ ಶ್ರೀ ಶಂಕರಾಚಾರ್ಯರಿಗೆ ತಿಳಿಸಿ ಅವರು ಸುಳ್ಯದ ಗೌಡರು ಇನ್ನು ಮುಂದೆ ಬ್ರಾಹ್ಮಣ ಪುರೋಹಿತರಿಂದ ಧಾರೆ ಮಾಡಿಸಕೂಡದೆಂದು ಅಪ್ಪಣೆ ಕೊಡಿಸಿದುದರಿಂದ ಗೌಡರ ಮುಖಂಡರು ಮಡಿಕೇರಿಗೆ ಬಂದು ಲಿಂಗರಾಜೇಂದ್ರ ವಡೆಯರಿಗೆ ದೂರು ಕೊಟ್ಟರು. ಆ ರೀತಿ ನಡೆದ ಪ್ರಕರಣದ ವಿವರವನ್ನು ಆಗಿನ ಕಾಲದ ಕನ್ನಡ ಭಾಷೆಯಲ್ಲಿಯೇ ಗೌಡ ಮುಖಂಡರುಗಳ ಹೆಸರನ್ನು ನಡೆದ ವಿವರವನ್ನು ಈ ಕೆಳಗೆ ಕೊಟ್ಟಿದ್ದೇನೆ. ಭಾಗವಹಿಸಿದ ಮಹನೀಯರು ಮತ್ತು ತೀರ್ಮಾನಗಳು.

ದಿವಂಗತ ಕೈಮಂದನ ಕಾರ್ಯಪ್ಪನವರ ಪ್ರಕಾರ:[1]

ಪ್ರ.ಶ. 1815ರ ಲಿಂಗರಾಜೇಂದ್ರ ಒಡೆಯನ ನಿರೂಪ: ಕೊಡಗುರಾಜರ ಕಾಲದಲ್ಲಿ ಗೌಡರ ಕಟ್ಟಳೆಗಳು :

---

1. ಕೆ.ಎಸ್. ಕಾರ್ಯಪ್ಪ 'ಕೊಡಗು ರಾಜರ ಕಾಲದಲ್ಲಿ ಗೌಡರ ಕಟ್ಟಳೆ..... ಅದೇ, ಕೊಡಗು ಮತ್ತು ದಕ್ಷಿಣ ಕನ್ನಡ ಗೌಡ ಸಮಾಜದ ಸಂಸ್ಕೃತಿ ಸ್ಮರಣ ಸಂಚಿಕೆ, ಭಾಗ-1, ಪು.31-3. 'ಕೊಡಗು ಹಾಲೇರಿ ರಾಜವಂಶವು- ಎಂ.ಜಿ. ನಾಗರಾಜ- ಪು. 196-3-ಪುರಾತತ್ವ ಮತ್ತು ವಸ್ತು ಸಂಗ್ರಹಾಲಯ ಕನ್ನಡ ಸಾಹಿತ್ಯ ಪರಿಷತ್ತು-2004

ಶ್ರೀಮುಖಿ ಸಂವಸರ ಅಶ್ವೀಜ ಶುಧ್ಧ ಹದ್ನೈದರಲ್ಲು ಮುತ್ತು ಕಟ್ಟಿಮನೆ ದೇರಣ್ಣಗೌಡ ಕೊಡಗು ಜಿಲ್ಲೆ, ಪುತ್ತೂರು ತಾಲೂಕು, ಪುತ್ತೂರು ಮಾಗಣೆ, ಅಬಕಜೆ ಗೌಡ ನಡೆವಾಳಿ ಕುಂಬಗೌಡ, ಬೆಳ್ಳಾರೆ ಮಾಗಣೆ ಮಲ್ಲಜ್ಜನ ದೇರಗೌಡ, ಕೊರತದತ ತಿಮ್ಮೇಯ್ಯಗೌಡ, ಬೊಳಪದವಾತಿ ಕಜಿ ದೇರಣ್ಣಗೌಡ, ಕೂಳದ ತಿಮ್ಮಪ್ಪಗೌಡ, ಅಮರಸಿಮೆ ಚೊಕ್ಕಾಡಿ ಬೊಳ್ಳೂರು ಸೋಮಗೌಡ, ಉಮ್ಮಣ್ಣದ ಡೆಣ್ಯಗೌಡ, ಕಂದರ್ಪಾಡಿ ಕೋಬಿಲದ ಮುತ್ತಣ್ಣ ಗೌಡ, ಕೂವಳದ ಕುಬಗೌಡ, ಮುಂಡೋಡಿ ಚನ್ನಪ್ಪಗೌಡ, ನಾಲ್ಕಜೆ ಚೆನ್ನೇಗೌಡ, ಮೊಗುದ ಕುಮ್ಮಣ್ಣಗೌಡ, ಮಲ್ಕಜಿ ಪುಟ್ಯಗೌಡ, ಯಾಣಿಕಲ್ಲು ಬಾಳೆಡಿ ತಮ್ಮಣ್ಣಗೌಡ, ಉಡದೋಳಿ ಸುಬ್ಬುಗೌಡ, ಕಡೆಂಬಾಲ ಕೊಟಿಗೌಡ, ಬನ್ನಡ್ಕದ ಸುಬ್ಬೈಯಗೌಡ, ಹೌವುರೂನೆ ಬಾಯದಗೌಡ, ಕಡಮಕಲ್ಲು ಕೊಪ್ಪಡ್ಕದ ಸಣ್ಣಗೌಡ, ನೆಚ್ಯಣಕೆ ಗೌಡ, ಅಜಪಾರೌರ ಕುಂಬಗೌಡ, ನೂಜಲದ ತಾಳಗೌಡ, ಪೆರಾಜೆ ಗ್ರಾಮದ ಮೊಟ್ಟಗೌಡ, ನೆಲ್ಲಡ್ಕದ ಸುಬ್ಬಗೌಡ, ನೂಜಿಲದ ತಾಳದ ಹೊಸೂರು ಮೋಚಗೌಡ, ಸಂಪಾಜೆ ದೇವಜನ ತಿಮ್ಮಗೌಡ, ತಾವುನಾಡು ರಾಮಗೌಡ, ಚೂರ್‌ತಲೆ ದೇರಣ್ಣಗೌಡ, ಚಿರಕಜೆ ಲಿಂಗಗೌಡ, ಬೆಂಗುನಾಡು ಪಟಿಟ ಶಂಕರಗೌಡ, ಅತ್ತಿಯಾಡಿ ತಿಮ್ಮಗೌಡ, ಸುಳ್ಳೆಕೋಡಿ ಬೊಮ್ಮಗೌಡ, ಮೂರ್ನಾಡು ಉಳುವಾರ್ರ ದೇವಪ್ಪಗೌಡ, ಕೂಡಕಲ್ಲು ದೇವಣ್ಣ ಗೌಡ, ಕುಂಬಡ್ಕದ ಮಲ್ಲಪ್ಪಗೌಡ, ಕಗ್ಗೋಡುವಿತ್ತು ಪೈಕದ ಕರಿಯಣ್ಣಗೌಡ, ದೆಸ್ಕೊಡಿ ತಮ್ಮಗೌಡ, ಸುಬೋಜಿ ನಾಡು ಹುದಿಕೇರಿ ನಾಡು ಬೋಳೂರಂ ತಿಮ್ಮಯ್ಯಗೌಡ, ನಿಡುಂಪಾಡಿ ದುಗ್ಗಣಗೌಡ, ಹೊರೂರಂ ನೂರೊತ್ಲುನಾಡು ಕೊಡಕಲ್ಲು ಕುಂಬಗೌಡ, ಹಾಲೇರಿ ಗೌಡು ಉಪ್ಪುಗಾಲದ ಪುಟ್ಟಗೌಡ, ಸಬ್ಬಜ್ಜನ ತಿಮ್ಮೇಗೌಡ, ಮಡಿಕೇರಿ ನಾಡು ಗುಡ್ಡಜ್ಜನ ಕುಣಗೌಡ, ಮತ್ತು ನಾಡು ಕೊಂದಾಳದ ಪೂಜಾರಿ, ತಿಮ್ಮೇಗೌಡ, ಮಡಿಕೇರಿ ಹೊರಮಲೆನಾಡು ಯಾಲುಗಾಳು ಸುಜ್ಜಪಾಡಿ ತಿಮ್ಮಯ್ಯಗೌಡ, ನಾಲ್ಕೂರು ಸುಬ್ಬಗೌಡ, ಕಡಿಯತ್ತು ನಾಡು ಕಟ್ಟೆ ಮುತ್ತಣಗೌಡ, ಕಾಜಮುಲ್ಲಂ ಅಪ್ಪುಗೌಡ, ಯಡೆ ನಾಲ್ಕುನಾಡು ಯಜುನೂರು ಚೆನ್ನಪ್ಪಗೌಡ ಅಮತ್ತಿನಾಡು ಪುಟ್ಟೇಗೌಡ ಮುಂತಾದ ಸಮಸ್ತ ಗೌಡುಗಳು ಕೂಡಿ ಆಲೋಚನೆ ಮಾಡಿ ಬರೆಸಿದ ಪಟ್ಟಿ ವಿವರ.

ಲಿಂಗರಾಜೇಂದ್ರ ಒಡೆಯರಿಗೆ ಗೌಡ ಮುಖಂಡರುಗಳು ಕೊಟ್ಟ ಪುಕಾರು:

ನಮ್ಮ ಗೌಡುಗಳು ಜಾತಿ ಕುಟ್ಟಕ್ಕೆ ಮಾಯವೆಮಾನಳ್ಯ ಸುಭಾಸೋಬಾನ ಮುಂತಾಗಿ ನಡೆಯುವಂತಾದಕ್ಕೆ ಇದು ಸಾಕ್ಷಿ ಸಿಂಗೇರ್ರಿ ಮಠದಿಂದ ಬ್ರಾಮರ ಆಚಾರ ವಿಚಾರ ಆದ ಗೋತ್ರಸ್ಥರಾಗಿ ಇದ್ದ ಪಂಡಿತ ರಾಮಯ್ಯನು ನಮ್ಮ ಗೌಡುಗಳ ಜಾತಿಯಲ್ಲಿ ನಡೆಯುವಂತದಕ್ಕೆ ತಂಟಿ ಮಾಡಿ ಮದುವೆಯಾಗುವಂತದನ್ನು ನಿಲ್ಲಿಸಿದ್ದರಿಂದ ನಮ್ಮ

---

2. ಎಂ.ಜಿ. ನಾಗರಾಜ, ಹಾಲೇರಿ ರಾಜವಂಶವು, ಭಾಗ-2, ಪು.67, ಪ್ರಾಚ್ಯವಸ್ತು ಸಂಗ್ರಹಾಲಯಗಳ ನಿರ್ದೇಶನಾಲಯ-2004

ಜಾತಿ ಕಟ್ಟೆ ಒಳಗೆ ನಡೆದುಬಂತಾದ್ದು ತಲೆ ಬಾಪುತ್ರಿ ಬಾಸಿಂಗ ನಡೆ ಮುಡಿ ವಾದ್ಯ ಹನ್ನೆರಡು ಕಂಬ ಪಿರಣೆ ವಯಕತೋರಣ ದಾರೆ ಮಂಟಪ ದಂಡಿಗೆ ಬ್ರಾಹ್ಮಣರ ಕೈದಾರೆ ಮುಂತಾಗಿ ಸಲ್ಲುವಂತಾದುಯೆಂಬುದಾಗಿ ಪಳಮೆ ಕೇಳಿದ್ದರಿಂದಲೂ ಪ್ರಕೋರಾಬ್ಯಾದಿಂದ ಗುರುಕಾಣಿಕೆ ಕಟ್ಟಿ ಇಲ್ಲ ಇನ್ನು ಮುಂದೆ ಕಟ್ಟುವುದಕ್ಕೂ ಇಲ್ಲ ಎಂಬುದಾಗಿ ನಾವು ಹೇಳಿದರಿಂದ ಗುರುಕಾಣಿಕೆ ಕಟ್ಟಿದ ಮೇಲೆ ಬ್ರಾಮರ್ತ್ರದಾರೆಗೆ ಕೊಡುವುದು ಇಲ್ಲ ಎಂಬುದಾಗಿ ಸದರ್ರಿ ಪಂಡತಿ ರಾಮೈಯ್ಯನು ಮದುವೆ ತಡೆ ಮಾಡಿಸಿದ ಕಾರಣ ಈ ವ್ಯಾಜ್ಯವು ಮಡಿಕೇರಿ ಅರಮನೆ ದಿವಾನ್ ಕಛೇರಿಗೆ ಬಂದು ಹೇಳಿಕೊಂಡಲ್ಲು ಈ ಬಗ್ಗೆ ಕಾರ್ಯಪ್ಪ ದಿವಾನ್ ಸಾಹೆಬರು ಮುದ್ದುಸ್ವಾಮಿಯವರು ಲಿಂಗರಾಜೇಂದ್ರ ಒಡೆಯರು ಈ ಅಭಿಪ್ರಾಯವನ್ನು ಅರಿಕೆ ಮಾಡಿಕೊಂಡಲ್ಲಿ ಕೂಡಿ ಅಪ್ಪಣೆ ದಯಪಾಲಿಸಿದ ಮೇರೆಗೆ ಕಾರ್ಯಪ್ಪ ದಿವಾನರ ಮುಕಾಂತರ ತಾಕೀತಿ ಇದೆ ವಿವರ ನೀವು ವಿಷ್ಣುದೇವ ಸಕೃಪೆಯನ್ನು ದಾರ್‌ಪದ ಅರಮನೆ ಮುಹೂರ್ತ ಆಗುವ ಸಮಯದಲ್ಲಿ ದೆಸಮನಾಡು ನಾಡು ಕೂಡುತ್ತದೆ. ವಿಷ್ಯ ವಿಳ್ಯದಲ್ಲು ನಿಮಗೆ ಗುರು ಕಾಣಿಕೆ ಕಟ್ಟತಕ್ಕದ್ದು. ಉಂಡು ಇಲ್ಲವೆಂಬುದಾಗಿ ಗೊತ್ತುಮಾಡಿಸಿ ಕೊಟ್ಟೇವು ಪರಿಯಂತ ಬ್ರಹಮರ ದಾರೆ ಬಗ್ಗೆ ಕೊಡಿಯೆಂಬುದಾಗಿ ತಾಕೀತು ಮಾಡಿದ್ದರಿಂದ ಆವರೇಗೂ ನಡೆದು ಬಂತು. ಆ ಮೇಲೆ ಹಾಲೇರಿ ಸಮಸ್ತಾನದವರು ಅರಮನೆಗೆ ಸ್ವಾಮಿಯವರೂ ಪೂರ್ವದ ಮೇರೆ ನಮ್ಮ ಜಾತಿ ಕಟ್ಟಳೆಗೆ ಪ್ರಕೋ ಇದೇ ಮೇರೆಗೆ ನಡೆದುಬರುವಲ್ಲಿ ಅಡ್ಡ ಬಾರದಂತೆ ನಗರ ಸಂಸ್ಥಾನದಲ್ಲೂ ದಯವಿಟ್ಟು ನಿರೂಪ ಒಂದು ಅಂದು ನಿರೂಪನಾಲ್ಕನ್ನು ಮಹಾಸ್ವಾಮಿ ಲಿಂಗರಾಜೇಂದ್ರ ವಡೆಯರು ಪಾದಾರವಿಂದಕ್ಕೆ ತಂದು ಒಪ್ಪಿಸಿದರಿಂದ ಈ ನಾಲ್ಕು ನಿರೂಪವನ್ನು ಆಳ ಮೋಯಿಸಿ ನೋಡಿದಲ್ಲು ಗುರುಕಾಣಿಕೆ ಕಟ್ಟುವ ಮಾಮೂಲು ಕಾಣುವುದಿಲ್ಲ ಎಂಬುದಾಗಿ ಅಪ್ಪಣೆ ಆದ ಪ್ರಕಾರ ಕಾರ್ಯಪ್ಪ ದಿವಾನ್ ಸಾಹೇಬರವರು ನಮ್ಮ ಎಲ್ಲರ ಮೊಕ್ತ ತಾಕೀತು ವಿವರವೇಂದರೆ.

ತೀರ್ಮಾನಗಳು:[3]

ಅಪ್ಪಣೆ ಅಂದು ನಿಮ್ಮ ಜಾತಿವಳಗೆ ಪ್ರಾಕು ಯಾವಾಗ ನಡೆದು ಬರುತ್ತಿತ್ತು. ಆ ಮೇರೆ ಈಗಲೂ ನಡೆದುಕೊಳ್ಳುವಲ್ಲಿ ಅಡ್ಡಿ ಆತಂಕ ಬಾರದಂತೆ ಬುದ್ಧಿ ಅಪ್ಪಣೆ ಆಗಿದೆ. ಪ್ರಾಕು ನಗರ್ರ ಸಮಸ್ತನದ ನಿರೂಪ ಹಾಲೇರಿ ಸಮಸ್ತಾನದ ನಿರೂಪ ಪ್ರಕಾರ ನಡೆದುಕೊಳ್ಳುವಲ್ಲಿ ಯೆಂಬದಾದ ಅಪ್ಪಣೆ ಆಗಿದೆಯಂತ ದಿವಾನ್ ಸಾಹೇಬ್ರು ತಾಕಿತಿ ಮಾಡಿ ಬುದ್ದಿ ಅಪ್ಪಣೆ ಪ್ರಕಾರ ನಡೆದುಕೊಳ್ಳುವ ಬಗ್ಗೆ ಕಟ್ಟು ಕಟ್ಟಳೆ ವಿವರ..............

---

3. ವಿಶಾಲ ಕೊಡಗಿನ ಗೌಡ ಜನಾಂಗದ ಕಟ್ಟು ಕಟ್ಟಳೆಯ ಕುರಿತು ಲಿಂಗರಾಜೇಂದ್ರ ಒಡೆಯರ ವಿವರವಾದ ನಿರೂಪದಲ್ಲಿ ಮದುವೆ ಸಂಬಂಧದ ವಸ್ತು, ವಸ್ತ್ರ ಆಭರಣ, ಪ್ರಸವ, ಸಾವು ಇತ್ಯಾದಿಗಳ ಬಗ್ಗೆ ವಿವರ ನೀಡಿದ್ದು, ಬ್ರಾಹ್ಮಣರ ತಂಟೆ ತಕರಾರು ಇಲ್ಲದೆ ಸ್ವತಂತ್ರವಾಗಿ ನಡೆಸುವುದು.

ಹಾಲು ಒಕ್ಕಲು ಮಕ್ಕಳು ಯಾನೆ ಗೌಡ ನಿರೂಪದ ಪ್ರಕಾರ:

ಗೌಡರ ಕಟ್ಟುಕಟ್ಟಳೆಗಳನ್ನು ಅನುಸರಿಸಲು ದಕ್ಷಿಣ ಕನ್ನಡ ಜಿಲ್ಲೆಯಲ್ಲಿ ಪ್ರ.ಶ.1910 ರಿಂದ ಪ್ರ.ಶ. 1913 ರವರೆಗೆ ಸಭೆ ಸೇರಿದ ಊರುಗಳು.

ಹಾಲು ಒಕ್ಕಲು ಮಕ್ಕಳು ಯಾನೆ ಗೌಡರ ನಿರೂಪದ ಪ್ರಕಾರ ಈ ಸಂಘವು ದಕ್ಷಿಣ ಕನ್ನಡ ಜಿಲ್ಲಾ ಹಾಲು ಒಕ್ಕಲ ಮಕ್ಕಳ ಯಾನೆ ಗೌಡ ಜಾತಿಯವರ ಸಂಘವೆಂದು ಕರೆಯಲ್ಪಡುತ್ತದೆ. ಈ ಸಂಘವು ಗೌಡ ಜಾತಿಯವರು ತಮ್ಮ ಸ್ವಜಾತಿ ನೀತಿಯನ್ನು ಕಾಪಾಡುವ ವಿಧಾನದ ಬಗ್ಗೆ ಮತ್ತು ಸ್ವಜಾತಿಯ ಎಲ್ಲಾ ಕಡೆಗಳಲ್ಲಿ ಹೆಚ್ಚು ಕಡಿಮೆ ನಡೆಯಕೂಡದೆಂತಲೂ ಶ್ರೀ ಶೃಂಗೇರಿ ಸಂಸ್ಥಾನದ ಮಹಾಶಿವ ಸ್ವಾಮಿಗಳವರು ಪ್ರಾತಃಕಾಲದಲ್ಲಿ ಕೊಟ್ಟ ನಿರೂಪಕ್ಕೆ ಅನುಸರಿಸಿವೊಂದೇ ವಿಧಾನವಾಗಿ ನಡೆದುಕೊಳ್ಳಬೇಕಂತ ಕ್ರಿ.ಶ. 1910, 1911, 1912 ಮತ್ತು 1913 ನೇ ಇಸವಿಗಲ್ಲಿ ಮುರಳ್ಯ, ಚೊಕ್ಕಾಡಿ, ಸುಳ್ಯ, ನೇರೆಂಕಿ ಮುಂತಾದ ಕಡೆಗಳಲ್ಲಿ ಆದ ಮಹಾಸಭೆಗಳಿಗೆ ಧರ್ಮಸ್ಥಳ, ನೇರಂಕಿ, ದಿಸ್ಲಬ್ಯ, ಅಂಗಾಡಿ, ಬಂಗ್ವಾಡಿ, ಪಜಿರಡ್ಕ, ಮಾಯ ಬೆಳಾಲು, ಬೆಳ್ತಂಗಡಿ ವಿಲುಪೆ, ಪಾಣೆ–ಮಂಗಳೂರು, ಪುತ್ತೂರು, ಬೆಳ್ಳಾರೆ, ಸುಳ್ಯ, ಅಮರ ಸುಬ್ರಹ್ಮಣ್ಯ, ಎಡಮಂಗ್ಲ ಕಾಸ್ಪಾಡಿ, ಯಾನೆಕಲ್ಲು, ಬಳ್ಪ, ಪಂಜ, ಕಡಬ, ಮರ್ದಾಳ, ಸಂಪಾಜೆ, ಕೆಯ್ಯೂರು, ಬಜೆಲ, ಕಾಸರಗೋಡು, ಬಂಟ್ವಾಡಿ, ಉಪ್ಪಿನಂಗಡಿ, ಬಂಟ್ವಾಳ, ಮೈಸೂರು ಜಿಲ್ಲಾ ಮೇಲು ಬಂಗಾಡಿ, ಮಡಿಕೇರಿ, ಕುಂಬಳೆ, ಹೊಸದುರ್ಗ, ಗುಂಡ್ಯ, ಮೊಗರುನಾಡು ಮುಂತಾದ ಅನೇಕ ಸೀಮೆಯ. ಮಾಗಣೆಗಳಿಂದ ವಿಶಿಷ್ಟ ಮಾಗಣೆಗೌಡರು, ಗ್ರಾಮ ಗೌಡರು ಮತ್ತು ಸ್ವಜಾತಿಯಸ್ತರೆಲ್ಲರೂ ಕೂಡಿ ಅನೇಕರು ಮೇಲ್ಕಂಡ ಆಯಾಯ ಸಭೆಗಳಲ್ಲಿ ಕೂಡಿ ಸ್ವಜಾತಿ–ನೀರಿಯ ಕಟ್ಟುಗಳನ್ನು ಊರ್ಜಿತಪಡಿಸಬೇಕಂತ ತಮ್ಮ ತಮ್ಮ ದಸ್ಕತ್ತು ರುಜುವಾತುಗಳಿಂದ ಸ್ವಜಾತಿಯ ಸಭಿಕರ ಬಹು ಪಕ್ಷದವರ ಕೋರಿಕೆಯಂತೆ 2, 3, 4ನೇಯ ಭಾಗಗಳಲ್ಲಿ ಹೇಳುವ ಮೇರೆಗೆ ನಡೆದುಕೊಂಡು ಅದರಲ್ಲಿ ತೋರುವ ಸ್ವಜಾತಿ ನೀತಿಯ ಎಲ್ಲಾ ಕಟ್ಟುಗಳನ್ನು ಆಯಾಯ ಮಾಗಣೆ ಗೌಡರನ್ನು ತನ್ನ ಚಕ್ಕಬಂದಿಗೆ (ವಶಕ್ಕೆ) ಒಳಪಟ್ಟು ಎಲ್ಲಾ ಗ್ರಾಮ ಗೌಡರಿಗೆ ತಿಳಿಸಬೇಕು. ಪ್ರತಿ ಒಳಪಟ್ಟ ಸ್ವಜಾತಿಯಸ್ತರಿಗೆ ತಿಳಿಸಬೇಕು. ಮಾತ್ರವಲ್ಲ ಮಾಗಣೆ ಗೌಡರು ಕೂಡ, ತನ್ನ ಚಕ್ಕಬಂದಿಗೆ ಒಳಪಟ್ಟ ಎಲ್ಲಾ ಗ್ರಾಮ ಗೌಡರನ್ನು ಆಗಾಗ್ಯೆ ವಿಚಾರಿಸುತ್ತಾ ಬರಬೇಕು. ಹೀಗೆ ಪ್ರತಿ ಗ್ರಾಮ ಗೌಡರು ಕೂಡಾ ತನ್ನ ಗ್ರಾಮ ಸ್ವಜಾತಿಯಸ್ತರನ್ನು ಆಗಾಗ್ಯೆ ವಿಚಾರಿಸುತ್ತಾ ಬರಬೇಕು ಮತ್ತು ಗ್ರಾಮದ ಸ್ವಜಾತಿ ನಿವಾಸಿಕರನ್ನು ಕೂಡಾ ಈ ನಿರ್ಣಯಗಳಿಗೆ ವಿರೋಧವಾಗಿ ನಡೆಯದಂತೆ ಉತ್ತೇಜನ ಕೊಡಬೇಕು. ಹಾಗೆ ಸ್ವಜಾತಿಯ ಕಟ್ಟುಗಳು ವಗೈರೆಯನ್ನು ಹೆಚ್ಚು ಕಡಿಮೆ ನಡೆಯದ ಹಾಗೆ ಆದಷ್ಟು ಜಾಗ್ರತೆಯಿಂದ ನಡೆಯಿಸುವುದು. ಮಾಗಣೆ ಗೌಡರ ಮತ್ತು ಗ್ರಾಮ ಗೌಡರುಗಳ ಕರ್ತವ್ಯವಾಗಿರುತ್ತದೆ. ಮಾಗಣೆ ಯಾ ಗ್ರಾಮ ಗೌಡರಿಗೆ ಸ್ವಜಾತಿಯ ಪ್ರಕರಣವನ್ನು ನಂಬ್ರವನ್ನು (ಕೇಸು) ತೀರ್ಮ ಮಾಡಲಿಕ್ಕೆ

ಅನಾನುಕೂಲವಾದ ದೊಡ್ಡ ನಂಬ್ರದ (ಕೇಸಿನ) ಬಗ್ಗೆ ಸ್ವಜಾತಿಯ ಮೇಲಧಿಕಾರಸ್ಥರಾದ ಕಟ್ಟೆಮನೆಗೆ ಬರಕೊಳ್ಳುವುದು. ಇದಕ್ಕೆ ವಿರೋಧವಾಗಿ ನಡಕೊಂಡವರು ಸ್ವಜಾತಿಯ ನೀತಿಗೆ ವಿರೋಧವಾಗಿ ತಪ್ಪಾಗಿರುತ್ತದೆ ಎಂದು ನಿರ್ಣಯಿಸಲಾಯಿತು.

ಹಿಂದಿನ ಕಾಲದಲ್ಲಿ ಜನರ ಪ್ರತಿನಿಧಿಗಳು ಅಯಾಯ ಜಾತಿಯವರೇ ಆಗಿದ್ದರು. ದೇಶದ ರಾಜರ ಆಡಳಿತದಲ್ಲಿ ಆಯಾಯ ರಾಜ್ಯದ ರಾಜರುಗಳ ದಿವಾನರೇ ಎಲ್ಲಾ ಜನರ ಪರವಾಗಿ ಸಮಸ್ಯೆಗಳನ್ನು ಪರಿಹರಿಸುತ್ತಿದ್ದರು. ಬ್ರಿಟಿಷರು ಬಂದ ಮೇಲೆ ಜನರ ಪ್ರತಿನಿಧಿಗಳ ಆಳ್ವಿಕೆ ಸ್ವಲ್ಪಮಟ್ಟಿಗೆ ಬೆಲೆ ಬಂದಂತೆ ಕಾಣುತ್ತದೆ. ಕೊಡಗಿನಲ್ಲಿ ಪ್ರ.ಶ.1867ರಲ್ಲಿ ಕೊಡಗನ್ನು ಮದ್ರಾಸ್ ಪ್ರಾಂತ್ಯಕ್ಕೆ ಸೇರಿಸಬೇಕೆಂಬ ವದಂತಿ ಹರಡಿ ಕೊಡಗಿನ ಎಲ್ಲಾ ಜಾತಿಯವರು ಒಟ್ಟಿಗೆ ಸೇರಿ ಕಲ್ಕತ್ತದ ಗವರ್ನರ್ ಜನರಲ್‌ಗೆ ಒಂದು ಮನವಿಯನ್ನು ತಯಾರಿಸಿ ರುಜು ಹಾಕಿ ಕಲ್ಕತ್ತಕ್ಕೆ ಕಳುಹಿಸಿದರು. ಈ ರೀತಿ ರುಜು ಹಾಕಿದ ಗೌಡ ಮುಖಂಡರು 1) ಬೈರಟ್ಟಿ ರಾಮಪ್ಪಯ್ಯ, 2) ಮುತ್ತಣ್ಣ ನಿಡ್ಯಮಲೆ, 3) ಶಿರಗಜೆ ಪೊನ್ನಪ್ಪ, 4) ಬಳ್ಳಡೆ ದೇವಪ್ಪ, 5) ಕುದುಪಾಜೆ ದೇರಪ್ಪ, 6) ಕೋಚನ ಸಣ್ಣಯ್ಯ. ಕೊಡಗಿನಲ್ಲಿ ರಾಜಕೀಯ ಸಂಸ್ಥೆಯಾಗಿ ಕೊಡಗು ಜಮೀನ್ದಾರ ಸಂಘ 1912 ರಲ್ಲಿ ಸ್ಥಾಪನೆಯಾಗಿ ಕೊಡಗಿನ ರಾಜಕೀಯ ಬೆಳೆವಣಿಗೆಗೆ ಪ್ರೋತ್ಸಾಹ ನೀಡಿತು. ಈ ಸಂಸ್ಥೆಯು ಕೊಡಗು ಜನರ ಸಂಕಷ್ಟಗಳನ್ನು ಹೋಗಲಾಡಿಸುವುದಕ್ಕೆ ಶ್ರಮಿಸಿತು. ಇದರ ಮುಖಾಂತರ ಜನರಲ್ಲಿ ಜಾಗೃತಿಯನ್ನುಂಟು ಮಾಡಲು 'ಕೊಡಗು' ಪತ್ರಿಕೆಯನ್ನು ಸ್ಥಾಪಿಸಿತು. ಜಮೀನ್ದಾರರ ಸಂಘಕ್ಕೆ ಗೌಡ ಜನಾಂಗದ ಕೆದಂಬಾಡಿ ಸುಬ್ರಾಯನವರು ಮತ್ತು ತೆಕ್ಕಡೆ ಸುಬ್ಬಯ್ಯನವರು ಸದಸ್ಯರಾಗಿದ್ದರು. ಆಗಿನ ಕಾಲಕ್ಕೆ ಜಮೀನ್ದಾರರ ಸಂಘವೇ ಏಕೈಕ ರಾಜಕೀಯ ಸಂಸ್ಥೆಯಾಗಿತ್ತು.

ಕೊಡಗಿನಲ್ಲಿ 1924 ರಲ್ಲಿ ಕೊಡಗು ಚೀಫ್ ಕಮೀಶನರಿಗೆ ಸಲಹೆಗಾರರಾಗಿ ಆಯ್ಕೆಯಾದ 13 ಜನ ಕೌನ್ಸಿಲರ ಪೈಕಿ ಗೌಡರಲ್ಲಿ ದಿ॥ ಕೆದಂಬಾಡಿ ಸುಬ್ರಾಯನವರು ಒಬ್ಬರು. 1929 ರಲ್ಲಿ ಇಂಡಿಯಾದ ವೈಸರಾಯ್ ಕೊಡಗಿಗೆ ಭೇಟಿ ಕೊಟ್ಟ ಕಾಲದಲ್ಲಿ ಗೌಡ ಜನರ ಪರವಾಗಿ ವೈಸರಾಯರನ್ನು ಭೇಟಿ ಮಾಡಿದವರಲ್ಲಿ ದಿ॥ ಶಿರಕಜೆ ಪೊನ್ನಪ್ಪನವರು, ದಿ॥ ನಿಡ್ಯಮಲೆ ಮುದ್ದಪ್ಪನವರು, ದಿ॥ ಬಡ್ಡನ ಮುತ್ತಣ್ಣನವರು, ದಿ॥ ಕೆದಂಬಾಡಿ ಸುಬ್ರಾಯನವರು ಪ್ರಮುಖರು. ಕೊಡಗು ಕೌನ್ಸಿಲ್ ರಚನೆಯ ಅನಂತರ ದಿ॥ ನಿಡ್ಯಮಲೆ ಮುದ್ದಪ್ಪನವರು ಕೌನ್ಸಿಲಿನ ಸದಸ್ಯರಾಗಿದ್ದರು.

ಅನಂತರ ಭಾರತಕ್ಕೆ ಸ್ವಾತಂತ್ರ್ಯ ಬಂದಾಗ 1952 ರಲ್ಲಿ ದಿ॥ ನಿಡ್ಯಮಲೆ ಸೋಮಣ್ಣನವರು ಲೋಕಸಭಾ ಸದಸ್ಯರಾಗಿಯೂ ದಿ॥ ಶ್ರೀ ಕೋರನ ದೇವಯ್ಯನವರು, ದಿ॥ ಪಾಂಡನ ಸುಬ್ಬಯ್ಯನವರು ಕೊಡಗು ಅಸೆಂಬ್ಲಿ ಸದಸ್ಯರಾದರು. ದಕ್ಷಿಣ ಕನ್ನಡ ಜಿಲ್ಲೆಯಲ್ಲಿ ದಿ॥ ಕೂಜುಗೋಡು ವೆಂಕಟರಮಣಗೌಡರು ಮದ್ರಾಸ್ ವಿಧಾನಸಭೆಗೆ ಆಯ್ಕೆಯಾದರು.

ದಿ॥ ಕೋರನ ದೇವಯ್ಯನವರು ಕೊಡಗು ರಾಜ್ಯದ ವಿಧಾನಸಭೆಯ ಡೆಪ್ಯೂಟಿ ಸ್ಪೀಕರ್ ಆಗಿ ಆಯ್ಕೆಯಾದರು. ರಾಜ್ಯ ಪುನರ್ ವಿಂಗಡಣೆಯಾದ ಅನಂತರ ದಿ॥ ನಿಡ್ಯಮಲೆ ಸೋಮಣ್ಣನವರು ಪಿರಿಯಾಪಟ್ಟಣದಿಂದಲೂ ಅನಂತರ ದಿ॥ ಕೋರನ ದೇವಯ್ಯನವರು ಅದೇ ಕ್ಷೇತ್ರದಿಂದ ಆಯ್ಕೆಯಾದರು.

ದಿ॥ ಕೋರನ ದೇವಯ್ಯನವರ ಅನಂತರ ದಿ॥ ದಂಬೆಕೋಡಿ ಚಿಣ್ಣಪ್ಪನವರು 3 ಸಲ ಕರ್ನಾಟಕ ರಾಜ್ಯದ ವಿಧಾನಸಭೆಗೆ ಆಯ್ಕೆಯಾದರು. ಇವರು ಕರ್ನಾಟಕ ರಾಜ್ಯದ ಸಚಿವರಾಗಿ ನೇಮಕಗೊಂಡರು. ದಿ॥ ಚಿಣ್ಣಪ್ಪನವರ ಅನಂತರ ಶ್ರೀ ದಂಬೆಕೋಡಿ ಮಾದಪ್ಪನವರು ಆಯ್ಕೆಯಾದರು. ಅನಂತರ ಶ್ರೀ ಕೊಂಬಾರನ ಬೋಪಯ್ಯನವರು ಆಯ್ಕೆಯಾಗಿ ಕರ್ನಾಟಕ ವಿಧಾನಸಭಾಧ್ಯಕ್ಷರಾಗಿ ಕಾರ್ಯನಿರ್ವಹಿಸಿದ್ದಾರೆ. ದಕ್ಷಿಣ ಕನ್ನಡ ಜಿಲ್ಲೆಯ ಪುತ್ತೂರಿನಿಂದ ಶ್ರೀ ದೇವರಗುಂಡ ಸದಾನಂದಗೌಡರು ಆಯ್ಕೆಯಾಗಿ ಅನಂತರದಲ್ಲಿ ಕರ್ನಾಟಕದ ಮುಖ್ಯಮಂತ್ರಿಯಾಗಿ, ಅನಂತರ ಕೇಂದ್ರಮಂತ್ರಿಗಳಾಗಿ ಕಾರ್ಯನಿರ್ವಹಿಸಿದ್ದಾರೆ.

ಕೊಡಗಿನ ಭೌಗೋಳಿಕ ಪರಿಸರ:

ಕೊಡಗು ಕರ್ನಾಟಕದ ನೈರುತ್ಯಕ್ಕೆ ಇರುವ ಒಂದು ಪುಟ್ಟ ಜಿಲ್ಲೆ. ಲಕ್ಷಾಂತರ ವರುಷಗಳಿಗೂ ಮೀರಿದ ಭೌಗೋಳಿಕ ಇತಿಹಾಸವನ್ನು ಹೊಂದಿದೆ. ಇದರ ಸಾಂಸ್ಕೃತಿಕ ಇತಿಹಾಸ ಅಂತಾಗಿ 2500 ವರ್ಷಗಳಿಗೂ ಮೀರಿದುದಾಗಿದೆ. ಕಾಡು, ಬೆಟ್ಟ, ಮರಗಿಡ ಮೂಲಿಕೆಗಳ ಸಸ್ಯರಾಶಿಯನ್ನು, ಪ್ರಾಣಿಪಕ್ಷಿಗಳನ್ನು ಯಥೇಚ್ಛವಾಗಿ ಹೊಂದಿರುವ ಬೀಡಾಗಿದೆ ಕೊಡಗು. ಹರಿವ ಹೊಳೆ, ತೊರೆ, ತೋಡು, ಕಾಫಿ, ಮೆಣಸು, ಏಲಕ್ಕಿ, ಬಾಳೆ, ಕಿತ್ತಳೆ, ಅಡಿಕೆ ತೋಟಗಳ ಸೋಂಪು ಇಲ್ಲಿದೆ. ಬ್ರಿಟಿಷ್ ಅಧಿಕಾರಿ ಕಾನರ್‌ನ ರೀತ್ಯಾ "ಕೊಡಗು ಮಲೆ" ಎಂದರೆ ಲಕ್ಷಾಂತರ ಬೆಟ್ಟಗಳ ಪ್ರದೇಶ ಎಂದಿದೆ.

ಶಾಸನ ಹಾಗೂ ಪ್ರಾಚೀನ ಭೂಪಟಗಳ ರೀತ್ಯಾ ದಕ್ಷಿಣದಲ್ಲಿ ಕೇರಳದ ವೈನಾಡು, ಉತ್ತರದಲ್ಲಿ ಸಕಲೇಶಪುರ, ರಾಮನಾಥಪುರ, ಗೋರೂರುವರೆಗೂ ಪೂರ್ವಕ್ಕೆ ಹುಣಸೂರುವರೆಗೂ ಪಶ್ಚಿಮಕ್ಕೆ ಈಗಿನ ದಕ್ಷಿಣ ಕನ್ನಡದ ಪಾಣೆಮಂಗಳೂರಿನ ನೇತ್ರಾವತಿ ನದಿ ದಡದವರೆಗೂ ವಿಸ್ತರಿಸಿತ್ತು.

ಲೆಫ್ಟಿನೆಂಟ್ ಕಾನರ್ ತನ್ನ 1817 ರ ಕೊಡಗು ಸರ್ವೆ ವರದಿಯಲ್ಲಿ ಕೊಡಗು ರಾಜ್ಯದ ವಿಸ್ತರಣೆಯನ್ನು ವಿವರಿಸಿರುತ್ತಾನೆ.[1] ಇಲ್ಲಿನ ಸಸ್ಯ ಸಂಪತ್ತು, ವನ್ಯಮೃಗಗಳನ್ನು ವರ್ಣಿಸಿರುತ್ತಾನೆ. ಕಾನರನ ವರದಿಯ ರೀತ್ಯಾ 1817ರಲ್ಲಿ ಎರಡನೆಯ ಲಿಂಗರಾಜೇಂದ್ರ ಒಡೆಯನ ಕಾಲದಲ್ಲಿ ಕೊಡಗಿನ ಜನಸಂಖ್ಯೆ ನಲವತ್ತು ಸಾವಿರದಷ್ಟಿತ್ತು. ಈಗ ಅದು ಸುಮಾರು 5–6 ಲಕ್ಷಕ್ಕಿಂತ ಹೆಚ್ಚಿದೆ. ಅಷ್ಟೇ ಜನ ದೇಶವಿದೇಶಗಳಿಗೆ ವಲಸೆ ಹೋಗಿರುತ್ತಾರೆ. ಪ್ರಾಚೀನ ಕಾಲದಿಂದಲೂ ಇಲ್ಲಿನ ಮೂಲನಿವಾಸಿಗಳಾಗಿ ದಲಿತ ಕೆಂಬಟ್ಟಿಗಳು, ಜೇನು

ಕುರುಬರು, ಗೌಡ ಒಕ್ಕಲಿಗರು, ಅಮ್ಮ ಕೊಡವರು ಇದ್ದಾರೆ. ಎರವ, ಮಾರಿಂಗಿ, ಕುಕ್ಕ, ಹಲಸರು, ಬೆಟ್ಟಕುರುಬ, ಐರೀರ, ಕೋಯವ ಇತ್ಯಾದಿ ಸಮುದಾಯಗಳು ಕಾಲಾಂತರದಲ್ಲಿ ಕೊಡಗಿಗೆ ಬಂದವರೆನ್ನಲಾಗಿದೆ. ಕೊಡಗಿನ ಪ್ರಕಟಿತ ಶಾಸನಗಳ ದೃಷ್ಟಿಯಿಂದ ಜೈನರ ಅಸ್ತಿತ್ವವನ್ನು ನಿಖರವಾಗಿ 9ನೆಯ ಶತಮಾನದಿಂದ ಗುರುತಿಸ ಬಹುದು (ಇವರು ಮೂಲತಃವಾಗಿ ತಲಕಾಡು ಗಂಗ–ಗೌಡ ವಂಶದವರಾಗಿದ್ದು, ಗಂಗ ರಾಜರು ಜೈನರಾದಾಗ ತಾವು ಕೂಡ ಜೈನಮತಾವಲಂಬಿಗಳಾಗಿರಬೇಕು). ಗೌಡರನ್ನು 10ನೆಯ ಶತಮಾನದಿಂದ ಗಮನಿಸಬಹುದು. ವೀರಶೈವರು, ಬ್ರಾಹ್ಮಣರು, ವಿಶ್ವಕರ್ಮರು, ಹೆಗ್ಗಡೆಯವರು 11–12ನೆಯ ಶತಮಾನದಿಂದ ಇಲ್ಲಿನ ಅಸ್ತಿತ್ವವನ್ನು ಸೂಚಿಸಬಹುದು. ಇಂದು ಇವರೆಲ್ಲರೂ ಮೂಲನಿವಾಸಿಗಳೇ ಎನ್ನುವಷ್ಟು ಕೊಡಗಿನ ಬದುಕಿನಲ್ಲಿದ್ದಾರೆ.[2]

ಕೊಡವರಾದಿಯಾಗಿ, ಕೊಡಗಿನ ಆಗಿನ ಎಲ್ಲಾ ಸಮುದಾಯಗಳ ವೀರಭಟ್ಟರನ್ನೂ ಒಳಗೊಂಡಂತೆ "ಎಲ್ಲಾ ನಾಡಕೊಡಗರು" ಎಂಬ ಶಬ್ದ ಮೊತ್ತ ಮೊದಲಿಗೆ 1174 ರ ಪಾಲ್ಪರೆಯಲ್ಲಿದ್ದ ಚೆಂಗಾಳ್ವರ ಕಾಲದಲ್ಲಿ ನಡೆದ ಪನಸೋಗೆ ಯುದ್ಧದ ಶಾಸನದಲ್ಲಿ (ಕಂಪಲಾಪುರ) ಕಾಣಬರುತ್ತದೆ. ಕೋಟೆಕುಪ್ಪೆಯ ಮಾದನಾಯಕನೂ ಕೊಡಗಿನ ವಿರುದ್ಧವಾಗಿ ಹೊಯ್ಸಳ ಬೆಟ್ಟರಸನಿಗೆ ನೆರವಾಗಿ ಗೆದ್ದ ಹಾಗೂ ವೀರ ಕೊಡುಗೆಗಳನ್ನು ಪಡೆದ ಸಂದರ್ಭವೂ ಈ ಶಾಸನದಲ್ಲಿದೆ. ಇವನು ಕೊಡಗಿನವಲ್ಲ ಎಂಬುದಕ್ಕೆ ಶಾಸನದಲ್ಲಿ ಸೂಚನೆ ಸಿಗುತ್ತದೆ.

---

1. 'ಲೆಫ್ಟಿನೆಂಟ್ ಕಾನರ್', ಕೊಡಗು ಸರ್ವೆ ವರದಿ– To his highnes veerarajendra odeyar of Coorg-1817. Printed in 1870 at Bangalore central jail press.

2. ಎಂ.ಜಿ. ನಾಗರಾಜ, ಹಾಲೇರಿ ರಾಜವಂಶವು – 2004, ನಿರ್ದೇಶಕರು, ಪುರಾತತ್ವ ಮತ್ತು ವಸ್ತು ಸಂಗ್ರಹಾಲಯ.

TABLE SHEWING the area of Codugu together with that of its interior Divisions

Division	Naad	Miles	Parts of a mile: ¼	Parts of a mile: 64ths		Miles	Parts of a Mile: ¼	Parts of a Mile: 64ths
Yailsowra Talook	Coadley Hobely Naad ..	8	2	7¼				
	Coodooloor do	13	1	6				
	Hoolacode do	5	2	10¼				
	Bombulloor do	3	1	12				
	Bulla do	13	1	9½				
	Connagaul do	5	1	7½				
	Hamegoad do	6	0	3½				
	Doddhully Gowdhully do	7	3	8¾				
	Nirrootoda do	5	1	2½				
	Menesedda do	5	1	9½	Total of			
	Mooloor do	7	2	4½	Yailsowra			
	Gunagoor do	12	1	4¼	Talook	91	3	5½
The twenty-three divisions or Naads which may particularly be denominated Codugu proper	Nunjarajputtun Naad	55	1	15½				
	Yeddoor do	84	[illegible]	2				
	Gudday do	48	2	12½				
	OolagoolleeMoodagaree do	37	2	12				
	Buaroor [illegible] do	36	2	4½				
	Soorlaby Moothor do	65	0	11½				
	Hahlayray Buddugayray do	29	0	3¾				
	Muddukayray Horoumullay do	20	0	3¼				
	Pudy Naku Naad	142	1	1				
	Kuddietthu do	61	1	10½				
	Hoodoogayray Moondupum do	35	2	1½				
	Bayngu Naad	42	0	13½				
	Byru do (Yedday Naad.)	41	1	11½				
	Yedday do (Yedday Naad.)	10	1	9¼				
	Hirroda do (Yedday Naad.)	8	0	2				
	Balthoalley do (Yedday Naad.)	32	1	3¾				
	Ammuthu Naad do	77	0	13				
	Bayppu do	41	2	2¾				
	Kodyengayray do	30	1	6¾				
	Kuggoadloo do	40	0	4¾				
	Beetieth do	89	0	5	Total of			
	Kaunthamoor do	14	1	12¾	Codugu			
	Thawa do	189	3	1	proper	1180	[illegible]	7

NOTE:—The insulated portion of the Company's territories coming within the Codugu limits is of course not included in the area of the Principality, this portion amounts to 8-3-15. This added to what has already been stated as the extent of Codugu will give 2174-3-6¾ square miles as the area of territory circumscribed by the Codugu boundary.

ಲೆಫ್ಟಿನೆಂಟ್ ಕಾನರ್‌ನ (1817) ಕೊಡಗು ಸರ್ವೆ ವರದಿಯಲ್ಲಿ ಕೊಡಗು ರಾಜ್ಯದ ವಿಸ್ತರಣೆ

MEMOIR OF THE

		Miles.	Parts of a Mile ¼	Parts of a Mile 64th			Miles.	Parts of a Mile ¼	Parts of a Mile 64th		Miles	Parts of a Mile ¼	Parts of a Mile 64th
Kiggutt Naad Talook.	Unjigayray Naad ..	23	3	7¾									
	Aurykayray do ..	47	0	12½									
	Tawullugayray do ..	54	2	7½									
	Koorchy Toru do ..	55	3	9									
	Kirrigoor do ..	12	1	0¾									
	Hutthacuttu do ..	53	3	4¼									
	Murray do ..	65	2	15½	Total of Kiggut Naad Talook		313	1	9	Total area of Codugu above the Ghauts.	1585	1	5½
Umr.	Kolumuggurra Magunnie ..	43	3	11¾		Total of the Soolcesy Talook 276-3-15¼							
	Kunderpaudee do ..	33	2	12									
	Chokaudee do ..	10	1	9¾									
	Moghurrudhu do ..	4	3	0									
	Yainakul Dawarholly do ..	13	2	5	Tota Umr.		106	1	5¾				
Soolcesy.	Bull Naad Magunne	21	0	3									
	Pudureanoor do ..	28	1	9									
	Moodoonoor do ..	18	3	6½									
	Iddurrukah do ..	29	3	3¾									
	Arranthode do ..	33	3	10¾									
	Uddoor do ..	38	2	9	Total of Soolcesy.		170	2	9¾				
Punjee Magunnie.	Sicily Magunnie ..	2	1	1¾		Total of the Pootoor Talook. 303-2-2¼							
	Amrakasupaudy do ..	11	0	8½									
	Kuddubudda do ..	6	2	6¾									
	Buudady do ..	2	3	3¾									
	Old Punjee do ..	22	0	1½									
	Part of Soobramunni do ..	4	0	3¾	Total of Punjee.		48	3	10				
Nettinukay Magunnie.	Saivurulluwutta do ..	47	2	13½									
	Nettinukay do ..	51	3	8¼	Total of Nettinukay.		99	2	5½				
Pootoor Magunnie.	Bari Bellioor Magunnie ..	12	2	3½									
	Pootoor do ..	53	0	5									
	Neireymuggurra do ..	5	2	1	Total of Pootoor		71	0	9½	Total area of the lower Districts of Codugu.	580	2	2½
Bullaree Magunnie.	Old Bullaree Magunnie ..	51	3	1¼									
	Part of Old Puttoor do ..	20	1	3½									
	Do Soobramuhni do ..	11	3	5	Total of Bullaree		83	3	9¾				
										Total area of the Principality of Codugu.	2165	3	7¾

ಲೆಫ್ಟಿನೆಂಟ್ ಕಾನರ್‌ನ (1817) ಕೊಡಗು ಸರ್ವೆ ವರದಿಯಲ್ಲಿ ಕೊಡಗು ರಾಜ್ಯದ ವಿಸ್ತರಣೆ.

(ಈಗಿನ ಸುಳ್ಯ, ಪುತ್ತೂರು ಮತ್ತು ಭಾಗಶಃ ಬಂಟವಾಳ ತಾಲೂಕು)

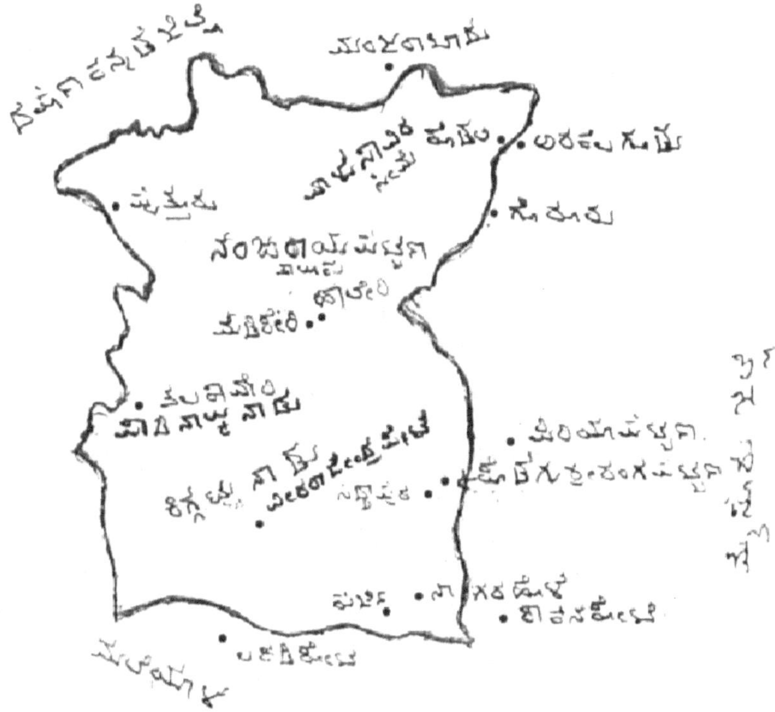

ಎಂ.ಜಿ. ನಾಗರಾಜರ "ಕೊಡಗಿನ ಹಾಲೇರಿ ರಾಜವಂಶವು-2" ಕೃತಿಯಲ್ಲಿ 1834 ರಲ್ಲಿ ಕೊಡಗಿನ 24 ನಾಡುಗಳ ಹೆಸರಿರುವ ನಕ್ಷೆ – ಪು.159

ಈ ಕೃತಿಯಲ್ಲಿ 1834 ರಲ್ಲಿ ಕೊಡಗಿನ 24 ನಾಡುಗಳ ಹೆಸರಿರುವ ನಕ್ಷೆ

7

ಕೊಡಗನ್ನು ಆಳಿದ ಹಿಂದಿನ ರಾಜವಂಶಗಳು

ತಲಕಾಡಿನ ಗಂಗವಂಶ ಕರ್ನಾಟಕದ ದಕ್ಷಿಣ ಭಾಗ ಮತ್ತು ಈಗಿನ ತಮಿಳುನಾಡಿನ ಉತ್ತರ ಭಾಗ ಅಂದರೆ ಊಟಿ, ಕೊಯಂಬತ್ತೂರು, ಈರೋಡು, ಕೃಷ್ಣಗಿರಿ, ಹೊಸೂರು ಇತ್ಯಾದಿ ಭಾಗಗಳನ್ನು ಆಳಿದರು. ಗಂಗರಸರ ಆಳ್ವಿಕೆಯಲ್ಲಿ ಈ ಭೂಪ್ರದೇಶ ದಟ್ಟಾರಣ್ಯಗಳಿಂದ ತುಂಬಿತ್ತು. ವಿರಳವಾಗಿ ಪಸರಿಸಿರುವ ಮೂಲ ನಿವಾಸಿಗಳೂ, ಊರಗೌಡರೂ ಇತ್ಯಾದಿಯಾಗಿ ವಾಸವಾಗಿದ್ದರು.

ಗಂಗವಂಶದ ಮೂಲ ಪುರುಷ ದಡಿಗನು ಮುಂದೆ "ಕೊಂಗುಣಿವರ್ಮ" ಎಂಬ ಹೆಸರಿನಲ್ಲಿ ರಾಜ್ಯಭಾರ ನಡೆಸಿದನು. ಕೊಂಗಾಳ್ವರು ಮತ್ತು ಚಂಗಾಳ್ವರು ಕೋಲಾರದ ಬಾಣರನ್ನು ಸದೆಬಡಿದು "ಬಾಣವಂಶ ದಾವಾನಲ" ಎಂಬ ಬಿರುದನ್ನು ಗಳಿಸಿದರು. ಗಂಗರು ಪ್ರಾರಂಭದಲ್ಲಿ ಶೈವ ಸಂಪ್ರದಾಯಸ್ಥರಾಗಿದ್ದು, ಕ್ರಮೇಣ ಸಿಂಹನಂದಿ ಎಂಬ ಜೈನಮುನಿಯಿಂದ ಪ್ರಭಾವಿತರಾಗಿ ಜೈನಧರ್ಮೀಯರಾಗಿ ಜೈನಧರ್ಮ ಪೋಷಕರಾದರು. ಇವರ ವಂಶದವರಾದ ಕೊಂಗು ವೆಳ್ಳಾಲ ಗೌಂಡರ್ ಎಂದು ಕರೆಯಲ್ಪಡುವ ಇಂದಿಗೂ ಕನ್ನಡ ಮನೆಮಾತನಾಡುವ ಸಮುದಾಯವು ಊಟಿ, ಕೊಯಂಬತ್ತೂರು, ಈರೋಡು, ಕೃಷ್ಣಗಿರಿ, ಪೊಲ್ಲಾಚಿ, ಸತ್ಯಮಂಗಲ, ತಿರುಚಿ, ಹೊಸೂರು ಇತ್ಯಾದಿ ಉತ್ತರ ತಮಿಳುನಾಡಿನಲ್ಲಿ ನೆಲೆಸಿದ್ದಾರೆ.

ಗಂಗವಂಶಸ್ಥನಾದ ರಣಭೈರೇಗೌಡನು ಮರಸೂರಿನ ಪಾಳೆಯಗಾರನಾಗಿದ್ದು, ಪ್ರ.ಶ.1004 ರಲ್ಲಿ ಚೋಳರಿಂದ ಗಂಗರು ಸೋಲಿಸಲ್ಪಟ್ಟಾಗ ರಣಭೈರೇಗೌಡನು ತನ್ನ ಕುಟುಂಬ ಮತ್ತು ಪಾಳೆಯ ಸಮೇತ ಈಗಿನ ಬೆಂಗಳೂರು ಗ್ರಾಮಾಂತರ ಜಿಲ್ಲೆಯ ಆವತಿಯಲ್ಲಿ (ನೆಲಮಂಗಲ-ದೇವನಹಳ್ಳಿ-ಶಿವಗಂಗೆ ಸಮೀಪ) ಬಂದು ನೆಲೆಸಿದ್ದನು. ಇವನ ವಂಶಸ್ಥನೇ ಬೆಂಗಳೂರು ನಿರ್ಮಾಪಕ ಕೆಂಪೇಗೌಡ.

ಪ್ರ.ಶ.5 ರಿಂದ 10ನೆಯ ಶತಮಾನದ ಅಂತ್ಯದವರೆಗೆ ಗಂಗರ ಆಳ್ವಿಕೆಯು ಕೊಡಗಿನ ಬಹುಭಾಗಗಳಲ್ಲಿತ್ತು. ಕೊಂಗಾಳ್ವ ಚಂಗಾಳ್ವರು ಗಂಗರ ಮಾಂಡಲಿಕರಾಗಿ ತದನಂತರ ಚೋಳ, ಹೊಯ್ಸಳ ಹಾಗೂ ವಿಜಯನಗರದ ಮಾಂಡಲೀಕ ಅರಸರಾಗಿ ಕೊಡಗಿನ ಭಾಗಗಳನ್ನು ಆಳುತ್ತಿದ್ದರು.

ಚೋಳರು ಕೊಡಗಿನ ಕಾವೇರಿಯ ಪೂರ್ವದಂಡೆಯಲ್ಲಿ (ತಮ್ಮ ವಿಜಯದ ಅನಂತರ ಪ್ರ.ಶ.1004 ರ ಸುಮಾರಿನಲ್ಲಿ) ಚೋಳ ಪ್ರತಿಷ್ಠಾ ವೀರಭದ್ರನನ್ನು ಪ್ರತಿಸ್ಥಾಪಿಸಿದರು. ಈ ಪ್ರದೇಶ ನಂಜರಾಯಪಟ್ಟಣದ ಕಾವೇರಿ ತೀರದಲ್ಲಿದೆ. ಆರಂಭದಲ್ಲಿ ಗಂಗವಾಡಿಯವರಾಗಿ ಜೈನಧರ್ಮಿಗಳಾದ ಚೆಂಗಾಳ್ವರು ಚೋಳರಿಂದ ಸೋತ ಮೇಲೆ ಶಿವಧರ್ಮವನ್ನು ಅನುಸರಿಸಿ ಕಾಲಾಂತರದಲ್ಲಿ ವೀರಶೈವ ಧರ್ಮವನ್ನು ಅಪ್ಪಿದ, ಪೋಷಿಸಿದ ಅರಸರಾದರು. ಮುಂದಿನ ಹಾಲೇರಿ ವಂಶದ ಅರಸರಿಗೆ ಪೂರ್ವಭಾವಿಯಾಗಿ ಕೊಡಗಿನಲ್ಲಿ ಶಿವಧರ್ಮದ ಪ್ರಭಾವದ ನೆಲೆಯನ್ನು ವಿಸ್ತರಿಸಿಕೊಟ್ಟು ಅವರ ಪೂರ್ವಜರೂ ಆದರು. ಪಿರಿಯಾಪಟ್ಟಣದ ಚೆಂಗಾಳ್ವರ ಕೊನೆಯ ಅರಸ ಹಾಲೇರಿ ವಂಶದ ಆರಂಭದ ಅರಸರ ರಕ್ತ ಸಂಬಂಧಿಯೆ. ಈ ಬಗ್ಗೆ ಲೆಫ್ಟಿನೆಂಟ್ ಕಾನರನು ಈ ರೀತಿಯಾಗಿ ಉಲ್ಲೇಖಿಸಿರುತ್ತಾನೆ:

"The fertile districts of Bettadipoor and Periapatan formed a little state ruled by Nanjaraja, who allied by, ties of interest and consanguinity to the codagu prince (Mudduraja) materially increased his power and influence."

ಚೆಂಗಾಳ್ವರಲ್ಲಿ ಪಾಲ್ಪರೆ ಹಾಗೂ ಕೊಡಗು ಶ್ರೀರಂಗಪಟ್ಟಣಗಳನ್ನು ಆಳುತ್ತಿದ್ದವರ ನಡುವೆ ಸಂಘರ್ಷ ನಡೆದಂತಿದೆ. ಈ ಸಂದರ್ಭದಲ್ಲಿ ಚೆಂಗಾಳ್ವರ ಒಂದು ಶಾಖೆ ತನ್ನ ಭವಿಷ್ಯ ಅರಸಿಕೊಂಡು ಈಗಿನ ಶಿವಮೊಗ್ಗದ ಸೊರಬ, ಕೆಳದಿಹಳ್ಳಿ ಬಯಲಿನತ್ತ ಹೋಗಿರುವಂತಿದೆ. ಈ ಬಗ್ಗೆ ಶಾಸನೋಕ್ತವಾಗಿ, ಬಹುಷಃ ಕೆಳದಿ ಬಯಲಿನಲ್ಲಿ ನೆಲೆಗೊಂಡಿದ್ದವರಾದ "ಸದಾಶಿವ ಮುದ್ರಾಂಕಿತ ಶಿವಗೋತ್ರೋತ್ಪನ್ನರಾದ ದೇವೇಗೌಡರ ಮಪೌತ್ರ, ಗೋಪಗೌಡರ ಪೌತ್ರ, ಬಸವಗೌಡರ ಪುತ್ರ, ಚೌಡೇಗೌಡ" ಇವರು ಕಾಣಬರುತ್ತಾರೆ. ಈ ಚೌಡಗೌಡನು ಚೌಡಪ್ಪನಾಯಕನೆನಿಸಿ ಕೆಳದಿ ಪಾಳೆಯ ಪಟ್ಟಿಗೆ ಶಾ.ಶಕ.1422 ಸಿದ್ಧಾರ್ಥಿ ಸಂವತ್ಸರದ ಮಾಘ ಶುದ್ಧ 3 ರಲ್ಲೂ (ಪ್ರ.ಶ.8–1–1500) ಪಟ್ಟವಾದನು. ಈ ಸುಮಾರಿನಲ್ಲಿಯೇ ಕೊಡಗಿನಲ್ಲಿ ಚೆಂಗಾಳ್ವರ ಪೈಕಿಯ ನಂಜರಾಜನು ಕೊಡಗು ಶ್ರೀರಂಗಪಟ್ಟಣ ಪ್ರದೇಶದಲ್ಲಿ ತನ್ನ ಹೆಸರಿನಲ್ಲಿ 'ನಂಜರಾಯಪಟ್ಟಣ' ಎಂಬ ಹೊಸ ರಾಜಧಾನಿ ಸ್ಥಾಪಿಸಿದ. ಇವನ ಮುಂದಿನ ಅರಸರು ಕೊಡಗಿನ ಹಾಲೇರಿ, ಚೌಡ್ಲು, ಚೇರಳಶ್ರೀಮಂಗಲ, ದೊಡ್ಡಮಳ್ತೆ, ಗಣಗೂರು, ಉಲುಗುಲಿ, ದಕ್ಷಿಣಕೊಡಗಿನ ನಲ್ಲುಕೋಟೆ, ತಿತಿಮತಿ, ಪಾಲ್ಪರೆ ಹಾಗೂ ಪೂರ್ವಕ್ಕೆ ಪಿರಿಯಾಪಟ್ಟಣ, ಬೆಟ್ಟದಪುರ ಇವುಗಳೊಡನೆ ತಮ್ಮ ಆಳ್ವಿಕೆಯ ಸಂಪರ್ಕಗಳನ್ನು ಮಾಡಿಕೊಂಡಿರುವ ಬಗ್ಗೆ ಶಾಸನ ಹಾಗೂ ಇತಿಹಾಸದಿಂದ ವಿಧಿತವಾಗುತ್ತದೆ. ಇವರು ವಿಜಯನಗರದ ಅರಸರಿಗೆ ಮಾಂಡಲಿಕರಾಗಿದ್ದರು.

ಈ ಮೇಲಿನ ವಿಚಾರಗಳಿಂದ ವಿಧಿತವಾಗುವುದೇನೆಂದರೆ, ಕೊಡಗನ್ನಾಳಿದ ಕೊಂಗಾಳ್ವ, ಚೆಂಗಾಳ್ವರಾಗಲೀ, ಮಲೆನಾಡು ಮತ್ತು ದಕ್ಷಿಣ ಕನ್ನಡದ ಪುತ್ತೂರು-ಸುಳ್ಯ ಮಾಗಣೆಗಳನ್ನಾಳಿದ ಕೆಳದಿ (ಇಕ್ಕೇರಿ) ನಾಯಕರಾಗಲೀ, ಅಖಂಡ ಕೊಡಗನ್ನಾಳಿದ ಹಾಲೇರಿ ವಂಶವಾಗಲೀ ಮೂಲದಲ್ಲಿ ತಲಕಾಡಿನ ಗಂಗವಂಶಾವಳಿಯಿಂದ ವಿಭಜನೆಯಾದವರಾಗಿರುತ್ತಾರೆ ಹಾಗೂ ಗೌಡ ಸಮುದಾಯದ ರಕ್ತ ಸಂಬಂಧಿಗಳಾಗಿರುತ್ತಾರೆ. ಕಾಲಘಟ್ಟದಲ್ಲಿ ಇವರು ಆದಿನಾಥ-ಶೈವ ಜೈನ ಕೊನೆಗೆ ವೀರಶೈವರಾಗಿ ರಾಜ್ಯವನ್ನಾಳಿರುತ್ತಾರೆ.

ಬಾಳುಕಾರರು, ಬಾಚಿಕಾರರು, ನಾಯಕರು:

ಆದರೆ ಚೆಂಗಾಳ್ವರಿಗೆ ಕೊಡಗಿನ ಅನೇಕ ಭಾಗಗಳಲ್ಲಿ ಹಿಡಿತವಿರಲಿಲ್ಲವೆಂದು ತೋರುತ್ತದೆ. ಅಲ್ಲಿನ ದಟ್ಟಾರಣ್ಯಗಳು, ಪರ್ವತ ಶ್ರೇಣಿಗಳು ಇವರ ಆಳ್ವಿಕೆಗೆ ಅಡಚಣೆಗಳಾಗಿದ್ದವು. ಜೊತೆಗೆ ಇವರ ಗಮನ ಹೆಚ್ಚಾಗಿ ಪಿರಿಯಾಪಟ್ಟಣ, ಬೆಟ್ಟದಪುರದ ಫಲವತ್ತಾದ ಜನನಿಬಿಡವಾದ ಪ್ರದೇಶಗಳತ್ತ ಹರಿದಿದ್ದಂತೆ ಶಾಸನಗಳಿಂದ ಕಂಡುಬರುತ್ತದೆ. ಬಹುಶಃ ಈ ಕಾರಣಕ್ಕಾಗಿಯೇ ಮುಖ್ಯವಾಗಿ ಕೊಡಗಿನ ದಕ್ಷಿಣ, ಪಶ್ಚಿಮ, ಉತ್ತರ ಮತ್ತು ಮಧ್ಯಭಾಗಗಳಲ್ಲಿ 'ಬಾಳುಕಾರರು', 'ಬಾಚಿಕಾರರು' ಹುಟ್ಟಿಕೊಂಡು ಪ್ರಬಲರಾದಂತೆ ಕಾಣುತ್ತದೆ. ಇವರೆಲ್ಲ ಕೊಡಗನ್ನಾಳಿದ ಅರಸರ ಅಳಿದುಳಿದ ವಂಶೀಕರು, ಆ ಅರಸರ ಸೈನಿಕ ಮುಖ್ಯಸ್ಥರ ವಂಶೀಕರಾಗಿ ಇದ್ದಿರುವ ಸಾಧ್ಯತೆಯಿದೆ.

ಬಾಳುಕಾರರ ಅಥವಾ ಬಾಚೆಕೋರರ ಮೂಲ ಸ್ಪಷ್ಟವಿಲ್ಲ. ಇವರು 'ನಾಡ್ ಬಾಚಿಕಾರರು' ಎಂದು ಕರೆದುಕೊಂಡಿದ್ದರು. ದೇಶದ ಒಂದೊಂದು ಭಾಗವನ್ನು ತಮ್ಮ ಕೈಕೆಳಗೆ ಇಟ್ಟುಕೊಂಡು ಸ್ಥಳೀಯರೇ ಆಗಿ ರಾಜ್ಯವಾಳುತ್ತಿದ್ದರು. ಈ ನಾಯಕರು ಒಬ್ಬರ ಮೇಲೆ ಒಬ್ಬರು ಬಿದ್ದು ಪರಸ್ಪರ ಕಾದಾಡುತ್ತಿದ್ದರು. ಕನ್ನಡ ಮತ್ತು ಕೊಡವ ಭಾಷೆಗಳಲ್ಲಿ 'ಬಾಳು' ಎಂದರೆ ಕತ್ತಿ, ಉದ್ದನೆಯ ಕತ್ತಿ ಎಂಬ ಅರ್ಥಗಳಿವೆ. ಕೊಡವ ಭಾಷೆಯಲ್ಲಿ 'ಬಾಚೆ' ಎಂಬ ಶಬ್ದಕ್ಕೆ ಭದ್ರತೆ, ಬಾಳ್ವಿಕೆ ಎಂಬ ಅರ್ಥಗಳಿವೆ. ಕನ್ನಡದಲ್ಲಿ ಕುಪ್ಪಸವೆಂಬ ಅರ್ಥವೂ ಇದೆ. ಕೊಡಗಿನ ಸಾಂಸ್ಕೃತಿಕ ಹಿನ್ನೆಲೆಯಲ್ಲಿ ಬಾಳುಕೋರರು ಅಂದರೆ ಕತ್ತಿಯವರು ಅರ್ಥಾತ್ ಆಳ್ವಿಕೆಯವರು ಸೇನಾಧಿಕಾರಿಗಳು ಎಂಬ ಅರ್ಥವನ್ನು ಹೊಂದಿರುವಂತಿದೆ. ಬಾಚಿಕಾರರು ಎಂದರೆ ಊರಿನ ಕಾಪುಗಾರರು, ಊರಿನೊಡೆಯರು ಎಂಬ ಅರ್ಥದ ಸೂಚನೆಯಂತಿದೆ. ಅಂದರೆ 'ಬಾಳುಕಾರರು', 'ಬಾಚಿಕಾರರು' ಎಂಬ ಎರಡು ವರ್ಗದ ತುಂಡುನಾಯಕರು ಇದ್ದರೆನಿಸುತ್ತದೆ.

ಬಹುಶಃ ಚೋಳ, ಕೊಂಗಾಳ್ವ, ಹಾನಗಲ್ಲು, ಕದಂಬ ಅರಸರ ಅಳಿದುಳಿದ, ಇಲ್ಲುಳಿದ ವಂಶೀಕರು ಅರಸೊತ್ತಿಗೆ ಅಳಿದ ಮೇಲೆ ವೀರಶೈವ, ಅಮ್ಮಕೊಡವ, ಕೊಡವ,

ಗೌಡ ಹಾಗೂ ಹೆಗ್ಗಡೆ ಸಮುದಾಯಗಳಲ್ಲಿ ಐಕ್ಯವಾಗಿರುವಂತಿದೆ. ಈ ವಂಶೀಕರುಗಳಲ್ಲಿ ಸ್ಪರ್ಧೆಗಳು ಹುಟ್ಟಿ ಬಾಳುಕಾರರು, ಬಾಚೆಕಾರರು ಎಂಬ ಪಂಗಡಗಳು ರೂಪುಗೊಂಡಿರ ಬೇಕು. ಚೆಂಗಾಳ್ವರ ಪ್ರಾಬಲ್ಯ ಕಡಿಮೆಯಾಗುತ್ತ ಬಂದಂತೆ ವಿಜಯನಗರ ಪತನಾ ನಂತರ ಇವರು ಸ್ವಘೋಷಿತ ತುಂಡು ಪಾಳೆಯಗಾರರಾಗಿ ಕೊಡಗಿನ ವಿವಿಧ ಭಾಗಗಳಲ್ಲಿ ಹರಡಿರುತ್ತಾರೆ. ಪ್ರ.ಶ.1178 ರ ಕಂಪಲಾಪುರ ಶಾಸನದಲ್ಲಿ ಸ್ಪಷ್ಟವಾಗಿ ಬರುವ 'ಎಲ್ಲಾ ನಾಡ ಕೊಡಗರು' ಎಂದರೆ ಅಂದಿನ ಕೊಡಗಿನಲ್ಲಿ ಅಂದರೆ ಇಂದಿನ ಕೊಡಗು ಹಾಗೂ ಕೊಡಗಿನಾಚೆಯ ನಾಡುಗಳಲ್ಲಿ ಇದ್ದ ಕೊಡಗಿನ ವೀರಭಟ್ಟರು ಎಂಬರ್ಥದಲ್ಲಿಯ ಶಬ್ದದಿಂದ ಮಂಗರಸನ ನಿಘಂಟಿನಲ್ಲಿ "ಕೊಡವ, ಕೊಡಗರು" ಎಂಬ ಪ್ರತ್ಯೇಕ ಎರಡು ಶಬ್ದಗಳನ್ನು ಬಳಸಿರುವಲ್ಲಿ ಹಾಗೂ ಗೌಡ ಸಮುದಾಯಕ್ಕೆ ಸೇರಿದ 'ಕೊಡಗರ ಹೊನ್ನಯ್ಯ ಗೌಡನ ಬಸಪ್ಪ' ಎಂಬುವವನು ರಾಣಿ ದೇವಮ್ಮಾಜಿಯನ್ನು ಮದುವೆಯಾದವ ಎಂಬ ಡಿ.ಎನ್. ಕೃಷ್ಣಯ್ಯನವರ 'ಕೊಡಗಿನ ಇತಿಹಾಸದ' ಮಾತನ್ನು ತಾರ್ಕಣೆಗೆ ತೆಗೆದುಕೊಂಡರೆ ಕೊಡಗರೆಂದರೆ ಅಲ್ಲಿನ ನೆಲದವರು, ಮೊದಲಿಂದಲೂ ಇದ್ದ ದೇಶವಾಸಿಗಳು; ಅಂತಹ ದೇಶವಾಸಿಗಳಲ್ಲಿ ಕೊಡವರೂ, ಗೌಡರೂ ಇದ್ದಾರೆ ಎಂಬುವ ಅರ್ಥ ಒದಗುತ್ತದೆ.

ದಖನ್ನಿನ ಚರಿತ್ರೆಕಾರನಾದ ಫೆರಿಸ್ಟನು 16ನೆಯ ಶತಮಾನದಲ್ಲಿ ಕೊಡಗನ್ನು ನಾಯಕರು ಆಳುತ್ತಿದ್ದು, ವಿಜಯನಗರದ ಅಧಿಪತ್ಯವನ್ನು ಒಪ್ಪಿದ್ದರೆಂದಿದ್ದಾನೆ. ಈ ನಾಯಕರ ಕಾಲದಲ್ಲಿ 'ಕೊಂಬುಗಳು' ನಾಡುಗಳಾಗಿ ರೂಪುಗೊಂಡವು. ಈ ಕೊಂಬುಗಳ ಮೇರೆಗಳಾಗಿ ಆಳ ಹಾಗೂ ಅಗಲವಾದ ಕಡಂಗಗಳಿದ್ದವು. ಗಂಗರ ಪ್ರ.ಶ.888ರ ಬಿಳಿಯೂರು ಶಾಸನದಲ್ಲಿ "ಬನಗದ್ದೆ" ಹಾಗೂ ರಾಜರ ಸ್ವಂತ ಕೃಷಿ ಭೂಮಿಯಾದ 'ಪೆಣ್ಣೆ' (=ಪನ್ಯ) ಹಾಗೂ ಕಡಂಗದ ಪ್ರಸ್ತಾಪವಿದೆ. ಹಾಲೇರಿ ಅರಸರು ನಾಡ ವ್ಯವಸ್ಥೆಯನ್ನು ಅಚ್ಚುಕಟ್ಟಾಗಿ ಪುನರ್ ರೂಪಿಸಿದರು. ಹೀಗೆ ಇದ್ದ 28 ನಾಡುಗಳಿಗೆ ನಾಡ ಬಾಚಕಾರರು, ನಾಡ ಬಾಳುಕೋರರು, ವಂಶೀಕರಿಂದಲೂ ಹಾಲೇರಿ ಅರಸರ ಕಾಲದಲ್ಲಿ ತಕ್ಕಾಮೆಗಳಾಗಿದ್ದ ಕೊಡವರು, ಗೌಡರು, ಹೆಗ್ಗಡೆಯವರು ಪ್ರಸಿದ್ಧಿಗೊಂಡರು.

ಫೆರಿಸ್ಟನ ಪ್ರಕಾರ ಹಾಲೇರಿ ಅರಸರ ಮುನ್ನವೂ ಇದ್ದ ನಾಯಕರುಗಳಲ್ಲಿ ವೀರಶೈವ, ಕೊಡವ, ಗೌಡ, ಕೇರಳದ ಮುಕ್ಕಾಟಿ ಸಮುದಾಯದವರಿದ್ದರು. ಅವರಲ್ಲಿ ಗೌಡ ಜನಾಂಗದ ಹೆಸರುಗಳು ಹೀಗಿವೆ– ಹಾಲೇರಿ ನಾಡಿನ ಸೋಮಶೇಖರನಾಯಕ (ಈತನು ಬೊಮ್ಮಗೌಡನೆಂದೂ ಕರೆಯಲ್ಪಡುತ್ತಿದ್ದ), ಸಿದ್ದಾಪುರದ ಚೆನ್ನಯ್ಯನಾಯಕ, ಎಡೆನಾಲ್ಕುನಾಡಿನಲ್ಲಿ ಮುಕ್ಕಾಟಿ ನಾಯಕ, ಕಿಗ್ಗಟ್ಟು ನಾಡಿನಲ್ಲಿ ಅಂಜಿಗೇರಿಯ ಅಚ್ಚುನಾಯಕ, ತಾವು ನಾಡಿನಲ್ಲಿ ಕರ್ಣಂಬಾಹು ಎಂಬುವವರಿದ್ದರು. ಕರ್ಣಂಬಾಹುವಿನ ವಂಶಸ್ಥರು ಈಗ ಕರ್ಣಯ್ಯನ ಮನೆ ಎಂಬ ಗೌಡ ಕುಟುಂಬಗಳಾಗಿರಬೇಕು. ಶಾಸನದಲ್ಲಿ ಬರುವ ಮೇಲ್ಪುಂಡಿ ಕುಂಞ ಅರಸನ ವಂಶಿಗನಾಗಿ ತಾವುನಾಡೆಂದು 16ನೆಯ

ಶತಮಾನದಲ್ಲಿ ಹೆಸರಾಗಿದ್ದ ಆ ಪ್ರದೇಶದಲ್ಲಿ ಕರ್ಣಂಬಾಹು ಎಂಬ ನಾಯಕನು ಹಾಲೇರಿ ವಂಶದಾಳ್ವಿಕೆಯ ಮುಂದಿನಿಂದಲೂ ಆಳುತ್ತಿದ್ದ. ಇವನು ಗೌಡ ಸಮುದಾಯದವನೆಂದು ಪಾಲೂರಿನ ಭೀಮಂಡ ಕುಶಾಲಪ್ಪನವರ ಅಭಿಪ್ರಾಯ. ಅವನು ತುಳುನಾಡಿನವನಿರಬಹುದು ಇಲ್ಲ ಶಿವಮೊಗ್ಗದ ಸಾಗರ ಕಡೆಯಿಂದ ಬಂದವನಿರ ಬಹುದೆಂದು ಪರದಂಡ ಜಿ. ಚಂಗಪ್ಪನವರು ನುಡಿಯುತ್ತಾರೆ. ಕರ್ಣಂಬಾಹುವಿನ ಸಹೋದರ ಚೆಟ್ಟಿಬಾಹು ಭಾಗಮಂಡಲ ಸಮೀಪದ ಚೆಟ್ಟಿಮಾನಿ ಅರಮನೆಯಲ್ಲಿದ್ದ. ಅದಕ್ಕಾಗಿಯೇ ಚೆಟ್ಟಿಮಾನಿಯೆಂಬ ಸ್ಥಳನಾಮೆ.

ಇವರ ಜೊತೆಯಲ್ಲಿ ಬಾಚಿನಾಡನ, ಚೌಡ್ಲು ಪಾಳೆಯಗಾರರು, ಕಡಿಯತ್ ನಾಡಿನಲ್ಲಿ ಬಾವಲಿಯ ಕೊಳ್ಳಕೊಂಗಿ ನಾಯಕ, ತಾವಳಗೇರಿಯಲ್ಲಿ ಕೈಬಿಲಿರ ಬಿದ್ದಯ್ಯ ನಾಯಕ ಎಂಬವರಿದ್ದರು. ಹಾಲೇರಿ ಅರಸ ಮುದ್ದುರಾಜರ ಕಾಲಕ್ಕೆ ಬೆಪ್ಪುನಾಡಿನಲ್ಲಿ ಉತ್ತು ನಾಯಕನಿದ್ದ. ಹಾಲೇರಿ ನಾಡಿನ ಸೋಮಶೇಖರನಾಯಕ ಬಹುಷಃ ಚೆಂಗಾಳ್ವರ ವಂಶದ ಪ್ರತಿನಿಧಿಯಾಗಿದ್ದು, ಬೊಮ್ಮಗೌಡನೆಂದು ಕೂಡಾ ಕರೆಯಲ್ಪಟ್ಟಿದ್ದು, ವೀರಶೈವ ಮತಾನುಯಾಯಿಯಾಗಿದ್ದ. ಹಾಲೇರಿ ವಂಶದ ಮೊದಲ ಅರಸ ವೀರರಾಜು ಇಕ್ಕೇರಿಯಿಂದ ಬಂದಾಗ ಆಸರೆ ನೀಡಿ ತನ್ನ ಮಗಳು ನೀಲಮ್ಮನನ್ನು ಪಾಣಿಗ್ರಹಣದಲ್ಲಿ ಕೊಟ್ಟು ಹಾಲೇರಿ ವಂಶ ಸ್ಥಾಪನೆಗೆ ಕಾರಣೀಭೂತನಾದವನು.

ಕಿಗ್ಗಟ್ಟು ನಾಡಿನಲ್ಲಿ ಆಗ ಇದ್ದವನು ಕಟ್ಟೆಮನೆ ಚಿಟ್ಟಪ್ಪನಾಯಕನು. ಮನೆಹೆಸರಿನ ದೃಷ್ಟಿಯಿಂದ 'ಕಟ್ಟೆಮನೆ' ಗೌಡ ಜನಾಂಗದ್ದಾಗಿದೆ. ಚಿಟ್ಟಪ್ಪನಾಯಕನ ಮಗಳು, ಅಚ್ಚುನಾಯಕನ ಸೋದರಿಯನ್ನು ನಂಜುಂಡ ಅರಸ ಮದುವೆ ಆಗಿದ್ದ ಎನ್ನಲಾಗಿದೆ. ಈ ಕಟ್ಟೆಮನೆಯ ವಂಶಸ್ಥರು ಈಗ ಮರಗೋಡು ಪ್ರದೇಶದಲ್ಲಿ ನೆಲೆಸಿರುವ ಗೌಡ ಕುಟುಂಬಗಳಾಗಿರಬೇಕು.

ಕೊಡವರ ಮೂಲದ ಬಗ್ಗೆ ವಿವಿಧ ವಾದಗಳಿವೆ: [1]

ಕೊಡವರ ಮೂಲದ ಬಗ್ಗೆ ವಿವಿಧ ವಾದಗಳಿವೆ. ಪೌರಾಣಿಕವಾಗಿ ಕೊಡಗರು ಈಗಿನ ಕರ್ಣಸ್ಥಾನದವರೆಂದು ಕೊಡವರು ಪ್ರ.ಶ. 5–6ನೆಯ ಶತಮಾನದಲ್ಲಿ ಹೊರಗಿನಿಂದ ಬಂದವರೆನ್ನಲಾಗಿದೆ. ಆದರೆ ಕೊಡಗಿನ ಕೊಡವರೆಲ್ಲಾ ಹೊರಗಿನಿಂದ ಬಂದವರಲ್ಲ. ಗಂಗರಸರು ಪ್ರಕಟಿತ ಪೆಗ್ಗೂರು ಶಾಸನದ ರೀತ್ಯ 9ನೆಯ ಶತಮಾನದಲ್ಲಿ ಕೊಡಗನ್ನು ಆಳುತ್ತಿದ್ದರು. ಲಭ್ಯ ಹೊಸ ಶಾಸನವೊಂದು ಗಂಗರ ಕಾಲದ್ದೇ ಆಗಿ ಗಂಗ ಶ್ರೀ

---

1. ಎಂ.ಜಿ. ನಾಗರಾಜ, ಕೊಡಗಿನ ಹಾಲೇರಿ ರಾಜವಂಶವು, ಭಾಗ–2, ಪು.183, ಪ್ರಾಚ್ಯವಸ್ತು ಸಂಗ್ರಹಾಲಯ, ಕರ್ನಾಟಕ ಸರ್ಕಾರ–2004.

ಪುರುಷನ ಆಳ್ವಿಕೆಯನ್ನು ಕೊಡಗಿನ ಸಂಬಂಧದಲ್ಲಿ ತೋರುತ್ತದೆ. ಆಗಿನ ಶಾಸನಗಳ ಪ್ರಕಾರ ಜೈನರು ಹಾಗೂ ಗಾವುಣ್ಡರು (ಗೌಡರ) ಹೆಸರು ನಂತರ 11ನೆಯ ಶತಮಾನದ ಶಾಸನಗಳಲ್ಲಿ ವೀರಶೈವ, ಬ್ರಾಹ್ಮಣ, ಹೆಗ್ಗಡೆ, ಗೌಡ ಸಮುದಾಯಗಳವರ ಅಸ್ತಿತ್ವದ ಸಂಗತಿಗಳು ಕಾಣಬರುತ್ತವೆ. ಪ್ರ.ಶ.1174 ರ ಪನಸೋಗೆ ಯುದ್ಧದ (ಕಂಪಲಾಪುರ) ಶಾಸನದಲ್ಲಿ 'ಕೊಡಗರ' ಎಂಬ ಶಬ್ದವಿದೆ ವಿನಾಃ 'ಕೊಡವರ' ಎಂದಿಲ್ಲ. ಆದರೆ ಪ್ರ.ಶ.1398 ರ ಎರಡನೆಯ ಮಂಗರಸನ ಮಂಗರಾಜ ನಿಘಂಟುವಿನಲ್ಲಿ ಮ್ಲೇಚ್ಛರನ್ನೇ ಕೊಡವ ಕೊಡಗರು ಎಂದು ಪ್ರತ್ಯೇಕವಾಗಿ ಸ್ಪಷ್ಟವಾಗಿ ಹೇಳಲಾಗಿದೆ. ಈ ಹಿನ್ನಲೆಯಲ್ಲಿ ಕೊಡವರಲ್ಲಿ ಹೊರಗಿನಿಂದ ಬಂದ ಒಂದು ಭಾಗ ಸೇರಿ ಇಲ್ಲಿನ ಸಂಸ್ಕೃತಿಯಲ್ಲಿ ತನ್ನದನ್ನು ಮಿಳಿತ ಮಾಡಿಕೊಂಡು ಬದುಕು ಸಾಗಿಸಿತು ಎನ್ನಬೇಕು. ಕೊಡಗರು ಎನ್ನುವಾಗ ಕೊಡಗಿನಲ್ಲಿ ಪ್ರಾಚೀನದಿಂದ ಬದುಕು ಸಾಗಿಸುತ್ತ ಬಂದ ಎಲ್ಲರಿಗೂ ಅನ್ವಯವಾದ ಶಬ್ದವೆ. ಇದು ಶೃಂಗೇರಿ ಮಠಕ್ಕೆ ಚಿಕ್ಕವೀರಪ್ಪನ ಕಾಲದ ಅನಂತರ ಮೈಸೂರು ದೊರೆಗಳು ಕೊಟ್ಟ ನಿರೂಪವೊಂದರಲ್ಲಿ "ಕೊಡಗರ ಹವಾಲಿಗೆ ಸೇರಿದ ಕೂಡಲಿ ಮುಂದೆ ಸ್ಥಳವು" ಎಂದಿರುವಲ್ಲಿ ಸ್ಪಷ್ಟವಾಗಿ ವಿದಿತವಾಗುತ್ತದೆ. ಅದೇನೇ ಇರಲಿ, "ಕೊಡವರು" ಪ್ರಭಾವಶಾಲಿಗಳಾಗಿ ಬೆಳೆಯುತ್ತ ಬಂದಿದ್ದು ಮೊದಲು ದೇಶವಾಚಿಯಾದ ಹೆಸರನ್ನು ಬಳಸಿಕೊಂಡ ಮೇಲೆ ಮತ್ತು ತದನಂತರದ ದಿನಗಳಲ್ಲಿ ಬ್ರಿಟಿಷರ 'ಒಡೆದು ಆಳುವ' ನೀತಿಯಿಂದ ಆಗಿರುತ್ತದೆ. ಕೊಡಗಿನಲ್ಲಿ ಆಳಿದ ಗಂಗ (ಒಕ್ಕಲಿಗ ಗೌಡ ಮೂಲ –ಜೈನ), ಬಯಲ್ನಾಡು–ಹಾನಗಲ್ಲು ಕದಂಬ, ಚೆಂಗಾಳ್ವ, ಕೊಂಗಾಳ್ವ, ಅರಸು ವಂಶದಲ್ಲಿ ಅಳಿದುಳಿದವರು ಇಲ್ಲಿನ ಬದುಕಿನಲ್ಲಿ ಒಂದಾಗಿ ಸಾಮಾನ್ಯರೆನಿಸಿ ಸಮುದಾಯದಲ್ಲಿ ಬೆರೆತು ಹೋದರು. ಅಂದರೆ ಕೊಡವರೆಲ್ಲ ಕೊಡಗರು; ಆದರೆ ಕೊಡಗರೆಲ್ಲ ಕೊಡವರಲ್ಲ ಎಂದಾಗುತ್ತದೆ. ಹಾಲೇರಿ ಅರಸರ ಕಾಲಕ್ಕೆ 'ಕೊಡಗರು' ಪೈಕಿಯಲ್ಲಿ ಗೌಡರು ಮತ್ತು ಕೊಡವರು ಹೆಚ್ಚು ಪ್ರಭಾವಶಾಲಿಗಳಾಗಿ ಮುಂದೆ ಬಂದರು. ಕಾಯಕ ನಿಷ್ಟೆ ತೋರಿದರು ಹಾಗೂ 'ಕೊಡಗರು' ಶಬ್ದ ಕಾಲಕ್ರಮೇಣ ಜನಾಂಗ ವಾಚಿಯಾಗಿ 'ಕೊಡವ' ರಿಗೆ ಅನ್ವಯವಾಗುತ್ತ ಬಂದಿತೆನ್ನಬೇಕು. ಒಟ್ಟಾರೆ ಕೊಡಗಿನಲ್ಲಿ ಇದ್ದ, ಆಳಿದ, ಉಳಿದ ಹಾಗೂ ಪ್ರಾಚೀನದಲ್ಲಿ ಹೊರಗಿನಿಂದ ಬಂದ ಎಲ್ಲಾ ಜನಾಂಗಗಳ ಸಂಯುಕ್ತ ಸಂಸ್ಕೃತಿಯೇ ಕೊಡಗು ಸಂಸ್ಕೃತಿ. ಕೊಡವರು ತಮ್ಮ ಅಚ್ಚನ್ನು ಒತ್ತಿ, ಐರೀರ, ಕೊಯವ, ಕೆಂಬಟ್ಟಿ, ಹೆಗ್ಗಡೆ ಹಾಗೂ ಇತರರ ಮೇಲೆ ಪ್ರಭಾವ ಬೀರಿ ಕೊಡಗು ಸಂಸ್ಕೃತಿಯನ್ನು ಉಳಿಸಿಕೊಂಡರೆನ್ನಬೇಕು.

"Entire human race is a mixture"- ಇಡೀ ಮಾನವ ಕುಲವೇ ಒಂದು ಮಿಶ್ರಣ ಎನ್ನುವ ಮಾತು ಸಂಸ್ಕೃತಿಯ ದೃಷ್ಟಿಯಿಂದ ಆನ್ವಯಿಕವೆ. ಒಂದು ರೀತಿಯಲ್ಲಿ ಹೇಳುವುದಿದ್ದರೆ ಕೊಡಗಿನ ಕೊಡವರು, ಗೌಡರು, ಹೆಗ್ಗಡೆಯವರು, ವೀರಶೈವರು ಇತ್ಯಾದಿಯಾಗಿ ಎಲ್ಲರೂ ದಾಯಾದಿಗಳು–cousines ಆಗಿರುತ್ತಾರೆ.

ಈ ದಿಶೆಯಲ್ಲಿ ಬ್ರಿಟಿಷ್ ಅಧಿಕಾರಿಯೋರ್ವನ ವರದಿ ತನ್ನ ಮೇಲಾಧಿಕಾರಿಗಳಿಗೆ ಏನೆಂದರೆ "ಕೊಡವ ಮತ್ತು ಗೌಡ ಸಮುದಾಯದವರು ನೋಡುವದರಲ್ಲಿ ಒಂದೇ ತರಹ ಕಾಣಿಸುತ್ತಾರೆ. ಆದುದರಿಂದ ಒಬ್ಬರಿಂದೊಬ್ಬರು ಬೇರ್ಪಡಿಸುವುದು ಕಷ್ಟ ಸಾಧ್ಯ"ವೆಂದು ಹೇಳಿದ್ದಾನೆ.

ಕೊಡಗಿನಲ್ಲಿ ಹಾಲೇರಿ ವಂಶ:

ಕೊಡಗಿನ ಹಾಲೇರಿ ವಂಶ ಸ್ಥಾಪನೆಯ ಬಗ್ಗೆ ಹಲವಾರು ಚರಿತ್ರೆಕಾರರು ಹಲವು ತರಹ ನಮೂದಿಸಿರುತ್ತಾರೆ. ಇವುಗಳ ಮಧ್ಯೆ ಪ್ರ.ಶ. 1965 ರ **ಕೊಡಗು ಜಿಲ್ಲಾ ಗ್ಯಾಸೆಟಿಯರ್**ನ ವಿಚಾರ ಗಮನಾರ್ಹವಾಗಿದೆ. (56)

"In the course of Keladi Venkatappa Nayaka-I, military campain in South Kanara (1613 AD) a prince of his family who later established at Haleri must have accompanied him. He must have known the Semi-anarchical state in Coorg with Nayakas fighting with one another. It is also possible that he had information of the condition of the Coorg from changalvas of Periapatna for the rulers of Coorg and the Changalvas of Periapatna were causines and kinsman. It is highly improbable that a prince from Ikeri (Keladi) came to Coorg and established himself as a king without previously acquanteing himself with conditional prevailing there at that time. The fact that Haleri rulers of Coorg had kinship with Ikeri Nayakas has been recorded in Rajendraname – a history of Haleri princes from about 1600-1807 AD."[1]

ಈ ಹಿನ್ನಲೆಯಲ್ಲಿ ಗೊತ್ತಾಗುವ ವಿಚಾರಗಳಿವು : ಇಕ್ಕೇರಿಯಿಂದ ಬಂದ ರಾಜಕುಮಾರ ವೀರರಾಜ (ವೀರಪ್ಪ) ಕೆಳದಿ (ಇಕ್ಕೇರಿ) ರಾಜವಂಶದ, ಇಕ್ಕೇರಿ ಮಹಾ ಸಂಸ್ಥಾನವನ್ನು ಪ್ರ.ಶ.1530 ರಿಂದ 1566 ರ ಮಧ್ಯೆ ಆಳಿದ ಸದಾಶಿವ ನಾಯಕನ ಸೋದರಳಿಯನಾಗಿದ್ದ. ಪ್ರ.ಶ.1613 ರಲ್ಲಿ ಹಿರಿಯ ವೆಂಕಟಪ್ಪನಾಯಕನ ತುಳುನಾಡಿನ ದಂಡಯಾತ್ರೆಯಲ್ಲಿ ಯುವಕನಾದ ವೀರರಾಜು ಭಾಗವಹಿಸಿದ್ದ. ಈ ದಂಡಯಾತ್ರೆಯಲ್ಲಿ ಶಿಶಿಲ, ಬೆಳ್ಳಾರೆ, ಕಾಂತಮಂಗಳ, ಬದಿಯಡ್ಕ, ಕುಂಬಳೆ, ಕಾಸರಗೋಡು ಪ್ರದೇಶಗಳನ್ನು ಬಂಟ ಮತ್ತು ಜೈನ ಬಲ್ಲಾಳರ ಹಿಡಿತದಿಂದ ತಪ್ಪಿಸಿ ಇಕ್ಕೇರಿ ನಾಯಕರ ರಕ್ತ ಸಂಬಂಧಿಗಳಾದ ಗೌಡ

1. **ಕೊಡಗು ಜಿಲ್ಲಾ ಗ್ಯಾಸೆಟಿಯರ್ 1965** Reprint B L Rice, Mysore and Coorg Inscriptions, New Delhi-1986, P. 133

ಸಮುದಾಯದವರ ಉಸ್ತುವಾರಿಗೆ ಹಸ್ತಾಂತರವಾಯಿತು. ವೆಂಕಟಪ್ಪನಾಯಕ ದಂಡಯಾತ್ರೆಯಲ್ಲಿದ್ದಾಗ ತುಳುನಾಡಿನಲ್ಲಿ ನೆಲೆಸಿದ್ದ ತಮ್ಮ ರಕ್ತಸಂಬಂಧಿಗಳಾದ ಗೌಡ ಮುಖ್ಯಸ್ಥರಿಂದ ಕೊಡಗಿನ ಸ್ಥಿತಿಗತಿಗಳನ್ನು ತಿಳಿದುಕೊಂಡಿದ್ದ. ವೀರಶೈವ ಮತಾವಲಂಬಿ ಯಾದ ಹಾಲೇರಿಯ ಸೋಮಶೇಖರನಾಯಕ ಯಾನೆ ಹಾಲೇರಿ ಸೀಮೆಗೌಡನಾದ ಬೊಮ್ಮಗೌಡನ ಒತ್ತಾಸೆಯನ್ನು ಗಳಿಸಿಕೊಂಡ. ಅಲ್ಲಲ್ಲಿ ಕೊಡಗಿನ ನಾಡುಗಳ ಭಾಗಗಳನ್ನು ಆಳುತ್ತಿದ್ದ ನಾಯಕರು ಅಶಕ್ತರಾಗಿದ್ದಾಗ, ಪರಸ್ಪರ ಕಚ್ಚಾಟದಲ್ಲಿ ತೊಡಗಿ ನಾಡಿನ ಜನತೆಯನ್ನು ನಿರ್ಲಕ್ಷಿಸಿದ್ದಾಗ, ಅನಾಯಕತ್ವ ತಾಂಡವವಾಡಿದ್ದಾಗ, ವೀರರಾಜು ಉದಿಸಿದ. ಆ ಪರಿಸ್ಥಿತಿಯೇ ಇಂತಹ ಒಬ್ಬ ಆಕರ್ಷಕ, ಸಶಕ್ತ ಬುದ್ಧಿವಂತ ಜನಪ್ರಿಯ ನಾಯಕನನ್ನು ಅರಸನನ್ನಾಗಿ ಆರಿಸಿಕೊಂಡಿತು ಎಂಬುದನ್ನು ಇಲ್ಲಿ ಗಮನಿಸಬೇಕಾಗಿದೆ. ವೀರರಾಜನು ಪ್ರ.ಶ.1583 ರಲ್ಲಿ ಜಂಗಮ ವೇಷದಲ್ಲಿ ಬಂದು ಹಾಲೇರಿ ನಾಡಿನಲ್ಲಿ ಒಂದು ಚಾವಡಿಯಲ್ಲಿದ್ದು ಹಾಲೇರಿಯ ಹುಡುಗರಿಗೆ ಓದು ಬರೆಹ ಕಲಿಸುವುದರಲ್ಲಿ ತೊಡಗಿಸಿಕೊಂಡಿದ್ದ. ಹಾಲೇರಿ ಸೋಮಶೇಖರ ನಾಯಕ ಯಾನೆ ಬೊಮ್ಮಗೌಡನ ಜೊತೆಗೂಡಿ ಇತರ ಕೊಡಗಿನ ಚಿಕ್ಕಪುಟ್ಟ ನಾಯಕರ ಹುಟ್ಟಡಗಿಸಿದ. ಭಾಗಮಂಡಲ ಪ್ರದೇಶವನ್ನು ತಾವುನಾಡಿನಿಂದ ಆಳುತಿದ್ದ ಕರ್ಣಂಬಾಹುವನ್ನು ವೀರರಾಜು, ಹಾಲೇರಿಯ ಬೊಮ್ಮಗೌಡ (ಸೋಮಶೇಖರ ನಾಯಕ) ನೊಡಗೂಡಿ, ಓಡಿಸಿ ಪ್ರ.ಶ.16 ಶತಮಾನದ ಪೂರ್ವಭಾಗದಲ್ಲಿ ಪೂರ್ತಿ ಮೇಲಿನ ಕೊಡಗಿಗೆ ರಾಜನಾದ. ಬೊಮ್ಮಗೌಡನು ತನ್ನ ಮಗಳು ನೀಲಮ್ಮನನ್ನು ವೀರರಾಜುಗೆ ಪಾಣಿಗ್ರಹಣ ಮಾಡಿಕೊಟ್ಟನು. ಹಾಲೇರಿ ರಾಜವಂಶದ ಮೂಲಪುರುಷನಾಗಿ ವೀರರಾಜು ಕಾರಣೀಭೂತನಾದ.

ಈ ಬಗ್ಗೆ ಪಾಂಡಂಡ ಮುತ್ತಣ್ಣ ಅವರ ಕೃತಿ ಹೇಳಿರುವುದಿದು: (3)

"..... A Prince of Ikkeri ruling family being exiled came to Coorg in the garb of a hermit, gaining ascendancy over innocent fold became 'Guru Nayaka' and took into his hands sceptre and sword...... before the treacherous advent of Lingayat Kings, those people (Coorgs) were themselves ruling the country under the name of polyagars and Nayakas".

(ಮೇಲಿನ ನಿದರ್ಶನದ ಬಗ್ಗೆ ಎಂ.ಜಿ. ನಾಗರಾಜ ಅವರ 'ಕೊಡಗಿನ ಹಾಲೇರಿ ರಾಜವಂಶವು'–ಭಾಗ–1, ಪುಟ ಸಂಖ್ಯೆ 23ರಲ್ಲಿ ವಿಶ್ಲೇಷಿಸಿದ ರೀತಿ ಸತ್ಯಕ್ಕೆ ಹತ್ತಿರವಾಗಿದೆ....)

---

2. Pandanda Muthanna, Coorg and Coorgs- 1930, P. 30-31

"ಈ ಮೇಲಿನವುಗಳಲ್ಲಿ ಪಟ್ಟೋಲೆ ಪಳಮೆ ಹಾಗೂ ಪಾಂಡಂಡ ಮುತ್ತಣ್ಣನವರ ಟೀಕೆಗಳು ವಸ್ತುಸ್ಥಿತಿಗಿಂತ ಭಿನ್ನವಾದವುಗಳಾಗಿವೆ. ಅದರಲ್ಲಿ ಕಾಣಬರುವ 'ನಾಯಕರನ್ನು ಕೊಲ್ಲಿಸಿದ ಕಪಟ ಸನ್ಯಾಸಿ', 'ಬೂದಿ ಚಾವಡಿ ಸ್ವಾಮಿ' ಲಿಂಗಾಯತ ಅರಸುಗಳ ವಿಶ್ವಾಸ ಘಾತುಕ ಮುನ್ನಡೆ ಎಂಬಲ್ಲಿ ಅನುಚಿತ ಟೀಕೆಗಳು ಮತ್ತು ಹಾಲೇರಿ ವಂಶದ ಕೊನೆಯ ರಾಜ ಚಿಕ್ಕವೀರರಾಜೇಂದ್ರನ ಬಗ್ಗೆ "ಸ್ತ್ರೀ ಲೋಲುಪ, ಕ್ರೂರಿ, ದುರಾಡಳಿತ ಹಾಗೂ ಪೂರ್ತಿ ಹಾಲೇರಿ ವಂಶವನ್ನೇ ಹಲವು ವಿಧಾನಗಳಲ್ಲಿ ಟೀಕೆ ಇತ್ಯಾದಿ ಆಂಗ್ಲರ ಒಡೆದು ಆಳುವ ಮತ್ತು ದೇಶೀಯ ರಾಜರನ್ನು ತುಚ್ಛವಾಗಿ ಪ್ರದರ್ಶಿಸುವ ನೀತಿಯಿಂದ ಪ್ರೇರಿತರಾಗಿ, ಕೆಲವು ಆಂಗ್ಲರ ಕೃತಿಗಳನ್ನು ಅನುಸರಿಸಿದ, ಶೋಧನೆ ರಹಿತ ಟೀಕೆಗಳೆನ್ನಿಸುತ್ತವೆ. ತನಗೆ ಆಸರೆ ಕೊಟ್ಟ ಸೋಮಶೇಖರನಾಯಕನನ್ನೇ ಕೊಲ್ಲಿಸಿದ ಎಂಬ ಜನಪದರ ಮಾತು ಹಾಲೇರಿಯ ಪ್ರಾಚೀನ ಮನೆತನದವರಿಂದಲೂ ಕೇಳಿಬರುವುದಿಲ್ಲ. ಇದಕ್ಕೆ ಪ್ರತಿರೂಪವಾಗಿ ಹಾಲೇರಿ ಸೀಮೇಗೌಡನಾದ ಬೊಮ್ಮಗೌಡ (ಸೋಮಶೇಖರನಾಯಕ?) ತನ್ನ ಮಗಳು ನೀಲಮ್ಮನನ್ನು ಪಾಣಿಗ್ರಹಣ ಮಾಡಿಸಿ ಹಾಲೇರಿ ರಾಜವಂಶದ ಸ್ಥಾಪನೆಗೆ ಕಾರಣನಾದ.[3]

ಈ ವೀರರಾಜನು 'ಪ್ರಾಯಶಃ ಚೆಂಗಾಳ್ವ ರಾಜರ ಸಂತಾನವಾಗಿರಬಹುದು' ಎಂಬ ಪಟ್ಟೋಲೆ ಪಳಮೆಯ ಮಾತು (ಪು.24) ಅವನ ಮತ್ತು ಪೂರ್ವ ವಂಶದ ಇತಿಹಾಸದ ದೃಷ್ಟಿಯಿಂದ ಗಮನಾರ್ಹವಾಗುತ್ತದೆ. ಅಂದರೆ ಬಿ.ಎಲ್. ರೈಸ್‌ರವರು 'A prince of Bidanur (Ikkeri-Keladi) who may have been related to Chengalavas in some way having settled in Haleri' ಎಂದಿರುವ ಮಾತು ಅಂತೇ ಮೊದಲಿನ ಚಿಂತನೆಯಾಗಿ ಪಟ್ಟೋಲೆ ಪಳಮೆಗೆ ಪೂರ್ವಾಧಾರವಾಗಿರುವಂತಿದೆ. ಪ್ರೊ.ಎ.ಎನ್. ಶ್ರೀನಿವಾಸ್ ಅವರೂ ಕೂಡಾ ಬಿದನೂರು ನಾಯಕರು (ಇಕ್ಕೇರಿ-ಕೆಲದಿ ವಂಶಿಕರು), ಪಿರಿಯಾಪಟ್ಟಣದ ದೊರೆಗಳು (ಚೆಂಗಾಳ್ವರು) ಹಾಗೂ ಕೊಡಗಿನ ಅರಸರು ಪರಸ್ಪರ ಸಂಬಂಧಿಗಳು ಎಂದಿದ್ದಾರೆ. ಕೊಡಗು ಗ್ಯಾಸೆಟಿಯರ್ (1965 ರ ಆವೃತ್ತಿ) ಕೂಡಾ ಚೆಂಗಾಳ್ವರು ಹಾಗೂ ಹಾಲೇರಿ ಅರಸುಗಳ ಸಂಬಂಧವನ್ನು ಅನುಮೋದಿಸುತ್ತದೆ. 'ಕೊಡಗಿನ ಇತಿಹಾಸ'ವೂ ಅಷ್ಟೆ. 'ಪೊಮ್ಮಲೆ ಕೊಡಗ್' ಕೃತಿ ಕೂಡಾ ಹೀಗೆ ಹೇಳಿದೆ: "ಚೆಂಗಾಳ್ವ ಸಂತತಿಕ್ ಸೇರ್‌ನ ಬೆದನೂರ್ ಮನೆತನ ಒಂದ್ ಆಯಿಂಜಿತ್"– ಚೆಂಗಾಳ್ವ ಸಂತತಿಗೆ ಬಿದನೂರಿನ ಅರಸು ಮನೆತನ ಸೇರಿದುದಾಗಿತ್ತು. ಈ ದೃಷ್ಟಿಯಿಂದ ವೀರರಾಜನ ತಾಯಿ ಕೊಡಗಿನ ಚೆಂಗಾಳ್ವ ವಂಶದವಳಾಗಿರಬಹುದು ಎಂದೆನಿಸುತ್ತದೆ.

---

3. ಎಂ.ಜಿ. ನಾಗರಾಜ, ಕೊಡಗಿನ ಹಾಲೇರಿ ರಾಜವಂಶವು. – 2004 ಪು. 23, ನಿರ್ದೇಶಕರು, ಪುರಾತತ್ವ ಮತ್ತು ವಸ್ತು ಸಂಗ್ರಹಾಲಯ ಇಲಾಖೆ.
4. ಡಿ.ಎನ್. ಕೃಷ್ಣಯ್ಯ, ಕೊಡಗಿನ ಇತಿಹಾಸ–1975

ಹಾಲೇರಿ ರಾಜವಂಶಕ್ಕೂ ಗೌಡ ಸಮುದಾಯಕ್ಕೂ ಇರುವ ಸಂಬಂಧಗಳು:

ವೀರರಾಜನು ಕೊಡಗಿಗೆ ಬರುವಾಗ ತನ್ನ ಸಣ್ಣ ಪರಿವಾರದಲ್ಲಿ ಆಪ್ತ ಸೇವಕರನ್ನು ಕರೆ ತಂದಿದ್ದ. ಅವನ ಆಪ್ತನಾಗಿ ಕೊಡಗಿನ ಕನ್ನಂಡ ಮನೆತನದ ಮೂಲ ಪುರುಷನು ಜೊತೆಯಲ್ಲಿ ಬಂದನೆಂದು ಹೇಳಲಾಗಿದೆ.[4] ಈ ಮೂಲ ಪುರುಷನು ಕನ್ನಂಡ ಮನೆತನದ 'ಕುಡಿಬೀರ' (ಮನೆತನ ನಿಲ್ಲಿಸಿದ ಮೂಲ ಪುರುಷ) ಎನಿಸಿ ಅವನಿಗೆ ಮಡಿಕೇರಿಯ ಕನ್ನಂಡಬಾಣೆಯಲ್ಲಿ ಸಾಲು ವೀರಗಲ್ಲು–ಕೊಲೆಕಲ್ಲುಗಳಿರುವ ಮೂಲ ಕುಡಿಬೀರ ಕೈಮಡದಲ್ಲಿ ಆರಾಧನೆಗಳು ಇಂದಿಗೂ ನಡೆಯುತ್ತದೆ. ಇಲ್ಲಿ ಗಮನಿಸಬೇಕಾದ ಅಂಶವೆಂದರೆ 'ಕನ್ನಂಡ' ಎಂಬ ಮನೆಪೆದ (ಮನೆತನದ ಹೆಸರು) ನೀಡುವ ಪದ್ಧತಿ ಕೊಡಗಿನ ರೀತಿಯದು. ಈ ಮನೆತನದ ಹೆಸರನ್ನು 'ಕನ್ನಯನ' ಅರ್ಥಾತ್ ಕೃಷ್ಣ ಪರಿವಾರದ ಅಥವಾ ನಾಯಕರ ಮಕ್ಕಳಿಗೆ ಅನ್ವಯಿಸುವುದುಂಟು.

ಅಂದರೆ ವೀರರಾಜನ ಆಪ್ತ ಸೇವಾವರ್ಗದಲ್ಲಿ ಸೇನಾವರ್ಗದವರಲ್ಲಿಯೋ, ಸಹಾಯಕ ವರ್ಗದಲ್ಲಿಯೋ ಈ ಕುಡಿಬೀರ ಇದ್ದಿರಬೇಕು. ವೀರರಾಜನ ತಂದೆ ರಾಮರಾಜನಾಯಕನ ಕಾಲದಿಂದ ಆಪ್ತರೆನಿಸಿದ್ದ ದಿವಾನರಾದ ಕಳಸಪ್ಪಯ್ಯ ಅಥವಾ ದಳವಾಯಿ ಚಿಕ್ಕ ಕಲ್ಲಪ್ಪ ಅಥವಾ ಕನ್ನಯನ ಎಂಬ ಪಡೆಯ ಮುಖ್ಯಸ್ಥ ಇವನ ಸಂಬಂಧದವರಾಗಿ ವೀರ ರಾಜನೊಡನೆ ಬಂದಿರಬೇಕು. ಕನ್ನಯನು ಹೆಸರು ಸೂಚಿಸಿದಂತೆ ಲಿಂಗಾಯತ ಮತಸ್ಥನಾಗಿರದೆ ಶ್ರೀವೈಷ್ಣವನಾದ ಒಕ್ಕಲಿಗ ಗೌಡ ಮೂಲದವನಾಗಿರಬೇಕು.

ವೀರರಾಜೇಂದ್ರ ಒಡೆಯನ ವಿರುದ್ಧ ಪ್ರ.ಶ.1804 ರಲ್ಲಿ ಆತನ ಭ್ರಾತ್ರ್ ಅಪ್ಪಾಜಿ ರಾಜನು ಒಳಸಂಚು ಮಾಡಿ ರಾಜನನ್ನು ಹತ್ಯೆ ಮಾಡಲು ಪ್ರಯತ್ನಿಸಿದ ಸಂದರ್ಭದಲ್ಲಿ ಈ ಸಂಚನ್ನು ವೀರರಾಜೇಂದ್ರ ಒಡೆಯನ ಗಮನಕ್ಕೆ ತಂದು ಅವಾಂತರವನ್ನು ತಪ್ಪಿಸಿದವ ಪಾರುಪತ್ಯೇಗಾರ 'ಶೀರುಗೌಡನ ಬೀರೇಗೌಡ' ನೆಂಬ ಸರದಾರ. ಈ ಬಗ್ಗೆ ತಿಳಿದುಕೊಂಡ ಅಪ್ಪಾಜಿರಾಜನು ಶೀರುಗೌಡನ ಬೀರೆಗೌಡನನ್ನು ತನ್ನ ಸಹಚರರಿಂದ ಗುಂಡಿಟ್ಟು ಕೊಲ್ಲಿಸುತ್ತಾನೆ. ಈತನ ಶೀರುಗೌಡ ಕುಟುಂಬವು ಗೌಡರಾಗಿದ್ದು, ಕಾಲಾನಂತರದಲ್ಲಿ "ಚೇಕಂಡ" ವೆಂಬ ಪ್ರತಿಷ್ಟಿತ ಕೊಡವ ಮನೆತನವಾಗಿ ಗುರುತಿಸಿಕೊಂಡಿರುತ್ತಾರೆ. ಇನ್ನೊಂದು ಭಾಗವು 'ಶಿರೂಗೌಡನ' ಎಂಬ ಕುಟುಂಬ (ಮನೆಪೆದ) ಮಕ್ಕಂದೂರು ಗ್ರಾಮದಲ್ಲಿ ನೆಲೆಸಿದೆ.

ನಂಜುಂಡರಸು: (ಚೆಂಗಾಳ್ವರ ಪರವಾಗಿ ಕೊನೆಯ ಅರಸ):

ರಾಜೇಂದ್ರನಾಮೆಯ ಮುದ್ದುರಾಜನ ಮಾತುಗಳಿಂದ, ದೊಡ್ಡ ವೀರರಾಜೇಂದ್ರನ ಮಾತುಗಳಿಂದ ಸ್ಪಷ್ಟವಾಗಿ ಇವನು ಹಾಲೇರಿ ವಂಶಿಕನೆಂದು ತಿಳಿಯುತ್ತದೆ. ಮೊದಲ ವೀರರಾಜೇಂದ್ರ ಒಡೆಯನ ಕಿರಿಯ ಮಗನೆಂದು ಸ್ಪಷ್ಟವಾಗಿ ತಿಳಿಯುತ್ತದೆ. ನಂಜುಂಡರಸು ಕೊಡಗಿನ ಅಂಜಿಗೇರಿನಾಡಿನ ಕಟ್ಟೆಮನೆ ಚಿಟ್ಟಪ್ಪ ನಾಯಕನ ಮಗಳು ಅಂದರೆ ಅಚ್ಚುನಾಯಕನ ಹಿರಿಯ ಸೋದರಿಯನ್ನು ಮದುವೆಯಾಗಿದ್ದನೆಂದು ಹೇಳಲಾಗಿದೆ[5]. ಇದು ಚಾರಿತ್ರಿಕವಾಗಿ ಮಹತ್ವದ ವಿಷಯಗಳಿಗೆ ಸೂಚನೆಗಳನ್ನು ನೀಡುತ್ತದೆ. ಚಿಟ್ಟಪ್ಪ ನಾಯಕನ ಮನೆತನದ ಹೆಸರನ್ನು ನೋಡಿದರೆ ಗೌಡ ಜನಾಂಗದ/ಶಿವಾಚಾರದ ಮನೆಯ ಹೆಸರಿದ್ದಂತೆ ಭಾಸವಾಗುತ್ತದೆ.

ಶಿವಾಚಾರದವರಿಗೂ ಕೊಡಗಿನಲ್ಲಿ ಅಂತಹ ಮನೆ ಹೆಸರಿದ್ದ ಬಗ್ಗೆ ಒಂದು ಉದಾಹರಣೆ ಎಂದರೆ ದೊಡ್ಡ ವೀರರಾಜೇಂದ್ರನ ನಾಲ್ಕನೆಯ ಮಗಳು ಚಿಕ್ಕರಾಜಮ್ಮಾಜಿ ಯನ್ನು ಮದುವೆಯಾದವನು ಹೊಸಮನೆ ನಂಜಪ್ಪನಾಗಿರುತ್ತಾನೆ. ಹೊಸಮನೆಯೆಂಬ ಮನೆತನವು ಈ ಸಮಯದಲ್ಲಿಯೂ ಗೌಡ ಸಮುದಾಯದ ಮನೆತನವಾಗಿದೆ. ಶಿವಾಚಾರ ಯಾ ಲಿಂಗಾಯತವೆಂಬುದು ಒಂದು ದೈವಿಕ ಆಚಾರವಾಗಿದೆಯೇ ಹೊರತು, ಇಕ್ಕೇರಿ ನಾಯಕರಾಗಲೀ, ಚೆಂಗಾಳ್ವರಾಗಲೀ, ಬೇಳೂರು ನಾಯಕರಾಗಲೀ, ಹೊಯ್ಸಳರಾಗಲೀ ಅಥವಾ ಹಾಲೇರಿ ವಂಶಸ್ಥರಾಗಲೀ ಎಲ್ಲರೂ ಪ್ರ.ಶ.200 ರಿಂದ 1004 ರ ತನಕ ದಕ್ಷಿಣ ಕರ್ನಾಟಕ ಮತ್ತು ಉತ್ತರ ತಮಿಳುನಾಡನ್ನು ಆಳಿದ ಗಂಗವಂಶದ ಅಳಿದುಳಿದ ರಾಜವಂಶಗಳೇ ಆಗಿದ್ದು– ಗಂಗವಾಡಿಕಾರ–ಗಂಗಟಿಕಾರರಾದಿಯಾಗಿ ಒಕ್ಕಲಿಗ ಗೌಡ ಜಾತಿ ಮೂಲದವರಾಗಿರುತ್ತಾರೆ.

ನಂಜುಂಡ ಅರಸು ಕಟ್ಟೆಮನೆ ಅಚ್ಚುನಾಯಕನ ಸೋದರಿಯನ್ನು ಮದುವೆಯಾದ ಅಂದರೆ, ಚಿಟ್ಟಪ್ಪನಾಯಕನ ಬಾಡಗ ಕುರ್ಚಿಯಲ್ಲಿದ್ದ ಚೆಂಗಾಳ್ವ ರಾಜಮನೆತನಕ್ಕೆ ಸೇರಿದ ತುಂಡುನಾಯಕನಾಗಿದ್ದಿರಬೇಕು. ಅದೂ ಅವನಿದ್ದ ಚಿಕ್ಕಮಂಡೂರಿನಿಂದ ಸನಿಹದ ಚೆಂಗಾಳ್ವರ ರಾಜಧಾನಿಯಾಗಿ ಪ್ರಸಿದ್ಧಿ ಹೊಂದಿದ್ದ ಪಾಲ್ಪರೆಯ ಉಸ್ತುವಾರಿಯು ಅವನಿಗಿದ್ದಿತ್ತೆಂದು ತೋರುತ್ತದೆ. ಮಾಚಂಗಳ ನಾಯಕ ದೇವಯ್ಯನಿಗೆ ಅಚ್ಚವ್ವ ಎಂಬ ಚಿಟ್ಟಪ್ಪನಾಯಕನ ತಂಗಿಯನ್ನು ಕೊಟ್ಟಿತ್ತು ಎಂದರೆ ಚೆಂಗಾಳ್ವ ರಾಜ ಕುಟುಂಬ ವರ್ಗಕ್ಕೆ ಅವರು ಸೇರಿದವರಾಗಿದ್ದಿರಬೇಕು. ಮಾಚಂಗಳ ಮನೆತನ ಇಂದು ಕೊಡವರಾಗಿದ್ದರೂ, ಗುರುಕಾರಣ ಮಾಸ್ತಿ ಕೈಮಡಕ್ಕೆ (ಅಚ್ಚವ್ವ, ದೇವಯ್ಯ ತೀರಿದಾಗ ಚಿತೆ ಹಾರಿ ಸತ್ತಿದ್ದಳು) ಬಲಿ ಇಲ್ಲದ ಸಾತ್ವಿಕ ಪೂಜೆ ಮಾತ್ರ ಅವರಲ್ಲಿ ನಡೆಯುತ್ತದೆ ಎಂಬುದು ಈ ಹಿಂದಿನ ಚೆಂಗಾಳ್ವ ಮನೆತನ ಅವರ ಸಂಬಂಧದ ಸಂಕೇತವೆನಿಸುತ್ತದೆ.

---

5. B. D. Ganapathy- Kodavas 1980 Madikeri, P. 65.

ಅನಂತರ ಈ ಎರಡೂ ಕುಟುಂಬಗಳ ಕಲಹದಲ್ಲಿ ಕಟ್ಟೆಮನೆ ಚಿಟ್ಟಪ್ಪನಾಯಕನ ಮನೆ ಸುಟ್ಟು ಅವನು ತೀರಿದಾಗ, ಉಳಿದಿರುವ ಅವನ ಮಗು ಅಚ್ಚುನಾಯಕನನ್ನು ಕಾಪಾಡಿದಾಕೆ ಅಮ್ಮ ಕೊಡವತಿ ಮೇವಂಮ್ಮಡ ಅಯ್ಯವ್ವ ಯಾನೆ ಮೇದಮಾಡ ಅಯ್ಯವ್ವಗೌಡಿ, ಗೌಡಿಚಿ (ಗೌಡತಿ?) ಎನ್ನುವುದುಂಟು. ಈಕೆ ಮಗು 'ಅಚ್ಚುವನ್ನು' ಬೇರಳನಾಡ ಮೂಕಚ್ಚಂಡ ಅಮ್ಮ ಕೊಡವರ ಮನೆಗೆ ಕರೆದುಕೊಂಡು ಹೋದಾಗ ಅವರು ಮಗುವನ್ನು ಇರಿಸಿಕೊಳ್ಳಲು ಹೆದರಿದರು. ತದನಂತರ ಪಿರಿಯಾಪಟ್ಟಣಕ್ಕೆ ಬತ್ತವನ್ನು ಒಯ್ಯುತ್ತಿದ್ದ ಈಡಿಗರ ಜೊತೆ ಅಯ್ಯವ್ವ ಅಚ್ಚು ರಹಸ್ಯವಾಗಿ ಹೋಗಲು ನೆರವಾದಳು. ಅಯ್ಯವ್ವ ಮಗುವನ್ನು ಕೆಲಕಾಲ ಸಾಕಿ ಸಮಯ ಸಾಧಿಸಿ ನಂಜುಂಡ ಅರಸನ ಕಣ್ಣಿಗೆ ಅಚ್ಚುವನ್ನು ಬೀಳಿಸಿ, ಅಚ್ಚುವಿನ ವೃತ್ತಾಂತವನ್ನು ಹೇಳಿ ನಂಜುಂಡ ಅರಸನ ಆಶ್ರಯಕ್ಕೆ ಬಿಟ್ಟಳು. ನಂಜುಂಡರಸನು ಅಚ್ಚುವನ್ನು ತನ್ನ ಪತ್ನಿಯ ಚಿಕ್ಕ ತಮ್ಮನೆಂದು ತಿಳಿದು ಆತನಿಗೆ ಸೈನಿಕ ತರಬೇತಿ ನೀಡಿ ನಾಯಕನಾಗಲು ಸಹಕರಿಸಿದ. ಕಟ್ಟೆಮನೆ ಅಚ್ಚುನಾಯಕನು ತರುಣನಾದ ಮೇಲೆ ತನ್ನ ಪಿತೃ ನೆಲೆಗೆ ಬಂದು ವೈರಿಗಳನ್ನು ಓಡಿಸಿ ನಾಡಿನ ನಾಯಕನಾದ. ತನ್ನನ್ನು ಸಾಕಿ ಬೆಳೆಸಿದ ನಂಜುಂಡರಸನ ಪ್ರತಿಮೆಯನ್ನು ಚಿಕ್ಕಮಂಡೂರಿನ ಕೈಮಡದಲ್ಲಿ ಪ್ರತಿಷ್ಠಾಪಿಸಿದ. ಇಂದು ನಂಜುಂಡರಸ ಮತ್ತು ಕಟ್ಟೆಮನೆ ಅಚ್ಚುನಾಯಕನ ಪ್ರತಿಮೆಗಳು ಚಿಕ್ಕಮಂಡೂರಿನ ಅಚ್ಚುನಾಯಕನ ಕೈಮಡದಲ್ಲಿವೆ. ಅಚ್ಚು ನಾಯಕನ 'ಕುತ್ತಿ' (ವಂಶ) ನಶಿಸಿದ ಮೇಲೆ ಆ ವಂಶದ ಮಣ್ಣಿಗೆ ಅಜ್ಜಿಕುಟೀರ ಮನೆತನದವರು ನಿಂತರಂತೆ. ನಂಜುಂಡ ಅರಸು ಆತನ ಎರಡನೆಯ ರಾಣಿ ನಂಜಮ್ಮಣ್ಣಿಯೊಡನೆ ನಂಜರಾಯಪಟ್ಟಣದಲ್ಲಿ ತನ್ನ ಕೊನೆಗಾಲವನ್ನು ಕಳೆದಿರಬೇಕು. ರಾಜೇಂದ್ರನಾಮೆ ರೀತಿಯಲ್ಲಿ ಅವರು "ವೀರಭದ್ರ" ನನ್ನು ಮನೆದೇವರು ಎಂದು ಕೊಂಡಾಡಿದ್ದಾನೆ. ವೀರಭದ್ರ ದೇವರು ಶಿವನ ಅಂಶವಾಗಿದ್ದು, ಆದಿನಾಥ ಸಂಪ್ರದಾಯದ, ಗೌಡ ಸಮುದಾಯದ ಇಷ್ಟ ದೇವರು. ಆತನ ಪತ್ನಿ ಗೌಡ ಮನೆತನದ ಕಟ್ಟೆಮನೆ ಕೊಡಗಿನ ಅಂಜಿಗೇರಿ ನಾಡಿನ ಚಿಟ್ಟಪ್ಪನಾಯಕನ ಮಗಳಾದ ಪ್ರಯುಕ್ತ ಅವಳ ಮನೆ ದೇವರು "ವೀರಭದ್ರ"ನನ್ನು ತನ್ನ ಮನೆ ದೇವರಾಗಿ ಸ್ವೀಕರಿಸಿದ್ದಾಗಿರಬೇಕು.

ಒಕ್ಕಲಿಗರ (ಗೌಡರ) ಹೊಂಬಾಳೆನಾಯಕ:

ಪೆರಿಯಾಪಟ್ಟಣದ ಕೋಟೆಯಲ್ಲಿ ಟಿಪ್ಪುವಿನ ಬಂದಿಬಾನೆಯಲ್ಲಿದ್ದ ವೀರರಾಜೇಂದ್ರ ಒಡೆಯರು ತಪ್ಪಿಸಿಕೊಂಡು ಕೊಡಗಿಗೆ ಬರಲು ಸಹಕರಿಸಿದ ಮುಖ್ಯ ವ್ಯಕ್ತಿ ಒಕ್ಕಲಿಗರ (ಗೌಡರ) ಹೊಂಬಾಳೆನಾಯಕ: ಈ ಬಗ್ಗೆ ಡಿ.ಎನ್. ಕೃಷ್ಣಯ್ಯನವರು ತಮ್ಮ ಕೊಡಗಿನ ಇತಿಹಾಸ ಕೃತಿಯಲ್ಲಿ ಈ ರೀತಿಯಾಗಿ ಬಣ್ಣಿಸುತ್ತಾರೆ:[6]

---

6. ಡಿ.ಎನ್. ಕೃಷ್ಣಯ್ಯ – ಕೊಡಗಿನ ಇತಿಹಾಸ–2014, ಕನ್ನಡ ಸಾಹಿತ್ಯ ಪರಿಷತ್ತು, ಬೆಂಗಳೂರು.

"ವೀರರಾಜೇಂದ್ರನ ಒಳ್ಳೆಯ ಅದೃಷ್ಟಕ್ಕೆ ಪೆರಿಯಾಪಟ್ಟಣದ ಕೋಟೆಯಲ್ಲಿದ್ದ ಅಧಿಕಾರಿಗಳು ಆತನ ಗೆಳೆಯರೂ, ಹಿತಚಿಂತಕರೂ ಆಗಿದ್ದರು. ಇವರಲ್ಲಿ "ಒಕ್ಕಲಿಗರ" (ಗೌಡ) ಹೊಂಬಾಳೆನಾಯಕನೂ ಮತ್ತು ಮುಸಲ್ಮಾನ ಇಸ್ಮೈಲ್‌ಖಾನನೂ ಮುಖ್ಯಸ್ಥರು. ಹೊಂಬಾಳೆನಾಯಕನು ಮೈಸೂರಿಗೆ ಸುಮಾರು ಮೂವತ್ತು ಮೈಲು ದೂರದಲ್ಲಿರುವ ಇರುಬನಹಳ್ಳಿ ಎಂಬ ಊರಿನವನು... ಕೊಡಗಿನ ರಾಜಕುಟುಂಬವನ್ನು ಹೈದರಾಲಿಯು ಹಾಸನದ ಗೊರೂರಿಗೆ ಸಾಗಿಸಿದಾಗ ಆತನು ಹೊಂಬಾಳೆನಾಯಕನನ್ನು ರಾಜಕುಟುಂಬದ ಮೇಲ್ವಿಚಾರಕ್ಕೆ ನೇಮಿಸಿದ್ದನು.

ಟಿಪ್ಪುಸುಲ್ತಾನನು ಕೊಡಗಿನ ರಾಜ ಕುಟುಂಬವನ್ನು ಪೆರಿಯಪಟ್ಟಣದ ಕೋಟೆಯಲ್ಲಿಟ್ಟಾಗ ಒಕ್ಕಲಿಗ ಗೌಡರ ಹೊಂಬಾಳೆನಾಯಕನು ಕೂಡ ರಾಜ ಕುಟುಂಬದ ಮೇಲ್ವಿಚಾರಣೆಗಾಗಿ ಗೊರೂರುನಿಂದ ವರ್ಗಾಯಿಸಲ್ಪಟ್ಟನು. ಇಷ್ಟರಲ್ಲಿ ಸಮವೈಸ್ಕರಾದ ವೀರರಾಜೇಂದ್ರನಿಗೂ ಹೊಂಬಾಳೆನಾಯಕನಿಗೂ ಮೈತ್ರಿ ಉಂಟಾಗಿ ತಮ್ಮ ಜಾತಿ ಮೂಲವು ತಲಕಾಡು ಗಂಗವಂಶದ ಬಗ್ಗೆ ಮನದಟ್ಟಾಯಿತು. ಟಿಪ್ಪುಸುಲ್ತಾನನು ವೀರರಾಜೇಂದ್ರನನ್ನು ಮುಸಲ್ಮಾನನಾಗಿ ಮತಾಂತರಗೊಳಿಸಿದ್ದೂ, ಆತನ ತಂಗಿಯಂದಿರನ್ನು ಸುಲ್ತಾನನು ತನ್ನ ಜನಾಂಗಕ್ಕೆ ಸೇರಿಸಿದ್ದೂ ನೋಡಿ ಸುಲ್ತಾನನ ಮೇಲೆ ದ್ವೇಷ ಉಂಟಾಯಿತು. ಆದುದರಿಂದ ಹೊಂಬಾಳೆನಾಯಕನಿಗೂ ಮತ್ತು ಆತನ ಆಪ್ತ ಗೆಳೆಯ ಇಸ್ಮಾಯಿಲ್‌ಖಾನರಿಗೆ ವೀರರಾಜೇಂದ್ರ ಒಡೆಯನ ಮೇಲೆ ಸಹಾನುಭೂತಿಯುಂಟಾಯಿತು. ಇಸ್ಮಾಯಿಲ್‌ಖಾನನು ಕೋಟೆಯ ಹೊರಗೆ ಪಶ್ಚಿಮ ದಿಕ್ಕಿನ ಉಕ್ಕುಡದ ಪಹರೆಗಾರರ ಮೇಲಾಧಿಕಾರಿಯಾಗಿದ್ದ. ಈ ಸಮಯದಲ್ಲಿ ಕೊಡಗಿನಿಂದ ಹನ್ನೆರಡು ಜನ ವೀರರಾಜೇಂದ್ರನ ಆಪ್ತರು ಆತನನ್ನು ಸೆರೆಯಿಂದ ಬಿಡಿಸಿಕೊಂಡು ಹೋಗುವುದಕ್ಕೆ ಬಂದಿರುವುದು ಹೊಂಬಾಳೆನಾಯಕನ ಮತ್ತು ಇಸ್ಮಾಯಿಲ್‌ಖಾನನ ಆಕಾಂಕ್ಷೆಗಳಿಗೆ ಉತ್ತೇಜನ ಬಂದಂತಾಯಿತು. ಕೊಡಗಿನ ಜನರು ವೇಷ ಮರೆಸಿ ಪಿರಿಯಾಪಟ್ಟಣಕ್ಕೆ ಬಂದಿರುವುದು ತಮಗೆ ತಿಳಿದೊಡನೆ, ಹೊಂಬಾಳೆನಾಯಕನೂ ಇಸ್ಮಾಯಿಲ್‌ಖಾನನೂ ವೀರರಾಜೇಂದ್ರ ಮತ್ತು ಆತನ ಆಪ್ತರ ಮುಖ್ಯಸ್ಥರೊಡನೆ ಸಮಾಲೋಚನೆ ನಡೆಸಿ ಇತ್ಯರ್ಥಕ್ಕೆ ಬಂದರು. ವೀರರಾಜೇಂದ್ರನನ್ನು ಆತನ ಪತ್ನಿ, ಪುತ್ರಿ ಮತ್ತು ಇಬ್ಬರು ತಮ್ಮಂದಿರನ್ನು ಕೋಟೆಯ ಹೊರಗೆ ಸಾಗಿಸುವ ಹಂಚಿಕೆಯನ್ನು ನಿಶ್ಚಯ ಮಾಡಿಕೊಂಡರು. ಈ ಯೋಜನೆಯನ್ನು ಕ್ರಿ.ಶ.1788ನೆಯ ಇಸವಿ ಡಿಸೆಂಬರ್ ತಿಂಗಳ ಹದಿನಾಲ್ಕನೆಯ ತಾರೀಕಿನ ಮಧ್ಯರಾತ್ರಿಯೆಂದು ನಿರ್ಧಾರವಾಯಿತು. ಆ ರಾತ್ರಿ ವೀರರಾಜೇಂದ್ರನ ಮನೆಯಲ್ಲಿ ಒಂದು ವಿಶೇಷ ಔತಣ ಏರ್ಪಡಿಸಿ ಅಲ್ಲಿರುವ ಕಾವಲುಗಾರರಿಗೆ ಅಮಲೇರುವ ಪದಾರ್ಥಗಳನ್ನು ಮದ್ಯದಲ್ಲಿ ಹಾಕಿ ಅವರಿಗೆ ಊಟದ ಜೊತೆಯಲ್ಲಿ ತುಂಬಾ ಮದ್ಯವನ್ನು ಕುಡಿಸಿದನು. ಕಾವಲು ಸಿಪಾಯಿಗಳು ಊಟ ಆದ ಕೂಡಲೇ ಅಮಲೇರಿ ತಮ್ಮ ಚಾಪೆಯ ಮೇಲೆ ಸತ್ತ ಹಾಗೆ ಮಲಗಿಬಿಟ್ಟರು. ಹೊಂಬಾಳೆ

ನಾಯಕನು ಆ ದಿನ ಮುಸ್ಸಂಜೆಯಲ್ಲಿ ಕರಿ ನೂಲಿನಿಂದ ಮಾಡಿದ ಗಟ್ಟಿಯಾದ ಹಗ್ಗ ಏಣಿಯ ಒಂದು ತುದಿಯನ್ನು ಕೋಟೆಯ ಪಶ್ಚಿಮ ದಿಕ್ಕಿನ ಗೋಡೆಯ ಒಳಬದಿಯ ಕೆಳಗಡೆ ಬಲವಾದ ಗೂಟವನ್ನು ನೆಟ್ಟು ಅದಕ್ಕೆ ಸಿಕ್ಕಿಸಿದನು. ಏಣಿಯ ಇನ್ನೊಂದು ತುದಿಯನ್ನು ಗೋಡೆಯ ಹೊರಗಿನ ಬದಿಯ ಕಂದಕದ ಕೆಳಗಿನ ಒಂದು ಬಂಡೆಕಲ್ಲಿಗೆ ಬಿಗಿಯಾಗಿ ಕಟ್ಟುವಂತೆ ಕೊಡಗರಿಗೆ ಹೇಳಿದ್ದನು. ಕೊಡಗಿನಿಂದ ಬಂದ ಹನ್ನೆರಡು ಜನರು ಎಣ್ಣೆ ಮಾರುವವರ ವೇಷದಲ್ಲಿ ನಾಲ್ಕೈದು ಜನರಿಗೆ ಎಣ್ಣೆ ಕೊಂಡೊಯ್ಯುವ ಅಗಲ ಬಾಯಿಯ ನಾಲ್ಕೈದು ಕುಕ್ಕೆಗಳನ್ನು ಕಂದಕದ ಹತ್ತಿರದ ಕಾಡಿನಲ್ಲಿ ಕಾದಿರಬೇಕೆಂದು ಹೇಳಿದ್ದನು. ಇಸ್ಮಾಯಿಲ್‌ಖಾನನು ಆ ರಾತ್ರಿ ಉಕ್ಕಡದ ಪಹರೆಗಾರರಿಗೆ ಅಮಲು ಪದಾರ್ಥವನ್ನು ಹಾಕಿದ ಮದ್ಯವನ್ನು ಕುಡಿಸಿ ಅವರು ಪ್ರಜ್ಞೆ ತಪ್ಪಿ ಗಾಢ ನಿದ್ರೆಯಲ್ಲಿ ಇರುವ ಹಾಗೆ ಮಾಡುವಂತೆ ಹೇಳಿದ್ದನು.

ಇತ್ತಲಾಗಿ ವೀರರಾಜೇಂದ್ರನು ಅವನ ಕುಟುಂಬದವರೂ ನೆರೆಯವರಿಗೆ ತಿಳಿಯದಂತೆ ಆತನ ಪತ್ನಿ ನಂಜಮ್ಮಾಜಿ, ಎಂಟು ತಿಂಗಳ ಹೆಣ್ಣು ಮಗು ರಾಜಮ್ಮಾಜಿ ಮತ್ತು ಅವನ ತಮ್ಮಂದಿರು ಅಪ್ಪಾಜಿರಾಜ ಮತ್ತು ಲಿಂಗರಾಜ ಸರಿ ಮಧ್ಯರಾತ್ರಿ ಕಗ್ಗತ್ತಲಲ್ಲಿ ಚಳೀ ಸಮಯವಾದುದರಿಂದ ಯಾರೊಬ್ಬರೂ ಮನೆ ಬಿಟ್ಟು ಸುಳಿದಾಡದ ಸಮಯ ನೋಡಿ ಹೊಂಬಾಳೆನಾಯಕನನ್ನು ಹಿಂಬಾಲಿಸಿ ಕೋಟೆಯ ಪಶ್ಚಿಮ ದಿಕ್ಕಿನ ಗೋಡೆಯ ಬಳಿಯಿದ್ದ ಗೂಟಕ್ಕೆ ಕಟ್ಟಿದ್ದ ಕರಿ ಹಗ್ಗದ ಏಣಿಯಿಂದ ಮೇಲೆ ಹತ್ತಿದರು. ಹಾಗೆಯೇ ಹೊರಬದಿಯ ಕಂದಕಕ್ಕೆ ಇಳಿದರು. ಆ ಕೂಡಲೇ ಅಲ್ಲಿ ಕಾದುಕೊಂಡಿದ್ದ ಕೊಡಗಿನ ಆಪ್ತರು ವೀರರಾಜನನ್ನು ಮತ್ತು ಆತನ ಪತ್ನಿಯನ್ನೂ ಕುಕ್ಕೆಗಳಲ್ಲಿ ಕೂರಿಸಿಕೊಂಡು ವೇಗವಾಗಿ ಕೊಡಗಿನ ಗಡಿಯ ಕಡೆಗೆ ನಡೆದರು. ಆಗ ಅಪ್ಪಾಜಿಯ ಕೈಯಲ್ಲಿ ಮಗುವಿದ್ದಿತ್ತು. ಕೋಟೆಯಿಂದ ಸ್ವಲ್ಪದೂರದಲ್ಲಿ ಪಹರೆಯ ಉಕ್ಕುಡವಿತ್ತು. ಉಕ್ಕುಡದ ಹತ್ತಿರ ಹೋಗುವಾಗ ಅಪ್ಪಾಜಿಯ ಕೈಯಲ್ಲಿದ್ದ ಮಗು ಎಚ್ಚೆತ್ತು ಅಳುವುದಕ್ಕೆ ತೊಡಗಿತು. ವೀರರಾಜೇಂದ್ರನ ಪತ್ನಿಯು ಕೆಳಗೆ ಇಳಿದು ಮಗುವನ್ನು ಸಂತೈಸುವಂತಿಲ್ಲ. ಕಷ್ಟದ ಪರಿಸ್ಥಿತಿಯಲ್ಲಿ ಉಕ್ಕುಡದ ಪಹರೆಯವರು ಕೇಳಿಸಿಕೊಂಡರೆ ತಮ್ಮ ಇಷ್ಟರವರೆಗಿನ ಪ್ರಯತ್ನವೆಲ್ಲಾ ಮಣ್ಣುಗೂಡು ವುದಲ್ಲದೇ ಜೀವಕ್ಕೂ ಸಂಚಕಾರ ಬರುವುದೆಂಬ ಭಯವು ಅವರನ್ನು ಆವರಿಸಿತು. ವೀರರಾಜೇಂದ್ರನಿಗೆ ಬೇರೇನು ದಾರಿ ತೋಚದೆ ಹೊಂಬಾಳೆನಾಯಕನಿಗೂ ಇಸ್ಮಾಯಿಲ್‌ಖಾನನಿಗೂ ಮಗುವನ್ನು ಕತ್ತರಿಸಿ ಹಾಕುವಂತೆ ಹೇಳಿದನು. ಆಗ ಹೊಂಬಾಳೆ ನಾಯಕನು ಇಸ್ಮಾಯಿಲ್‌ಖಾನನಿಗೆ ಕಿವಿಯಲ್ಲಿ ಏನೋ ಹೇಳಿದನು. ಆ ಕ್ಷಣವೇ ಇಸ್ಮಾಯಿಲ್‌ಖಾನನು ಮಗುವನ್ನು ಅಪ್ಪಾಜಿಯ ಕೈಯಿಂದ ತೆಗೆದುಕೊಂಡು ತಾನು ಹೊದ್ದುಕೊಂಡಿದ್ದ ಬೆಚ್ಚನೆಯ ಬಟ್ಟೆಯಲ್ಲಿ ಸುತ್ತಿ ಅಫೀಮನ್ನು ತನ್ನ ಎಂಜಲಿನಿಂದ ತೇಯ್ದು ಮಗುವಿನ ಬಾಯಿಗೆ ಕೊಟ್ಟಲ್ಲಿ ಮಗು ಅಳುವುದನ್ನು ನಿಲ್ಲಿಸಿ ಗಾಢ ನಿದ್ರೆ ಮಾಡಿತು. ರಾಜ ಪರಿವಾರದವರಿಗೆ ವೇಗವಾಗಿ ಹೋಗಿ ಮೈಸೂರು ಗಡಿ ದಾಟಿ

ಕೊಡಗು ಸೇರಿಕೊಳ್ಳುವಂತೆ ಹೇಳಿದನು.

ಅಂತೂ ಈ ಪರಿವಾರ ಮತ್ತು ಹೊಂಬಾಳೆನಾಯಕನವರು ಸುಗಮವಾಗಿ ಮೈಸೂರು ಗಡಿ ದಾಟಿ ಬೆಳಗಾಗುವಾಗ ಕೊಡಗು ಪ್ರವೇಶಿಸಿದರು. ಅಲ್ಲಿ ಬೋಯಿಗಳು ಪಲ್ಲಕ್ಕಿ ಗಳನ್ನಿಟ್ಟುಕೊಂಡು ದಾರಿ ಕಾಯುತ್ತಿದ್ದರು. ಈ ಸಂದರ್ಭದಲ್ಲಿ ರಾಣಿ ನಂಜಮ್ಮಾಜಿಯು ಮಗುವನ್ನು ಕಳೆದುಕೊಂಡ ಬಗ್ಗೆ ಚಡಪಡಿಸಿದಳು ಮತ್ತು ಮಗುವಿನ ಮೃತ ದೇಹವನ್ನಾದರೂ ತೋರಿಸಿ ಎಂದಾಗ, "ಒಡೆಯರೇ ಕ್ಷಮಿಸಬೇಕು. ತಮ್ಮ ಅಪ್ಪಣೆಯನ್ನು ಪಾಲಿಸಲಿಲ್ಲ" ವೆಂದ ಇಸ್ಮಾಯಿಲ್‌ಖಾನನು ಮಗುವನ್ನು ರಕ್ಷಿಸಿದ ಬಗ್ಗೆ ಹೇಳಿಕೊಂಡನು.

ಈ ರೀತಿಯಾಗಿ ವೀರರಾಜೇಂದ್ರನು ಕೊಡಗಿಗೆ ಬಂದು ಸುಲ್ತಾನನ ಪಡೆಯನ್ನು ಕೊಡಗಿನಿಂದ ಓಡಿಸಿ ತನ್ನ ರಾಜ್ಯವನ್ನು ಪುನಃ ಪಡೆದುಕೊಳ್ಳುವಲ್ಲಿ ಸಫಲರಾಗುತ್ತಾರೆ. ಈ ಸಹಾಯಕ್ಕಾಗಿ ಒಕ್ಕಲಿಗ (ಗೌಡರ) ಹೊಂಬಾಳೆನಾಯಕನಿಗೆ ವೀರರಾಜೇಂದ್ರರು ಕಾಂತು ಮೂರ್ನಾಡುವಿನಲ್ಲಿ ಕುಲನಾಶವಾದ ಬೋನಿರ ಮುತ್ತಣ್ಣನ ಹಾಳು ಬಿದ್ದ 2000 ಭಟ್ಟಿಗೂ ಹೆಚ್ಚಿನ ಗದ್ದೆ ಭೂಮಿಯನ್ನು ಮತ್ತು ತೋಟ, ಆತನ ವಂಶಪಾರಂಪರ್ಯ ವಾಗಿ ಸೂರ್ಯ ಚಂದ್ರರಿರುವ ತನಕ ಅನುಭವಿಸುವಂತೆ ಜಹಗೀರನ್ನು ಕೊಟ್ಟು ಮತ್ತು ಗೌಡರ ಹೊಂಬಾಳೆನಾಯಕನನ್ನು ತನ್ನ ಆಸ್ಥಾನದಲ್ಲಿ ದಿವಾನನಾಗಿಯೂ ನೇಮಿಸಿದನು. ಹೊಂಬಾಳೆನಾಯಕನ ಆರನೆಯ ಪೀಳಿಗೆಯವರು ಈ ಭೂಮಿಯನ್ನು ಅನುಭವಿಸಿ ಕೊಂಡು ಬರುತ್ತಿದ್ದಾರೆ. ಅದೇ ರೀತಿ ಇಸ್ಮಾಯಿಲ್‌ಖಾನನಿಗೆ ಬೆಟ್ಟತ್ತುನಾಡು ಕುಂದ ಗ್ರಾಮದಲ್ಲಿ ಸಾವಿರ ಭಟ್ಟಿ ಭೂಮಿಯನ್ನು ಜಹಗೀರಾಗಿ ನಿರೂಪ ಕೊಟ್ಟಿರುವುದಾಗಿ ತಿಳಿದುಬರುತ್ತದೆ. ಈಗ (1974) ಇಸ್ಮಾಯಿಲ್‌ಖಾನನ ಆರನೆಯ ತಲೆಮಾರಿನವರು ಅಲ್ಲಿದ್ದಾರೆ.

ವೀರರಾಜೇಂದ್ರ ಒಡೆಯನು ಭಾಗಮಂಡಲ ಕೋಟೆಯನ್ನು ಹಿಡಿದ ಅನಂತರ ಕೊಡಗಿಗೆ ಮುಟ್ಟಿಕೊಂಡಿರುವ ಸುಲ್ತಾನನ ವಶದಲ್ಲಿದ್ದ ತುಳುನಾಡು ಸೀಮೆ ಮತ್ತು ಅರಕಲಗೋಡು, ಕೊಣನೂರು ಸೀಮೆಗಳನ್ನು ವಶಪಡಿಸಿಕೊಳ್ಳಬೇಕೆಂದು ನಿಶ್ಚಯಿಸಿದನು. ಅದಕ್ಕೋಸ್ಕರ ವೀರರಾಜೇಂದ್ರನು ಹೊಂಬಾಳೆನಾಯಕನ ಅಧೀನ ಕೆಲವು ಕೊಡಗಿನ ಜನರನ್ನು ಮೆಣಸಿನ ಘಟ್ಟದ ಮಾರ್ಗವಾಗಿ ತುಳುನಾಡಿಗೆ ಕಳುಹಿಸಿದ್ದನು. ಹೊಂಬಾಳೆ ನಾಯಕನು ತುಳುನಾಡಿನಲ್ಲಿದ್ದ ಸುಲ್ತಾನನ ದಂಡಾಳುಗಳೊಡನೆ ಹೋರಾಡಿ ಅಮರ ಸುಳ್ಯ ಮಾಗಣೆ, ಪುತ್ತೂರು ಮಾಗಣೆ ಮತ್ತು ಆಚೆ ಮಂಗಳೂರು ತಾಲೂಕಿನಲ್ಲಿದ್ದ ಸೀಮೆಯನ್ನು ವಶಪಡಿಸಿಕೊಂಡನು. ಅನಂತರ ಮೊರ್ಗನಾಡು ಹೊಳೆಯ ಬಳಿ ಒಂದು ಮಣ್ಣುಕೋಟೆಯನ್ನು ಕಟ್ಟಿ ಅಲ್ಲಿ ಕೆಲವು ಕೊಡಗು ಯೋಧರನ್ನು ಆ ಸೀಮೆಯ

7. ಡಿ.ಎನ್. ಕೃಷ್ಣಯ್ಯ–ಕೊಡಗಿನ ಇತಿಹಾಸ ಪು.15–164 –ಇದು 1974ರಲ್ಲಿ

ಎಚ್ಚರಕ್ಕಿಟ್ಟು ಈ ವಿವರಗಳನ್ನು ರಾಜನಿಗೆ ಬಿನ್ನವತ್ತಳೆ ಮೂಲಕ ತಿಳಿಸಿದನು. ಪ್ರತಿಯಾಗಿ ರಾಜನು ಹೊಂಬಾಳೆನಾಯಕನು ಸುಲ್ತಾನನಿಂದ ಗೆದ್ದ ಸೀಮೆಗೆ ಹೊಂಬಾಳೆ ನಾಯಕನನ್ನು ಅಮಳುದಾರನನ್ನಾಗಿ ನೇಮಿಸಿದನು.[8]

ಈ ಹಿಂದೆಯೇ ಚರ್ಚಿಸಿದಂತೆ ದೊಡ್ಡ ವೀರರಾಜೇಂದ್ರ ಒಡೆಯನು ಟಿಪ್ಪು ಸುಲ್ತಾನನ ಕೊಡಗಿನ ಅತಿಕ್ರಮಣದಿಂದಾಗಿ ಪಾಳುಬಿದ್ದಿದ್ದ ಭೂಮಿಯಲ್ಲಿ ಕೃಷಿ ಹಾಗೂ ಸೈನ್ಯದಲ್ಲಿ ಸೇವೆ ಸಲ್ಲಿಸಲು ದಕ್ಷಿಣ ಕನ್ನಡದ ಗೌಡ ಸಮುದಾಯವನ್ನು ಪ್ರ.ಶ.1795 ರಿಂದ 1805 ರ ತನಕ ಸ್ಥಳಾಂತರಿಸಿ ಜಹಗೀರುಗಳನ್ನು (ಜಮ್ಮ) ನಿರೂಪದ ಮೂಲಕ ಕೊಟ್ಟಿರುತ್ತಾನೆ. ಈ ಕಾರ್ಯದಲ್ಲಿ ಒಡೆಯನಿಗೆ ಸೂಕ್ತ ಸಲಹೆ ನೀಡಿ ತುಳುನಾಡಿನ ಗೌಡರನ್ನು ಮೇಲಿನ ಕೊಡಗಿಗೆ ಕರೆತಂದವನು ಒಕ್ಕಲಿಗರ ಹೊಂಬಾಳೆನಾಯಕನೆಂದು ತಿಳಿದುಬರುತ್ತದೆ. ಹೊಂಬಾಳೆನಾಯಕನಿಗೆ ದಕ್ಷಿಣಕನ್ನಡದ ಅಮರ ಸುಳ್ಯದಲ್ಲೂ ಜಹಗೀರು ಕೊಟ್ಟಿರುವುದಾಗಿ ಈಗಿನ ಕುಟುಂಬಸ್ಥರು ನೆನೆಪಿಸಿಕೊಳ್ಳುತ್ತಾರೆ. ಈ ರೀತಿಯಾಗಿ ಹೊಂಬಾಳೆನಾಯಕನಿಗೆ ದಕ್ಷಿಣ ಕನ್ನಡದ ಸಂಬಂಧವು ಕಂಡುಬರುತ್ತದೆ. ಈ ವಿಚಾರದ ಬಗ್ಗೆ ನಾನು ಮುಂದಿನ ಕ್ಷೇತ್ರಶೋಧನೆ ಮಾಡಿದಾಗ ತಿಳಿಯುವುದೇನೆಂದರೆ: ಹೊಂಬಾಳೆ ನಾಯಕನು ವೀರರಾಜನ ಆಸ್ಥಾನದಲ್ಲಿ ದಿವಾನನಾಗಿದ್ದಾಗ ವೀರರಾಜ ಒಡೆಯನು ತನ್ನ ಮೂರನೇ (ಹಿರಿಯ ಎರಡು ತಂಗಿಯಂದಿರನ್ನು ಸುಲ್ತಾನನು ತನ್ನ ಜನಾಂಗಕ್ಕೆ ಸೇರಿಸಿಕೊಂಡಿದ್ದನು) ತಂಗಿ ತಾಯಮ್ಮನನ್ನು ಪಾಣಿಗ್ರಹಣ ಮಾಡಿಕೊಟ್ಟಿದ್ದು ಅವಳು ಸಾಧಾರಣ ರೂಪವತಿಯೂ, ಹೊಂಬಾಳೆನಾಯಕನಿಂದ ಸ್ವಲ್ಪ ಹಿರಿಯಳೂ, ಅತೀವವಾದ ಗರ್ವಿಯೂ ಆಗಿದ್ದಳು.

1809ರಲ್ಲಿ ವೀರರಾಜೇಂದ್ರ ಒಡೆಯನು ಶಿವೈಕ್ಯನಾದ ಮೇಲೆ ಲಿಂಗರಾಜನು ಪಟ್ಟಕ್ಕೆ ಬಂದಾಗ ಹೊಂಬಾಳೆನಾಯಕನು ಅವನ ವಿರೋಧಿಗಳ ಪಿತೂರಿಯಿಂದಾಗಿ ತನ್ನ ತಲೆದಂಡವನ್ನು ಕೊಡಬೇಕಾಗಿ ಬಂತು. ಲಿಂಗರಾಜನು ನಾಯಕನನ್ನು ಅರಮನೆಗೆ ಬರಹೇಳಲು ಭಟರನ್ನು ಕಾಂತೂರಿಗೆ ಕಳುಹಿಸುತ್ತಾನೆ. ಹೊಂಬಾಳೆನಾಯಕನು ಅತೀವವಾದ ಶಿವಭಕ್ತಿ ಉಳ್ಳವನಾಗಿದ್ದು, ಭಟರು ಬಂದಾಗ ಧ್ಯಾನದಲ್ಲಿ ಮಗ್ನನಾಗಿದ್ದ. ಭಟರು ಕೆಲವು ಸಮಯ ಕಾದು ನಾಯಕನ ಆಪ್ತವರ್ಗದ ಪೊರಕಂಡ ಮತ್ತು ಪಳಗಂಡ ಮನೆಯವರೊಂದಿಗೆ ಹೇಳಿ ಕಳುಹಿಸಲಾಗಿ ನಾಯಕನ ಪತ್ನಿ ತಾಯಮ್ಮನು ನಾಯಕರು ಧ್ಯಾನದಲ್ಲಿರುವುದಾಗಿಯೂ ಸಮಯ ಕಳೆದು ಬರಬೇಕಾಗಿಯೂ ತಿಳಿಸಿದಳು. ಭಟರು ಅರಮನೆಗೆ ವಾಪಸು ಬಂದು ವಿಚಾರವನ್ನು ಲಿಂಗರಾಜನಿಗೆ ಸ್ವಲ್ಪ ಉಪೇಕ್ಷಿಸಿ ತಿಳಿಸಿದಾಗ ಲಿಂಗರಾಜನು ಮರುದಿನ ಪುನಃ ಭಟರನ್ನು ಕಳುಹಿಸಿ ನಾಯಕನು ಬರದಿದ್ದಲ್ಲಿ ಆತನ ತಲೆಯನ್ನು ಕತ್ತರಿಸಿ ತರುವಂತೆ ಆಜ್ಞಾಪಿಸುತ್ತಾನೆ. ಅದರಂತೆ

8. ಡಿ.ಎನ್. ಕೃಷ್ಣಯ್ಯ-ಕೊಡಗಿನ ಇತಿಹಾಸ ಪು.15-188

ಭಟರು ಕಾಂತೂರಿಗೆ ಪುನಃ ಬಂದಾಗಲೂ ನಾಯಕನು ಧ್ಯಾನದಲ್ಲಿ ಮಗ್ನವಾಗಿದ್ದ. ನಾಯಕನ ಆಪ್ತವರ್ಗದ ಪೊರಕಂಡ ಮತ್ತು ಪಳಗಂಡ ಮನೆಯವರು ನಾಯಕನ ಪತ್ನಿ ತಾಯಮ್ಮನಿಗೆ ಮುಂಬರುವ ಅನಾಹುತದ ಬಗ್ಗೆ ಎಚ್ಚರಿಕೆ ನೀಡಿದ್ದರೂ ತಾಯಮ್ಮ ನಾಯಕನ ತಲೆ ಕಡಿದರೆ ಕಡಿಯಲಿ ಎಂಬ ಹಾರಿಕೆಯ ಉತ್ತರ ಕೊಟ್ಟಳು. ಭಟರು ಬಂದಾಗ ನಾಯಕನು ಧ್ಯಾನದಿಂದ ಎದ್ದೇಳದ ಪ್ರಯುಕ್ತ ಭಟರು ಆತನ ತಲೆಯನ್ನು ಕತ್ತರಿಸಿ ಅರಮನೆಗೆ ಕೊಂಡೊಯ್ದರು. ನಡೆದ ಅನಾಹುತವನ್ನು ಮನಗಂಡು ತಾನು ಅದನ್ನು ತಡೆಯಲಾರದೆ ಹೋದೆನಲ್ಲ ಎಂಬ ಪಶ್ಚಾತ್ತಾಪದಿಂದ ನಾಯಕನ ಪತ್ನಿ ಆತ್ಮಹತ್ಯೆಗೆ ಪ್ರಯತ್ನಿಸಿದ್ದು ಮತ್ತು ಅವಳನ್ನು ಪೊರಕಂಡ ಮತ್ತು ಪಳಗಂಡ ಮನೆಯವರು ರಕ್ಷಿಸಿದ್ದಾಗಿ ತಿಳಿದುಬರುತ್ತದೆ. ತದನಂತರ ಲಿಂಗರಾಜನು ಬಸುರಿಯಾದ ತಾಯಮ್ಮನನ್ನು ಸೆರೆಮನೆಯಲ್ಲಿಟ್ಟಿದ್ದು, ಅಲ್ಲೇ ಗಂಡುಮಗುವನ್ನು ಹೆತ್ತಳು. ಮಗುವಿನ ಹೆಸರು ಕೂಡ ಹೊಂಬಾಳೆನಾಯಕನೆಂದಿತ್ತು ಹಾಗೂ ಹೊಂಬಾಳೆ ನಾಯಕನ ವಂಶವು ಬೆಳೆದು ಹೊಂಬಾಳೆನಾಯಕನ ಏಳನೆಯ ಮತ್ತು ಎಂಟನೆಯ ತಲೆಮಾರಿನವರು ಇಂದಿಗೆ (2017) ಕೆರೆಮನೆಯೆಂಬ ಪ್ರತಿಷ್ಠಿತ ಒಕ್ಕಲಿಗ ಗೌಡ ಕುಟುಂಬದವರಾಗಿ ಗುರುತಿಸಿ ಕೊಂಡಿದ್ದಾರೆ. ಎರಡು ಸಾವಿರ ಎಕ್ರೆಗೂ ಹೆಚ್ಚಿನ ಜಹಗೀರು ಭೂಮಿ ಕುಟುಂಬಗಳ ಸ್ವಾಧೀನವಿದೆ. ಇವರು "ನಾಯಕ" ಎಂಬ ಉಪನಾಮವನ್ನು ಹೊಂದಿರುತ್ತಾರೆ. ಸುಳ್ಯ ಮತ್ತು ಕೊಡಗಿನ ಅರೆಭಾಷಿಕ ಗೌಡರೊಂದಿಗೆ ವೈವಾಹಿಕ ಸಂಬಂಧ ಹೊಂದುತ್ತಲಿದ್ದಾರೆ. ಈ ಸಂಬಂಧವು ಇನ್ನೂ ಹೆಚ್ಚು ಹೆಚ್ಚು ನಡೆಯಲೆಂದು ಆಶಿಸಲಾಗಿದೆ.

ಹೊಂಬಾಳೆ ನಾಯಕರ ರಜತ ಹಿಡಿಕೆಯ ಖಡ್ಗದೊಂದಿಗೆ ಲೇಖಕರು

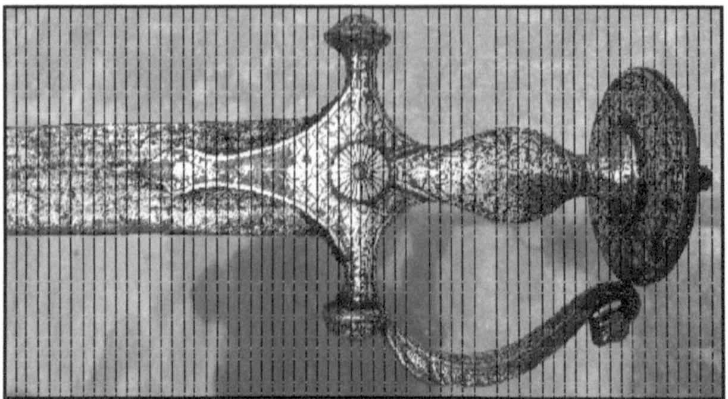

ಕುಂಭಪ್ಪ ಗೌಡರಿಗೆ ಹಾಲೇರಿ ರಾಜರು ಕೊಟ್ಟ ಸ್ವರ್ಣ ರಾಜಮುದ್ರೆ ಇರುವ ಒಡಿಕತ್ತಿ

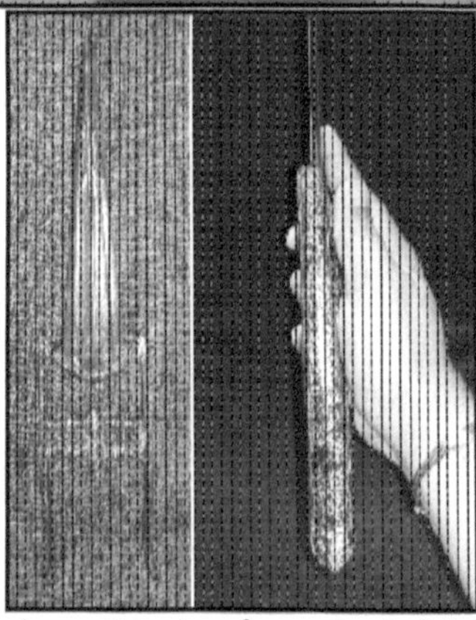

ಸ್ವರ್ಣ ಕುಸುರಿಯ ಹಿಡಕೆಯ ಕಟಾರಿ

ಇವರಿಗೆ ಸಂಬಂಧಿಸಿದ ಇನ್ನೊಂದು ಮನೆತನ ಮೂರ್ನಾಡಿನ ಮೋಟೆ ಸಾಹುಕಾರ ಚಿಕ್ಕಣ್ಣನವರ ಪ್ರತಿಷ್ಠಿತ ಮನೆತನ. ಇವರ ಮೊಮ್ಮಗಳು ಮತ್ತು ವೆಂಕಟೇಶರ ಮಗಳು ಶ್ರೀಮತಿ ದೀರ್ಘಕೇಶಿ ಶಿವಣ್ಣನವರು. ಇವರು ಸಮಾಜ ಸೇವಕರಾಗಿ, ಮೂರ್ನಾಡು ಪಂಚಾಯತಿ ಅಧ್ಯಕ್ಷರಾಗಿ, ಕೊಡಗು ಜಿಲ್ಲಾ ಪಂಚಾಯತ್ ಅಧ್ಯಕ್ಷರಾಗಿಯೂ ಇತ್ಯಾದಿ ಸೇವೆ ಸಲ್ಲಿಸಿರುತ್ತಾರೆ. ಹೊಂಬಾಳೆನಾಯಕನ ಪತ್ನಿಯನ್ನು ರಕ್ಷಿಸಿದ ಕೊಡವರ ಪೊರಕಂಡ ಮತ್ತು ಪಳಗಂಡ ಮನೆತನವೂ ಜಹಗೀರಿನಲ್ಲಿ ಭಾಗವನ್ನು ಪಡೆದಿರುತ್ತಾರೆ.

---

9. **ಮಾಹಿತಿ:** ಕೆರೆಮನೆ ಪುರಷೋತ್ತಮ ನಾಯಕ್ (ಏಳನೆಯ ತಲೆಮಾರಿನವರು), ಇವರ ಮಗ ಭರತ್ ಹಾಗೂ ನಟೇಶ್ ಕೆರೆಮನೆ).

10. ಹೊಂಬಾಳೆನಾಯಕನು ಇಸ್ಮಾಯಿಲ್ ಖಾನ್ ಮತ್ತು ಇತರ ಕೊಡವ ಯೋಧ ರೊಡಗೂಡಿ ವೀರರಾಜೇಂದ್ರನ ಪರಿವಾರವನ್ನು ಟಿಪ್ಪುಸುಲ್ತಾನನ ಬಂಧಿಖಾನೆಯಿಂದ ಬಿಡಿಸಿಕೊಂಡು ಬಂದು ವೀರರಾಜೇಂದ್ರನು ಅಖಂಡ ಕೊಡಗನ್ನು ತನ್ನ ಸುಪರ್ದಿಗೆ ಪಡಕೊಂಡು ಬ್ರಿಟಿಷರೊಡಗೂಡಿ ಅವರ ಸೈನ್ಯವು ಬೊಂಬಾಯಿಯಿಂದ ಕೊಡಗಿನ

ಮೂಲಕ ಶ್ರೀರಂಗಪಟ್ಟಣದ ಮುತ್ತಿಗೆ ಹಾಕಿ ಟಿಪ್ಪು ಆಳ್ವಿಕೆಯನ್ನು ಕೊನೆಗಾಣಿಸುವು ದರಲ್ಲಿ ಸಫಲರಾಗಿದ್ದು, ಚರಿತ್ರೆಯಲ್ಲಿ ಒಂದು ತಿರುವು ಕಂಡಿತು ಎಂದು ಹೇಳಬೇಕು!! ಇಲ್ಲವಾದಲ್ಲಿ ಸಮಗ್ರ ದಕ್ಷಿಣ ಭಾರತದ ಡೆಮೊಗ್ರಫಿ ಮಾರ್ಪಾಡು ಆಗುವುದರಲ್ಲಿ ಸಂಶಯವಿರಲಿಲ್ಲ!! ನಮ್ಮ ಸಂಸ್ಕೃತಿ, ಭಾಷೆ, ದೈವಿಕ ಆಚರಣೆ ಇತ್ಯಾದಿ ಯಾವುದೂ ಉಳಿಯುತ್ತಿರಲಿಲ್ಲ ಎಂಬುದು ಖಚಿತ (ಈ ಬಗ್ಗೆ ವಿಶ್ಲೇಷಣೆ ಅವಶ್ಯಕತೆ ಇಲ್ಲ!!).

7000 ಸೀಮೆಯ ಒಡೆಯ ನಗರಹಳ್ಳಿ ಪುಟ್ಟೇಗೌಡ:

ಕೊಡಗಿನ ಚರಿತ್ರೆಯಲ್ಲಿ ತನ್ನ ಅಚ್ಚನ್ನು ಒತ್ತಿದ ಇನ್ನೋರ್ವ ಒಕ್ಕಲಿಗನು 7000 ಸೀಮೆಯ ಒಡೆಯ (ಕೊಡ್ಲಿಪೇಟೆ-ಶನಿವಾರಸಂತೆ) ನಗರಹಳ್ಳಿ ಪುಟ್ಟೇಗೌಡ.[1] ವೀರರಾಜೇಂದ್ರ ಒಡೆಯನು ಅಖಂಡ ಕೊಡಗಿನ ಹೆಚ್ಚಿನ ಭಾಗಗಳನ್ನು ಸುಲ್ತಾನನಿಂದ ಬಿಡಿಸಿಕೊಂಡ ಮೇಲೆ "ಮಡಿಕೇರಿ ಕೋಟೆ"ಯೊಂದೇ ಸುಲ್ತಾನನ ಸೈನಿಕರ ಸ್ವಾಧೀನದಲ್ಲಿತ್ತು. ಆಗ ವೀರರಾಜೇಂದ್ರ ಒಡೆಯನು ಮಂಡೆಪಂಡ ಅಪ್ಪಯ್ಯ ಮತ್ತು ಪುಟ್ಟೇಗೌಡನಿಗೆ ಹೀಗೆ ಅಪ್ಪಣೆ ಕೊಡಿಸಿದನು "ಮಹಾದೇವನ ಕಟಾಕ್ಷದಿಂದ ಮಡಿಕೇರಿ ಕೋಟೆ ವಿನಃ ನಮ್ಮ ರಾಜ್ಯ ಯಾವತ್ತೂ ನಮ್ಮ ಕೈ ವಶವಾಯಿತು. ಇದಲ್ಲದೆ ತುಳುವ ರಾಜ್ಯದ ಸೀಮೆಯನ್ನು ಹೊಸತಾಗಿ ಸಾಧಿಸಿದೆವು. ಮಡಿಕೇರಿ ಕೋಟೆಯೂ ನಮ್ಮ ಸಂಸ್ಥಾನದ ಜಾಗವಿದೆ. ಅಲ್ಲಿ ಜಾಫರಕುಲಿ ಬೇಗು ಕಿಲ್ಲೆದಾರನು ಫೌಜು ಸಮೇತ ಇದ್ದಾನೆ. ನೀವು ಮಂದಿ (ಯೋಧರು) ತೆಗೆದುಕೊಂಡು ಹೋಗಿ ಮಡಿಕೇರಿ ಕೋಟೆಗೆ ರಸದು ಬರುವಂತಹ ಪಥ ಮಾರ್ಗಕ್ಕೆಲ್ಲ ಮಂದಿ ಇಟ್ಟು ಮಾರ್ಗ ಕಟ್ಟಿ ಉಳಿಕೆ ಮಂದಿ ತೆಗೆದುಕೊಂಡು ಹೋಗಿ ಟಿಪ್ಪುಸುಲ್ತಾನರ ಶೀಮೆ ಸಾಧಿಸುವುದು" ಎಂದು ಅಪ್ಪಣೆ ಮಾಡಿದನು. ಅದೇ ಮೇರೆ ಆ ಇಬ್ಬರು ನಾಯಕರು ಜನರನ್ನು ಕರೆದುಕೊಂಡು ಮಡಿಕೇರಿ ಕೋಟೆಗೆ ಆಹಾರ ಸಾಮಾಗ್ರಿ ಬರುವ ದಾರಿಗಳಲ್ಲೆಲ್ಲಾ ಜನರನ್ನು ಇಟ್ಟು ದಾರಿಗಳನ್ನು ಅಡ್ಡಗಟ್ಟಿದರು (ತದನಂತರದ ದಿನಗಳಲ್ಲಿ ಮಡಿಕೇರಿ ಕೋಟೆಯು ವೀರರಾಜೇಂದ್ರನ ವಶವಾಯಿತು). ಅನಂತರ ಅವರು ಉಳಿದ ಜನರನ್ನು ಕರೆದುಕೊಂಡು... ಅರಕಲಗೂಡು ಕೊಣನೂರು ಸೀಮೆಗಳನ್ನು ವಶಪಡಿಸಿಕೊಂಡು... ಮಂಡೆಪಂಡ ಅಪ್ಪಯ್ಯನೂ ನಗರಹಳ್ಳಿ ಪುಟ್ಟೇಗೌಡನೂ ತಮ್ಮ ಜನರನ್ನು ಅಲ್ಲಿಂದ ಕರೆದುಕೊಂಡು ಐಗೂರು ಸೀಮೆಗೆ ಹೋದರು. ಅಲ್ಲಿ ಠಾಣ್ಯ ಮಾಡಿಕೊಂಡಿದ್ದ ಸುಲ್ತಾನನ ಜನರನ್ನು ಹೊಡೆದು ಓಡಿಸಿ ಮಂಜರಾಬಾದ್ ತಾಲೂಕಿನ ಕೆಲವು 7000 ಸೀಮೆಗಳನ್ನು ಹಿಡಿದುಕೊಂಡರು. ಮಂಜರಾಬಾದು ಹತ್ತಿರದ ಅರಕೆರೆಯಲ್ಲಿ ಮಣ್ಣುಕೋಟೆಯನ್ನು ಕಟ್ಟಿ, ಅಲ್ಲಿಯ ಸರದಾರನಾಗಿ ನಗರಹಳ್ಳಿ ಪುಟ್ಟೇಗೌಡನು ಇದ್ದನು.

1. ಡಿ.ಎನ್. ಕೃಷ್ಣಯ್ಯ-ಕೊಡಗಿನ ಇತಿಹಾಸ – ಪು.188-189

ಮಂಡೆಪಂಡ ಅಪ್ಪಯ್ಯನು ಆ ಸೀಮೆಯ ಎಚ್ಚರ ತೆಗೆದುಕೊಂಡು ಗಡಿಗಳನ್ನು ಭದ್ರಪಡಿಸಿಕೊಂಡಿದ್ದನು.

ಈ ಪರಿಯಾಗಿ ಪ್ರ.ಶ.200 ರಿಂದ 1004 ರ ತನಕ ಈಗಿನ ದಕ್ಷಿಣ ಕರ್ನಾಟಕ ಮತ್ತು ಉತ್ತರ ತಮಿಳುನಾಡನ್ನಾಳಿದ ತಲಕಾಡಿನ ಗಂಗರಿಂದ ಆರಂಭವಾದ ತಮ್ಮ ವಂಶಿಗರನ್ನು "ಸೀಮೆ ಗೌಡ–ನಾಡಗೌಡ– ಊರಗೌಡ" ರಾಗಿ ಸಾಮ್ರಾಜ್ಯದ ಆಡಳಿತ ಪದ್ಧತಿಯಲ್ಲಿ ನೇಮಿಸಿದ್ದು, ಕಪ್ಪಕಾಣಿಕೆಗಳನ್ನು ರಾಜ್ಯದ ಬೊಕ್ಕಸಕ್ಕೆ ಕ್ರೋಡೀಕರಿಸುವ, ನ್ಯಾಯಾಂಗ ವ್ಯವಸ್ಥೆಯನ್ನು ನಡೆಸುವ ಯುದ್ಧ ಸಂದರ್ಭಗಳಲ್ಲಿ ಬೇಕಾಗುವ ಸೈನಿಕರನ್ನು ಒದಗಿಸುವ ಜವಾಬ್ದಾರಿ ಅವರ ತದನಂತರದ ಸಾಮ್ರಾಜ್ಯಗಳಾದ ರಾಷ್ಟ್ರಕೂಟ, ಕದಂಬ, ಹೊಯ್ಸಳ, ವಿಜಯನಗರ, ಕೆಳದಿ (ಇಕ್ಕೇರಿ) ನಾಯಕರು, ಚೆಂಗಾಳ್ವರು, ಹಾಲೇರಿ ಅರಸರ ಕಾಲದಿಂದಲೂ ನಡೆದು ಬಂದಿತ್ತು. ಜಾನಪದದ ರೀತಿಯಲ್ಲಿ ಗಂಗನಾಡಿನ ಗಂಗಡಿಗಾರ, ಕಂಚಿನಾಡಿನ ಕುಂಚಿಟಿಗ (ಕುಂಚಿಟಿಗರು), ಮರಸುನಾಡಿನ ಮರಸಿಗರು (ಕೆಂಪೇಗೌಡನ ಮನೆತನದವರು ಮರಸುನಾಡು ಈಗಿನ ತಮಿಳು ಪ್ರಾಂತ್ಯದವರು) ಈ ಸಾಮ್ರಾಜ್ಯಗಳನ್ನು ಆಳಿದ, ಅಳಿದುಳಿದ ಆದಿಯಿಂದಲೂ ಕೊಡಗಿನಲ್ಲಿ ನೆಲೆಸಿದ್ದು, ಕಾಲಾನುಘಟ್ಟದಲ್ಲಿ ವೀರಶೈವ, ಕೊಡವ, ಹೆಗ್ಗಡೆ ಇತ್ಯಾದಿಯಾಗಿ ಪರಿವರ್ತನೆಯಾಗಿರುವುದು ಕಾಣಬಹುದು. ಇಂದಿನ ಸಮಯದಲ್ಲಿ ಈ ಪರಿವರ್ತನೆಯಾದ ಮನೆತನಗಳು ತಾವು ಮೂಲದಲ್ಲಿ 'ಗಂಗವಾಡಿಕಾರ– ಗಂಗಟಿಕಾರ– ಗೌಡರಾಗಿದ್ದೇವೆಂದು' ಒಪ್ಪಿಕೊಳ್ಳಲು ತಿಳಿದಿದ್ದರೂ ನಾಚಿಕೊಳ್ಳುತ್ತಿರಬಹುದು.

ಈ ರೀತಿಯಾಗಿ ಪರಿವರ್ತನೆಯಾಗಿರುವ ಕೆಲವು ಮನೆತನಗಳು ಇಲ್ಲಿ ನೆಲೆ ನಿಂತಿವೆ. ಇವರ ಕುಟುಂಬದ ಭೂಮಿಯ ಹಳೆಯ ಆರ್.ಟಿ.ಸಿ. ದಾಖಲನ್ನು ಪರೀಕ್ಷಿಸಿದರೆ ವಿಚಾರವು ಮನದಟ್ಟು ಆಗುತ್ತದೆ. ತಲಕಾಡಿನ ಗಂಗರಸರ ರಕ್ತ ಸಂಬಂಧಿಗಳಾದ ಗಂಗ, ಹೊಯ್ಸಳ ಸಾಮ್ರಾಜ್ಯದ ಅಳಿದುಳಿದ ನಾಯಕರ ವಂಶಿಗರಾದ ಗೌಡರು, ಅದೇ ವಂಶಿಗರಾದ ಕೆಳದಿ (ಇಕ್ಕೇರಿ) (ಅಂಕಣಕಾರ ಹಾ.ಮಾ.ನಾಯಕರು ಒಕ್ಕಲು ಮನೆತನದವರು. ಇಕ್ಕೇರಿಯ ಸಂಸ್ಥಾನದಲ್ಲಿ ಹಾ.ಮಾ.ನಾ. ಅವರ ಮನೆತನದವರೇ ದಂಡನಾಯಕರಾಗಿದ್ದರಿಂದ ನಾಯಕ ಎಂಬ ಉಪನಾಮ ಬಂದಿದೆ) ನಾಯಕರ ಇಕ್ಕೇರಿ ಮಹಾಸಂಸ್ಥಾನದಿಂದ ಹದಿನಾರನೆಯ ಶತಮಾನದಲ್ಲಿ ದಕ್ಷಿಣ ಕನ್ನಡದ ಪುತ್ತೂರು, ಅಮರ ಸುಳ್ಯ ಮಾಗಣೆಗೆ ಸ್ಥಳಾಂತರಿಸಲ್ಪಟ್ಟು, ಹಳೆಗನ್ನಡದ ರೂಪಾಂತರವಾದ ಅರೆಭಾಷೆಯನ್ನು ಅಭಿವೃದ್ಧಿಪಡಿಸಿ, 1780ರಿಂದ 1820ರ ಮಧ್ಯ, ಕೊಡಗಿನ ರಾಜ ಒಂದನೆಯ ಲಿಂಗರಾಜನ (1775–1780) ಆಳ್ವಿಕೆಯಲ್ಲಿ ಆರಂಭವಾಗಿ ದೊಡ್ಡ ವೀರರಾಜೇಂದ್ರ ಒಡೆಯನ (1788–1809) ಆಹ್ವಾನದ ಮೇರೆಗೆ ಮೇಲಿನ ಕೊಡಗಿಗೆ ಕೆಳಗಿನ ಕೊಡಗಿನಿಂದ ಸ್ಥಳಾಂತರ ಪಟ್ಟರು (ಅಮರಸುಳ್ಯ ಮತ್ತು ಪುತ್ತೂರು ಮಾಗಣೆಗಳನ್ನು 1700ರಲ್ಲಿ ಕೆಳದಿ (ಇಕ್ಕೇರಿ) ಸೋಮಶೇಖರನಾಯಕನು ಕೊಡಗಿನ

ರಾಜರಿಗೆ ದಾನವಾಗಿ ಕೊಟ್ಟಿದ್ದು, ಈ ಪ್ರದೇಶಗಳು ಕೊಡಗಿನ ಅವಿಭಾಜ್ಯ ಅಂಗಗಳಾಗಿ ಪ್ರ.ಶ.1834 ರ ತನಕ ಉಳಿದು ಕೆಳಗಿನ ಕೊಡಗೆಂದು ಕರೆಯಲ್ಪಡುತ್ತಿತ್ತು).

ಹೀಗೆ ಸ್ಥಳಾಂತರ ಪಟ್ಟ ಅರೆಭಾಷಿಕ ಗೌಡರು ಹೆಚ್ಚಿನ ಸಂಖ್ಯೆಯಲ್ಲಿದ್ದು, ಮಧ್ಯ ಮತ್ತು ದಕ್ಷಿಣ ಕೊಡಗಲ್ಲಿ ಗಂಗ, ಚೆಂಗಾಳ್ವರ ಆಳ್ವಿಕೆಯ ಅನಂತರ ಅವರ ಅಳಿದುಳಿದ ವಂಶಿಗರಾದ (ಒಕ್ಕಲಿಗ) ಗೌಡ ಸಮುದಾಯದೊಂದಿಗೆ ಬೆರೆತು ಅರೆಭಾಷಿಕ, ಕೊಡಗು ಗೌಡರೆಂದು ಗುರುತಿಸಲ್ಪಟ್ಟರು. ಇಂದಿಗೂ ಕೆಲವು ಕುಟುಂಬಗಳು ಉದಾ: ಜಂಬೂರ್, ಮೊಡನೊಳನ, ಯಂಕನ, ಪಾರೆ, ಹಾರ್‌ಬೈಲು, ಮಾಗಲು ಇತ್ಯಾದಿ ಮನೆತನಗಳು ಕನ್ನಡ+ಅರೆಭಾಷೆ ಎರಡನ್ನೂ ಮನೆಮಾತಾಗಿ ಉಪಯೋಗಿಸುತ್ತಾರೆ ಮತ್ತು ಜಮ್ಮ, ಜಹಗೀರು (ಉಂಬಳಿ) ಭೂಮಿ ಹೊಂದಿರುತ್ತಾರೆ. ಈ ಕುಟುಂಬಗಳು ಚೆಂಗಾಳ್ವರ, ಕೊಂಗಾಳ್ವರ ಅನಂತರದ ಕಾಲದಲ್ಲಿ ಕೊಡಗನ್ನಾಳಿದ ತುಂಡುನಾಯಕರ ಸಂತತಿಯವರಾಗಿರಬೇಕು.

ಅದೇ ರೀತಿ ಕೊಡಗಿನ ಅರಸರ ಆಹ್ವಾನದ ಮೇರೆಗೆ ಈ ಅರೆಭಾಷಿಕ ಗೌಡರ ದಾಯಾದಿಗಳಾದ ಈಗ ಒಕ್ಕಲಿಗಗೌಡರೆಂದು ಕರೆಯಲ್ಪಡುವ ಐಗೂರು ಸೀಮೆಯ ಈಗಿನ ಸಕಲೇಶಪುರ ಸರಹದ್ದಿನಿಂದ ಬಂದಂತಹ ಗೌಡರು ಸೋಮವಾರಪೇಟೆ ಮತ್ತು ಕುಶಾಲನಗರ ಪ್ರದೇಶಗಳಲ್ಲಿ ನೆಲೆವೂರಿದರು. ಈ ಒಕ್ಕಲಿಗ ಹಾಗೂ ಆದಿಯಿಂದ– ತಲಕಾಡು ಗಂಗ/ಚೆಂಗಾಳ್ವ ಅರಸರ ಕಾಲದಿಂದ ಕೊಡಗಿನಲ್ಲಿ ನೆಲೆಸಿದ್ದ ಹಲವು ಒಕ್ಕಲಿಗ ಗೌಡ ಕುಟುಂಬಗಳು ಕೊಡಗು ರಾಜರ ಕಾಲದಿಂದಲೂ ಮತ್ತು ಬ್ರಿಟಿಷರ ಕಾಲದಿಂದಲೂ ದಬ್ಬಾಳಿಕೆ ಮತ್ತು ಪ್ರಲೋಬನೆಗೆ ಮರುಳಾಗಿ 'ಕೊಡವ' ಜನಾಂಗವಾಗಿ ಪರಿವರ್ತನೆಯಾಗಿರುವುದು ಚರಿತ್ರೆಯ ಭಾಗವಾಗಿದೆ.

ಕಿಗ್ಗಟ್ಟು ನಾಡು– ಶ್ರೀಮಂಗಲ ಪ್ರದೇಶಗಳಲ್ಲಿ ನೆಲೆಸಿರುವ ಕೊಡವ ಜನಾಂಗದವರು ಈಗಲೂ ಕೊಡವ ಮತ್ತು ಕನ್ನಡ ಮಿಶ್ರಿತ ಆಡುಭಾಷೆಯನ್ನಾಡುತ್ತಾರೆ. ಮೂಲತಃ ಒಕ್ಕಲಿಗ ಗೌಡರಾದವರು ಕೊಡವರಾಗಿ ಮಾರ್ಪಾಡಾಗಿರಬೇಕು. ಮಡಿಕೇರಿ ಕೋಟೆಯ ಎಡಭಾಗದ ಗ್ರಾಮಗಳಾದ ಕಾಲೂರು, ಮುಕ್ಕೋಡ್ಲುಗಳಲ್ಲಿ ಈಗಿರುವ ಕೊಡವ ಕುಟುಂಬಗಳು ಮೂಲತಃವಾಗಿ ಗೌಡರಾಗಿದ್ದು, ಕೊಡವರಾಗಿ ಪರಿವರ್ತನೆಯಾಗಿರುತ್ತಾರೆ. ಅದೇ ರೀತಿ ಮಾದಾಪುರ ಒಳಗಡೆ ಇರುವ ಗ್ರಾಮಗಳಾದ ಮೂವತ್ತೋಕ್ಲು, ಗರ್ವಾಲೆ, ಸೂರ್ಲಬಿ ಮತ್ತಿತರ ಗ್ರಾಮಗಳಲ್ಲಿ ಕೂಡ ಕೊಡವರಾಗಿ ಪರಿವರ್ತನೆಯಾಗಿರುವ ಕುಟುಂಬಗಳಿವೆ.

ಕೊಡಗರ ತಾಕೇರಿ ಗುಬ್ಬನ ಬಸಪ್ಪನ ಮಗ ಲಿಂಗಪ್ಪನ ಸಂತತಿಯವರು ಈಗಲೂ ಗೌಡರಾಗಿದ್ದಾರೆ. ತಾಕೇರಿ ಮಲ್ಲಾಜಿರ ಕುಟುಂಬ ಬಿಟ್ಟು ಇತರ ಕುಟುಂಬಗಳು ಮಲ್ಲಾಜಿ ಗೌಡನ ಮನೆಯೆಂದು ಕರೆಯಲ್ಪಟ್ಟು ಎಲ್ಲರೂ ಗೌಡ ಸಮುದಾಯಕ್ಕೆ ಸೇರಿದವರಾಗಿದ್ದಾರೆ.

ಬಾಚನಾಡ ಗೌಡನ ಕುಟುಂಬ ಬಲುದೊಡ್ಡ ಕುಟುಂಬವಾಗಿದ್ದು, ಮಾನ್ಯ ಅರಣ್ಯಮಂತ್ರಿಗಳಾಗಿದ್ದು, ಹಲವು ಕಾಲ ಶಾಸಕರಾಗಿದ್ದ ಜೀವಿಜಯರನ್ನೊಬ್ಬರನ್ನು ಬಿಟ್ಟು ಅವರ ಕುಟುಂಬದ ಉಳಿದವರೆಲ್ಲಾ ಕೊಡವರಾಗಿ ಮಾರ್ಪಾಡಾಗಿರುತ್ತಾರೆ.

ಇಪ್ಪತ್ತನೆಯ ಶತಮಾನದ ಆರಂಭದಲ್ಲಿ ಕೊಡಗಿನಲ್ಲಿ ರಾವ್‌ಬಹ್ದೂರ್‌ರಾಗಿ ಚೀಫ್ ಎಕ್ಸಿಕ್ಯೂಟಿವ್ ಆಗಿದ್ದ ಕೇಟೋಳಿರ ಚಂಗಪ್ಪನವರು ಬ್ರಿಟಿಷರ ಸಂದರ್ಭದಲ್ಲಿ ಹೆಚ್ಚಿನ ಪ್ರತಿಷ್ಠಿತ ಗೌಡ ಸಮುದಾಯದ ಕುಟುಂಬಗಳನ್ನು ಕೊಡವರಾಗಿ ಪರಿವರ್ತನೆಯಾಗಲು ಪ್ರೇರೇಪಿಸಿದ್ದರು. ಈ ರೀತಿಯಾಗಿ ಹಲವಾರು ಗೌಡ ಕುಟುಂಬಗಳು ಆಳುವವರ (ಬ್ರಿಟಿಷರು ಮತ್ತು ಅವರ ಅನುಯಾಯಿಗಳ) ದಬ್ಬಾಳಿಕೆ, ಆಮಿಷಕ್ಕೆ ಒಳಗಾಗಿಯೂ, ಹಲವರು ಕೊಡವ ಹೆಣ್ಣುಗಳನ್ನು ಮದುವೆಯಾಗಿಯೂ ಕಾಲಕ್ರಮೇಣ ಕೊಡವರಾಗಿ ಪರಿವರ್ತನೆಯಾಗಿರುತ್ತಾರೆ.

ಈ ರೀತಿ ಕೊಡವರಾಗಿ ಗುರುತಿಸಿಕೊಂಡಿರುವ ಗೌಡ–ಕೊಡವ ಕುಟುಂಬಗಳು ಕೆಲವು ಈ ರೀತಿಯಾಗಿವೆ *

ಹಿಂದಿನ ಗೌಡ ಮನೆತನ	ಈಗಿನ ಕೊಡವ ಮನೆತನ	ಜಮಾಬಂದಿ ಉಲ್ಲೇಖ
ಚೆಂಗೆಟ್ಟೀರ (ಚೆಂಗೇಕಟ್ಟಡ-ಕೆಂಬಟ್ಟಿ ಮನೆತನ)	ಚೆಂಗಾರಂಡ	*
ಪಾಸುಮನೆ	ಪಾಸೂರು	*
ಕೋಟಿಗೌಡನ	ಚೆಟ್ಟೀರ	*
ತಿರುಗೌಡನ	ಚೀಕಂಡ	*
ತಾಕೇರಿ, ಕಿರಗಂದೂರು ವಿಭಾಗದಲ್ಲಿ		
ಮಲ್ಲಾಜಿಗೌಡನ	ಮಲ್ಲಾಜೀರ	*
ಸಿಂಗೂರು	ಸಿಂಗೂರು	*
ಜಿಳಗೇರಿ ವಿಭಾಗದಲ್ಲಿ		
ಬಾಚನಾಡಗೌಡನ	ಬಾಚಿನಾಡಂಡ	ಕ್ರಿ.ಶ.1808–1902 ಇತ್ಯಾದಿ ಜಮ್ಮಬಂಧಿ ಕೊಡಗರ ಬಾಚಿನಾಡು ಪುಷ್ಪಗಿರಿ ಗೌಡನ ಮಗ ಮಲ್ಲಯ್ಯ
ಬೈರಾಜನಮನೆ	ಬೈರಾಜಂಡ	ಬೈರಾಜನ ಪುಟ್ಟಯ್ಯನ ಮಗ ಅಪ್ಪಯ್ಯ ಜಿಳಗೇರಿ ಗ್ರಾಮ ಜಮಬಂಧಿ 1950–56
ಮರುಗನ ಮನೆ	ಮರುವಂಡ	ಶಿವನಗೋಡಿ ಮಾದಯ್ಯನ ಮಗಳು ಬೊಳ್ಳವ್ವ 1950–56
ಅಕ್ಕಪ್ಪನ	ಅಕ್ಕಪ್ಪಂಡ	ಕೊಡಗರಹಳ್ಳಿ ಗ್ರಾಮ
	ಗೌಡಂಡ	ಸೂರ್ಲಬಿ
ಸೇನಮನೆ	ಸೆನ್ನೂರ	ಕಿರಗಂದೂರು
ಅಡಿಕೇರಿ	ಅಡಿಕೇರಿರ	ಸುಂಟಿಕೊಪ್ಪ
ಶಿವನಗೋಡಿ (ಗೌಡ	*	*
ಶಿರಂಗಳ ಉದ್ದಿನಾಡು	ಉದ್ದಿನಾಡಂಡ	*
ಕೊ. ಗೌಡಿ	*	*
ಹೋರೆಮನೆ	ಪೋರೆರ	ಹೋರೆ ಬಸಪ್ಪನ ಮಗ ಕಾರ್ಯಪ್ಪ–1950–56
ಓಡಿಗನ ಮನೆ	ಓಡಿಗಂಡ	ಗರ್ವಾಲೆ ಗ್ರಾಮ
ಶಾಂತಳ್ಳಿ ಕರಡಿ ಮನೆ	ಕಾಡಿರ ಅಪ್ಪಯ್ಯ	ಶಾಂತಳ್ಳಿ ಗ್ರಾಮ

* **ಕುಟುಂಬ ಹಿರಿಯರ ಮೌಖಿಕ ಸಂದರ್ಶನ ಮೇರೆಗೆ**

ಕಾವೇರಿ ನದಿ, ಭಾಗಮಂಡಲ, ತಲಕಾವೇರಿ:

ಕಾವೇರಿ ನದಿಯು ಹಿಂದೂ ಜನಾಂಗಕ್ಕೆ ಪವಿತ್ರವಾದ ಏಳು ನದಿಗಳಲ್ಲೊಂದು ಎಂಬುದು ಪೌರಾಣಿಕ ಕಾಲದಿಂದಲೂ ನಡೆದುಬಂದಂತಹ ನಂಬಿಕೆ. ಹಲವಾರು ಪೌರಾಣಿಕ ಕಥೆಗಳಿವೆ. ಕರ್ನಾಟಕದ ಪ್ರಮುಖ ನದಿಗಳಲ್ಲಿ ಒಂದಾಗಿರುವ ಕಾವೇರಿಯ ಉಲ್ಲೇಖ ಸುಮಾರು ತೊಂಬತ್ತೇಳು ಶಾಸನಗಳಲ್ಲಿ ಬಂದಿದೆ. ಇವುಗಳ ಪೈಕಿ ಪ್ರಾಚೀನ ಶಾಸನವೆಂದರೆ ಪ್ರ.ಶ.550 ರ ಯಳಂದೂರು ತಾಲೂಕಿನ ಮಾಂಬಳ್ಳಿ ಶಾಸನ. ದಕ್ಷಿಣ ಕೊಡಗನ್ನು ತಲಕಾಡು ಗಂಗರಸರು (ಮೂಲ ಗೌಡರು) ಪ್ರ.ಶ.350 ರಿಂದಲೂ ಆಳುತ್ತಿದ್ದರೆಂದು ಶಾಸನಗಳಿಂದ ತಿಳಿದುಬರುತ್ತದೆ. ಉತ್ತರ ಕೊಡಗು ಕದಂಬರ ಆಳ್ವಿಕೆಯಲ್ಲಿತ್ತು. ಇವರ ಮಧ್ಯೆ ವೈವಾಹಿಕ ಸಂಬಂಧವಿದ್ದುದಾಗಿ ತಿಳಿಯುತ್ತದೆ.

ಶಾಸನ ಪ್ರ.ಶ.1001 ರಲ್ಲಿ ಕೊಡಗಿನ ಸ್ಥಳೀಯ ಪ್ರಭು (ಪಾಳೆಯಗಾರ) ವಾಗಿದ್ದ ಗಣಗೂರಿನ ಬಿಹಗಾಮುಂಡನ (ಗೌಡನ) ಮಗ ಹಂಚಮಶೆಟ್ಟಿಯು (ಗೌಡ) ತನ್ನ ಭುಜಬಲದಿಂದ ಮುಲ್ಲೂರು ನಾಡಿನ ಬೋಕನಹಳ್ಳಿ, ಗೊರಹಳ್ಳಿ, ಕಡಲೂರುಗಳನ್ನು ಗೆದ್ದು "ಮೊದಲ್ಕಾವೆರಿಯಲ್ಲಿ" ಮಿಂದು ರಾಮೇಶ್ವರ ದೇವರಿಗೆ ಪೂಜೆಯ ಮಾಡಿದನು. ಶಾಸನದಲ್ಲಿ ತಿಳಿಸಿದ "ಮೊದಲ್ಕಾವೇರಿ" ಯು ತಲಕಾವೇರಿಗೆ ಆಗ ಇದ್ದ ಹೆಸರು.[1] ಭಗಂಡೇಶ್ವರ ಮತ್ತು ತಲಕಾವೇರಿ ಅನಾದಿ ಕಾಲದಿಂದಲೂ ಪವಿತ್ರ ಸ್ಥಾನಗಳಾಗಿದ್ದವು. ಗೌಡರು ರಾಜರಾಗಿ, ಪಾಳೆಯಗಾರರಾಗಿ, ನಾಡಗೌಡ, ಊರಗೌಡರಾಗಿದ್ದರು. ಪ್ರ.ಶ.1004 ರಲ್ಲಿ ಚೋಳರು ಗಂಗರನ್ನು ಸೋಲಿಸಿ ಭಾಗಮಂಡಲ ಮತ್ತು ತಲಕಾವೇರಿ ದೇವಾಲಯಗಳನ್ನು ಅಭಿವೃದ್ಧಿಪಡಿಸಿರುವುದಾಗಿ ತಿಳಿದುಬರುತ್ತದೆ.

ಪ್ರ.ಶ. ಸುಮಾರು 1540ರಲ್ಲಿ ಇಕ್ಕೇರಿ ಸಂಸ್ಥಾನದಿಂದ ಶಿವಸಂಪ್ರದಾಯವನ್ನು ಪುನರ್ಜೀವನಗೊಳಿಸಲು ಜೋಗಿ ಪುರುಷರು ತಮ್ಮ ತಂಗಿ ಪುರುಷೇಥಿಯೊಂದಿಗೆ ದಕ್ಷಿಣಕನ್ನಡದ ಹಲವಾರು ದೇವಾಲಯಗಳನ್ನು ಸಂದರ್ಶಿಸಿ ಚೆಂಬು–ಪೆರಾಜ–ತೊಡಿಕಾನಕ್ಕಾಗಿ ತಲಕಾವೇರಿ, ಭಾಗಮಂಡಲ ಸಂದರ್ಶಿಸಿ ಜಾತ್ರೆ, ಸೂಳೆಯರ ಮೇಳ ನಡೆಸಿರುವುದಾಗಿ ತಿಳಿದುಬರುತ್ತದೆ.[2]

ಪ್ರ.ಶ.1550–1590 ರಲ್ಲಿ ಕರ್ನಂಬಾಹು ಎಂಬ ಗೌಡ ಸಮುದಾಯದ ಪಾಳೆಗಾರನು ಭಾಗಮಂಡಲ ಸರಹದ್ದನ್ನು ಆಳಿರುವುದಾಗಿ ಚರ್ಚಿಸಲಾಗಿದೆ. 1590 ರಲ್ಲಿ ಹಾಲೇರಿ ವಂಶದ ಮೂಲ ಪುರುಷ ವೀರರಾಜು ಆತನ ಮಾವ ಹಾಲೇರಿ ಬೊಮ್ಮಗೌಡ ಯಾನೆ ಸೋಮಶೇಖರನೊಡಗೂಡಿ ಕರ್ಣಂಬಾಹುನನ್ನು ಓಡಿಸಿ ಪೂರ್ತಿ ಮೇಲಿನ

---

1. ಕರ್ನಾಟಕ ಕಾವೇರಿ ಸಂಸ್ಕೃತಿ ಪು.26–ಕನ್ನಡ ಸಾಹಿತ್ಯ ಪರಿಸದ 2011
2. ಎ.ಕೆ. ಹಿಮಕರ– ಜನಮನದ ಕಂದ್ರಪಾಡಿ – 2001

ಕೊಡಗನ್ನು ತಮ್ಮ ಸುಪರ್ದಿಗೆ ತೆಗೆದುಕೊಂಡರು ಹಾಗೂ ನಿಡ್ಯಮಲೆ ಕುಟುಂಬದವರನ್ನು ಭಾಗಮಂಡಲ ಮತ್ತು ಸರಹದ್ದಿಗೆ ಕ್ಷೇತ್ರಪಾಲಕರಾಗಿ ಮುಂದುವರಿಯುವಂತೆ ಆದೇಶಿಸಿದರು. ನಿಡ್ಯಮಲೆ ಕುಟುಂಬದ ಇನ್ನೊಂದು ಹೆಸರು "ದರಗನ ಮನೆ" ಎಂಬುದಾಗಿದೆ. ದರಗನ ಎಂಬುದು "ದರೋಗನ" ಎಂಬ ಸಂಸ್ಕೃತದ ಅಪಭ್ರಂಶವಾಗಿದೆ. ಅಂದರೆ ಕ್ಷೇತ್ರಪಾಲಕ, ಇನ್ಸ್‌ಪೆಕ್ಟರ್ ಎಂಬುದಾಗಿದೆ. ಭಗಂಡೇಶ್ವರ ದೇವಾಲಯದ ಭೂಮಿಗಳ ಆರ್.ಟಿ.ಸಿ. ಸರಕಾರಿ ದಾಖಲೆಗಳಲ್ಲಿ ಜಂಟಿ ಭೂಒಡೆಯರಾಗಿ ನಿಡ್ಯಮಲೆ ಕುಟುಂಬದವರು ಇಂದಿಗೂ ನಮೂದಿಸಲ್ಪಟ್ಟಿದ್ದಾರೆ. ನಿಡ್ಯಮಲೆ ಕುಟುಂಬದವರಿಗೆ ಜಮ್ಮ ಜಾಗವಿಲ್ಲ. ಯಾಕೆಂದರೆ ಈ ಕುಟುಂಬವು ಆದಿಯಿಂದಲೂ ಭೂಹಿಡುವಳಿ ಇದ್ದವರಾಗಿದ್ದರು. ಅದೇ ರೀತಿ ತಲಕಾವೇರಿಗೆ ಕೋಡಿ ಮನೆತನದವರು ಕ್ಷೇತ್ರಪಾಲಕ ರಾಗಿದ್ದಾರೆ. ಇವರುಗಳು ಮುಂದಿನ ದಿನಗಳಲ್ಲಿ "ತಕ್ಕಮುಖ್ಯಸ್ಥ"ರೆಂದು ಕರೆಯಲ್ಪಟ್ಟರು.

ಭಾಗಮಂಡಲದ ಭಗಂಡೇಶ್ವರ ದೇವಾಲಯವನ್ನು ಸಂದರ್ಶಿಸಿದವರು ದೇವಾಲಯದ ಪ್ರಾಂಗಣದ ಪೂರ್ವ ಭಾಗದಲ್ಲಿ "ಕಿನ್ನಿಮಾಣಿ–ಪೂಮಾನಿ" ದೈವಗಳ ಅಶ್ವರೂಢ ಪ್ರತಿಮೆಗಳಿರುವುದನ್ನು ನೋಡಿರಬಹುದು. ಈ ಮೊದಲೇ ಕಿನ್ನಿಮಾಣಿ–ಪೂಮಾಣಿ ದೈವಗಳು ತುಳುವಿನಲ್ಲಿ "ಉಲ್ಲಾಕ್ಲು" ಅಂದರೆ "ಒಡೆಯರು", ದೈವರಾಧನೆಯಲ್ಲಿ ಉತ್ತುಂಗದಲ್ಲಿರುವ ಅರಸು ದೈವಗಳು ಹಾಗೂ ಇವರನ್ನು ಗಂಗರಾಜ್ಯ ಸ್ಥಾಪಕರಾದ ದಡಿಯ ಮತ್ತು ಮಾಧವರೆಂದು ಗುರುತಿಸಿದ್ದು, ಗೌಡ ಸಮುದಾಯದ ಪೂರ್ವಜರ ಆರಾಧನಾ ಪದ್ಧತಿಯ ಪ್ರತೀಕವಾಗಿದೆಯೆಂದು ಚರ್ಚಿಸಿದ್ದೇವೆ. ಪ್ರತಿವರ್ಷ ಡಿಸೆಂಬರ್ ಮತ್ತು ಮೇ ತಿಂಗಳಲ್ಲಿ "ಕಿನ್ನಿಮಾಣಿ–ಪೂಮಾಣಿ' ಭಂಡಾರವು ಭಾಗಮಂಡಲದಿಂದ ಚೆಂಬು ಗ್ರಾಮಕ್ಕೆ ಬಂದು ಭೂತಕೋಲ ನಡೆಯುತ್ತದೆ.

ಕಿರಣ್ ಗೌಡ ಕುಂಬ್ಲಾದಾಳು ಕೊಟ್ಟ ಮಾಹಿತಿ:

ಮುಖ್ಯವಾಗಿ ಕಾವೇರಿ ತೀರ್ಥಯಾತ್ರೆಗೆ ಬರುವವರಿಗೆ ಕರ್ಣಬಾಹು ರಾಜ "ಪೆಜ್ಜೆ ಊಟ"ದ (ಪೆರಾಜೆ ಊಟ) ವಿಷಯ ಮತ್ತು ಪೆರಾಜೆ ಶಾಸ್ತಾವು ಸನ್ನಿದಾನದ ಗದ್ದೆ (ಈಗಲೂ ಕಾವೇರಿ ಗದ್ದೆ ಎಂಬ ಹೆಸರಿನ ಗದ್ದೆ) ಯಿಂದ ಮೊದಲು ಭಾಗಮಂಡಲ ಭಗಂಡೇಶ್ವರನ ಸನ್ನಿಧಾನಕ್ಕೆ ಕದಿರು ತೆಗೆದುಕೊಂಡು ಹೋಗಿ ಕಟ್ಟುವ ಕಾರ್ಯ ಅನಾದಿಕಾಲದಿಂದಲೂ ನಡೆದುಕೊಂಡು ಬಂದಿದೆ. ಅದು ಇಂದಿಗೂ ನಡೆಯುತ್ತಿದೆ.

ಪೆರಾಜೆ ಶಾಸ್ತಾವು ದೇವಸ್ಥಾನದ ರಸ್ತೆಗಳು ಇಂದಿಗೂ ಕಾವೇರಿ ರಸ್ತೆ ಎಂಬ ಹೆಸರಿನಲ್ಲೇ ಉಳಿದುಕೊಂಡಿದೆ. ಈ ನಿಕಟಪೂರ್ವ ಸಂಬಂಧವನ್ನು ಕೊಡಗಿನ ಜನತೆ ಅಂದು ಕೇಳಿಕೊಂಡ ಮೇರೆಗೆ ಪೆರಾಜೆಯ ಜಮ್ಮ ಹಕ್ಕನ್ನು ಕಡಿತಗೊಳಿಸಿ ಇಂದು ಕೂಡ ಪೆರಾಜೆ ಮತ್ತು ಚೆಂಬು ಗ್ರಾಮವನ್ನು ಕೊಡಗಿನಲ್ಲಿ ಉಳಿಸಿದರು ಎಂದು

ಉಲ್ಲೇಖವಿದೆ. ಕಾವೇರಿ ನದಿ ಪಶ್ಚಿಮಾಭಿಮುಖವಾಗಿ ಕೂಡ ಹರಿದು ಚೆಂಬು, ಪೆರಾಜೆ ಮೂಲಕ ಪಯಸ್ವಿನಿ ನದಿಯಾಗಿ ಅರಬ್ಬಿಸಮುದ್ರದಲ್ಲಿ ವಿಲೀನವಾಗುತ್ತಾಳೆ.

ಈ ಮೇಲಿನ ವಿಚಾರಗಳಿಂದ ವಿಧಿತವಾಗುವುದೇನೆಂದರೆ, ಭಾಗಮಂಡಲ ಮತ್ತು ತಲಕಾವೇರಿಯು ಗೌಡ ಸಮುದಾಯದ ಸುಪರ್ದಿಗೆಯಲ್ಲಿ ಅನಾದಿಯ ಗಂಗರ ಕಾಲದಿಂದಲೂ ಇದ್ದಿರುತ್ತದೆ.

ಕುಂಭಗೌಡನ ಮನೆತನ:

ಕೊಡಗಿನ ಮಕ್ಕಂದೂರುವಿನಲ್ಲಿ ನೆಲೆಸಿರುವ ಕುಂಭಗೌಡನ ಮನೆತನವು ಒಂದು ಪ್ರತಿಷ್ಠಿತ ಗೌಡ ಮನೆತನವಾಗಿದ್ದು ಕುಂಭಪ್ಪಗೌಡನೆಂಬ ಮೂಲ ಪುರುಷನಿಂದ ಆರಂಭವಾಗುತ್ತದೆ. ಕುಂಭಪ್ಪಗೌಡನು ಅಮರಸುಳ್ಯದ ಪ್ರತಿಷ್ಠಿತ ಮನೆತನ ಕಟ್ಟೆಮನೆ ಕೂಜುಗೋಡು ಕುಟುಂಬದವನಾಗಿರುತ್ತಾನೆ. ಪ್ರ.ಶ. ಸುಮಾರು 1530 ರಲ್ಲಿ ಇಕ್ಕೇರಿ ರಾಜರು ತಮ್ಮ ದಂಡನಾಯಕನಾದ ತಿಮ್ಮನಾಯಕನ ನೇತೃತ್ವದಲ್ಲಿ ಗೌಡ ಸಮುದಾಯಗಳನ್ನು ತುಳುನಾಡಿಗೆ ಪ್ರಸರಿಸಿ ಇಕ್ಕೇರಿ ಸಂಸ್ಥಾನ ಹಾಗೂ ಶೃಂಗೇರಿ ಮಠದ ಪ್ರಾಬಲ್ಯ ತುಳುನಾಡಿನಲ್ಲಿ ಬಲಗೊಳ್ಳುವಲ್ಲಿ ಈತನ ಪಾತ್ರ ಮಹತ್ವದ್ದಾಗಿರುತ್ತದೆ. 'ತಿಮ್ಮನಾಯಕ' ಓರ್ವ ಶಿವಾಚಾರ (ಲಿಂಗಾಯತ) ಸಂಪ್ರದಾಯಸ್ಥ ಮತ್ತು ಇಕ್ಕೇರಿ ನಾಯಕರ ನೇರ ರಕ್ತ ಸಂಬಂಧಿ. ಬಾಲುಗೋಡಿನ ಬಲ್ಲಾಳರ ಭೂಮಿ ಮತ್ತು ಹರಿಹರೇಶ್ವರ, ಕುಕ್ಕೆಸುಬ್ರಹ್ಮಣ್ಯ ಇತ್ಯಾದಿ ದೇವಸ್ಥಾನಗಳ ಮೇಲುಸ್ತುವಾರಿಯು ಈತನ ಕೈಗೆ ಹಸ್ತಾಂತರವಾಗಿದ್ದು, ತಿಮ್ಮನಾಯಕರು ತನ್ನ ಜೊತೆಗೆ ಬಂದಿದ್ದ ಗೌಡ ಕನ್ಯೆಯನ್ನು ಮದುವೆಯಾಗಿ ಈತನ ವಂಶವು ಕೂಜುಗೋಡು ಕಟ್ಟೆಮನೆಯ ಗೌಡ ಕುಟುಂಬವಾಗಿ ಮುಂದುವರಿಯುತ್ತದೆ. ಇವರು ಇಕ್ಕೇರಿ ಸಂಸ್ಥಾನದ ಪಾಳೆಯಗಾರರಾಗಿ 1700ರಲ್ಲಿ ಇಕ್ಕೇರಿ ಸೋಮಶೇಖರನಾಯಕನು ಅಮರ ಮಾಗಣೆಗಳನ್ನು ಹಾಲೇರಿ ಅರಸರಿಗೆ ದಾನವಾಗಿ ಹಸ್ತಾಂತರಿಸಿದ ಅನಂತರ ಹಾಲೇರಿ ರಾಜರ ಮಾಂಡಲೀಕರಾಗುತ್ತಾರೆ. ಇಕ್ಕೇರಿ ನಾಯಕರೂ, ಹಾಲೇರಿ ರಾಜವಂಶವೂ ರಕ್ತ ಸಂಬಂಧಿಗಳೆಂದು ಈ ಮೊದಲೇ ಚರ್ಚಿಸಲಾಗಿದೆ.

1804 ರಲ್ಲಿ ದೊಡ್ಡವೀರರಾಜೇಂದ್ರ ಅರಸರು ಕುಂಭಪ್ಪಗೌಡನನ್ನು ಕೂಜು ಗೋಡಿನಿಂದ ಕೊಡಗಿಗೆ ಕರೆಸಿಕೊಂಡು ತಮ್ಮ ಆಸ್ಥಾನದಲ್ಲಿ ಸಲಹೆಗಾರನಾಗಿ, ತದನಂತರ ಲಿಂಗರಾಜನ ಸಮಯದಲ್ಲಿ ಓಂಕಾರೇಶ್ವರ ದೇವಸ್ಥಾನ ನಿರ್ಮಾಣಕ್ಕೆ ಮೇಲುಸ್ತುವಾರಿಗೆ ನೇಮಿಸಿದ್ದರು. "ಕುಂಭಪ್ಪಗೌಡನು ತನ್ನ ಪರಿವಾರದೊಂದಿಗೆ ಹರಿಹರ, ಐನೆಕ್ಕಿಯಿಂದ ಹೊರಟು ಕುಕ್ಕೆ ಸುಬ್ರಹ್ಮಣ್ಯ ದೇವರಿಗೆ ಪೂಜೆಯಂಗೈದು ಬಿಸಿಲೆ ಘಾಟಿಯ ರಹದಾರಿಯ ಮುಖಾಂತರ ಎತ್ತಿನಗಾಡಿಗಳಲ್ಲಿ ಸರಕು, ಸರಂಜಾಮುಗಳನ್ನು, ಪರಿವಾರದವರನ್ನು

ಕೂರಿಸಿಕೊಂಡು ಸಕಲೇಶಪುರದ ಕೆಂಚಮ್ಮನ ಹೊಸಕೋಟೆಗೆ ಬಂದು ಕೆಲವು ದಿನ ತಂಗಿ ತಮ್ಮ ಮನೆದೇವರು ಕೆಂಚಮ್ಮನಿಗೆ ಪೂಜೆ ಪುರಸ್ಕಾರಗೈದು ಕೊಡಗಿನ ಮಡಿಕೇರಿ ಅರಮನೆಗೆ ಬರುತ್ತಾರೆ. ದೊಡ್ಡವೀರರಾಜೇಂದ್ರ ಒಡೆಯರು ಕುಂಭಪ್ಪಗೌಡರ ಪರಿವಾರವನ್ನು ಅದ್ದೂರಿಯಿಂದ ಬರಮಾಡಿಸಿಕೊಂಡು, ಮಕ್ಕಂದೂರಿನಲ್ಲಿ ಕುಲನಾಶವಾದ ಅಮ್ಮಕೊಡವ 'ನಿಂಗಪ್ಪಂಡ' ಐನ್‌ಕುಳದ 184 ಎಕ್ರೆ ಹಿತ್ತಲು (ತೋಟ) ಮತ್ತು 1000 ಭಟ್ಟಿ ಗದ್ದೆ ಭೂಮಿಯನ್ನು ಜಮ್ಮಜಹಗೀರನ್ನು ನಿರೂಪಣೆಯ ಮುಖಾಂತರ ಕೊಟ್ಟಿರುತ್ತಾರೆ ಮತ್ತು ತಮ್ಮ ಆಸ್ಥಾನದಲ್ಲಿ ಸಲಹೆಗಾರರಾಗಿ ನೇಮಿಸಿದರು. ಕುಂಭಪ್ಪಗೌಡನನ್ನು ಮಡಿಕೇರಿಯ ಓಂಕಾರೇಶ್ವರ ದೇವಾಲಯ ನಿರ್ಮಿಸುವ ಕೆಲಸದಲ್ಲಿ ಮೇಲುಸ್ತುವಾರಿ ಕೆಲಸ ಮಾಡಿಕೊಳ್ಳಲು (ಪ್ರ.ಶ.1818–1820) ಲಿಂಗರಾಜರು ನೇಮಿಸಿದ್ದರು. ಆ ಸಂದರ್ಭದಲ್ಲಿ ಕುಂಭಪ್ಪನಿಗೆ ಜನಿಸಿದ ಪುತ್ರನಿಗೆ ಓಂಕಾರಪ್ಪನೆಂದು ನಾಮಕರ ಮಾಡಿದರು ಎನ್ನಲಾಗಿದೆ.

ಕುಂಭಪ್ಪಗೌಡರು "1837ರ ಅಮರ ಸುಳ್ಯ ಸ್ವಾತಂತ್ರಸಮರ"ದಲ್ಲಿ ಭಾಗವಹಿಸಿದ್ದು, ಗುಡ್ಡೆಮನೆ ಅಪ್ಪಯ್ಯಗೌಡ, ಕೂಜುಗೋಡು ಮಲ್ಲಪ್ಪನವರ ತಂಡದಲ್ಲಿದ್ದರು. ಇವರು 1840 ರಲ್ಲಿ ದೈವಧೀನರಾಗಿರುತ್ತಾರೆ. ಇವರ ಮೊಮ್ಮಗ ಕುಂಭಗೌಡನ ಕುಶಲಪ್ಪಗೌಡರು ಬ್ರಿಟಿಷ್ ಆಡಳಿತದಲ್ಲಿ ಮಡಿಕೇರಿಯ ಪಾರುಪತ್ಯೇಗಾರರಾಗಿದ್ದು 1909ರಲ್ಲಿ ಮಡಿಕೇರಿ ಗೌಡ ವಿದ್ಯಾಸಂಘದ ಸಂಸ್ಥಾಪಕರಲ್ಲೊಬ್ಬರು. ಕುಶಾಲಪ್ಪನವರ ಮಗ ಅಪ್ಪಯ್ಯನವರ ಕಾಲದಲ್ಲಿ ಮಡಿಕೇರಿ–ಸೋಮವಾರಪೇಟೆ ಹೆದ್ದಾರಿಯ ಬದಿಯಲ್ಲಿರುವ 31 ಎಕ್ರೆ ಭೂಮಿಯನ್ನು ಮಂಡೆಪಂಡ ಎಂಬ ಕೊಡವ ಕುಟುಂಬಕ್ಕೆ ವಿಕ್ರಯ ಮಾಡಿದ್ದು, ಆ ಭೂಮಿಯು ಇಂದು ಚಿನ್ನಿಕೊಪ್ಪ ತೋಟವೆಂದು ಗುರುತಿಸಿಕೊಂಡಿದೆ.

ಕುಂಭಪ್ಪಗೌಡ ಪರಿವಾರದ ಜೊತೆ ಬಂದ ಇನ್ನೊಂದು ಕುಟುಂಬವು ಇಂದು 'ಸಬ್ಬಂಡ್ರ' ಎಂಬ ಗೌಡ ಕುಟುಂಬವಾಗಿದೆ. ಇವರು ಮೂಲದಲ್ಲಿ ಬಲ್ನಾಡು ಕಟ್ಟೆ ಮನೆಯ ಕವಲು ಕುಟುಂಬವಾಗಿದ್ದು 'ಬಲಸನ್ನ' ಗೋತ್ರಕ್ಕೆ ಸೇರಿದವರಾಗಿರುತ್ತಾರೆ. ನೂಜಿಬೆಟ್ಟು ಬಾನೂರಲ್ಲಿ ನೆಲೆಸಿದ್ದರು. ಈ ಮೊದಲೇ ಚರ್ಚಿಸಿದಂತೆ ಕೂಜುಗೋಡು ಮನೆತನದ ನಾಯೆರು ಗೋತ್ರ, ಬಲ್ನಾಡು ಮನೆತನದ ಬಲಸನ್ನ ಗೋತ್ರ ಹಾಗೂ ಕಬರು ಗೋತ್ರದ ಮೂಲಪುರುಷರು ಶಿವಾಚಾರ (ಲಿಂಗಾಯತ) ಮತಸ್ತರಾಗಿದ್ದು, ಇಕ್ಕೇರಿ ಮತ್ತು ಹಾಲೇರಿ ರಾಜವಂಶಗಳ ರಕ್ತಸಂಬಂಧಿಗಳು, ಈ ಪರಿಯಾಗಿ ದಾಯಾದಿಗಳಾಗಿರುವ ಪ್ರಯುಕ್ತ ಈ ಮೂರು ಗೋತ್ರ (ಬಳಿ) ಗಳ ಮಧ್ಯೆ ವೈವಾಹಿಕ ಸಂಬಂಧ ಇಂದಿಗೂ ನಿಷಿದ್ಧ! ಮತ್ತು ಇತ್ತೀಚಿಗಿನವರೆಗೆ ಈ ಮೂರು ಕುಟುಂಬಸ್ಥರು ಹಂದಿಮಾಂಸ ಮತ್ತು ಕಳ್ಳು (ಸೇಂದಿ) ಮದ್ಯ ಸೇವನೆ ಕೂಡಾ ನಿಷಿದ್ಧವಾಗಿತ್ತು.

ಕುಂಭಗೌಡನ ಮನೆತನದವರು ವಂಶಪಾರಂಪರ್ಯವಾಗಿ ಅನಾದಿಕಾಲದ ಮಕ್ಕಂದೂರಿನ ಭದ್ರಕಾಳೇಶ್ವರಿ ದೇವಾಲಯದ ನಾಡತಕ್ಕರಾಗಿ ಸೇವೆಯಲ್ಲಿ ತೊಡಗಿರುತ್ತಾರೆ. ಕೊಡವರ

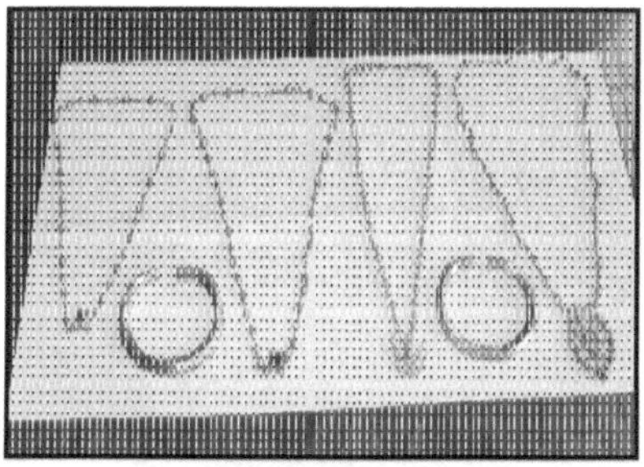

ಕುಂಭಪ್ಪಗೌಡರಿಗೆ ಹಾಲೇರಿ ರಾಜರು
ಕೊಟ್ಟ ರತ್ನಾಭರಣಗಳು

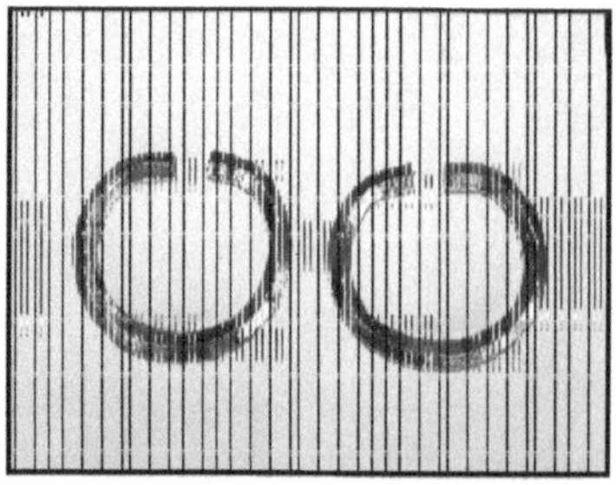

ಕುಂಭಪ್ಪಗೌಡರಿಗೆ ಹಾಲೇರಿ ರಾಜರು
ಕೊಟ್ಟ ಚಿನ್ನದ ಕಡಗ

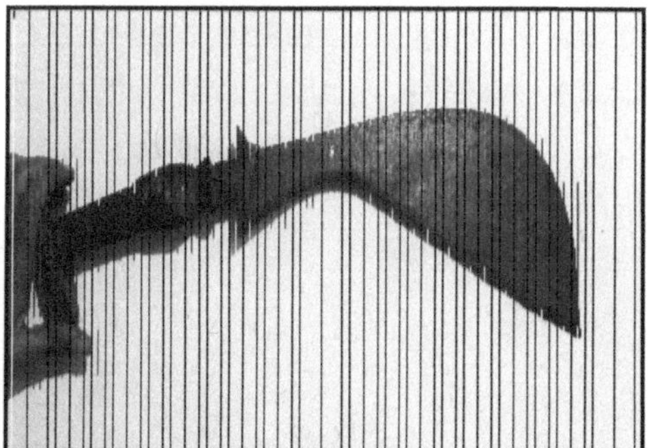

ಕುಂಭಪ್ಪಗೌಡರಿಗೆ ಹಾಲೇರಿ
ರಾಜರು
ಕೊಟ್ಟ ಸ್ವರ್ಣ ರಾಜಮುದ್ರೆ
ಇರುವ ಒಡಿಕತ್ತಿ

ಸ್ವರ್ಣ ರಾಜಮುದ್ರೆ

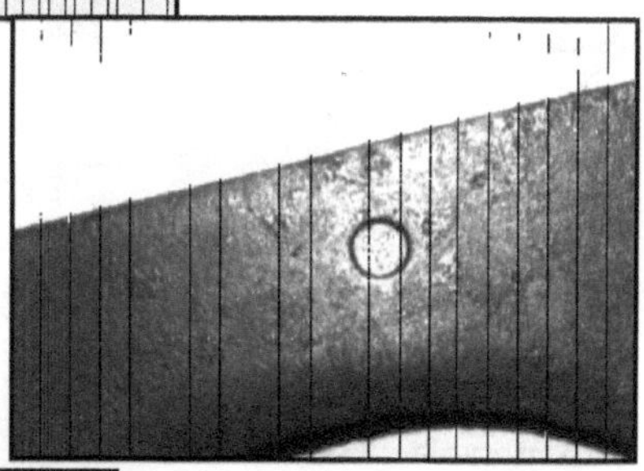

ಕುಂಭಪ್ಪಗೌಡನ ಮನೆದೇವರು
ಹೊಸಕೋಟೆ ಕೆಂಚಮ್ಮ ಹಾಗೂ
ಪುರಾತನ ಆಯುಧಗಳು

ಸಬ್ಬುಡ ಮನೆತನದವರು ದೇವತಕ್ಕರಾಗಿ ಸೇವೆ ಸಲ್ಲಿಸುತ್ತಿದ್ದಾರೆ. ವರ್ಷಂಪ್ರತಿ ಏಪ್ರಿಲ್ ತಿಂಗಳ ಪ್ರಥಮಾರ್ಧದಲ್ಲಿ ಊರ ಹಬ್ಬ ನಡೆಯುತ್ತದೆ. ಎಲ್ಲಾ ಮೂಲನಿವಾಸಿ ಸಮುದಾಯಗಳು ಸೇರಿ ಸೌಹಾರ್ದತೆಯಿಂದ ಕೋಡಿಯಾಟ, ಕೊಂಬಾಟ, ಈಲಿಯಾಟ, ಚೌರಿಯಾಟ ಇತ್ಯಾದಿ ಸಾಂಪ್ರದಾಯಿಕ ನೃತ್ಯಗಳನ್ನು ನಡೆಸುತ್ತಾರೆ. ದೊಡ್ಡ ಹಬ್ಬವು ಏಪ್ರಿಲ್ 10 ರಂದು ನಡೆಯುತ್ತದೆ.

ಕುಂಭಗೌಡನ ಐನ್‌ಮನೆ/ತರವಾಡು ಮನೆಯಲ್ಲಿ "ಹೊಸಕೋಟೆ ಕೆಂಚಮ್ಮ" ದೇವಿಯ ಗುಡಿಯಿದ್ದು, ಇಂದಿಗೂ ಕುಟುಂಬಸ್ಥರು ಹೊಸಕೋಟ ಕೆಂಚಮ್ಮ ದೇವಿಯನ್ನು ತಮ್ಮ ಮನೆದೈವವಾಗಿ ಪೂಜಿಸುತ್ತಿದ್ದಾರೆ. ಈ ದೇವರ ಮೂಲಸ್ಥಾನವು ಸಕಲೇಶಪುರ ತಾಲೂಕಿನ ಹೊಸಕೋಟೆಯಾಗಿದೆ. ಕೊಡಗಿನ ದೊಡ್ಡವೀರರಾಜ ಮತ್ತು ಲಿಂಗರಾಜನವರಿಂದ ಬಳುವಳಿಯಾಗಿ ಬಂದಿರುವ ಆಭರಣಗಳು, ಚಿನ್ನದ 'ಲಿಂ' ಎಂದು ರಾಜ ಮೊಹರು ಇರುವ ಒಡಿಕತ್ತಿ, ಪೀಚೆಕತ್ತಿ, ಖಡ್ಗಗಳು, ಛತ್ರಿ, ಚಾಮರಗಳು, ದೊಡ್ಡದಾದ ಅಕ್ಕಿ ಬೀಸುವ ಕಲ್ಲು, ರುಬ್ಬುವ ಕಲ್ಲು ಇತ್ಯಾದಿ ದಿನಬಳಕೆಯ ವಸ್ತುಗಳು ಕುಟುಂಬ ಮುಖ್ಯಸ್ಥರಲ್ಲಿ ಭದ್ರವಾಗಿವೆ. ಕುಂಭಗೌಡನ ಮನೆಯು ಕೊಡಗಿನ ಗೌಡ ಸಮುದಾಯದ ಕಟ್ಟೆಮನೆಯಾಗಿತ್ತು.

ಸಮಾರೋಪ:

ಒಕ್ಕಲಿಗ ಸಮುದಾಯದ ಹಲವು ಗಣ್ಯರಲ್ಲಿ ಚರ್ಚಿಸಿದ ಮೇಲೆ ಮತ್ತು ಕೆಲವು ಗ್ರಂಥಗಳನ್ನು ಉದಾ: "ಕೊಡಗಿನ ಹಾಲೇರಿ ರಾಜವಂಶವು (ಎಂ.ಜಿ.ನಾಗರಾಜ), ಕೊಡಗಿನ ಇತಿಹಾಸ (ಡಿ.ಎನ್. ಕೃಷ್ಣಯ್ಯ), ತಲಕಾಡಿನ ಗಂಗರು (ಶೇಕ್‌ಆಲಿ) ಇತ್ಯಾದಿ ಕೃತಿಗಳಿಂದಲೂ, ವಿಸ್ತೃತ ಕ್ಷೇತ್ರ ಪರ್ಯಾಟನೆಯಿಂದಲೂ ತಿಳಿಯುವುದೇನೆಂದರೆ, "ಗೌಡರು, ಒಕ್ಕಲಿಗರು, ಕೊಡವರು, ಹೆಗ್ಗಡೆಯವರು, ಶಿವಾಚಾರರು ಮೊದಲಾದವರೆಲ್ಲಾ ತಲಕಾಡಿನ ಗಂಗ ಮೂಲದವರಾಗಿದ್ದು, ಗಂಗರ, ಹೊಯ್ಸಳರ, ಕೆಳದಿ, ಐಗೂರು, ಬಿದನೂರು ಮತ್ತು ಕೊಡಗನ್ನಾಳಿದ ಚೆಂಗಾಳ್ವರ, ಅಳಿದುಳಿದ ಕೊಡಗಿನಲ್ಲಿ ಇದ್ದ, ಆಳಿದ, ಉಳಿದ ವಾಸಿಗಳ ವಂಶಸ್ಥರಾಗಿದ್ದು, ದಾಯಾದಿಗಳಾಗಿರುತ್ತಾರೆ (ಕೊಡವರು ಸೇರಿ). ಇವರಲ್ಲಿ ಪ್ರಾಚೀನದಲ್ಲಿ ಹೊರಗಿನಿಂದ ಬಂದ ಎಲ್ಲಾ ಜನಾಂಗಗಳ ಸಂಯುಕ್ತ ಸಂಸ್ಕೃತಿಯೇ ಕೊಡಗು ಸಂಸ್ಕೃತಿ. 1837ರ ಅಮರಸುಳ್ಯದ ಬ್ರಿಟಿಷರ ವಿರುದ್ಧ ಬಂಡಾಯದ ಅನಂತರ ಕೊಡವರು ಈ ಸಂಸ್ಕೃತಿಯ ಮೇಲೆ ತಮ್ಮ ಅಚ್ಚನ್ನು ಒತ್ತಿ, ಐರೀರಿ, ಕೋಯವ, ಕೆಂಬಟ್ಟಿ, ಹೆಗ್ಗಡೆ, ಅಮ್ಮ ಕೊಡವ ಹಾಗೂ ಇತರರ ಮೇಲೆ ಪ್ರಭಾವ ಬೀರಿ ಕೊಡಗು ಸಂಸ್ಕೃತಿಯನ್ನು ತಮ್ಮದಾಗಿಸಿದರು "Entire human Race is a mixture"- ಇಡೀ ಮಾನವ ಕುಲವೇ ಒಂದು ಮಿಶ್ರಣ ಎನ್ನುವ ದಾರ್ಶನಿಕರ ಮಾತು

ಸಂಸ್ಕೃತಿಯ ದೃಷ್ಟಿಯಿಂದ ಆನ್ವಯಕವೇ! ಹೆಚ್ಚು ಕಡಿಮೆ ಶೇ.30 ಭಾಗ ಗೌಡ/ಒಕ್ಕಲಿಗ ಕುಟುಂಬಗಳು ಬಲತ್ಕಾರವಾಗಿಯೋ, ಹಲವು ಆಮೀಷಕ್ಕೊಳಗಾಗಿಯೋ ಈಗಿನ ಪ್ರತಿಷ್ಠಿತ ಕೊಡವ ಕುಟುಂಬಗಳಾಗಿ ಮಾರ್ಪಾಡಾಗಿವೆ. ಅಳಿದುಳಿದ ಒಕ್ಕಲಿಗ ಗೌಡ ಕುಟುಂಬಗಳು, ಹೆಚ್ಚಾಗಿ ಮಧ್ಯ ಮತ್ತು ದಕ್ಷಿಣ ಕೊಡಗಿನಲ್ಲಿ, 1790–1805 ರಲ್ಲಿ ದಕ್ಷಿಣ ಕನ್ನಡದಿಂದ ಬಂದಂತಹ, ಮೂಲತಃ ಗಂಗ ವಂಶಿಗರಾದ, ಅರೆಭಾಷೆ ಗೌಡರೊಂದಿಗೆ ಮಿಲನವಾದರು. ಹಾಲೇರಿ ಒಡೆಯರ ಕಾಲದಲ್ಲಿ ಕೂಡಾ ಗೌಡರು ಇತರ ಆಳುವ ಪ್ರತಿಷ್ಠಿತ ಸಮುದಾಯಗಳಿಗೆ ಸರಿಸಮಾನವಾಗಿದ್ದರು. ರಾಜರ ಆಸ್ಥಾನಕ್ಕೆ ಬರುವಾಗ ಎಲ್ಲರೂ ಕುಪ್ಪಸದಟ್ಟಿ, ಪೀಚೆಕತ್ತಿ, ತಲೆಗೆ ಪೇಟ/ರುಮಾಲು ಧರಿಸಿಕೊಂಡು ಬರಬೇಕೆಂದು ರಾಜರು ಸನ್ನದು (Proclamation) ಹೊರಡಿಸಿದ್ದರು. ಈ ಸನ್ನದು ಅಮರ ಸುಳ್ಯ ಮತ್ತು ಪುತ್ತೂರು ಮಾಗಣೆಗಳಿಗೂ ಅನ್ವಯವಾಗುತ್ತದೆ. ಒಡಿಕತ್ತಿ ಲಿಂಗರಾಜನ ಚಿನ್ನದ ಮೊಹರಿನೊಂದಿಗೆ ಇಂದಿಗೂ ಮಕ್ಕಂದೂರಿನ ಕುಂಭಗೌಡನಂತಹ ಪ್ರತಿಷ್ಠಿತ ಗೌಡ ಕುಟುಂಬಗಳಲ್ಲಿ ಕಾಣಲು ಸಿಗುತ್ತದೆ.

ಕೊಡಗು ಸಂಸ್ಕೃತಿಯು ಯಾವುದೇ ಒಂದು ಸಮುದಾಯದ ಸ್ವತ್ತಾಗಿರದೆ ಕೊಡಗಿನ ಎಲ್ಲಾ (ಗೌಡರು ಸೇರಿ) ಸಮುದಾಯದವರು ಹಾಲೇರಿ ರಾಜರ ಆಶ್ರಯದಲ್ಲಿ ಬೆಳೆದು ಬಂದಂತಹ ಸಂಸ್ಕೃತಿಯಾಗಿರುತ್ತದೆ. ಎಲ್ಲಾ ಮೂಲನಿವಾಸಿಗಳು ಒಂದು ರೀತಿಯಲ್ಲಿ ದಾಯಾದಿಗಳು (Distant cousines) ಎಂಬ ಬಗ್ಗೆ ತಿಳಿಸುವ, ಮೇಲುಕೀಳೆಂಬ ಭೇದವಿಲ್ಲದೆ ಸಹಬಾಳ್ವೆಯನ್ನು ನಡೆಸುವ ಪ್ರಯತ್ನ ಆಗಬೇಕಿದೆ.

ಜನರ ವೇಷಭೂಷಣಗಳ ಬಗ್ಗೆ ಲಿಂಗರಾಜೇಂದ್ರನ ಆಣತಿ:

"ಹಾಸನದ ಐಗೂರು, ಸುಳ್ಯ, ಅಮರಸೀಮೆಗಳಲ್ಲಿ ಲಿಂಗರಾಜೇಂದ್ರನ ಬಂಧು ಸಂಬಂಧದ ನಾಯಕರೂ ಇದ್ದರು. ಅವರೊಡನೆಯ ವ್ಯವಹಾರಗಳು ಗೌಡ ಜನಾಂಗದ ಮುಖ್ಯಸ್ಥರುಗಳ ಮೂಲಕ ವಿನಿಮಯವಾಗುತ್ತಿತ್ತು. ಅಲ್ಲಿಂದ ಬರುವ ಗೌಡ ಮುಖ್ಯಸ್ಥರು ರಾಜನ ಆಸ್ಥಾನಕ್ಕೆ ಬರುವಲ್ಲಿ ಅವರ ಉಡುಗೆ ತೊಡುಗೆಗಳ ಬಗ್ಗೆಯೂ ಹುಕುಂ ನೀಡಿದ್ದುದು ತಿಳಿದುಬರುತ್ತದೆ.

---

3. .... ಪು. 208, ಪ್ರಾಚ್ಯವಸ್ತು ಮತ್ತು ಸಂಗ್ರಹಾಲಯ, 2004,
ಡಿ.ಎನ್. ಕೃಷ್ಣಯ್ಯ, ಕೊಡಗಿನ ಇತಿಹಾಸ, ಕನ್ನಡ ಸಾಹಿತ್ಯ ಪರಿಷತ್ತು– 2004.

ಲಿಂಗರಾಜನ ಹುಕುಂ :— ಪ್ರತಿ ಒಬ್ಬ ಮತಸ್ಥನು ರಾಜನ ಆಸ್ಥಾನಕ್ಕೆ ಬರುವಾಗ ಒಂದೇ ನಮೂನೆ ಉಡುಪು (ಡ್ರೆಸ್)ನಿಂದ ಬರಬೇಕು. ಆ ಡ್ರೆಸ್ಸಿನ ವಿವರ ; ಉದ್ದ ಕೈಯಿಂದ ಕೂಡಿದ ಕುಪ್ಪಸ (ನಿಲುವಂಗಿ), ಸೊಂಟಕ್ಕೆ ಕಪ್ಪು ಬಣ್ಣದ ದಟ್ಟಿ, ತಲೆಗೆ ಕಪ್ಪು ಬಣ್ಣದ ಪಾನಿಕಟ್ಟು (ರುಮಾಲೆ), ಕೈಗೆ ಒಡಿಕತ್ತಿ, ಸೊಂಟದ ದಟ್ಟಿಗೆ ಸಿಕ್ಕಿಸಲಿಕ್ಕೆ ಚೂರಿಕತ್ತಿ (ಪೀಚೆಕತ್ತಿ) ಅಂದಿನ ಕಾಲದಲ್ಲು ಕೊಟ್ಟಂತಹ ಡ್ರೆಸ್ಸು ಬ್ರಿಟೀಷರ ಕಾಲದಲ್ಲು ಖಜಾನೆ ಪಹರೆಯಲ್ಲಿದ್ದ ಬಾವುಡಿಕಾರರಿಗೆ ಇತ್ತು. ಆದರೆ ಪ್ರತೀ ಒಬ್ಬ ಪ್ರಜೆಯೂ ಅವರವರ ಶುಭ ಮತ್ತು ಅಶುಭ ಸಮಯದಲ್ಲೂ ಅವರವರ ಸ್ವಂತ ಮತಾಚಾರದ ಉಡುಪುಗಳನ್ನು ಧರಿಸಿಕೊಳ್ಳಬಹುದೆಂದು ಅಂತಹ ವಿಷಯಗಳಿಗೆ ರಾಜನು ಕೈಹಾಕುವುದಿಲ್ಲವೆಂದು ಹುಕುಂ ಕೊಟ್ಟನು.

ಆ ಉಡುಗೆ ತೊಡುಗೆಗಳು ಒಂದೇ ನಮೂನೆಯದ್ದಾಗಿರಬೇಕಿತ್ತು. ಉದ್ದ ಕೈಯಿಂದ ಕೂಡಿದ ಕುಪ್ಪಸ (ನಿಲುವಂಗಿಯ ಮಾದರಿ), ಸೊಂಟಕ್ಕೆ ಕಪ್ಪುಬಣ್ಣ ಪಟ್ಟಿ, ತಲೆಗೆ ಬಿಳಿಯಾ ಕಪ್ಪುಬಣ್ಣ ಪಾನಿಕಟ್ಟು (ರುಮಾಲು), ಕೈಗೆ ವಡಿಕತ್ತಿ, ಸೊಂಟದ ದಟ್ಟಿಗೆ ಸಿಕ್ಕಿಸಲು ಚೂರಿ ಕತ್ತಿ (ಪೀಚೆಕತ್ತಿ) ಇವುಗಳನ್ನು ಉಟ್ಟು ತೊಟ್ಟು ಆಸ್ಥಾನಕ್ಕೆ ಬರಬೇಕಿತ್ತು. ಆದರೆ ಸ್ವಂತ ಮತಾಚಾರದ ಉಡುಪುಗಳನ್ನು ಶುಭಾಶುಭಗಳಲ್ಲಿ ಯಾವುದೇ ಪ್ರಜೆಯು ಧರಿಸುವಲ್ಲಿ ಅಂತಹ ವಿಷಯಗಳಲ್ಲಿ ತಾನು ಕೈ ಹಾಕುವುದಿಲ್ಲವೆಂದು ಒಡೆಯನು ಹೇಳಿದ್ದಾನೆ. ದರಬಾರಿನ ವ್ಯವಹಾರದಲ್ಲಿ ರಾಜನು ಇದೇ ಬಗೆಯ ಉಡುಗೆ ತೊಡುಗೆ ಹೊಂದಿದ್ದು ಅದು ಸಂಸ್ಥಾನದ ಸಮವಸ್ತ್ರವಾಗಿತ್ತೆನ್ನಬೇಕು. ಆ ಸಮಯದಲ್ಲಿ ಕತ್ತಿಗೆ ಮುತ್ತಿನ ಹಾರ ಧರಿಸಿ, ಮುಂದೆ ವಡಿಕತ್ತಿಯನ್ನು ಇಟ್ಟುಕೊಳ್ಳುತ್ತಿದ್ದ. ರಾಜನು ರೇಷ್ಮೆ ದಟ್ಟಿಯನ್ನು ಬಳಸುತ್ತಿದ್ದ. 1870 ರ ಸಮಯದ ಕೊಡವರ ಮತ್ತು ಗೌಡರ ಉಡುಗೆ ತೊಡುಗೆಗಳ ಚಿತ್ರ ನೋಡಿದರೆ ಇದೇ ಬಗೆಯಾಗಿ ಕಂಡರೂ ತಲೆಯ ಪೇಟ ದೊಡ್ಡ ವೀರರಾಜೇಂದ್ರ ಒಡೆಯನ ಪೇಟದ ಮಾದರಿ ಕಾಣಬರುತ್ತದೆ. ಇಂದು ಕೊಡಗಿನವರು ಸೊಂಟಕ್ಕೆ ಕೆಂಪುರೇಷ್ಮೆ ಪಟ್ಟಿಯನ್ನು ಉಳಿದ ಉಡುಗೆ ತೊಡುಗೆಗಳೊಡನೆ ಸುತ್ತಿಕೊಳ್ಳುತ್ತಾರೆ. ದೇವರ ಹಬ್ಬಗಳಲ್ಲಿ ತಿರುವಳ (ದೈವಾವೇಶ) ಬರುವವರು, ದೇವತಕ್ಕರು, ಬಿಳಿಕುಪ್ಪಸ ದಟ್ಟಿಯನ್ನು ಗೌಡರಾಗಲೀ, ಕೊಡವರಾಗಲೀ ದಲಿತ ಕೆಂಬಟ್ಟಿಗಳಾಗಲೀ ಧರಿಸುವ ವಾಡಿಕೆಯಿದೆ. ಗೌಡರ ಪೇಟದಲ್ಲಿ ಪಾರ್ಶ್ವದಲ್ಲಿ ಇಳಿಬಿಟ್ಟು ಆ ಬಟ್ಟೆಯ ಅಂಚು ಯಾ ತುದಿಯನ್ನು ಬಾಯಿಯನ್ನು ಮುಚ್ಚಿಕೊಳ್ಳಲು ಬಳಸಿ ಹಬ್ಬದಾಚರಣೆಗಳನ್ನು (ವಡೆಕಾರರು) ನಡೆಸುತ್ತಾರೆ.........." ಇದು ಇವರ ಹಿಂದಿನ ಗಂಗರಾಜರು ಜೈನ ಮತಾವಲಂಬಿಗಳಾದ ಸಂದರ್ಭದಿಂದ ಬಳುವಳಿ ಪಡೆದ ಕ್ರಮವಾಗಿರಬೇಕು.

ಗೌಡ ಸಮುದಾಯವು ಕೊಡಗಿನಲ್ಲಿ ಆದಿಯಿಂದಲೂ ನೆಲೆಸಿದ್ದರು ಎಂಬುದಕ್ಕೆ ಇತರ ಹಲವು ನಿದರ್ಶನಗಳು:

ಗೌಡರು, ವೀರಶೈವರು ಹೆಚ್ಚಾಗಿದ್ದ ಉತ್ತರ ಕೊಡಗಿನಲ್ಲಿ ಕಟ್ಟೆಮನೆ ಮನೆತನದ ಗೌಡ ಜಾತಿಯವರು, ಊರಗೌಡ ವಡೆಕಾರ ಮುಖ್ಯಸ್ಥರು, ದೇಶದ ಶೆಟ್ಟುಗಳು (ಯಜಮಾನ, ಈ ಉಪನಾಮೆಯು ಗೌಡ ಜನಾಂಗಕ್ಕೂ ಅನ್ವಯಿಸಿತ್ತು) ಹೆಗ್ಗಡೆಗಳು ಪಟೇಲರು ಇದ್ದಂತೆ ತೋರುತ್ತದೆ. ದಕ್ಷಿಣ ಕೊಡಗಿನ ಚಿಕ್ಕಮಂಡೂರಿನ ಕಡೆಯೂ ಗೌಡ ಸಮುದಾಯದ ಕಟ್ಟೆಮನೆ ಸ್ಥಾನವಿತ್ತು.

ವಿಜಯನಗರ ಕಾಲದ ಕೊಡಗಿನಲ್ಲಿದ್ದ ತಕ್ಕಾಮೆ, ಜಾತಿ ಗೌಡಿಕೆ (ಸಮುದಾಯದ ವ್ಯವಹಾರ ಉಸ್ತುವಾರಿ ನಾಯಕತ್ವ) ಎಂಬ ಶಬ್ದಗಳು ಹಾಲೇರಿ ಅರಸರ ಕಾಲಕ್ಕೆ ಪೂರ್ವ ನಿರ್ದೇಶನದ ಅಥವಾ ಪೂರ್ವ ಪರ್ಯಾಯ ಶಬ್ದಗಳಿಗೆ ಪ್ರೇರಣೆ ನೀಡಿದಂತಿವೆ. ಇದಲ್ಲದೆ 'ಗೌಡ ಭೋಗ' ಎಂಬ ಪದಸೂಚಕ ಶಬ್ದ ಶ್ಯಾನುಭೋಗ ಎಂಬ ಶಬ್ದವಿರಬೇಕು ಎಂಬುದನ್ನು ಶಾಸನಗಳ ಹಿನ್ನಲೆಗಳಲ್ಲಿ ಗಮನಿಸುವಂತಾಗುತ್ತದೆ. ಕಾರಣ ಪ್ರ.ಶ. 1359 ರಂದು ಘಟ್ಟದ ಕೆಳಗಿನ ಯುದ್ಧಕ್ಕೆ ಸಾಗಿದ ಸಂದರ್ಭದಲ್ಲಿ ವೀರ ಮರಣವಪ್ಪಿದ ಗವುಡ ಬೊವ ದೆಮ್ಮಯ್ಯನಿಗೆ ವೀರಗಲ್ಲು ಹಾಕಿಸಿದ್ದಿದೆ. ಈ ಹುಲುಕೋಡು ಶಾಸನದಲ್ಲಿ ಶ್ರೀಸಗವುಡಬೋವ ದೆಮ್ಮಯ್ಯ ಎಂದಿದ್ದು (ಸಿರಿಸ>ಸಿರಹ) ಸಿರಹದಗೌಡ ಬೋವ ಎಂದು ಅದನ್ನು ನಿಷ್ಪತ್ತಿಗೊಳಿಸಿ ಪರಿಭಾವಿಸಬಹುದು. ಕನ್ನಡ ನಿಘಂಟುವಿನಲ್ಲಿ 'ಬೋವಗಾರಿಕೆ' ಎಂದರೆ ಪರಿಚಾರಕರ ಮುಖಂಡ ಎಂಬ ಅರ್ಥವನ್ನು ನೀಡಲಾಗಿದೆ. ಅದಾಗಿ ಗವುಡಬೊವ (ಗೌಡ ಬೋವ) ಎಂದಾಗುವಲ್ಲಿ ಗೌಡ ಜಾತಿಯ ವ್ಯವಹಾರಗಳ ಮುಖ್ಯಸ್ಥನೆಂದಿಟ್ಟುಕೊಳ್ಳುವುದಾಗುತ್ತದೆ. ಅಂದರೆ ಸಿರಹದ ಗೌಡಬೋವ ದೆಮ್ಮಯ್ಯ ಎನ್ನುವಾಗ 'ಜಾತಿ ಗೌಡಿಕೆ' ಯ ಪಟ್ಟ 14ನೆಯ ಶತಮಾನದಲ್ಲಿತ್ತು ಎಂದಾಗುತ್ತದೆ. ಹಾಲೇರಿ ಅರಸರ ಕಾಲಕ್ಕೆ 'ಗೌಡಬೋವ' ವ್ಯವಸ್ಥೆ ಮುಂದುವರಿದರೂ, ಸಮುದಾಯದ (ಜಾತೀಯ) ನ್ಯಾಯ, ಆಚಾರ, ವಿಚಾರದ ವ್ಯವಹಾರಗಳಿಗೆ ತಕ್ಕ ಅಥವಾ 'ತಕ್ಕ ಮುಖ್ಯಸ್ಥ' ಎಂಬ ದಕ್ಷಿಣ ಕೊಡಗಿನಲ್ಲಿ ಪ್ರಚಲಿತ ಇರುವ ಕೊಡವ ಭಾಷಾ ಶಬ್ದಕ್ಕೆ ಉತ್ತರ ಕೊಡಗಿನಲ್ಲಿ ಸಂವಾದಿಯಾಗಿ 'ಜಾತಿಗೌಡಿಕೆ' ಎಂಬ ಶಬ್ದ ರೂಡಿಯಲ್ಲಿತ್ತು. 'ಗೌಡಬೋವ' ಎಂಬುದು ಹಾಲೇರಿ ಅರಸರ ಕಾಲಕ್ಕೆ 'ಜಾತಿಗೌಡಿಕೆ' ಎಂಬ ಶಬ್ದವಾಗಿ ಬಳಕೆಗೊಂಡಿರುವಂತಿದೆ. 'ಗೌಡ ಬೋವ' ಎಂಬ ಪದವಾಚಕ ಶಬ್ದವು ಪ್ರ.ಶ.1130 ರ ಹೊಯ್ಸಳರ ಕಾಲದಲ್ಲಿದ್ದರೆ, ಚಿಕ್ಕಮಗಳೂರಿನ ಮರಲೆ ಶಾಸನದಲ್ಲಿ 'ಮಾದಿಭೂವ' ಎಂದಿದೆ. ಹಾಲೇರಿ ಅರಸರ ಕಾಲಕ್ಕೆ ತಕ್ಕಾಮೆ, ಜಾತಿಗೌಡಿಕೆ ಇವೆಲ್ಲಾ ಪೋಷಕ ಪೂರ್ವಮಾದಿಗಳಂತೆ ಕಾಣುತ್ತವೆ.

---

4. **ಎಂ.ಜಿ. ನಾಗರಾಜ್–ಕೊಡಗಿನ ಹಾಲೇರಿ ವಂಶವು ಪುಟ ಸಂಖ್ಯೆ129–130, ನಿರ್ದೇಶಕರು, ಪುರಾತತ್ವ ಮತ್ತು ವಸ್ತು ಸಂಗ್ರಹಾಲಯ– 2004**

ಹುದುಕೇರಿ ನಾಡು, ಹೊರೂರು ನೂರೊಕ್ಕಲು ನಾಡು, ಹಾಲೇರಿ ನಾಡು, ಮಡಿಕೇರಿ ನಾಡು, ಹೊರಮಲೆನಾಡು, ಕಡಿಯತ್ತೂರು ನಾಡು, ಯಡೆ ನಾಲ್ಕುನಾಡು, ಅಮ್ಮತ್ತಿನಾಡು ಇತ್ಯಾದಿ ಕೊಡಗಿನ ಎಲ್ಲಾ ಭಾಗಗಳಲ್ಲಿ ಗೌಡ ಸಮುದಾಯದ ಕುಟುಂಬಗಳಿಗೆ ವೀರರಾಜೇಂದ್ರ ಒಡೆಯನ ಕಾಲಕ್ಕೂ ಮುಂಚೆಯೇ ಪ್ರಾಚೀನ ಅಸ್ತಿತ್ವವಿದ್ದ ಸಂಗತಿಯೂ ಸೂಚಿತವಿದೆ.

ಹಾರಗ ಗೌಡ ಮನೆತನದವರು (19ನೆಯ ಶತಮಾನ)

ಕೊಡಗಿನ ಶಾಸನಗಳಲ್ಲಿ ಗಾವುಣ್ಡ – 'ಗೌಡ'ರು:

"ಗೌಡ ಜನಾಂಗದ ಮನೆಪೆದಗಳಲ್ಲಿ ಗೋವಿಂದಮ್ಮನ, ಅಂಚೆಮನೆ, ಅಂಚೇರ, ಅಂಬೆಕಲ್ಲು, ಅಚ್ಚಾಂಡಿರ, ಪೆಮ್ಮಡಿರ, ಪೆರ್ಲಕೋಟಿ, ಅಮ್ಮವ್ವನ, ಅಯ್ಯೆಟೀರ, ಉದಿಯನ, ಉಪ್ಪುಕುಳಿ, ಕಳವಾಜೆ, ಕುಂಭಗೌಡನ, ಕುತ್ಯಾಡಿ, ಕುದುಪಜೆ, ಕುರುಂಜಿ, ಕೊಳಂಬೆ, ಲಕ್ಕಪ್ಪನ, ಅಕ್ಕಪ್ಪನ, ಎಡಕೇರಿ, ಕೇಟೋಲಿರ, ಗೋಣಿಗಾರ, ಗುಡ್ಡೆಮನೆ, ಚೊಕ್ಕಾಡಿ, ನಂಜನಮಲೆ, ನಡವಟ್ಟೀರ, ಪಟ್ಟತಿ, ಪಡಂಬೈಲು, ಕೊಡಗನ, ನೈಯಣಿ, ಪೂಜಾರಿಗದ್ದೆ, ಬಾರಿಯಂಡ, ಶಾಂತೆಯಂಡ, ಬೊಮ್ಮಗೌಡನ, ದಂಬೆಕೋಡಿ, ಹುಲಿಮನೆ, ಯಂಕನ, ಬಸವೇಗೌಡನ, ಕೈಬಿಲೀರ, ಸಣ್ಣಮ್ಮನ ಇತ್ಯಾದಿ ಮನೆಪೆದಗಳು, ವೃತ್ತಿವಾಚಿ, ವ್ಯಕ್ತಿವಾಚಿಯಾಗಿ (ಪುರುಷ ಮತ್ತು ಸ್ತ್ರೀ) ವಲಸೆ ಬಂದ ಸ್ಥಳ, ಇರುವ ಸ್ಥಳ, ನಾಮವಾಚಿ, ಜನಾಂಗವಾಚಿ, ಶೌರ್ಯವಾಚಿ ಮೂಲದ ಮನೆಪೆದಗಳಾಗಿ ಕಾಣಬರುತ್ತವೆ. ಅಂದರೆ ಕೊಡಗಿನಲ್ಲಿ ಪ್ರಾಚೀನದಿಂದಲೂ ಇದ್ದ (ಗಂಗರ ಕಾಲದಿಂದ) ಮೈಸೂರು, ದಕ್ಷಿಣ ಕನ್ನಡ ಜಿಲ್ಲೆಯಿಂದ ವಲಸೆ ಬಂದ ಮನೆತನಗಳ ಮಿಶ್ರಣವಾದ ಮನೆಪೆದಗಳಂತೆ

ಇವು ತೋರುತ್ತವೆ" (ಎಂ.ಜಿ.ನಾಗರಾಜ್–ಕೊಡಗಿನ ಕೈಮಡಗಳು ಪು.146)

"ಕೊಡಗಿನಲ್ಲಿ ಕೆಲವು ಶಾಸನಗಳಲ್ಲಿ ಮನೆಪೆದಗಳ ಯಾ ಮನೆತನಗಳ ಹೆಸರುಗಳ ಪ್ರಾಚೀನತೆಯ ನಿದರ್ಶನವಿದೆ. ಉದಾ: ಗಂಗರ ಕೂಟ ಶಾಸನವೆನ್ನಲಾದ ಮಡಿಕೇರಿಯ ಪ್ರ.ಶ.466 ರದೆನ್ನುವ ತಾಮ್ರಪಟವು 9ನೆಯ ಶತಮಾನದ ಲಿಪಿಯಲ್ಲಿದ್ದು, 'ಕೊಟ್ಟಗರ ಬದಣಗುಪ್ಪೆ' ಎಂಬ ಶಬ್ದವನ್ನು ಹೊಂದಿದೆ.... ಪ್ರ.ಶ.888 ರ ಕೋತೂರು ಶಾಸನ (ಸಂಖ್ಯೆ 97) ದಲ್ಲಿ ಜಡಲ ಗಾವುಣ್ಡ (ಗೌಡ) ಎಂದಿದೆ..... ಇದು ಜಡಲ ಗ್ರಾಮದವ ಎಂದಾಗಬಹುದು; (ಜೈನಗೌಡ!) ಗೌಡ ಸಮುದಾಯದ ಕುಟುಂಬವೊಂದರ ಹೆಸರೂ ಆಗಿರಬಹುದು.... ಜೊತೆಗೆ ಮನೆತನದ ಹೆಸರುಗಳ ಪ್ರಾಚೀನ ರೂಪಕ್ಕೆ ಸಾಕ್ಷಿಯೂ ಆಗಿರುವಂತಿದೆ.

ಮಡಿಕೇರಿಯ ಪ್ರ.ಶ.1001 ರ ಶಾಸನದಲ್ಲಿ (ಸಂ.2) 'ಗಣಗೂರ ಬಿಹಗಾಮುಣ್ಡನ ಮಗಂ ಹಞ್ಜಮಶೆಟ್ಟಿ'ಯು ಕುಣಿನ್ದೂರ್ ಕಾಳಗದಲ್ಲಿ ತೋರಿದ ಶೌರ್ಯಕ್ಕಾಗಿ ಗ್ರಾಮದಾನ ಪಡೆದ ಸಂಗತಿ ಉಕ್ತವಿದೆ. ಗಣಗೂರಿನ ಗೌಡಾಳ್ವಿಕೆಯ ಸಂಗತಿ ಹಾಗೂ ಕೂಡಲೂರು ಗ್ರಾಮವನ್ನು ದಾನವಾಗಿ ಪಡೆದ ಕಾರಣ ಅವನ ಗೌಡಾಳ್ವಿಕೆ ಈ ಪ್ರದೇಶದವರೆಗೂ ವಿಸ್ತರಿಸಿದಂತಿದೆ. ಶಾಸನದ ಇನ್ನೊಂದು ಮುಖ್ಯ ಅಂಶವಾಗಿ ಜಯಕ್ಕೆ ಅವನು (ಹರಸಿಕೊಂಡಂತೆ) ಮೊದಲ್ಕಾವೇರಿಯಲ್ಲಿ ಮಿಂದು 'ರಾಮೇಶ್ವರ'ನನ್ನು ಅರ್ಚಿಸಿದ ವಿಷಯವಿದೆ. ಇಲ್ಲಿ ಗಮನಾರ್ಹ ವಿಷಯವೆಂದರೆ ಕಾವೇರಿಯ ಉಗಮಸ್ಥಾನವಾದ 'ತಲಕಾವೇರಿ'ಗೆ ಪರ್ಯಾಯ ದೇಶೀ ನಾಮಕರಣವಾಗಿ 'ಮೊದಲ್ಕಾವೇರಿ'ಯೆಂದು ಅರ್ಥಪೂರ್ಣವಾಗಿ ಸಂಬೋಧಿತವಾಗಿರುವುದಾಗಿದೆ. ಇಲ್ಲಿ ಸೂಚಿತ 'ರಾಮೇಶ್ವರ' ಶ್ರೀಮಂಗಲದ ಬಳಿಯ ಪ್ರಸಿದ್ಧ 'ಇರ್ಪು ರಾಮೇಶ್ವರ' ಲಿಂಗಕ್ಕೆ ಅನ್ವಯವಿರುವಂತಿದೆ. ಪ್ರಸಿದ್ಧಿಯ ಕಾರಣ ಶಾಸನೋಕ್ತವಾಗಿರುವುದು ಸಹಜ. ಅಲ್ಲದೇ ಕೊಡಗಿನ ಗೌಡ ಸಮುದಾಯದವರಿಗೂ 'ಕಾವೇರಿ' ಕುಲದೇವತೆಯಾಗಿದ್ದ ಸೂಚನೆ ಇಲ್ಲಿ ಒದಗುತ್ತದೆ.

ಪ್ರ.ಶ. 9ನೆಯ ಶತಮಾನದ ಶಿಲಾಶಾಸನವು ಕಿಗ್ಗಟ್ಟುನಾಡಿನ ಕೋತೋರು ಲಕ್ಕಂದ ಕಾಡಿನಲ್ಲಿರುವುದು. ಈ ಶಾಸನದಲ್ಲಿ ಗಂಗರ ಸತ್ಯವಾಕ್ಯ ಕೊಂಗುಣಿವರ್ಮ ಧರ್ಮ ಮಹಾರಾಜಾಧಿರಾಜನು "ಬೀಡಲ ಎರೆಯಂಗ ಗವುಡನ" ನಲವತ್ತು ಗದ್ಯಾಣವೆಂಬ ಚಿನ್ನದ ನಾಣ್ಯಗಳ ಮತ್ತು ನೂರು ಸೇರು ಬೀಜ ಭತ್ತದ ನಿಶ್ಚಿತ ಗೇಣಿಯ ಮೇಲೆ ಜನರಿಗೋಸ್ಕರ ಕೊಟ್ಟು ಭೂಮಿಗೆ ಪಟ್ಟೆ ಅಥವಾ ಆಧಾರಪತ್ರ ಬರೆಯಲ್ಪಟ್ಟಿದೆ.[5]

ದಕ್ಷಿಣ ಕೊಡಗಿನ ಪ್ರ.ಶ.888 ರ ಗಂಗರ ಸತ್ಯವಾಕ್ಯ ರಾಚಮಲ್ಲನ ಬಿಳಿಯೂರು ಶಾಸನದಲ್ಲಿ ಪೆನ್ನೆಗಡಂಗ (ಪನ್ಯಭೂಮಿಯ ರಕ್ಷಣಾತ್ಮಕ ಬನಕಡಂಗ) ಪೆದ್ದೊಅಗರೆ

5. ಡಿ.ಎಸ್. ಕೃಷ್ಣಯ್ಯ–ಕೊಡಗಿನ ಇತಿಹಾಸ ಪು.35, ನಿರ್ದೇಶಕರು, ಪ್ರಾಚ್ಯವಸ್ತು ಸಂಗ್ರಹಾಲಯ, 2004

(ಹೊಳೆ ಪ್ರದೇಶ) ಎನ್ನೋಕ್ಕಲು 'ಎನ್ನುನೊಅಬತ್ತ' ಇತ್ಯಾದಿ ಶಬ್ದಗಳು ಕೃಷಿಪರಿಸರದ ಸಾಕ್ಷಿಯಾಗಿವೆ. ಪ್ರ.ಶ.9ನೆಯ ಶತಮಾನದ ಗಂಗರ ಕೋತೋರು ಶಾಸನದಲ್ಲಿನ ಜಡಲ ಏನಿಜಿಯಂಗ ಗಾವುಣ್ಡ (ಗೌಡ), ಸಿದ್ದಾಯ 'ಬೆಚ್ಚಿಯ ಭತ್ತ', 'ನೂರು ಭತ್ತಮುಮಂ' ಇತ್ಯಾದಿ ಶಬ್ಧಗಳು ಮೇಲಿನ ಅಂಶವನ್ನೇ ಸಮರ್ಥಿಸುತ್ತವೆ.

ಕೊಂಗಾಳ್ವರ ಮೂಲಪುರುಷ ಮನಿಜ ಗಾವುಂಡ (ಗೌಡ):

ರಕ್ಕಸ ಗಂಗನು ಕೊಡಗಿನಿಂದ ತಲಕಾಡಿಗೆ ಆಳ್ವಿಕೆಗೆ ಹೋದಾಗ ಗಂಗವಂಶದ ಗೋವಿಂದರಸನ ಸಾಮಂತರಾಗಿ ಚೆಂಗಾಳ್ವರು ಕೊಡಗಿನಲ್ಲಿ ಆಳುತ್ತಿದ್ದರು. ಕ್ರಿ.ಶ.1004 ರಲ್ಲಿ ಚೆಂಗಾಳ್ವರನ್ನು ಕಾವೇರಿ ನದಿ ದಡದ ಪನಸೋಗೆಯಲ್ಲಿ ಸೋಲಿಸಿದ ಚೋಳ ಸೈನ್ಯದ ಅಧಿಪತಿಯು ಪಂಚವಾನ ಮಹಾರಾಯನಾಗಿದ್ದರೂ ಈ ಯುದ್ಧದಲ್ಲಿ ಹೆಚ್ಚು ಪರಾಕ್ರಮವನ್ನು ತೋರಿಸಿ ಚೋಳರಿಗೆ ವಿಜಯವನ್ನು ತಂದವನು ಗಾವುಣ್ಡರ ಮನಿಜನೆಂಬ ವೀರನು. ಮನಿಜನ ಈ ಪರಾಕ್ರಮವನ್ನು ಮೆಚ್ಚಿ ರಾಜರಾಜ ಚೋಳನು ಮನಿಜನಿಗೆ ಕ್ಷತ್ರಿಯ ಶಿಖಾಮಣಿ, ಕೊಂಗಾಳ್ವ ಎಂಬ ಬಿರುದನ್ನೂ, ಕೊಡಗಿನ ಮಾಲಂಬಿ ಸೀಮೆಯನ್ನೂ ಕೊಟ್ಟದ್ದನ್ನು ಬರೆದಿರುವ ಶಿಲಾಶಾಸನವು ನಿಡ್ತ ಹೋಬಳಿ ಮಾಲಂಬಿ ಗ್ರಾಮದ ಹಳೇ ನಿವೇಶನದ ಬಳಿ ಇದೆ. ಆ ಶಾಸನವು ಈ ರೀತಿ ಇದೆ:

"ಸ್ವಸ್ತಿ ಸೂರ್ಯಾನ್ವಾಯ ಸುರತರು ಸ್ತಂಭಾಯಮಾನ ಸುರತರು ಸ್ತಂಭಾಯಮಾನ ಚೋಳಕುಳ ಗಗನಗಭಸ್ತಿಮಾಳಿ ಸಕಳ ಜನ ದುರಿತ ಹರಣ ನಿಪುಣ ಕಾವೇರ ಕನ್ಯಕಾ ಸಖೀ ಯಮನ ಚೋಳ ಮಹಾ ಮಹೀಪತಿ ಶ್ರೀ ರಾಜಕೊಶರಿವರ್ಮ ಪೆರ್ಮನಡಿಗಳ್ಮ ನಿಜಂಗೆ ಪನಸೋಗೆಯ ಕಾಲಗದಲೋಡ್ಡಿ ಕೆಯಿದಮ್ ನೆರಿದಿಕ್ಕು ಬರೆನೆನ್ದು ಆತನ ನಡಹಿದರ್ಸ್ಯತ್ತರೆನ್ದು ಪಿರಿದುಂ ಕಾರಣ್ಯದಿಂದ ಪತ್ತವ ಕಟ್ಟಿ ನಾದ ಕುದುಗೆನ್ದು ಪಂಚವನ್ ಮಾರಾಯರ್ಗಟ್ಟಲಾತಂ ಕ್ಷತ್ರಿಯ ಶಿಖಾಮಣಿ ಕೊಂಗಾಳ್ವನೆನ್ದು ಪಟ್ಟವ ಕಟ್ಟಿ ಮಾಲಿವಿಯ ನಿತ್ತರಿದಕ್ಕೆ ಗಾವುಂಡ (ಗೌಡ) ರಚಮ್ಮನ ವಂಶಮೆ ಸಾಕ್ಷಿ ಕಣವಂಗಳದ ಆದಿತ್ಯ ಗಾಮುಣ್ಡನುಂ ಗಳನಿಯ ನನ್ನಿಯ ಮೇರುವುಂ ಕಳನೆ... ರಾಚ ಗಾಮುನ್ದನುಂ ನಲ್ಲೂರೆರೆಯಂಗ ಗಾಮುಂಡ (ಗೌಡ)....."[6]

ಇದೇ ವಿಚಾರದಲ್ಲಿ ಡಾ. ಕೋ.ವೆಂ. ರಾಮಕೃಷ್ಣನವರು ಈ ರೀತಿಯಾಗಿ ಬಣ್ಣಿಸಿದ್ದಾರೆ.[7] ".....ಯುದ್ಧದಲ್ಲಿ ನೆರವು ನೀಡಿದ ವೀರರಿಗೆ ಪಟ್ಟಕಟ್ಟಿ ಅವರನ್ನು ತಮ್ಮ ಮಾಂಡಲೀಕರ್ನನ್ನಾಗಿ ಮಾಡಿಕೊಂಡ ಉಲ್ಲೇಖ ಶಾಸನದಲ್ಲಿದೆ. "ಕಾವೇರಿ ಕನ್ಯಕಾಸಖೀಯಮಾನ" ನೆನಿಸಿದ ಚೋಳ ರಾಜರಾಜನು ಶತ್ರುಗಳ ವಿರುದ್ಧ ಹೋರಾಡಿದ ಮನಿಜನ ಶೌರ್ಯವನ್ನು

---

6. ಡಿ.ಯಸ್. ಕೃಷ್ಣಯ್ಯ–ಕೊಡಗಿನ ಇತಿಹಾಸ–ಪು.38–39

7. "ಕರ್ನಾಟಕ ಕಾವೇರಿ ಸಂಸ್ಕೃತಿ" ಎಂಬ ಗ್ರಂಥ– ಕರ್ನಾಟಕ ಸಾಹಿತ್ಯ ಪರಿಷತ್, 2011 ಪು. 103

ತಿಳಿದು ರಾಜನ ಆಜ್ಞೆಯಂತೆ "ಕ್ಷತ್ರಿಯ ಶಿಖಾಮಣಿ ಕೊಂಗಾಳ್ವ" ಎಂಬ ಬಿರುದನ್ನು ನೀಡಿ ಮಾಲವಿಯಲ್ಲಿ (ಈಗಿನ ಮಾಲಂಬಿ) ಪಟ್ಟಕಟ್ಟಿ ಕೊಂಗಾಲ್ವ ವಂಶದ ಆಳ್ವಿಕೆಗೆ ನಾಂದಿ ಹಾಡಿದ. ರಾಜೇಂದ್ರ ಚೋಳ ಮತ್ತು ಚಂಗಾಳ್ವರ ನಡುವಿನ ಯುದ್ಧದಲ್ಲಿ ಬುಂಕರಗಾವುಂಡನ (ಗೌಡನ) ಮಗ ಬಿಂಜವುನಿರದೇವ ಮಡಿದನೆಂದು ಪ್ರ.ಶ.1034ರ ಶಾಸನದಿಂದ ತಿಳಿಯುತ್ತದೆ.

ಈ ಶಾಸನಗಳಿಂದ ತಿಳಿಯುವುದೇನೆಂದರೆ ಹನ್ನೊಂದನೆಯ ಶತಮಾನದಲ್ಲಿ ಕೊಡಗಿನ ಭಾಗಗಳನ್ನು ಆಳಿದ ಕೊಂಗಾಳ್ವರ ಮೂಲಪುರುಷ ಮನಿಜನು ಗಾವುಂಡ (ಗೌಡ) ರಾಚಮ್ಮನ ವಂಶದವನಾಗಿದ್ದು, ಪೆರ್ಮನಾಡಿ, ಕ್ಷತ್ರಿಯ ಸಿಖಾಮಣಿ ಇತ್ಯಾದಿ ತಲಕಾಡು ಗಂಗಮೂಲದ ಗೌಡರ ಬಿರುದಾವಲಿಗಳನ್ನು ಪಡೆದಿದ್ದನು. ಇದರಿಂದ ತಿಳಿಯುವು ದೇನೆಂದರೆ ಉತ್ತರ ಕೊಡಗಿನ ಪ್ರದೇಶಗಳಲ್ಲಿ ಗೌಡ ಸಮುದಾಯದವರ ಆಳ್ವಿಕೆಯು 11–12ನೆಯ ಶತಮಾನದ ಸಮಯದಲ್ಲಿ ಇದ್ದ ಬಗ್ಗೆ ಶಾಸನದ ಪುರಾವೆಯಾಗುತ್ತದೆ.

ಪ್ರ.ಶ.1070 ರ ಹೊಸಹಳ್ಳಿ ಶಾಸನದಲ್ಲಿ 'ರಾಜೇಂದ್ರ ಪ್ರಥ್ವಿ' ಕೊಂಗಾಳ್ವನ ಆಳ್ವಿಕೆಯ ಸಮಯದಲ್ಲಿ ಪೂಸವಳ್ಳಿಯ ನೀರಗಾವುಂಡನಿಂದ ವೀರ ಸಿದ್ಧೇಶ್ವರ ಮಹಾದೇವರಿಗೆಂದು ಖಡಅಂಗದ ಅಡವಲಂ ಅನ್ನು ಕೊಟ್ಟ ಬಗ್ಗೆ ಉಕ್ತವಿದೆ. ಇಲ್ಲಿ ನೀರಗಾಮುಂಡನ ಭೂಹಿಡುವಳಿಯ ವಿಸ್ತಾರ ಸೂಚನೆಯಿದೆ. ಗೌಡ ಸಮುದಾಯದ ಪ್ರಭಾವದ ಸುಳುಹು ಇದೆ.

11ನೆಯ ಶತಮಾನದ ನಲ್ಲೂರು ಶಾಸನದಲ್ಲಿ (ಸಂಖ್ಯೆ 100)ಯ ಮಚ್ಚರಿ ಜಕ್ಕಿಯಬ್ಬೆ, ದದ್ಯರ ಮಂತ್ರಕಿ ಜಕ್ಕಿಯಬ್ಬೆ, ಶ್ರಾವಕಿ ಚನ್ದಿಯಬ್ಬೆ ಗಾವುಣ್ಡಿ (ಗೌಡತಿ) ಎಂಬ ಜಿನಧರ್ಮಿ ಸ್ತ್ರೀ ಬಹುಶಃ ನಲ್ಲೂರಿನ ಗೌಡಾಳ್ವಿಕೆ ಹೊಂದಿದ್ದಾಕೆ. ಶಾಸನದಿಂದ ಜೈನ ಗೃಹಿಣಿ ಜಕ್ಕಿಯಬ್ಬೆ ಶ್ರಾವಕಿಗೆ ಜಿನಸಮಯವನ್ನು ಬೋಧಿಸುತ್ತಿದ್ದ ಸೂಚನೆ ಕಾಣುತ್ತದೆ. ಶಾಸನವು ದಕ್ಷಿಣ ಕೊಡಗಿನಲ್ಲಿ ಅಂದಿಗಿದ್ದ ಜೈನ ಪ್ರಭಾವವನ್ನು ಜೈನ ಯತಿಗಳ ಅಸ್ತಿತ್ವವನ್ನು ತಿಳಿಸುತ್ತದೆ. ಜಿನಧರ್ಮಾನುಯಾಯಿಗಳು ಗೌಡಾಳ್ವಿಕೆಯನ್ನು ನಿರ್ವಹಿಸುತ್ತಿದ್ದುದ್ದಕ್ಕೆ ಇದು ಸಾಕ್ಷಿಯಾಗಿದೆ. ಗೌಡ ಮೂಲದ ಗಂಗರಸರು ಪ್ರ.ಶ.350 ರಿಂದ ಜೈನ ಮತಾನುಯಾಯಿಗಳಾಗಿದ್ದು, ಕೊಡಗಿನಾದ್ಯಂತ ಜೈನ ಬಸದಿಗಳ ಕುರುಹುಗಳು ಇರುವುದು ಈ ವಿಚಾರವನ್ನು ಪುಷ್ಠೀಕರಿಸುತ್ತವೆ.

ಪ್ರ.ಶ.1004 ರ ಮಾಲಂಬಿ ಶಾಸನದಲ್ಲಿ (ಸಂಖ್ಯೆ 65) ಗಾವುಣ್ಡ ರಾಚಮ್ಮನ ವಂಶಮೆ ಶಾಕ್ಷಿ ಎಂದಿರುವುದು. ಪುರುಷರಿಗೂ ಆ ಕಾಲಕ್ಕೆ 'ಅಮ್ಮ' ಎಂಬ ಉಪಾದಿ ಇದ್ದ ಸೂಚನೆ ಕಾಣುತ್ತದೆ. ಇಂದಿಗೂ ಕೊಡಗಿನಲ್ಲಿಯ ಕೆಲವು ಮನೆತನಗಳ ಪುರುಷ ಹಿರಿಯರಲ್ಲಿ ಇಂಥಹ ಬಗೆಯ ಹೆಸರುಗಳು ಕಾಣಬರುತ್ತವೆ. 'ಗಾವುಣ್ಡ ರಾಚಮ್ಮ'– ಗಂಗರಸರ ಹೆಸರಿನ ಪ್ರಭಾವವಾಗಿಯೂ ಹೆಸರುಗೊಂಡಂತಿದೆ (ಗಂಗರ 'ರಾಚಮಲ್ಲರಸ'

ಹೆಸರನ್ನು ಗಮನಿಸಿ) ಪ್ರ.ಶ.1175ರಲ್ಲಿ ಹೊಯಿಸಳರ ಎರಡನೆಯ ಬಲ್ಲಾಳನು ಕೊಡಗಿನ ಬಲಹ ಹೋಬಳಿ, ಸಿರಹ ಗ್ರಾಮದಲ್ಲಿ ಗವುಡಗಳ (ಗೌಡರ) ಬೀರಯಣ ಮಗ ಮಾಯನ್ನಂಗೆ ಭೂಮಿಯ ಎಂಟು ಹಕ್ಕುಗಳನ್ನು ದಾನವಾಗಿ ಕೊಟ್ಟು ಬರೆಸಿಕೊಟ್ಟ ಶಿಲಾಶಾಸನವು ಈಗಿನ ಸೋಮವಾರಪೇಟೆ ತಾಲೂಕು, ಬಿಲಹ ಹೋಬಳಿ, ಸಿರಹ ಗ್ರಾಮದ ರಾಮೇಶ್ವರ ಗುಡಿಯ ಮುಂದೆ ಇದೆ (ಸದರಿ ಪು.48–49).

ಚೆಂಗಾಳ್ವ ಹರಿಹರ ದೇವರಸನ ಕಾಲದ (ಪ್ರ.ಶ.1296) ಶಾಸನವು ನಿಡತ ಹೋಬಳಿ, ಮುಳ್ಳೂರು ಗ್ರಾಮದಲ್ಲಿದೆ. ನಾಡಿನವರೆಲ್ಲಾ ಸೇರಿ ಮುಳ್ಳೂರು ಕೋಟೆಯನ್ನು ಮುತ್ತಿದರು. ಆಗ ಬೊಪ್ಪಗೌಡಿಯ ಮಗ ಮಲ್ಲಯ್ಯನು ಕೋಟೆಯ ಅಡೆತಡೆಗಳನ್ನು ಎದುರಿಸಿ ಶತ್ರುಗಳನ್ನು ಕೊಲ್ಲುತ್ತಿರುವಾಗ ವಕ್ರವಾಗಿರುವ ಕೋಟೆಯ ಬಾಗಿಲಿನಲ್ಲಿ ಸತ್ತು ಬಿದ್ದಾಗ ಬೊಪ್ಪಗೌಡಿಯ ಇತರ ಮಗಂದಿರು ಮಾಲಯ್ಯ ಮತ್ತು ಮಾದಯ್ಯರಿಗೆ ಎಂಟು ಭತ್ತದ ಗದ್ದೆಗಳನ್ನು ಕೊಟ್ಟರು. ವೀರಸ್ವರ್ಗವೇರಿದ ಮಲ್ಲೆಯ ಅವಿವಾಹಿತನಾಗಿದ್ದ ಕಾರಣ ಅವನಿಗೆ ವೀರ ಅಕ್ಷತೆಯ (ವೀರಸೇಸೆ) ಗೌರವ ನೀಡಲಾಯಿತು. ಇದು ಕೊಡಗಿನ ಗೌಡ ಸಮುದಾಯದಲ್ಲೂ ಇದ್ದ ಒಂದು ಸಾಂಸ್ಕೃತಿಕ ಆಚರಣೆ. ವೀರನ ಹಾಗೂ ವೀರನ ಸೋದರರ ತಾಯಿಯ ಹೆಸರನ್ನು ಮಾತ್ರ ಉಕ್ತಮಾಡಿ, ಮಾತೃಪ್ರಧಾನ (ಶಕ್ತಿಯಾರಾಧನೆ) ವ್ಯವಸ್ಥೆಯ ಚಾಲ್ತಿಯನ್ನು ಶಾಸನವು ಸೂಚಿಸಿದೆ. ಬಹುಶಃ ಬೊಪ್ಪಗೌಡಿಯು ಊರಿನ ಸ್ತ್ರೀ ಗೌಡತಿ ನಾಯಕಿಯಾಗಿದ್ದಂತೆ ತೋರುತ್ತದೆ. ಇದೆಲ್ಲ ಕೊಡಗಿನಲ್ಲಿ ಮುಂದೆ ಸ್ತ್ರೀಪಡೆಗಳ ಅಸ್ತಿತ್ವಕ್ಕೆ ಹಾಲೇರಿ ಅರಸರ ಕಾಲದಲ್ಲೂ ಇದ್ದ ಬಗ್ಗೆ ಜನಪದ ಗೀತೆಗಳಲ್ಲೂ ಸೂಚನೆಗೊಂಡಿರುವಂತೆ, ಪೂರ್ವಪರಂಪರೆಯಾಗಿ ಕಾಣುತ್ತವೆ. ಇದು ಚೆಂಗಾಳ್ವ ಹರಿಹರದೇವನ ಕಾಲದ ಸಾಂಸ್ಕೃತಿಕಶೀಲವಾಗಿಯೂ ಕಾಣುತ್ತದೆ.

ಹೊಯಿಸಳ ಅರಸ ವೀರನರಸಿಂಹನ ಕಾಲದ ವೀರಗಲ್ಲುಗಳು ಕೊಡಗಿನ ಉತ್ತರದ ನಿಡತ ಹೋಬಳಿಯ ಈಶಾನ್ಯ ಗಡಿಯಲ್ಲಿವೆ. ಈ ವೀರಗಲ್ಲುಗಳು ಕ್ರಮವಾಗಿ ಪ್ರ.ಶ.1255 ಮತ್ತು 1285 ರದ್ದಾಗಿವೆ. ಯುದ್ಧದಲ್ಲಿ ಸತ್ತ ಸೋಮಯ್ಯ ಗವುಡನು ದೇವಲೋಕವನ್ನು ಸೇರಬೇಕೆಂದು ಆತನ ಒಡಹುಟ್ಟಿದ ಮಾರಿಗೌಡನೂ ಆತನ ಮಗ ಮಾಯಿಗನೂ ಸ್ಥಾಪಿಸಿದರು ಎಂದು ಬರೆದಿದೆ (ಸದರಿ ಪು.52).

ಕೊಡಗಿನಲ್ಲಿ ಬೇಳೂರು ನಾಯಕರ ಮೂರನೆಯ ಮತ್ತು ಕೊನೆಯ ಶಾಸನವು ನಿಡತ ಹೋಬಳಿ, ಮಾಲಂಬಿ ಹಳೇ ಗ್ರಾಮದ ನಿವೇಶನದ ದ್ವಾರದಲ್ಲಿದೆ. ಇದರ ಕಾಲವು ಪ್ರ.ಶ. 1696. ಮಾಲಂಬಿ ರಾಜೇಗೌಡನಿಗೆ ಕೃಷ್ಣಪ್ಪನಾಯಕನು ಭೂಮಿ ಕಂದಾಯ ಹನ್ನೆರಡು ವರಹಗಳನ್ನು ಬಿಟ್ಟುಕೊಟ್ಟಿದ್ದು ಇಲ್ಲಿ ಬರೆದಿದೆ.

ಪ್ರ.ಶ.1296 ರ ಮುಳ್ಳೂರು ಶಾಸನದಲ್ಲಿ (ಸಂಖ್ಯೆ 80) ಬೊಪ್ಪಗೌಡಿಯ ಮಲ್ಲಯ,

ಬೊಪ್ಪಗೌಡಿಯ ಮಲ್ಲೆಯ ಎಂಬಲ್ಲಿ ಮಾತೃಪ್ರಧಾನ ಸ್ತ್ರೀವಾಚಿ ವಂಶನಾಮ ಪುರುಷರಿಗೆ ಅಂಟಿರುವುದು ಕಾಣುವಂತಿದೆ.

ಚಿಕ್ಕಮಂಡೂರಿನ ಪ್ರ.ಶ.1640 ರ ಸುಮಾರಿನ ಅಚ್ಚುನಾಯಕನ ಸಾಕುತಾಯಿಯ ಹೆಸರು ಮೇದಮಾಡ ಅಯ್ಯವ್ವ ಗೌಡಿ ಎಂದಿದ್ದು ಪ್ರತ್ಯೇಕ ಮನೆಪೆದವೂ ಇದೆ. ಆದರೆ ಬೊಪ್ಪಗೌಡೀಯ ಎನ್ನುವಾಗ ಆಕೆಯ ವಂಶದವರು ನಾಪೋಕ್ಲುವಿನ 'ಬೊಪ್ಪಂಡ' ಮನೆತನದ, ಚಂಗಾಳ್ವ ಬೊಪ್ಪದೇವನ (ಪ್ರ.ಶ.1245) ವಂಶೀಕರೆಂದು ದಿ॥ಬೊಪ್ಪಂಡ ಎನ್. ಕಾಳಪ್ಪನವರು ಹೇಳಿಕೊಂಡದ್ದುಂಟು. ಹೀಗಾಗಿ 'ಬೊಪ್ಪಗೌಡೀಯ' ಕೇವಲ ಗೌಡಾಳ್ವಿಕೆಯ ಸ್ಥಾನಮಾನ ಸೂಚನೆಯಲ್ಲ, ವಂಶ (ಗೌಡ) ಮೂಲದ ನಾಮಸೂಚಿಯಾಗಿ ಬಳಸಿರುವಂತಿದೆ. ಅಚ್ಚುನಾಯಕನು ಗಂಗವಂಶದ ಗೌಡ ಮೂಲದವನೆಂದು ಈ ಹಿಂದೆಯೇ ಚರ್ಚಿಸಲಾಗಿದೆ.

ಪ್ರ.ಶ.1203 ರ ಶಿವಮೊಗ್ಗ ಜಿಲ್ಲೆಯ ಶಾಸನದಲ್ಲಿ (ಸಂಖ್ಯೆ 88) 'ವೀರಬಲ್ಲಾಳರಾಯನ ದಿವ್ಯಶ್ರೀಪಾದ ಪದುಮೋಪ ಜೀವಿಯಪ್ಪ ಮಹಾಪ್ರಧಾನ ಹಿರಿಯ 'ಪಡಿಯಾರ ಮಾರಯ' ಎಂದಿದೆ. ಇಲ್ಲಿ ಮಹಾಪ್ರಧಾನರು ರಾಜನ ಅಧೀನ ಮುಖ್ಯ ಸಚಿವನೆಂದು ಪರಿಭಾವಿಸಿದರೆ ಪಡಿ ಎರ>ಪಡಿಯಾರ ಎಂಬ ಮನೆಪೆದವೊಂದು ಹೊಯ್ಸಳರ ಕಾಲದಿಂದಲೂ ಅಸ್ತಿತ್ವವಿದ್ದ ಬಗ್ಗೆ ತಿಳಿಯುವಂತಾಗುತ್ತದೆ. ಹೀಗಾಗಿ ಕೊಡಗಿನಲ್ಲಿಯೂ ಚೆಂಗಾಳ್ವರ ಕಾಲದಲ್ಲಿ ಆ ಮನೆತನದ ಅಸ್ತಿತ್ವದ ಬಗ್ಗೆ ಕಲ್ಪನೆ ಒದಗುತ್ತದೆ. ಅದಲ್ಲದೆ 'ಪಾಡೀರ' ಎಂಬ ಕೊಡವ ಮನೆಪೆದ ಹಾಗೂ 'ಪಾಡಿ' ಎಂಬ ಗೌಡ ಸಮುದಾಯದ ಮನೆಪೆದಕ್ಕೂ ರೂಪಾಂತರಿತವಾದ ಮೂಲವಿದೆಯೇ ಎಂಬುದು ಗಮನಾರ್ಹ. ಈಗಿನ "ಪಾಡೀರ" ಕೊಡವ ಮನೆತನವು ಹಿಂದಿನ ದಿನಗಳಲ್ಲಿ ಗೌಡ ಮನೆತನವಾಗಿರಬೇಕು.

ಪ್ರ.ಶ.1359ರ ಹುಲುಕೋಡು ಶಾಸನದಲ್ಲಿ 'ತ್ರಿನಮೇರ ದೇವಣ್ಣ', 'ಹುಲುಕೋಡ ಚಿಕ್ಕಣ್ಣಿಯ ಬೆಂಮ್ಮಗೌಡನ ಬೀರಗಲ್ಲು' ಎಂದಿದೆ. 'ತ್ರಿನಮೇರ' ಎಂಬ ಮನೆತನದ ಹೆಸರು ಮಡಿಕೇರಿ–ಹಾಲೇರಿ ಹಾದಿಯ ಮಕ್ಕಂದೂರು ಸಮೀಪದಲ್ಲಿ ಇತ್ತು ಎಂದು ಅಲ್ಲಿನ ಹಿರಿಯರು ಹೇಳುತ್ತಾರೆ. ಹಾಗಿದ್ದಲ್ಲಿ ಶಾಸನೋಕ್ತ ಖಚಿತ ಮನೆಪೆದವಾಗಿ 14ನೆಯ ಶತಮಾನದ ಇತಿಹಾಸದ ಪುರಾವೆ ಅದಕ್ಕೆ ಸಿಕ್ಕಿದಂತಾಗುತ್ತದೆ. ಇಂದು ಈ ಕುತ್ತಿ (ವಂಶ) ಕಾಣಬರುತ್ತಿಲ್ಲ. ತ್ರಿನಮ (ತಿರುನಮ) ಎಂಬ ದೇವವಾಚಿ ಶಬ್ದಕ್ಕೆ 'ಏರ' ಎಂಬ ಗೌರವ ಸೂಚಕ ಪ್ರತ್ಯಯ ಸೇರಿ ಆಗಿದ್ದರೆ ನಾಮದ ಮನೆಯವರು ಎಂದಾಗಬಹುದು. ಆಗ ಅದು ದಾಸ ಪರಂಪರೆಯ (ನಾಮಧಾರಿಗೌಡ) 'ಗೌಡ' ಸಮುದಾಯದ ಮನೆಪೆದವಾಗಬಹುದು ಅಥವಾ ಮೂರು ನಮೇರು ಪುಷ್ಪಗಳ (ಸುರಗಿ ಹೂ–ನಾಥ ಪರಂಪರೆಯ (ಶಿವ) ಜೋಗಿಗಳಿಗೆ ಪ್ರಿಯವಾದದ್ದು) ಮರಗಳ ಮನೆಯವರು ಎಂಬ ವೃಕ್ಷವಾಚಿ ಮನೆತನವಾಗಿರಬಹುದು. ಇದೇ ಶಾಸನದ 'ಚಿಕ್ಕಣ್ಣಿಯ ಬೆಂಮ್ಮಗೌಡ' ಪಿತೃನಾಮವಾಚಿತ ಗೌಡ ಮನೆಪೆದವಾಗಿ ಕಾಣುತ್ತದೆ. ಹೀಗೆಯೇ 13ನೆಯ

ಶತಮಾನದ ಚೌಡ್ಲುವಿನ ಶಾಸನದಲ್ಲಿ (ಸಂಖ್ಯೆ 60) 'ಮಾಚಜೀಯ ನಕಣ' ಬಹುಷಃ ಜೈನಮುನಿ ಹೆಸರಿನ ಮೂಲದ (ಶಿಷ್ಯತ್ವದ) ಮನೆಪೆದವಾಗಿದ್ದರೆ, 'ಅಜಣ ಬೆಣಚ' (ಅಜನ ಪೂಣಚ್ಚ!) ಎಂಬ ಗೌಡ ಮೂಲದ ಮನೆ ಹೆಸರೆಂದು ಭಾಸವಾಗುತ್ತದೆ.

ದಿನಾಂಕ: 22.11.2017ರ ವಿಜಯ ಕರ್ನಾಟಕ ಪತ್ರಿಕೆಯಲ್ಲಿ ಪ್ರಕಟವಾದ ಸುದ್ದಿಯೇನೆಂದರೆ, "ಕೊಡಗಿನ ಕುಶಾಲನಗರದ ತೊರೆನೂರು ಗ್ರಾಮ ಪಂಚಾಯತ್ ವ್ಯಾಪ್ತಿಯಲ್ಲಿರುವ ಬಸಿರುಗುಪ್ಪೆಯ ಕಾಫಿ ತೋಟವೊಂದರಲ್ಲಿ ಆತ್ಮಬಲಿ ಪ್ರಕಾರದ ವೀರಗಲ್ಲು ಶಾಸನವೊಂದು ಪುರಾತತ್ವ ಅನ್ವೇಷಣೆಯ ಸಂದರ್ಭ ಕಂಡುಬಂದಿದೆ. ಶಿರ್ವದ ಎಂ.ಎಸ್.ಎಸ್.ಆರ್.ಎಸ್. ಕಾಲೇಜಿನ ಸಹ ಪ್ರಾಧ್ಯಾಪಕ ಪ್ರೊಫೆಸರ್ ಟಿ. ಮುರುಗೇಶಿ ನಡೆಸಿದ ಸಂಶೋಧನೆಯ ಸಂದರ್ಭ ಈ ವೀರಗಲ್ಲು ಪತ್ತೆಯಾಗಿದೆ. ಬಸಿರುಗುಪ್ಪೆ ಶಾಸನ ಸುಮಾರು 4 ಅಡಿ ಎತ್ತರವಾದ ಒಂದು ಆಯತಾಕಾರದ ಕಲ್ಲಾಗಿದ್ದು ನಾಲ್ಕು ಪಟ್ಟಿಗಳಾಗಿ ವಿಂಗಡಿಸಲಾಗಿದೆ. ಮೇಲಿನ ಪಟ್ಟಿ ಮೂರು ಸಾಲಿನ ಬರೆಹವಿದೆ. ನಾಲ್ಕನೆಯ ಸಾಲನ್ನು ಶಾಸನದ ಎಡಪಟ್ಟಿಯ ಮೇಲೆ ಬರೆಯಲಾಗಿದೆ. ಪೂರ್ವದ ಹಳೆಗನ್ನಡ ಲಿಪಿ ಮತ್ತು ಕನ್ನಡ ಭಾಷೆಯಲ್ಲಿ ಶಾಸನವನ್ನು ರಚಿಸಲಾಗಿದೆ. ಶಾಸನದ ಪ್ರಕಾರ ಆನೆಗಳ ಮುಖ್ಯಸ್ಥನಾಗಿದ್ದ ನಾಕಶೆಟ್ಟಿಯ ಮಗ ಭಾವ ಗಾವುಂಡ (ಗೌಡ) ಎಂಬುವವನು ಸತ್ತ. ಮರಣ ಹೊಂದಿದ ಈ ವ್ಯಕ್ತಿಗೆ ಭೂಮಿಯನ್ನು ದಾನವಾಗಿ ನೀಡಲಾಗಿದೆ. ಅಣ್ಣಿಗ ಎಂಬ ವ್ಯಕ್ತಿ ಈ ಸ್ಮಾರಕ ಶಿಲೆಯನ್ನು ನಿಲ್ಲಿಸಿದನೆಂದು ತಿಳಿದುಬರುತ್ತದೆ. ಈ ವೀರಗಲ್ಲು ಶಾಸನದ ಚಿತ್ರಪಟಿಕೆಗಳು, ಚಾರಿತ್ರಿಕ ಘಟನೆಯೊಂದರ ನಿರೂಪನಾತ್ಮಕ ಶಿಲ್ಪನೊಳಗೊಂಡಿದೆ. ಪ್ರಸ್ತುತ ಶಾಸನದ ಕೆಳಗಿನ ಚಿತ್ರಪಟಿಕೆಯಲ್ಲಿ ವ್ಯಕ್ತಿಯೊಬ್ಬ ಎತ್ತರವಾದ ಮಂಚವೊಂದರ ಮೇಲೆ ಎರಡೂ ಕಾಲುಗಳನ್ನು ಮಡಚಿ ಕುಳಿತಿದ್ದಾನೆ. ಅವನ ಬಲ ಪಕ್ಕದಲ್ಲಿ ಖಡ್ಗವನ್ನು ಎತ್ತಿ ಹಿಡಿದು ನಿಂತಿರುವ ಕಟುಕನ ಶಿಲ್ಪವಿದೆ. ಈ ಶಾಸನದ ಶಿಲ್ಪ ವಿವರಗಳ ಆಧಾರದ ಮೇಲೆ ಇದನ್ನು ಗಂಗರ ಕಾಲದ ವೇಳೆವಾಳಿ ಪ್ರಕಾರದ ಆತ್ಮಬಲಿ ಶಾಸನವೆಂದು ಪರಿಗಣಿಸಬಹುದು. ಈ ಶಾಸನ ಬಸಿರುಗುಪ್ಪೆಯ ದೇವಿ ದೇವಾಲಯದ ಎದುರಿನಲ್ಲಿ ಕಂಡುಬರುವುದರಿಂದ ಧಾರ್ಮಿಕ ಆತ್ಮಬಲಿ ಶಾಸನವೆಂದು ಸಹ ತಿಳಿಯಬಹುದು. ಕೊಡಗಿನ ಗಾವುಂಡ ಅಥವಾ ಗೌಡ ಸಮುದಾಯದ ಸಾಮಾಜಿಕ ಅಧ್ಯಯನ ದೃಷ್ಟಿಯಿಂದ ಈ ಶಾಸನ ಬಹಳ ಮಹತ್ವವಾಗಿದ್ದು, ಕೊಡಗಿನ ಗೌಡ ಸಮುದಾಯದವರು ಗಂಗರ ಕಾಲದಲ್ಲಿಯೇ (ಪ್ರ.ಶ.200–1004) ಆನೆ ಪಡೆಯ ನಾಯಕರಾಗಿ ತಮ್ಮ ವೀರತ್ವವನ್ನು ಮೆರೆದ ಉದಾತ್ತ ಉದಾಹರಣೆ ಈ ಶಾಸನವಾಗಿದೆಯೆಂದು ಪ್ರೊ. ಮುರುಗೇಶಿಯವರು ವಿವರಿಸಿದ್ದಾರೆ.

ರಾಜರ ಕಾಲದ ಬಸದಿಗಳು:

ಕೊಡಗಿನಲ್ಲಿ ಪ್ರ.ಶ.888 ರಿಂದಲೂ ಜಿನಾಲಯಗಳು ಇದ್ದ ಬಗ್ಗೆ ಬಿಳಿಯೂರು, (ವಿ.ಪೇತಾ96) ಪೆಗ್ಗೂರು, ನಲ್ಲೂರು, ಗೂಡಗೂರು ಶಾಸನಗಳಿಂದ ತಿಳಿಯುತ್ತದೆ. ಸತ್ಯವಾಕ್ಯ ಜಿನಾಲಯ, ಪಾರ್ಶ್ವನಾಥ, ಶಾಂತಿನಾಥ, ಚಂದ್ರನಾಥ ಹಾಗೂ ಅಮರನಾಥನ ಬಸದಿಗಳು ಇದ್ದವು. ಗಂಗ, ಕೊಂಗಾಳ್ವರ ಕಾಲದಲ್ಲಿ, ವಿಜಯನಗರ ಕಾಲದಲ್ಲಿ (ಅಂಜನಗೇರಿ ಬಸದಿ ಪ್ರ.ಶ.1544) ಬಸದಿಗಳಿದ್ದುವು. ಇದರಿಂದ ತಿಳಿಯುವುದೇನೆಂದರೆ ಕೊಡಗು ಆದಿಯಿಂದಲೂ ಗಂಗಾ ಸಾಮ್ರಾಜ್ಯದ ಸುಪರ್ದಿಯಲ್ಲಿದ್ದು, ಮೂಲತಃ ಶೈವರಾದ ಗಂಗರಸರು ನಾಲ್ಕನೆಯ ಶತಮಾನದ ಆದಿಯಲ್ಲಿ ಜೈನ ಮತಾವಲಂಬಿಗಳಾದ ಸಂದರ್ಭದಲ್ಲಿ ಕೊಡಗಿನ ಅನೇಕ ಕಡೆಗಳಲ್ಲಿ ಜೈನ ಬಸದಿಗಳನ್ನು ನಿರ್ಮಿಸಿರಬೇಕು. ಜೈನರಾಗಿದ್ದವರು ಗಂಗರಸರ ಅಳಿದುಳಿದ ವಂಶಿಗರು, ಮತಾಂತರಗೊಂಡು, ಗೌಡ, ಕೊಡವ ಜನಾಂಗಗಳೊಂದಿಗೆ ಬೆರೆತುಹೋಗಿಯೋ ಇದ್ದಾಗ, ಕೊಡಗಿನ ಬಸದಿಗಳು ನಿರ್ಲಕ್ಷಿತಗೊಂಡು ಪಾಳು ಬಿದ್ದವು. ಆದರೂ ಪೂರ್ವಸ್ಮರಣೆಯ ಕುರುಹಾಗಿ 'ಜೈನೀರ' ಎಂಬ ಕೊಡಗುಗೌಡ ಮನೆತನ ಹೆಸರೇ ಇದಕ್ಕೆ ಒಂದು ಸಾಕ್ಷಿ ಎನಿಸುತ್ತದೆ. 'ಜೈನೀರ' ಮನೆತನದವರು ಗೌಡ ಸಮುದಾಯಕ್ಕೆ ಸೇರಿದವರಾದರೂ 'ಕೊಡವ ತಕ್ಕ' ಭಾಷೆಯನ್ನು ಆಡುಭಾಷೆಯಾಗಿ ಉಪಯೋಗಿಸುತ್ತಾರೆ. ಇದಲ್ಲದೆ ಜೈನ ಪ್ರಭಾವವು ಮೊದಲಿಗೆ ಜೈನರಾಗಿದ್ದು, ಈಗ ಗೌಡ ಸಮುದಾಯವೆನಿಸಿದ್ದರೂ ಸುಗ್ಗಿಕಟ್ಟೆ ಹಬ್ಬದಲ್ಲಿ ದೇವಿ ಎಡೆ ಇಡುವಲ್ಲಿ ಬಾಯಿಗೆ ಬಟ್ಟೆ ಕಟ್ಟಿಕೊಳ್ಳುವ ರೂಢಿ ಇಂದಿಗೂ ಇದೆ. ಯಡೂರು, ಚೌಡ್ಲು ಸುಗ್ಗಿಕಟ್ಟೆ ಹಬ್ಬಗಳಲ್ಲಿ ಇದು ಎದ್ದು ಕಾಣುತ್ತದೆ. ಹೊನ್ನಾರು ನೇಗಿಲು ಒಯ್ಯುವಲ್ಲಿ ನೇಗಿಲು ಹಿಡಿದವರೂ ಬಾಯಿಗೆ ಬಟ್ಟೆ ಕಟ್ಟಿಕೊಂಡಿರುತ್ತಾರೆ. ಹಾಲೇರಿ ಅರಸರ ಕಾಲದಲ್ಲಿ ಸುಗ್ಗಿಕಟ್ಟೆ ಹಬ್ಬದ ವಿಚಾರಗಳಿಗೆಲ್ಲಾ ತುಂಬಾ ಪ್ರೋತ್ಸಾಹವಿದ್ದುದು ಆ ಸುಗ್ಗಿ ಹಬ್ಬದ ಹಾಡಿನಿಂದಲೇ ವ್ಯಕ್ತವಾಗುತ್ತದೆ. ಅದಲ್ಲದೆ ಹಾಲೇರಿ ಅರಸರಿಗೆ ತಮ್ಮ ಮೂಲದ ಅರಿವಿದ್ದು, ಗಂಗರಸರ ಜೈನ ಹಾಗೂ ಗೌಡ ಸಮುದಾಯದೊಂದಿಗಿದ್ದ ಸಂಬಂಧವು ಕಾರಣವಾಗಿರುತ್ತದೆ.

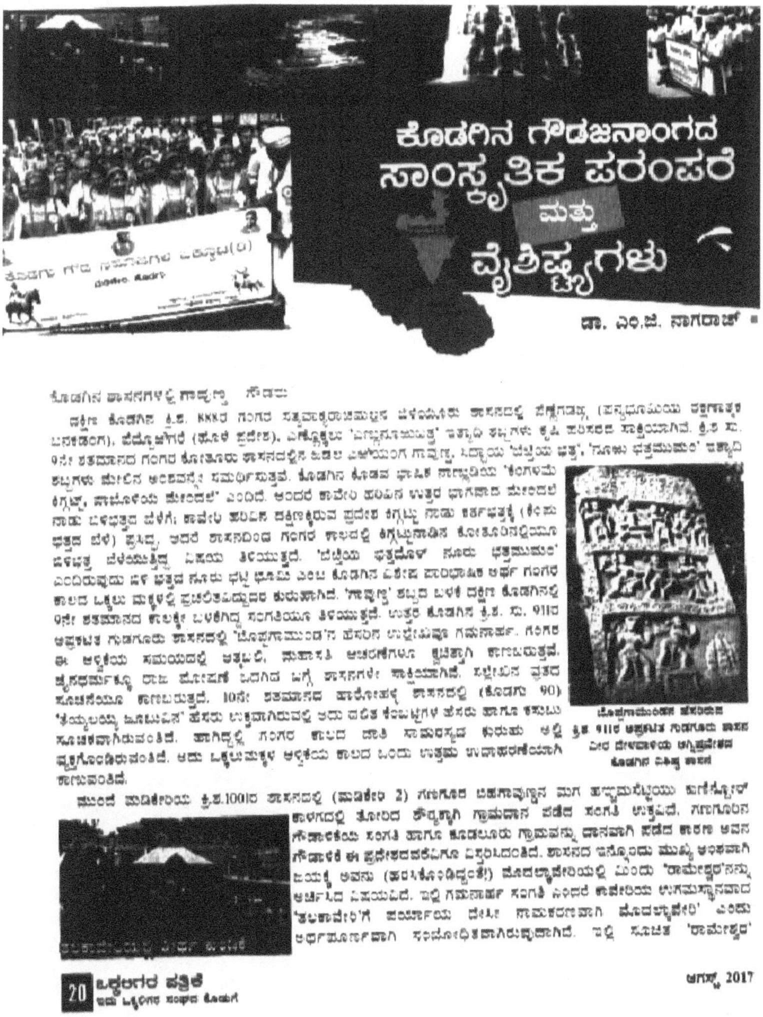

ಕೊಡಗಿನ ಗೌಡಜನಾಂಗದ ಸಾಂಸ್ಕೃತಿಕ ಪರಂಪರೆ ಮತ್ತು ವೈಶಿಷ್ಟ್ಯಗಳು

ಡಾ. ಎಂ.ಜಿ. ನಾಗರಾಜ್

ಕೊಡಗಿನ ಶಾಸನಗಳಲ್ಲಿ ಗಾವುಂಡ ...

[illegible]

ಒಕ್ಕಲಿಗರ ಪತ್ರಿಕೆ 20 ಆಗಸ್ಟ್ 2017

ಬೃಹತ್ ದೇವರಕಾಡಿನ ಪರಿಸರದ 'ಇರ್ಪು ರಾಮೇಶ್ವರ' ದೇಗುಲ ಮತ್ತು ರಾಮೇಶ್ವರಲಿಂಗ

ಶ್ರೀಮಂಗಲದ ಬಳಿಯ ಪ್ರಸಿದ್ಧ 'ಇರ್ಪು ರಾಮೇಶ್ವರ' ಲಿಂಗಕ್ಕೆ ಅನ್ವಯಿಸಿದಂತಿದೆ. ಪ್ರಸಿದ್ಧಿಯ ಕಾರಣ ಶಾಸನೋಕ್ತವಾಗಿರುವುದು ಸಹಜ. ರಾಮಸ್ವಾಮಿಕಣಿವೆಯ ಕಾವೇರಿ ಬಳಿಯ ದೇವನೆಲೆಗಿಂತ ಇರ್ಪುವಿನ ಶಿವನೆಲೆಯೆ 'ಮೊದಲ್ಕಾವೇರಿ'ಯೆಂತ ಪರಿಗಣಿತವಾಗಿದೆ ಎನ್ನಬಹುದು. ಅಲ್ಲದೆ ಕೊಡಗಿನ ಗೌಡ ಜನಾಂಗದವರಿಗೂ 'ಕಾವೇರಿ' ಕುಲದೇವತೆಯಾಗಿದ್ದ ಸೂಚನೆ ಇಲ್ಲಿ ದೊರಕುತ್ತದೆ.

ರಕ್ಕಸಗಂಗನು ಕೊಡಗಿಗಿಂತ ತಲಕಾಡಿನಲ್ಲಿ ಆಳ್ವಿಕೆ ಹೋದಾಗ ಗಂಗಮಂಡಲದ ಗೋವಿಂದರಸನ ಸಾಮಂತರಾಗಿ ಚಂಗಾಳ್ವರು ಕೊಡಗಿನಲ್ಲಿ ಆಳುತ್ತಿದ್ದರು. 1004ರ ಪನಸೋಗೆ ಯುದ್ಧದಲ್ಲಿ ಚಂಗಾಳ್ವರು ಚೋಳರಿಗೆ ಸೋತರು. ಆಗ ಕೊಂಗಾಳ್ವರ ಮನಿಜನಿಗೆ ಒಂದನೇ ರಾಜರಾಜಚೋಳನ ಆಣತಿಯಂತೆ ಅವನ ಮಗ ರಾಜೇಂದ್ರಚೋಳ (ಪಂಚವನ ಮಹಾರಾಯ)ನು ಮಾಳಂಬ್ಯದಲ್ಲಿ (ಮಾಲಂಬಿ) ಪಟ್ಟಕಟ್ಟಿದ. ಅವನು ಮಾಳಂಬ್ಯವನ್ನು ಗೆಲ್ಲಲು ನೆರವಾದಕ್ಕೆ (ಸಿ.ವರ್ಗೀಸ್, ಅಕ್ಕಿ) ಸಾಕ್ಷಿಯಾದವರು ಗಾವುಣ್ಡ ರಾಜಮ್ಮನ್ ವಂಶಿಕರೆ. ಇದರಿಂದ ಉತ್ತರ ಕೊಡಗಿನ ಪ್ರದೇಶಗಳಲ್ಲಿ ಗೌಡ ಜನಾಂಗದವರ ಆಳ್ವಿಕೆಯೂ 11ನೆಯ ಶತಮಾನದಲ್ಲಿ ಇದ್ದ ಬಗ್ಗೆ ಶಾಸನದ ಪುರಾವೆಯಾಗುತ್ತದೆ.

ಕ್ರಿ.ಶ.1070ರ ಹೊಸಹಳ್ಳಿ ಶಾಸನದಲ್ಲಿ[6] 'ರಾಜೇಂದ್ರಪೃಥ್ವಿ' ಕೊಂಗಾಳ್ವನ ಆಳ್ವಿಕೆಯ ಸಮಯದಲ್ಲಿ ಹೊಸಹಳ್ಳಿಯ ನಿರಗಾವುಣ್ಡನಿಂದ ವೀರ ಸಿದ್ಧೇಶ್ವರ ಮಹಾದೇವರಿಗೆಂದು ಖಂಡುಗದ ಅಡವಲಂ ಅಕ್ಕಿ ಕೊಟ್ಟ ಬಗ್ಗೆ ಉಕ್ತವಿದೆ. ಇಲ್ಲಿ ನಿರಗಾವುಣ್ಡನ ಭೂಹಿಡುವಳಿಯ ವಿಸ್ತಾರದ ಸೂಚನೆ ಇದೆ. ಗೌಡ ಜನಾಂಗೀಯ ಪ್ರಭಾವದ ಸುಳಿವೂ ಇದೆ.

11ನೆಯ ಶತಮಾನದ ಸಲ್ಲೂರು ಸಿಹಾದಿ ಶಾಸನದಲ್ಲಿ[7] 'ಶ್ರಾವಕಿ ಚಿಕ್ಕಿಯಕ್ಕೆ ಗಾವುಣ್ಡಿ' ಎಂಬ ಜಿನಧರ್ಮೀ ಸ್ತ್ರೀ ಬಹುಶಃ ಸಲ್ಲೂರಿನ ಗೌಡಾಳಿಕೆ ಹೊಂದಿದ್ದಾಳೆ. ಶಾಸನದಿಂದ ಜೈನಗೃಹಿಣಿ ಚಿಕ್ಕಿಯಕ್ಕೆ ಶ್ರಾವಕಿಗೆ ಜನಸಮೂಹವನ್ನು ಬೋಧಿಸುತ್ತಿದ್ದ ಸೂಚನೆ ಕಾಣುತ್ತದೆ. ಶಾಸನವು ದಕ್ಷಿಣ ಕೊಡಗಿನಲ್ಲಿ ಅಂದಿಗಿದ್ದ ಜೈನ ಪ್ರಭಾವವನ್ನು ಜೈನ ಯತಿಗಳ ಅಸ್ತಿತ್ವವನ್ನು ತಿಳಿಸುತ್ತದೆ. ಜಿನಧರ್ಮಾನುಯಾಯಿಗಳೂ ಗೌಡಾಳಿಕೆಯನ್ನು ನಿರ್ವಹಿಸುತ್ತಿದ್ದುದಕ್ಕೆ ಇದು ಸಾಕ್ಷಿಯಾಗಿದೆ.

ಕ್ರಿ.ಶ. 1296ರ ಮಳ್ಳೂರು ವೀರಗಲ್ಲು ಶಾಸನವು[8] ಬೊಪ್ಪಗೌಡಿಯು ಮಾಳೆಯನು ಮುಳ್ಳೂರು ಕೋಟೆಯನ್ನು ರಕ್ಷಿಸಿ ಶತ್ರುಗಳನ್ನು ತಡೆದು ಮಡಿದ. ಅದಕ್ಕಾಗಿ ಊರಿನ ಮುಖ್ಯಸ್ಥರು ಜನರು ನೆರೆದು "ವೀರಸೇಸೆ" ಹಾಕಿ, ಬೊಪ್ಪಗೌಡಿಯ ಪುತ್ರನಾದ ಮಾಳ್ಳಯ, ಮದ್ದೆಯನಿಗೆ ಗದ್ದೆಯನ್ನೂ ಸರ್ವಬಾಧಾಪರಿಹಾರವಾಗಿ ಮಾಡಿದ ವಿಷಯವನ್ನು ಹೇಳುತ್ತದೆ. ವೀರಸ್ವರ್ಗಹೊಂದಿದ ಮಾಳ್ಳೆಯ ಅವಿವಾಹಿತನಾಗಿದ್ದ ಕಾರಣ ಅವನಿಗೆ ವೀರ ಅಕ್ಷತೆಯ (ವೀರಸೇಸೆ) ಗೌರವ ಸಿಕ್ಕಿರಬಹುದು. ಇದು ಕೊಡಗಿನ ಗೌಡಜನಾಂಗದಲ್ಲೂ ಇದ್ದ ಒಂದು ಸಾಂಸ್ಕೃತಿಕ ಆಚರಣೆ. ವೀರನ ಹಾಗೂ ವೀರನ ಸೋದರರ ತಾಯಿಯ ಹೆಸರನ್ನು ಮಾತ್ರ ಉಕ್ತಮಾಡಿ, ಮಾತೃಪ್ರಧಾನ ವ್ಯವಸ್ಥೆಯ ಚಾಲ್ತಿಯನ್ನು ಶಾಸನವು ಸೂಚಿಸಿದೆ. ಬಹುಶಃ ಬೊಪ್ಪಗೌಡಿಯು ಊರಿನ ಸ್ತ್ರೀ ಗೌಡತಿ ನಾಯಕಿಯಾಗಿದ್ದಂತೆ ತೋರುತ್ತದೆ. ಇದೆಲ್ಲ ಕೊಡಗಿನಲ್ಲಿ ಮುಂದೆ ಸ್ತ್ರೀ ಪರೆಗಳ ಅಸ್ತಿತ್ವಕ್ಕೆ ದಾರಿ ಆಗಿದ್ದ ಕಾರಣವೂ ಇದ್ದ ಬಗ್ಗೆ ಜನಪದ ಗೀತೆಗಳಲ್ಲೂ ಸೂಚನೆಗೊಂಡಿರುವಂತೆ. ಪೂರ್ವ ಪರಂಪರೆಯಾಗಿ ಕಾಣುತ್ತವೆ. ಇದು ಚಂಗಾಳ್ವ ಹರಿಹರದೇವನ ಕಾಲದ ಸಾಂಸ್ಕೃತಿಕಶೀಲವಾಗಿಯೂ ಕಾಣುತ್ತದೆ.

ಚೌಡ್ಲುವಿನ 13ನೇ ಶತಮಾನದ ಚಂಗಾಳ್ವ ಹರಿಹರದೇವನ ಕಾಲದ ಶಾಸನದಲ್ಲಿ[8ಅ]

'ಕುಂಡಮಸಲಿಂಗೆ ಪೂರ್ವ್ವದಲಿ ಹೆಂಕೆಂಗೆ ಸಲುವ ಸ್ವಾಸ್ತಿ ಮುಖಿಯಾದಿಯ ಕೊಟ್ಟ ಕಮಾವಂತೆಂದರೆ ಹೆಣ್ಣಿಂಗೆ ಹೆಗ್ಗುಮಕ್ಕಳಿಂಗೆ ತೊತ್ತಿನ ಮಕ್ಕಳಿಂಗೆ ಸಲುವುದು. ಚವುಡ ಮಾಗೆಯೊಳ .... ಕುಂದೂರ ಬಾಡವಾಗೆಯೊಳು ಮಾಚಿಕಾಬಿಯ ಸಗಡ । ಮಾಚಿಜೀಯ ಸಗಿ ಸ್ವಗಣಿಯ ಕಾಮಣ ಪಳ್ಳಗುಂಡದ ಅಬ್ಬಣ ಬೊಂಬ ಹೆಗಡೆಹಳ್ಳಿಯ ಮಾದಣ ಅಜ್ಜಿಮೂರ ಮಲಿಗೌಡ ಮೊದ ಗೌಡುಗಳ ಮುಖ್ಯವಾಗಿ..... ಕೊಟ್ಟ ಶಾಸನ ಮರಿಯಾದಿ.....'

– ಎಂಬ ವಿವರಪೂರ್ಣ ಅಸ್ಪಷ್ಟಕ್ಕಿನ ವಿವರಣೆ ಇದೆ. ಅಂದರೆ 13ನೇ ಶತಮಾನದ ಚಂಗಾಳ್ವರ ಕಾಲದಲ್ಲಿಯೂ ಹೆಗ್ಗುಮಕ್ಕಳಿಗೆ ಆಸ್ತಿಯನ್ನು ಹಂಚುತ್ತಿದ್ದ ಪರಂಪರೆ ಕೊಡಗಿನಲ್ಲಿತ್ತು. ಅದನ್ನು ಮುಂದುವರೆಸಿ, ಹೆಗ್ಗುಮಕ್ಕಳಲ್ಲದೆ, ಹೆಣ್ಣು ತೊತ್ತುಗಳ ಮಕ್ಕಳಿಗೂ ಆಸ್ತಿಯನ್ನು ಹಂಚಲು ಮುಂದಾದವರು ಗೌಡ ಜನಾಂಗದ ಸಗಡ, ನಾಗಣ್ಣ, ಕಾಮಣ್ಣ, ಅಬ್ಬಣ್ಣ, ಮಾದಣ್ಣ ಹಾಗೂ ಅಜ್ಜಿಮೂರಗೌಡ. ಇವರೆಲ್ಲ ಸಾಕ್ಷಿಯಾಗಿ ನಿಂತವರು ಹಾಗೂ ಚವುಡ (ಚೌಡ್ಲು) ಕುಂದೂರು ಸಗಿಹಾದ ಗ್ರಾಮಗಳ ಮುಖ್ಯಸ್ಥರು ಎಂಬ ಸೂಚನೆಯೂ ಇಲ್ಲಿದೆ. 'ಗೌಡುಗಳು' ಎಂಬ ಶಾಸನದ ಶಬ್ದವೆ ಇದಕ್ಕೆ ಸಾಕ್ಷಿಯಾಗಿದೆ. ಕೊಡಗಿನ ಸೋಮವಾರಪೇಟೆ ತಾಲೂಕಿನ ಈ ಪ್ರದೇಶದಲ್ಲಿದ್ದ ಸ್ತ್ರೀ ಮಾನ್ಯತೆ, ಮೇಲು ಕೀಳು ಎಂಬ ಭಾವವಿಲ್ಲದೆ ಎದ್ದು ಕಾಣುತ್ತದೆ. ಕೆಂಬಟ್ಟಿಗಳ ಪನ್ನಂಗಾಲತಮ್ಮೆ ಹಬ್ಬದ ಸಮಯದ 'ನಾಡು ಕರೆಯುವುದು' ವಾಡಾವಳಿ ಕೊಡಗಿನ ವಿವಿಧ ಕ್ರಿಯಾಕಲಾಪಗಳಾಗಿದ್ದು ದುಡಿಯುತ್ತಿದ್ದವರನ್ನೆಲ್ಲ ನಾಡು ಸೂಚಿಸಿ ಕರೆಯುವ ಪದ್ಧತಿ ಇಂದಿಗೂ ಇದೆ. ಬಹುಶಃ ಚೌಡ್ಲು ಶಾಸನದಲ್ಲಿ ಬರುವ 'ತೊತ್ತು'ಗಳು ಕೆಂಬಟ್ಟಿಗಳಾಗಿದ್ದಿರುವಂತಿದೆ. ವಂಶಕ್ಷಯವಾದ ಮನೆತನದ ಜಮೀನು, ಆ ಮನೆತನದ ಭೂಮಿ ಜವ್ಯಾರಾಳು ಕೆಂಬಟ್ಟಿಗಳಿಗೆ ಹೋಗುತ್ತಿದ್ದ ಅಲಿಖಿತ ನಿಯಮವೂ ಇತ್ತು[9]. ಈ ಪದ್ಧತಿಗೆ ಪೂರ್ವ ಪರಂಪರೆಯಾಗಿ ಚೌಡ್ಲುವಿನ ಗೌಡ ಜನಾಂಗೀಯರ ಆಚರಣೆ ಕಾಣುವಂತಿದೆ. 14ನೇ ಶತಮಾನದ

ಕಾಜೂರು ಶಾಸನವು10 ದ್ಯೆರು, ಕನಿಗುಂಯುರಾಮ, ನಾಗಪ್ಪಯ್ಯ, ಕೆಂಚಪ್ಪ ಇವರುಗಳಿಗೆ ಕಾಜೂರು ಗ್ರಾಮವನ್ನು ಬಿಳುಗೌಡ, ಅಣಬುಗೌಡ, ಅವರುಗಳು ಕೊಟ್ಟ ಬಗ್ಗೆ ಹೇಳಿದೆ. ಹೀಗೆ ಗ್ರಾಮದಾನ ಮಾಡುವುದು, ಅವರ ಗೌಡಾಳಿಕೆ, ಅಥವಾ ಜಾತಿಗೌಡಿಕೆ ಅಥವಾ ಗೌಡಬೋವ (!)ತನವನ್ನು ಸೂಚಿಸುವಂತಿದೆ. ಕೊಡಗಿನ ಗೌಡಜನಾಂಗೀಯ ಅಂದಿನ ಪ್ರಭಾವದ ಸೂಚನೆಯೂ ಇದಾಗಿದೆ. ಕ್ರಿ.ಶ.1498ರ ತಾಕೇರಿ ಶಾಸನವು11 'ಗಲುಳ ನಂಜರಪ್ಪಯ ಅಣ್ಣನವರೂ ಹಾನಗಲ ಲಿಂಗೇ ಗಲುಡರಿಗೆ ಹಾಕಿಕೊಟ್ಟ ಗವುಡಿಕೆ" ಎಂದಿದೆ. ಗವುಳ ನಜರಪ್ಪಯ್ಯಣ್ಣನಿಗೆ ಗೌಡಿಕೆ ಕೊಡುವ ಅಧಿಕಾರವಿದ್ದ ಬಗ್ಗೆ, ಗೌಡ ಅಧಿಕಾರಿಯಾಗಿದ್ದ ಬಗ್ಗೆ ಸೂಚನೆ ಇಲ್ಲಿ ಕಾಣುತ್ತಿದೆ. 'ತಾಕೇರಿ' ಇಂದು ಕುಗ್ರಾಮವಾಗಿದ್ದರೂ ಹಾನುಗಲ್ಲು ವ್ಯಕ್ತಿಗೆ ಗೌಡಿಕೆ ಕೊಡುವ ಅಧಿಕಾರಿ (ತಾಕೇರಿ!) ತಾಕೇರಿಯಲ್ಲಿದ್ದುದು ಗಮನಾರ್ಹ. ಇಂದು ಹಾನುಗಲ್ಲು ಅಂಚೆಗ್ರಾಮವಾಗಿದೆ. 'ತಾಕೇರಿ' ತಾಯಕೇರಿಯ ಸಂಕ್ಷಿಪ್ತ ರೂಪವೆಂದರೆ ಅದು ದೇವತೆಯ ಒಂದು ಪ್ರಮುಖ ನೆಲೆಯಾಗಿತ್ತೆನ್ನಬೇಕು. ತಾಕೇರಿಯಲ್ಲಿ ವೀರಭದ್ರ - ಭದ್ರಕಾಳಿ ಪೂಜೆಯೂ ಇದೆ. ಸುಗ್ಗಿಕಟ್ಟೆಯೂ ಇದ್ದು ಸಬಿತಾಯಿ (ಸಪ್ತಮಾತೃಕಾ)

ಆರಾಧನೆಯೂ ಇದೆ. ಬಹುಶಃ ಈ ಕಾರಣವೂ ಸೇರಿ ದೈವವಾಚಿ ಸ್ಥಳನಾಮ ತಾಯಕೇರಿ > ತಾಯ್ಕೇರಿ > ತಾಕೇರಿ > ತಾಕೆರಿ ಎಂದು ರೂಪುಗೊಂಡಿರುವಂತಿದೆ.

ಸೋಮವಾರಪೇಟೆ ತಾ. ಶನಿವಾರಸಂತೆಗೆ ಸುಮಾರು ಎಂಟು ಕಿ.ಮೀ. ದೂರದಲ್ಲಿರುವ ಮಾದ್ರೆ ಗ್ರಾಮದಲ್ಲಿ ಮೂರು ಅಪ್ರಕಟಿತ ಹೊಯ್ಸಳಕಾಲೀನ ವೀರಗಲ್ಲು ಶಾಸನಗಳಿವೆ. ಅವುಗಳಲ್ಲಿ ಕ್ರಿ.ಶ.1179ರ ಹೊಯ್ಸಳ ವೀರಬಲ್ಲಾಳನ ಆಳ್ವಿಕೆ ಕಾಲದ ವೀರಗಲ್ಲು ಶಾಸನವು ಮಾದ್ರೆಯ ಗೌಡ ಜನಾಂಗೀಯ ವೀರರ ಕುರಿತು ಹೇಳಿದೆ. ಅಂಕಯ ದಣಾಯಕರ ಮಗ ಮಾಯಣ್ಣ ಕೋಟೆ ಏರಿ ಮಾದ್ರೆಯ ಮೇಲೆ ದಾಳಿ ಮಾಡಲು ಬಂದ. ಆಗ ಮಾದ್ರೆಯ ಬಯ್ಯಣ್ಣ ಹಾಗೂ ಚೀಗಣಮುಂಡ, ಹಾಯಿಟೆ

ಮಾದ್ರೆಯ 1179ರ ಹೊಯ್ಸಳ ವೀರಬಲ್ಲಾಳನ ಆಳ್ವಿಕೆಕಾಲದ ವೀರಗಲ್ಲು ಶಾಸನವು ವೀರನಾದ ಬಯ್ಯಣ್ಣ ಮತ್ತು ಚೀಗಣಮುಂಡನ ಹೆಸರನ್ನು ಹೊಂದಿದೆ.

(ಹಾರೋಹಳ್ಳಿ)ಯಲಿ ಕಾದು ವೀರಸ್ವರ್ಗವೇರಿದ ವಿಷಯವಿದೆ. ಸೋಮವಾರಪೇಟೆ ತಾ. ಇಂದಿನ ಹಾರೋಹಳ್ಳಿ, (ಹಾಯಿಟೆ> ಹಾರುಳಿ> ಹಾರೊಹಳ್ಳಿ) ಅನ್ವಯವೆಂದರೆ ಅಲ್ಲಿ ನಡೆದ ಕಾಳಗದಲ್ಲಿ ಮಾದ್ರೆಯ ಗೌಡಜನಾಂಗೀಯ ಹೊಯ್ಸಳಕಾಲೀನ ವೀರರು ಶೌರ್ಯದ ಚಿತ್ರಣ ಐತಿಹಾಸಿಕವಾಗಿ ಈ ಶಾಸನದಿಂದ ಸಚಿತ್ರವಾಗಿ ತಿಳಿಯುತ್ತದೆ. ಕೆಳಗಣ ಯುದ್ಧದ ಹಂತದಲ್ಲಿ ವೀರಗಲ್ಲಿನ ಬಲಭಾಗದಲ್ಲಿ, ಮೊದಲ ಈರ್ವ ವೀರರಲ್ಲಿ ಮುಂದಿರುವವ ಬಯ್ಯಣ, ಹಿಂದೆ ಇರುವ ಅಶ್ವಾರೋಹಿ ಚೀಗಣಮುಂಡನಾಗಿದ್ದು, ಅವರ ವೀರಕಾಳಗದ ದೃಶ್ಯ ಕಾಣುತ್ತದೆ. ಎದುಗಿರುವ ಪ್ರತಿ ವೀರ(ಶತ್ರು) ಮಾಯಣ್ಣನಿರುವಂತಿದೆ. ಕೈಲಾಸ ದೃಶ್ಯದಲ್ಲಿ ಶಿವಲಿಂಗದೆದುರು 'ಚೀಗಣಮುಂಡ' ಆಸೀನ ಪ್ರಣಾಮಭಂಗಿಯಲ್ಲಿದ್ದು, ಈ ಪರಿಸರದ ಶಿವಧರ್ಮದ ಪ್ರಭಾವವನ್ನು ಸೂಚಿಸುವಂತಿದೆ.

ಹೊಯ್ಸಳ ಇಮ್ಮಡಿ ವೀರಬಲ್ಲಾಳನ ಕ್ರಿ.ಶ. 1175ರ ಸಿರಹದ ಶಾಸನದಲ್ಲಿ12 ಸಿರಹದ (ಶಿರಂಗಾಲ) ಕಸಪಗೌಡನು ಬಿಳುಹನಾಡನ್ನು ಪಡೆದ ಬಗ್ಗೆ ಹೇಳಿದೆ. ಹಾಗೆ ಪಡೆದ ನಾಡಿನಲ್ಲಿ ಬೀರಯ್ಯನ ಮಗ ಮಾಯಣ್ಣನಿಗೆ ಅಷ್ಟಭೋಗತೇಜಸ್ವಾಮ್ಯ ನಿಧಿ ನಿಕ್ಷೇಪ ಇತ್ಯಾದಿ ಎಂಟು ಸ್ವಾಮ್ಯಗಳ ಪೂರ್ಣ ಹಕ್ಕನ್ನು ಸಿರಿವುರದ ಮಲ್ಲಿಕಾರ್ಜುನ ದೇವರ ನಿರ್ವಹಣಾ ಪ್ರಯುಕ್ತ ನೀಡಿದ ವಿಷಯ ಹೇಳಿದೆ. ಇದರಿಂದ ಸಿರಹದ ಕಸಪಗೌಡನಿಗೆ ಬಿಳುಹದ ಗೌಡಾಳಿಕೆ ದೊರೆತಿದ್ದು ಅವನು ದೇವದಾನವನ್ನು ವ್ಯಕ್ತಿಗೆ ನಿರ್ವಹಿಸಲು ಕೊಟ್ಟಿರುವ ವಿಷಯ ಗಮನಾರ್ಹ. ಹೊಯ್ಸಳರ ಕಾಲದ ಒಂದು ಕಿರು ಗೌಡಾಳಿಕೆಯ ಸ್ವರೂಪ ಇಲ್ಲಿ ಕಾಣುವಂತಿದೆ. ಇದಲ್ಲದೆ ಕ್ರಿ.ಶ.1174ರ ಹಾಲ್ಪುರೆ ಯುದ್ಧವನ್ನು ಹೊಯ್ಸಳ ದಂಡನಾಯಕ ಬೆಟ್ಟರಸ ಗೆದ್ದ ಮೇಲೆ ಹೊಯ್ಸಳ ವೀರಬಲ್ಲಾಳನು ಬಿಳುಹನಾಡನ್ನು ಕಸಪಗೌಡನಿಗೆ ನೀಡಿದಂತಿದೆ. ಹೀಗೆ ನೀಡಲು ಅವನು ಹೊಯ್ಸಳರ ಪರವಾಗಿ ಹೋರಾಡಿ, ಇಂಥ ನಾಡಧಿಕಾರ ಪಡೆದಿರಬಹುದೆನಿಸುತ್ತದೆ. ಅಥವಾ

ಪಿರಿಯಾಪಟ್ಟಣ ತಾ. ಕಂಪಲಾಪುರದ ವೀರಗಲ್ಲುಗಳ ಮೇಲಿರುವ 'ಹಾಲ್ಪುರೆ', 'ಚಂಗಾಳ್ವ' ಮತ್ತು "ಎಲ್ಲಾ ನಾಡ ಓಡೆಗಲು" ಎಂಬ ಉಲ್ಲೇಖವಿರುವ ಶಾಸನ

ಎಲ್ಲಾನಾಡ ಓಡೆಗರಲ್ಲೊಬ್ಬನಾಗಿ ಹೊಯ್ಸಳರಿಗೆ ಶರಣಾಗಿ ಇಂಥ ಅಧಿಕಾರ ಪಡೆದಿರಲೂಬಹುದು. ಅದು ವೀರಬಲ್ಲಾಳನ ಕೃಪೆಯಾಗಿರಲೂಬಹುದು. ಶರಣಾದ ಚಂಗಾಳ್ವರೂ ಹೊಯ್ಸಳರ ಸಾಮಂತರಾಗಿ ಅಧಿಕಾರ ನಡೆಸಿದ್ದು ಇತಿಹಾಸ.

ಹೀಗೆಯೇ 9ನೇ ಶತಮಾನದ ಕೋತೂರು ವೀರಶಾಸನ, 1179ರ ಮಾದ್ರೆವೀರ ಶಾಸನ, 1175ರ ಸಿರಹ ಶಾಸನಗಳಲ್ಲಿ ಅನುಕ್ರಮವಾಗಿ ಎಳೆಯಂಗ ಗಾವುಂಡ, ಚೀಗಾವುಂಡ, ಶಿರಿಯರ ಕಸಪಗೌಡ ಇತ್ಯಾದಿ

ಗೌಡಜನಾಂಗೀಯ ಯೋಧರ ಅಸ್ತಿತ್ವದ ಸೂಚನೆ ಕಾಣುತ್ತದೆ. ಅಂತಾಗಿ 'ಎಲ್ಲಾ ನಾಡಕೊಡಗರು' ಎಂಬ ಶಬ್ದದಲ್ಲಿ ಕೊಡಗಿನ ಗೌಡ, ಕೊಡವ ಇತ್ಯಾದಿ ಸರ್ವಜನಾಂಗೀಯ ಯೋಧರು ಎಂಬ ಸಂಕೇತವೂ ಇದೆ.

ಕ್ರಿ.ಶ. 1278ರ ನಿಡುತ ಶಾಸನವು 13 ಬಸಿಗನ ಹಳ್ಳಿಯಲ್ಲಿ ತಿರುಮಲೆ ಗಲುಡನು ಕೆರೆಯನ್ನು ಕಟ್ಟಿಸಿದ ಬಗ್ಗೆ ಹೇಳಿದೆ. ಮುಲಹಸಹಳ್ಳಿಯ ಮಲ್ಲಿಕಾರ್ಜುನ ದೇವರಿಗೆ ಬಹುಶಃ ಆ ದೇವರ ಬೇಗುಲದ ಸ್ಥಾನಿಕರಾದ 'ಮಲ್ಲಿಗಲುಡ, ಹಲಿಯಂಗ್ಣ, ವೀರಂಣಗೆಯು ಸಮವಾಗಿ ಅಮೃತಪಡಿಗೆ ಬಿಟ್ಟ ಧರ್ಮ ಎಂದಿರುವಲ್ಲಿ ದೇವರ ಅಮೃತಪಡಿ ನಿವೇದ್ಯಕ್ಕೆ ಗದ್ದೆಯ ದಾನ ನೀಡಿರುವಂತಿದೆ. ಮೂವರಿಗೂ ಸಮನಾಗಿ ಅಮೃತಪಡಿಗೆ ಬಿಟ್ಟು ಧರ್ಮ ಎಂದಿರುವ ಕಾರಣ ಸರದಿಯ ಅರ್ಚಕರಾಗಿ ಮೂವರೂ ಇದ್ದಿರಬೇಕು. ಅವರು ದೇವರಿಗೆ ಸಲ್ಲುವ ಅಮೃತಪಡಿಯಿಂದ ನೈವೇದ್ಯ ಸಿದ್ಧಮಾಡಿ ಅರ್ಪಿಸಿ ತಮ್ಮ ಅಶನ ವ್ಯವಸ್ಥೆಯನ್ನು ಮಾಡಿಕೊಳ್ಳಲು ಭೂದಾನದ ವ್ಯವಸ್ಥೆಯಿಂದ ಸೂಚನೆಗೊಳ್ಳುವಂತಿದೆ. ಅಂದರೆ ಗೌಡಜನಾಂಗದವರು ಹೊಯ್ಸಳ ಮೂರನೇ ನರಸಿಂಹನ ಕಾಲದಲ್ಲಿ ದಾನಧರ್ಮಾದಿ ಕಾರ್ಯಗಳಲ್ಲಿ ತೊಡಗಿದ್ದ ಸಂಗತಿ ಕಾಣಬರುತ್ತದೆ. ಇದಲ್ಲದೆ 'ಬನಸಮುದ್ರ' ದೇವರಕೆರೆ, ಹೂವಿನಗದ್ದೆ, ದೇವರ ಹಿಂದಣ ಪರೆಯಗದ್ದೆ, ಇತ್ಯಾದಿ ಪದಗಳಿರುವಲ್ಲಿ ಕೊಡಗಿನ ದೇವರಕಾಡಿನ ಅಸ್ತಿತ್ವ ಹೊಯ್ಸಳರ ಕಾಲದಲ್ಲಿದ್ದು ಅಂದಿನ ಗೌಡ ಜನಾಂಗವೂ ಅದರ ನಿರ್ವಹಣೆಯಲ್ಲಿ ಪಾಲುಗೊಂಡಿತ್ತು ಎಂಬ ಸುಳುಹೂ ದೊರೆಯುತ್ತದೆ. ಕೊಡಗಿನ ದೇವರಕಾಡು ವ್ಯವಸ್ಥೆಯಲ್ಲಿ ಕಾಡು, ಕಾಡಿನ ಆವರಣದಲ್ಲಿ ದೇವನೆಲೆಯ ಪಕ್ಕ ಸನಿಹದಲ್ಲಿ ದೇವರ ಕೆರೆ, ನಂತರ ಗದ್ದೆ ಇರುವ ಚತುಷ್ಕೂರ್ಮ ವ್ಯವಸ್ಥೆಯ ಪರಂಪರೆ ನಡೆದು ಬಂದಿದೆ. ಅದರ ನಿರ್ವಹಣೆಯೂ ಕಟ್ಟುಕಟ್ಟಳೆಗಳಿಂದ ಕೂಡಿದುದಾಗಿದೆ. ಮೇಲ್ಸೂಚಿತ ಶಾಸನದಲ್ಲಿ ಈ ಅಂಶವು ಸೂಚನೆಗೊಂಡಿರುವಂತಿದೆ.

ನಿಡುತದ ಕ್ರಿ.ಶ. 1255ರ ಹೊಯ್ಸಳ ಮೂರನೆ ನರಸಿಂಹನ ಕಾಲದ ವೀರಗಲ್ಲು ಶಾಸನದಲ್ಲಿ14 ಕಬ್ಬಿಗೋಡಿನ ಬೀರಗವುಡನ ಮಗ ಸೋಮಯ್ಯನು ತನ್ನೆದುರು ದೂತರ ಸಹಿತವಾಗಿ ಬಂಬಿಯ ನಾಯಕನು ಏರಿ ಬಂದಾಗ ಕಾಳಗಗೊಟ್ಟು ಜಯತಂದು ವೀರ ಸ್ವರ್ಗವೇರಿದ. ಆಗ ಅವನ ಸೋದರ ಮಾರಿಗವುಡ ಹಾಗೂ ಮಗ ಮಾಯಿಗ ವೀರಗಲ್ಲನ್ನು ಸಿದ್ಧ ಮಾಡಿಸಿ ನಿಲ್ಲಿಸಿದ ಬಗ್ಗೆ ಹೇಳಲಾಗಿದೆ. ಇದರಿಂದ ಗೌಡಜನಾಂಗದ ವೀರರು ಊರ ರಕ್ಷಣೆಗಾಗಿ ಹೋರಾಡಿ ವೀರರಾದ ಚಿತ್ರ ಹಾಗೂ ಅವರ ಒಡಹುಟ್ಟಿನವರು, ಮಕ್ಕಳು ವೀರಗಲ್ಲನ್ನು ಸಿದ್ಧಪಡಿಸಿ ಸ್ಮಾರಕವಾಗಿ ನೆಡುತ್ತಿದ್ದ ಪದ್ಧತಿ ಕಾಣುತ್ತದೆ.

ಹುಲಕೋಡಿನ ಕ್ರಿ.ಶ.1359ರ ಕನ್ನೇಶ್ವರನ ಗುಡಿಯ ಬಳಿಯ ವೀರಗಲ್ಲು ಶಾಸನದಲ್ಲಿ15 'ತ್ರಿನಮೇರ ದೇವಣ್ಣನವರೂ ಘಟ್ಟದ ಕೆಳಗೆ ಹೋಗಿ ಅಧಲಿ ಹುಲುಕೋಡ ಚಿಕ್ಕಣ್ಣಯ ಬೆಂಮ್ಮಗೌಡನ ಬೀರಗಲ್ಲು ಶ್ರೀ ಸ ಗವುಡ ಬೊವ ದೇಮ್ಮಯ್ಯ ಚಿಕಣ್ಣಯರಿಗೆ ಮಂಗಳವು..' ಎಂದಿದೆ. ತ್ರಿನಮೇರ ದೇವಣ್ಣನು ಘಟ್ಟದ ಕೆಳಗೆ (ದ.ಕನ್ನಡ ಜಿಲ್ಲೆ) ಹುಲಕೋಡ ಚಿಕ್ಕಣ್ಣಯ್ಯ ಬೆಂಮಗೌಡ ಈರ್ವರನ್ನು ಕರೆದುಕೊಂಡು ಹೋದ ಬಗ್ಗೆ ಸೂಚನೆ ಇದೆ. ಬಹುಶಃ ಕಾಳಗದಲ್ಲಿ ಶೌರ್ಯ ತೋರಿ ಜಯ ತಂದು ಕೊಟ್ಟು ವೀರಸ್ವರ್ಗವೇರಿದ ಕಾರಣ ವೀರಗಲ್ಲನ್ನು ಹುಲಕೋಡಿನಲ್ಲಿ ನಿಲ್ಲಿಸಲಾಯಿತು. ಚಿಕಣ್ಣನು ಹುಲಕೋಡಿನವನಾದ ಕಾರಣ ಆವನಿಗೆ ಸಹಜವಾಗಿ ಸ್ಮರಣ ಸಂದಾಯವಾಗಿದೆ.

ವಿಜಯನಗರ ಕಾಲದಲ್ಲಿ ಕೊಡಗಿನಲ್ಲಿದ್ದ ತಕ್ಕಾಮೆ, ಜಾತಿಗೌಡಿಕೆ (ಜನಾಂಗದ ವ್ಯವಹಾರದ ಉಸ್ತುವಾರಿ ನಾಯಕತ್ವ) ಎಂಬ ಶಬ್ದಗಳು ಹಾಲೇರಿ ಅರಸರ ಕಾಲಕ್ಕೆ ಪೂರ್ವನಿರ್ದೇಶನದ ಅಥವಾ ಪರ್ಯಾಯ ಶಬ್ದಗಳಿಗೆ ಪ್ರೇರಣೆ ನೀಡಿದಂತಿದೆ. 'ಗೌಡಭೋಗ' ಎಂಬ ಪದವಿ ಸೂಚಕ ಶಬ್ದ 'ಶ್ಯಾನುಭೋಗ' ಎಂಬ ಶಬ್ದಪ್ರಕಾರದಂತೆ ಇತ್ತೆ? ಎಂಬುದನ್ನೂ ಹುಲಕೋಡು ಶಾಸನದ ಹಿನ್ನಲೆಯಲ್ಲಿ ಗಮನಿಸುವಂತಾಗುತ್ತದೆ. 'ಶ್ರೀಸಗವುಡ ಬೊವ ದೇಮ್ಮಯ್ಯಂ' ಎಂದಿರುವಲ್ಲಿ (ಶ್ರೀಸ > ಸಿರಿಸ > ಸಿರಹ!) ಹಾಗೂ ಗವುಡ ಬೊವ > ಗೌಡಬೋವ ಎಂದು ಅಪಲಿಖಿತಗಳನ್ನು ಸರಿಪಡಿಸಿ ಹೇಳಿದರೆ ಸಿರಹದ ಗೌಡಬೋವ ದೇಮ್ಮಯ್ಯ ಗೌಡ ಜಾತಿಯ ವ್ಯವಹಾರಗಳ ಮುಖ್ಯಸ್ಥನಾಗಿ 'ಜಾತಿಗೌಡಿಕೆ'ಯ ಪಟ್ಟವನ್ನು ಹೊಂದಿ 14ನೆಯ ಶತಮಾನದ ವಿಜಯನಗರ ಕಾಲದಲ್ಲಿ ಇದ್ದ ಎಂಬ ಸೂಚನೆ ಸಿಗುತ್ತದೆ. ಹಾಲೇರಿ ಅರಸರ ಕಾಲಕ್ಕೆ ಗೌಡಬೋವ ವ್ಯವಸ್ಥೆ ಮುಂದುವರಿದರೂ ಜನಾಂಗದ ನ್ಯಾಯ ಆಚಾರ ವಿಚಾರಗಳ ವ್ಯವಹಾರಗಳಿಗೆ ತಕ್ಕ ಯಜಮಾನ ತಕ್ಕಮುಖ್ಯಸ್ಥ ಎಂದು ದಕ್ಷಿಣ ಕೊಡಗಿನಲ್ಲಿ ವಿಶೇಷವಾಗಿ ಕೊಡವರಲ್ಲಿ ರೂಢಿ ಪ್ರಚಲಿತವಿದ್ದಂತೆ ಉತ್ತರ ಕೊಡಗಿನಲ್ಲಿ ಸಂವಾದಿಯಾಗಿ 'ಜಾತಿಗೌಡಿಕೆ' ಎಂಬ ಶಬ್ದ ಗೌಡಜನಾಂಗಕ್ಕೆ ರೂಢಿಯಲ್ಲಿತ್ತನ್ನಬೇಕು. ಅಂದರೆ 'ಗೌಡಬೋವ' ಎಂಬ ವಿಜಯನಗರಕಾಲೀನ ರೂಢಿಯ ಶಬ್ದವು ಹಾಲೇರಿ ಅರಸರ ಕಾಲಕ್ಕೆ 'ಜಾತಿಗೌಡಿಕೆ' ಎಂದು ಪರ್ಯಾಯ ರೂಪವಾಗಿ ಬಳಕೆಗೊಂಡಿತೆನ್ನಬೇಕು. ಶಾಸನದಲ್ಲಿ ಬರುವ ತ್ರಿನಮೇರ ಶಬ್ದವು ದೇವಣ್ಣನಿಗೆ ಮನೆಹೆಸರಿನ ಉಪಾಧಿಯಾಗಿ ಕಂಡುಬರುತ್ತದೆ. ಗೌಡಜನಾಂಗದಲ್ಲಿ ಅಂದಿದ್ದ ಒಂದು ಮನೆ ಹೆಸರೂ ತಿಳಿಯುತ್ತದೆ. ಅದು ಕೊಡಗಿನ ವೈಶಿಷ್ಟ್ಯವೂ ಹೌದು.

– ಮುಂದುವರೆಯುತ್ತದೆ.

ದಕ್ಷಿಣ ಕೊಡಗಿನ ಹೈಸೊಡ್ಲೂರಿನಲ್ಲಿರುವ ಅಪ್ರಕಟಿತ ಪೂರ್ವಹಳೆಗನ್ನಡದ ಪ್ರಪ್ರಥಮ ಕನ್ನಡ ಶಾಸನ (ಕ್ರಿ.ಶ.735 !) ಶಾಸನದಲ್ಲಿ "ಮುಮುಕ್ಕೇರಿ" ಎಂಬ ಗ್ರಾಮದ ಹೆಸರಿದೆ

ಹಾಲೇರಿ ರಾಜರ ಆಸ್ಥಾನಕ್ಕೆ ಬರುವಾಗ ಎಲ್ಲರೂ ಕುಪ್ಪಸದಟ್ಟಿ, ಪೀಚೆಕತ್ತಿ, ತಲೆಗೆ ಪೇಟ/ರುಮಾಲು ಧರಿಸಿ ಬರಬೇಕೆಂದು ರಾಜರು ಸನ್ನದು ಹೊರಡಿಸಿದ್ದರು. ಈ ಬಗ್ಗೆ ನನ್ನ ಸ್ನೇಹಿತರಾದ ಕುಡೆಕಲ್ ವಿದ್ಯಾಧರ್‌ರವರು ಒಂದು ಸಂವಾದದಲ್ಲಿ ಈ ರೀತಿ ಬಣ್ಣಿಸಿದ್ದರು: "ತಳ ಸಮುದಾಯದ ಹಿರಿಯ ವ್ಯಕ್ತಿಗಳು ಮೇಲ್ವರ್ಗದವರ ಮುಂದೆ ಸೊಂಟ ಬಗ್ಗಿಸಿ, ಎಡಗೈಯನ್ನು ಬೆನ್ನಿನ ಹಿಂದೆ ಇಟ್ಟು ಬಲಗೈಯನ್ನು ಬಾಯಿಗೆ ಅಡ್ಡವಿಟ್ಟು ಮಾತನಾಡುವುದನ್ನು ನೋಡಬಹುದು...... ಇದು ಗೌರವದ ಸಂಕೇತ ಎಂದು ನಾನು ಭಾವಿಸಲಾರೆ; ದಾಸ್ಯದ ಒಂದು ಪಳೆಯುಳಿಕೆ. ನಮ್ಮ ಪೇಟದ ಅಂಚು ಉದ್ದವಾಗಿದ್ದುದು ಸಹಜ" ವೆಂದಿದ್ದಾರೆ.

ಆದರೆ ನನ್ನ ಪ್ರಕಾರ ಪೇಟದ ಅಂಚನ್ನು ಬಾಯಿಗೆ ಅಡ್ಡ ಹಿಡಿಯುವುದು ನಮ್ಮ ಪೂರ್ವಜರ ಪಳೆಯುಳಿಕೆಯಾದ ಗಂಗರ ಜೈನ ಸಂಪ್ರದಾಯವೆಂದು ಅಭಿಪ್ರಾಯವಾಗಿದೆ.

ಕೊಡಗಿನ ಕೈಮಡಗಳು:

"ಕೊಡಗಿನಲ್ಲಿ ಮನೆತನದ ಮೂಲಪುರುಷನ ಹೆಸರಿನಲ್ಲಿ ಕಟ್ಟಿರುವ ಸ್ಮಾರಕ ಕಟ್ಟಡಕ್ಕೆ ಕೈಮಡ ಎನ್ನುತ್ತಾರೆ. ಈ ಮೂಲ ಪುರುಷ ಆಯಾಯ ಮನೆತನಕ್ಕೆ ಗುರುಕಾರೋಣ, ಕುಲದೈವ, ಆದಿಗುರು, ಸನ್ನಿಧಿ ಪುರುಷ ಆಗಿರುತ್ತಾರೆ. ಈ ಸ್ಮಾರಕ ನೆಲೆಯು ಮನೆತನದ ಇತಿಹಾಸ ಗುಡಿಯೂ ಆಗಿದೆ. ಆ ವಂಶದ ಪರಂಪರೆಯಲ್ಲಿ ಬಂದ ಧಾರ್ಮಿಕ ಸಂಪ್ರದಾಯಗಳನ್ನು, ಸಾಂಸ್ಕೃತಿಕ ಆಗುಹೋಗುಗಳನ್ನು, ಜನಪದ ಹಾಡುಗಳನ್ನು, ಆಚರಣೆಗಳನ್ನು-ಕಲೆಗಳನ್ನು ಮೇಳೈಸಿಕೊಂಡು ಮೌಲ್ಯದ ಕೇಂದ್ರವೂ ಆಗಿದೆ. ಅಂದರೆ ಸಾಂಸ್ಕೃತಿಕ ಸೌಷ್ಠವಗಳ, ವಂಶಿಕ ಗೌರವ, ಭಕ್ತಿ ಮೌಲ್ಯಗಳ, ಸ್ಮಾರಕವಾಗಿ ತಾತ್ಕಾಲಿಕ ಅಗತ್ಯತೆಗಳ ಪ್ರಸ್ತುತ ಪ್ರತಿಷ್ಠಾನವೇ 'ಕೈಮಡ'ಗಳು ಆಗಿವೆ. ಪ್ರಮುಖವಾಗಿ ಅಮ್ಮ ಕೊಡವ-ಕೊಡವ ಜನಾಂಗಗಲ್ಲಿ 'ಕೈಮಡ' ಗಳಿರುವಂತೆಯೇ ಕೋಯವ, ಐರೀರ, ಹೆಗ್ಗಡೆ, ಗೊಲ್ಲ, ಕಾಪಳರಲ್ಲಿ, ದಲಿತವರ್ಗದ ಕೆಂಬಟ್ಟಿಗಳಲ್ಲಿ, ಗೌಡ ಮತ್ತು ಜಮ್ಮ ಮಾಪಿಳ್ಳೆ ಮನೆತನಗಳಲ್ಲಿ ಇದೇ ರೀತಿ ಹಿರಿಯರ ಸ್ಮಾರಕ ನೆಲೆಗಳಿವೆ. ಕೊಡಗಿನ ಸೋಮವಾರಪೇಟೆ ತಾಲೂಕಿನ ಯಡೂರಿನ, ಚೌಡ್ಲು, ಬಾಚಿನಾಡ ಇತ್ಯಾದಿ ಗೌಡ ಜನಾಂಗದ ಮಾಳದಲ್ಲಿ ಕೊಲೆಕಲ್ಲುಗಳನ್ನು ವೀರ ಹಿರಿಯರ ಸ್ಮರಣಾರ್ಥ ಕರಡು ಲಾಳಾಕಾರದಲ್ಲಿ ಜೋಡಿಸಿಟ್ಟಿರುವುದು ಕಾಣಬರುತ್ತವೆ.

ಕೊಡಗಿನ ಮತ್ತು ದಕ್ಷಿಣ ಕನ್ನಡದ ಬಹುತೇಕ ಗೌಡ ಹಾಗೂ ಕೊಡವ ಐನ್‌ಮನೆ/ ತರವಾಡು ಮನೆಗಳಲ್ಲಿ 'ಕನ್ನಿ ಕೋಂಬರೆ' ಎಂಬ ಪ್ರಾರ್ಥನಾ ಕೋಣೆ, ಕನ್ನಿಕಂಬಗಳ ಅಸ್ತಿತ್ವ, ಕನ್ನಿ ಎಂದರೆ 'ಕನ್ಯೆ' ಎಂಬ ಅರ್ಥವು ಕೂಡಾ ಇದೆ. ಜೊತೆಗೆ 'ಕನ್ನಿ ಕೊಂಬರೆ' ಐನ್‌ಮೆನಯ ನೈರುತ್ಯಕ್ಕೆ ಇದೆ. ಇದು ಗೌಡ ಜನಾಂಗದ ಪುರಾತನ ಆದಿಶಕ್ತಿ ಆರಾಧನಾ

ಪದ್ಧತಿಯಾಗಿರುತ್ತದೆ. ಅದೇ ರೀತಿ ಕೊಡವರು ಮತ್ತು ಗುರುಕಾರಣಗಳನ್ನು ಆರಾಧಿಸುತ್ತಿದ್ದು, ಮಾತಾಪಿತೃ ಕುರಿತು ಸಂಯುಕ್ತ ಆರಾಧನಾ ಪದ್ಧತಿಗೆ ಅವಕಾಶವಿದೆ. ಇದು ಮೂಲತಃ ಕೊಡಗು ಮತ್ತು ದಕ್ಷಿಣಕನ್ನಡದ ಮೂಲನಿವಾಸಿ ರೈತಾಪಿ ಜನಾಂಗಗಳ ಸಮ್ಮಿಶ್ರ ಸಂಸ್ಕೃತಿಯ ಪದ್ಧತಿ ಎನ್ನಬಹುದು.[8]

---

7. ಎಂ.ಜಿ. ನಾಗರಾಜ–ಕನ್ನಡ ಸಾಹಿತ್ಯ ಪರಿಷತ್ತು 2004, ಪು. 14

ಗೌಡ ಸಮುದಾಯದ ಕೈಮಡಗಳು:

ಗೌಡ ಸಮುದಾಯದಲ್ಲಿ ಪರ್ಲಕೋಟಿ ಮನೆತನದ ಒಂದು ಕುಟುಂಬ ನಂಜರಾಯ ಪಟ್ಟಣದ ಬಳಿ ರಂಗಸಮುದ್ರದಲ್ಲಿದೆ. ಪುತ್ತರಿಯಾನೆ ಪರ್ಲಕೋಟಿ ಎಂಬುದು ಮನೆತನದ ಪೂರ್ಣ ಹೆಸರು. ಮಡಿಕೇರಿ ತಾಲೂಕು ಬಿಳಿಗೇರಿಯು ಇವರ ಮೂಲ ನೆಲೆ ಆಗಿದೆ. ಇವರಿಗೆ ಕೈಮಡ ಇಲ್ಲ. ಆದರೆ ಐನ್‌ಮನೆ ಅಲ್ಲಿದೆ. ತೆರೆ, ಕೋಲ ಇಲ್ಲ. ವೆಂಕಟರಮಣ ದೇವರ ಪೂಜೆ (ಹರಿಸೇವೆ) ಮಾತ್ರ ಉಂಟು. ಆ 'ಹರಿಸೇವೆ' ಗೌಡ ಸಮುದಾಯದಲ್ಲಿ ವಾರ್ಷಿಕ ಪದ್ಧತಿಯಾಗಿದೆ. ಚೌಡ್ಲು ಗ್ರಾಮದಲ್ಲಿ ವೀರಗಲ್ಲುಗಳ ಬಳಿ 'ಹರಿಸೇವೆ' ನಡೆಯುತ್ತದೆ.

ವಿಶೇಷತಃ ಚೌಡ್ಲುವಿನ ಸುಗ್ಗಿಕಟ್ಟೆ ಹಬ್ಬದಲ್ಲಿ ನಾಡತಮ್ಮನ ಬನದಲ್ಲಿ ಊರಿನ ನಾಲ್ಕುಗೌಡ ಮನೆತನದವರು ದೊಡ್ಡಕಲ್ಲು ಸಣ್ಣಕಲ್ಲುಗಳ ನಡುವೆ ಬಾಳೆಎಲೆ ಮೇಲೆ ಬೆಳ್ಳಿಕೊಡೆ ಇಟ್ಟುಕೊಂಡು ಸಲ್ಲಿಸುವ ಸೊಡ್ಲು (ಸೊಡರು) ಪೂಜೆಯ ವಿಧಾನವು, ಹಿರಿಯರ ಸಮಾಧಿ ಪೂಜೆಯ ನೆನಪನ್ನು ತರುತ್ತದೆ. ಇದು ಹಿರಿಯರ ನೆಲೆಯ ಬನವಾಗಿದೆ. ಇದು ಊರ ಮುಂದಿನ ವೀರರಕಟ್ಟೆಗೆ (ಹರಿಸೇವೆ ಕಲ್ಲುಗಳ ಸಮೂಹ) ಸಮೀಪದಲ್ಲಿದೆ; ಊರಿಗೆ ಸುಮಾರು 1 ಮೈಲಿ ದೂರದಲ್ಲಿ ವಾಯವ್ಯಕ್ಕೆ ಇರುವ 'ಅಜ್ಜಿಬನ'ದಲ್ಲಿ ವೃತ್ತಾಕಾರದ ಶಿಲೆಗಳ ರಾಶಿ ಹಾಗೂ ಅದರಲ್ಲಿ ತುಸು ತಗ್ಗುಮಾಡಿ ಕಿರಿಗುಡಿ ಬಾಗಿಲಿನಂತೆ ರಚನೆಯಿರುವ ನೆಲೆ ಇದೆ. ಗಮನಾರ್ಹವಾಗಿ, ಪ್ರಾಗೈತಿಹಾಸಿಕ ಕಾಲದ ಮಾದರಿಯ ಬೃಹತ್ ಶಿಲಾಯುಗದ ಸಮಾಧಿಗಳ ಒಂದು ಸಾಂಕೇತಿಕ ರೂಪವಾಗಿ ಇದು ಕಾಣುತ್ತದೆ. ಬೆಂಗಳೂರು ಬನ್ನೇರುಘಟ್ಟದ ಅನುಕ್ರಮಣಿಕೆ ವೃತ್ತರಚನೆಯ ಮಾದರಿಯ, ಸಮಾಧಿವೃತ್ತವನ್ನು ಇದು ಹೋಲುವಂತಿದೆ. ಗೌಡ ಸಮುದಾಯದ ವಿಶಿಷ್ಟ ಸ್ಮಾರಕ ಇದಾಗಿದೆ. ಸುಗ್ಗಿಕಟ್ಟೆ ಹಬ್ಬದ ಸಮಯದಲ್ಲಿ ಈ ಗೌಡ ಮನೆತನದವರು ಅಲ್ಲಿ ಸಲ್ಲಿಸುವ ಪೂಜೆ, ಹಿರಿಯರ ಸಮಾಧಿ ಪೂಜೆಯಂತಿದೆ. ಇದಲ್ಲದೆ 'ಹುಲಿಮುಖದ ಚೌಡಿ'ಯ ಕಾಡಿಗೆ ಹೊಗುವ ಹಾದಿಯಲ್ಲಿರುವ ಬಸವೇಗೌಡ ಮನೆತನದ ಸಮಾಧಿ ಕಟ್ಟಡದ ಮೇಲೆ ಸ್ತೂಪದ ಚಹರೆಗಳನ್ನು ಹೊಂದಿರುವುದು ವಿಶೇಷ.

ನಂಜರಾಯಪಟ್ಟಣದ ಅಚ್ಚಾಂಡೀರ ಮನೆತನಕ್ಕೆ ಕೈಮಡ ಇಲ್ಲ. ಆದರೆ ಗುರುಕಾರೋಣನಿಗೆ ಮರದ ಬುಡದಲ್ಲಿ ಸಮಾಧಿಸ್ಥಾನ ಅಂದರೆ ನೆಲೆ ಇದೆ. ಮೊದಲಿಗೆ

ಗುರುಕಾರೋಣನಿಗೆ ತೆರೆ, ಕೋಲ ಇತ್ತು. ಈ ಕಾರೋಣನಿಗೆ ತುಲಾಸಂಕ್ರಮಣ ಸಮಯದಲ್ಲಿ ಬಲಮುರಿ ಕಾವೇರಿ ತೀರ್ಥಸ್ನಾನದ ರಾತ್ರಿ ದೀಪವಿಡುತ್ತಾರೆ.

ನಾಪೋಕ್ಲು ಮಾರ್ಗದ ಬೆಟ್ಟಗೇರಿಯ ಐನ್‌ಮನೆಯಲ್ಲಿ ಅನ್ನಚ್ಚಿರ ಮನೆತನವಿದ್ದು, ಅದಕ್ಕೆ ಇಲ್ಲಿ ಕೈಮಡವಿದೆ. ಈ ಮನೆತನಕ್ಕೆ ಎರಡು ಪಟ್ಟೆ (ವಂಶಿಕ ಶಾಖೆ) ಇದೆ. ಕಟ್ಟೆಮನೆ ಸ್ಥಾನವೂ ಈ ಮನೆತನಕ್ಕಿದೆ. ಹರಿಸೇವೆ, ಹುತ್ತರಿ ಹಬ್ಬ, ಗುಳಿಗ, ನಾಥ ಪೂಜೆ, ತೆರೆ, ಕೋಲ ಎಲ್ಲ ಆಚರಣೆಗಳೂ ಇವರಲ್ಲಿದೆ; ಕೈಮಡಕ್ಕೆ ವಾರ್ಷಿಕ ಮೀದಿಯಲ್ಲಿ 'ಕೋಳಿ' ಬಲಿ ಮಾತ್ರ ಇದೆ. ಜಮ್ಮ ಹಾಗೂ ಉಂಬಳಿ ಭೂಮಿಯೂ ಇದೆ. ಮದುವೆಯಲ್ಲಿ ಗೌಡ ಪದ್ಧತಿಯಂತೆ ಮುಂಬದಿ ಪುಕ್ಕ ಬರುವಂತೆ ವಧು ಸೀರೆ ಉಡುತ್ತಾಳೆ. ಕಾರೋಣರ ಕಾಲದಿಂದ ಬಂದ ಪದ್ಧತಿಯಂತೆ ಭಗವತಿಗೆ 18 ಅಡಿ ಮುಡಿ, ಭದ್ರಕಾಳಿಗೆ 16 ಅಡಿ ಮುಡಿಯನ್ನು ಪಾಲೆಯರಿಂದ ಕಟ್ಟಿಸುತ್ತಾರೆ. ಎರಡು ವರ್ಷಕ್ಕೊಮ್ಮೆ ಆಚರಿಸುವ ಹಬ್ಬದಲ್ಲಿ ವಿಷ್ಣುಮೂರ್ತಿ ಕೋಲವೂ ಉಂಟು. ಕೃಷಿ ಕಾಲದಲ್ಲಿ 'ಒಯ್ಯ (ನಾಟಿಹಾಡು)'ವನ್ನು ಕನ್ನಡದಲ್ಲಿ ರೂಪಿಸಿಕೊಂಡು ಹಾಡುತ್ತಾರೆ. ತುಲಾಸಂಕ್ರಮಣದಲ್ಲಿ ಕೈಮಡಕ್ಕೆ ಬೊತ್ತಲೆ ಹುತ್ತರಿಯಲ್ಲಿ ಕದಿರು ಇಡುತ್ತಾರೆ.

ಮಡಿಕೇರಿ ತಾಲೂಕು ಅಯ್ಯಂಗೇರಿಯಲ್ಲಿ ಪೆಮ್ಮುಡೀರ ಮನೆತನದ ಗುರುಕಾರೋಣ 'ನಂದಿಚ್ಚ'. ಮನೆತನಕ್ಕೆ ಮೊದಲು ಇವನು ಮಣ್ಣು ತೆಗೆದವ. ಇವನ ಆರು ಅಡಿ ಚತುರಸ್ರ ಕಟ್ಟಡವಾದ ಕೈಮಡ ಪೂರ್ವಾಭಿಮುಖವಾಗಿದೆ. ಈ ಕೈಮಡದ ನೆಲೆಯಲ್ಲಿ ಕಾರೋಣನ ಆವಾಹನೆ ಉಂಟು. ಆದರೆ ಆಕೃತಿ ಇಲ್ಲ. ಈ ಕೈಮಡಕ್ಕೆ ಮೊದಲು ಹುಲ್ಲುಮಾಡು ಇತ್ತು. ತುಂಬಿಕಣ್ಣು ಈಗಲೂ ಕಾಣುವಂತೆ ಇದೆ. ಈ ಮನೆತನದ ಪಡೆಬೀರರು ಸುಬ್ಬಯ್ಯ ಹಾಗೂ ಬೆಳ್ಳಿಯಪ್ಪ. ಪಡೆಬೀರರಿಗೆ ಬಾಳೆಗೊನೆ ಉರುಕಲು ನೈವೇದ್ಯ; ಮೂರು ಅಡಿ ಮತ್ತು ಮೂರು ಅಡಿ ಚೌಕಾಕಾರದಲ್ಲಿ 9 ಕೋತ್ರಿ (ಕೋಲ್ ತಿರಿ) ಹಚ್ಚುತ್ತಾರೆ. ವಿಶೇಷವೆಂದರೆ ಕೈಮಡದ ಕಾರೋಣನಿಗೆ ಹುತ್ತರಿಯಲ್ಲಿ ಸಿಹಿ ಎಡೆ, ಪೊವ್ವದಿ ಅವ್ವೆ ಹಬ್ಬ, ಚಿನ್ನತಪ್ಪನ (ಕೃಷ್ಣ) ಹಬ್ಬದಲ್ಲಿ ದೀಪವಿಡುವರು. ದೇವ (ಭಂಡಾರ) ತಕ್ಕಾಮೆ ಮೊದಲು ಇವರಿಗಿತ್ತು; ಈಗ ಚಂಗೋಲು ತಕ್ಕಾಮೆ (ಉಭ ಶುಭಗಳಲ್ಲಿ ಬೌದ್ಧಿಕ ಹಾಗೂ ವಿವೇಕ ಹೇಳುವ ನೆರವಿಗರು) ಇದೆ. ಬಲ್ಲಮಾವಟಿಯ ಎಡಿಕೇರಿ ಮನೆತನಕ್ಕೆ ಭಗವತಿ ದೇಗುಲದ ಬಳಿ ಕೈಮಡವಿದೆ. ಕುತ್ತಿ ನಾಶವಾದ ಅರೆಯಡ (ಹೆಗ್ಗಡೆ ಸಮುದಾಯ) ಮಣ್ಣಿಗೆ ಎಡಿಕೇರಿ ಮನೆತನ ನಿಂತಿದೆ. ರಾಜರ ಕಾಲದಲ್ಲಿ ಕನ್ನಡ ಜಿಲ್ಲೆಯ ಎಡಿಕೇರಿ ಮನೆತನದಿಂದ ಬಂದು ಇಲ್ಲಿ ನಿಂತು ಅದೇ ಹೆಸರನ್ನು ಮುಂದುವರಿಸಿದೆ. 'ನರಿಪೂದ' ತೆರೆಯನ್ನು (ಹುಲಿ ಬೇಟೆಯಲ್ಲಿ ಹುಲಿಗೆ ಬಲಿಯಾದ ಮನೆತನದ ವೀರನ ಹೆಸರಿನಲ್ಲಿ ಕಟ್ಟಿಸುವ ತೆರೆ) ಎಡಿಕೇರಿ ಮನೆತನದ ಹೆಸರಿನಲ್ಲಿ ಕಟ್ಟಿಸುತ್ತಿದ್ದುದು ಈಗ ನಿಂತಿದೆ. ಇಲ್ಲಿನ ಕೈಮಡ ಬೀರಕೋಟ (ವೀರನ ಕೋಣೆ) ವಾಗಿದೆ. ಮೊದಲಿಗೆ ಹುಲ್ಲುಮಾಡು ಹೊದ್ದಿದ್ದು ಈಗ ಹೆಂಚಿನದಾಗಿದೆ. ಹುತ್ತರಿಗೆ

ಕಟ್ಟು ಬಿದ್ದ ಮೇಲೆ ಒಂದು ತಿಂಗಳ ಕಾಲ ಹಾಗೂ ಹಬ್ಬಗಳಲ್ಲಿ ಈ ಕೈಮಡದಲ್ಲಿ ದೀಪವಿಡುವರು. ಸಮುದಾಯದ ಉಡುಗೆ ತೊಡುಗೆ, ಪದ್ಧತಿಗಳು ಈಗ ಗೌಡ ಸಂಸ್ಕೃತಿಗನುಗುಣವಾಗಿವೆ.

ಸೋಮವಾರಪೇಟೆ ತಾಲೂಕು ತಲ್ತರೆ ಶೆಟ್ಟಳ್ಳಿಯಲ್ಲಿ 'ಕುರಾದಗೌಡ' ಮನೆತನವಿದೆ. ಇವರು ಕೊಡಗು ರಾಜರ ಕಾಲದ ಬಸವೇಗೌಡರ ವಂಶೀಕರಾಗಿದ್ದಾರೆ. ಆ ಕಾಲದಲ್ಲಿ ಈ ಮನೆತನ ವೀರಶೈವವಾಗಿತ್ತಂತೆ. ಈಗ ಗೌಡ ಸಮುದಾಯವಾಗಿದೆ. ಮನೆತನದ ಜಮೀನಲ್ಲಿದ್ದ ವೀರಗಲ್ಲುಗಳಿಗೆ 'ಬಸವೇಗೌಡನ' ಅಸ್ತಿತ್ವವನ್ನು ಆರೋಹ ಮಾಡಿಕೊಂಡು ಗೌರಹಬ್ಬ ಕಳೆದ ಮೇಲೆ ಆರಾಧನೆ ನಡೆಸುತ್ತಾರೆ. ಇವು ತಮ್ಮ ಹಿರಿಯರ ಸ್ಮಾರಕವೆಂದು ವೀರಶೈವ ಅರ್ಚಕರಿಂದ ಮನೆತನದವರು ಪೂಜೆ ಸಲ್ಲಿಸುತ್ತಾರೆ; ಹುತ್ತರಿಯಲ್ಲಿ ಕದಿರು ಇಡುತ್ತಾರೆ; ಮಕರ ಸಂಕ್ರಾಂತಿಯಲ್ಲಿ ಹೊಸ ಬೆಳೆ ಬಳಸಿ ಎಡೆ ಹಾಕುತ್ತಾರೆ. ವಂಶಭೂತರ ಧಾರ್ಮಿಕ ನೆಲೆಯನ್ನು ಸ್ಮರಿಸಿ ಆಚರಣೆಗಳ ಪಾಲನೆ ಇಲ್ಲಿ ಕಾಣುತ್ತದೆ. ಈ ವೀರಗಲ್ಲುಗಳಿಗೆ 'ಹರಿಸೇವೆ' ಕಲ್ಲುಗಳೆಂದು ಕರೆಯುತ್ತಾರೆ. ಒಂದು ವರ್ಷ 'ಸುಗ್ಗಿಕಟ್ಟೆ'ಗೆ ಹಬ್ಬ ಸಲ್ಲಿಸಿದರೆ, ಮರುವರ್ಷ 'ಹರಿಸೇವೆ' ಕಲ್ಲುಗಳಿಗೆ ಹಬ್ಬದಾಚರಣೆಗಳನ್ನು ನಡೆಸುತ್ತಾರೆ. ಬಹುಶಃ 'ಹಿರಿಯರ ಸೇವೆ'ಯು 'ಹರಿಸೇವೆ'ಗೆ ಸಂವಾದಿಯಾಗಿ ಸಮ್ಮಿಲಿತವಾಗಿರುವಂತಿದೆ. ಹೀಗೆಯೇ ಚೌಡ್ಲು ಗ್ರಾಮದ ವೀರಗಲ್ಲುಗಳ ಕಟ್ಟೆಗೆ (ಚೌಡಯ್ಯ- ಮೂಡ್ಲಯ್ಯನ ಕಟ್ಟೆ) ಸಲ್ಲುವ ಹರಿಸೇವೆಯು, ಹಿರಿಯರ ಸೇವೆಯ-ಆರಾಧನೆಯ ಪರ್ಯಾಯ ಪ್ರತೀಕವಾಗಿರುವಂತಿದೆ.

ಅದೇ ರೀತಿ ಎಂ.ಜಿ. ನಾಗರಾಜರು ತಮ್ಮ ಕೃತಿಯ ಉಪಸಂಹಾರದಲ್ಲಿ ಈ ರೀತಿ ನಮೂದಿಸಿರುತ್ತಾರೆ;

"ಚಂಗಾಳ್ವರ ನಂತರ ಕೇವಲ ಕೇರಳದ (ಮಲೆಯಾಳ) ಪ್ರಭಾವವೇ ಆವರಿಸಿಕೊಂಡಿದ್ದ ಇಲ್ಲಿನ ಕೈಮಡ-ಕಾರೋಣ ಜನಪದ ಆಚರಣೆಗಳಿಗೆ ಹಾಲೇರಿ ಅರಸರು, ವೀರಶೈವ ಮಠಗಳು ಹಾಗೂ ದ.ಕ. ಜಿಲ್ಲೆಯ ಬ್ರಾಹ್ಮಣರು, ಗೌಡರು, ತಮ್ಮ ವಾಸ್ತವ್ಯದಲ್ಲಿ ಕೊಡವ ಹಾಗೂ ಕನ್ನಡ (ಗೌಡ) ಪ್ರಭಾವಕ್ಕೆ ಒತ್ತು ನೀಡಿದ್ದಾರೆ. ಸ್ಥಳೀಯ ಸಂಸ್ಕೃತಿಯನ್ನು ಬೆಳೆಸಲು ಅನುಕೂಲವಾಗಿದ್ದಾರೆ; ಅಸ್ತಿತ್ವವನ್ನುಳಿಸಿಕೊಂಡಿದ್ದಾರೆ. ಅಲ್ಲದೇ ಪ್ರಾಗೈತಿಹಾಸಿಕ ಅವಶೇಷಗಳ ಸಂಕೇತಗಳಿಗೆ ಹಿರಿಯರ ಆರಾಧನಾ ಪದ್ಧತಿಯನ್ನು ಕೊಡಗಿನ ಮೂಲ ಗೌಡ ಜನಾಂಗದವರು ಇಂದಿಗೂ ಉಳಿಸಿಕೊಂಡು ಬಂದಿರುವುದು ಗಮನಾರ್ಹ."

"ಕೈಮಡಗಳ ಇತಿಹಾಸ ದೃಷ್ಟಿಯಿಂದ ಪ್ರಾಗತಿಹಾಸ ಕಾಲದ ನಿಲುವು ಗಲ್ಲುಗಳು, ಕಲ್ಗೋರಿಗಳು ಪ್ರೇರಕ ಪರಂಪರೆಯಾಗಿ ಜೊತೆಗೆ ಗಂಗ, ಚಾಂಗಾಳ್ವ, ಕೊಂಗಾಳ್ವರ ಕಾಲದ ವೀರಗಲ್ಲು, ಕಲ್ನಾಟ್ಟು ಸ್ಮಾರಕಗಳು ಮೂಲವೆನಿಸಿದರೂ, ಹಾಲೇರಿ ಅರಸರ ಕಾಲದಲ್ಲಿ, ಕೇರಳ ಮತ್ತು ದಕ್ಷಿಣಕನ್ನಡ ಜಿಲ್ಲೆಯ (ಗೌಡರ) ಪ್ರಭಾವದ ದೈವಾರಾಧನೆಯ ಹಿನ್ನೆಲೆಯಲ್ಲಿಯೂ ಅದರ ರಚನಾ ಸ್ವರೂಪಕ್ಕೆ ನಿರ್ದಿಷ್ಟತೆ ಒದಗಿಬಂದಿದೆ......"

"ಕೊಡಗನ್ನು ಆಳಿದ ವಿವಿಧ ರಾಜವಂಶಗಳ ಆಳ್ವಿಕೆಯ ನಂತರ ಅವರ ಅಳಿದುಳಿದ ಮನೆತನಗಳು ಸಾಮಾನ್ಯ ಬದುಕಿನಲ್ಲಿ ಬೆರೆತುಹೋಗಿ ಕೊಡಗಿನ ಸಮನ್ವಯ ಸಂಸ್ಕೃತಿಯನ್ನೂ ಪ್ರಾಕೃತಿಕ ಸನ್ನಿವೇಶದ ಕಾರಣವಾಗಿಯೂ ರೂಪಿಸಿರು ವಂತಿದೆ. ಚಂಗಾಳ್ವರ ಬೊಪ್ಪದೇವನಕಾರಣ ಬೊಪ್ಪಂಡ ಹಾಗೂ ಚಂಗಂಡ, ಕೊಂಗಾಳ್ವರ ಕಾರಣ ನಾಯಕಂಡ, ಕೊಂಗಂಡ ಹಾಗೂ ತತ್ಸಂಬಂಧ ಸಂವಾದಿ ಮನೆಪೆದದ ಹೆಸರುಗಳುಳ್ಳ ಮನೆತನಗಳು ಕೊಡವ, ಗೌಡ ಮತ್ತು ಇತರ ಜನಾಂಗಗಳಲ್ಲಿ ರೂಪುಗೊಂಡಿರಬಹುದಾದ ಹಿನ್ನೆಲೆಗೆ ಹಾಗೂ ಅವು ಉಳಿಯಲೂ ಹಿರಿಯರ ಈ ಸ್ಮಾರಕ ಸ್ವರೂಪಗಳು ನೆರವಾಗಿರುವಂತಿವೆ."

ಇದೇ ರೀತಿ ಮುಂದುವರಿದು......

"ಕೊಡಗಿನ ಇಂದಿನ ಎಲ್ಲ ಕೊಡವ ಮನೆತನಗಳು ಹೊರಗಿನಿಂದ ಬಂದವುಗಳಲ್ಲ. ಮಲೆಪರ ನಂದನವನವಾಗಿದ್ದ ಕೊಡಗು ಕ್ರಿ.ಪೂ. ಉತ್ತರ ಭಾರತದ ಸಾಂಕೃತ್ಯ ಬ್ರಾಹ್ಮಣರ ಕುಲಾಚಾರಗಳು ಕೊಡವರಲ್ಲಿ ಕಾಣಬರುವಲ್ಲಿ, ಅಲ್ಲಿಂದ ಬಂದ ಮನೆತನಗಳು, ಕೊಡಗಿನಲ್ಲಿದ್ದ ಎಲ್ಲಾ ಮೂಲ ಮನೆತನಗಳು (ಗೌಡರು ಸೇರಿ), ಆಳಿ ಅಳಿದುಳಿದ ರಾಜವಂಶೀಯ ಮನೆತನಗಳು ಹೆಚ್ಚಿನ ಹೊರ ಸಂಪರ್ಕಕ್ಕೆ ಅಭೇದ್ಯವಾದ ಪ್ರಾಕೃತಿಕ ಸನ್ನಿವೇಶಗಳಿಂದಾಗಿ ಇಲ್ಲಿಯೇ ಉಳಿದು ಪರಸ್ಪರ ಸಾಂಸ್ಕೃತಿಕ ವಿನಿಮಯದಿಂದ, ತಮ್ಮದೇ ಆದ ಒಟ್ಟಾರೆ ಜನಪದ ಸಂಸ್ಕೃತಿಯನ್ನು ರೂಪಿಸಿಕೊಂಡು ಕೊಡಗಿನ ಜನಾಂಗಗಳು ಚಾಲೂ ಮಾಡಿದುವು. ಇದು ಕೊಡಗಿನ ಸಂಸ್ಕೃತಿಯ ಮೂಲವಾದಂತೆ ಮಲೆಯಾಳ ಹಾಗೂ ದಕ್ಷಿಣ ಕನ್ನಡದ (ಗೌಡರ) ಪ್ರಭಾವವನ್ನು ನಂತರದಲ್ಲಿ ಅರಗಿಸಿ ಕೊಂಡು ಕೈಮಡ ಆಚರಣೆಗಳಲ್ಲಿ ಬಳಸಿಕೊಂಡವು. ಅಲ್ಲಿಂದ ಬಂದ ಜನಾಂಗಗಳಿಗೂ 'ಕೊಡಗಿನ' ಪ್ರಭಾವವನ್ನು ಬೀರಿದುವು...... ಹೀಗಾಗಿ ಕೊಡವ ಮೂಲದ ಬಗ್ಗೆ ಉಳಿದ ಯಾವ ವಾದಗಳೂ ಇಡೀ ಮಾನವ ಜನಾಂಗ ಒಂದು ಮಿಶ್ರಕ್ ಎಂಬ ವಾಸ್ತವದಲ್ಲಿಯ ಉತ್ತರ ಪಡೆದು ಸ್ಥಗಿತವಾಗಿ ಬಲ್ಲಂತಹವುಗಳಾಗಿವೆ. ಇದೇ ಕಾರಣ ಕೊಡಗಿನಲ್ಲಿ ಒಂದು ವಿಶಿಷ್ಟ ಪಾರಂಪರಿಕವಾದ ಸಂಸ್ಕೃತಿ ಉಳಿಯಲೂ ಕಾರಣವಾಗಿದೆ."*

ಇದೇ ಕಾರಣಕ್ಕೆ ಕೊಡಗಿನ ಮೂಲ ಸಮುದಾಯದ ಹೆಗ್ಗಡೆ, ವೀರಶೈವ, ಗೌಡ, ಕೊಡವರು ರೈತರಾಗಿ, ಕ್ಷಾತ್ರ ತೇಜಸ್ಸಿನ ಯೋಧರಾಗಿ ಒಂದೇ ಕೊಂಡಿಗೆ ಸೇರಿದವರಾಗಿದ್ದು, ದಾಯಾದಿಗಳಾಗಿರುತ್ತಾರೆ ಎಂದು ತಿಳಿಯುವ, ಮೇಲುಕೀಳೆಂಬ ಭೇದವಿಲ್ಲದೆ ಸಹಬಾಳ್ವೆಯನ್ನು ನಡೆಸುವ ಪ್ರಯತ್ನ ಆಗಬೇಕಿದೆ.

---

* ಎಂ.ಜಿ. ನಾಗರಾಜ– ಕೊಡಗಿನ ಕೈಮಡಗಳು ಕನ್ನಡ ಸಾಹಿತ್ಯ ಪರಿಷತ್ತು, ಬೆಂಗಳೂರು–2004

"ಕೊಡಗರು" ಎಂಬುದು ಕೊಡಗಿನ ಎಲ್ಲಾ ಯೋಧರನ್ನು ಸಂಬೋಧಿಸುವ ದೇಶವಾಚಿ ಶಬ್ದವಾಗಿತ್ತು:

ಪ್ರ.ಶ.1174ರ ಕಂಪಲಾಪುರ ಶಾಸನದಲ್ಲಿ ಸ್ಪಷ್ಟವಾಗಿ ಬರುವ "ಎಲ್ಲಾ ನಾಡ ಕೊಡಗರು" ಎನ್ನುವ ಉಲ್ಲೇಖವು ದೇಶವಾಚಿಯಾಗಿದ್ದು, ಅಂದರೆ ಅಂದಿನ ಕೊಡಗಿನಲ್ಲಿ ಇಂದಿನ ಕೊಡಗು ಹಾಗೂ ಕೊಡಗಿನಾಚೆಯ ನಾಡುಗಳಲ್ಲಿ ಇದ್ದ ಕೊಡಗಿನ ವೀರಭಟರು ಎಂಬರ್ಥದಲ್ಲಿಯ ಶಬ್ದದಿಂದ ಮಂಗರಸ ನಿಘಂಟಿನಲ್ಲಿ "ಕೊಡವ ಕೊಡಗರು ಎಂಬ ಎರಡು ಪ್ರತ್ಯೇಕ ಶಬ್ದಗಳನ್ನು ಬಳಸಿರುವುದು ಕಂಡುಬರುತ್ತದೆ. "ಎಲ್ಲಾ ನಾಡ ಕೊಡಗರು" ಎಂದರೆ ಗೌಡ, ವೀರಶೈವ, ಹೆಗ್ಗಡೆ, ಅಮ್ಮಕೊಡವ, ಕೊಡವ ಇತ್ಯಾದಿ ಸಮುದಾಯಗಳು ಸೇರಿರುತ್ತವೆ. ಇದು ಯಾವುದೇ ಒಂದು ಸಮುದಾಯವಾಚಿಯಾಗಿರಲಿಲ್ಲ. ಈ ದಿಶೆಯಲ್ಲಿ ಉತ್ತರ ಕೊಡಗಿನಲ್ಲಿ ಲಭ್ಯವಾದ ಕೆಲವು ಗೌಡ ಕುಟುಂಬಗಳ ಅಧ್ಯಯನವು ಉಪಯುಕ್ತವಾಗಿದೆ.

ಬಾಚಿನಾಡನ ಮನೆತನ:

ಸೋಮವಾರಪೇಟೆ ಬಿಳಿಗೇರಿ ಗ್ರಾಮದ ಬಾಚಿನಾಡ ಕುಟುಂಬವು ಒಂದು ಪ್ರತಿಷ್ಠಿತ ಗೌಡ ಮನೆತನದ ಕುಟುಂಬವಾಗಿತ್ತು. ಕೊಡಗನ್ನಾಳಿದ ಚೆಂಗಾಳ್ವರ ತದನಂತರದ ದಿನಗಳಲ್ಲಿ ಮತ್ತು ಹಾಲೇರಿ ರಾಜರ ಮೊದಲು ಕೊಡಗನ್ನು ಬಾಳುಕೋರರ-ಬಾಚಿಕೋರರ ಎಂಬ ತುಂಡರಸರು ದೇಶದ ಒಂದೊಂದು ಭಾಗವನ್ನು ಆಳುತ್ತಿದ್ದರೆಂದು ಚರ್ಚಿಸಿರುತ್ತೇವೆ. ಈ ಬಾಚಿಕೋರರ ಒಂದು ಪಂಗಡವೇ ಬಾಚಿನಾಡ ಗೌಡ ಕುಟುಂಬವಾಗಿದೆ. ಲಭ್ಯವಿರುವ 1808ರಿಂದ 1902ರ ಬಿಳಿಗೇರಿ ಗ್ರಾಮದ ಜಮಾಬಂದಿ ಪ್ರಕಾರ ತೋಟದ ಮತ್ತು ಇತರ ಭೂಮಿಯ ಯಜಮಾನನ ಹೆಸರು "ಕೊಡಗರ ಬಾಚಿನಾಡು ಪುಷ್ಪಗಿರಿ ಗವುಡನ ಮಗ ಮಲ್ಲಯ್ಯ" ಎಂದು ನಮೂದಿಸಲ್ಪಟ್ಟಿದೆ. 1902–1904 ರ ಜಮಾಬಂದಿಯಲ್ಲಿ "ಕೊಡಗರ ಬಾಚಿನಾಡು ಪುಷ್ಪಗಿರಿ ಗೌಡನ ಮಗ ಮಲ್ಲಯ್ಯ ಪೌತಿ ತಮ್ಮ ಲಿಂಗಪ್ಪ" ಎಂದು ನಮೂದಿಸಿರುತ್ತದೆ. ಬಿಳಿಗೇರಿಯಲ್ಲಿ ಕೊಡಗರ ಪುಷ್ಪಗಿರಿ ಗೌಡರು ಮಾಜಿ ಮಂತ್ರಿಗಳಾದ ಜೀವಿಜಯನವರ ಮುತ್ತಜ್ಜ, ದೊಡ್ಡ ಜಮೀನ್ದಾರರಾಗಿದ್ದರು. 1900 ರಿಂದ 1910ರ ಸರಕಾರಿ ದಾಖಲೆಗಳ ಪ್ರಕಾರ ಅವರ ಮನೆತನಕ್ಕೆ ಬಿಳಿಗೇರಿ, ಕುಂಬೂರು, ಶಿರಂಗಲ್ಲಿ, ಕಿರುದಾಲೆ ಇತ್ಯಾದಿ ಗ್ರಾಮಗಳಲ್ಲಿ ನೂರಾರು ಎಕರೆ ಕಾಫಿ, ಏಲಕ್ಕಿ ತೋಟಗಳು ಇದ್ದುವು.

"ಕೊಡಗರ ಬಾಚಿನಾಡು ಪುಷ್ಪಗಿರಿ ಗೌಡರ" ಮಕ್ಕಳ ಪೈಕಿ ಮಲ್ಲಯ್ಯ ಮತ್ತು ಬಸಪ್ಪನವರ ವಂಶದವರು ಕೊಡವರಾಗಿ ಮಾರ್ಪಾಡಾಗಿ ಇಂದು 'ಬಾಚಿನಾಡಂಡ' ಎಂಬ ಪ್ರತಿಷ್ಠಿತ ಕೊಡವ ಕುಟುಂಬಗಳಾಗಿವೆ. 1950–54ರ ಇವರ ಜಮಾಬಂದಿಯಲ್ಲಿ "ಬಾಚಿನಾಡಂಡ" ಎಂದು ಗುರುತಿಸಲ್ಪಟ್ಟಿರುತ್ತಾರೆ. ಇತರರು, ಮಾನ್ಯ ಜೀವಿಜಯ, ಮಾಜಿ ಅರಣ್ಯ ಮತ್ತು ಕೈಗಾರಿಕಾ ಮಂತ್ರಿಯವರು ಸೇರಿ ಗೌಡ ಸಮುದಾಯವಾಗಿ ಗುರುತಿಸಿಕೊಂಡು ಕರ್ನಾಟಕದ ಪ್ರತಿಷ್ಠಿತ ಗೌಡ ಮನೆತನಗಳೊಂದಿಗೆ ವೈವಾಹಿಕ ಸಂಬಂಧ ಬೆಳೆಸಿರುತ್ತಾರೆ. ಪುತ್ತೂರಿನ ಗೌಡ ವಿದ್ಯಾಸಂಘ ಸಂಸ್ಥಾಪಕ ಅಧ್ಯಕ್ಷ ಸಿ.ಕೆ. ಪದ್ಮಯ್ಯ ಗೌಡರ ಮಗ ಜಯರಾಮನವರೂ, ಕೊಡಗು ಮತ್ತು ದಕ್ಷಿಣ ಕನ್ನಡ ಗೌಡ ಸಮಾಜದ ಬೆಂಗಳೂರು. ಅಧ್ಯಕ್ಷರಾಗಿದ್ದ ಕಾಯೆರ್‌ಮಾರ್ ವೀರಪ್ಪಗೌಡರು, ಪುತ್ತೂರು ಮತ್ತು ಬೆಳ್ತಂಗಡಿಯ ಎಂ.ಎಲ್.ಎ. ಆಗಿದ್ದ ಸುಬ್ರಹ್ಮಣ್ಯಗೌಡರೂ ಈ ಕುಟುಂಬದ ವೈವಾಹಿಕ ಸಂಬಂಧಿಗಳಾಗಿರುತ್ತಾರೆ.

ಬಾಚಿನಾಡು ಕುಟುಂಬದ ವಂಶವೃಕ್ಷ

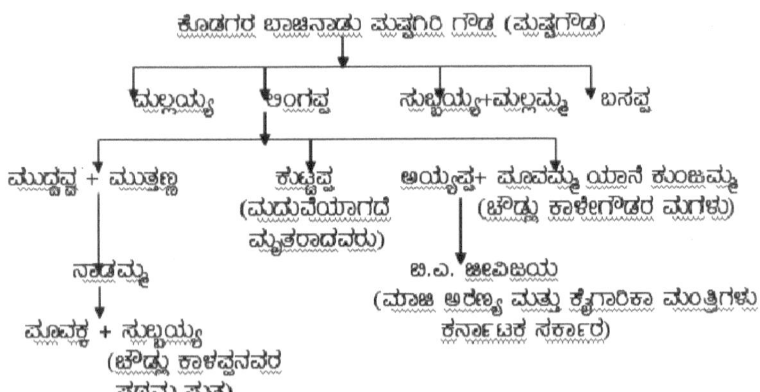

ಚೌಡ್ಲು ಮನೆತನ:[2]

ಉತ್ತರ ಕೊಡಗಿನ ಸೋಮವಾರಪೇಟೆಯು ಹಿಂದಿನ ಕಾಲದಲ್ಲಿ ನಂಜರಾಜಪಟ್ಟಣ ವೆಂದು ನಾಮಾಂಕಿತವಾಗಿತ್ತು. ಪ್ರತೀ ಸೋಮವಾರ ನಡೆಯುವ ಸಂತೆಯಿಂದಾಗಿ ಸೋಮವಾರಪೇಟೆ ಎಂದು ಜಯಪ್ರಿಯವಾಯಿತೆಂದು ಹೇಳಲಾಗುತ್ತದೆ. ತಲಕಾಡಿನ

---

2. **ಶ್ರೀಮತಿ ಪ್ರೇಮ ಚೌಡ್ಲುರವರ 'ಚೌಡ್ಲು ಮನೆಯ ಅಭ್ಯುದಯ'(2015) ಕೃತಿಯ ಚಿತ್ರಗಳು ಮತ್ತು ಆಯ್ದ ಭಾಗಗಳು**

ಗಂಗರ ಆಳ್ವಿಕೆಗೆ ಪ್ರ.ಶ.9 ಮತ್ತು 10ನೆಯ ಶತಮಾನಗಳಲ್ಲಿ ಒಳಪಟ್ಟಿದ್ದು ಅನಂತರ ಚೋಳರ ಮಾಂಡಲೀಕರಾಗಿದ್ದ 'ಕೊಂಗಾಳ್ವ' ವಂಶದವರಿಗೂ, 12ನೆಯ ಶತಮಾನದಲ್ಲಿ ಹೊಯ್ಸಳರ ಮಾಂಡಲೀಕರಾದ ಚೆಂಗಾಳ್ವರೂ, ಅನಂತರ ವಿಜಯನಗರದ ಅರಸರೂ ಹಾಗೂ ಪ್ರ.ಶ. 1600 ರಿಂದ 1834 ರವರೆಗೆ ಹಾಲೇರಿ ವಂಶದವರು ಈ ಭಾಗದಲ್ಲಿ ಆಳಿದರು. 1834 ರ ತರುವಾಯ ಬ್ರಿಟಿಷರ ಆಳ್ವಿಕೆಗೆ ಒಳಪಟ್ಟಾಗ ಸೋಮವಾರಪೇಟೆಯು ನಗರ ಕೇಂದ್ರವಾಗಿ ಮತ್ತು ತಾಲೂಕು ಕೇಂದ್ರವಾಗಿ ಬೆಳೆಯತೊಡಗಿತು.

ಚೌಡ್ಲು ಮನೆತನವು ಚೆಂಗಾಳ್ವರ ಕಾಲದಿಂದಲೂ ಒಂದು ಪಾಳೆಯಗಾರ ಕುಟುಂಬವಾಗಿ ಬೆಳೆದು ಬಂದಿರುತ್ತದೆ. ಈಗಿನ ಚೌಡ್ಲು ಮನೆಯ ಸುತ್ತುಮುತ್ತಲಿನ ಎಲ್ಲಾ ತೋಟಗಳು ಟೌನ್ ಲಿಮಿಟಿಗೆ ಬರುತ್ತದೆ. ಲಭ್ಯವಿರುವ ದಾಖಲೆಗಳ ಪ್ರಕಾರ ಇವರ ಪೂರ್ವಿಕರಾದ 'ಕೊಡಗರ ಕಾಳಯ್ಯಗೌಡ' ರಿಂದ (ಪ್ರ.ಶ.1779–1860) ಆರಂಭವಾಗುತ್ತದೆ. ಕೊಡಗು ಸಂಸ್ಥಾನ ಮಹಾರಾಜ ಲಿಂಗರಾಜೇಂದ್ರ ವಡೆಯರ 1809ರ ನಿರೂಪಣೆ (ದಾಖಲೆ) ಯಲ್ಲಿ ಇವರ ಹೆಸರು ನಮೂದಾಗಿರುತ್ತದೆ.

ಇವರ ಅನಂತರದವರು ಕಾಳಿಂಗಮನ್ನಿ (ಪ್ರ.ಶ.ಸು.1810–1890) ಯವರು ಶ್ರೀ ಮಹಾರಾಜ ವೀರರಾಜೇಂದ್ರ ಒಡೆಯರ ಸಂಸ್ಥಾನ ಕೊಡಗು ಕಾಲದಲ್ಲಿ ಸೇವೆ ಸಲ್ಲಿಸಿದ ದಾಖಲೆ (1820) 'ಪಿ' ಎಂಬ ಕನ್ನಡ ಮುದ್ರಾಂಕಿತದಲ್ಲಿ ಬರೆದ ಪತ್ರ ಕುಟುಂಬದ ಬಳಿ ಸುಭದ್ರವಾಗಿದೆ. ಅಂದಿನಿಂದಲೂ ರಾಜರಿಂದ ಬಳುವಳಿಯಾಗಿ ಬಂದಿರುವ ಪಾತ್ರೆ, ಪಗಡೆ, ಚಿನ್ನ, ಬೆಳ್ಳಿ, ಒಡಿಕತ್ತಿ, ಪೀಚೆಕತ್ತಿ, ಒನಕೆ ಇತ್ಯಾದಿ ಸಾಮಾನುಗಳು ಸುಭದ್ರವಾಗಿವೆ ಎನ್ನಲಾಗಿದೆ.

ಕಾಳಿಂಗಮನ್ನಿಯವರ ಕಾಲದಲ್ಲಿ ಸೋಮವಾರಪೇಟೆ ನಂಜರಾಜಪಟ್ಟಣವೆಂದು ಯಡವನಾಡೆಂದೂ ಕರೆಯಲ್ಪಡುತ್ತಿತ್ತು. ಇವರು ಬ್ರಿಟಿಷ್ ಸರಕಾರದ ಕಾಲದಲ್ಲಿ ಎಚ್.ಎಚ್. ರಾಜವೀರರಾಜರಿಗೆ ಆಪ್ತ ಕಾರ್ಯದರ್ಶಿಯಾಗಿದ್ದರು ಹಾಗೂ 10 ವರ್ಷ ಸುಬೇದಾರರಾಗಿ ಕೆಲಸ ಮಾಡಿದ್ದರು. 1837ರ ಅಮರಸುಳ್ಯ ದಂಗೆಯಲ್ಲಿ ಬ್ರಿಟಿಷರ ಪರವಾಗಿ ದಂಡುಕಟ್ಟಿ ಹೋರಾಡಿ ದಂಗೆಕೋರರನ್ನು ಸದೆ ಬಡಿದರು. ಇಂತಹ ಧೀರ ಹೋರಾಟದ ಫಲಿತಾಂಶಕ್ಕೆ ಅವರಿಗೆ 500 ಬಟ್ಟಿ ಬತ್ತದ ಗದ್ದೆ ಉಂಬಳಿಯಾಗಿ ಮತ್ತು ಪದಕಗಳನ್ನು ಪಡೆದಿರುತ್ತಾರೆ.

ಚೌಡ್ಲು ಕಾಳಿಂಗಮನ್ನಿಯವರ ಮಗ ಮಾದೇಗೌಡ (ಸು.1830–1905) ಮಾದೇಗೌಡನ ಮಗ ಬಸಪ್ಪಗೌಡ (1855–1930) ಇವರ ಪತ್ನಿ ಕೂತಿ ಪೊನ್ನಮ್ಮ.

ಚೌಡ್ಲು ಮನೆತನದ ವಂಶವೃಕ್ಷ:

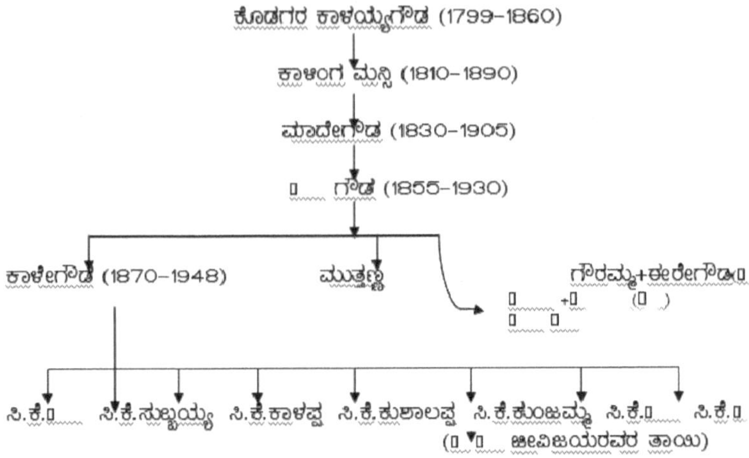

ಚೌಡ್ಲು ಮನೆತನದ ಈಗಿನ ಹಿರಿಯರು ಶ್ರೀ ರಾಘವ ಮತ್ತು ಸುರೇಶರವರು

ಚರಿತ್ರೆಯಲ್ಲಿ ಒಂದು ಪ್ರತಿಷ್ಠಿತ ಕುಟುಂಬವು ಹೆಚ್ಚೆಂದರೆ 7 ತಲೆಮಾರಿನವರೆಗೆ ಉಚ್ರಾಯಸ್ಥಿತಿಯಲ್ಲಿದ್ದುದು ಕಂಡುಬರುತ್ತದೆ. ಮೊಗಲ್ ಸಾಮ್ರಾಜ್ಯವು ಸುಮಾರು 7 ತಲೆಮಾರು ತನಕ ನಡೆದು ಬಂತು. ಈಗಿನ ನೆಹರು ಕುಟುಂಬ ಇನ್ನೊಂದು ನಿದರ್ಶನ. ಆದರೆ, ಚೌಡ್ಲು ಗೌಡ ಮನೆತನವು 7–8 ತಲೆಮಾರು ದಾಟಿ ಈಗ 9–10 ನೆಯ ತಲೆಮಾರು, ಸೋಮವಾರಪೇಟೆ ಸರಹದ್ದಿನ ಅತ್ಯಂತ ಪ್ರತಿಷ್ಠಿತ ಗೌಡ ಕುಟುಂಬವಾಗಿ ಕರ್ನಾಟಕದ ಎಲ್ಲಾ ಪ್ರಭಾವಿಗೌಡ ಕುಟುಂಬಗಳೊಂದಿಗೆ ವೈವಾಹಿಕ ಸಂಬಂಧಗಳನ್ನು ಬೆಳೆಸಿರುತ್ತದೆ.

ಹತ್ತು ಕುಟುಂಬ ಹದಿನೆಂಟು ಗೋತ್ರದ ಗೌಡರೊಂದಿಗೆ ಕೂಡಾ ಹಲವಾರು ವೈವಾಹಿಕ ಸಂಬಂಧಗಳು ನಡೆದಿವೆ. ಪುತ್ತೂರಿನ ಚಾರ್ವಾಕ ಕೆ. ಪದ್ಮಯ್ಯಗೌಡರ ಪುತ್ರ ದಿ. ಸಿ.ಪಿ. ಜಯರಾಮ, ಕಾಯರ್‌ಮಾರು ವೀರಪ್ಪಗೌಡರು, ಕುರುಂಜಿ ವೆಂಕಟರಮಣರವರ ಹಾಗೂ ಇತರ ಕುಟುಂಬಗಳೊಂದಿಗೆ ಚೌಡ್ಲು ಮನೆತನದವರ ವೈವಾಹಿಕ ಸಂಬಂಧಗಳು ನಡೆದಿವೆ.

ಉತ್ತರ ಕೊಡಗಿನಲ್ಲಿ ಹಲವಾರು ಪ್ರತಿಷ್ಠಿತ ಒಕ್ಕಲಿಗ ಗೌಡ ಸಮುದಾಯದವರಿದ್ದು, ಕೊಡಗು ಹಾಗೂ ದಕ್ಷಿಣ ಕನ್ನಡದ 10 ಕುಟುಂಬ 18 ಗೋತ್ರದ ಗೌಡ ಕುಟುಂಬ ಗಳೊಂದಿಗೆ ವೈವಾಹಿಕ ಸಂಬಂಧ ನಡೆದಿರುತ್ತದೆ ಮತ್ತು ನಡೆಯುತ್ತಲಿದೆ. ಕೊಡಗಿನ ಒಕ್ಕಲಿಗ ಮತ್ತು ಗೌಡ ಸಮುದಾಯಗಳ ಮಧ್ಯೆ ಇನ್ನೂ ಹೆಚ್ಚಿನ ಬೆಸುಗೆ ಸಾಂಸ್ಕೃತಿಕ

ಹಾಗೂ ರಾಜಕೀಯ ರಂಗಗಳಲ್ಲಿ ಸಂಬಂಧಗಳು ನಡೆದು ತಮ್ಮನ್ನು ಹಿಂದಿನ ದಿನಗಳಲ್ಲಿ ಆಳಿದ ರಾಜಮನೆತನಗಳಾದ ಗಂಗರು, ಚೆಂಗಳ್ವಾರು, ಕೊಂಗಾಳ್ವರು, ಕೆಳದಿಯರಸರು ಮತ್ತು ಹಾಲೇರಿ ರಾಜವಂಶಗಳನ್ನು (Lagacy) ಮುಂದೊಯ್ಯುವ ಕಾರ್ಯ ವಾಗಬೇಕಾಗಿದೆ. ಈ ರೀತಿಯಾಗಿ ನೂರಾರು ಶಾಸನಗಳು, ಕೈಮಡಗಳು, ಕೊಲೆಗಲ್ಲುಗಳು ಕೊಡಗಿನಲ್ಲಿ ಅನಾದಿ ಕಾಲದಿಂದಲೂ (ಅಂದರೆ ಪ್ರ.ಶ. 350) ಗೌಡರ ಅಸ್ತಿತ್ವವನ್ನು ಎತ್ತಿ ತೋರಿಸುತ್ತವೆ.

ಮನೆತನದ ಹಳೆಮಿಂಚು

ಕೊಡಗರ ಕಾಳಯ್ಯ

ಕಾಳಿಂಗ ಮನ್ನಿ

ಮಾದೇಗೌಡ

ಮಹಾರಾಜ ಲಿಂಗ ರಾಜೇಂದ್ರ ಒಡೆಯರ್‌ರವರ ಸಂಸ್ಥಾನ ಕೊಡಗು. ನಮ್ಮ ಪೂರ್ವಿಕರಾದ ಕೊಡಗರ ಕಾಳಯ್ಯ ಮೊದಲ ಮೂಲ ಪುರುಷರು. ಸುಮಾರು (1779–1860) ದಾಖಲೆಗಳು ಇಲ್ಲಿಂದ ಶುರುವಾಗುತ್ತದೆ. 1809ರ ದಾಖಲೆಯಲ್ಲಿ ಇವರ ಹೆಸರು ನಮೂದಾಗಿದೆ. ಮಹಾರಾಜರಿಗೆ ಮಹಾ ನಿಷ್ಠೆಯಿಂದ ಸ್ವಾಮಿಕಾರ್ಯ ಮಾಡಿದ್ದಕ್ಕೆ ಉಂಬಳಿ ಕೊಟ್ಟ ದಾಖಲೆಗಳು ಇಲ್ಲಿ ಇನ್ನು ಭದ್ರವಾಗಿದೆ. ಪೇಟೆ ಜಾಗ, ಹೊಲ, ಗದ್ದೆಗಳು ಇದರಲ್ಲಿ ಸೇರಿದೆ. ಹಾಗೆಯೇ ಚೌಡ್ಲು ಇಡೀ ಜಾಗ, ತೋಟ ಸೇರಿದೆ.

ಕಾಳಿಂಗ ಮನ್ನಿ (ಸುಮಾರು 1810–1890) ಇವರು ಶ್ರೀ ಮಹಾರಾಜ ವೀರ ರಾಜೇಂದ್ರ ಒಡೆಯರು ಸಂಸ್ಥಾನ ಕೊಡಗು ಕಾಲದಲ್ಲಿ ಸೇವೆ ಸಲ್ಲಿಸಿದ ದಾಖಲೆ (1820) ಇದೆ. 'ವಿ' ಎಂಬ ಕನ್ನಡಾಕ್ಷರದಲ್ಲಿ ಬರೆದ ಮುಖಪತ್ರ ಈಗಲೂ ಸುಭದ್ರವಾಗಿದೆ.

ಆಗ ಸೋಮವಾರಪೇಟೆಗೆ ನಂಜರಾಯಪಟ್ಟಣವೆಂದು, ಯಡವನಾಡೆಂದು ಕರೆಯುತ್ತಿದ್ದರು. ಇವರು ಬ್ರಿಟಿಷ್ ಸಾಮ್ರಾಜ್ಯದ ಸರಕಾರದ ವೇಳೆಯಲ್ಲಿ ಎಚ್.ಎಚ್. ರಾಜ ವೀರರಾಜರಿಗೆ ಆಪ್ತ ಕಾರ್ಯದರ್ಶಿಯಾಗಿದ್ದರು ಹಾಗೂ 10 ವರ್ಷ ಸುಬೇದಾರ್ ಆಗಿ ಕೆಲಸ ಮಾಡಿದ್ದರು. 1837ರಲ್ಲಿ ದಕ್ಷಿಣ ಕನ್ನಡದ ಅಮರ್‌ಸುಳ್ಯ ದಂಗೆಯಲ್ಲಿ ಬ್ರಿಟಿಷ್ ಪರವಾಗಿ ದಂಡುಕಟ್ಟಿ, ಹೋರಾಡಿ ದಂಗೆಕೋರರನ್ನು ಸದೆ ಬಡಿದಿದ್ದರು. ಇಂಥ ಧೀರ ಹೋರಾಟದ ಫಲಿತಾಂಶಕ್ಕೆ, ಅವರಿಗೆ 500 ಭಟ್ಟಿ ಭತ್ತದ ಗದ್ದೆ ಉಂಬಳಿಯಾಗಿ ಮತ್ತು ಪದಕಗಳನ್ನು ಕೊಟ್ಟಿದ್ದರು.

ಆಗಿನ ಕಾಲದಿಂದಲೂ ಮೊಕ್ತೇಸರ್ ಪಟೇಲ್‌ಗಿರಿ ಪರಂಪರೆಯಾಗಿ ಬಂದಿದ್ದರಿಂದ ಎಲ್ಲರೂ ಸ್ವಾಮಿನಿಷ್ಠೆಯಿಂದ ಸೇವೆ ಸಲ್ಲಿಸುತ್ತಿದ್ದರು.

ಅಂಥ ಸಮಯದಲ್ಲಿ ಕಾಳಿಂಗ ಮನ್ನಿಯವರು ಲೆಕ್ಕದಲ್ಲಿ ತಪ್ಪೆಸಗಿದಾಗ ಅವರಿಗೆ 'ಶಿರಾಹರಣ' ಮಾಡಲು ಆಜ್ಞೆ ಜಾರಿಗೆ ಬಂದಿತು. ಈ ವಿಷಯ ಮಹಾರಾಣಿಯವರಿಗೆ ತಿಳಿದು, ಖುದ್ದಾಗಿ ಅವರೇ ಕುದುರೆ ಏರಿ ಬಂದು ಶಿರಾಹರಣ ಶಿಕ್ಷೆಯನ್ನು ತಪ್ಪಿಸಿ, ಕ್ಷಮಾದಾನವನ್ನು ಕೊಡಿಸಿದ್ದರು. ನಂತರ ರಾಜರು ಅವರಿಗೆ ಅರಮನೆಗೆ ಬರಲು ಆದೇಶ ನೀಡಿ ಭೂಮಿ ಕಾಣಿಕೆ ಬೇಕಾ ಅಥವಾ ಕೊಡಗಿನ ತೆರಿಗೆ ವಸೂಲು ಮಾಡಲು ಬೇಕಾ ಎಂದು ಕೇಳಿದರಂತೆ. ಆಗ ಇವರು ಭೂಮಿ ಕಾಣಿಕೆಯನ್ನು ಕೇಳಲಾಗಿ ಆಗ ಕಂದಾಯಕ್ಕೆ ದಾಖ್ಲಾಗದ ಜಮೀನುಗಳನ್ನು ಕೊಟ್ಟು ಸತ್ಕರಿಸಿದರು. ಅದರ ಜೊತೆಗೆ ಅಂದರೆ ಬಳುವಳಿಯ ಜೊತೆ ಮನೆ ಸಾಮಾನು, ಪಾತ್ರೆ, ಪಗಡ, ಚಿನ್ನ ಬೆಳ್ಳಿ, ಕತ್ತಿ, ಒನಕೆ, ವನ್ನೂ ಸೇರಿಸಿ ಕೊಟ್ಟಿದ್ದರು. ಈಗಲೂ ಭೂಮಿ ಕಂದಾಯಕ್ಕೆ ಒಳಪಟ್ಟಿಲ್ಲ. ಸೇರಬೇಕಾದ ಬೆಳ್ಳಿ ಪಲ್ಲಕ್ಕಿಯ ಬಗ್ಗೆ ತಪ್ಪಾಗಿ ಬರೆದಿದ್ದರಂತೆ. ಬರೆಯುವಾಗ ಬೆಳ್ಳಿಯ ಪಲ್ಲಕ್ಕಿ ಚೌಡ್ಲಿನವರಿಗೆ ಎನ್ನುವ ಬದಲು ಚೌಡ್ಲಿನವರೆಗೆ ಎಂದು ಬರೆದಿದ್ದರಂತೆ ಆದ್ದರಿಂದ ಬೆಳ್ಳಿ ಪಲ್ಲಕ್ಕಿಯಲ್ಲಿ ಕೂರಿಸಿ ಮೆರವಣಿಗೆ ಬಂದು ಚೌಡ್ಲಿನ ಮನೆಯವರೆಗೆ ಬಿಟ್ಟು ಅದನ್ನು ಹಾಗೆ ವಾಪಸ್ಸು ತೆಗೆದುಕೊಂಡು ಹೋದರಂತೆ. ಈಗಲೂ ಎಲ್ಲ ವಸ್ತುವಿನ ಮೇಲೆ ಕನ್ನಡಾಕ್ಷರದಲ್ಲಿ 'ವಿ' ಎಂಬ ಗುರುತಿದೆ. ಅವರು ಕೊಟ್ಟ ಆರ್ಡೀರಾ ಕೂಡಾ ಇದೆ. ಅದರಲ್ಲಿ ಸಂಕ್ಷಿಪ್ತ ಬಣ್ಣದ ಚಿತ್ರಗಳು ಇದೆ. ಅಂದರೆ ಅತಿ ಸೂಕ್ಷ್ಮತರದ ಚಿತ್ರಕಲೆ. ಅದರಲ್ಲಿ ರಾಜರ ಚಿತ್ರವಿದೆ. ಕೈಯಲ್ಲಿ ಕತ್ತಿ, ಹಿಂದೆ ಛಂಟರ ಚಿತ್ರವಿದೆ.

ಆಗಿನ ಕಾಲದಲ್ಲಿ ಚಿನ್ನ, ಬೆಳ್ಳಿಯ ಸಂರಕ್ಷಣೆ ನೆಲದಡಿಯಲ್ಲಿ ಆಗುತ್ತಿತ್ತು. ಇದಕ್ಕೆ ಒಂದು ಉದಾಹರಣೆ ಈಗಿನ ಚೌಡ್ಲಿನ ಮನೆ ಇರುವ ಮುಂಚೆ ಇದಕ್ಕಿಂತ ಮೊದಲು

ಚಿತ್ರಪಟದಲ್ಲಿ ಕಾಣುವಂತೆ ಆಜಾನುಬಾಹು ಚೌಡ್ಲು ಕಾಳೇಗೌಡರು ಒಡಿಕತ್ತಿ, ಪೀಚೆ ಕತ್ತಿ, ಛತ್ರಚಾಮರದೊಂದಿಗೆ ತಲೆಗೆ ಪೇಟ ಇತ್ಯಾದಿ ಗೌಡ ಕುಟುಂಬಗಳಿಗೆ ಚೆಂಗಾಳ್ವರ ಸಮಯ (10ನೆಯ ಶತಮಾನ)

ಸಾಂಪ್ರದಾಯಿಕ ಉಡುಪಿನಲ್ಲಿ ಕೊಡಗರ ಚೌಡ್ಲು ಕಾಳೇಗೌಡರು
(1870-1948)

ರಾಜ ಗಾಂಭೀರ್ಯದ ಛತ್ರಿ, ಚಾಮರದಡಿ ಕೊಡಗಿನ ಸಾಂಪ್ರದಾಯಿಕ ಉಡುಗೆಯಲ್ಲಿ ಚೌಡ್ಲು ಕಾಳೇಗೌಡ–ಕಾಳಮ್ಮನವರು ತಮ್ಮ ಮಕ್ಕಳಾದ ಸಿ.ಕೆ. ಕಾಳಪ್ಪ ಮತ್ತು ಸಿ.ಕೆ. ಸುಬ್ಬಯ್ಯನವರೊಂದಿಗೆ (ಕಾಳಮ್ಮನವರು ಉಟ್ಟಿದ್ದ ಹಲವು ಶತಮಾನ ಹಳೆಯ ಜರತಾರಿ ರೇಷ್ಮೆ ಸೀರೆ ಮತ್ತು ಒಡವೆಗಳು ಇಂದಿಗೂ ಕುಟುಂಬದಲ್ಲಿ ಭದ್ರವಾಗಿವೆ)

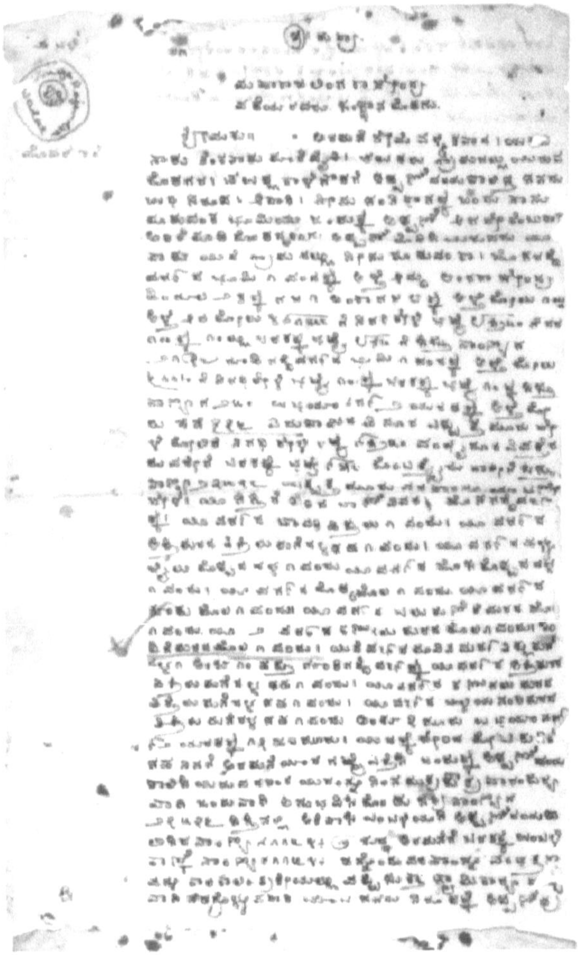

1809ರ ದಾಖಲೆ

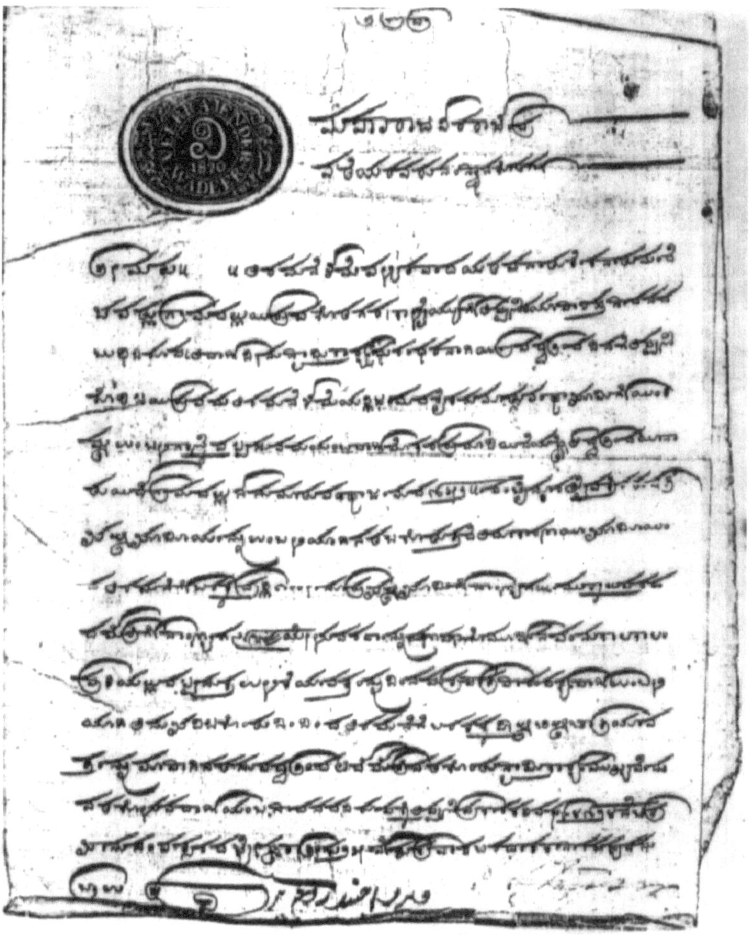

1820 ರ ಜಮ್ಮಾ ದಾಖಲೆ

ಮನೆಯಲ್ಲಿರುವ ಹಳೆಯ ಕಾಲದ ವಸ್ತುಗಳು

ಬ್ರಿಟೀಷ್ ವೈಸ್ರಾಯ್ ಲಾರ್ಡ್ ಇರ್ವಿನ್ ಜೊತೆ. (ನವೆಂಬರ್ 1929)

ಮೊದಲ ಸಾಲಿನ ಮೂರನೆಯವರು, ಬೆಳ್ಳಿ ಕಟ್ಟಿನ ಕೋಲು ಹಿಡಿದು ಕುಳಿತಿರುವ [illegible]

ಚೌಡ್ಲು ಕಾಳೇಗೌಡ ಕಾಳಮ್ಮ, ಮುದ್ದಮ್ಮ ಮತ್ತು ಕೆಳಗೆ ಕುಳಿತಿರುವವರು ಹೂವಮ್ಮ ಮತ್ತು ಸುಭಾಷಿಣಿ (1937)

ಕುಟುಂಬದ ಹಿನ್ನೆಲೆಯ ಸಂಗಮ

ಪಾಳೇಗಾರರು ಅಳಿದ್ದ ವಂಶಸ್ಥರು. ಗೌರವದಿಂದ ಬದುಕಿದ ವಂಶ. ಸುಮಾರು 6–7 ತಲೆಮಾರಿನವರ ಹಿಂದಿನ ಕಥೆಗಳು. ಅವರಿಗೆ ಬಂದ ಬಳುವಳಿ, ಉಂಬಳಿಯಾಗಿ ಸಿಕ್ಕಿದ ಭೂಮಿ ಎಲ್ಲ ಇರುವ ದಾಖಲೆಗಳ ಬರವಣಿಗೆಗಳು ಇಂದಿಗೂ ಸಂರಕ್ಷಿತವಾಗಿದೆ. ಇನ್ನೂರ ಏಳು ವರ್ಷಗಳ ಕಾಗದ ಪತ್ರಗಳು, ಅದರಲ್ಲಿರುವ ಬರವಣಿಗೆಯೂ ಇಂದಿಗೂ ಸ್ಪಷ್ಟವಾಗಿದೆ.

ನಮ್ಮ ಕುಟುಂಬದ ತಲೆಮಾರು ಧೈರ್ಯ, ಸಾಹಸಕ್ಕೆ ಹೆಸರುವಾಸಿ. ರಾಜರ ಬಳಿ ಸೇವೆ ಸಲ್ಲಿಸಿದವರು. ಮೊಕ್ತೇಸರ, ಪಟೇಲಗಿರಿ, ಕಾಲಾಕಾಲಾಂತರದಿಂದ ಬಂದಿರುವ ಪಟ್ಟ, ರಾಜರಿಂದ ಪ್ರಶಂಸೆ. ಅವರ ಸೇವೆನಿಷ್ಠೆಗೆ ತಕ್ಕ ಗೌರವ. ದಸರಾಗೆ ಬರುವಂತೆ ಆಹ್ವಾನ ಪತ್ರಿಕೆ ಮಹಾರಾಜರ ಮಕ್ಕಳ ಮದುವೆಗೆ ಆಮಂತ್ರಣ. ಹೋದಾಗ ಬೆಳ್ಳಿ ತಟ್ಟೆಯಲ್ಲಿ ಜರಿಮಿಶ್ರಿತ ನೂಲಿನ ಸೀರೆ, ತಾಂಬೂಲದ ಉಡುಗೊರೆ ಅವೆಲ್ಲವೂ ಈಗಲೂ ಸುರಕ್ಷಿತವಾಗಿವೆ.

ರಾಜ ಮಹಾರಾಜರು ಪುಷ್ಪಗಿರಿಗೆ ಬೇಟೆಗೆಂದು ಬಂದಾಗ ನಮ್ಮ ತಾತ, ಮುತ್ತಾತ ಹಿರಿಯರಿಂದ ತಮಟೆ ವಾದ್ಯದಿಂದ ಸ್ವಾಗತ. ಜೊತೆಗೆ 200 ಜನರ ಹಿಂಡು. ದಸರಾ ದರ್ಬಾರ್‌ಗೆ ಬರುವಂತೆ ಖುದ್ದಾಗಿ ಮಹಾರಾಜರಿಂದ ಆಹ್ವಾನ ಪತ್ರಿಕೆ. ಆಗ ದಸರಾ ದರ್ಬಾರ್ ಮೂರು ದಿನಗಳವರೆಗೆ ನಡೆಯುತ್ತಿತ್ತು. ಬಂದಾಗ ಸ್ವಾಗತ, ಉಳಿಯುವ ವ್ಯವಸ್ಥೆ, ತಿರುಗಾಡಲು ವಾಹನ, ಚಾಲಕ ಜೊತೆಗೆ ಸಹಾಯಕರನ್ನು ಕೊಡುತ್ತಿದ್ದರು. ಉಳಿಯುವ ವ್ಯವಸ್ಥೆ ಸುಸಜ್ಜಿತವಾಗಿರುತ್ತಿತ್ತು. ಮೈಸೂರಿನ ನಜರಬಾದಿನಲ್ಲಿರುವ ಯಾರ್ಕ್ ಕಾಟೇಜನಲ್ಲಿ ಕಾದಿರಿಸಲಾಗುತ್ತಿತ್ತು. ಬಂದವರಿಗೆ ಮಾಂಸಾಹಾರ, ಸಸ್ಯಾಹಾರದ ಅಡುಗೆ ಇರುತ್ತಿತ್ತು. ಯಾವ ಬೀದಿಯಿಂದ ಯಾವ ಬೀದಿ ಕಡೆಗೆ ಪ್ರವೇಶ ಕೊಡಬೇಕೆಂದು ಮೊದಲೇ ನಿಗದಿಪಡಿಸಿ ಅದರ ಬಗ್ಗೆ ಉಲ್ಲೇಖ ಮಾಡಿ ಪತ್ರ ಬರೆಯುತ್ತಿದ್ದರು. ದಸರಾ "ಕಾರ್ ಪಾಸ್" ಮತ್ತು ಧರಿಸಬೇಕಾದ ಉಡುಪಿನ ಬಗ್ಗೆ ವಿವರಣೆ ಇರುತ್ತಿತ್ತು. ಅದರ ಎಲ್ಲ ಮಾಹಿತಿಗಳು ಇವೆ.

ನಮ್ಮ ಚೌಡ್ಲು ಮನೆಯಿಂದ ಮಹಾರಾಜರಿಗೆಂದು ಕಿತ್ತಳೆಹಣ್ಣು, ದೊಡ್ಡಹಣ್ಣು, ಜೇನುತುಪ್ಪ (ಎರಿ ಸಮೇತ) ತೆಗೆದುಕೊಂಡು ಹೋಗುತ್ತಿದ್ದರು. ಇದೆಲ್ಲವೂ ರಾಜರಿಗೆ ಬಹಳ ಇಷ್ಟವಂತೆ. ಸ್ವೀಕರಿಸಿದ ಮೇಲೆ ಅದಕ್ಕೆ ಪರವಾಗಿ ವಂದನೆ ಪತ್ರವನ್ನು ಕಳಿಸುತ್ತಿದ್ರು.

ಇದೆಲ್ಲವನ್ನು "ಪ್ಯಾಲೇಸ್ ಫರಸ್ ಖಾನ ಡಿಪಾರ್ಟ್‌ಮೆಂಟ್ ಜಗನ್ಮೋಹನ್ ಪ್ಯಾಲೇಸ್" ಮೈಸೂರು ಅಧಿಕೃತ ಲೆಟರ್‌ಹೆಡ್‌ನಲ್ಲಿ ಬರೆದು ಕಳಿಸುತ್ತಿದ್ದರು.

ಇದರಿಂದ ನಮಗೆ ಮಹಾರಾಜರು ತಮ್ಮ ಪ್ರಜೆಗಳಿಗೆ ಕೊಡುತ್ತಿದ್ದ ಮರ್ಯಾದೆ ಗೌರವಗಳು ಎದ್ದು ಕಾಣುತ್ತದೆ. ರಾಜರು ಸ್ನೇಹಮಯಿ. ಧೈರ್ಯಶಾಲಿ. ಎಲ್ಲದಕ್ಕೂ ವಿಶೇಷ ಪ್ರಾಮುಖ್ಯತೆ ಕೊಡುತ್ತಿದ್ದರು. ನಮ್ಮ ಮನೆತನ ಅತಿಥಿ ಸತ್ಕಾರಕ್ಕೆ ಪ್ರಸಿದ್ಧಿ. ಅದನ್ನು ಈಗಿನ ಪೀಳಿಗೆಯವರು ಕಾಪಾಡಿಕೊಂಡು ಬಂದಿದ್ದಾರೆ. ಎಲ್ಲರ ಸ್ವಾಗತ ತುಂಬು ನಗುಮೊಗದಿಂದ ಇರುತ್ತದೆ ಎಂದು ಹೇಳಬಹುದು.

ಮೈಸೂರು ಮಹಾರಾಜರ ಅತಿಥಿಯಾಗಿ ಚೌಡ್ಲು ಕಾಳೇಗೌಡರ ಮೊಮ್ಮಕ್ಕಳಿಗೆ ಬರುತ್ತಿದ್ದ ದಸರಾ ಆಹ್ವಾನ

The Durbar Bakshi is commanded by
His Highness The Maharaja
to invite
Mr. Ch. Kalappa
to the Dasara Durbars from 13th to 13th Oct 1937
The Palace Mysore

His Highness the Maharaja of Mysore
requests the pleasure of the company of
Mr. CH. Kalappa
at Mysore from Saturday the [illegible] May to Tuesday the [illegible] May [illegible]
on the occasion of the festivities connected with the Marriage of
his Nephew
Chiranjivi Sri Jaya Chamarajendra Wadiyar Bahadur
Son of His Highness the Yuvaraja
Sri Kantirava Narasimharaja Wadiyar Bahadur, [illegible]
with
Chiranjivi [illegible] Satya Prem Kumari [illegible]
[illegible]

CAR PASS

TORCH LIGHT PARADE
15th October 1937.

[illegible]

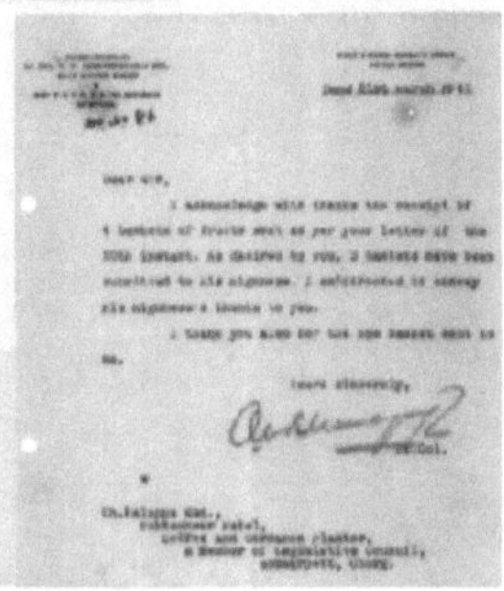

Dear Sir,

I acknowledge with thanks the receipt of 4 baskets of fruits sent as per your letter of the [illegible] instant. As desired by you, 2 baskets have been submitted to His Highness. I am directed to convey His Highness's thanks to you.

I thank you also for the one basket sent to me.

Yours sincerely,

[illegible] Lt. Col.

Ch. Kalappa Esq.,
[illegible]
[illegible]
a Member of Legislative Council,
[illegible], Coorg.

ತಲನಾಡು ಗಂಗರ ಕಾಲದ ಗಜಬಂಡೆಗಳ; ಹೊಯ್ಸಳರ ಕಾಲದ (ಕ್ರಿ.ಶ. ೧೧೦೦) ನಾಲ್ಕು ಕಂಬದ ಸುಗ್ಗಿ ಕಟ್ಟೆ; ಮತ್ತು ಚೌಡ್ಲು ಮನೆತನದವರ ವೀರಗಲ್ಲುಗಳು

ಯಡವನಾಡು ಸೋಮವಾರಪೇಟೆ ತಲಕೆರೆ ಚಟ್ಟಳ್ಳಿ ಗ್ರಾಮದ 'ಕೊಡಗರ ಕುರಾದ್ ಕಾಳೇಗೌಡರಿಗೆ ಹಾಲೇರಿ ಲಿಂಗರಾಜೇಂದ್ರ

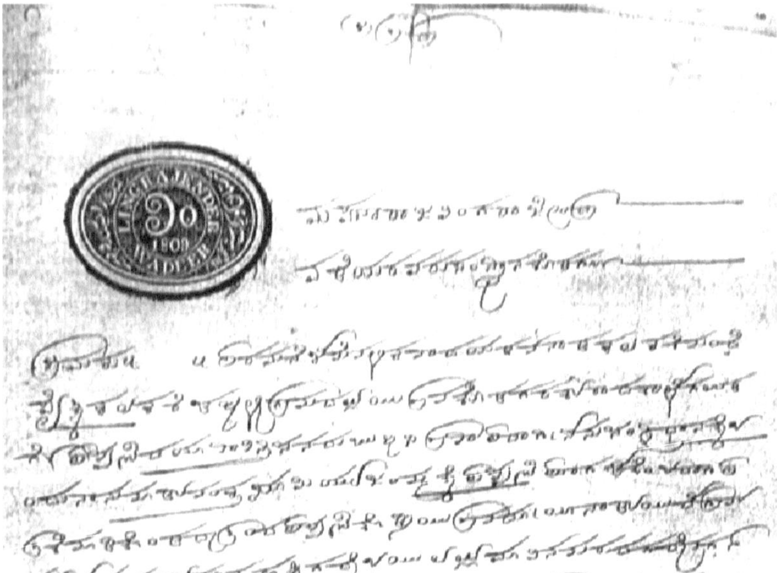

(ನೋಡಿ : ಈ ಸನ್ನಿದಿನ ಹೊಸಗನ್ನಡ ರೂಪವನ್ನು ಪುಟ 128ರಲ್ಲಿ ಕೊಟ್ಟಿದೆ)

ವೊಡೆಯರು ದಿನಾಂಕ 10.11.1817 ರ ಶನಿವಾರ ದಯಪಾಲಿಸಿದ ದಾನಪತ್ರ
ಸನ್ನದು – ನಿರೂಪ

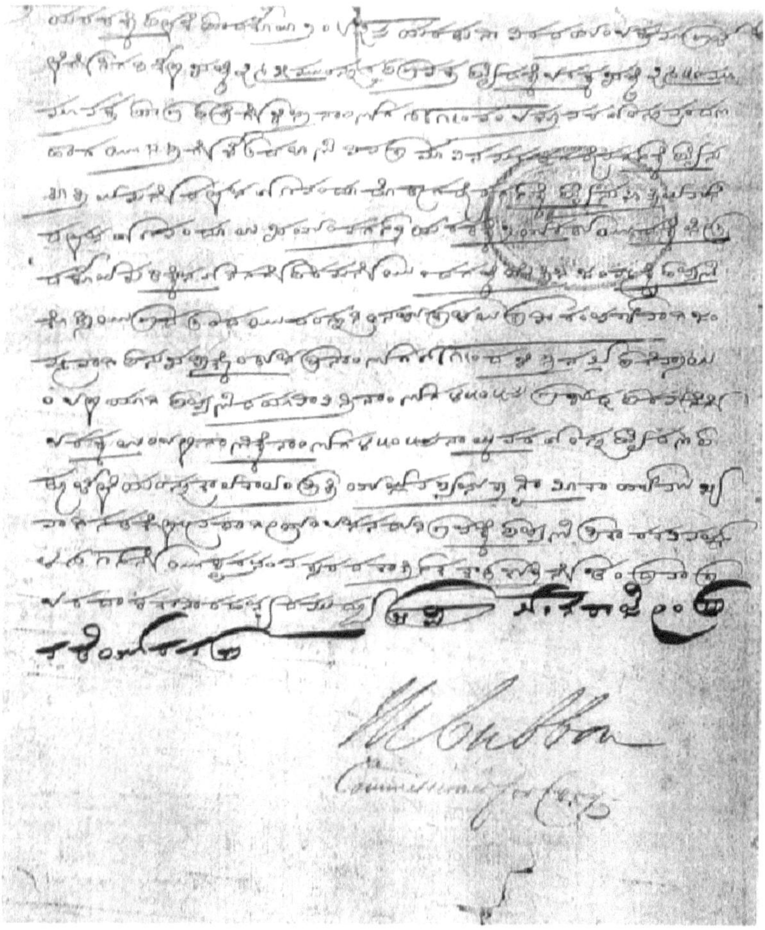

ಮೇಲೆ ಮೊಹರು

ಮಹಾರಾಜ ಲಿಂಗರಾಜೇಂದ್ರ ವಡೆಯರವರು

ಸಂಸ್ಥಾನ ಕೊಡಗು

ಶ್ರೀಮತು॥ ಅರಮನೆ ಶಾಲೆ ವಳಿಕವಾದ ಯಡವನಾಡ ತಲಕೆರೆ ಮಂದೆ ಪೈಕಿ ತಲಕೆರೆ ಚಟ್ಟಳ್ಳಿ ಗ್ರಾಮದಲ್ಲು ಇರುವ ಕೊಡಗರ ಕುಕುರಾದ ಕಾಳೇಗೌಡಗೆ (ಹಳಗನ್ನಡ)

ಅಪ್ಪಣೆ ದಯಾಪಾಲಿಸಿ ಸನದು .... ನಿರೂಪ ಅದಾಗಿ ನೀನು ಸನ್ನಿಧಾನಕ್ಕೆ ಬಂದು ನಾನು ಮಾಡುವಂತ ಭೂಮಿಯು ಜಂಮಕ್ಕೆ ಅಪ್ಪಣೆಯಾಗಬೇಕೆಂಬುದಾಗಿ ಅರಿಕೆ ಮಾಡಿಕೊಂಡದಾಗಿಂದ ಅಪ್ಪಣೆ ಕೊಡಿಸಿ ಇರುವುದು. ಈ ನಾಡು ಇದೇ ಗ್ರಾಮದಲ್ಲು ನೀನು ಮಾಡುವಂತ ಹಕ್ಕಿಗದ್ದೆ ಬಯಲಲ್ಲು ಮಾವಿನ ಮರದ ಗದ್ದೆ ವರ್ಗದ ಭೂಮಿ 1 ಒಂದಕ್ಕೆ ಅಳತೆ ಆದ್ದು ಲಿಂಗೇರಾಜೇಂದ್ರ ಅಂಗುಲ 24ಕ್ಕೆ ಗಜ 1 ಅಂತ ಗಜ 8 ಕ್ಕೆ ಅಳತೆ ಕೋಲು 1 ರಲ್ಲು ಅಳತೆ ಆದ ಕೋಲು 1364/= ಗೇ ನಿಗದಿ ಕೇಳಿ ಬಡ್ಡಿ 223 ಗೇ ದರ 100ಕ್ಕೆ 10 ರಲ್ಲು ಬರತಕ್ಕ ಬಡ್ಡಿ 22/5 ಗೆ ಆಸ್ತಿ ನಾಣ್ಯ 5.40 ಎಕ್ರೆ (ಕ್ಕೇ) ಗೇ ವಜಾ ಶಿಸ್ತಿಗೇ ದಾಕಲು ಮಾಡಕಾ ಬಗೇಯಲ್ಲೂ ಈಗ ನಿಲ್ಲಿಸಿಯಿರುವದು ಅರಮನೆ. ಬಗೆಯಲ್ಲೂ ಅಳತೆ ಕೋಲು 400 ಕ್ಕೆ ನಿಗದಿ ಕೇಳಿ ಬಡ್ಡಿ 60ಕ್ಕೆ ಬರತಕ್ಕ ಬಡ್ಡಿ 6ಕ್ಕೆ ಶಿಸ್ತಿ ನಾಣ್ಯಗ 1.. ರೂ ಶುದ್ದ ಅಳತೆ ಕೋಲು 964/= ಗೇ ನಿಗದಿ ಕೇಳಿ ಬಡ್ಡಿ 163 ಗೇ ಬರತಕ್ಕ ಬಡ್ಡಿ 16/5 ಗೇ ಶಿಸ್ತಿ ನಾಣ್ಯಗ 4.00 ಅಬ್ಬಿಗದ್ದೆ ಬಯಲಲ್ಲು ದೊಡ್ಡಗದ್ದೆ ವರ್ಗದ ಭೂಮಿ 1 ವಂದಕ್ಕೆ ಅಳತೆ ಆದ ಕೋಲು 1018 ಗೇ ನಿಗದಿ ಕೇಳಿ ಬಡ್ಡಿ 201/0 ಗೇ ಬರತಕ್ಕ ಬಡ್ಡಿ 20 15 ಗೇ ಶಿಸ್ತಿ ನಾಂಣ್ಯಗ 5.01 ಉಭಯವರ್ಗ ಎರಡಕ್ಕೆ ಅಳತೆಯಾದ ಕೋಲು 2083 = ಯರಡು ಸಾವಿರದ ಎಂಭತ್ತಮೂರು ಚಳೆಗೆ ನಿಗದಿ ಕೇಳಿ ಬಡ್ಡಿ 365 ಮುನ್ನೂರ ಐವತ್ತ ಐದಕ್ಕೆ ಬರತಕ್ಕ ಬಡ್ಡಿ 361 ಮೂವತ್ತಾರೂವರೆಗೆ ಶಿಲ್ಯ ನಾಣ್ಯರ್ಗ 1/0 ಒಂಭತ್ತು ವರಹದ್ದು ವಂದಣ ಹಾಗೆಯೂ ಸಿಸ್ತಿಗೇ ಸೇರಿದ ಬಾಣೆ ವಿವರ ಮಾವಿನ ಮರದ ಗದ್ದೆ ವರ್ಗಕ್ಕೆ ಐನು ಹಿತ್ತಿಲು ಮನೆಗೇ... ಸೇರ್ರಿ 1 ವಂದು ದೊಡ್ಡ ಗದ್ದೆ ವರ್ಗಕ್ಕೆ ಐನು ಹಿತ್ತಿಲು ಮನೆ.... 1 ಎಂದು ಉಭಯ ವರ್ಗ 2 ಯರಡಕ್ಕೆ 2 ಯರಡು ಯಿದಕ್ಕೆ ಸೇರಿದ ಕೋಲು.... ನಿನಗೆ ಅರಮನೆಯಿಂದ... ಯೆತ್ತಿಸಿ ಜಮ್ಮಕ್ಕೆ ಅಪ್ಪಣೆ ಕೊಡಿಸಿ ಇರುವುದರಿಂದ ಇದನ್ನು ನಿನ್ನ ಪುತ್ರಕಳಸ ಪಾರಂಪರ್ಯವಾಗಿ ಜಂಮ್ಮವಾಗ ಅನುಭವಿಸಿಕೊಂಡು (ಸದ್ರಿ?) ನಾಂಣ್ಯಗ

9 ಸೇರಿದ ಶಿಲ್ತ ನಲ್ಲು ಅರೆ... ಉಂಬಳಿಯಾಗಿ ಅಪ್ಪಣೆದಯ ಪಾಲಿಸಿ ನಾಂಣ್ಯಗ 4 40 ವರು ಶುದ್ಧ ಅರಮನೆಗೆ ಬರತಕ್ಕ ಉಂಬಳಿಗಾಣಿಕೆ (ಕಾಣಿಕೆ) ನಾಣ್ಯ 411 ನಾಲ್ಕು ವರಹ ವನ್ನು ಐದಣ... ಚಾಳ್ತೆಯನ್ನು ಕಾಲಕಾಲಂ... ಯಲ್ಲು ಒಪ್ಪಿಸುತ್ತ ಸ್ವಾಮಿ ಕಾರ್ಯಮುಖ್ಯವಾಗಿ ನಡೆ ಕೊಳ್ಳುವುದಾಗಿಯೆಂಬ ಸನದು ನಿರೂಪಕ್ಕೆ ಅಪ್ಪಣೆ ಪ್ರಕಾರ ಕಲಿವರ್ಷ 4919 ನೆ ಈಶ್ವರ ಸಂವತ್ಸರದ ಕಾರ್ತಿಕ ತಾರೀಕು 2ನೆ ಚಂದ್ರವಾರ ಬರದಾತ... ರಹಸ್ಯದ ಮುದ್ದಾಂ.

ಸಹಿ: ಲಿಂಗರಾಜೇಂದ್ರ

ವಡೆಯರ್

8

1834–37 ರ ಬ್ರಿಟಿಷರ ವಿರುದ್ಧ ವಿಶಾಲ ಕೊಡಗಿನ "ಅಮರಸುಳ್ಯ ಸ್ವಾತಂತ್ರ್ಯ ಸಮರ"

ಚಾರಿತ್ರಿಕವಾಗಿ 1857 ರ ಸಿಪಾಯಿ ದಂಗೆಯನ್ನು ನಾವು ಭಾರತೀಯರು ಬ್ರಿಟಿಷರ ವಿರುದ್ಧ ನಡೆಸಿದ ಮೊದಲ ಸ್ವಾತಂತ್ರ್ಯ ಸಂಗ್ರಾಮವೆಂದು ಚರಿತ್ರೆಯಲ್ಲಿ ಕಾಣುತ್ತೇವೆ. ವಾಸ್ತವವಾಗಿ ಇದಲ್ಲ. ಇದಕ್ಕಿಂತ 20 ವರ್ಷಗಳ ಪೂರ್ವದಲ್ಲಿಯೇ ಈ ಹಿಂದಕ್ಕೆ ಕೊಡಗಿನ ಅವಿಭಾಜ್ಯ ಅಂಗವಾಗಿದ್ದ ಸುಳ್ಯದ ಪಕ್ಕದ ಕುಗ್ರಾಮವಾಗಿದ್ದ ಉಬರಡ್ಕ ಮಿತ್ತೂರು ಗ್ರಾಮದಲ್ಲಿ ಆರಂಭವಾಗಿ ಪೂರ್ತ ಮೇಲಿನ ಹಾಗೂ ಕೆಳಗಿನ ಕೊಡಗು ಮತ್ತು ಪೂರ್ತಿ ದಕ್ಷಿಣ ಕನ್ನಡಕ್ಕೆ ಹರಡಿ ಬ್ರಿಟಿಷರಿಗೆ ಸೆಡ್ಡು ಹೊಡೆದ ರೈತಾಪಿ ಸಮೂಹದ ಹೋರಾಟವು ಇಂದು "ಅಮರ ಸುಳ್ಯ ದಂಗೆ" ಎಂದು ದಾಖಲಾಗಿರುತ್ತದೆ (ಕೊಡಗು–ಕೆನರಾ ಬಂಡಾಯ). ಆದರೆ ಬ್ರಿಟಿಷರು ಬರೆದ ಚರಿತ್ರೆಯಲ್ಲಿ ಅದು "ದಂಗೆ" ಎಂದು ದಾಖಲಾಗಿದೆ; ಇಲ್ಲವಾದರೆ ಅದು ದರೋಡೆ, ಸುಲಿಗೆ (ಕಾಟಕಾಯಿ) ಎಂದು ಬ್ರಿಟಿಷ್ ದಾಖಲೆಗಳಲ್ಲಿರುವುದು ವಿದ್ರೋಹದ ಸಂಗತಿ. ಇದಕ್ಕಿಂತಲೂ ದುರಂತದ ಸಂಗತಿಯೆಂದರೆ ಈ ಹೋರಾಟದಲ್ಲಿ ಭಾಗಿಯಾದವರು ಆಯಾಯ ಕುಟುಂಬಸ್ಥರಲ್ಲಿಯೇ ವಿಸ್ಮೃತಿಗೆ ಸರಿದುದಾಗಿದೆ. ಈ ದಂಗೆಯ ನೇತೃತ್ವವನ್ನು ವಹಿಸಿದ ಕೆದಂಬಾಡಿ ರಾಮಯ್ಯಗೌಡ, ಗುಡ್ಡೆಮನೆ ಅಪ್ಪಯ್ಯಗೌಡರಂತಹವರ ಕವಲು ಇಲ್ಲವೇ ವಾರೀಸುದಾರರು ಯಾರೆಂದು ಕೇಳಿದರೆ ನಕಾರವೇ ಉತ್ತರವಾಗುತ್ತದೆ. ಆ ಸಂದರ್ಭದಲ್ಲಿ ದಂಗೆಯಲ್ಲಿ ಸೋತು ಮರಣ ದಂಡನೆಗೆ ಗುರಿಯಾದವರ ಮಕ್ಕಳು ಯಾ ಕುಟುಂಬಸ್ಥರು ಎಂದು ಗುರುತಿಸಿಕೊಂಡಲ್ಲಿ ಬ್ರಿಟಿಷ್ ಮತ್ತು ಅವರ ಅನುಯಾಯಿ ವರ್ಗದವರಿಂದ ಕಷ್ಟಕಾರ್ಪಣ್ಯಗಳನ್ನು ಎದುರಿಸಬೇಕಾಗುತ್ತಿತ್ತು. ಕೆದಂಬಾಡಿ ರಾಮಗೌಡರ ಭೂಮಿ "ಮದುವೆ ಗದ್ದೆ" ಸೇರಿ ಬ್ರಿಟಿಷರು ದರೋಡೆಕೋರನ ಬದುಕೆಂದು ಹರಾಜು ಹಾಕಿದ್ದರು. ಈ ಹೋರಾಟದಲ್ಲಿ ಭಾಗಿಯಾದವರು ಆಯಾಯ ಕುಟುಂಬಸ್ಥರಲ್ಲಿಯೇ ವಿಸ್ಮೃತಿಗೆ ಸರಿದಿರುವುದಾಗಿದೆ. ಇದೇ ಕಾರಣಕ್ಕಾಗಿ ರಾಷ್ಟ್ರೀಯತೆ, ದೇಶಪ್ರೇಮ, ಸ್ವದೇಶಿ ಇತ್ಯಾದಿ ಮೂಲವಾಗಿರುವ ರಾಜಕೀಯ ನಾಯಕರಿಗೂ ಸ್ಥಳೀಯತೆಯನ್ನು ನಿರಾಕರಿಸುವುದಕ್ಕೆ ಕಾರಣವಾಗಿದೆ. ಇಂತಹ ಸಂದರ್ಭದಲ್ಲಿ ಸ್ವಾಭಿಮಾನಿಗಳಾಗಿ ಬದುಕು ಸವೆಸಿ ಗತಿಸಿದವರನ್ನು ಮತ್ತೆ ಮತ್ತೆ ಸ್ಮೃತಿಗೆ ತಂದುಕೊಳ್ಳುವ ಪ್ರಯತ್ನಗಳ ಅಗತ್ಯವಿದೆ.

1788 ರಲ್ಲಿ ಕೊಡಗಿನ ದೊಡ್ಡ ವೀರರಾಜ ತನ್ನ ಹೆಂಡತಿ ಮತ್ತು ತಮ್ಮಂದಿರಾದ ಲಿಂಗರಾಜ ಮತ್ತು ಅಪ್ಪಾಜಿಯೊಂದಿಗೆ ಟಿಪ್ಪುಸುಲ್ತಾನನ ಬಂದೀಖಾನೆಯಿಂದ ತಪ್ಪಿಸಿಕೊಂಡು ಬಂದು ಬ್ರಿಟಿಷ್‌ರೊಂದಿಗೆ ಒಪ್ಪಂದದ ಪ್ರಯುಕ್ತ ಟಿಪ್ಪುನ ಪಡೆಯನ್ನು ಕೊಡಗಿನಿಂದ ಓಡಿಸುವಲ್ಲಿ ಸಫಲನಾಗುತ್ತಾನೆ. 1799ರ ಆಂಗ್ಲ–ಮೈಸೂರು ಯುದ್ಧದಲ್ಲಿ ದೊಡ್ಡವೀರರಾಜ ಬ್ರಿಟಿಷರ ಪರವಾಗಿ ಹೋರಾಡಿದ್ದರಿಂದ ಅವರ ವಶದಲ್ಲಿದ್ದ ಪುತ್ತೂರು ಮತ್ತು ಅಮರಸುಳ್ಯ ಮಾಗಣೆಗಳನ್ನು ದೊಡ್ಡವೀರರಾಜನಿಗೆ ಬಿಟ್ಟುಕೊಟ್ಟರು. ಈ ಸಂದರ್ಭದಲ್ಲಿ 1795ರಿಂದ 1799ರಲ್ಲಿ ಕೇರಳದ ರಾಜನಿಗೂ ಟಿಪ್ಪುವಿಗೂ ಯುದ್ಧ ನಡೆದಾಗ ಹಾಸನ, ಮೈಸೂರು, ಮಂಡ್ಯದ ಗೌಡ ರೈತರನ್ನು ಟಿಪ್ಪು ಯುದ್ಧಕ್ಕೆ ಕೊಡಗಿನ ಮೂಲಕ ರವಾನಿಸಿದ್ದ. 1799ರಲ್ಲಿ ಟಿಪ್ಪು ಅನಂತರ ಕೊಡಗಿನ ಮೂಲ ಗೌಡರ ಜೊತೆಗೆ ವಲಸೆ ಗೌಡರು ಯುದ್ಧಕ್ಕೆ ವಿದಾಯ ಹೇಳಿ ಕುಲ ಕಸಬಾದ ಕೃಷಿ ಅವಲಂಬಿಸಿದರು; ಅರೆಭಾಷೆ ಗೌಡರಾದರು. ಟಿಪ್ಪುವಿನ ದಂಡು ಉತ್ತರ ಕೊಡಗಿನ ಕೊಡವ ರೈತಾಪಿ ಜನರನ್ನು ಶ್ರೀರಂಗಪಟ್ಟಣಕ್ಕೆ ಸಾಗಿಸಿದುದರಿಂದ ಹೆಚ್ಚಿನ ಕೃಷಿಭೂಮಿಗಳು ಪಾಳುಬಿದ್ದ ಪ್ರಯುಕ್ತ ವೀರರಾಜನು ತನ್ನ ಕೆಳಗಿನ ಕೊಡಗಿನ ಪುತ್ತೂರು, ಸುಳ್ಯ ಮಾಗಣೆಗಳಿಂದ ತನ್ನ ರಕ್ತಸಂಬಂಧಿಗಳಾದ ಗೌಡ ಜನಾಂಗದವರನ್ನು ಹೆಚ್ಚಿನ ಸಂಖ್ಯೆಯಲ್ಲಿ ಮೇಲಿನ ಕೊಡಗಿಗೆ ಬರಮಾಡಿಸಿ ಉತ್ತರ ಕೊಡಗಿನಲ್ಲಿ (ಈಗಿನ ಮಡಿಕೇರಿ–ಸೋಮವಾರಪೇಟೆ) ಸರಹದ್ದಿನಲ್ಲಿ ಭೂಮಿ ಜಹಗೀರುಗಳನ್ನು ಕೊಟ್ಟು ನೆಲೆಸುವಂತೆ ಮಾಡಿದನು. ಈ ಗೌಡ ಸಮುದಾಯವು ಈ ಪ್ರದೇಶದಲ್ಲಿ ಮೊದಲೇ ವಿರಳವಾಗಿ ಗಂಗರಾಜರ ಕಾಲದಿಂದಲೂ ನೆಲೆಸಿದ್ದ ಒಕ್ಕಲಿಗ ಗೌಡರ ಜೊತೆ ಬೆರೆತು ಮಿಲನವಾದರು. ಈ ರೀತಿಯಾಗಿ 1834 ರ ತನಕ ಮೇಲಿನ ಕೊಡಗು ಮತ್ತು ಕೆಳಗಿನ ಕೊಡಗಿನಲ್ಲಿ ಗೌಡ ಜನಾಂಗವು ಉತ್ತಮ ಬಾಳ್ವೆಯನ್ನು ಹಾಲೇರಿ ರಾಜರ ಆಶ್ರಯದಲ್ಲಿ ನಡೆಸಿದರು.

ಆಂಗ್ಲರು 15.03.1834 ರಲ್ಲಿ ಚಿಕ್ಕವೀರರಾಜನನ್ನು ಪದಚ್ಯುತಿಗೊಳಿಸಿ ಕೊಡಗನ್ನು ವಶಪಡಿಸಿಕೊಂಡ ಮೇಲೆ, ಕೊಡಗು ರಾಜ್ಯಕ್ಕೆ ಸೇರಿದ್ದ ಅಮರ ಸುಳ್ಯ, ಬೆಳ್ಳಾರೆ, ಪುತ್ತೂರು ಸೀಮೆಗಳನ್ನು (ಅಂದಿನ ಬಂಟ್ವಾಳ ತಾಲೂಕಿನ ವಿಭಾಗಗಳು) ದಕ್ಷಿಣ ಕನ್ನಡ–ಮಂಗಳೂರಿಗೆ ಸೇರಿಸಿದರು. ಈ ವಿಭಜನೆಯು ಕೆಳಗಿನ ಕೊಡಗು ಜನರಿಗೆ ಅಸಮಾಧಾನವಾಯಿತು. ಕಾರಣ ಪುತ್ತೂರು, ಸುಳ್ಯ ಮಾಗಣೆಗಳು 1700 ರಿಂದ 1834 ರ ತನಕ ಕೊಡಗಿನ ಅವಿಭಾಜ್ಯ ಅಂಗವಾಗಿತ್ತು ಮತ್ತು ಇವರ ಮಧ್ಯೆ ಸಾಂಸ್ಕೃತಿಕ ಹಾಗೂ ರಕ್ತ ಸಂಬಂಧವೂ ಇತ್ತು. ಕೊಡಗು ರಾಜರ ಕಾಲಕ್ಕೆ ಭೂಕಂದಾಯವನ್ನು ಧಾನ್ಯ ರೂಪದಲ್ಲಿ ನೀಡುತ್ತಿದ್ದರು. ಈ ಪದ್ಧತಿಯ ಬದಲಿಗೆ ಮಂಗಳೂರಿನ ಆಂಗ್ಲ ಕಲೆಕ್ಟರನು ಈ ಸೀಮೆಯ ಜನರು ಭೂಕಂದಾಯವನ್ನು ಹಣದ ರೂಪದಲ್ಲಿ ಕೊಡಬೇಕೆಂದು ಹುಕುಂ ಜಾರಿ ಮಾಡಿದ. ಇದರಿಂದ ಮಧ್ಯವರ್ತಿ ದಳ್ಳಾಳಿಗಳಿಗೆ ಬೆಳೆ

ಕೊಯ್ಲಾದ ಕೂಡಲೇ ಬಹುಭಾಗ ಧಾನ್ಯವನ್ನು ಕಡಿಮೆ ಬೆಲೆಗೆ ಮಾರಾಟಕ್ಕೆ ಹೋಗಿ ಬದುಕಿನ ನಿರ್ವಹಣೆ ಕಷ್ಟವಾಯಿತು. ಅತ್ತ ಕೊಡಗಿನಲ್ಲಿ ಆಂಗ್ಲರ ಆಳ್ವಿಕೆಯಿದ್ದರೂ ಹಳೆ ಪದ್ಧತಿಯೇ ಮುಂದುವರಿಯಿತು. ಇದು ದಕ್ಷಿಣ ಕನ್ನಡ ಜಿಲ್ಲೆಯ ಈ ಸೀಮೆ ಜನರಲ್ಲಿ ಅಸಮಾಧಾನಕ್ಕೆ ಕಾರಣವಾಯಿತು.

ಆಂಗ್ಲರು ಇತ್ತ ಕೊಡವ (Coorgi) ಭೂಮಾಲೀಕರೂ, ದಿವಾನರೂ ಆಗಿದ್ದ ಚೆಪ್ಪುಡಿರ ಪೊನ್ನಪ್ಪ, ಅಪ್ಪಾರಂಡ ಬೋಪು ಇನ್ನಿತರ ಕೊಡವ ಜನಾಂಗಕ್ಕೆ ಹೆಚ್ಚು ಬಡ್ತಿ, ಆದ್ಯತೆ ನೀಡಿ ಸಮಾಲೋಚನೆ ನೀಡುತ್ತಿದ್ದರು. ಅದಲ್ಲದೆ ಕೊಡವರಿಗೆ ಹಿಂದಿನ ರಾಜವಂಶವು ಹೊರಗಿನವರೆಂದು ಕಂಡು ರಾಜವಂಶದ ಮೇಲೆ ಹೆಚ್ಚಿನ ಪ್ರೀತಿ ವಿಶ್ವಾಸ ಉಳಿದಿರಲಿಲ್ಲ. ಆದರೆ ಕೊಡಗಿನ ಗೌಡ ಸಮುದಾಯದವರಿಗೆ ಹಾಲೇರಿ ರಾಜವಂಶವು ಇಕ್ಕೇರಿ ರಾಜವಂಶದವರ ಮೂಲದವರಾಗಿದ್ದು, ತಮ್ಮ ಜಾತಿ ಮೂಲದವರೆಂದು ತಿಳಿದಿದ್ದು ಎರಡು ರಾಜವಂಶಗಳ ಮೇಲೆ ಅವರಿಗೆ ರಾಜಭಕ್ತಿಯಿತ್ತು. ಅವರ ಹಳೆಯ ದಿನಗಳು ಬ್ರಿಟಿಷ್ ಆಳ್ವಿಕೆಗಿಂತ ಉತ್ತಮವಾಗಿತ್ತು ಅಂದುಕೊಂಡರು. ರೈತರು ತಾವು ಬೆಳೆದಿರುವ ಧಾನ್ಯಗಳ ಮೇಲೆ ವ್ಯಾಪಾರ ತೆರಿಗೆಯನ್ನು, ಉಪ್ಪು, ತಂಬಾಕು ಇತ್ಯಾದಿ ಉತ್ಪಾದಿಸುವ ಜವಾಬ್ದಾರಿಯು ಸರಕಾರದ್ದೆಂದೂ, ಬ್ರಿಟಿಷರ ನ್ಯಾಯಾಲಯ, ವಕೀಲತ್ವ ಸಾಮಾನ್ಯವಾಗಿ ಮಧ್ಯವರ್ತಿ ದಲ್ಲಾಳಿಗಳ ಪರವಾಗಿತ್ತು.

ಇದು ಮಾತ್ರವಲ್ಲದೆ ಬ್ರಿಟಿಷರಿಂದ ಜನರನ್ನು ಮತಾಂತರಿಸುವ ಪ್ರಯತ್ನ ನಡೆದಿದ್ದು ಕೂಡಾ ಜನರ ಅಸಮಾಧಾನಕ್ಕೆ ಕಾರಣವಾಗಿತ್ತು. ಈ ಬಗ್ಗೆ ಕರ್ನಲ್ ಫ್ರೇಜರನು 10ನೆಯ ಜೂನ್ 1834 ರ ಪತ್ರವೊಂದರಲ್ಲಿ ಮೆಕನಾಮಕ್ಟನ್ ಗೆ ಬರೆದು ಕೊಡವರನ್ನು (Coorgs) ಮತಾಂತರಿಸುವ ಸಾಧ್ಯತೆಯನ್ನು ಈ ತರವಾಗಿ ವಿವರಿಸಿರುತ್ತಾನೆ.

".... The people appear to have little or no attachment to the debasing superstition of the country and their minds seem to me to be more open than those of any other Indians. I have seen to be prepared for receiving the light of the christian religion while their intellect may be expected rapidly to expand under the influence of that education they are soliciting"

ಆ ಕಾಲದಲ್ಲಿ ರೈತರ ಮನಸ್ಥಿತಿಯನ್ನು ಮಾರ್ಕ್ ಕಬ್ಬನ್ ಈ ರೀತಿಯಾಗಿ ವರ್ಣಿಸಿರುತ್ತಾನೆ:

"To lose his patrimonial estate is one of the greatest misfortunes an Indian Farmer can be made to suffer, and if the inhabitants of 'lower Coorg' are so ready to bring forward to the Government the grievances they now apprehend, it is not likely that they will be more quite, when they see those apprehensions realised – they already complain of foreign native servants being sent to rule them, they would complain more of foreign-landlords"[1]

1857 ಭಾರತೀಯ ಇತಿಹಾಸದಲ್ಲಿ ಅತ್ಯಂತ ಮಹತ್ವದ ವರ್ಷ. ಆಂಗ್ಲರ ಸತ್ತೆಯನ್ನು ಅಮೂಲಾಗ್ರವಾಗಿ ಕಿತ್ತೊಗೆದು ಸ್ವದೇಶವನ್ನು ರಕ್ಷಿಸಲು ಮಹಾ ಸ್ವಾತಂತ್ರ್ಯ ಸಂಗ್ರಾಮವೊಂದು ನಡೆದ ವರ್ಷ. ಇದನ್ನು ಆಂಗ್ಲರು 'ದಂಗೆ' ಎಂದರೂ ಅದು ಭಾರತದ ಮೊದಲ ಸ್ವಾತಂತ್ರ್ಯ ಸಂಗ್ರಾಮ ಎಂದೇ ನಾವು ಅರಿತಿದ್ದೇವೆ. ಮಂಗಲ್ ಪಾಂಡೆ, ತಾಂತ್ಯ ಮೊದಲಾದ ವೀರರ ಬಲಿದಾನಗಳ ಬಗ್ಗೆ ಓದಿದ್ದೇವೆ. ಅಷ್ಟಕ್ಕೂ ಒಂದು ಸಂಘಟಿತ ರೂಪವೆಂಬ ದೃಷ್ಟಿಯಲ್ಲಿ 'ಸಿಪಾಯಿ ದಂಗೆ' ಯನ್ನು ಮೊದಲ ಸ್ವಾತಂತ್ರ್ಯ ಸಂಗ್ರಾಮ ಅನ್ನುವುದಾದರೆ 1857ಕ್ಕೂ ಮೊದಲು ವ್ಯವಸ್ಥಿತವಾದ ಹೋರಾಟ ನಡೆದಿರಲಿಲ್ಲವೇ?

ಪ್ರಥಮ ಸ್ವಾತಂತ್ರ್ಯ ಸಂಗ್ರಾಮ 1837 ರಲ್ಲೇ ನಡೆದಿತ್ತು. ಹೌದು ಪ್ರಥಮ ಸ್ವಾತಂತ್ರ್ಯ ಸಂಗ್ರಾಮಕ್ಕೂ ಇಪ್ಪತ್ತು ವರ್ಷ ಮೊದಲೇ ರಾಷ್ಟ್ರೀಯತೆಯ ಅರಿವು ಇದ್ದೋ ಇಲ್ಲದೆಯೋ ಆಂಗ್ಲರಿಗೆ ತಮ್ಮ ಸ್ವಾತಂತ್ರ್ಯದ ಹಸಿವಿನ ಬಿಸಿಯನ್ನು ಮುಟ್ಟಿಸಿದವರು ಕೊಡಗು-ಸುಳ್ಯದ ಜನರು. ಇದು ಭಾರತದ ಇತಿಹಾಸದಲ್ಲಿ ದಾಖಲಾಗದ ಮೊದಲ ಸ್ವಾತಂತ್ರ್ಯ ಸಂಗ್ರಾಮ, ಆಂಗ್ಲರು ಹೀಗಳೆದ ದರೋಡೆ, ಕಲ್ಯಾಣಪ್ಪನ ಕಾಟಕಾಯಿ, ಇದು ಅಮರ ಸುಳ್ಯ ದಂಗೆ.

---

1 **ಕೂಜುಗೋಡು ಮಲ್ಲಪ್ಪಗೌಡರು ಮತ್ತು ಕೆದಂಬಾಡಿ ರಾಮಯ್ಯಗೌಡರು 1837ರ ಹೋರಾಟದಲ್ಲಿ ಧುಮುಕಲು ಇನ್ನೊಂದು ಪ್ರಮುಖ ಕಾರಣವೇನೆಂದರೆ ಈ ಕುಟುಂಬದ ಮೂಲ ಪುರುಷರು ಶಿವಾಚಾರದವರಾಗಿದ್ದು ಕೆಳದಿ ಸಂಸ್ಥಾನದ ಮತ್ತು ಹಾಲೇರಿ ರಾಜರ ಪರಿವಾರದವಾರಗಿದ್ದು ರಾಜವಂಶದ ನಿಕಟವರ್ತಿಗಳಾಗಿದ್ದರು. ಅವರಿಗೆ ಹಾಲೇರಿ ರಾಜರ ಆಸ್ಥಾನದಲ್ಲಿ ಸ್ಥಾನಮಾನಗಳಿದ್ದವು. ಕೂಜುಗೋಡು ಕಟ್ಟೆಮನೆ ಪಾಲೇಯಗಾರರಾಗಿದ್ದು ಕಪ್ಪಕಾಣಿಕೆ ಹೊಂದಾಣಿಸುವ ಮತ್ತು ಜುಡಿಸಿಯಲ್ ಅಧಿಕಾರ ಇತ್ತು. ಕೆದಂಬಾಡಿ ರಾಮಯ್ಯಗೌಡರು ಮಾಗಣೆ ಮನೆಯವರಾಗಿದ್ದರು. ಕೂಜುಗೋಡು ಕಟ್ಟೆಮನೆಯ ಇನ್ನೋರ್ವ ಸಹೋದರ ಕುಂಭಪ್ಪಗೌಡ ಮೇಲ್ಕೊಡಿಗಿನ ಮಕ್ಕಂದೂರಲ್ಲಿ ನೆಲೆಸಿದ್ದು ಹಾಲೇರಿ ಲಿಂಗರಾಜ ಒಡೆಯ ಮತ್ತು ಚಿಕ್ಕವೀರರಾಜ ಒಡೆಯರ ಆತ್ಮೀಯ ನಿಕಟವೃತ್ತಿಯಾಗಿದ್ದರು. ಬ್ರಿಟಿಷರು ಚಿಕ್ಕವೀರರಾಜರನ್ನು ಪದಚ್ಯುತಿ ಮಾಡಿದ್ದು ಅವರ ಅನುಯಾಯಿಗಳಾದ ಗೌಡ ಸಮುದಾಯಕ್ಕೆ ಅಪಾರವಾದ ನೋವನ್ನು ಉಂಟುಮಾಡಿದ್ದಲ್ಲದೆ ಅವರ ಸ್ಥಾನ ಮಾನಗಳನ್ನು ಕಿತ್ತು ಬ್ರಿಟಿಷರ ವಿಧೇಯರಿಗೆ ಹಸ್ತಾಂತರವಾಯಿತು. ಇಂತಹ ಸಂದರ್ಭದಲ್ಲಿ ಹತಾಶರಾದ ಕೆದಂಬಾಡಿ ರಾಮಯ್ಯಗೌಡರು ಗುಡುಗಿದರೇನೆಂದರೆ "ಒಂದು ನಾಯಿಯಾದರೂ ಹಾಲೇರಿ ರಾಜರ ಅರಮನೆಯಲ್ಲಿ ಹುಟ್ಟಿದ್ದರೆ ಅಂತಹನಾಯಿ ಸೈನ್ಯವನ್ನು ಕಟ್ಟಿ ಬ್ರಿಟಿಷ್ ಸರ್ಕಾರದ ವಿರುದ್ಧ ಹೋರಾಡುತ್ತದೆ."**

F C Brown Esq., Letters to and from the Government of Madras, Disturbaness in Canara- A letters to the honourable the court of directors, by smith Elder and co- 1838- Digitalised version page 104)

Ramaiah exelaimed "If even a dog could be found that was born in the Palace (of the Rajahs), this dog would do to raise and command a force against the (British) Government!".

ಬಿದರೂರಿನ ಧೋಂಡಿಯ ವಾಘ, ಐಗೂರಿನ ವೆಂಕಟಾದ್ರಿನಾಯಕ (1802), ಕಿತ್ತೂರಿನ ಚೆನ್ನಮ್ಮಾಜಿ (1824), ಸಂಗೊಳ್ಳಿ ರಾಯಣ್ಣ, ಕೊಡಗಿನ ಅಪರಂಪಾರ (1835), ಕಲ್ಯಾಣಸ್ವಾಮಿ (1837), ಗುಡ್ಡೆಮನೆ ಅಪ್ಪಯ್ಯ, ಕೆದಂಬಾಡಿ ರಾಮಯ್ಯಗೌಡ, ಕುಡಿಯ ಸಹೋದರರು.... ಹೀಗೆ ಅಖಿಲ ಭಾರತ ಮಟ್ಟದ ಇತಿಹಾಸದ ಪುಟಗಳಲ್ಲಿ ದಾಖಲಾಗದ ಅನೇಕ ವೀರರು 1857ಕ್ಕೂ ಹಿಂದೆಯೇ ರಕ್ತತರ್ಪಣ ಗೈದಿದ್ದರು. ಆದರೆ ಅವರ ಬಗೆಗೆ ಅವರದೇ ನೆಲದ ನಮಗೆ ಅರಿವಿಲ್ಲದೇ ಇರುವುದು ದುರಂತ ಸತ್ಯ!

1834ರವರೆಗೆ ಅಮರಸುಳ್ಯ ಕೊಡಗಿನ ಹಾಲೇರಿಯ ಲಿಂಗಾಯಿತ ಅರಸರ ಸುಪರ್ದಿಯಲ್ಲಿತ್ತು. ಕೊನೆಯ ಅರಸ ಚಿಕ್ಕವೀರರಾಜೇಂದ್ರನು ಸ್ತ್ರೀಸುಖ ಲೋಲುಪನೆಂದು ಆಂಗ್ಲ ಚರಿತ್ರೆಕಾರರು ಪ್ರತಿಬಿಂಬಿಸಿ ಕೊಡಗಿನ ಜನ ಅವನನ್ನು ದ್ವೇಷಿಸುವಂತೆ ಮಾಡಿ, ಆಂಗ್ಲರು 1834 ರ ಏಪ್ರಿಲ್ ತಿಂಗಳಲ್ಲಿ ಮೈಸೂರಿನ ಕರ್ನಲ್ ಫ್ರೇಸರ್‌ನ ನೇತೃತ್ವದಲ್ಲಿ ಕೊಡಗನ್ನು ವಶಪಡಿಸಿಕೊಳ್ಳಲು ಮುಂದಾಗುತ್ತಾರೆ. ಏಪ್ರಿಲ್ 6ಕ್ಕೆ ಕೋಟೆ ಫ್ರೇಸರನ ವಶವಾಗುತ್ತದೆ. ಅರಸ ಹೆದರಿ ನಾಲ್ಕುನಾಡಿನ ಅರಮನೆಗೆ ಪಲಾಯನ ಮಾಡುತ್ತಾನೆ. ದಿವಾನ್ ಲಕ್ಷ್ಮೀನಾರಾಯಣ, ಬೋಪು ಶರಣಾಗತರಾಗುವ ಸಲಹೆ ನೀಡುತ್ತಾರೆ. ಏಪ್ರಿಲ್ 10ಕ್ಕೆ ಮಡಿಕೇರಿಯಲ್ಲಿ ಶರಣಾದ ದೊರೆಯನ್ನು ಪ್ರೇಸರ್ ಏಪ್ರಿಲ್ 24ಕ್ಕೆ ಬೆಂಗಳೂರಿಗೆ ಕಳುಹಿಸಿದ. ಮುಂದೆ ಮಗಳ ಸಹಿತ ವಾರಣಾಸಿ, ಅಲ್ಲಿಂದ ಲಂಡನ್‌ಗೆ ಕಳಿಸಲಾಗುತ್ತದೆ. 1859 ಸೆಪ್ಟಂಬರ್ 24ರಂದು ಖಾಯಿಲೆಯಿಂದಾಗಿ ಚಿಕ್ಕವೀರ ರಾಜೇಂದ್ರ ಲಂಡನ್‌ನಲ್ಲೇ ಮರಣ ಹೊಂದುತ್ತಾನೆ.

1833 ರಲ್ಲಿ ಮಂಜರಾಬಾದ್ ಭಾಗಗಳಲ್ಲಿ ಸ್ವಾಮಿ ಅಪರಂಪಾರನೆಂಬ ಓರ್ವ ಜಂಗಮ ಕಾಣಿಸಿಕೊಳ್ಳುತ್ತಾನೆ. ಕೊಡಗಿನ ಜನ ಇವನನ್ನು ಹಿಂದಿನ ಅರಸ ಲಿಂಗರಾಜೇಂದ್ರನ ಅಣ್ಣ ಅಪ್ಪಾಜಿಯ ಹಿರಿಮಗ ವೀರಪ್ಪನೆಂದು ಭಾವಿಸುತ್ತಾರೆ. ಆದರೆ ಇವನು ತುಮಕೂರಿನ ಮಾಯಸಂದ್ರದ ಕಡಗನೂರು ಎನ್ನಲಾಗಿದೆ. ನಿರಂಜನರ ಕಾದಂಬರಿ 'ಸ್ವಾಮಿ ಅಪರಂಪಾರ' ಇವನ ಬಗ್ಗೆಯೇ.

ಆಂಗ್ಲರು ಹಣದ ಮೂಲಕ ಕಂದಾಯ ಸಲ್ಲಿಸಲು ಆಜ್ಞಾಪಿಸಿದಾಗ ವಸ್ತು ರೂಪದಲ್ಲಿ ಕಂದಾಯವನ್ನು ಪಾವತಿಸುತ್ತಿದ್ದ ಕೊಡಗರಿಗೆ ಅಸಮಾಧಾನ ಉಂಟಾಗುತ್ತದೆ. ರಾಜ ಪರದೇಶಿಯಾದ ಮೇಲೆ ಸೂಕ್ತ ನಾಯಕತ್ವ ಇಲ್ಲದ್ದರಿಂದ ಅಪರಂಪಾರನನ್ನೇ ತಮ್ಮ ನಾಯಕನನ್ನಾಗಿ ಸ್ವೀಕರಿಸುತ್ತಾರೆ. ಇವನು ಸೋಮವಾರಪೇಟೆ, ಹಾರಂಗಿ, ಹಾಲೇರಿ, ಹೊಸಕೋಟೆ ಮೊದಲಾದೆಡೆ ಆಂಗ್ಲರ ವಿರುದ್ಧ ಜನ ಸಂಘಟನೆ ನಡೆಸಿ ಸುಬ್ರಹ್ಮಣ್ಯಕ್ಕೆ ಬರುತ್ತಾನೆ. ಇವನನ್ನು ರಾಜವಂಶಸ್ಥನೆಂದು ಕೂಜುಗೋಡಿನ ಅಪ್ಪಯ್ಯಗೌಡ ಹಾಗೂ ಮಲ್ಲಪ್ಪಗೌಡರು ಸತ್ಕರಿಸಿ ಕೊಡಗಿನಿಂದ ಬ್ರಿಟಿಷರನ್ನು ಓಡಿಸುವ ಯೋಜನೆ ಹಾಕಿಕೊಳ್ಳುತ್ತಾರೆ. ಸುಮಾರು ಸಾವಿರ ಮಂದಿ ಸೇನೆಯೊಡನೆ ಮಡಿಕೇರಿ ಕಡೆಗೆ

ನಡೆಯುತ್ತದೆ. ಆದರೆ ಅಪರಂಪಾರ ಗೌಡಳ್ಳಿ ತಲುಪುವ ಮುನ್ನವೇ ಮೋಸದಿಂದ ಸೆರೆಯಾಗುತ್ತಾನೆ. ಕೂಜುಗೋಡು ಸಹೋದರರು ಪಾರಾಗುತ್ತಾರೆ. ಅಪರಂಪಾರನನ್ನು ತಿರುಚಿನಾಪಳ್ಳಿಯ ಜೈಲಿಗೆ ಕಳುಹಿಸಲಾಯಿತು. 1869 ರಲ್ಲಿ ಬಿಡುಗಡೆಯಾಗಿ 1870 ರಲ್ಲಿ ಶ್ರೀರಂಗಪಟ್ಟಣದಲ್ಲಿ ನಿಧನ ಹೊಂದಿದ.

---

1. F.C Brown – letters to and from the Government of Madras – Disturbance of CANARA Smith, Elder co, CORNHILL – 1838 – Digitalized by university of California, P. 46 – 49. Writes :
"....To insist on having his revenue in money, therefore, is insisting on having that which Native cannot get, nor can he give, could he coin his blood in to drachmas. For, of the money which is collected from him... making his produce worthlessly low. when the producer (Ryots) is compelled to sell for money, to pay his taxes, and extravagantly high.. pushing him into poverty. In addition to this direct tax upon the land, akin to which nothing has ever been seen in the world... express orders of your honourable court... two of the necessaries of life – Salt and Tobacco; the monopoly of Salt enforced by penally prohibiting the natives from touching the sun evaporated sea-salt at their own doors; that of Tobacco enforced by prohibiting from growing a leaf of Plant on their lands; thus making it profitable to the smugler to introduce American Tobacco in India...
2. F.C. Brown.. ಸದರಿ. Page 41
"... The cause of the first disturbance to have been the following : The Gowdas and natives of the new districts had gone on paying for three years, or as long as they could pay, this new fixed maximum Money assessment demanded from them until all their means of raising it from other sources being exhausted they could pay it no longer. They represented their inability, to pay in cash, to collectors shirastedar, at Pootoor (puttur)... they said, money they had not but, there was their 'produce', let him take that as their Rajans always did. The sire stedar told them in reply, that he had nothing to do with their produce; they must pay down in money. In default he asked to attach their property.
3. 1837ರ ಅಮರ ಸುಳ್ಯ ಸ್ವಾತಂತ್ರ್ಯ ಸಮರದ ನೇತಾರ ಮಹಾ ದಂಡನಾಯಕ, ಸಮರವೀರ, ಸಂಘಟನ ಚತುರ, ಕೆದಂಬಾಡಿ ರಾಮಯ್ಯ ಗೌಡ ಎಂಬುದು ಈ ಕೆಳಗಿನ ಬ್ರಿಟಿಷ್ ದಾಖಲೆಗಳಿಂದ ವೇದ್ಯವಾಗುತ್ತದೆ :
F.C. Brown, letters to and from the Government of Madras, Disturbances in CANARA – a letter to the honourable the court of Directors, By Smith, Elder Feo – 1838 Digitalized by California University.
"The consultation to attack bellarypet (Bellare) was held at Moodnoor in soolya, by k. (kedambadi) Ramaiah Gowda, the 'Principal man' ..., kalyanappa (Putta Basappa) came from Poomali jungle.. The whole party Bellary pet the Public servants and money (treasury) were seized.

ಅಪರಂಪಾರನ ಆಪ್ತರಲ್ಲಿ ಓರ್ವನಾದ ಕಲ್ಯಾಣ ಬಸವ– ಕಲ್ಯಾಣಪ್ಪ ತನ್ನನ್ನು ಅಪ್ಪಾಜಿಯ ದ್ವಿತೀಯ ಪುತ್ರನೆಂದು ಕರೆಸಿಕೊಂಡು ಕಲ್ಯಾಣಸ್ವಾಮಿ ಎಂದು ಕರೆಸಿಕೊಂಡು ಹಾಲೇರಿಯ ಗದ್ದುಗೆ ಏರಲು ಜನಬೆಂಬಲ ಪಡೆಯುತ್ತಾನೆ. ಆದರೆ ದಿವಾನ ಚೆಪ್ಪುಡಿರ ಪೊನ್ನಪ್ಪ ಮಡಿಕೇರಿಯಲ್ಲಿ ಆಂಗ್ಲ ಅಧಿಕಾರಿ ಕ್ಯಾಪ್ಟನ್ ಲೀಹಾರ್ಡಿಯ ಮುಂದೆ ಕಲ್ಯಾಣಪ್ಪನನ್ನು ಹಾಲೇರಿ ರಾಜವಂಶಸ್ಥನಲ್ಲ ಎಂದು ಸಾಬೀತುಪಡಿಸಿದ. ಆದರೂ ಜನಬೆಂಬಲ ಕಲ್ಯಾಣಪ್ಪನಿಗೆ ಕಡಿಮೆಯಾಗಲಿಲ್ಲ. ಏಳು ಸಾವಿರ ಸೀಮೆಯ ಹುಲಿ ಕಡಿದ ನಂಜಯ್ಯ, ಗುಡ್ಡೆಮನೆ ಅಪ್ಪಯ್ಯಗೌಡ ಇವನಿಗೆ ಬೆಂಗಾವಲಿಗೆ ನಿಂತರು. ಸುಳ್ಯ ಕೆದಂಬಾಡಿ ರಾಮಯ್ಯಗೌಡ, ಕೂಜುಗೋಡು ಸಹೋದರರು, ಪೆರಾಜೆ ಊಕಣ್ಣ ಬಂಟ, ಕುಂಬ್ಳೆಯ ಅರಸ ಸುಬ್ರಾಯ ಹೆಗ್ಡೆ, ಧರ್ಮಸ್ಥಳದ ಹೆಗ್ಡೆ ಮೊದಲಾದವರು ಬೆಂಬಲ ಸೂಚಿಸಿದರು.

ಕಲ್ಯಾಣಸ್ವಾಮಿ ತನ್ನ ಕಾರ್ಯವನ್ನು ದಕ್ಷಿಣ ಕನ್ನಡಕ್ಕೆ ವಿಸ್ತರಿಸಲು ತೀರ್ಮಾನಿಸಿದರೂ ಅವನನ್ನು ಸೆರೆ ಹಿಡಿಯುವ ಆಂಗ್ಲರ ಯೋಜನೆಯನ್ನು ಅರಿತು ಕೊಡ್ಲಿಪೇಟೆಯ ಮೂಲಕ ವೈನಾಡಿನ ಕಡೆ ಪ್ರಯಾಣ ಬೆಳೆಸುತ್ತಾನೆ. ಆದರೆ ಲೀಹಾರ್ಡಿ ಮಲಬಾರಿನ ಸೈನಿಕರ ನೆರವಿನಿಂದ ಇವನನ್ನು 1837 ರಲ್ಲಿ ಸೆರೆ ಹಿಡಿದು ಮೈಸೂರಿನ ಸೆರೆಮನೆಗೆ ತಳ್ಳುತ್ತಾನೆ. ಕ್ರಾಂತಿಯ ಕಿಡಿಯೊಂದು ಆರುತ್ತದೆ.

ಬಂಧನದ ವಿಚಾರ ಹುಲಿ ಕಡಿದ ನಂಜಯ್ಯನಿಗೆ ಮಾತ್ರ ಗೊತ್ತಿತ್ತು. ಸಂಘಟನೆ ಉಳಿಸಿಕೊಳ್ಳುವುದಕ್ಕಾಗಿ ಇದನ್ನು ಗುಪ್ತವಾಗಿಡಲಾಗುತ್ತದೆ. ಕೆದಂಬಾಡಿ ರಾಮಯ್ಯಗೌಡ ನೊಂದಿಗೆ ಚರ್ಚಿಸಿ ಅಪರಂಪಾರನ ಸಹಾಯಕ ಹಾಗೂ ಕಲ್ಯಾಣಸ್ವಾಮಿಯ ಆಪ್ತ ಪುಟ್ಟಬಸವನನ್ನು ಕಲ್ಯಾಣಪ್ಪನೆಂದು ಬಿಂಬಿಸಲಾಯ್ತು. ಇವನಿಗೆ ಕೊಡಗಿನ ಪಟ್ಟವನ್ನು ಕಟ್ಟಲು ಜನರು ಹಂಬಲಿಸಿದ್ದರು. ಜನರು ಬಸವನನ್ನೇ ಕಲ್ಯಾಣಪ್ಪ ಎಂದು ನಂಬಿದ್ದರು!

ಅಮರಸುಳ್ಯವನ್ನು ಕೊಡಗಿನಿಂದ ಬೇರ್ಪಡಿಸಿ ನಗದು ರೂಪದ ಕಂದಾಯವನ್ನು ಹೇರಿದ್ದರಿಂದ ಸುಳ್ಯ ಮಾಗಣೆಯವರಿಗೆ ಆಂಗ್ಲರ ಮೇಲೆ ಅಸಾಧ್ಯ ಕೋಪವಿತ್ತು. ಇದರಿಂದ ನಂಜಯ್ಯ ಹಾಗೂ ಕೆದಂಬಾಡಿ ರಾಮಯ್ಯಗೌಡ 1837 ರ ಏಪ್ರಿಲ್ 6 ರಂದು ಇಲ್ಲಿಂದಲೇ ದಂಗೆ ಆರಂಭಿಸಲು ತೀರ್ಮಾನಿಸುತ್ತಾರೆ. ಆದರೆ ಕೊಡಗಿನ ದಿವಾನ ಲಕ್ಷ್ಮೀನಾರಾಯಣನ ಸೋದರ ಅಟ್ಲೂರು ರಾಮಪ್ಪಯ್ಯನ ಕುತಂತ್ರ ಅರಿತು ಮುಂಚೆಯೇ ದಂಗೆ ಆರಂಭಿಸಲಾಯ್ತು. ಇವನು ಅಮರಸುಳ್ಯದ ಅಮಲ್ದಾರನಾಗಿದ್ದು, ಆಂಗ್ಲರ ಪರವಾಗಿ ಅನಾಚಾರಗಳನ್ನು ನಡೆಸುತ್ತಿದ್ದ. ಒಂದು ಬಾರಿ ಕೆದಂಬಾಡಿ ರಾಮಗೌಡನನ್ನು ಅವಮಾನಿಸಿದ್ದರಿಂದ ಗೌಡನ ಕಡೆಯವರು ಕಾಂತಮಂಗಲದಲ್ಲಿ ಅಡ್ಡಗಟ್ಟಿ ಕತ್ತಿಯಿಂದ ಕಡಿದರು. ಆದರೆ ಅವನ ಕುದುರೆಯ ವೇಗದ ಓಟ ಅವನನ್ನು ಉಳಿಸಿತ್ತು. ಆದರೆ

ಮದುವೆಗದ್ದೆಗೆ ಬಂದಾಗ ಅವನನ್ನು ಕೊಚ್ಚಿ ಕೊಲ್ಲುವುದರೊಂದಿಗೆ ಕ್ರಾಂತಿಯ ಕಹಳೆ ಊದಲಾಯಿತು.

ಕಲ್ಯಾಣಸ್ವಾಮಿಯೊಂದಿಗೆ ನಂಜಯ್ಯ, ಕೆದಂಬಾಡಿ ರಾಮಯ್ಯಗೌಡ, ಚೆಟ್ಟಿ–ಕುರ್ತು ಕುಡಿಯರು, ಕರಡಿಮಲೆ ಅಣ್ಣೆಗೌಡ, ಪೆರಾಜೆ ಊಕಣ್ಣ ಬಂಟ, ಕರಣಿಕ ಕೃಷ್ಣಯ್ಯ, ಕೋಲ್ಚಾರು ಕೂಸಪ್ಪ ಗೌಡ ಮೊದಲಾದವರ ಸೈನ್ಯ 1837 ರ ಮಾರ್ಚ್‌ನಲ್ಲಿ ಬೆಳ್ಳಾರೆಗೆ ಲಗ್ಗೆ ಇಟ್ಟಿತು. ಇಲ್ಲಿಂದ ಕಲ್ಯಾಣಪ್ಪ (ಪುಟ್ಟಬಸವ) ಮಾರ್ಚ್ 30 ರಂದು ಕೊಡಗಿಗೆ ನಿರೂಪವೊಂದನ್ನು ಕಳುಹಿಸುತ್ತಾನೆ. ಇಲ್ಲೇ ಪ್ರಸಿದ್ಧ ಇಸ್ತಿಹಾರ್ ಪ್ರಕಟಿಸಿದ : ಅಮರಸುಳ್ಯ ಪುನಃ ಕೊಡಗಿನ ಸಂಸ್ಥಾನಕ್ಕೆ ಸೇರಿಸುವುದು; ಕಂದಾಯ ಮನ್ನಾ; ತಂಬಾಕು, ಉಪ್ಪಿನ ಮೇಲಿನ ತೆರಿಗೆ ರದ್ದು. ಇದರಿಂದ ಪಂಜ, ಪುತ್ತೂರು, ಕಡಬ, ವಿಟ್ಲ ಸುಲಭದಲ್ಲಿ ಕೈ ವಶವಾದರೆ ವಿಟ್ಲದ ಅರಸು, ನಂದಾವರದ ಲಕ್ಷ್ಮಪ್ಪ ಬಂಗರಸ ಮೊದಲಾದವರು ಕಲ್ಯಾಣಪ್ಪನ ಪಡೆಯನ್ನು ಸೇರಿಕೊಂಡರು. ಧರ್ಮಸ್ಥಳದ ಹೆಗ್ಡೆ ಫಿರಂಗಿಗಳನ್ನು ಕಳುಹಿಸಿದರು. ಪಡೆ ಯಾವುದೇ ಸಮಸ್ಯೆ ಇಲ್ಲದೇ ಮಂಗಳೂರು ಸೇರಿ ಬಾವುಟ ಗುಡ್ಡೆಯನ್ನು ಖಜಾನೆ, ಜೈಲು, ಶಸ್ತ್ರಗಳನ್ನು ವಶಮಾಡಿಕೊಂಡು ಕ್ರಾಂತಿಯ ಬಾವುಟವನ್ನು ಹಾರಿಸಿತು. ಹೆದರಿ ಪಲಾಯನ ಮಾಡುತ್ತಿದ್ದ ಬ್ರಿಟಿಷರ ಕೈಗೆ ದುರ್ದೈವದಿಂದ ಸಿಕ್ಕಿದ ಕುಂಬಳೆ ಸುಬ್ರಾಯ ಹೆಗ್ಗಡೆ ಹಾಗೂ ಪಡೆಯನ್ನು ನೇತ್ರಾವತಿ ನದಿಯಲ್ಲಿ ಫಿರಂಗಿ ಹಾರಿಸಿ ಸಾಯಿಸಲಾಯಿತು.

ಕಣ್ಣಾನೂರಿನಿಂದ ಆಂಗ್ಲರ ಫಿರಂಗಿ ಶಸ್ತ್ರ ಸಜ್ಜಿತ ಪಡೆ ಮಂಗಳೂರಿಗೆ ಮೂರು ಹಡಗುಗಳಲ್ಲಿ ಬಂದು ರಾತ್ರೋರಾತ್ರೆ ದಾಳಿ ಇಟ್ಟಿತು. ಕೆಲವರು ಸೆರೆ ಸಿಕ್ಕರೆ ಬಂಗರಸ, ರಾಮ ಗೌಡ, ಕುಕ್ಕನೂರು ಚೆನ್ನಯ್ಯ, ಕಲ್ಯಾಣಪ್ಪ, ಕುಡಿಯರು, ನಾಲ್ಕುನಾಡಿನ ಉತ್ತ ಇತರರು ತಪ್ಪಿಸಿಕೊಂಡರು. ಕಲ್ಯಾಣಪ್ಪನಾಗಿದ್ದ ಪುಟ್ಟಬಸವನ ತಲೆಗೆ ಆಗಲೇ ಹತ್ತು ಸಾವಿರ ರೂಪಾಯಿಗಳ ಬೆಲೆ ಕಟ್ಟಲಾಗಿತ್ತು. ಕೊಡ್ಲಿಪೇಟೆಗೆ ಬಂದಾಗ ಕರಿಬಸವಯ್ಯ ಇವನ ಮಾವನೇ ದುಡ್ಡಿನ ಆಸೆಗೆ ಸುಬೇದಾರ ಮಾದಯ್ಯನಿಗೆ ಹಿಡಿದುಕೊಟ್ಟ, 1837 ಮೇ 15 ರಂದು ಬಸವನನ್ನು ವಿಚಾರಿಸಿ ಬಿಕನರಕಟ್ಟೆಯಲ್ಲಿ ಗಲ್ಲಿಗೇರಿಸಿದರು !

ಲಕ್ಷ್ಮಪ್ಪ ಬಂಗರಸ, ವಿಟ್ಲದ ಅರಸ ಮೊದಲಾದವರನ್ನು ಮಂಗಳೂರಿನ ಬಿಕರ್ನಕಟ್ಟೆಯಲ್ಲಿ ಬಹಿರಂಗವಾಗಿ ಗಲ್ಲಿಗೇರಿಸಲಾಯಿತು. ಕುಡಿಯರು, ಪೆರಾಜೆ ಕೃಷ್ಣಯ್ಯ ಮೊದಲಾದವರನ್ನು ಸಿಂಗಾಪುರಕ್ಕೆ ಕಳುಹಿಸಲಾಯ್ತು. ನಾಯಕ ಸುಬೇದಾರ್ ಗುಡ್ಡೆಮನೆ ಅಪ್ಪಯ್ಯಗೌಡನನ್ನು 1837 ಅಕ್ಟೋಬರ್ 31 ರಂದು ಮಡಿಕೇರಿ ಕೋಟೆಯ ಎದುರು ಬಹಿರಂಗವಾಗಿ ಗಲ್ಲಿಗೇರಿಸಲಾಯ್ತು.

ಇದೊಂದು ವಿಫಲ ಸಂಗ್ರಾಮ ಎನಿಸಬಹುದು. ಆದರೆ ಎಂದೂ ವಿಫಲವಾಗಲಿಲ್ಲ! ಅನೇಕ ಮಂದಿ ಆಂಗ್ಲರ ಪರವಾಗಿ ನಿಂತು ರಾಜದ್ರೋಹಿ ಕಾರ್ಯವೆಸಗಿದ್ದರು.

ಬೋಪು ದಿವಾನ, ಅಟ್ಲೂರು ರಾಮಪ್ಪಯ್ಯನಂತಹ ಅನೇಕ ದ್ರೋಹಿಗಳು ದಂಗೆ ವ್ಯವಸ್ಥೆಯನ್ನು ಕೆಡಿಸಿದ್ದರು. ಕೊಡವರೂ ದಂಗೆಯ ಸಂದರ್ಭದಲ್ಲಿ ಸುಮ್ಮನೆ ಕುಳಿತರು. ಆಂಗ್ಲರಿಗೆ ದಂಗೆಯನ್ನು ಅಡಗಿಸುವಲ್ಲಿ ನೆರವಾದರು. ದಂಗೆಯನ್ನು ದರೋಡೆ ಎಂಬುದಾಗಿ ಬಿಂಬಿಸಿ ಕಲ್ಯಾಣಪ್ಪನ ಕಾಟಕಾಯಿ ಸುಲಿಗೆ ಎಂದರು. ಆದರೆ ಇದನ್ನು ಖ್ಯಾತ ಕಾದಂಬರಿಕಾರ ನಿರಂಜನರು (ಕುಳ್ಕುಂದ ಶಿವರಾಯ) ಸಕಾರಣವಾಗಿಯೇ ನಿರಾಕರಿಸಿದರು.

THE CHIEF CENTRES OF
THE REBELLION OF KALYANASWAMY-1834-'37

ಉಳುವಾರು ರಾಮಯ್ಯಗೌಡ, ಕುಡೆಕಲ್ಲು ಪುಟ್ಟ, ತಿಮ್ಮಯ್ಯ, ಸುಳ್ಯಕೋಡಿ ಕೃಷ್ಣಪ್ಪ, ಕಳಗಿ ಅಣ್ಣು, ಕುಕ್ಕೆಟ್ಟಿ ಚೆನ್ನ ಮುಂತಾದ ಗೌಡರು ದಂಗೆಯಲ್ಲಿದ್ದಿದ್ದರಿಂದ ಕೆನರ ಜಿಲ್ಲೆಯ ಕಲೆಕ್ಟರ್ ಎಂ. ಲೆವಿನ್, ಮೇಜರ್ ಜನರಲ್ ವಿಗೋರ್ ಹಾಗೂ ಚಾರ್ಲ್ಸ್ ರಾಬರ್ಟ್ ಕಾಟನ್ ಅವರಿಗೆ ಒಪ್ಪಿಸಿದ ವರದಿ ಹಾಗೂ ಜಿ.ರಿಕ್ಟರ್ ಕೊಡಗು ಗೆಜೆಟಿಯರ್‌ನಲ್ಲಿ ಕೊಡಗು ಬಂಡಾಯವೆಂದು ಕರೆಯಲ್ಪಡುವುದು, ನಿಜವಾಗಿಯೂ ಹೇಳುವುದಾದರೆ ಗೌಡರ ಮೇಲ್ಬೀಳುವಿಕೆ ಎಂದಿದೆ (ಎನ್.ಎಸ್. ದೇವಿಪ್ರಸಾದ್ ಸಂಪಾಜೆ; ಅಮರ ಸುಳ್ಯದ ದಂಗೆ). ಇಲ್ಲಿ ಪೆರಾಜೆಯ ಬೀರಣ್ಣ ರೈ, ಮುಳ್ಯ ಈಶ್ವರ ಸೋಮಾಯಾಜಿ, ಚೆಟ್ಟಿ–ಕುರ್ತು ಕುಡಿಯರಂತಹ ಅನೇಕ ಭಿನ್ನ ಸಮುದಾಯದವರು ಹೋರಾಡಿದ್ದಾರೆ.

ನಾವು ನಿತ್ಯ ನಡೆದಾಡುವ ನೆಲದಲ್ಲಿ ವೀರಶೂರರು ನೂರಾರು ಕ್ರಾಂತಿ ವೀರರು ಇತಿಹಾಸದ ಪುಟಗಳಿಂದ ಮರೆಯಾಗಿದ್ದಾರೆ. ಅಬ್ಬರದ ಭಾಷಣ, ತೋರಿಕೆಯ ಪೊಳ್ಳು ಸಿದ್ಧಾಂತದ ನಡುವೆ ಇವರು ಕಾಣದಾಗಿರುವುದು ನಮ್ಮ ದುರ್ದೈವ.

ಕೊಡಗಿನ ಧೀರ ಸುಬೇದಾರ್ ಗುಡ್ಡೆಮನೆ ಅಪ್ಪಯ್ಯಗೌಡ:

ಇತ್ತ ಬಿಸಿಲೇ ಘಾಟಿಗಾಗಿ ಹೊರಟಿದ್ದ ಸುಬೇದಾರ್ ಗುಡ್ಡೆಮನೆ ಅಪ್ಪಯ್ಯಗೌಡರು, ನಾಲ್ಕುನಾಡು ಉತ್ತು, ಶಾಂತಳ್ಳಿ ಮಲ್ಲಯ್ಯನವರ ನೇತೃತ್ವದಲ್ಲಿ ಬಂಡಾಯಗಾರರ ಸೈನ್ಯವು ಮೇಲಿನ ಕೊಡಗಿನ ಜನರನ್ನು ಹುರಿದುಂಬಿಸುತ್ತಾ ಮಡಿಕೇರಿಯ ಕೋಟೆಯನ್ನು 16, ಏಪ್ರಿಲ್ 1837ರಂದು ಮುತ್ತಿಗೆ ಹಾಕುವುದೆಂದು ನಿರ್ಧರಿಸಲಾಗಿತ್ತು. ಆದರೆ ಬ್ರಿಟಿಷರ ವಿಧೇಯರಾದ ಸುಬೇದಾರ್ ಮಾದಯ್ಯ, ಅಪ್ಪಾರಂಡ ಬೋಪು ದಿವಾನ ಮುಂತಾದವರು, ಬ್ರಿಟಿಷರ ಆಮೀಷಗಳಿಂದಾಗಿ, ಕುಟಿಲ ತಂತ್ರವನ್ನು ಹೆಣೆದು, ಸುಬೇದಾರ್ ಗುಡ್ಡೆಮನೆ ಅಪ್ಪಯ್ಯಗೌಡ ಹಾಗೂ ಅವರ ಸಹಚರರನ್ನು ಬಂಧಿಸಲು ನೆರವಾಗಿದ್ದು, ಬಂಧಿತ ಮುಖಂಡರನ್ನು ಮಡಿಕೇರಿ ಕೋಟೆಯ ಪೂರ್ವಭಾಗದಲ್ಲಿ ದಿನಾಂಕ 31.10.1837 ರಲ್ಲಿ ಕುಟುಂಬ ಮತ್ತು ಊರಿನ ಹಿರಿಯರ ಎದುರು ಗಲ್ಲಿಗೇರಿಸಲಾಯಿತು. ಕೇವಲ ಭಯ ಹುಟ್ಟಿಸುವ ಹಾಗೂ ಬಂಡಾಯ ಏಳುವ ಸಾರ್ವಜನಿಕರನ್ನು ನಿಯಂತ್ರಿಸುವ ನಿಟ್ಟಿನಲ್ಲಿ, ಸಾರ್ವಜನಿಕವಾಗಿ ನೇಣಿಗೆ ಹಾಕುವ ಸಾಹಸಕ್ಕೆ ಬ್ರಿಟಿಷರು ಕೈ ಹಾಕಿರುವುದು ಬ್ರಿಟಿಷ್ ಇತಿಹಾಸದಲ್ಲಿ ಇದು ಎರಡನೆಯದು ಎಂದು ಇತಿಹಾಸಕಾರ ತಲಕಾಡು ಚಿಕ್ಕರಂಗೇಗೌಡರ ಅಭಿಪ್ರಾಯ.

ಈ 1837 ರ "ಅಮರ ಸುಳ್ಯ ಸ್ವಾತಂತ್ರ್ಯ ಸಂಗ್ರಾಮ" ಬ್ರಿಟಿಷ್ ದಾಖಲೆಗಳಲ್ಲಿ "ಬಂಡಾಯ, ಕಾಟಕಾಯಿ" ಎಂಬುದಾಗಿ ನಮೂದಿಸಿದ್ದು, ಹೆಚ್ಚಿನ ಪ್ರಚಾರ ಸಿಗದಂತಾಯಿತು.*

ಸುಳ್ಯ ಸೀಮೆಯ ಕೆದಂಬಾಡಿ ರಾಮಯ್ಯಗೌಡರ ಬಳಿ ಬಲ್ಲಾಳ್ತಿ ಪಾಳೇಯಗಾರರು ಕೊಡಮಾಡಿಸಿದ ತಲೆತಲಾಂತರದ ವರೆಗೆ ಅನುಭವಿಸುವ "ಜಮ್ಮ" ಹಕ್ಕಿನ ಆಸ್ತಿಯಿದ್ದರೂ, ಕೊಡಗಿನ ಮಧ್ಯಮ ರೈತ ಸಮುದಾಯಕ್ಕೆ ಬ್ರಿಟಿಷರ ಕ್ರೂರ ತೆರಿಗೆ ಪದ್ಧತಿ ವಿರುದ್ಧ

*** ಉಪಸಂಹಾರ:**

ವಿಶಾಲ ಕೊಡಗಿನ ರೈತಾಪಿ ಕುಟುಂಬಗಳು ನಡೆಸಿದ ಹೋರಾಟ ಬ್ರಿಟಿಷರ ಮೈ ನಡುಗಿಸಿದ್ದು ನಾವು ತಿಳಿಯಬೇಕಿದೆ. ಸುಳ್ಯ, ಬೆಳ್ಳಾರೆ, ಪುತ್ತೂರು ಹಾಗೂ ಮಂಗಳೂರಿನಿಂದ ಬ್ರಿಟಿಷರನ್ನು ಓಡಿಸಿ, ಮಂಗಳೂರಿನ ಬಾವುಟ ಗುಡ್ಡೆಯಲ್ಲಿ, ಬ್ರಿಟಿಷರ ಧ್ವಜವನ್ನು ಕಿತ್ತೊಗೆದು ಕ್ರಾಂತಿ ಬಾವುಟವನ್ನು ಏರಿಸಿ, 13 ದಿನಗಳ ರಾಜ್ಯಭಾರವನ್ನು ಮಾಡಿದ್ದು ಸುಳ್ಯ ಸೀಮೆಯ ಕೆದಂಬಾಡಿ ರಾಮಯ್ಯಗೌಡರ ತಂಡವಾಗಿತ್ತು.

ಇತ್ತ, ಮೇಲಿನ ಕೊಡಗಿನ ಮಡಿಕೇರಿಯ ಕೋಟೆಗೆ ಮುತ್ತಿಗೆ ಇಡಲು, ಗ್ರಾಮ ಗ್ರಾಮಸ್ಥರನ್ನು ಹುರಿದುಂಬಿಸಿ, ಸುಬೇದಾರ್ ಗುಡ್ಡೆಮನೆ ಅಪ್ಪಯ್ಯಗೌಡರು ಮುಂದುವರೆಯುತ್ತಾರೆ. ಆಗಿನ ಕಾಲದಲ್ಲೇ 2000 ಕ್ಕೂ ಹೆಚ್ಚು ರೈತಾಪಿ ಯೋಧರು 1837 ರ "ಅಮರ ಸುಳ್ಯ ಸ್ವಾತಂತ್ರ್ಯ ಸಂಗ್ರಾಮದಲ್ಲಿ" ಪಾಲ್ಗೊಂಡಿರುವುದಾಗಿ ಆಗಿನ Mysore Gazetteer' ನಲ್ಲಿ ಪ್ರಕಟಿಸಲಾಗಿತ್ತು. ಆದರೆ ರೈತಾಪಿ ಜನರಿಗೆ ದೊರಕಿದ ಈ ಜಯವು ಅತೀ ಕಡಿಮೆ ಅವಧಿಯದಾಗಿತ್ತು. ಬ್ರಿಟಿಷ್ ಪಡೆಗಳು ಕಲ್ಲಿಕೋಟೆ, ಬೆಂಗಳೂರು ಮತ್ತು ಬೊಂಬಾಯಿಯಿಂದ ಆಧುನಿಕ ಶಸ್ತ್ರಾಸ್ತ್ರಗಳೊಂದಿಗೆ ಬಂದು ಅಮರ ಸುಳ್ಯ ಸ್ವಾತಂತ್ರ್ಯ ಸಮರವನ್ನು ಸದೆಬಡಿಯಲು ಸಫಲರಾಗುತ್ತಾರೆ. ಸಾವಿರಾರು ರೈತಾಪಿ ಹೋರಾಟಗಾರರು ಮಂಗಳೂರಿನಲ್ಲಿ ನಡೆದ ಕದನದಲ್ಲಿ ವೀರ ಮರಣವನ್ನಪ್ಪುತ್ತಾರೆ. ಕೆದಂಬಾಡಿ ರಾಮಯ್ಯಗೌಡ ಇತ್ಯಾದಿ ನಾಯಕರು ಹುತಾತ್ಮರಾಗುತ್ತಾರೆ.

ಸೈನ್ಯ ಕಟ್ಟಿ ಹೋರಾಡಿದ್ದರ ಫಲ, ಸಾವಿರಾರು ಎಕರೆ ಆಸ್ತಿ ಪಾಸ್ತಿಗಳು ಬ್ರಿಟಿಷರ ಪಾಲಾಗಿ ಹರಾಜಾಗಿದ್ದಲ್ಲದೆ, ಹುತಾತ್ಮರಾಗಬೇಕಾಯಿತು.

1837 ರಲ್ಲಿ ಹುತಾತ್ಮರಾದ ಕೆದಂಬಾಡಿ ರಾಮಯ್ಯಗೌಡ, ಸುಬೇದಾರ್ ಗುಡ್ಡೆಮನೆ ಅಪ್ಪಯ್ಯಗೌಡರಂತಹ ಧೀರರನ್ನು ತಡವಾಗಿ ನೆನಪಿಸಿಕೊಳ್ಳುತ್ತಿದ್ದರೂ ಅವರ ತ್ಯಾಗ ಸಮಸ್ತ ಒಕ್ಕಲಿಗ ಸಮುದಾಯಕ್ಕೆ ಹೆಮ್ಮೆಯ ವಿಷಯವಾಗಿದೆ.

2011 ರಲ್ಲಿ ಗುಡ್ಡೆಮನೆ ಅಪ್ಪಯಗೌಡರ ಕಂಚಿನ ಪ್ರತಿಮೆಯು ಅನಾವರಣಗೊಂಡಿತು. ಕೆದಂಬಾಡಿ ರಾಮಯ್ಯ ಗೌಡರ ಕಂಚಿನ ಪ್ರತಿಮೆಯು ಕನ್ನಡ ಸಂಸ್ಕೃತಿ ಇಲಾಖೆ ಮತ್ತು ಮಂಗಳೂರು ಮಹಾನಗರ ಪಾಲಿಕೆಯ ವತಿಯಿಂದ ಮಂಗಳೂರಿನ ಬಾವುಟ ಗುಡ್ಡೆಯ ಟಾಗೂರ್ ಪಾರ್ಕ್‌ನಲ್ಲಿ ಲೋಕಾರ್ಪಣೆಯಾಗಲು ಎಲ್ಲಾ ಸಿದ್ಧತೆಗಳು ನಡೆಯುತ್ತಿವೆ.
ಲೇಖಕ ಇದೇ (ಪು. ಅನಂತರಾಜ ಗೌಡರು)ರ 2015 ರಿಂದ ರಾಮಯ್ಯಗೌಡರ ಕಂಚಿನ ಪ್ರತಿಮೆ ಪ್ರತಿಷ್ಠಾಪಿಸುವ ಕನಸು ನನಸಾಗುವ ಕಾರ್ಯ ರಾಮಯ್ಯಗೌಡ ಪ್ರತಿಮೆ ಉಸ್ತುವಾರಿ ಸಮಿತಿಯಿಂದ ನೆರವೇರಲಿದೆ. 1837ರ ಅಮರ ಸುಳ್ಯ ಸ್ವಾತಂತ್ರ ಸಮರದ ಕುರಿತು ಪುರುಷೋತ್ತಮ ಬಿಳಿಮಲೆ, ಅರವಿಂದ ಚೊಕ್ಕಾಡಿ, ವಿದ್ಯಾಧರ ಕುಡೆಕಲ್ಲು, ಪ್ರಭಾಕರ ಶಿಶಿಲರವರಿಂದ ಉತ್ತಮ ಕೃತಿಗಳು ಬಂದಿವೆ. ಹಲವು ನಾಟಕ, ವಿಚಾರ ಸಂಕಿರಣಗಳು ನಡೆಯುತ್ತಲಿವೆ. ಇನ್ನೂ ಹಲವು ಕೃತಿಗಳು ಬರಲಿವೆ.

9

ಸಮರ ವೀರ, ಸಂಘಟನಾ ಚತುರ ಕೆದಂಬಾಡಿ ರಾಮಯ್ಯಗೌಡ

1834–37 ಅಮರ ಸುಳ್ಯ ಸ್ವಾತಂತ್ರ್ಯ ಹೋರಾಟದ ಹಿನ್ನೆಲೆ ಮತ್ತು ಧೀಮಂತ ನಾಯಕತ್ವ:[1]

‘ಕಲ್ಯಾಣಪ್ಪನ ಕಾಟಕಾಯಿ’ ಅಥವಾ ‘ಅಮರಸುಳ್ಯ ದಂಗೆ’ ಎಂದು ಕರೆಯಲ್ಪಡುವ 1837ರ ಕೊಡಗು ಹಾಗೂ ಕೆನರಾ ಜಿಲ್ಲೆಗಳಲ್ಲಿ ನಡೆದ ಬ್ರಿಟಿಷ್ ವಿರೋಧಿ ಹೋರಾಟವನ್ನು

ಈಗ ಸಿಕ್ಕಿರುವ ಮಾಹಿತಿಗಳಿಗಿಂತ ಭಿನ್ನವಾದ ನೆಲೆಗಳಿಂದ ನೋಡುವ, ಅರ್ಥ ಮಾಡಿಕೊಳ್ಳುವ ಅಗತ್ಯವಿದೆ. ಕರ್ನಾಟಕದ ಇತಿಹಾಸದ ಪುಟಗಳಲ್ಲಿ ಈ ವಿಶಿಷ್ಟ ಘಟನೆಗೆ ಎಲ್ಲೂ ಸಾಕಷ್ಟು ಪ್ರಾಶಸ್ತ್ಯ ಸಿಕ್ಕಿಲ್ಲ. ಒಂದು ವೇಳೆ ಒಂದಷ್ಟು ಉಲ್ಲೇಖವಿದ್ದರೂ ಅದು ಈ ದಂಗೆ ಕೊಡಗಿನ ಪದಚ್ಯುತ ಅರಸ ಚಿಕ್ಕವೀರ ರಾಜನ ಪುನರ್‌ಸ್ಥಾಪನೆಗಾಗಿ ನಡೆಸಿದ ಒಂದು ವಿಫಲ ಪ್ರಯತ್ನವೆಂಬಂತೆ ಚಿತ್ರಿಸಲಾಗಿದೆ; ಮಾತ್ರವಲ್ಲ ಪಟ್ಟವನ್ನು ಮತ್ತೆ ಪಡೆಯಲು ಅನರ್ಹನಾಗಿರುವಷ್ಟು ಚಿಕ್ಕವೀರರಾಜ ವಿಷಯಲಂಪಟನಾಗಿದ್ದ, ಕ್ರೂರಿಯಾಗಿದ್ದ ಮತ್ತು ವಿಕೃತ ಕಾಮಿಯಾಗಿದ್ದ ಎಂಬುದಾಗಿ ನಿರೂಪಿಸ ಲಾಗಿದೆ. ಕ್ರಿ.ಶ.1837ರ ಹೋರಾಟವನ್ನು ವಿಶ್ಲೇಷಿಸುವ ಸಿದ್ಧ ಮಾದರಿಗಳು ಬ್ರಿಟಿಷರ ಹಾಗೂ ಅವರ ವಾದವನ್ನು ಪುಷ್ಠೀಕರಿಸುವ ವಸಾಹತುಶಾಹಿ ಗಳ ಸ್ಥಳೀಯ ಸ್ನೇಹಿತರ ಹೇಳಿಕೆಗಳ ಆಕರಗಳನ್ನೇ ಬಳಸಿರುವುದು ಇತಿಹಾಸ ರಚನಾಶಾಸ್ತ್ರದ ಅಧ್ಯಯನದಿಂದ ಅರಿವಾಗುತ್ತದೆ. ಅಂತೆಯೇ ಈ ತರಹದ ಚರಿತ್ರೆ ಬರೆವಣಿಗೆಯ ಮಿತಿಗಳು ನಮಗೆ ಗೋಚರಿಸುತ್ತವೆ. ಈ ವಿಚಾರದ ದೀರ್ಘ ವಿವರಣೆಗೆ ನಾನು ಹೋಗುವುದಿಲ್ಲ. ಆದರೆ ಇತಿಹಾಸ ದಾಖಲೀಕರಣದ ಇಂತಹ ಪರಿಮಿತಿಗಳು ಕೆದಂಬಾಡಿ ರಾಮಯ್ಯಗೌಡರಂತಹ ಜನನಾಯಕರ ವ್ಯಕ್ತಿತ್ವವನ್ನು ತೆರೆದಿಡಲು ಅಡ್ಡ ಬರುತ್ತವೆ. ಹಾಗೆಂದೇ ಅವರುಗಳ ಸಾಧನೆಗಳು ಇಂದಿನ ಸಮಾಜದ ಗಣನೆಗೆ ಸಿಗದೆ ನೇಪಥ್ಯಕ್ಕೆ ಸರಿದು ಬಿಡುತ್ತವೆ.

---

1. ಮೂಲ ಲೇಖನ: ಶ್ರೀ ವಿದ್ಯಾಧರ ಕುಡೆಕಲ್ಲು 2.‘ಆಧುನಿಕ ಕೊಡಗು’–ಡಾ॥ ತಂಬಂಡ ವಿಜಯ್ ಪೂಣಚ್ಚ
3. ಡಾ. ಪೂವಪ್ಪ ಕಣಿಯೂರವರು ಹೆಸರಿಸಿದ ವಾಕ್ಯ. “ಸಮರವೀರ, ಸಂಘಟನಾ ಚತುರ ಕೆದಂಬಾಡಿ ರಾಮಯ್ಯಗೌಡ”.

ಹಿನ್ನೆಲೆ:

ಕೆದಂಬಾಡಿ ರಾಮಯ್ಯಗೌಡರ ಬಗ್ಗೆ ಹೇಳುವ ಮೊದಲು ಅವರು ಆಯೋಜಿಸಿದ ಸುಳ್ಯದಿಂದ ಆರಂಭಗೊಂಡ ಹೋರಾಟದ ಹಿನ್ನೆಲೆಯನ್ನಿಷ್ಟು ನೋಡುವ ಅಗತ್ಯವಿದೆ. ಕಲ್ಯಾಣಪ್ಪನ ಕಾಟಕಾಯಿ ಎಂಬ ಜನಪ್ರಿಯ ಹೆಸರಿನ ಬ್ರಿಟಿಷ್ ವಿರೋಧಿ ಪ್ರತಿರೋಧದ ಹಿಂದಿನ ಮುಖ್ಯ ಕಾರಣಗಳನ್ನು ವಿವರಿಸುವ ಪ್ರಯತ್ನವನ್ನು 20ನೆಯ ಶತಮಾನದ ಕೊನೆಯ ಹೊತ್ತಲ್ಲಿ ಬರೆವಣಿಗೆ ನಡೆಸಿದ ಕೆಲವು ಪ್ರಮುಖ ಇತಿಹಾಸಕಾರರು ದಾಖಲಿಸಿದ್ದಾರೆ. ಈ ಹೋರಾಟದ ಮುಖ್ಯ ಉದ್ದೇಶ ಬ್ರಿಟಿಷರನ್ನು ಹೊಡೆದೋಡಿಸುವುದು. ರಾಜಪ್ರತಿನಿಧಿಯೊಬ್ಬನ ಹೆಸರಲ್ಲಿ ಈ ಹೋರಾಟ ನಡೆದಿದೆ. ಆದರೆ ಈ ರಾಜಪ್ರತಿನಿಧಿ ಕೇವಲ ಸಂಕೇತ ಮಾತ್ರ. ದಂಡಿನ ಮುಖ್ಯಸ್ಥ ಕಲ್ಯಾಣಪ್ಪ ಅಥವಾ ಕಲ್ಯಾಣಸ್ವಾಮಿ ಎನ್ನುವಾತ ಕೊಡಗಿನ ಅರಸ ಕುಟುಂಬದವನೆಂದು ಜನಸಾಮಾನ್ಯರನ್ನು ನಂಬಿಸುವ ಪ್ರಕ್ರಿಯೆ ನಡೆದಿದೆ. ನಿಜಕ್ಕೂ ಕಲ್ಯಾಣಪ್ಪ ಯಾರೆಂಬುದು ಹೋರಾಟವನ್ನು ಆಯೋಜಿಸಿದವರಿಗೆ ತಿಳಿದಿದೆ. ಬ್ರಿಟಿಷರ ವಿರುದ್ಧದ ಅಸಹನೆಗೆ ಕಾರಣ ಹೊಗೆಸೊಪ್ಪು ಹಾಗೂ ಉಪ್ಪಿನ ಮೇಲೆ ಕಂಪೆನಿ ಸರಕಾರದ ಏಕಸ್ವಾಮಿತ್ವ, ಹೊಸ ನ್ಯಾಯಾಂಗ ವ್ಯವಸ್ಥೆ ಮತ್ತು ಕೃಷಿಭೂಮಿಗೆ ಹಣದ ರೂಪದಲ್ಲಿ ಕಂದಾಯ ಸಲ್ಲಿಸಬೇಕಾದ ನಿಯಮವನ್ನು ಬ್ರಿಟಿಷರು ಅಳವಡಿಸಿದ್ದು. ಇದು ಇಲ್ಲಿನ ಭೂಮಾಲೀಕರಿಗೆ ಮತ್ತು ಗೇಣಿದಾರರಿಗೆ ಮಾರಕವಾದ ವಿಚಾರವಾಗಿತ್ತು. ಭೂಕಂದಾಯ ಅತ್ಯಂತ ದೊಡ್ಡ ಮಟ್ಟದಲ್ಲಿ ಇದ್ದುದರಿಂದ ಭೂಮಾಲೀಕರಿಗೆ ಕಂದಾಯ ಪಾವತಿಸುವುದು ಅಸಾಧ್ಯವಾಯಿತು. ಆಸ್ತಿಗಳ ಹರಾಜು ನಡೆಯಿತು. ಮಧ್ಯವರ್ತಿ ವ್ಯಾಪಾರಿಗಳು ಕೃಷಿಭೂಮಿಗಳನ್ನು ಲಪಟಾಯಿಸಿದರು. ಬ್ರಿಟಿಷರ ಪ್ರಭುತ್ವವನ್ನು ಕೊನೆಗಾಣಿಸಿದರೆ ರೈತಾಪಿಜನರಿಗೆ ಮುಂದೊಮ್ಮೆ ನೆಮ್ಮದಿಯ ಬದುಕು ಲಭ್ಯವಾಗಬಹುದೆಂಬ ಕನಸಿನೊಂದಿಗೆ ಈ ಹೋರಾಟ ನಡೆಯಿತು ಎಂಬುದು ಈ ಇತಿಹಾಸಕಾರರ ವಾದ. ಈ ವಾದವನ್ನು ನಿರ್ಲಕ್ಷಿಸುವಂತಿಲ್ಲ. ಟಿಪ್ಪುಸುಲ್ತಾನನ ಮರಣಾನಂತರ ಇಂದಿನ ಕರ್ನಾಟಕ ಮತ್ತು ಕೇರಳದ ಬೇರೆ ಬೇರೆ ಪ್ರದೇಶಗಳಲ್ಲಿ ಒಂದರ ಮೇಲೊಂದರಂತೆ ನಡೆದ ಹೋರಾಟಗಳಿಗೆ ಕಂಪೆನಿಯ ಕಂದಾಯ ಪದ್ಧತಿಯ ಬದಲಾವಣೆಗಳು ಹಾಗೂ ವಿವಿಧ ಸರಕುಗಳ ಮೇಲಿನ ಸರಕಾರದ ನಿಯಂತ್ರಣಗಳು ಕಾರಣಗಳಾಗಿವೆ ಎನ್ನುವುದು ಸ್ಪಷ್ಟ. ಇಂದಿನ ದಕ್ಷಿಣ ಕನ್ನಡ ಜಿಲ್ಲೆಯ ಸುಳ್ಯ ಹಾಗೂ ಪುತ್ತೂರು ತಾಲೂಕುಗಳನ್ನು ಮತ್ತು ಕೇರಳ ರಾಜ್ಯದ ಕಾಸರಗೋಡು ಜಿಲ್ಲೆಯ ಬಹಳಷ್ಟು ಭಾಗಗಳನ್ನು ಒಳಗೊಂಡ, ಕೆಳಕೊಡಗು ಎಂದು ಕರೆಯಲ್ಪಡುತ್ತಿದ್ದ ಹಾಲೇರಿ ಆಳ್ವಿಕೆಯಲ್ಲಿದ್ದ ಕೊಡಗಿನ ಭೂಪ್ರದೇಶವನ್ನು ಚಿಕ್ಕವೀರರಾಜನ ಪತನಾನಂತರ ಕೆನರಾ ಜಿಲ್ಲೆಗೆ ಸೇರಿಸಲಾಯಿತು. ಈ ಭಾಗದಲ್ಲಿ 1837ರ ಹೋರಾಟ ಹೆಚ್ಚು ತೀವ್ರತೆಯನ್ನು ಪಡೆದಿತ್ತು. ಮೇಲ್ಕೊಡಗಿನಲ್ಲಿ ಇದು ಕಡಿಮೆ ಪ್ರಖರತೆಯನ್ನು ಹೊಂದಿದ್ದರೆ ಅದಕ್ಕೆ ಬ್ರಿಟಿಷರು ಅಲ್ಲಿನ ಪ್ರಮುಖ

ಭೂಮಾಲೀಕ ಸಮುದಾಯಗಳನ್ನು ಓಲೈಸುವ ರಾಜಕೀಯ ನಡೆಸಿದ್ದು ಮುಖ್ಯ ಕಾರಣ ಎನ್ನಬಹುದು. ಬ್ರಿಟಿಷರ ಆಗಮನದ ಅನಂತರವೂ ಭೂಕಂದಾಯದ ನಿಯಮಗಳು ಮೇಲ್ನೋಟಕ್ಕೆ ಕೊಡಗಿನಲ್ಲಿ ಬದಲಾವಣೆಗಳನ್ನು ಕಂಡಿರಲಿಲ್ಲ.

ಒಂದೆಡೆ ಹೀಗೆ ಬ್ರಿಟಿಷ್ ವಿರೋಧಿ ಧೋರಣೆ ಜನರ ನಡುವೆ ಹರಳುಗಟ್ಟುತ್ತಿದ್ದರೆ ಕೊಡಗಿನ ಒಳಗೆ ಪರಿಸ್ಥಿತಿ ಇನ್ನಷ್ಟು ಆಯಾಮಗಳನ್ನು ಪಡೆದುಕೊಂಡಿತ್ತು. 1834ರಲ್ಲಿ ಕೊಡಗಿನ ಹಾಲೇರಿ ವಂಶದ ಕೊನೆಯ ಅರಸ ಚಿಕ್ಕವೀರರಾಜ ಒಡೆಯ ಪದಚ್ಯುತಿಗೊಳ್ಳಲು ಹಲವು ಕಾರಣಗಳು ಏಕಕಾಲದಲ್ಲಿ ಕೆಲಸ ಮಾಡಿವೆ. 1832ರಲ್ಲಿ ಅರಸನ ಸಹೋದರಿ ದೇವಮ್ಮಾಜಿ ಮತ್ತು ಆಕೆಯ ಗಂಡ ಚೆನ್ನಬಸಪ್ಪ ಮೈಸೂರಿಗೆ ಪಲಾಯನ ಮಾಡಿ ಬ್ರಿಟಿಷರ ಆಶ್ರಯ ಕೋರುತ್ತಾರೆ. ಚಿಕ್ಕವೀರರಾಜನ ಕ್ರೌರ್ಯಕ್ಕೆ ಹೆದರಿ ಪ್ರಾಣಭೀತಿಯಿಂದ ತಾವು ಕೊಡಗಿನಿಂದ ತಪ್ಪಿಸಿಕೊಂಡು ಬಂದುದಾಗಿ ಅವರಿಬ್ಬರೂ ಹೇಳುತ್ತಾರೆ. ಕೊಡಗನ್ನು ಆಕ್ರಮಿಸಿ ರಾಜ್ಯಾಡಳಿತವನ್ನು ತಮಗೆ ದೊರಕಿಸಿಕೊಟ್ಟರೆ ಜೀವನಪರ್ಯಂತ ಬ್ರಿಟಿಷರಿಗೆ ಅಧೀನರಾಗಿರುವುದಾಗಿ ಅವರು ಪ್ರಾರ್ಥಿಸುತ್ತಾರೆ. ಈ ವಿಷಯಕ್ಕೆ ಸಂಬಂಧಿಸಿದಂತೆ ಬ್ರಿಟಿಷರ ಮತ್ತು ಅರಸನ ಮಧ್ಯೆ ಸುದೀರ್ಘ ಪತ್ರವ್ಯವಹಾರಗಳು ನಡೆಯುತ್ತವೆ. ದೇವಮ್ಮಾಜಿ ಮತ್ತಾಕೆಯ ಗಂಡನ ಹೇಳಿಕೆಗಳಿಗೆ ವ್ಯತಿರಿಕ್ತವಾಗಿ ರಾಜ ಇದು ತನ್ನ ಸಂಸ್ಥಾನದ ಆಂತರಿಕ ವಿಷಯವೆಂದು ವಿಶದಪಡಿಸುತ್ತಾನಲ್ಲದೆ, ದೇಶದ್ರೋಹಿ ಪಿತೂರಿಯಲ್ಲಿ ಭಾಗಿಗಳಾದ ತನ್ನ ಈ ಸಂಬಂಧಿಗಳನ್ನು ತಕ್ಷಣ ವಶಕ್ಕೆ ನೀಡಬೇಕಾಗಿ ಬ್ರಿಟಿಷರಿಗೆ ಹೇಳುತ್ತಾನೆ. ನಿಜವಾದ ವಿಷಯವೇನೆಂದರೆ ಚಿಕ್ಕವೀರರಾಜನಿಗೆ ತನ್ನ ಪಟ್ಟದ ರಾಣಿಯ ಮೂಲಕ ಗಂಡು ಮಕ್ಕಳಿಲ್ಲದ್ದರಿಂದ ಕೊಡಗಿನ ಸಿಂಹಾಸನಕ್ಕೆ ತಮ್ಮ ಮಗ ಉತ್ತರಾಧಿಕಾರಿಯಾಗಬೇಕೆಂದು ದೇವಮ್ಮಾಜಿ ಒತ್ತಾಯವನ್ನು ಹೇರಿರುತ್ತಾಳೆ. ತನ್ನ ಸಹೋದರಿಯ ವಿಕ್ಷಿಪ್ತ ಕೋರಿಕೆಯಿಂದ ರಾಜ ಮನೋಕ್ಷೋಭೆಗೆ ಒಳಗಾಗಿದ್ದರೆ ಅದೇನೂ ಅಸಹಜವಲ್ಲ. ದೇವಮ್ಮಾಜಿಯ ಬೇಡಿಕೆಯ ಹೊತ್ತಿನಲ್ಲಿ ರಾಜನಿಗೆ ಬೇರೆ ಅಧಿಕೃತ ರಾಣಿಯಿಂದ ಗಂಡು ಸಂತತಿ ಸಹ ಇತ್ತು. ಹಾಗಾಗಿ ಸಿಂಹಾಸನಕ್ಕೆ ಉತ್ತರಾಧಿಕಾರಿಯ ಕೊರತೆಯ ಪ್ರಶ್ನೆಯೇ ಇರಲಿಲ್ಲ.

ಕೊಡಗಿನ ಸಿಂಹಾಸನಕ್ಕೆ ಸಂಬಂಧಿಸಿದ ಆಂತರಿಕ ಕಲಹದ ಇನ್ನೊಂದು ಮುಖದ ಕುರಿತಾಗಿ 12.10.1833ರಲ್ಲಿ ಶಿರಾ ನಿವಾಸಿ ಮುದ್ದಯ್ಯ ಬ್ರಿಟಿಷರಿಗೆ ಮಾಹಿತಿಯನ್ನು ನೀಡುತ್ತಾನೆ. ಈ ಮುದ್ದಯ್ಯ ಕೊಡಗಿನಲ್ಲಿ ಕಿಲ್ಲೇದಾರನಾಗಿ ಸುಮಾರು ಮೂರೂವರೆ ವರ್ಷಗಳಷ್ಟು ಕಾಲ ಕೆಲಸ ಮಾಡಿದ್ದ ವ್ಯಕ್ತಿ. ಆತನ ಪ್ರಕಾರ ಚೆನ್ನಬಸಪ್ಪ, ಆತನ ಸೋದರ ಮುದ್ದಯ್ಯ ಮತ್ತಿತರರು ಪಿತೂರಿ ನಡೆಸಿ ಚೆನ್ನಬಸಪ್ಪನನ್ನು ಸಿಂಹಾಸನದ ಮೇಲೇರಿಸಲು ಪ್ರಯತ್ನ ನಡೆಸಿರುತ್ತಾರೆ. ಚೆನ್ನಬಸಪ್ಪ ಹುಟ್ಟಿನಿಂದ ಕೊಡವ ಜಾತಿಯವನಾಗಿದ್ದು ಮೂಲ ಹೆಸರು ಮುಕ್ಕಾಟಿರ ಐಪಣ್ಣ. ದೇವಮ್ಮಾಜಿಯನ್ನು ಮದುವೆ ಮಾಡಿಕೊಡಲೋಸುಗ ಅವನನ್ನು ಶಿವಾಚಾರ ಮತಕ್ಕೆ ಸೇರ್ಪಡೆಗೊಳಿಸಲಾಗಿತ್ತು. ಈ

ಚೆನ್ನಬಸಪ್ಪನ ಒಳಸಂಚನ್ನು ತಿಳಿದ ಚಿಕ್ಕವೀರರಾಜ ಆತನ ಅಣ್ಣ ಮುದ್ದಯ್ಯ ಮತ್ತು ಇತರ 40 ಆರೋಪಿಗಳನ್ನು ಮರಣದಂಡನೆಗೆ ಒಳಪಡಿಸುತ್ತಾನೆ (ಪುಟ ಸಂಖ್ಯೆ 642, ಸೀಕ್ರೆಟ್ ಡಿಪಾರ್ಟ್‌ಮೆಂಟ್ ಕನ್ಸಲ್ಟೇಶನ್ ವಾಲ್ಯೂಮ್ಸ್, ತಮಿಳ್ನಾಡು ಪತ್ರಾಗಾರ).

ಆಡಳಿತ, ಕಾನೂನು ಮತ್ತು ಕ್ರೌರ್ಯಕ್ಕೆ ಸಂಬಂಧಿಸಿದ ಇಂದಿನ ಪರಿಕಲ್ಪನೆಗಳನ್ನು ಆ ದಿನಗಳಿಗೆ ಅನ್ವಯಿಸುವುದು ತೀರಾ ಸೂಕ್ತವಾಗಲಾರದು. ಅಂದಿನ ಕಾಲಘಟ್ಟದ ನಿರಂಕುಶ ರಾಜಪ್ರಭುತ್ವ ಪ್ರಶ್ನಾತೀತ ಮತ್ತು ಸರ್ವಮಾನ್ಯವಾಗಿದ್ದುದು ನಮಗೆ ತಿಳಿದಿದೆ. ಭಾರತೀಯ ಉಪಖಂಡದ ಸಮಕಾಲೀನ ರಾಜರುಗಳಂತೆ ಚಿಕ್ಕವೀರರಾಜನೂ ಸಾಂಪ್ರದಾಯಕ ಕ್ರಿಮಿನಲ್ ನ್ಯಾಯಾಡಳಿತದ ಸರ್ವೋಚ್ಚ ನ್ಯಾಯಾಧೀಶನಾಗಿದ್ದ. ವಿಕ್ಷಿಪ್ತನೆಂದು, ಕ್ರೂರಿಯೆಂದು ಬ್ರಿಟಿಷ್ ಬರೆಹಗಾರರಿಂದ ಮತ್ತು ಅವರ ಸ್ಥಳೀಯ ಸ್ನೇಹಿತರಿಂದ ಬಣ್ಣಿಸಲ್ಪಟ್ಟ ಚಿಕ್ಕವೀರರಾಜ ಸಾಹಿತ್ಯ ಮತ್ತು ಸಾಮಾನ್ಯ ಜ್ಞಾನದ ಬಗ್ಗೆ ಅತೀವ ವ್ಯಾಮೋಹ ಉಳ್ಳವನಾಗಿದ್ದ, ಸ್ವತಃ ಕವನಗಳನ್ನು ರಚಿಸುತ್ತಿದ್ದ. ಕನ್ನಡ ಮತ್ತು ಪರ್ಶಿಯನ್ ಭಾಷೆಗಳ ಮೇಲೆ ಆತನಿಗೆ ಪಾಂಡಿತ್ಯವಿದ್ದು, ಹಿಂದಿ, ತುಳು, ಇಂಗ್ಲಿಷ್ ಮತ್ತು ಉರ್ದು ಭಾಷೆಗಳನ್ನು ಆತ ಮಾತನಾಡಬಲ್ಲವನಾಗಿದ್ದ (ಪುಟ ಸಂಖ್ಯೆ 660, ಸೀಕ್ರೆಟ್ ಡಿಪಾರ್ಟ್‌ಮೆಂಟ್, ಕನ್ಸಲ್ಟೇಶನ್ ವಾಲ್ಯೂಮ್ಸ್, ತಮಿಳುನಾಡು ಪತ್ರಾಗಾರ).

ಕೊಡಗನ್ನು ವಶಪಡಿಸಿಕೊಂಡು ಅದರ ಆಳ್ವಿಕೆಯನ್ನು ತಮಗೆ ವಹಿಸಿಕೊಡಬೇಕೆಂದು ದೇವಮ್ಮಾಜಿ ದಂಪತಿಗಳು ಕೋರಿದ್ದು ಬ್ರಿಟಿಷರಿಗೆ ಅತ್ಯಂತ ಅನುಕೂಲಕರವಾಗಿ ಕಂಡಿದ್ದರೆ ಅದು ಸಹಜ. ಅದಕ್ಕೆ ಎರಡು ಮುಖ್ಯ ಕಾರಣಗಳಿದ್ದವು. ಮೊದಲನೆಯದೆಂದರೆ ಬ್ರಿಟಿಷರ ಬಗ್ಗೆ ಚಿಕ್ಕವೀರರಾಜನಿಗಿದ್ದ ತೀವ್ರ ಸ್ವರೂಪದ ಅಸಹನೆ ಮತ್ತು ಎರಡನೆಯದಾಗಿ ಮೈಸೂರು–ಮಲಬಾರ್ ಪ್ರಾಂತ್ಯಗಳ ಸಂಪರ್ಕಕ್ಕಾಗಿ ಬ್ರಿಟಿಷರು ಯೋಜಿಸಿದ್ದ ಹೆದ್ದಾರಿ ಕೊಡಗಿನ ಮುಖಾಂತರ ಹಾದು ಹೋಗಲು ಚಿಕ್ಕವೀರರಾಜ ಅನುಮತಿಯನ್ನು ನಿರಾಕರಿಸಿದ್ದು.

ಕೊಡಗಿನ ಅರಸ ಚಿಕ್ಕವೀರರಾಜನಿಗೆ ಬ್ರಿಟಿಷರನ್ನು ಕಂಡರೆ ಅಂತರ್ಗತವಾದ ದ್ವೇಷ ಭಾವನೆಯಿತ್ತು. ದೊಡ್ಡಪ್ಪ ದೊಡ್ಡ ವೀರರಾಜ ಹಾಗೂ ತಂದೆ ಲಿಂಗರಾಜ ಬ್ರಿಟಿಷರೊಂದಿಗೆ ಇಟ್ಟುಕೊಂಡಿದ್ದ ಸಂಬಂಧ ಚಿಕ್ಕವೀರರಾಜನ ಅಧಿಕಾರಾವಧಿಯಲ್ಲಿ ಅಷ್ಟೇನೂ ಆಪ್ತತೆಯಿಂದ ಮುಂದುವರಿದಂತೆ ಕಾಣುವುದಿಲ್ಲ. ಮೈಸೂರು ಸಂಸ್ಥಾನದ ಬ್ರಿಟಿಷ್ ರೆಸಿಡೆಂಟ್ 20–03–1832ರಲ್ಲಿ ಮದ್ರಾಸ್ ಸರಕಾರದ ಚೀಫ್ ಸೆಕ್ರೆಟರಿಗೆ ಬರೆದ ಪತ್ರ ನಮಗೆ ಅನೇಕ ಮಾಹಿತಿಗಳನ್ನು ನೀಡುತ್ತದೆ. ಅದರ ಪ್ರಕಾರ, "ಮೈಸೂರು ಮತ್ತು ಕೊಡಗಿನ ರಾಜರ ಮಧ್ಯೆ ತೀರಾ ಇತ್ತೀಚಿನವರೆಗೂ ವೈಷಮ್ಯದ ಸಂಬಂಧವಿತ್ತು. ಆದರೆ ಮೈಸೂರನ್ನು ಕಂಪೆನಿ ಸ್ವಾಧೀನಕ್ಕೆ ತೆಗೆದುಕೊಂಡ ಅನಂತರ ಇವರಿಬ್ಬರ ನಡುವೆ ಗುಪ್ತವಾದ ವ್ಯವಹಾರ ನಡೆಯುತ್ತಿದೆ. ಮೈಸೂರು ರಾಜನ ಸಂಬಂಧಿ ಅರಪುರ

ಬಸಪ್ಪಾಜಿ ಅರಸ ಹಲವಾರು ಮುಸ್ಲಿಂ ಮುಂದಾಳುಗಳೊಂದಿಗೆ ಸಂಪರ್ಕ ಇಟ್ಟುಕೊಂಡಿದ್ದಾನೆ. ಪಡುವಾರಳ್ಳಿ ಬೋರೇಗೌಡ ಎಂಬಾತನ ಮನೆ ಕೊಡಗು ಮತ್ತು ಮೈಸೂರಿನ ಅಧಿಕಾರಿಗಳ ನಡುವಣ ಗುಪ್ತ ಸಭೆ ನಡೆಯುವ ಮುಖ್ಯ ಸ್ಥಳವಾಗಿದೆ. ಯಾವುದೇ ಸಮಯದಲ್ಲಾದರೂ ಕೊಡಗು ಮತ್ತು ಮೈಸೂರು ಜಂಟಿಯಾಗಿ ದಂಗೆಯೇಳುವ ಸಾಧ್ಯತೆ ಕಾಣಿಸುತ್ತದೆ." (ಪುಟ ಸಂಖ್ಯೆ 459, ಸೀಕ್ರೆಟ್ ಡಿಪಾರ್ಟ್‌ಮೆಂಟ್ ಕನ್ಸಲ್ಟೇಶನ್ ವಾಲ್ಯೂಮ್ಸ್, ತಮಿಳ್ನಾಡು ಪತ್ರಾಗಾರ)

ಮೈಸೂರು ರೆಸಿಡೆಂಟನಿಗೆ ಮೈಸೂರಿನ ಬಟ್ಟೆ ವ್ಯಾಪಾರಿಯಾಗಿದ್ದ ಸೇಟ್ ಎಂಬಾತ ನೀಡಿದ ವರದಿ ಪ್ರಕಾರ ಕೊಡಗಿನ ರಾಜ ಬೆಂಗಳೂರು, ಮೈಸೂರು ಮತ್ತು ನಗರದಲ್ಲಿ ದಂಗೆ ನಡೆಯುವಂತೆ ಸ್ಫೂರ್ತಿ ನೀಡಿದ್ದ. ಪ್ರಥಮವಾಗಿ ನಗರದಲ್ಲಿ ದಂಗೆ ಆರಂಭಗೊಂಡಿದುದು ರಾಜನ ಇಚ್ಛೆಯ ಪ್ರಕಾರವೇ ಆಗಿತ್ತು. ಬೆಂಗಳೂರಿನಲ್ಲಿ 1832ರಲ್ಲಿ ಕಂಟೋನ್ಮೆಂಟ್ ಪಿತೂರಿ ನಡೆಯುವ ಹೊತ್ತಲ್ಲಿ ಕೊಡಗಿನ ರಾಜನ 400 ಮಂದಿ ಯೋಧರು ಮೈಸೂರಿನಲ್ಲಿ ಮತ್ತು 300 ಮಂದಿ ಯೋಧರು ಬೆಂಗಳೂರಿನಲ್ಲಿ ನಿಯೋಜಿಸಲ್ಪಟ್ಟಿರುತ್ತಾರೆ. ಉದ್ದೇಶಿತ ದಂಗೆ ವಿಫಲವಾದ ಅನಂತರ ಈ ಪಿತೂರಿಯ ಪ್ರಮುಖ ಆರೋಪಿ ಅಬ್ಬಾಸ ಸಾಹೇಬನಿಗೆ ರಾಜ ಮಡಿಕೇರಿಯಲ್ಲಿ ಆಶ್ರಯ ನೀಡುತ್ತಾನೆ. ಚಿಕ್ಕವೀರರಾಜ ಬ್ರಿಟಿಷರ ವಿರೋಧವಾಗಿ ಹೋರಾಟ ನಡೆಸಲು ಒಕ್ಕೂಟವೊಂದನ್ನು ರಚಿಸುವ ಉದ್ದೇಶವನ್ನು ಹೊಂದಿದ್ದು ಪಂಜಾಬಿನ ರಾಜ ರಣಜಿತ್ ಸಿಂಹನೊಂದಿಗೆ ಗೆಳೆತನ ಬೆಳೆಸುವ ಪ್ರಯತ್ನವನ್ನೂ ನಡೆಸಿದ್ದ.

ಕೊಡಗಿನ ತಿಮ್ಮಯ್ಯ ಮುನ್ಷಿ ಎಂಬಾತ ನೀಡಿದ ಹೇಳಿಕೆಯ ಪ್ರಕಾರ ಗುಲಾಮ್ ಮಹಮ್ಮದ್ ಖಾನ್ ಮತ್ತು ಪಡುವಾರಳ್ಳಿ ಬೋರೇಗೌಡರ ಮುಖಾಂತರ ಕೊಡಗಿನ ರಾಜನಿಗೂ ಮೈಸೂರು ಅರಸನಿಗೂ ಮಧ್ಯೆ ಗುಪ್ತವಾದ ಸಂಪರ್ಕ ಏರ್ಪಟ್ಟಿತ್ತು (ಪುಟ ಸಂಖ್ಯೆ 2318, ಸೀಕ್ರೆಟ್ ಡಿಪಾರ್ಟ್‌ಮೆಂಟ್ ಕನ್ಸಲ್ಟೇಶನ್ ವಾಲ್ಯೂಮ್ಸ್, ತಮಿಳ್ನಾಡು ಪತ್ರಾಗಾರ). ಅಲ್ಲದೆ ಬೆಂಗಳೂರಿನಲ್ಲಿ ದಂಗೆ ನಡೆಸುವ ಏರ್ಪಾಡು ಮಾಡುವ ಬಗ್ಗೆ ಗುಲಾಮ್ ಮಹಮ್ಮದ್ ಖಾನನು ಚಿಕ್ಕವೀರರಾಜನಿಗೆ ಭರವಸೆಯನ್ನು ನೀಡಿರುತ್ತಾನೆ. ಗಂಜಾಂನ ಫಕ್ರುದ್ದೀನ್ ಎಂಬಾತ ಮಡಿಕೇರಿಯ ರಾಜನೊಂದಿಗೆ ಒಪ್ಪಂದವೊಂದಕ್ಕೆ ಭಾಗಿಯಾಗಿ 2000 ಸಿಪಾಯಿಗಳನ್ನು ಕೊಡಗಿಗೆ ಕಳುಹಿಸಲು ಒಪ್ಪಿರುತ್ತಾನೆ. ಬ್ರಿಟಿಷರೊಂದಿಗೆ ಯುದ್ಧವಾಗುವ ಸಾಧ್ಯತೆಯನ್ನು ವಿವರಿಸಿ ಸೈನ್ಯದ ಸಹಾಯವನ್ನು ಕೋರಿ ಹೈದರಾಬಾದಿನ ನವಾಬ್ ಮುಖ್ತಾರನಿಗೆ ಚಿಕ್ಕವೀರರಾಜ ಪತ್ರವೊಂದನ್ನು ಬರೆದಿರುತ್ತಾನೆ. ಅದಲ್ಲದೆ ಮೈಸೂರಿನ ವಿವಿಧ ಪಾಳೆಯಗಾರರೊಂದಿಗೆ ರಾಜ ಸಂಪರ್ಕ ಇಟ್ಟುಕೊಂಡಿರುತ್ತಾನೆ. ಚೆರಕಲ್ ರಾಜನಲ್ಲಿಗೆ ರಾಜದೂತನನ್ನು ಕಳುಹಿಸುತ್ತಾನೆ. ಮಲಬಾರಿನ ಕೇಳಿಯತ್ ನಂಬಿಯಾರ್‌ನನ್ನು ತನ್ನಲ್ಲಿ ಬರಮಾಡಿಕೊಳ್ಳುತ್ತಾನೆ.

ಚೌಡ್ಲುವಿನ ಕಾಳಯ್ಯ ಮುನ್ಷಿ, ಬದ್ರುದ್ದೀನ್ ಮುನ್ಷಿ ಮತ್ತು ಶೇಖ್ ಹುಸೇನ್ ಎಂಬ ವ್ಯಕ್ತಿಗಳು ನೀಡಿರುವ ವರದಿಗಳ ಪ್ರಕಾರ ಬಳ್ಳಾರಿ, ಸುರಪುರ, ಚಿತ್ರದುರ್ಗ ಮತ್ತು ಬಳ್ಳಾಪುರದ ಪಾಳೆಯಗಾರರು ಉದ್ದೇಶಿತ ಬ್ರಿಟಿಷ್ ವಿರೋಧಿ ಹೋರಾಟಕ್ಕೆ ಚಿಕ್ಕವೀರರಾಜನಿಗೆ ತಮ್ಮ ಸಹಮತವನ್ನು ಸೂಚಿಸುತ್ತಾರೆ (ಪುಟ ಸಂಖ್ಯೆ 2409, ಸೀಕ್ರೆಟ್ ಡಿಪಾರ್ಟ್‌ಮೆಂಟ್ ಕನ್ಸಲ್ಟೇಶನ್ ವಾಲ್ಯೂಮ್ಸ್, ತಮಿಳ್ನಾಡು ಪತ್ರಾಗಾರ).

ಹೀಗೆ ಚಿಕ್ಕವೀರರಾಜ ಬ್ರಿಟಿಷರ ವಿರುದ್ಧ ಸದೃಢವಾದ ವ್ಯೂಹವನ್ನು ರಚಿಸುವ ಕಾರ್ಯದಲ್ಲಿ ಮಗ್ನನಾಗಿದ್ದರೆ, ಬ್ರಿಟಿಷರು ತಮ್ಮ ವ್ಯಾಪಾರಿ ಮತ್ತು ಸಾಮ್ರಾಜ್ಯಶಾಹಿ ಮನೋಭಾವಕ್ಕನುಗುಣವಾಗಿ ಮೈಸೂರು ಮತ್ತು ಮಲಬಾರನ್ನು ಕೊಡಗಿನ ಮುಖಾಂತರ ಸಂಪರ್ಕಿಸುವ ಹೆದ್ದಾರಿಯ ಯೋಜನೆಯೊಂದಕ್ಕೆ ರೂಪುರೇಷೆಗಳನ್ನು ಸಿದ್ಧಪಡಿಸಿದ್ದರು (ಪುಟ 110, ಸೀಕ್ರೆಟ್ ಡಿಪಾರ್ಟ್‌ಮೆಂಟ್ ಕನ್ಸಲ್ಟೇಶನ್ ವಾಲ್ಯೂಮ್ಸ್, ತಮಿಳ್ನಾಡು ಪತ್ರಾಗಾರ). ಆದರೆ ಚಿಕ್ಕವೀರರಾಜ ಈ ಯೋಜನೆಗೆ ತನ್ನ ಅನುಮತಿಯನ್ನು ನಿರಾಕರಿಸುವುದರೊಂದಿಗೆ ಹೊರಗಿನ ಜನ ತನ್ನ ಪ್ರದೇಶದೊಳಗೆ ಪ್ರವೇಶಿಸುವುದನ್ನು ನಿರ್ಬಂಧಿಸುವ ಆದೇಶವನ್ನು ಹೊರಡಿಸುತ್ತಾನೆ. ಇದು ವಸಾಹತುಶಾಹಿಗಳ ಮಹದಾಸೆಗೆ ಅಗಾಧವಾದ ಹೊಡೆತವನ್ನು ಕೊಟ್ಟ ವಿಚಾರವಾಗಿತ್ತು.

1833ರ ಕೊನೆಯಲ್ಲಿ ಹಾಗೂ 1834ರ ಆದಿಭಾಗದಲ್ಲಿ ಕೊಡಗು ರಾಜಕೀಯ ಒತ್ತಡದ ಕುಲುಮೆಯಾಗಿತ್ತು. ಬ್ರಿಟಿಷರ ಆಕ್ರಮಣದ ನಿರೀಕ್ಷೆಯಿಂದ ಅತ್ಯುಗ್ರ ಪ್ರತಿರೋಧಕ್ಕಾಗಿ ಸಕಲ ಸಿದ್ಧತೆಯೂ ನಡೆದಿತ್ತು. ಕುಶಾಲನಗರದ ಎರಡೂ ಕೋಟೆಗಳನ್ನು ದುರಸ್ತಿ ಪಡಿಸಲಾಗಿತ್ತು. ಇದರ ಮಧ್ಯೆ ಬ್ರಿಟಿಷರ ವಕೀಲ ಕಲ್ಪುಳ್ಳಿ ಕರುಣಾಕರ ಮೆನನ್‌ನನ್ನು ಚಿಕ್ಕವೀರರಾಜ ಸೆರೆಮನೆಗೆ ತಳ್ಳಿಸಿ ತೊಡೆತಟ್ಟಿ ಸಮರಕ್ಕೆ ಪಂಥಾಹ್ವಾನವನ್ನು ನೀಡುತ್ತಾನೆ.

ಕೊನೆಗೂ 01–04–1834ರಂದು ಬ್ರಿಟಿಷರು ಅಧಿಕೃತವಾಗಿ ಯುದ್ಧದ ಘೋಷಣೆ ಮಾಡುತ್ತಾರೆ. ಮೂರು ದಿಕ್ಕುಗಳಿಂದ ಏಕಕಾಲದಲ್ಲಿ ಆಕ್ರಮಣ ನಡೆಸಲಾಗುತ್ತದೆ. ಕೂರ್ಗ್ ಅಫೈರ್ಸ್‌ನ ರಾಜಕೀಯ ಏಜಂಟನಾಗಿದ್ದ ಲೆಫ್ಟಿನೆಂಟ್ ಕರ್ನಲ್ ಜೆ.ಜೆ. ಫ್ರೇಜರನ ಸೈನ್ಯ ಬೆಟ್ಟದಪುರವನ್ನು 01–04–1834ರಲ್ಲಿ ಬಿಟ್ಟು 04–04–1834ರಂದು ಮಕ್ಕಂದೂರಿನಲ್ಲಿ ಬೀಡು ಬಿಡುತ್ತದೆ. ದಟ್ಟ ಅರಣ್ಯದ ಮಧ್ಯೆ ದಾರಿಯಲ್ಲಿ ಮರಗಳನ್ನು ಕಡಿದುರುಳಿಸಿದ್ದ ಕಾರಣ ಸೈನ್ಯದ ಚಲನವಲನ ಅತ್ಯಂತ ತ್ರಾಸದಾಯಕವಾಗಿರುತ್ತದೆ. ತಾರೀಕು 03–03–1834ರ ಯಾದಿಯ ಪ್ರಕಾರ ಕನಿಷ್ಟ ಒಬ್ಬ ಬ್ರಿಟಿಷ್ ಅಧಿಕಾರಿಯೂ ಸೇರಿದಂತೆ ಒಬ್ಬ ಲೆಫ್ಟಿನೆಂಟ್ ಕರ್ನಲ್, ಇಬ್ಬರು ಎನ್‌ಸೈನ್ಸ್, ಮೂರು ಮಂದಿ ಸಾರ್ಜಂಟ್ಸ್, ಇಬ್ಬರು ಕಾರ್ಪೊರೆಲ್ಸ್, ಇತರ ಸೈನಿಕರು 30 ಮಂದಿ ಹೀಗೆ ಹಲವಾರು ಮಂದಿ ಸಾವನ್ನಪ್ಪಿ, ಇನ್ನಷ್ಟು ಜನ ಗಾಯಾಳುಗಳಾಗಿರುತ್ತಾರೆ. ಆದರೆ 04–04–1834ರಂದು ಸಾಯಂಕಾಲ ದಿವಾನ ಲಕ್ಷ್ಮೀನಾರಾಯಣ ಮತ್ತು ರಾಜನ ಆಪ್ತನಾದ

ತಾಹಿರ್ ಖಾನ್ ನಾಲ್ವರು ಸಂಗಡಿಗರೊಂದಿಗೆ ಶಾಂತಿಯ ಬಾವುಟವನ್ನು ಅರಳಿಸಿ ಫ್ರೇಜರನ ಮಕ್ಕಂದೂರಿನ ಶಿಬಿರಕ್ಕೆ ತೆರಳುತ್ತಾರೆ. ಸಂಧಾನದ ಪ್ರಕ್ರಿಯೆಯನ್ನು ಆರಂಭಿಸುವ ಸೂಚನೆಯೆಂಬಂತೆ ರಾಜ 03–03–1834ರಂದು ಬರೆದ ಪತ್ರವನ್ನು ಅವರು ಫ್ರೇಜರನಿಗೆ ತಲುಪಿಸುತ್ತಾರೆ. 04–04–1834ರಂದು ರಾಜನ ಪತ್ರಕ್ಕೆ ಉತ್ತರಿಸಿದ ಫ್ರೇಜರ್ ಶರಣಾಗಲು ಸೂಚಿಸುತ್ತಾನೆ. ಈ ಪತ್ರ ಸಿಕ್ಕಿದ ತಕ್ಷಣ ಅರಸ ಅದೇ ದಿನ ಮತ್ತೊಂದು ಪತ್ರವನ್ನು ಬರೆದು ತನ್ನ ವಕೀಲರಾದ ಅಬ್ದುಲ್ಲ ಮತ್ತು ಲತೀಫ್ ಖಾನ್ ಮೂಲಕ ಫ್ರೇಜರನಿಗೆ ಕಳುಹಿಸುತ್ತಾನೆ. ಅಲ್ಲದೆ ಬ್ರಿಟಿಷರ ವಕೀಲ ಕಲ್ಪುಳ್ಳಿ ಕರುಣಾಕರ ಮೆನನ್‌ನನ್ನು ಬಿಡುಗಡೆ ಮಾಡಿ ಫ್ರೇಜರನ ಶಿಬಿರಕ್ಕೆ ಕಳುಹಿಸಿ ಬ್ರಿಟಿಷರೊಂದಿಗೆ ಸಂಧಿ ಮಾಡಿಕೊಳ್ಳುವ ಸಂದೇಶವನ್ನು ರವಾನಿಸುತ್ತಾನೆ. ಈ ಪತ್ರ 05–04–1834ರಂದು ಫ್ರೇಜರನಿಗೆ ತಲಪುವ ಹೊತ್ತಿಗೆ ಅತ್ಯಂತ ನಾಟಕೀಯವಾಗಿ ದಿವಾನ ಅಪ್ಪಾರಂಡ ಬೋಪು ಸುಮಾರು 300 ರಿಂದ 400ರಷ್ಟಿದ್ದ ಸೈನಿಕ ಪಡೆಯೊಂದಿಗೆ ಆಗ ಫ್ರೇಜರ್ ತಂಗಿದ್ದ ಜಂಬೂರಿನ ಶಿಬಿರಕ್ಕೆ ತೆರಳಿ ಬೇಷರತ್ತಾಗಿ ಶರಣಾಗುತ್ತಾನೆ. ಇದೇ ಹೊತ್ತಿಗೆ ವಿವಿಧ ಗಡಿಗಳಲ್ಲಿ ಯುದ್ಧದಲ್ಲಿ ನಿರತರಾಗಿದ್ದ ಸೈನಿಕರಿಗೆ ಹೋರಾಟವನ್ನು ನಿಲ್ಲಿಸಲು ಆದೇಶ ರವಾನೆಯಾಗಿರುತ್ತದೆ. 07–08–1834ರಂದು ಫ್ರೇಜರ್ ಮಡಿಕೇರಿಯನ್ನು ವಶಕ್ಕೆ ತೆಗೆದುಕೊಳ್ಳುತ್ತಾನೆ. ಇದರಿಂದ ಮಡಿಕೇರಿಯು ಈ ಸಮಯದಲ್ಲಿ ರಕ್ತರಹಿತ ಕ್ರಾಂತಿಯಂತಾಗಿತ್ತು.

ಬ್ರಿಟಿಷರ ವಿರುದ್ಧ ನಿರ್ಣಾಯಕವಾದ ಸಮರಕ್ಕೆ ಸಕಲ ಪೂರ್ವಸಿದ್ಧತೆ ನಡೆಸಿದುದಲ್ಲದೆ, ಆಯಕಟ್ಟಿನ ಜಾಗಗಳಲ್ಲಿ ನಿಂತು ಮರಣಾಂತಿಕವಾದ ಪ್ರಹಾರಗಳನ್ನು ನೀಡುತ್ತಿದ್ದ ಚಿಕ್ಕವೀರರಾಜ ಏಕಾಏಕಿ ಯುದ್ಧವನ್ನು ನಿಲ್ಲಿಸುವ ಬಯಕೆಯನ್ನು ವ್ಯಕ್ತಪಡಿಸಿದ್ದು ಮತ್ತು ದಿವಾನ ಅಪ್ಪಾರಂಡ ಬೋಪು ಈ ನಡುವಲ್ಲೇ ಬ್ರಿಟಿಷರಿಗೆ ಶರಣಾದ ವಿಚಾರ ಎರಡೂ ಕೊಡಗಿನ ಇತಿಹಾಸದಲ್ಲಿ ಎಲ್ಲೂ ಗಹನವಾದ ವಿಶ್ಲೇಷಣೆಗೆ ಒಳಗಾಗಿಯೇ ಇಲ್ಲ. ನಿಜಕ್ಕೂ ಈ ಘಟನೆಗಳು ಚಿಕ್ಕವೀರರಾಜ ಮತ್ತು ಅವನ ದಿವಾನ ಅಪ್ಪಾರಂಡ ಬೋಪುವಿನ ಮಧ್ಯೆ ನಡೆದಿರಬಹುದಾದ ಆಂತರಿಕ ಕಲಹಕ್ಕೆ ಸ್ಪಷ್ಟ ನಿದರ್ಶನವಾಗಿವೆ ಮತ್ತು ಈ ಸಂಘರ್ಷ ಕೊಡಗಿನ ಸಿಂಹಾಸನಕ್ಕಾಗಿ ದೇವಮ್ಮಾಜಿ ಮತ್ತು ಚೆನ್ನಬಸಪ್ಪ ನಡೆಸಿದ ಒಳಸಂಚಿನ ಮುಂದುವರಿದ ಭಾಗವಾಗಿ ನಮಗೆ ಕಾಣಿಸುತ್ತದೆ.

ಮಡಿಕೇರಿ ಪತನದ ವೇಳೆಗೆ ನಾಲ್ಕುನಾಡು ಅರಮನೆಯಲ್ಲಿದ್ದ ಚಿಕ್ಕವೀರರಾಜ ಕೆಲದಿನಗಳಲ್ಲಿ ಫ್ರೇಜರನ ಮುಂದೆ ಶರಣಾಗುತ್ತಾನೆ. ಆದರೆ ಆತನ ಪರಮಾಪ್ತ ದಿವಾನ ಮೂರ್ನಾಡು ಬಸವ ತಲೆ ತಪ್ಪಿಸಿಕೊಂಡು ಕೊನೆಗೆ ಆತ್ಮಹತ್ಯೆಯೇ ಹೆಚ್ಚು ಗೌರವಯುತವಾದುದು ಎಂಬ ನಿರ್ಧಾರಕ್ಕೆ ಬರುತ್ತಾನೆ. ದಿವಾನ ಅಪ್ಪಾರಂಡ ಬೋಪು ಸಂಪೂರ್ಣವಾಗಿ ಬ್ರಿಟಿಷರೊಂದಿಗೆ ಗುರುತಿಸಿಕೊಂಡರೆ, ದಿವಾನ ಲಕ್ಷ್ಮೀನಾರಾಯಣ ಅಲ್ಲೂ ಸಲ್ಲುವಂತೆ ಇಲ್ಲೂ ಸಲ್ಲುವಂತೆ ತಟಸ್ಥನಾಗುತ್ತಾನೆ. ದಿವಾನ ಚೆಪ್ಪುಡೀರ ಪೊನ್ನಪ್ಪ

ಮಾತ್ರ ರಾಜನಿಷ್ಠೆಯನ್ನು ವ್ಯಕ್ತಪಡಿಸಿ ಚಿಕ್ಕವೀರರಾಜನ ಈ ದುರ್ಭರ ದಿನಗಳಲ್ಲಿ ಅವನೊಂದಿಗೆ ಇರುವ ನಿರ್ಧಾರವನ್ನು ಕೈಗೊಳ್ಳುತ್ತಾನೆ. ಅಂತೆಯೇ ಮುಂದೆ ಬ್ರಿಟಿಷರು ಚಿಕ್ಕವೀರರಾಜನನ್ನು ಗಡಿಪಾರು ಮಾಡಿ ಕಾಶಿಗೆ ಕಳುಹಿಸುವ ದಾರಿಯಲ್ಲಿ ಮೊದಲು ವೆಲ್ಲೂರಿಗೆ ಹೋಗುವಾಗ ರಾಜಕುಟುಂಬದೊಂದಿಗೆ ಅವನೂ ತೆರಳುತ್ತಾನೆ. ಹೀಗೆ ಕೊಡಗಿನಿಂದ ಹೊರಟ ರಾಜಪರಿವಾರದಲ್ಲಿ ಪರಿಚಾರಕರೂ, ಅಡುಗೆಯಾಳುಗಳೂ ಸೇರಿದಂತೆ ಒಟ್ಟು ನೂರು ಮಂದಿ ಇದ್ದರೆ, ಅವರನ್ನು ಹಿಂಬಾಲಿಸಿ ಹೊರಟ ದಿವಾನ ಚೆಪ್ಪುಡೀರ ಪೊನ್ನಪ್ಪನ ತಂಡದಲ್ಲಿ ಐವತ್ತೈದು ಜನ ಇರುತ್ತಾರೆ. ಗಮನಾರ್ಹವೆಂದರೆ ದಿವಾನ ಚೆಪ್ಪುಡಿರ ಪೊನ್ನಪ್ಪನೊಂದಿಗಿನ ಜನರಲ್ಲಿ ಕೊಡಗಿನ ಕೊಡವ, ಗೌಡ, ಮುಸ್ಲಿಂ ಮತ್ತು ಹೆಗ್ಗಡೆ ಸಮುದಾಯಕ್ಕೆ ಸೇರಿದ ಜನರಿದ್ದು, ಇವರಲ್ಲಿ ಹೆಚ್ಚಿನವರು ಕೊಡವ ಸಮುದಾಯಕ್ಕೆ ಸೇರಿದವರಾಗಿರುತ್ತಾರೆ. ಅದರಲ್ಲಿ ಮುನ್ಷಿ ತಿಮ್ಮಯ್ಯ, ಕಾರ್ಯಕಾರ ಬೊಳ್ಳು, ಸುಬೇದಾರ ಅಪ್ಪಚ್ಚು, ಜಮಾದಾರ ಪೂಣಚ್ಚ, ಚಾವಡಿಕಾರ ಅಪ್ಪಣ್ಣ ಮುಂತಾದ ಕೊಡವ ಪ್ರಮುಖರಿರುತ್ತಾರೆ. ಭದ್ರತೆಯ ದೃಷ್ಟಿಯಿಂದ ಇಷ್ಟು ಮಂದಿ ಹಿಂಬಾಲಕರು ರಾಜನ ಜತೆ ಹೋಗುವುದು ಸೂಕ್ತವಲ್ಲವೆಂದು ಬ್ರಿಟಿಷರು ತೀರ್ಮಾನಿಸಿದ ಪ್ರಕಾರ ಮುಂದೆ ದಿವಾನ ಚೆಪ್ಪುಡೀರ ಪೊನ್ನಪ್ಪ ಮತ್ತಿತರರನ್ನು 30.6.1834ರಂದು ಆಲಂಗೂಟ ಶಿಬಿರದಿಂದ ಹಿಂದಕ್ಕೆ ಕಳುಹಿಸಲಾಗುತ್ತದೆ (ಪುಟ ಸಂಖ್ಯೆ 2264, ಸೀಕ್ರೆಟ್ ಡಿಪಾರ್ಟ್‌ಮೆಂಟ್ ಕನ್ಸಲ್ಟೇಶನ್ ವಾಲ್ಯೂಮ್ಸ್, ತಮಿಳ್ನಾಡು ಪತ್ರಾಗಾರ).

ಚಿಕ್ಕವೀರರಾಜೇಂದ್ರ ಒಡೆಯನನ್ನು ಕಾಶಿಗೆ ಕಳುಹಿಸುವ ದಾರಿಯಲ್ಲಿ ಬ್ರಿಟಿಷ್ ಸೈನಿಕರ ಕಣ್ಗಾವಲಿನಲ್ಲಿ ರಾಜನ ಪರಿವಾರ ಕೆಲದಿನ ವೆಲ್ಲೂರಿನಲ್ಲಿ ನಿಂತು ಮುಂದಕ್ಕೆ ಹೋಗುತ್ತದೆ. ಆ ಸಂದರ್ಭ ಬ್ರಿಟಿಷ್ ಬಂದಿಯಾಗಿ ವೆಲ್ಲೂರಿನ ಕಾರಾಗೃಹದಲ್ಲಿದ್ದ ಸ್ವಾಮಿ ಅಪರಂಪಾರನನ್ನು ಭದ್ರತೆಯ ಕಾರಣಕ್ಕಾಗಿ ತಿರುಚಿನಾಪಳ್ಳಿಯ ಸೆರೆಮನೆಗೆ ಕಳುಹಿಸುತ್ತಾರೆ. ಅಪರಂಪಾರನ ಪಿತೂರಿಯು ಪಾರಮ್ಯಕ್ಕೆ ಬ್ರಿಟಿಷರೂ ಭಯಭೀತರಾಗಿರುತ್ತಾರೆ (ಪೊಲಿಟಿಕಲ್ ಕನ್ಸಲ್ಟೇಶನ್ ವಾಲ್ಯೂಮ್ ನಂ.243, ಪುಟ 2542; ತಮಿಳ್ನಾಡು ಪತ್ರಾಗಾರ). ಯಾರೀತ !?

ಸ್ವಾಮಿ ಅಪರಂಪಾರ– ಹೆಸರು ಮತ್ತು ವ್ಯಕ್ತಿತ್ವ ಎರಡೂ ಆಕರ್ಷಕ. ನಿಜದ ಹೆಸರು ಕತ್ರಪ್ಪ ಬಾವು. ತಂದೆಯ ಹೆಸರು ಹನುಮಂತರಾವ್. ಊರು ಚಿತ್ರದುರ್ಗ. ಮನೆ ಮಾತು ಮರಾಠಿ. ಚಿಕ್ಕವೀರರಾಜೇಂದ್ರ ಒಡೆಯನ ನಿರ್ಗಮನದ ಅನಂತರ ಜನರ ಮಧ್ಯೆ ಗುರುತಿಸಿಕೊಂಡದ್ದು ಮಾತ್ರ ಆತನ ದಾಯಾದಿಯಾಗಿ, ಕೊಡಗಿನ ಹಾಲೇರಿ ರಾಜಮನೆತನದ ಅಪ್ಪಾಜಿ ಅರಸನ ಮಗ ವೀರಪ್ಪಾಜಿ ಅರಸನೆಂದು. ಕತ್ರಪ್ಪ ಬಾವುವಿನ ತಂದೆ ಟಿಪ್ಪುವಿನ ಸೈನಿಕ. ಮೈಸೂರು ಯುದ್ಧದಲ್ಲಿ ಆತ ಸತ್ತು ಹೋದಾಗ ಕತ್ರಪ್ಪ ಬಾವು ಇನ್ನೂ ಸಣ್ಣವ. ಅಲ್ಲಿಂದೀಚೆ ಬ್ರಿಟಿಷರ ವಿರುದ್ಧ ಆರದ ದ್ವೇಷ. ಅವರ ಪ್ರತಿಯೊಂದು ನಡೆಯ ಸೂಕ್ಷ್ಮ ಅವಲೋಕನ. ಕಟ್ಟಿಕೊಂಡ ಹೆಂಡತಿಯನ್ನು, ಸಂಸಾರವನ್ನು

ತ್ಯಜಿಸಿ ಸನ್ಯಾಸ ಸ್ವೀಕಾರ. ಸಮಾಜಮುಖಿ ಪರಿವ್ರಾಜಕ ಸ್ವಾಮಿ ಅಪರಂಪಾರ.

1835ರಲ್ಲಿ ಸ್ವಾಮಿ ಅಪರಂಪಾರ ಮೈಸೂರಿನಲ್ಲಿ ದಂಗೆಯೊಂದಕ್ಕೆ ಪ್ರಯತ್ನಿಸುತ್ತಾನೆ. ಅದು ಫಲಿಸುವ ಮೊದಲೇ ಬ್ರಿಟಿಷರಿಗೆ ಸೆರೆ ಸಿಕ್ಕುತ್ತಾನೆ. ಆದರೂ ಮುಂದೆ ಈತನ ಇಚ್ಛೆಯಂತೆ ಕಲ್ಯಾಣಸ್ವಾಮಿ ಎಂಬಾತನ ನಾಯಕತ್ವದಲ್ಲಿ ನಡೆದ ದಂಗೆಯ ಪಿತೂರಿಯಲ್ಲಿ ಮೈಸೂರಿನ ಮಹಾರಾಜರ ಸಂಬಂಧಿ ಅರಮರ ಬಸಪ್ಪಾಜಿ ಅರಸ ಮತ್ತು ಕೊಡಗಿನ ದಿವಾನ ಚೆಪ್ಪುಡೀರ ಪೊನ್ನಪ್ಪ ಭಾಗಿಯಾಗಿದ್ದ ಬಗ್ಗೆ 'ಅಷ್ಟಗ್ರಾಮ ಪಿತೂರಿ'ಯ ವಿಚಾರಣಾ ಕಡತದಲ್ಲಿ ದಾಖಲೆಗಳಿವೆ. ಕಲ್ಯಾಣಸ್ವಾಮಿ 1836ರಲ್ಲಿ ಬೈತೂರಿನಲ್ಲಿ ಬಂಧಿಸಲ್ಪಡುತ್ತಾನೆ. ಅರಮರ ಬಸಪ್ಪಾಜಿ ಮತ್ತು ಚೆಪ್ಪುಡೀರ ಪೊನ್ನಪ್ಪ ಶಿಕ್ಷೆಯಿಂದ ತಪ್ಪಿಸಿಕೊಂಡರೂ ಕಲ್ಯಾಣಸ್ವಾಮಿಯನ್ನು ಮರಣದಂಡನೆಗೆ ಒಳಪಡಿಸಲಾಗುತ್ತದೆ.

ಅನಂತರ 1837ರಲ್ಲಿ ಸ್ವಾಮಿ ಅಪರಂಪಾರ ತಿರುಚಿನಾಪಳ್ಳಿಯ ಸೆರೆಮನೆಯೊಳಗಿದ್ದೇ ಕೊಡಗು–ಕೆನರಾ ಹೋರಾಟವನ್ನು ಆಯೋಜಿಸಿರುವುದಕ್ಕೆ ಸಾಕಷ್ಟು ಪುರಾವೆಗಳಿವೆ. ಕಲ್ಯಾಣಪ್ಪ ಎನ್ನುವ ಹೆಸರಿನಲ್ಲಿ ಪುಟ್ಟಬಸಪ್ಪ ಎಂಬಾತನಿಗೆ ಹೋರಾಟದ ನೇತೃತ್ವವನ್ನು ನೀಡಲಾಗುತ್ತದೆ. ಕೆದಂಬಾಡಿ ರಾಮಗೌಡ, ಮೂಲತಃ ಅರಕಲುಗೂಡಿನವನಾದ ಹುಲಿಕಡಿದ ನಂಜಯ್ಯ ಮತ್ತು ಭಾಗಮಂಡಲದ ಸಿರಕಜೆ ಮಲ್ಲಯ್ಯ ಆಗಾಗ ಹೋರಾಟವನ್ನು ರೂಪಿಸುವ ಚರ್ಚೆಗಾಗಿ ತಿರುಚಿನಾಪಳ್ಳಿಗೆ ಹೋಗಿ ಸ್ವಾಮಿ ಅಪರಂಪಾರನನ್ನು ಭೇಟಿಮಾಡಿ ಬರುತ್ತಿದ್ದರು (ಕಾಟನ್ಸ್ ರಿಪೋರ್ಟ್; ಪೊಲಿಟಿಕಲ್ ಕನ್ಸಲ್ಟೇಶನ್ ವಾಲ್ಯೂಮ್ ನಂ.288, ಪುಟ ಸಂಖ್ಯೆ 117; ತಮಿಳ್ನಾಡು ಪತ್ರಾಗಾರ). ನಗರ ಸಿಂಹಾಸನವನ್ನು ವಶಪಡಿಸಿಕೊಳ್ಳುವುದು ಮತ್ತು ಬ್ರಿಟಿಷರನ್ನು ಹೊಡೆದೋಡಿಸುವುದು ಈ ಹೋರಾಟದ ಗುರಿಯಾಗಿತ್ತು ಎಂದು ತನಿಖೆ ನಡೆಸಿದ ಕಾಟನ್ ಅಭಿಪ್ರಾಯ ಪಟ್ಟರೆ (ಕಾಟನ್ಸ್ ರಿಪೋರ್ಟ್; ಪೊಲಿಟಿಕಲ್ ಕನ್ಸಲ್ಟೇಶನ್ ವಾಲ್ಯೂಮ್ ನಂ.288, ಪುಟ ಸಂಖ್ಯೆ 117; ತಮಿಳ್ನಾಡು ಪತ್ರಾಗಾರ) ಈ ಮಾತನ್ನು ಅದಕ್ಕೂ ಮೊದಲು ಕೆನರಾ ಜಿಲ್ಲೆಯ ಪ್ರಿನ್ಸಿಪಾಲ್ ಕಲೆಕ್ಟರ್ ಲೆವಿನ್ ಸಹ ಹೇಳಿರುತ್ತಾನೆ. ಸ್ವಾಮಿ ಅಪರಂಪಾರ ಮತ್ತು ಆತನ ಅನುಯಾಯಿ ಹುಲಿಕಡಿದ ನಂಜಯ್ಯ ಈ ಹೋರಾಟಗಳಿಗೆ ಮೊದಲು ಧಾರವಾಡ, ನಗರ, ಊಟಿ, ಬಳ್ಳಾರಿ, ಹೈದರಾಬಾದ್, ಪೂನಾ, ಸತಾರ, ಕೊಲ್ಲಾಪುರ, ಗ್ವಾಲಿಯರ್, ಲಾಹೋರ್, ಪೇಶಾವರ ಮುಂತಾದೆಡೆಗಳಲ್ಲಿ ಸಂಚರಿಸಿರುತ್ತಾರೆ (ಕಾಟನ್ಸ್ ರಿಪೋರ್ಟ್, ಪೊಲಿಟಿಕಲ್ ಕನ್ಸಲ್ಟೇಶನ್ ವಾಲ್ಯೂಮ್ ನಂ.288 ಹಾಗೂ ಪೊಲಿಟಿಕಲ್ ಕನ್ಸಲ್ಟೇಶನ್ ವಾಲ್ಯೂಮ್ ನಂ.248, ಪುಟ ಸಂಖ್ಯೆ 1315 ಮತ್ತು 1551; ತಮಿಳ್ನಾಡು ಪತ್ರಾಗಾರ). ಮೈಸೂರಿನ ಅರಸನೊಂದಿಗೆ ಸ್ವಾಮಿ ಅಪರಂಪಾರನಿಗೆ ನಿಕಟ ಸಂಪರ್ಕ ಇರುತ್ತದೆ (ಪೊಲಿಟಿಕಲ್ ಕನ್ಸಲ್ಟೇಶನ್ ವಾಲ್ಯೂಮ್ ನಂ.273, ಪುಟ ಸಂಖ್ಯೆ 6660; ತಮಿಳ್ನಾಡು ಪತ್ರಾಗಾರ). ಎಲ್ಲ ಕಡೆ ಒಟ್ಟಿಗೆ ದಂಗೆಯೇಳಿಸುವ ಹುನ್ನಾರ ಅವನದ್ದಾಗಿತ್ತು. ಹೀಗಿದ್ದೂ ಎಲ್ಲೆಡೆಯಲ್ಲೂ ಏಕಕಾಲಕ್ಕೆ

ದಂಗೆಯನ್ನು ಹುಟ್ಟು ಹಾಕುವುದು ಆತನಿಗೆ ಸಾಧ್ಯವಾಗುವುದಿಲ್ಲ. ಯಾಕೆಂದರೆ ಹೋರಾಟಕ್ಕೆ ಜನರನ್ನು ಒಂದೆಡೆ ಸೇರಿಸುವ ದೃಢ ನಿರ್ಧಾರದ, ಅಪಾರ ಜನಬೆಂಬಲದ ಕೆದಂಬಾಡಿ ರಾಮಯ್ಯ ಗೌಡರಂತಹ ಸಮರ್ಥ ಮುಂದಾಳುಗಳು ಆತನಿಗೆ ಬೇರೆಡೆ ಸಿಕ್ಕಿಲ್ಲವೆಂದೇ ಅನ್ನಿಸುತ್ತದೆ.

ಸ್ವತಃ ಸ್ವಾಮಿ ಅಪರಂಪಾರ ತಾನು ಕೊಡಗಿನ ಅರಸು ಮನೆತನದ ವೀರಪ್ಪಾಜಿ ಒಡೆಯ ಎಂದೇ ಜನರನ್ನು ನಂಬಿಸಿದ್ದ. ಕೊಡಗಿನ ಕೊನೆಯ ಅರಸ ಚಿಕ್ಕವೀರರಾಜ ತಾನು ಪಟ್ಟಕ್ಕೆ ಬಂದಾಗ ತನ್ನ ತಂದೆಯ ಸಹೋದರ ಅಪ್ಪಾಜಿ ಅರಸನ ಇಬ್ಬರು ಗಂಡುಮಕ್ಕಳಾದ ವೀರಪ್ಪ ಮತ್ತು ನಂಜುಂಡಪ್ಪ/ನಂಜರಾಯ ಇವರುಗಳನ್ನು ಸೆರೆಮನೆಗೆ ತಳ್ಳಿಸಿದ್ದ. ಅಲ್ಲಿ ಅವರಿಬ್ಬರೂ ಪ್ಲೇಗು ರೋಗ ಬಂದು ಅಸು ನೀಗಿದರು. ಆದರೆ ಅಪ್ಪಾಜಿ ಅರಸನ ಹಿರಿಮಗ ವೀರಪ್ಪ ನಿಜಕ್ಕೂ ಸತ್ತಿಲ್ಲ, ಸ್ವಾಮಿ ಅಪರಂಪಾರ ಎಂಬ ಹೆಸರಲ್ಲಿ ಸನ್ಯಾಸ ಸ್ವೀಕರಿಸಿದ್ದಾನೆ ಎಂಬಂತೆ ಕೊಡಗಿನಾದ್ಯಂತ ಸುದ್ದಿ ಹಬ್ಬಿತ್ತು. ಆತ ಬ್ರಿಟಿಷರ ಬಂದಿಯಾದ ಅನಂತರ, ವೀರಪ್ಪಾಜಿಯ ತಮ್ಮ ನಂಜರಾಯ ಒಡೆಯ ಈಗ ಕಲ್ಯಾಣಸ್ವಾಮಿ ಎಂಬ ಹೆಸರಲ್ಲಿ ಸನ್ಯಾಸಿಯಾಗಿದ್ದಾನೆ ಎಂದು ಸುದ್ದಿ ಹಬ್ಬಿಸಿ ಕೊಡಗಿನ ಜನರನ್ನು ದಂಗೆಯೇಳಿಸುವ ಪ್ರಚೋದನೆ ನಡೆಯಿತು. ಈ ತರಹದ ಪ್ರಕ್ರಿಯೆಯನ್ನು ಡಾ. ಪುರುಷೋತ್ತಮ ಬಿಳಿಮಲೆ 'ದೈವೀಕರಣ ಮತ್ತು ನಕಲೀಕರಣ' ಎಂದು ಕರೆದಿದ್ದಾರೆ. ಇಂತಹ ಪ್ರಹಸನಗಳು ಹಲವು ಕಡೆ ಹಲವು ರೀತಿಯಲ್ಲಿ ಜರುಗಿವೆ; ಇಲ್ಲಿ ಅವುಗಳನ್ನು ವಿವರಿಸುವುದಿಲ್ಲ. ಕಲ್ಯಾಣಸ್ವಾಮಿ 1836ರಲ್ಲಿ ಸೆರೆಸಿಕ್ಕಿ ಆತನನ್ನು ಗಲ್ಲಿಗೆ ಹಾಕಿದ ಅನಂತರ ಶನಿವಾರಸಂತೆ ಸನಿಹದ ಬಿಳಹ ಹೋಬಳಿಯ ಹೆಮ್ಮನೆ ಎಂಬ ಊರಿನ ಪುಟ್ಟಬಸಪ್ಪ ಎನ್ನುವ ವ್ಯಕ್ತಿಯನ್ನು ಕಲ್ಯಾಣಸ್ವಾಮಿ ಎಂದು ಬಿಂಬಿಸಲಾಯಿತು. 1837ರ ಹೋರಾಟದ ಮುಖ್ಯ ಪಾತ್ರಧಾರಿಯಾದ ಕಲ್ಯಾಣ ಸ್ವಾಮಿ ಅಥವಾ ಕಲ್ಯಾಣಪ್ಪ ಈತನೇ. ನಿಜವಾದ ಕಲ್ಯಾಣಸ್ವಾಮಿ ಸತ್ತುಹೋದ ವಿಚಾರ ಜನಸಾಮಾನ್ಯರಿಗೆ ತಿಳಿದಿರದ ಕಾರಣ ಹೋರಾಟವನ್ನು ಹುಟ್ಟು ಹಾಕಿದ ಮಿದುಳುಗಳು ಹೊಸ ಹೆಸರಿನ ನಾಯಕನ ಅನ್ವೇಷಣೆ ಒಂದು ಸಮಸ್ಯೆ ಎಂದು ಆಲೋಚಿಸಿ ಪ್ರಚಲಿತವಿದ್ದ ಹೆಸರನ್ನೇ ನೆಚ್ಚಿಕೊಂಡರು. ಕೂಜುಗೋಡು ಅಪ್ಪಯ್ಯಗೌಡನ ಹೇಳಿಕೆಯ ಪ್ರಕಾರ ಹೋರಾಟದ ನಾಯಕತ್ವವನ್ನು ಹಾಲೇರಿ ಕುಟುಂಬಕ್ಕೆ ಸೇರಿದ ವ್ಯಕ್ತಿಯೊಬ್ಬನಿಗೆ ಕೊಡದಿದ್ದರೆ ಇದರಲ್ಲಿ ತಾವು ಭಾಗವಹಿಸುವುದಿಲ್ಲ ಎಂದು ಕೊಡಗಿನ ದಿವಾನರುಗಳಾದ ಅಪ್ಪಾರಂಡ ಬೋಪು ಮತ್ತು ಚೆಪ್ಪುಡೀರ ಪೊನ್ನಪ್ಪ ಹೇಳಿದ ಕಾರಣ ಹೆಮ್ಮನೆಯ ಪುಟ್ಟಬಸಪ್ಪನನ್ನು ಈ ಸ್ಥಾನಕ್ಕೆ ತರಲಾಗಿದೆ. ಆದರೆ ಈತ ಹೇಗೆ ರಾಜಸಂಬಂಧಿ ಎನ್ನುವುದಕ್ಕೆ ಪುರಾವೆಯಾದ ಯಾವುದೇ ದಾಖಲೆಗಳು ದೊರಕುವುದಿಲ್ಲ.

ರಾಮಯ್ಯಗೌಡರ ನಾಯಕತ್ವ:

ಪುಟ್ಟಬಸಪ್ಪ/ಕಲ್ಯಾಣ ಸ್ವಾಮಿ/ಕಲ್ಯಾಣಪ್ಪನ ನೇತೃತ್ವದಲ್ಲಿ 1837ರ ಯುಗಾದಿ ಸಮಯದಲ್ಲಿ ದಂಗೆ ಆರಂಭಗೊಳ್ಳಬೇಕೆಂದು ನಿರ್ಧರಿಸಲಾಗುತ್ತದೆ. ಎಲ್ಲ ತೀರ್ಮಾನವೂ ದೂರದ ತಿರುಚಿರಾಪಳ್ಳಿಯ ಸೆರೆಮನೆಯೊಳಗೆ ಅಂತಿಮಗೊಳ್ಳುತ್ತದೆ. ಸ್ವಾಮಿ ಅಪರಂಪಾರನ ಜೊತೆ ಕೂಜುಗೋಡು ಮಲ್ಲಪ್ಪಗೌಡ, ಕೆದಂಬಾಡಿ ರಾಮಯ್ಯಗೌಡ, ಹುಲಿಕಡಿದ ನಂಜಯ್ಯ, ಚೆರಂಜಿ ಸುಬ್ರಾಯ, ಶೇಕ್, ಮಾನ್ಯದ ರಂಗಪ್ಪ, ವೀರಣ್ಣ ಬಂಟ, ಸಿರಕಜೆ ಮಲ್ಲಯ್ಯ ಈ ಒಳಸಂಚಿನ ಮುಖ್ಯ ಪಾತ್ರಧಾರಿಗಳು.

ಸುಳ್ಯವನ್ನು ಉದ್ದೇಶಿತ ದಂಗೆಯ ಕೇಂದ್ರವನ್ನಾಗಿಸಲು ಮುಖ್ಯ ಕಾರಣ ಹೋರಾಟಗಾರರಿಗೆ ಕೆದಂಬಾಡಿ ರಾಮಯ್ಯಗೌಡರ ಮೂಲಕ ಸಿಕ್ಕಿದ ಧೀಮಂತ ನಾಯಕತ್ವ, ಗೌಡಕನ್ನಡ ಮನೆಮಾತಿನ ಸುಳ್ಯ–ಮಡಿಕೇರಿಯ ಗೌಡರಿಗೆ ಕೂಜುಗೋಡು ಕಟ್ಟೆಮನೆ ಆಡಳಿತ ಕೇಂದ್ರ. ಈ ಮನೆಯವರು ಕುಕ್ಕೆ ಸುಬ್ರಹ್ಮಣ್ಯ ದೇವಸ್ಥಾನದ ಪರಂಪರಾಗತ ಧರ್ಮದರ್ಶಿಗಳು. 1837ರ ಸಮಯದಲ್ಲಿ ಕೂಜುಗೋಡು ಮಲ್ಲಪ್ಪ ಗೌಡ ಈ ದೇವಸ್ಥಾನದ ಮುಖ್ಯಸ್ಥನಾಗಿದ್ದಾತ. ಈತನ ಸಹೋದರ (Englishನಲ್ಲಿರುವ ದಾಖಲೆಗಳಲ್ಲಿ brother ಎಂದು ದಾಖಲಿಸಿದ್ದರೂ ನಿಜಕ್ಕೂ ಅಂಥವರು ದಾಯಾದಿಗಳಾಗಿರುವ ನಿದರ್ಶನಗಳು ನಮಗೆ ಹಲವು ಕಡೆ ದೊರಕುತ್ತವೆ) ಅಪ್ಪಯ್ಯ ಗೌಡ ಇನ್ನೊಬ್ಬ ಪ್ರಭಾವಶಾಲಿ ವ್ಯಕ್ತಿ. ಮಡಿಕೇರಿ ಸನಿಹ ವಾಸವಿದ್ದ ಮತ್ತು ಕೊಡಗಿನ ಕೊನೆಯ ಅರಸನೊಂದಿಗೆ ಆತ್ಮೀಯತೆಯಿಂದ ಇದ್ದ ಕೂಜುಗೋಡು ಕುಂಬುಗೌಡ ಈತನ ದಾಯಾದಿ. ಕೊಡಗಿನ ರಾಜನ ಪದಚ್ಯುತಿಗೆ ಮೊದಲೇ ಸ್ವಾಮಿ ಅಪರಂಪಾರನಿಗೂ ಕೂಜುಗೋಡು ಮಲ್ಲಪ್ಪಗೌಡನಿಗೂ ಸಂಪರ್ಕವಿದ್ದುದಕ್ಕೆ, ಸುಬ್ರಹ್ಮಣ್ಯದಲ್ಲಿ ಅನೇಕ ಬಾರಿ ಹೋರಾಟವನ್ನು ಹುಟ್ಟು ಹಾಕುವ ಬಗ್ಗೆ ಮಾತುಕತೆಗಳು ನಡೆದಿರುವ ಬಗ್ಗೆ ಈ ಪ್ರಕರಣದ ಬಗ್ಗೆ ನಡೆದ ಕೇಸುಗಳಲ್ಲಿ ಬಹಳಷ್ಟು ಮಂದಿ ಸಾಕ್ಷ್ಯ ಹೇಳಿದ್ದಾರೆ. ಕೂಜುಗೋಡು ಕುಟುಂಬ ಹೀಗೆ ಅಪಾರವಾದ ಪ್ರಭಾವವನ್ನು ಹೊಂದಿದ್ದರೆ ಇನ್ನೊಂದೆಡೆ ಕೆದಂಬಾಡಿ ಮನೆ ಸುಳ್ಯ ಪರಿಸರದ ಪ್ರಬಲ ಜಮೀನ್ದಾರಿ ಕುಟುಂಬವಾಗಿತ್ತು. ಜಾತಿ ಕಟ್ಟುಪಾಡಿಗೆ ಅನುಗುಣವಾಗಿ ಕೆದಂಬಾಡಿ ಮತ್ತು ಕೂಜುಗೋಡು ಕುಟುಂಬಗಳು ಸ್ವಂತ ಒಂದೇ ಮನೆಯವರಂತೆ; ಒಂದೇ ಮೂಲ ಕಬರು ಮತ್ತು ನಾಯರುಗೆ (ಗೋತ್ರ) ಸೇರದಿದ್ದರೂ ಅವರುಗಳಿಗೆ ಪರಸ್ಪರ ವೈವಾಹಿಕ ಸಂಬಂಧ ನಿಷಿದ್ಧ. ಈ ಕೌಟುಂಬಿಕ ಸಾಮೀಪ್ಯ ಕೆದಂಬಾಡಿ ರಾಮಯ್ಯಗೌಡರನ್ನು ಈ ಹೋರಾಟಕ್ಕೆ ಇನ್ನಷ್ಟು ಸೆಳೆದಿರಬಹುದು.

ಹೋರಾಟದ ರೂಪುರೇಷೆಗೆ ಅನುಗುಣವಾಗಿ 1837ರ ಜನವರಿ ತಿಂಗಳಲ್ಲಿ ಕಲ್ಯಾಣಪ್ಪನನ್ನು ಗುಪ್ತವಾಗಿ ಸುಳ್ಯಕ್ಕೆ ಕರೆತರುತ್ತಾರೆ. ಕಲ್ಯಾಣಪ್ಪನನ್ನು ಸ್ವತಃ ಕೆದಂಬಾಡಿ ರಾಮಯ್ಯಗೌಡರು ಮತ್ತು ಸಿರಕಜೆ ಮಲ್ಲಯ್ಯ ಹೆಮ್ಮನೆಯಿಂದ ಕರೆತರುವ ಬಗ್ಗೆ ಕೆಲವು ಬ್ರಿಟಿಷ್ ದಾಖಲೆಗಳು ಸಾಕ್ಷ್ಯ ನುಡಿಯುತ್ತವೆ. ಕಲ್ಯಾಣಪ್ಪ ತನ್ನ ವಿಚಾರಣೆಯಲ್ಲಿ,

"‥ ‥ ದಂಗೆಗೆ ಒಂದು ತಿಂಗಳ ಮೊದಲು ತಿಮ್ಮಯ್ಯ ಮತ್ತು (ಹಲಿಕಡಿದ) ನಂಜಯ್ಯ ಎಂಬ ಇಬ್ಬರು ವ್ಯಕ್ತಿಗಳು ನನ್ನ ಮನೆಗೆ ಬಂದು ಅಲ್ಲಿಂದ (ಕೆದಂಬಾಡಿ) ರಾಮಯ್ಯ ಗೌಡರಲ್ಲಿಗೆ ಕರೆದುಕೊಂಡು ಹೋದರು. ಅಲ್ಲಿ ಅವರು ನನ್ನನ್ನು ಪೂಮಲೆ ಕಾಡಿನ ಒಂದು ಜಾಗದಲ್ಲಿ ಉಳಿಸಿಕೊಂಡರು‥ ‥" ಎಂಬುದಾಗಿ ಹೇಳುತ್ತಾನೆ (ಕೇಸ್ ನಂ.13, ಜುಡಿಷಿಯಲ್ ವಾಲ್ಯೂಮ್ಸ್, ತಮಿಳ್ನಾಡು ಪತ್ರಾಗಾರ).

ಈ ತಿಮ್ಮಯ್ಯ ಎನ್ನುವಾತ ಕೆದಂಬಾಡಿ ರಾಮಯ್ಯಗೌಡರ ಮನೆಯ ಸಮೀಪ ವಾಸವಾಗಿದ್ದವ ಎಂಬುದನ್ನು ಕಲ್ಯಾಣಪ್ಪ ತನ್ನ ಹೇಳಿಕೆಯಲ್ಲಿ ತಿಳಿಸಿದ್ದಾನೆ. ಕೆದಂಬಾಡಿ ರಾಮಯ್ಯಗೌಡರ ಮಗಳ ಗಂಡನ ಹೆಸರು ಮಡಿಯಾಲ ತಿಮ್ಮಯ್ಯ ಎಂಬುದಾಗಿದ್ದು, ಕಲ್ಯಾಣಪ್ಪ ಹೇಳುವುದು ಈತನ ಬಗ್ಗೆಯೇ ಎಂಬುದು ತಿಳಿದುಬರುವುದಿಲ್ಲ.

ಕೆದಂಬಾಡಿ ರಾಮಯ್ಯಗೌಡರು ತಮ್ಮ ಉಬರಡ್ಕದ ಮನೆಯ ಸಮೀಪದಲ್ಲಿರುವ ಪೂಮಲೆ ಅರಣ್ಯದಲ್ಲಿ ಕಲ್ಯಾಣಪ್ಪನನ್ನು ಮೂರು ವಾರಗಳಷ್ಟು ಕಾಲ ಇರಿಸಿಕೊಳ್ಳುತ್ತಾರೆ. ಅನಂತರ ದಂಗೆಯ ಆಸ್ಫೋಟಕ್ಕೆ ಎಲ್ಲ ಸಿದ್ಧತೆಗಳೂ ನಡೆಯುತ್ತವೆ. ಕೆದಂಬಾಡಿ ರಾಮಯ್ಯ ಗೌಡರ ಆಪ್ತನೂ, ಈ ಒಳಸಂಚಿನ ಪ್ರಮುಖರಲ್ಲೊಬ್ಬನೂ ಆದ ವೀರಣ್ಣ ಬಂಟ ಸುಳ್ಯಕ್ಕೆ ಬಂದು ದಿವಾನ ಲಕ್ಷ್ಮಿನಾರಾಯಣನ ತಮ್ಮ ಅಟ್ಲೂರು ರಾಮಪ್ಪಯ್ಯನನ್ನು ಮತ್ತು ಕೆದಂಬಾಡಿ ರಾಮಯ್ಯಗೌಡರನ್ನು ಭೇಟಿ ಮಾಡಿ ಒಟ್ಟು ಬೆಳೆವಣಿಗೆಗಳ ಬಗ್ಗೆ ಲಕ್ಷ್ಮಿನಾರಾಯಣನಿಗೆ ತಿಳಿಸುತ್ತಿದ್ದ ಎಂದು ಕಾಟನ್ ಬರೆಯುತ್ತಾನೆ. ಈತ ಸುಬ್ರಹ್ಮಣ್ಯ-ಸುಳ್ಯ-ಮಡಿಕೇರಿ-ಮೈಸೂರು-ತಿರುಚಿರಾಪಳ್ಳಿ ಮಧ್ಯೆ ಸಂಪರ್ಕ ಕೊಂಡಿಯಾಗಿದ್ದ.

ಕೆದಂಬಾಡಿ ರಾಮಯ್ಯಗೌಡರಿಗೆ ಭಾಗಮಂಡಲ ಸನಿಹದ ಚೆಟ್ಟಿಮಾನಿಯಲ್ಲಿ ಸಹ ಮನೆಯಿತ್ತು. ಮೇಲ್ಕೊಡಗಿಗೆ ಮತ್ತು ಕೆಳ ಕೊಡಗಿಗೆ ಮಧ್ಯೆ ಇವರು ನಿರಂತರ ಸಂಪರ್ಕದಲ್ಲಿದ್ದರು. ಎರಡೂ ಕಡೆ ಸಂಬಂಧಿಕರಿದ್ದರು. ಹೋರಾಟದ ಪ್ರಮುಖರಲ್ಲಿ ಬಹುತೇಕ ಮಂದಿ ಈತನ ಆತ್ಮೀಯ ವಲಯದಲ್ಲಿದ್ದವರು. ಕಲ್ಯಾಣಪ್ಪನ ಮುನ್ಷಿಯಾಗಿ ತನ್ನ ಬಂಧು ಕುಕ್ಕುನೂರು ಚೆನ್ನಯ್ಯನನ್ನು ಇವರೇ ನಿಯೋಜಿಸಿದ್ದು. ಒಬ್ಬ ಯೋಧನಲ್ಲದ ಕುಕ್ಕುನೂರು ಚೆನ್ನಯ್ಯ ತನ್ನ ಅಪ್ರತಿಮ ಬುದ್ಧಿಮತ್ತೆಯಿಂದ ಆ ಹೊತ್ತಲ್ಲಿ ಪ್ರಸಿದ್ಧನಾಗಿದ್ದ. ಕಲ್ಯಾಣಪ್ಪನ ದಂಡಿಗೆ ಸಂಬಂಧಿಸಿದ ಹಣಕಾಸಿನ ವ್ಯವಹಾರಗಳನ್ನು ನೋಡಿಕೊಳ್ಳು ತ್ತಿದ್ದುದು, ಬರೆವಣಿಗೆಗಳನ್ನು ಮಾಡುತ್ತಿದ್ದುದು ಈತನೇ. ಸ್ವಾಮಿ ಅಪರಂಪಾರನ ಹೆಸರಲ್ಲಿ ನಿರೂಪಗಳನ್ನು ಸಿದ್ಧಪಡಿಸಿದ್ದು ಸಹ ಕುಕ್ಕುನೂರು ಚೆನ್ನಯ್ಯ.

ದಂಗೆಗೆ ಸ್ವಯಂ ಆಸಕ್ತಿಯಿಂದ ಜನ ಸೇರಲು ಮತ್ತು ಅದು ಮೊದಲ ಹಂತದ ಯಶಸ್ಸನ್ನು ಪಡೆದುಕೊಳ್ಳಲು ದೊಡ್ಡದಾದ ಕಾರಣ ಆ ಸಮಯದಲ್ಲಿ ಹೊರಡಿಸಿದ ನಿರೂಪಗಳು. ಈ ನಿರೂಪಗಳನ್ನು ಕೆಲವು ಕಡೆ ಕಲ್ಯಾಣಸ್ವಾಮಿಯ ಹೆಸರಲ್ಲಿ ಹೊರಡಿಸದೆ ಸ್ವಾಮಿ ಅಪರಂಪಾರನ ಹೆಸರಲ್ಲಿ ಹೊರಡಿಸಲಾಗಿದೆ. ಇದೆಲ್ಲವೂ ಕೆದಂಬಾಡಿ

ರಾಮಯ್ಯಗೌಡರ ಆಣತಿಯಂತೆ ನಡೆದಿವೆ. 'ಸ್ವಾಮಿಗಳ ದಂಡು ಸಹಸ್ರ ಸಹಸ್ರ ಸಂಖ್ಯೆಯಲ್ಲಿ ಬರುತ್ತಿದೆ, ಜನ ಅದನ್ನು ಸೇರಿಕೊಳ್ಳಬೇಕು, ತಪ್ಪಿದಲ್ಲಿ ತಲೆದಂಡ' ಮೊದಲಾದ ಹೇಳಿಕೆಗಳಿದ್ದ ನಿರೂಪ ಜನರಲ್ಲಿ ಹುಮ್ಮಸ್ಸನ್ನು ಮೂಡಿಸಿದ್ದು, ಜಡತೆಯಿಂದಿದ್ದವರು ಮೈಕೊಡವಿಕೊಂಡು ಎದ್ದದ್ದು ಖಚಿತ.

ಕಾಟಕಾಯಿಯ ಅಧ್ಯಯನದ ಮೊದಲ ಅಧ್ಯಾಯದಲ್ಲಿ ಸಿಗುವ ಉಲ್ಲೇಖ ಪೆರಾಜೆಯ ಶಾಸ್ತಾವೇಶ್ವರ ದೇವಸ್ಥಾನದ ಬಗ್ಗೆ. ಆ ದಿನ 30ನೆಯ ಮಾರ್ಚ್ 1837; ಪೆರಾಜೆ ದೇವಸ್ಥಾನದಲ್ಲಿ ನೂರಾರು ಜನ ಸೇರಿರುತ್ತಾರೆ. ದಿನದ ಪ್ರಮುಖ ಸಾಂಸ್ಕೃತಿಕ ವಿಶೇಷವೆಂದರೆ 'ಕೋಳಿಕಟ್ಟ'. ದೇವಸ್ಥಾನಗಳಲ್ಲಿ ಜಾತ್ರೆ ನಡೆಯುವ ಹಿಂದುಮುಂದಾಗಿ ಗ್ರಾಮೀಣ ಜನರು ತೆಂಗಿನಕಾಯಿ ಕುಟ್ಟುವುದು, ಕೋಳಿ ಅಂಕ ನಡೆಸುವುದು ಕೆಲವೆಡೆ ಇಂದಿಗೂ ನಡೆದುಬಂದಿದೆ. ಆ ದಿನ ಶಾಸ್ತಾವೇಶ್ವರ ದೇವಸ್ಥಾನದ ಜಾತ್ರೆಯ ಕೋಳಿಕಟ್ಟ ನಡೆಯುತ್ತಿರುವಾಗ ಚೆಂಬು–ಪೆರಾಜೆಗಳ ಪಾರುಪತ್ಯಗಾರ ಕೃಷ್ಣಯ್ಯ ಸಹ ಅಲ್ಲಿರುತ್ತಾನೆ. ಆತನನ್ನು ಹುಡುಕಿಕೊಂಡು ಬಚ್ಚಗುಡ್ಲೆ ತಿಮ್ಮಯ್ಯಶೆಟ್ಟಿ ಎಂಬಾತ ಅಲ್ಲಿಗೆ ಬರುತ್ತಾನೆ. ಬಚ್ಚಗುಡ್ಲೆ ತಿಮ್ಮಯ್ಯಶೆಟ್ಟಿ ಈ ಅಪರಂಪಾರಸ್ವಾಮಿಯ ತಮ್ಮ ನಂಜರಾಯಪ್ಪನದ್ದೆಂದು ಹೇಳಲಾದ ನಿರೂಪವೊಂದನ್ನು ಕೃಷ್ಣಯ್ಯನಿಗೆ ತಲುಪಿಸುತ್ತಾನೆ. ಬ್ರಿಟಿಷರ ವಿರುದ್ಧ ಯುದ್ಧಕ್ಕೆ ಸನ್ನದ್ಧರಾಗಬೇಕೆಂದು ಆಜ್ಞೆ ಆ ನಿರೂಪದಲ್ಲಿತ್ತು. ದೇವಸ್ಥಾನದ ಮುಂದೆ ಅಡ್ಕದಲ್ಲಿ ಕೋಳಿಕಟ್ಟಕ್ಕೆ ಸೇರಿದ ಜನರಿಗೆ ಈ ನಿರೂಪವನ್ನು ಓದಿ ಹೇಳಲಾಯಿತು.

ಸುಳ್ಯ ತಾಲ್ಲೂಕು ಪಂಜದ ಸನಿಹದ ಬೀದಿಗುಡ್ಡೆಯಲ್ಲಿರುವ ಕಂಚಿ ದೇವಸ್ಥಾನ ಅಥವಾ ತ್ರಿಶೂಲಿನ ದೇವಸ್ಥಾನ ಒಂದು ವಿಶಿಷ್ಟವಾದ ದೇಗುಲ. ಗರ್ಭಗುಡಿಯಲ್ಲಿ ವಿಗ್ರಹದ ಬದಲು ಒಂದು ತ್ರಿಶೂಲವಿದೆ. ಮಧ್ಯಕಾಲೀನ ತಾಂತ್ರಿಕ ಪಂಗಡವಾದ ಕಾಳಮುಖ ಪಂಥಕ್ಕೆ ಸೇರಿದ್ದು ಎನ್ನಲಾದ ಬೀದಿಗುಡ್ಡೆ ದೇವಸ್ಥಾನದಲ್ಲಿ ಸಹ ಆಗ ಅದ್ದೂರಿಯ ಜಾತ್ರೋತ್ಸವ ನಡೆಯುತ್ತಿತ್ತು. ಇಲ್ಲಿ ಕೆಲವರು ಕಲ್ಯಾಣಪ್ಪ ಕಳುಹಿಸಿದ ನಿರೂಪವನ್ನು ಓದಿ ಹೇಳಿ ಜನಜಾಗೃತಿಯ ಕೆಲಸವನ್ನು ಮಾಡುತ್ತಾರೆ. ಅಂತೆಯೇ ಸ್ವಾತಂತ್ರ್ಯಾಕಾಂಕ್ಷೆಯಿಂದ ಉನ್ಮತ್ತರಾದ ಜನ ಕಾಟಕಾಯಿಗೆ ಸೇರಿಕೊಳ್ಳಲು ಸನ್ನದ್ಧರಾಗುತ್ತಾರೆ.

1837ರ ಮಾರ್ಚ್ 30ರಂದು ಸುಳ್ಯ ಸನಿಹದ ಉಬರಡ್ಕ ಮಿತ್ತೂರು ಗ್ರಾಮದಲ್ಲಿರುವ ಕೆದಂಬಾಡಿ ರಾಮಗೌಡರಿಗೆ ಸೇರಿದ ಮದುವೆಗದ್ದೆ ಎಂಬ ಸ್ಥಳದಲ್ಲಿ ಕಲ್ಯಾಣಪ್ಪ ಪ್ರತ್ಯಕ್ಷನಾಗುತ್ತಾನೆ. ಮೊದಲು ಅಟ್ಲೂರು ರಾಮಪ್ಪಯ್ಯನನ್ನು ಕರೆತರಲು ಕೆದಂಬಾಡಿ ರಾಮಗೌಡ ಕೆಲವರನ್ನು ಕಳುಹಿಸುತ್ತಾರೆ.

ಆರಂಭದಲ್ಲಿ ಒಳಸಂಚಿನ ಒಂದು ಭಾಗವೇ ಆಗಿದ್ದ ರಾಮಪ್ಪಯ್ಯ ಕೊನೆಯ ಹಂತದಲ್ಲಿ ಹೋರಾಟದಲ್ಲಿ ಭಾಗವಹಿಸದಿರಲು ತೀರ್ಮಾನಿಸಿದ್ದ. ರಾಮಪ್ಪಯ್ಯ ಕೂಡ

ಒಬ್ಬ ಪಿತೂರಿಗಾರ ಎಂದು ಕಾಟನ್ ತೀರ್ಮಾನಕ್ಕೆ ಬರುತ್ತಾನೆ. 1835ರ ಮೈಸೂರಿನ 'ಅಷ್ಟಗ್ರಾಮ ಪಿತೂರಿ'ಯು ಕೊಡಗಿನ ದಿವಾನ ಚೆಪ್ಪುಡೀರ ಪೊನ್ನಪ್ಪನಿಂದ ಪ್ರೇರಿತವಾಗಿತ್ತು ಎನ್ನಲಾಗಿದೆ. ಅದೇ ಹೊತ್ತಲ್ಲಿ ಕೊಡಗಿನಲ್ಲಿ ಸಹ ದಂಗೆಯೊಂದನ್ನು ಹುಟ್ಟು ಹಾಕಲು ಚೆಪ್ಪುಡೀರ ಪೊನ್ನಪ್ಪ ಪ್ರಯತ್ನಿಸುತ್ತಿದ್ದಾನೆಂದು ಲಕ್ಷ್ಮೀನಾರಾಯಣ ಬ್ರಿಟಿಷ್ ಅಧಿಕಾರಿಗಳ ಕಿವಿಯೂದಿದ್ದ (ಪುಟ ಸಂಖ್ಯೆ 2, ಸೀಕ್ರೆಟ್ ಡಿಪಾರ್ಟ್‌ಮೆಂಟ್ ವಾಲ್ಯೂಮ್ಸ್ ನಂ.133, ತಮಿಳ್ನಾಡು ಪತ್ರಾಗಾರ). ತಮಾಷೆಯೆಂದರೆ ಈ ಬಗ್ಗೆ ತನಿಖೆ ನಡೆಸಿದ ಕೊಡಗಿನ ಆಗಿನ ಆಡಳಿತಾಧಿಕಾರಿ ಕ್ಯಾಪ್ಟನ್ ಲೀ ಹಾರ್ಡಿ ಇದು ಕೊಡವರ ಮೇಲೆ ಬ್ರಿಟಿಷರಿಗಿದ್ದ ನಂಬಿಕೆಯನ್ನು ಅಲುಗಾಡಿಸಲೋಸುಗ ದಿವಾನ ಲಕ್ಷ್ಮೀನಾರಾಯಣ ಸೃಷ್ಟಿಸಿದ ಕಟ್ಟುಕತೆ ಎಂಬ ತೀರ್ಪನ್ನು ಕೊಟ್ಟು, ಕೊಡವರ ಮಧ್ಯೆ ಜನಪ್ರಿಯನಲ್ಲದಿದ್ದ ಲಕ್ಷ್ಮೀನಾರಾಯಣನನ್ನು 15.12.1836ರಂದು ದಿವಾನ ಪದವಿಯಿಂದ ತಾತ್ಕಾಲಿಕವಾಗಿ ಅನೂರ್ಜಿತಗೊಳಿಸುತ್ತಾನೆ! ಅಲ್ಲದೆ ಮುಂದೆ ಅವನನ್ನು ಗೃಹಬಂಧನದಲ್ಲಿ ಇಡಲಾಗುತ್ತದೆ. 1837ರ ಹೋರಾಟದ ಅನಂತರ ಲಕ್ಷ್ಮೀನಾರಾಯಣ ಒಳಸಂಚಿನಲ್ಲಿ ಭಾಗಿಯಾಗಿಲ್ಲ ಎಂದು ತೀರ್ಮಾನ ನೀಡಲಾಯಿತಾದರೂ ಆತನ ಆಸ್ತಿಪಾಸ್ತಿಗಳನ್ನು ಮುಟ್ಟುಗೋಲು ಹಾಕಿ ಅವನನ್ನು ದಿವಾನ ಪದವಿಯಿಂದ ಶಾಶ್ವತವಾಗಿ ನಿವೃತ್ತಿಗೊಳಿಸಲಾಯಿತೆಂಬುದು ಗಮನಾರ್ಹ (ಡಿ.ಎನ್.ಕೃಷ್ಣಯ್ಯ : 'ಕೊಡಗಿನ ಇತಿಹಾಸ'). ವಿನಾಕಾರಣ ದಿವಾನ ಲಕ್ಷ್ಮೀನಾರಾಯಣ ಅಪಮಾನಕ್ಕೆ ಈಡಾದ ಪ್ರಸಂಗದಿಂದಾಗಿ ಅಟ್ಲೂರು ರಾಮಪ್ಪಯ್ಯ ಬ್ರಿಟಿಷರ ಪರವಾದ ಒಲವನ್ನು ಹೊಂದಿದ್ದ ಎನ್ನಲಾಗುವುದಿಲ್ಲ. ಆತ ಒಳಸಂಚಿನ ವಿವರಗಳನ್ನು ಕೆನರಾ ಜಿಲ್ಲೆಯ ಆಡಳಿತಾಧಿಕಾರಿಗಳಿಗೆ ತಿಳಿಸಿರಬಹುದೆಂದು ದಂಗೆಕೋರರ ಅಭಿಪ್ರಾಯ ಎಂಬುದಾಗಿ ಕೊಡಗಿನ ಮುಖ್ಯಸ್ಥ ಕ್ಯಾಪ್ಟನ್ ಲೀ ಹಾರ್ಡಿ ಹೇಳಿರುವುದರಿಂದಲೂ, ದಿವಾನ ಲಕ್ಷ್ಮೀನಾರಾಯಣನ ಮುಖಾಂತರ ಕೊಡಗಿನ ಆಡಳಿತಾಧಿಕಾರಿಗಳಿಗೆ ತಿಳಿಸಿರಬಹುದೆಂದು ಹೋರಾಟಗಾರರ ಅನಿಸಿಕೆಯಾಗಿತ್ತು ಎಂದು ಕೆನರಾ ಜಿಲ್ಲೆಯ ಚೀಫ್ ಕಲೆಕ್ಟರ್ ಲೆವಿನ್ ಹೇಳಿರುವುದರಿಂದಲೂ ರಾಮಪ್ಪಯ್ಯ ದಂಗೆಯ ಬಗ್ಗೆ ಯಾವುದೇ ಮಾಹಿತಿಯನ್ನು ನೇರವಾಗಿ ಬ್ರಿಟಿಷರಿಗೆ ತಲುಪಿಸಿರಲಿಲ್ಲವೆಂಬುದು ಸ್ಪಷ್ಟ. ಕೊಡಗಿನ ರಾಜಕೀಯ ಬೆಳೆವಣಿಗೆಗಳ ಹಿನ್ನೆಲೆಯಲ್ಲಿ ಯಾವುದೇ ಪಕ್ಷವನ್ನು ವಹಿಸದೆ ತಟಸ್ಥವಾಗಿರಲು ರಾಮಪ್ಪಯ್ಯನಿಗೆ ಲಕ್ಷ್ಮೀನಾರಾಯಣ ಸೂಚಿಸಿರಬಹುದಾದ ಸಾಧ್ಯತೆ ಇದೆ. ಲಕ್ಷ್ಮೀನಾರಾಯಣನ ಹೆಂಡತಿಯ ಸಹೋದರ ಸುಬೇದಾರ ಕೃಷ್ಣಯ್ಯ ಮತ್ತು ಲಕ್ಷ್ಮೀನಾರಾಯಣನ ಹತ್ತಿರದ ಸಂಬಂಧಿ ಕರಣಿಕ ಸುಬ್ರಾಯ ಬಂಡಾಯಗಾರರನ್ನು ಬೆಳ್ಳಾರೆಪೇಟೆಯಲ್ಲಿ ಸೇರಿಕೊಂಡು ಕೊನೆಯವರೆಗೂ ಅವರೊಂದಿಗೇ ಇದ್ದು, ಅಂತಿಮವಾಗಿ ಬಂಧಿಸಲ್ಪಟ್ಟು ಶಿಕ್ಷೆಗೆ ಗುರಿಯಾಗುತ್ತಾನೆ ಎಂಬುದು ನಿಜ. ಆದರೆ, ಲಕ್ಷ್ಮೀನಾರಾಯಣನ ಇನ್ನಿಬ್ಬರು ಸಹೋದರರಾದ ಶಿವಣ್ಣಯ್ಯ/ಶಿವಯ್ಯ ಮತ್ತು ಚೆನ್ನಕೇಶವ ಈ ಹೋರಾಟದಲ್ಲಿ ಯಾವುದೇ ಪಾತ್ರ ವಹಿಸದಿರುವುದು ಗಮನಾರ್ಹ. ನಿಜಕ್ಕೂ ಆ

ಹೊತ್ತು ಲಕ್ಷ್ಮೀನಾರಾಯಣನ ಪರಿಸ್ಥಿತಿ ಬಹಳ ಇಕ್ಕಟ್ಟಿನದಾಗಿತ್ತು. ಬ್ರಿಟಿಷರು ಅವನ ಮೇಲೆ ನಂಬಿಕೆಯನ್ನು ಕಳಕೊಂಡಿದ್ದರು. ಇನ್ನೊಂದು ಕಡೆ, ಕೂಜುಗೋಡು ಅಪ್ಪಯ್ಯ ಗೌಡನ ಹೇಳಿಕೆಯನ್ನು ನಂಬಬಹುದಾದರೆ, ದಿವಾನ ಅಪ್ಪಾರಂಡ ಬೋಪು ಮತ್ತು ದಿವಾನ ಚೆಪ್ಪುಡೀರ ಪೊನ್ನಪ್ಪ ಇವರ ಸಂಪೂರ್ಣ ಬೆಂಬಲ ಹೋರಾಟಗಾರರಿಗಿತ್ತು. ಒಂದು ವೇಳೆ ಅಂತಿಮ ಜಯ ಬಂಡಾಯಗಾರರಿಗೆ ಲಭಿಸಿದಿದ್ದರೆ ಲಕ್ಷ್ಮೀನಾರಾಯಣ ಅಪಾರವಾದ ಬೆಲೆಯನ್ನು ತೆರಬೇಕಿತ್ತು. ಯಾಕೆಂದರೆ 1836ರ ಉದ್ದೇಶಿತ ದಂಗೆಯಲ್ಲಿ ಚೆಪ್ಪುಡೀರ ಪೊನ್ನಪ್ಪ ದಿವಾನನ ಪಾತ್ರವಿದೆಯೆಂದು ಬ್ರಿಟಿಷರಿಗೆ ಮಾಹಿತಿ ನೀಡಿ ಆತನ ದ್ವೇಷಕ್ಕೆ ಲಕ್ಷ್ಮೀನಾರಾಯಣ ಗುರಿಯಾಗಿಬಿಟ್ಟಿದ್ದ. ತನ್ನ ಅಣ್ಣನ ಈ ಕ್ಲಿಷ್ಟಕರ ಪರಿಸ್ಥಿತಿಯ ಅರಿವಿದ್ದ ರಾಮಪ್ಪಯ್ಯನಿಗೆ ತಟಸ್ಥ ಧೋರಣೆಯೇ ಅನುಕೂಲಕರವಾಗಿ ಕಂಡಿದ್ದರೆ ಆಶ್ಚರ್ಯವಿಲ್ಲ.

ಮೇಲೆ ಹೇಳಿದಂತೆ 1837ರ ಮಾರ್ಚ್ 30ರಂದು ಕೆದಂಬಾಡಿ ರಾಮಯ್ಯಗೌಡರು ಅಟ್ಲೂರು ರಾಮಪ್ಪಯ್ಯನನ್ನು ಕರೆತರಲು ಕೆಲವರನ್ನು ಕಳುಹಿಸುತ್ತಾರೆ. ರಾಮಪ್ಪಯ್ಯನ ನಿಲುವು ಬಹಳ ಪ್ರಮುಖವಾದುದಾಗಿತ್ತು. ಹೋರಾಟಕ್ಕೆ ಆತ ಬೆಂಬಲ ಸೂಚಿಸಿ ದಂಡಿನೊಡನೆ ಅದರ ಭಾಗವಾಗಿ ಸಾಗಿದರೆ ಹೋರಾಟಕ್ಕೆ ಹೆಚ್ಚಿನ ಶಕ್ತಿ ಮತ್ತು ಆಯಾಮ ದೊರಕುತ್ತಿತ್ತು. ಒಂದು ವೇಳೆ ದಂಡಿಗೆ ಸೇರದಿದ್ದರೆ ಆತ ಇಡೀ ಹೋರಾಟಕ್ಕೆ ಅಪಾಯಕಾರಿಯಾಗಿ ಪರಿಣಮಿಸುತ್ತಿದ್ದ. ಆತನಿಂದ ಖಂಡಿತವಾಗಿಯೂ ಬ್ರಿಟಿಷರಿಗೆ ಅಥವಾ ಲಕ್ಷ್ಮೀನಾರಾಯಣನಿಗೆ ಮಾಹಿತಿ ಹೋಗುತ್ತಿತ್ತು; ಅದರಿಂದ ಪರಿಸ್ಥಿತಿ ಭೀಕರವಾಗುತ್ತಿತ್ತು. ಈ ಎರಡು ವಿಚಾರಗಳನ್ನು ಸಂದರ್ಭಕ್ಕೆ ಅನುಗುಣವಾಗಿ ಸಂಭಾಳಿಸಬೇಕೆನ್ನುವುದು ಕೆದಂಬಾಡಿ ರಾಮಯ್ಯಗೌಡರ ಉದ್ದೇಶವಾಗಿತ್ತು. ಅಟ್ಲೂರು ರಾಮಪ್ಪಯ್ಯನನ್ನು ಕರೆತರಲು ಜನ ಕಳುಹಿಸಿದ ನಡೆಯ ಮೂಲಕ ಅವರ ಬುದ್ಧಿಮತ್ತೆ ಮತ್ತು ನಾಯಕತ್ವದ ಚಾಕಚಕ್ಯತೆ ನಮ್ಮ ಅರಿವಿಗೆ ಬರುತ್ತದೆ.

ದಂಗೆಯ ಆರೋಪಿಗಳಾದ ಕಾರ್ಯಾನ ಅಣ್ಣಯ್ಯ, ಕಾರ್ಯಾನ ಕುಂಞ, ಕಾರ್ಯಾನ ತಿಮ್ಮಯ್ಯ ಮತ್ತು ಕಾರ್ಯಾನ ಬೊಳ್ಳಗೌಡರ ಕೇಸಿನ ಸಾಕ್ಷಿಗಳ ಹೇಳಿಕೆಯಲ್ಲಿ ರಾಮಪ್ಪಯ್ಯನನ್ನು ಕರೆದುಕೊಂಡು ಬರಲು ಕೋಲ್ಚಾರು ಶಿವಣ್ಣ ಗೌಡ, ಮುಡ್ನೂರು ಕಾರ್ಯಾನ ತಿಮ್ಮಯ್ಯ ಗೌಡ ಹಾಗೂ ಅಣ್ಣಯ್ಯ (ಕಳಗಿ?) ಎಂಬವರ ಜತೆ ಹದಿನೈದು ಮಂದಿಯನ್ನು ಕೆದಂಬಾಡಿ ರಾಮಯ್ಯಗೌಡರ ಮನೆಯಿಂದ ಕಳುಹಿಸಲಾಯಿತು. (ಕೇಸ್ ನಂ.7, ಜುಡಿಷಿಯಲ್ ವಾಲ್ಯೂಮ್ಸ್, ತಮಿಳ್ನಾಡು ಪತ್ರಾಗಾರ). ಆ ಜನರನ್ನು ಗುಂಡು ಹೊಡೆದು ಕೊಲ್ಲಲು ರಾಮಪ್ಪಯ್ಯ ಪ್ರಯತ್ನಿಸುತ್ತಾನೆ. ಆದುದರಿಂದ ಅವರುಗಳು ರಾಮಪ್ಪಯ್ಯನನ್ನು ಮತ್ತು ಆತನ ಅಣ್ಣ ಶಿವಣ್ಣನನ್ನು ಬಂಧಿಸಿ ತರುತ್ತಾರೆ (ಪುಟ ಸಂಖ್ಯೆ 1174, ಪೊಲಿಟಿಕಲ್ ಡಿಪಾರ್ಟ್‌ಮೆಂಟ್ ಕನ್ಸಲ್ಟೇಶನ್ ವಾಲ್ಯೂಮ್ಸ್, ತಮಿಳ್ನಾಡು ಪತ್ರಾಗಾರ). ರಾಮಪ್ಪಯ್ಯನ ಕುತ್ತಿಗೆ ಮತ್ತು ತಲೆಗೆ ಕತ್ತಿಯಿಂದ ಕಡಿದ ಗಾಯಗಳಾಗಿರುತ್ತವೆ.

ಅವುಗಳಿಗೆ ಕರವಸ್ತ್ರದ ತರಹದ ಬಟ್ಟೆಗಳನ್ನು ಕಟ್ಟಿರುತ್ತಾರೆ. ಅಟ್ಲೂರು ರಾಮಪ್ಪಯ್ಯನ ಕುದುರೆಯನ್ನು ಮದುವೆಗದ್ದೆಯಲ್ಲಿ ದಂಗೆಯ ಅಧಿಕೃತ ನಾಯಕ ಕಲ್ಯಾಣಸ್ವಾಮಿಗೆ ನೀಡಲಾಗುತ್ತದೆ. ಜೊತೆಗೆ ಪ್ರೀತಿ, ಗೌರವದ ಪರಾಕಾಷ್ಠೆ ಎಂಬಂತೆ ಕಲ್ಯಾಣಸ್ವಾಮಿಗೆ ಮದುವೆಗದ್ದೆಯ ಸನಿಹದ ಮಿತ್ತೂರು ನಾಯರ್ ದೈವದ ಕೆಂಪು ಕೊಡೆಯನ್ನು ಹಿಡಿಯುತ್ತಾರೆ. ಮಿತ್ತೂರು ನಾಯರ್ ದೈವ ಸುಳ್ಯ ಪರಿಸರದ ಅತ್ಯಂತ ಕಾರಣಿಕದ ದೈವವೆಂಬ ನಂಬಿಕೆ ಇಂದಿಗೂ ಪ್ರಚಲಿತದಲ್ಲಿದೆ. ಇಂತಹ ದೈವದ ಛತ್ರಚಾಮರವನ್ನು ಮನುಷ್ಯಮಾತ್ರನೊಬ್ಬನಿಗೆ ಹಿಡಿಯುವುದೆಂದರೆ ಈ ಹೋರಾಟದ ಬಗ್ಗೆ ಜನ ಸಾಮಾನ್ಯರಿಗಿದ್ದ ಅರ್ಪಣಾ ಮನೋಭಾವ ಅರ್ಥವಾಗುತ್ತದೆ. ಈಗ ಮಿತ್ತೂರು ನಾಯರ್ ದೈವಕ್ಕೆ ಕೆಂಪು ಕೊಡೆ ಇಲ್ಲ, ಬದಲಿಗೆ ಬಿಳಿ ಕೊಡೆಯನ್ನು ಹಿಡಿಯುತ್ತಾರೆ! ಬದುಕು-ರಾಜಕೀಯ-ಧಾರ್ಮಿಕತೆ ಎಲ್ಲ ಒಂದರೊಳಗೊಂದು ಮಿಳಿತಗೊಂಡ ಸನ್ನಿವೇಶದ ಅರ್ಥಪೂರ್ಣ ಸಂಕೇತವಿದು. ಇದೆಲ್ಲವೂ ಕೆದಂಬಾಡಿ ರಾಮಯ್ಯಗೌಡರ ಅನುಜ್ಞೆ ಇಲ್ಲದೆ ಸಾಧ್ಯವಿರಲಿಲ್ಲ.

ಈ ಹೋರಾಟದಲ್ಲಿ ಅಟ್ಲೂರು ರಾಮಪ್ಪಯ್ಯನ ಹತ್ಯೆಗೆ ಸಂಬಂಧಿಸಿದ ಆರೋಪಕ್ಕೆ ಗುರಿಯಾಗಿ ಹತ್ತು ವರ್ಷ ಕಾರಾಗೃಹ ಶಿಕ್ಷೆ ಅನುಭವಿಸಿದ ಪಟ್ರಕೋಡಿ ಸಣ್ಣಪ್ಪನ ಕೇಸಿನ ಸಾಕ್ಷಿ ವಿಚಾರಣೆಯಲ್ಲಿ, ಹೋರಾಟಗಾರರು ರಾಮಪ್ಪಯ್ಯನ ಕೈಗಳನ್ನು ಕಟ್ಟಿ ಆತನನ್ನು ಜತೆಯಲ್ಲೇ ನಡೆಸಿಕೊಂಡು ಸುಳ್ಯದಿಂದ ಬೆಳ್ಳಾರೆ ಪೇಟೆಯವರೆಗೆ ಕರೆದೊಯ್ಯುವ ವಿವರಗಳಿವೆ (ಪುಟ ಸಂಖ್ಯೆ 9066, ಜುಡಿಷಿಯಲ್ ಡಿಪಾರ್ಟ್‌ಮೆಂಟ್ ಕನ್ಸಲ್ಟೇಶನ್ ವಾಲ್ಯೂಮ್ಸ್, ತಮಿಳ್ನಾಡು ಪತ್ರಾಗಾರ). ಆ ಹೇಳಿಕೆಗಳ ಪ್ರಕಾರ ಬೆಳ್ಳಾರೆಯನ್ನು ಗೆದ್ದ ಸೈನ್ಯ ಮುಂದೆ ಸಾಗುತ್ತಿದ್ದಾಗ ರಾಮಪ್ಪಯ್ಯನನ್ನು ಬಂದಿಯಾಗಿ ಒಟ್ಟಿಗೆ ಕರೆದೊಯ್ಯುವುದನ್ನು ಅಥವಾ ಅವನಿಗೆ ಕ್ಷಮಾದಾನ ನೀಡುವುದನ್ನು ಎರಡನ್ನೂ ಕೆದಂಬಾಡಿ ರಾಮಯ್ಯಗೌಡ ವಿರೋಧಿಸುತ್ತಾರೆ. ಅಲ್ಲದೆ ರಾಮಪ್ಪಯ್ಯನಿಗೆ ಶಿಕ್ಷೆಯಾಗದಿದ್ದಲ್ಲಿ ತಾನು ಸೈನ್ಯದ ಜತೆ ಮುಂದುವರಿಯುವುದಿಲ್ಲ ಎಂಬುದಾಗಿ ಕಲ್ಯಾಣಪ್ಪನಿಗೆ (ಪುಟ್ಟ ಬಸಪ್ಪ) ಹೇಳುತ್ತಾರೆ. ಅಂತೆಯೇ ಕಲ್ಯಾಣಪ್ಪ ಈ ಕೋರಿಕೆಯನ್ನು ಪರಿಗಣಿಸಿ ಅಟ್ಲೂರು ರಾಮಪ್ಪಯ್ಯನಿಗೆ ಮರಣದಂಡನೆ ವಿಧಿಸಿ ಅದನ್ನು ಜಾರಿಗೊಳಿಸಲು ಪಟ್ರಕೋಡಿ ಸಣ್ಣಪ್ಪ ಮತ್ತು ಉಳುವಾರು ಕೃಷ್ಣ ಇವರಿಗೆ ಆದೇಶ ನೀಡುತ್ತಾನೆ. ಅವರಿಬ್ಬರೂ ರಾಮಪ್ಪಯ್ಯನನ್ನು ಸ್ವಲ್ಪ ದೂರ ಮರೆಗೆ ಕರೆದುಕೊಂಡು ಹೋಗುತ್ತಾರೆ, ಅವನಿಗೆ ಮೊಣಕಾಲೂರಿ ತಲೆ ಬಗ್ಗಿಸಿ ಕೂರಲು ಹೇಳುತ್ತಾರೆ. ರಾಮಪ್ಪಯ್ಯ, "ರಾಮ, ರಾಮ" ಎಂದು ಉದ್ಗರಿಸುತ್ತಾ ತಲೆ ತಗ್ಗಿಸಿ ಕುಳಿತುಕೊಳ್ಳುತ್ತಾನೆ. ತಕ್ಷಣ ಉಳುವಾರು ಕೃಷ್ಣ ತನ್ನ ಹರಿತವಾದ ಕತ್ತಿಯಿಂದ ರಾಮಪ್ಪಯ್ಯನ ಕುತ್ತಿಗೆಯನ್ನು ಕಡಿದು ಅವನನ್ನು ಕೊಲ್ಲುತ್ತಾನೆ. ಮುಂದೆ ರಾಮಪ್ಪಯ್ಯನನ್ನು ಕೊಂದ ಮೊಕದ್ದಮೆಯಲ್ಲಿ ಉಳುವಾರು ಕೃಷ್ಣನಿಗೆ ಗಡಿಪಾರಿನ ಶಿಕ್ಷೆ ವಿಧಿಸಿ ಸಿಂಗಾಪುರಕ್ಕೆ ರವಾನಿಸಲಾಗುತ್ತದೆ.

ಹೀಗೆ ಕಾಟಕಾಯಿಗೆ ಅಪಾಯಕಾರಿಯಾಗಿದ್ದ ಅಟ್ಲೂರು ರಾಮಪ್ಪಯ್ಯನನ್ನು ಬುದ್ಧಿವಂತಿಕೆಯಿಂದ ಕೆದಂಬಾಡಿ ರಾಮಯ್ಯಗೌಡರು ನಿವಾರಿಸುತ್ತಾರೆ. ಆಗ ಕೊಡಗಿನ ಸೂಪರಿಂಟೆಂಡೆಂಟ್ ಆಗಿದ್ದ ಲೀ ಹಾರ್ಡಿ (ಡಿ.ಎನ್.ಕೃಷ್ಣಯ್ಯ : 'ಕೊಡಗಿನ ಇತಿಹಾಸ') ಪ್ರಕಾರ ಕೆನರಾ ಜಿಲ್ಲೆಯ ಆಡಳಿತಾಧಿಕಾರಿಗಳಿಗೆ ಪಿತೂರಿಯ ವಿಷಯವನ್ನು ರಾಮಪ್ಪಯ್ಯ ತಿಳಿಸಿರಬಹುದೆಂಬ ಶಂಕೆಯಿಂದ ನಿಗದಿತ ದಿನಕ್ಕೆ ಎಂಟು ದಿನಗಳಿಗೆ ಮೊದಲಾಗಿಯೇ ದಂಗೆ ಆರಂಭಗೊಂಡಿತು. ಈ ಹೋರಾಟದ ಬಗ್ಗೆ ತನಿಖೆ ನಡೆಸಿದ ಕಾಟನ್ ಹೇಳುವಂತೆ ರಾಮಪ್ಪಯ್ಯ ದಂಗೆಯ ಒಳಸಂಚಿನ ಒಂದು ಭಾಗವೇ ಆಗಿದ್ದರೂ ತನ್ನ ಅಣ್ಣ ಲಕ್ಷ್ಮೀನಾರಾಯಣನ ಸಹಾಯಹಸ್ತ ಪಡೆದುಕೊಳ್ಳಲು ಆತ ಯಶಸ್ವಿಯಾಗದಿದ್ದುದರಿಂದ ದಂಗೆಕೋರರು ಬೆಳ್ಳಾರೆ ಪೇಟೆಯಿಂದ ಮುಂದಕ್ಕೆ ಹೋಗುವಾಗ ಕೆದಂಬಾಡಿ ರಾಮಯ್ಯ ಗೌಡನ ಕೋರಿಕೆಯಂತೆ ರಾಮಪ್ಪಯ್ಯನನ್ನು ಮರಣದಂಡನೆಗೆ ಒಳಪಡಿಸುತ್ತಾರೆ. (ಕಾಟನ್ ವರದಿ, ಪುಟ ಸಂಖ್ಯೆ 266, ಪೊಲಿಟಿಕಲ್ ಡಿಪಾರ್ಟ್‌ಮೆಂಟ್ ಕನ್ಸಲ್ಟೇಶನ್ ವಾಲ್ಯೂಮ್ಸ್, ತಮಿಳ್ನಾಡು ಪತ್ರಾಗಾರ).

ಮದುವೆಗದ್ದೆಯಲ್ಲಿ 1837ರ ಮಾರ್ಚ್ 30ರಂದು ರೈತಸೈನ್ಯ ಜಮಾವಣೆಯಾದಲ್ಲಿಂದ ಕೆದಂಬಾಡಿ ರಾಮಯ್ಯಗೌಡರ ಸಮರ್ಥ ನಾಯಕತ್ವದ ಗುಣಗಳು ಅನಾವರಣಗೊಳ್ಳುತ್ತಾ ಹೋಗುತ್ತವೆ. ಮೊದಲು ದಂಡು ಬೆಳ್ಳಾರೆಯತ್ತ ಸಾಗಿ ಕಂಪೆನಿಯ ಖಜಾನೆಯನ್ನು ಸ್ವಾಧೀನಕ್ಕೆ ಪಡೆದುಕೊಳ್ಳುತ್ತದೆ. ಸ್ಥಳೀಯ ಅಧಿಕಾರಿ ಶಿರಸ್ತೇದಾರ ದೇವಪ್ಪನ ಪ್ರತಿಭಟನೆ ನಿಷ್ಫಲಗೊಳ್ಳುತ್ತದೆ. ಪೈಶ್ಕಾರನ ಕಛೇರಿಯ ಮುಖ್ಯ ಶಿರಸ್ತೇದಾರ, ತಹಸೀಲ್ದಾರ ಇನ್ನಿತರ ಉದ್ಯೋಗಿಗಳನ್ನು ಸೆರೆ ಹಿಡಿಯುತ್ತಾರೆ. ಬೆಳ್ಳಾರೆಯಲ್ಲಿ 3000 ಸಂಖ್ಯೆಯಲ್ಲಿದ್ದ (ನಿಡ್ಯಮಲೆ ತಿಮ್ಮಪ್ಪ ಎಂಬಾತ ಕ್ಯಾಪ್ಟನ್ ಲೀ ಹಾರ್ಡಿ ಮುಂದೆ ಹೇಳಿಕೆ ನೀಡಿದ ಪ್ರಕಾರ ಈ ಸಂಖ್ಯೆ 3000; ಕೆನರಾ ಜಿಲ್ಲೆಯ ಪ್ರಿನ್ಸಿಪಾಲ್ ಕಲೆಕ್ಟರ್ ಲೆವಿನ್ ದಾಖಲಿಸುವಂತೆ 2000) ದಂಡಿನಲ್ಲಿ 2 ಆನೆ ಮತ್ತು 4 ಕುದುರೆಗಳು ಇದ್ದ ಬಗ್ಗೆ ಶಿರಸ್ತೇದಾರ ದೇವಪ್ಪ ಮುಂದೆ ಸಾಕ್ಷ್ಯ ಹೇಳಿದರೆ, ಹೋರಾಟಗಾರರಿಂದ ಬಂಧನಕ್ಕೆ ಒಳಗಾದ ಅಸಿಸ್ಟೆಂಟ್ ಸರ್ಜನ್ ಹುದ್ದೆಯಲ್ಲಿದ್ದ ಯುರೋಪಿಯನ್ ವೈದ್ಯಾಧಿಕಾರಿ ಡಾ. ಆಕ್ಟೇವಿಯಸ್ ಪಾಮರ್ ಹೇಳಿಕೆಯಂತೆ ಸೈನ್ಯದಲ್ಲಿದ್ದುದು 2 ಆನೆ ಮತ್ತು 7 ಕುದುರೆ.

ಬೆಳ್ಳಾರೆಯಲ್ಲಿ ಹೋರಾಟದ ಸೇನಾಳುಗಳನ್ನು ನಾಲ್ಕು ತಂಡಗಳಾಗಿ ವಿಂಗಡಿಸಲಾಗುತ್ತದೆ. ಮೊದಲ ತಂಡ ಚೆರಂಜಿ ಸುಬ್ರಾಯ, ಕುಂಚಡ್ಕ ರಾಮಯ್ಯಗೌಡ ಹಾಗೂ ಕುಡೆಕಲ್ಲು ಪುಟ್ಟಗೌಡರ ನೇತೃತ್ವದಲ್ಲಿ ಕುಂಬ್ಳೆ–ಕಾಸರಗೋಡು–ಮಂಜೇಶ್ವರಗಳನ್ನು ಗೆಲ್ಲಲು ಕಳುಹಿಸಲಾಯಿತು. ಎರಡನೆಯ ದಂಡು ಬಂಟ್ವಾಳ–ಕಾರ್ಕಳಕ್ಕೆ ಮತ್ತು ಮೂರನೆಯ ಸೈನ್ಯ ಕೂಜುಗೋಡು ಮಲ್ಲಪ್ಪಗೌಡ ಹಾಗೂ ಅಪ್ಪಯ್ಯಗೌಡರ ಮುಂದಾಳುತನದಲ್ಲಿ ಉಪ್ಪಿನಂಗಡಿ–ಬಿಸಲೆ–ಐಗೂರಿಗೆ ಕಳುಹಿಸಲ್ಪಟ್ಟವು. ಕಲ್ಯಾಣಪ್ಪ,

1837ರ ಅಮರಸುಳ್ಯ ಸ್ವಾತಂತ್ರ ಹೋರಾಟದಲ್ಲಿ ಆಂಗ್ಲರಿಗೆ ನೆರವಾದ ಕೊಡಗಿನ ಯೋಧರಿಗೆ ಬ್ರಿಟೀಷ್ ಸರಕಾರ ನೀಡಿದ ಪದಕ

ಸಂಘಟನ ಚತುರ, ಸಮರ ವೀರ ಕೆದಂಬಾಡಿ ರಾಮೇಗೌಡ (1837ರ ಅಮರ ಸುಳ್ಯ ಸ್ವಾತಂತ್ರ್ಯ ಸಂಗ್ರಾಮದ ದಂಡನಾಯಕ

(1837ರ ಅಮರ ಸುಳ್ಯ ಸ್ವಾತಂತ್ರ್ಯ ಸಂಗ್ರಾಮದ ಹುತ್ಮಾತ್ಮರಾದ ಕೊಡಗಿನ ದಂಡ ನಾಯಕ ಸುಭೆದಾರ್ ಗುಡ್ಡೆಮನೆ ಅಪ್ಪಯ್ಯ ಗೌಡರ ಕಂಚಿನ ಪ್ರತಿಮೆ.

ಕೆದಂಬಾಡಿ ರಾಮಯ್ಯ ಗೌಡ ಹಾಗೂ ಕುಕ್ಕುನೂರು ಚೆನ್ನಯ್ಯ ಇವರುಗಳಿದ್ದ ಪ್ರಧಾನ ಸೈನ್ಯ ತಂಡ ಕೊಡಿಯಾಲಕ್ಕೆ (ಮಂಗಳೂರು) ಹೊರಟಿತು.

ಮಂಗಳೂರಿಗೆ ಹೊರಟ ಮುಖ್ಯ ಸೈನ್ಯ ಮೊದಲು ಪುತ್ತೂರಿಗೆ ಲಗ್ಗೆ ಇಟ್ಟಿತು. ಆ ವೇಳೆಗೆ ದಂಗೆಯ ವೃತ್ತಾಂತ ತಿಳಿದ ಲೆವಿನ್, 151 ಸೈನಿಕರಿದ್ದ ಮೇಜರ್ ಡೌಕರ್ ಎನ್ನುವಾತನ ಚಿಕ್ಕದೊಂದು ತುಕಡಿಯೊಂದಿಗೆ ಪುತ್ತೂರಿಗೆ ಆಗಮಿಸಿದ. ಆತನ ಸಹಾಯಕ ಲಶಿಂಗ್‌ಟನ್‌ನ ತುಕಡಿ ಸಹ ಜೊತೆಗಿತ್ತು. ಆದರೆ ಹೋರಾಟ ನಡೆಸಲು ಅವರುಗಳಿಗೆ ಎದೆಗಾರಿಕೆ ಸಾಲದಾಯಿತು. ಲೆವಿನ್ ಹೋರಾಟಗಾರರ ಬಗೆಗೆ ಹೇಳಿದ ರೀತಿ ನೋಡಿ, "ನಾವು ಪುತ್ತೂರು ತಲುಪಿದಾಗ, ನನ್ನ ಅಂದಾಜಿನ ಪ್ರಕಾರ ಸುಮಾರು 1200ಜನ ಸೇರಿದ್ದರು. ದೇಶದಲ್ಲಿ ಗೊಂದಲ ಹುಟ್ಟಿಸಲು ಈ ಸಾಹಸಿಯು ಸಮರ್ಥನಿದ್ದಾನೆ ಅನ್ನುವುದು ನಿಶ್ಚಿತವಾಗಿತ್ತು. ನನಗೇನೂ ತೋಚಲಿಲ್ಲ........... ನಾವು ಪುತ್ತೂರಿಗೆ ತಲುಪಿದ ಸ್ವಲ್ಪ ಹೊತ್ತಿನಲ್ಲಿಯೇ ಒಂದು ವಿಚಾರ ಸ್ಪಷ್ಟವಾಯಿತು. ನಾವು ಎದುರಿಸಬೇಕಾದ್ದು ನಕಲಿ ಉತ್ತರಾಧಿಕಾರಿಯನ್ನು ಮಾತ್ರ ಅಲ್ಲ. ಇಡೀ ದೇಶ ಮತ್ತು ನೆರೆಕರೆಯವರು ಆತನ ಕಡೆ ಇದ್ದಾರೆ. ಸರಕಾರಿ ನೌಕರರೂ ಸೇರಿದ್ದಾರೆ. ಪಟೇಲರು ಮತ್ತು ಶ್ಯಾನುಭೋಗರ ಪೈಕಿ ಒಬ್ಬನೇ ಒಬ್ಬ ನಮ್ಮ ಕಡೆ ಬರುವಂತಿಲ್ಲ.. .. .." (ಅನುವಾದ ಶ್ರೀ ಎನ್. ಎಸ್. ದೇವಿಪ್ರಸಾದ್ ಸಂಪಾಜೆ– 'ಅಮರ ಸುಳ್ಯದ ಸ್ವಾತಂತ್ರ್ಯ ಸಮರ', ಪುಟ ಸಂಖ್ಯೆ 26)

ಪುತ್ತೂರಲ್ಲಿ ಕಂಪನಿ ಕಛೇರಿ ಸುಲಭವಾಗಿ ಹೋರಾಟಗಾರರ ವಶಕ್ಕೆ ಬಂತು. ಅಲ್ಲಿನ ಉದ್ಯೋಗಿಗಳು ಬಂಧನಕ್ಕೊಳಗಾದರು. ಎರಡು ದಿನ ದೂರದಲ್ಲಿದ್ದು ಹೊಂಚು ಹಾಕಿದ ಲೆವಿನ್ ಯುದ್ಧ ನಡೆಸಿದರೆ ತನಗೇ ಅಪಾಯ ಎಂದು ತಿಳಿದು ಎಪ್ರಿಲ್ 2ನೆಯ ರಾತ್ರಿ ಅಲ್ಲಿಂದ ಮಂಗಳೂರು ಕಡೆ ಕಾಲ್ಕಿತ್ತ. ಪುತ್ತೂರಲ್ಲಿ ಅದಾಗಲೇ ಅಪಾರ ಪ್ರಮಾಣದ ಸಶಸ್ತ್ರ ಮತ್ತು ನಿಃಶಸ್ತ್ರ ಜನ ಸೇರಿದ್ದರು. ಪುತ್ತೂರಲ್ಲಿ ಅಪಾಯವನ್ನು ಎದುರು ಹಾಕಿಕೊಳ್ಳುವುದಕ್ಕಿಂತ ದುರ್ಬಲ ಮಂಗಳೂರನ್ನು ರಕ್ಷಿಸಲು ಮುಂದಾಗುವುದು ಒಳಿತೆಂದು ಲೆವಿನ್ ಭಾವಿಸಿದ.

ಮಂಗಳೂರಲ್ಲಿ ಸಹ ಅಲ್ಲಿನ ನಿವಾಸಿಗಳ ಅಸಹಕಾರ ಲೆವಿನ್ ಗಮನಕ್ಕೆ ಬಂತು. ಪುತ್ತೂರಿಂದ ಮಂಗಳೂರಿಗೆ ಹೋಗುವ ದಾರಿಯಲ್ಲಿ ಲೆವಿನ್ 15 ಜನ ಪೇದೆಗಳನ್ನು ಮತ್ತು ಬ್ರಿಟಿಷ್ ಅಧಿಕಾರಿ ವೈಟ್ 6 ಜನ ಪೇದೆಗಳನ್ನು ಒಟ್ಟು ಸೇರಿಸಿ ಬಂದೂಕು ಮತ್ತು ಮದ್ದುಗುಂಡುಗಳನ್ನು ಕೊಟ್ಟರೂ ಅವರುಗಳು ತಮಗೆ ಕೊಟ್ಟ ಕೆಲಸವನ್ನು ನಿರ್ವಹಿಸುವ ಬದಲು ಯಾರಿಗೂ ತಿಳಿಸದೆ ನಾಪತ್ತೆಯಾದರು. ಲೆವಿನ್ ಮಂಗಳೂರಿಗೆ ತಲಪುವ ಹೊತ್ತಿಗೆ ಊರು ನಿರ್ಜನವಾಗಿತ್ತು. ಅಲ್ಲಿನ ಜನ ಹೋರಾಟಗಾರರೊಂದಿಗೆ ಸಂಪರ್ಕದಲ್ಲಿರುವುದು ಅವನ ಗಮನಕ್ಕೆ ಬಂದಿತು. ನಗರದ ಕಾವಲು ಪಡೆ ಸಹ

ಅವರೊಂದಿಗೆ ಸೇರಿಕೊಂಡಿತ್ತು. ಲೆವಿನ್ ಹೋರಾಟಗಾರರ ಕುರಿತಾಗಿ ಇನ್ನಷ್ಟು ವಿವರಿಸಿದ್ದು ಹೀಗೆ:

"ಪುತ್ತೂರಿನಿಂದ ತಾರೀಕು 2ರಂದು ರಾತ್ರಿ ನಮ್ಮ ತುಕಡಿಯು ಹೊರಟು ಬಂದಲ್ಲಿಂದ 4ನೇ ತಾರೀಕು ಅಂದರೆ ಇಂದಿನ ತನಕ ಒಂದರ ನಂತರ ಇನ್ನೊಂದರಂತೆ ತ್ವರಿತಗತಿಯಲ್ಲಿ ಘಟನೆಗಳು ನಡೆಯುತ್ತಿದ್ದವು. ಇದರಿಂದಾಗಿ ತರ್ಕಿಸುವುದಕ್ಕೆ ಸಮಯವೇ ಇಲ್ಲದಾಗಿತ್ತು. ಮೂರೇ ದಿನಗಳಲ್ಲಿ ಊರೆಲ್ಲ ಶಸ್ತ್ರಧಾರಿಗಳಾಗಿ, ಬಲಶಾಲಿಗಳಾದ ಶತ್ರುಗಳು ಬಾಗಿಲಿಗೆ ತಲುಪಿಯಾಗಿತ್ತು. ಬಂಡಾಯಗಾರರು ಎತ್ತಿಕೊಂಡ ಕಾರ್ಯಕ್ರಮ ಸಾಧಾರಣ ಗೊಂದಲದಿಂದಾಗಿ ಉಂಟಾಗುವುದನ್ನು ಹೋಲುತ್ತಿರಲಿಲ್ಲ. ಅವರಿಗಿಂತಲೂ ಬಲಶಾಲಿ ಯಾದ ಶತ್ರುವನ್ನೆತ್ತೆಸೆಯಲು ಹೊರಟಿದ್ದೇವೆ ಎಂಬ ತಿಳುವಳಿಕೆ ಇದ್ದರೂ ಕೂಡಾ ತಮ್ಮದೊಂದು ಸ್ಥಾಪಿತ ಸರಕಾರ ಎಂಬಂತೆ ಕ್ರಮವತ್ತಾಗಿ ನಡೆದುಕೊಂಡಿದ್ದರು." (ಅನುವಾದ ಶ್ರೀ ಎನ್. ಎಸ್. ದೇವಿಪ್ರಸಾದ್ ಸಂಪಾಜೆ- 'ಅಮರ ಸುಳ್ಯದ ಸ್ವಾತಂತ್ರ್ಯ ಸಮರ', ಪುಟ ಸಂಖ್ಯೆ 29, 30)

ಒಂದೆಡೆ ಹೋರಾಟಗಾರರೊಂದಿಗೆ ಕಾದಾಡುತ್ತಾ, ಇನ್ನೊಂದೆಡೆ ಯುರೋಪಿಯನ್ ಕುಟುಂಬಗಳನ್ನು ಮಂಗಳೂರಿನಿಂದ ತೆರವು ಮಾಡಿ ಅಪಾಯಕಾರಿಯಲ್ಲದ ಸ್ಥಳಕ್ಕೆ ಕಳುಹಿಸಲು ಕಂಪೆನಿಯ ಅಧಿಕಾರಿಗಳು ತೀರ್ಮಾನಿಸಿದರು. ಎಪ್ರಿಲ್ 5ರಂದು ಅವರುಗಳನ್ನು ಹಡಗಿಗೆ ಹತ್ತಿಸಲು ನಿರ್ಧರಿಸಿದ್ದರೂ ಅದು ಸಾಧ್ಯವಾಗಲಿಲ್ಲ. ಈ ನಡುವೆ ಖಜಾನೆಯನ್ನು ಸಂರಕ್ಷಿಸುವ ಪ್ರಯತ್ನದಿಂದ ಅವರ ಉಳಿದ ಕೆಲಸಕ್ಕೂ ಅಡಚಣೆಯಾಯಿತು. ಕೊನೆಗೂ ಆ ಸಾಹಸವನ್ನು ಕೈಬಿಡಬೇಕಾಯಿತು. ಅಂತೂ ಇಂತೂ ಎಪ್ರಿಲ್ 6 ಮತ್ತು 7ರಂದು ಒಂದಷ್ಟು ಜನ ಮಂಗಳೂರು ತೊರೆದು ಕಣ್ಣನ್ನೂರಿಗೆ ಪಲಾಯನ ಮಾಡಿದರು.

ಬೆಳ್ಳಾರೆಯಿಂದ ಮಾರ್ಚ್ 30ರಂದು ಕಾಸರಗೋಡನ್ನು ಲಗ್ಗೆ ಹಾಕಲು ಹೊರಟ ದಂಡು ಅದರಲ್ಲಿ ಇನ್ನಿಲ್ಲದ ಯಶಸ್ಸನ್ನು ಕಂಡಿತು. ಕಾಸರಗೋಡು, ಕುಂಬ್ಳೆ, ಮಂಜೇಶ್ವರಗಳನ್ನು ಗೆದ್ದ ಸೈನ್ಯ, ಪುತ್ತೂರಿನ ಸೈನ್ಯ ಮಂಗಳೂರು ಸೇರುವ ಸಮಯಕ್ಕೆ ಸರಿಯಾಗಿ ಅಲ್ಲಿಗೆ ತಲುಪಿತು. ಈ ನಡುವೆ ಕಾಸರಗೋಡು, ಬಿಸಲೆ ಮತ್ತಿತರ ದಾರಿಗಳ ಮೂಲಕ ನಡೆಯುತ್ತಿದ್ದ ಕಂಪೆನಿಯ ಟಪ್ಪಾಲು ವ್ಯವಸ್ಥೆಯನ್ನು ಸಂಪೂರ್ಣವಾಗಿ ವಿಫಲಗೊಳಿಸಲಾಗಿತ್ತು. ಹೋರಾಟಗಾರರು ಪ್ರತಿಯೊಂದು ಉಕ್ಕಡದಲ್ಲಿಯೂ, ಪ್ರತಿಯೊಂದು ಗಡಿಯಲ್ಲಿಯೂ ಕಾವಲು ಪಡೆಯನ್ನು ನಿಯೋಜಿಸಿದ್ದರು. ಉದ್ದೇಶಿತ ಹೋರಾಟ ಪ್ರಥಮ ಹಂತದಲ್ಲಿ ಅಭೂತಪೂರ್ವ ಜಯವನ್ನು ಗಳಿಸಿ ಕುಂಬ್ಳೆ, ಕಾಸರಗೋಡು, ಮಂಜೇಶ್ವರ, ಬಂಟ್ವಾಳ, ಉಪ್ಪಿನಂಗಡಿ, ಬಿಸಲೆ, ಮಂಗಳೂರು ಈ ಎಲ್ಲ ಊರುಗಳೂ ರೈತಸೈನ್ಯದ ಕೈವಶವಾಗುತ್ತವೆ. ಈ ಪ್ರಾಂತ ಸ್ವಾತಂತ್ರ್ಯವನ್ನು ಪಡೆದ

ತಕ್ಷಣ ರೈತರಿಗೆ ಕಂದಾಯ ವಿನಾಯತಿಯನ್ನು ಘೋಷಿಸಲಾಯಿತಲ್ಲದೆ ಉಪ್ಪು ಮತ್ತು ಹೊಗೆಸೊಪ್ಪಿನ ಮೇಲಿದ್ದ ಏಕಸ್ವಾಮ್ಯವನ್ನು ರದ್ದುಪಡಿಸಲಾಯಿತು. ಈ ಎಲ್ಲ ಯೋಜನೆ ಮತ್ತು ಯಶಸ್ಸುಗಳ ಹಿಂದೆ ಕೆದಂಬಾಡಿ ರಾಮಯ್ಯಗೌಡರ ಪ್ರತಾಪ ಮತ್ತು ಅಗಾಧ ಬುದ್ಧಿಮತ್ತೆ ಕೆಲಸ ಮಾಡಿರುವುದು ನಿಚ್ಚಳವಾಗಿ ಗೋಚರಿಸುತ್ತದೆ. ಶತ್ರುಗಳಾದ ಬ್ರಿಟಿಷ್ ಅಧಿಕಾರಿಗಳು ಸಹ ಈ ಹೋರಾಟವನ್ನು ಮತ್ತು ಕೆದಂಬಾಡಿ ರಾಮಯ್ಯಗೌಡರ ಸಮರ್ಥ, ಪ್ರಬುದ್ಧ ನೇತೃತ್ವವನ್ನು ಅಚ್ಚರಿಯ ಕಂಗಳಿಂದ ನೋಡಿದ್ದಾರೆ, ದಾಖಲಿಸಿದ್ದಾರೆ.

ಕೆದಂಬಾಡಿ ರಾಮಯ್ಯಗೌಡರ ಕೌಟುಂಬಿಕ ಹಿನ್ನೆಲೆ ಹೆಚ್ಚೇನೂ ದೊರಕುವುದಿಲ್ಲ. ಮದುವೆಗದ್ದೆ ಮತ್ತು ಚೆಟ್ಟಿಮಾನಿ ಹೀಗೆ ಎರಡು ಸ್ಥಳಗಳಲ್ಲಿ ಇವರಿಗೆ ಮನೆ ಇದ್ದ ಬಗ್ಗೆ ದಾಖಲೆಗಳು ಹೇಳುತ್ತವೆ. ಅವರ ಒಬ್ಬ ಮಗನ ಹೆಸರು ಸಣ್ಣಯ್ಯಗೌಡ. ತಂದೆಯೊಂದಿಗೆ ದಂಡಿಗೆ ಹೋದ ಈತ ಸಹ ಕೊನೆಗೆ ಗಡಿಪಾರಿನ ಸಜೆಗೆ ಈಡಾಗುತ್ತಾನೆ. ಕೆದಂಬಾಡಿ ರಾಮಯ್ಯಗೌಡರ ಮಗಳ ಗಂಡನ ಅಂದರೆ ಅಳಿಯನ ಹೆಸರು ಮಡಿಯಾಲ ತಿಮ್ಮಯ್ಯ ಎಂಬುದಾಗಿದೆ. ಇವರ ಅಣ್ಣನ ಹೆಸರು ಕೃಷ್ಣಪ್ಪ ಗೌಡ. ಈ ಕೆದಂಬಾಡಿ ಕೃಷ್ಣಪ್ಪಗೌಡರ ಇಬ್ಬರು ಮಕ್ಕಳ ಹೆಸರು ಲಕ್ಕೊ ಮತ್ತು ದೇರಣ್ಣ ಎಂದು. ಕೆದಂಬಾಡಿ ರಾಮಯ್ಯಗೌಡರ ಸಹೋದರನೊಬ್ಬನಿಗೆ ಸುಬ್ಬು ಎನ್ನುವ ಮಗ ಇದ್ದ ಬಗ್ಗೆ ತಿಳಿದುಬರುತ್ತದೆ. ಕೆದಂಬಾಡಿ ಪುಟ್ಟಗೌಡ ಎಂಬಾತ ಮೊದಲು ಕಂಪೆನಿ ಆಳ್ವಿಕೆಯಲ್ಲಿ ಕಾರ್ಯಕರ್ತನಾಗಿದ್ದಾತ ಅನಂತರ ಈ ಹೋರಾಟದಲ್ಲಿ ಭಾಗಿಯಾದ ಬಗ್ಗೆ ದಿವಾನ ಬೋಪುವಿನ ಪತ್ರವೊಂದರ ಮೂಲಕ ತಿಳಿದುಬರುತ್ತದೆ.

ಒಟ್ಟು 1115 ಜನರನ್ನು 1837ರ ಹೋರಾಟಕ್ಕೆ ಸಂಬಂಧಿಸಿದಂತೆ ಬಂಧಿಸಲಾಗಿತ್ತು. ಅವರಲ್ಲಿ 484 ಮಂದಿಯನ್ನು ವಿಚಾರಣೆ ನಡೆಸದೆ ಬಿಡುಗಡೆಗೊಳಿಸಲಾಯಿತು. 11 ಜನರಿಗೆ ಜಾಮೀನು ನೀಡಿ ಬಿಡುಗಡೆ ಮಾಡಲಾಯಿತು. ಹನ್ನೆರಡು ಮಂದಿಯನ್ನು ಕೋರ್ಟ್ ಮಾರ್ಷಲ್‌ಗೆ ಒಳಪಡಿಸಲಾಯಿತು. ವಿಶೇಷ ಆಯೋಗದ ಮುಂದೆ 54 ಕೇಸು ನಡೆದಿತ್ತು; ಅಲ್ಲಿ ಒಟ್ಟು 416 ಜನರ ವಿಚಾರಣೆ ನಡೆಸಲಾಗಿತ್ತು. 133 ಜನರ ವಿಚಾರಣೆಯನ್ನು ಕ್ರಿಮಿನಲ್ ನ್ಯಾಯಾಲಯದಲ್ಲಿ ಜರುಗಿಸಲಾಯಿತು. 35 ವಿಚಾರಣಾಧೀನ ಖೈದಿಗಳು ಸೆರೆಮನೆ ವಾಸದಲ್ಲಿದ್ದಾಗ ಸತ್ತಿದ್ದಾರೆ. ಮುಲ್ಕಿ ಮತ್ತು ಪಣಂಬೂರು ಪ್ರದೇಶದಲ್ಲಿ ಈ ಹೋರಾಟದ ಸಂದರ್ಭವನ್ನು ದುರುಪಯೋಗ ಪಡಿಸಿಕೊಂಡು ಕೆಲವರು ದರೋಡೆಯನ್ನು ನಡೆಸಿದ ಬಗ್ಗೆ ದಾಖಲೆಗಳು ಹೇಳುತ್ತವೆ. ಇವು ಎಷ್ಟರಮಟ್ಟಿಗೆ ಸತ್ಯವೆಂಬ ಬಗ್ಗೆ ಈ ಲೇಖನದಲ್ಲಿ ವಿಶ್ಲೇಷಣೆ ನಡೆಸಿಲ್ಲ. ಆದರೆ 155 ಜನರ ವಿರುದ್ಧ ದರೋಡೆ ಆರೋಪದಲ್ಲಿ ಕೇಸುಗಳು ನಡೆದಿವೆ. 1837ರ ಹೋರಾಟದ ಕುರಿತಾದ ಬಹುತೇಕ ಕೇಸುಗಳು ಮಂಗಳೂರಿನಲ್ಲಿ ನಡೆದವು. ಇಬ್ಬರನ್ನು ಮಡಿಕೇರಿಯಲ್ಲಿ ವಿಚಾರಣೆಗೆ ಒಳಪಡಿಸಲಾಯಿತು. ಸ್ವಾಮಿ ಅಪರಂಪಾರ ಅಥವಾ ಕತ್ರಪ್ಪ ಬಾವುವಿನ ಕೇಸು ಮೈಸೂರಿನಲ್ಲಿ ನಡೆಯಿತು.

ಹೋರಾಟದಲ್ಲಿ ಪ್ರಮುಖ ಪಾತ್ರ ವಹಿಸಿದ ಲಕ್ಷ್ಮಪ್ಪ ಬಂಗರಸನನ್ನು 1837ರ ಮೇ 23ರಂದು, ಉಪ್ಪಿನಂಗಡಿಯ ಮಂಜನನ್ನು ಮೇ 30ರಂದು ಮತ್ತು ಪುಟ್ಟಬಸಪ್ಪನನ್ನು ಜೂನ್ 19ರಂದು ಮಂಗಳೂರಿನ ಬಿಕರ್ನಕಟ್ಟೆಯಲ್ಲಿ ಗಲ್ಲಿಗೇರಿಸಲಾಯಿತು. ಗುಡ್ಡೆಮನೆ ಅಪ್ಪಯ್ಯ ಗೌಡನನ್ನು ಅದೇ ವರ್ಷ ಅಕ್ಟೋಬರ್ 31ರಂದು ಮಡಿಕೇರಿ ಕೋಟೆಯೊಳಗೆ ನೇಣಿಗೆ ಹಾಕಲಾಯಿತು. ಕೆದಂಬಾಡಿ ರಾಮಯ್ಯಗೌಡ ಹಾಗೂ ಇತರ ಸ್ವಾತಂತ್ರ್ಯ ಪ್ರೇಮಿಗಳಾದ ಚೆಟ್ಟಿಕುಡಿಯ, ಕುಕ್ಕುನೂರು ಚೆನ್ನಯ್ಯ, ಕೂಜುಗೋಡು ಮಲ್ಲಪ್ಪ ಗೌಡ, ಬೀರಣ್ಣ ಬಂಟ, ಕಾರ್ಯಕಾರ ಸುಬೇದಾರ್ ಕೃಷ್ಣಯ್ಯ, ಮಂಗಳೂರನ್ನು ಗೆದ್ದಾಗ ಹಾಲೇರಿಯ ಬಾವುಟವನ್ನು ಹಾರಿಸಿದ ಗುಡ್ಡೆಮನೆ ತಮ್ಮಯ್ಯ ಮೊದಲಾದವರನ್ನು ಪ್ರಾಣಿಗಳಂತೆ ಬೋನಿನಲ್ಲಿ ತುಂಬಿಸಿ ಸಿಂಗಾಪುರ, ಬರ್ಮಾ ಮುಂತಾದ ಸಮುದ್ರದಾಚೆಗಿನ ಊರುಗಳಿಗೆ ಸಾಗಹಾಕಿ ಜೀವನದುದ್ದಕ್ಕೂ ಕೈಕಾಲುಗಳಿಗೆ ಕೋಳ ಮತ್ತು ಸಂಕೋಲೆ ತೊಡಿಸಿ ರಸ್ತೆ ನಿರ್ಮಾಣದಂಥ ದೈಹಿಕಶ್ರಮದ ಸಾರ್ವಜನಿಕ ಸೇವೆಗಳಿಗೆ ಬಳಸಿಕೊಳ್ಳಲಾಯಿತು.

ಕೆದಂಬಾಡಿ ರಾಮಯ್ಯಗೌಡರ ಮಗ ಸಣ್ಣಯ್ಯಗೌಡ ಸಹ ಗಡಿಪಾರು ಶಿಕ್ಷೆಗೆ ಒಳಗಾಗುತ್ತಾನೆ (ಪೊಲಿಟಿಕಲ್ ಡಿಪಾರ್ಟ್‌ಮೆಂಟ್ ಕನ್ಸಲ್ಟೇಶನ್ ವಾಲ್ಯೂಮ್ಸ್, ತಮಿಳ್ನಾಡು ಪತ್ರಾಗಾರ). ಉಳುವಾರು ಕೃಷ್ಣ, ಗೌಡಳ್ಳಿ ಸುಬ್ಬಪ್ಪ, ಕುಕ್ಕೆಟ್ಟಿ ಸುಬ್ಬ, ಶೇಕ್, ದೇರಾಜೆ ಬಚ್ಚ ಪಟೇಲ, ನೆಡುಂಪಳ್ಳಿ ದೇವಪ್ಪ ರೈ, ಗುಂಡಾಲ್ ಸುಬ್ಬಪ್ಪ ಮತ್ತು ಕೆಲವರಿಗೆ ಜೀವಾವಧಿ ಶಿಕ್ಷೆ ನೀಡಲಾಗಿದೆ. ಇನ್ನು ಹಲವು ಮಂದಿಗೆ 14 ವರ್ಷ, 10 ವರ್ಷ ಮತ್ತು 7 ವರ್ಷಗಳ ಕಾರಾಗೃಹ ಶಿಕ್ಷೆಯನ್ನು ವಿಧಿಸಿದ್ದಾರೆ. ಮಾನ್ಯದ ರಂಗಪ್ಪ ರಣರಂಗದಲ್ಲಿ ಮೃತಪಟ್ಟರೆ, ಚೆರಂಜಿ ಸುಬ್ರಾಯ ಗಾಯಾಳುವಾಗಿ ಸೆರೆ ಸಿಕ್ಕಿ ಜೈಲಿನಲ್ಲಿ ಸಾವನ್ನಪ್ಪುತ್ತಾನೆ. ಮಹಾನ್ ಹೋರಾಟಗಾರ ಹುಲಿಕಡಿದ ನಂಜಯ್ಯನ ಬಗ್ಗೆ ಯಾವುದೇ ಸುಳಿವು ಸಿಕ್ಕುವುದಿಲ್ಲ.

1837ರ ಅಮರ ಸುಳ್ಯ ಸ್ವಾತಂತ್ರ ಹೋರಾಟದಲ್ಲಿ ಕುಡೆಕಲ್ಲು ಪುಟ್ಟೇಗೌಡರ ಪಾತ್ರ[1]:

1837ರ ಹೋರಾಟದ ಪ್ರಮುಖ ನಾಯಕರಲ್ಲೊಬ್ಬ ಕುಡೆಕಲ್ಲು ಪುಟ್ಟಗೌಡ. ಈತ ಸುಬೇದಾರ್ ಪುಟ್ಟಗೌಡ, ಪುಟ್ಟ ಪಟೇಲ, ಪುಟ್ಟ ಮುನ್ಷಿ, ಅರಂಬೂರು ಪುಟ್ಟಗೌಡ, ಇಡ್ಯಡ್ಕ ಪುಟ್ಟಗೌಡ ಮೊದಲಾದ ಹೆಸರುಗಳಿಂದ ಬ್ರಿಟಿಷ್ ದಾಖಲೆಗಳಲ್ಲಿ ಪ್ರಸ್ತಾಪಿಸಲ್ಪಡುತ್ತಾನೆ. ಕಾಸರಗೋಡು ಮತ್ತು ಕುಂಬ್ಳೆಗಳಲ್ಲಿ ರೇವುಗಳನ್ನು ಸ್ವಾಧೀನಕ್ಕೆ ತೆಗೆದುಕೊಂಡದ್ದು, ಟಪ್ಪಾಲು ವ್ಯವಸ್ಥೆಯ ಮೇಲೆ ನಿಯಂತ್ರಣ ಸಾಧಿಸಿದ್ದು, ಉಪ್ಪು

1. ವಿದ್ಯಾಧರ ಕುಡೆಕಲ್ಲು ಅವರ ಲೇಖನ

ಮತ್ತು ಹೊಗೆಸೊಪ್ಪಿನ ಕೋಠಿಗಳನ್ನು ಅಧೀನಕ್ಕೆ ತೆಗೆದುಕೊಂಡದ್ದು, ಕಂದಾಯ ಇಲಾಖೆ ಮತ್ತು ಖಜಾನೆಯನ್ನು ವಶಪಡಿಸಿಕೊಂಡದ್ದು, ಆ ಇಲಾಖೆಗಳ ಉದ್ಯೋಗಿಗಳ ಮನವೊಲಿಸಿ ತಮ್ಮೊಂದಿಗೆ ಸೇರಿಸಿಕೊಂಡದ್ದು, ಅನಂತರ ನೌಕರರಿಗೆ ಸಂಬಳ ಬಟವಾಡೆ ಮಾಡಿದುದು, ಮಂಗಳೂರು ಆಕ್ರಮಣದಲ್ಲಿ ಭಾಗಿಯಾದದ್ದು, ದಂಗೆಯ ಸೈನ್ಯಕ್ಕೆ ಸುಳ್ಯದಲ್ಲಿ ಭೋಜನಕೂಟ ನಡೆಸಿದ್ದು, ಹೀಗೆ ಹಲವಾರು ಪ್ರಕರಣಗಳಲ್ಲಿ ಈತ ಬ್ರಿಟಿಷರಿಗೆ ಬೇಕಾಗಿದ್ದ ವ್ಯಕ್ತಿಯಾಗಿದ್ದ. ಕಾಟಕಾಯಿ ವಿಫಲವಾದ ಅನಂತರ ಹೋರಾಟದ ಪ್ರಮುಖ ನಾಯಕ ಕೆದಂಬಾಡಿ ರಾಮಯ್ಯಗೌಡರ ಜೊತೆ ಕಾರ್ಕಳದ ಸಮೀಪದ ಕಬ್ಬಿನಹಾಲೆ ಕಾಡಿನಲ್ಲಿ ಗುರುತಿಸಿಕೊಂಡದ್ದು ಕುಡೆಕಲ್ಲು ಪುಟ್ಟಗೌಡನ ಮೇಲಿನ ಮತ್ತೊಂದು ಮುಖ್ಯ ಆರೋಪ (ಕೇಸ್ ನಂ.1/1938, ಜುಡಿಷಿಯಲ್ ವಾಲ್ಯೂಮ್ಸ್, ತಮಿಳ್ನಾಡು ಪತ್ರಾಗಾರ). ಈ ಕಬ್ಬಿನಹಾಲೆ ಕಾಡಿನ ಸಮೀಪವೇ 1830–32ರ ನಗರ ರೈತ ಹೋರಾಟದ ಮೂಲಸ್ಥಾನವಾದ ನಗರ ಇರುವುದು. ಕಲ್ಯಾಣಪ್ಪನ ಕಾಟಕಾಯಿಯ ಮುಖ್ಯ ಉದ್ದೇಶವೇ ನಗರ ಸಿಂಹಾಸವನ್ನು ಹಿಡಿಯುವುದು ಎಂದು ಲೆವಿನ್ ಮತ್ತು ಕಾಟನ್ ಹೇಳಿದ್ದಾರೆ. ಕೆದಂಬಾಡಿ ರಾಮಗೌಡರು ಕಬ್ಬಿನಹಾಲೆ ಪ್ರದೇಶದ ಅಡಗುದಾಣದಲ್ಲಿ ಇದ್ದದ್ದನ್ನು ಗಮನಿಸಿದರೆ ಇವರುಗಳ ಹೇಳಿಕೆಗೆ ಮತ್ತಷ್ಟು ಪುಷ್ಟಿ ದೊರಕುತ್ತದೆ. ಲೆವಿನ್, ಕಾಟನ್ ಹೇಳಿಕೆ ಮತ್ತು ಇತರ ಕೆಲವು ಉಲ್ಲೇಖಿತ ದಾಖಲೆಗಳು ಕಲ್ಯಾಣಪ್ಪನ ಕಾಟಕಾಯಿಯನ್ನು ನಗರ ರೈತ ಹೋರಾಟದ ಮುಂದುವರಿದ ಭಾಗವಾಗಿ ನೋಡುತ್ತವೆ. ಆದರೆ ಈ ವಾದ ಕೆದಂಬಾಡಿ ರಾಮಯ್ಯಗೌಡರ ಮುಂದಾಲೋಚನೆ, ಕಾರ್ಯವೈಖರಿ ಮತ್ತು ಮುಂದಾಳುತನವನ್ನು ಮಬ್ಬಾಗಿಸುವುದಿಲ್ಲ.

ಕೇಸ್ ನಂ.1/1838ರಲ್ಲಿ ಕುಡಕಲ್ಲು ಪುಟ್ಟಗೌಡರು ತನ್ನ ಕೇಸನ್ನು ಅತ್ಯಂತ ಪ್ರಭಾವಶಾಲಿಯಾಗಿ ನಿರ್ವಹಿಸಿದ್ದಾರೆ. ಈ ಪ್ರಕರಣ ನಡೆಯುವ ಸಮಯ ಉಳಿದ ಎಲ್ಲ ಕೇಸುಗಳೂ ಮುಗಿದಿದ್ದು ವಿಚಾರಣೆಗೆ ಒಳಪಡಿಸಲ್ಪಟ್ಟ ಪ್ರತಿಯೊಬ್ಬ ಆರೋಪಿಯನ್ನೂ ಅಪರಾಧಿ ಎಂದು ಪರಿಗಣಿಸಿ ಶಿಕ್ಷೆ ವಿಧಿಸಿಯಾಗಿತ್ತು. ಕ್ಷಮೆಯನ್ನು ಯಾಚಿಸಿದ ಕೆಲವರಿಂದ ಮುಚ್ಚಳಿಕೆ ಬರೆಸಿಕೊಂಡು ಕ್ಷಮಾದಾನ ನೀಡಿದ್ದೂ ನಡೆದಿದೆ. ಆದರೆ ಪುಟ್ಟಗೌಡರು ಇದರಿಂದ ವಿಚಲಿತರಾಗದೆ ಸಮರ್ಥವಾದ ಪ್ರತಿವಾದವನ್ನು ಮುಂದಿಟ್ಟಿದ್ದಾರೆ.

ಪುಟ್ಟಗೌಡರ ಪ್ರತಿವಾದ ಸಾರಾಂಶದ ಪ್ರಕಾರ ದಂಗೆಯ ಸೈನ್ಯ ಕೊಡಿಯಾಲಕ್ಕೆ (ಮಂಗಳೂರಿನ ಮೂಲ ಹೆಸರು ಕೊಡಿಯಾಲ –ಇಂದು ಕುಡಲ–) ಲಗ್ಗೆ ಹಾಕಿ ಆಕ್ರಮಿಸಿಕೊಳ್ಳುವ ಸಮಯದಲ್ಲಿ ಅವರೂ ಮಂಗಳೂರಿನಲ್ಲಿದ್ದರು, ಆದರೆ ಅವರು ಅಲ್ಲಿಗೆ ಹೋದದ್ದು ಗೃಹಬಳಕೆಯ ಸಾಮಗ್ರಿಗಳನ್ನು ಖರೀದಿಸಲು. ಪುಟ್ಟಗೌಡರು ಎಂದೂ ವ್ಯಾಪಾರವನ್ನು ನಡೆಸುವುದು ಮಾರ್ಟಿನ್ ಪ್ರಭು ಎಂಬಾತನ ಅಂಗಡಿಯಲ್ಲಿ. ಮಾರ್ಟಿನ್ ಪ್ರಭುವನ್ನು ನ್ಯಾಯಾಲಯಕ್ಕೆ ಕರೆಸಿ ತಾನು ಮಂಗಳೂರಿಗೆ ಬಂದಿದ್ದ

ಉದ್ದೇಶವನ್ನು ಖಚಿತಪಡಿಸಿಕೊಳ್ಳಲು ವಿಚಾರಣೆಯ ವೇಳೆ ಆತನನ್ನು ಕೇಳಿಕೊಂಡಿದ್ದರು. ಸುಳ್ಳು ಮಾಹಿತಿಯನ್ನು ಕೊಟ್ಟು ಪುಟ್ಟಗೌಡನನ್ನು ಈ ಪ್ರಕರಣದಲ್ಲಿ ಸಿಕ್ಕಿಸಿದವ ತುದಿಯಡ್ಕ ಚೆನ್ನಕೇಶವ ಎಂಬ ವ್ಯಕ್ತಿ. ಆತ ಸುಳ್ಯ ಚೆನ್ನಕೇಶವ ದೇವಸ್ಥಾನದಲ್ಲಿ ಆಡಳಿತಾಧಿಕಾರಿ ಯಾಗಿದ್ದ. ಕೊಡಗಿನ ಕೊನೆಯ ಅರಸ ಚಿಕ್ಕವೀರರಾಜನ ಕಾಲದಲ್ಲಿ ದಿವಾನನಾಗಿದ್ದ ಸ್ಥಾನಿಕ ಬ್ರಾಹ್ಮಣರ ತುದಿಯಡ್ಕ ಲಕ್ಷ್ಮೀನಾರಾಯಣನ ತಮ್ಮ ಈತ. ಆಂತರಿಕ ಬಿಕ್ಕಟ್ಟಿಗೆ ಕಾರಣನಾಗಿದ್ದನೆಂಬ ಆರೋಪ ಹೊರಿಸಿ ದಿವಾನ ಲಕ್ಷ್ಮೀನಾರಾಯಣನನ್ನು ದಂಗೆ ನಡೆಯುವ ಸಮಯದಲ್ಲಿ ಗೃಹಬಂಧನದಲ್ಲಿಟ್ಟು ಅನಂತರ ಕೊಡಗಿನಿಂದ ಬೆಂಗಳೂರಿಗೆ ಗಡಿಪಾರು ಮಾಡಲಾಗಿತ್ತು. ತುದಿಯಡ್ಕ ಚೆನ್ನಕೇಶವನ ಇನ್ನೊಬ್ಬ ಅಣ್ಣ ತುದಿಯಡ್ಕ ರಾಮಪ್ಪಯ್ಯ ಅಥವಾ ಅಟ್ಲೂರು ರಾಮಪ್ಪಯ್ಯ ಸುಳ್ಯ ಪರಿಸರದಲ್ಲಿ ಪ್ರಭಾವಶಾಲಿ ವ್ಯಕ್ತಿಯಾಗಿದ್ದ. ದಂಗೆಗೆ ನೆರವು ನೀಡಲಿಲ್ಲವೆಂಬ ಕಾರಣಕ್ಕೆ ಬಂಡಾಯಗಾರರು ತುದಿಯಡ್ಕ ರಾಮಪ್ಪಯ್ಯನನ್ನು ಬಂಧಿಸಿ ಅನಂತರ 1837ರ ಮಾರ್ಚ್ 30ರಂದು ದಂಡು ಬೆಳ್ಳಾರೆ ತಲುಪಿದ ಮೇಲೆ ವಿಚಾರಣೆ ನಡೆಸಿ ಮರಣದಂಡನೆಗೆ ಒಳಪಡಿಸುತ್ತಾರೆ. ಈ ರೀತಿಯಲ್ಲಿ ಸಕ್ರಿಯ ರಾಜಕೀಯ ಅಸ್ತಿತ್ವ ಹೊಂದಿದ್ದ ತುದಿಯಡ್ಕ ಮನೆತನದ ಚೆನ್ನಕೇಶವನಿಗೂ ಕುಡಕಲ್ಲು ಪುಟ್ಟಗೌಡರಿಗೂ ಹಳೆಯದೊಂದು ವೈಮನಸ್ಸು ಇತ್ತು.

ಸುಳ್ಯ ಎಂಬ ಚಿಕ್ಕದೊಂದು ಮಲೆನಾಡಿನ ಹಳ್ಳಿಯಲ್ಲಿ ಹುಟ್ಟಿ, ಸೂರ್ಯ ಮುಳುಗದ ಸಾಮ್ರಾಜ್ಯಶಾಹಿ ಬ್ರಿಟಿಷರ ವಿರುದ್ಧ ಪುಟಿದೆದ್ದು, ಇಂದಿನ ದಕ್ಷಿಣ ಕನ್ನಡ ಹಾಗೂ ಕಾಸರಗೋಡು ಜಿಲ್ಲೆಗಳನ್ನು ಸಂಪೂರ್ಣವಾಗಿ ಮತ್ತು ಉಡುಪಿ ಹಾಗೂ ಕೊಡಗು ಜಿಲ್ಲೆಯನ್ನು ಭಾಗಶಃ ಗೆದ್ದು, ತನ್ನ ಅಸಾಧಾರಣ ಮತ್ತು ಅತ್ಯದ್ಭುತ ಮುಂದಾಳುತನದ ಮೂಲಕ ಈ ಭೂಪ್ರದೇಶಕ್ಕೆ ಎರಡು ವಾರಗಳಷ್ಟು ಕಾಲ ಸ್ವಾತಂತ್ರ್ಯವನ್ನು ಗಳಿಸಿಕೊಟ್ಟ ಧೀರೋದಾತ್ತ ನಾಯಕ ಕೆದಂಬಾಡಿ ರಾಮಯ್ಯಗೌಡರು ಕೊನೆಗೆ ಯಾವುದೋ ಗುರುತು ಪರಿಚಯವಿಲ್ಲದ ಪರದೇಶದಲ್ಲಿ ತಮ್ಮ ಅಂತ್ಯವನ್ನು ಕಾಣುವಂತಾಯಿತು.

1837ರ ಸುಳ್ಯ ಸ್ವಾತಂತ್ರ್ಯ ಸಮರದ ಅನಂತರದ ದಿಗಳಲ್ಲಿ ನಡೆದ ಸ್ಥಿತ್ಯಂತರಗಳು:

"1837ರ ಅಮರ ಸುಳ್ಯ ಸ್ವಾತಂತ್ರ್ಯ ಸಮರ"ದ ಬಗ್ಗೆ ಹಲವು ಪ್ರಖ್ಯಾತ ಲೇಖಕರು ಚಾರಿತ್ರಿಕ ಸಂಶೋಧಕರು ವಿಶ್ಲೇಷಣೆಯನ್ನು ನೀಡಿದ್ದಾರೆ. ಆದರೆ ತದನಂತರದ ದಿನಗಳಲ್ಲಿ ಬ್ರಿಟಿಷರ ಒಡೆದು ಆಳುವ ನೀತಿ, ಅವರ ಸಾಮ್ರಾಜ್ಯಕ್ಕೆ ವಿಧೇಯರನ್ನು ಪ್ರೋತ್ಸಾಹಿಸಿ ಜಮ್ಮ ಜಹಗೀರುಗಳನ್ನು, ಉನ್ನತ ಹುದ್ದೆಗಳನ್ನು ನೀಡಿ ಮತ್ತು ವಿರೋಧಿಸಿದವರನ್ನು ತುಳಿತಕ್ಕೆ ಒಳಗಾಗಿಸುವ ಮತ್ತು ಅವರನ್ನು ತಮ್ಮ ವಿಧೇಯರ ಅಡಿಯಳಾಗಿಸುವ ನೀತಿಯನ್ನು ಮುಂದುವರೆಸಿದರು. ಇದರಿಂದಾಗಿ ಹಲವು ಸಮುದಾಯಗಳ ಸ್ಥಿತ್ಯಂತರಗಳಲ್ಲಿ ಏರುಪೇರುಗಳಾಗಿವೆ. ಈ ಬಗ್ಗೆ ಹೆಚ್ಚಿನ ಬೆಳಕು ಚೆಲ್ಲಿದವರು ಕಡಿಮೆ.ಈ

ವಿಚಾರವನ್ನು ಸ್ವಲ್ಪ ಮಟ್ಟಿಗೆ ನನ್ನ ಆಂಗ್ಲ ಕೃತಿ "ಇನ್ ಪರ್ಸ್ಯೂಟ್ ಆಫ್ ಅವರ್ ರೂಟ್ಸ್" (IN PURSUIT OF OUR ROOTS-2015)ನಲ್ಲಿ ವಿವರಿಸಿದ್ದೇನೆ.

ಕಾಟಕಾಯಿಯನ್ನು ಅಡಗಿಸಲು ಸಹಕರಿಸಿದ ಮೊದಲನೆಯ ವರ್ಗದವರಲ್ಲಿ 25 ಜನರಿಗೆ ಜೋಡುಕೊಳದ ಕೋವಿಗಳನ್ನೂ, 14 ಮಂದಿಗೆ ಕುದುರೆಗಳನ್ನೂ ಕೊಡಲಾಯಿತು. ಕೆಲವರಿಗೆ ಓಡಿಕತ್ತಿಗಳನ್ನು ಕೊಡಲಾಯಿತು. ಇದೇ ಸಂಬಂಧಲ್ಲಿ ಬಹಳ ಜನರಿಗೆ ಅವರವರ ಅರ್ಹತೆ ಮೇರೆಗೆ ಚಿನ್ನ, ಬೆಳ್ಳಿ ಹಾಗೂ ತಾಮ್ರದ ಪದಕಗಳು ಕೊಡಲ್ಪಟ್ಟವು. ಚಿನ್ನದ ಪದಕ ಎರಡು ದಿವಾನರಿಗೂ, ಬೆಳ್ಳಿ ಪದಕವು ಸುಮಾರು 200 ಯೋಧರಿಗೂ ಕೊಡಲ್ಪಟ್ಟಿತ್ತು. ಇನ್ನೂ ಹಲವು ಮಂದಿಗೆ ತಾಮ್ರದ ಪದಕ ಕೊಡಲಾಯಿತು. ಚಿನ್ನದ ಪದಕವು ಸರಪಣಿ ಸಮೇತ ಹನ್ನೊಂದುವರೆ ತೊಲ ತೂಕವಿದ್ದು, ಎರಡು ಇಂಚು ವ್ಯಾಸವುಳ್ಳದಾಗಿತ್ತು. ಪದಕಗಳ ಒಂದು ಬದಿಯಲ್ಲಿ ಒಬ್ಬ ಕೊಡಗು ಯೋಧನು ಯುದ್ಧ ಮಾಡುತ್ತಿರುವಂತೆ ಉಬ್ಬಚ್ಚು ಇದೆ. ಇನ್ನೊಂದು ಬದಿಯಲ್ಲಿ ಪೀಚೆಕತ್ತಿ ಮತ್ತು ಒಡಿಕತ್ತಿಗಳನ್ನು ಒಂದು ಹಾರದಲ್ಲಿ ಕಟ್ಟಿ ಸಿಕ್ಕಿಸಿದ ಹಾಗೆ ಬಿಡಿಸಿತ್ತು. ಇದಲ್ಲದೇ ಪದಕದ ಬದಿಯಲ್ಲಿ ಆಂಗ್ಲ ಭಾಷೆಯಲ್ಲಿ "FOR DISTINGUISHED CONDUCT AND LOYALTY OF THE BRITISH GOVERNMENT, COORG 1837" ಇನ್ನೊಂದು ಬದಿಯಲ್ಲಿ "ಸನ್ 1837ನೇ ಏಪ್ರಿಲ್ ಮೇ ತಿಂಗಳಲ್ಲಿ (ಶರಾರದ್ರುವ) ಬಯಸುವ ವಿಚಾರದಲ್ಲು ಕುಂಪನಿ ಸರಕಾರಕ್ಕೆ (ತಮೂಲಾಲ್) ಮಾಡಿದ ಯಾದುಗಾಗಿ ನಿಶಾನಿಗೋಸ್ಕರ ಮತ್ತು "ಕೊಡಗಿನ ಬ್ರಿಟಿಷ್ ಸರಕಾರಕ್ಕೆ ನಿಷ್ಠೆ ಮತ್ತು ಮೇಲ್ಮಟ್ಟದ ವರ್ತನೆಗೆ" ಎಂಬುದಾಗಿ ಬರೆಯಲಾಗಿದೆ. ಅದಲ್ಲದೆ ಜಮೀನು, ಜಹಗೀರುಗಳನ್ನು ನಿಷ್ಠೆ ತೋರಿದವರಿಗೆ ಧಾರಾಳವಾಗಿ ಕೊಡಲಾಯಿತು.[1]

ದಕ್ಷಿಣಕನ್ನಡದಲ್ಲಿ ಗೌಡ ಸಾರಸ್ವತ ಬ್ರಾಹ್ಮಣರು, ಕೊಂಕಣಿಗಳು, ವೈಷ್ಣವ ಬ್ರಾಹ್ಮಣರು ಸ್ವಲ್ಪಮಟ್ಟಿಗೆ ಬಂಟರು ಬ್ರಿಟಿಷ್ ಸಾಮ್ರಾಜ್ಯಕ್ಕೆ ಪೂರಕವಾಗಿದ್ದರು. ಕಲ್ಯಾಣಸ್ವಾಮಿ ಮತ್ತು ಕೆದಂಬಾಡಿ ರಾಮಯ್ಯಗೌಡರ ತಂಡ ದಂಡೆತ್ತಿ ಹೋಗುವಾಗ ಪುತ್ತೂರಿನಿಂದ ಹಿಮ್ಮೆಟ್ಟಿದ ಕಂಪೆನಿ ಸಿಪಾಯಿಗಳಿಗೆ ಆಹಾರಕ್ಕೋಸ್ಕರ ಅಕ್ಕಿ ಮತ್ತು ಇತರ ಸಾಮಾನುಗಳನ್ನು ಉಚಿತವಾಗಿ ಒದಗಿಸಿಕೊಟ್ಟ ಬಂಟ್ವಾಳದ ಭೂಮಾಲೀಕ ಮತ್ತು ವರ್ತಕ ರಂಗ ಬಾಳಿಗನಿಗೆ ಭೂಕಂದಾಯವನ್ನು ಲಂಡನ್‌ನ ಈಸ್ಟ್ ಇಂಡಿಯಾ ಕಂಪನಿಯ ಡೈರೆಕ್ಟರರ ಸಲಹೆ ಮೇರೆಗೆ ಅವನೂ ಸೇರಿ ಮೂರು ತಲೆಮಾರುಗಳವರೆಗೆ ಬಿಟ್ಟು ಕೊಡಲಾಯಿತು. ಅಮರ ಸುಳ್ಯ ಕಾಟಕಾಯಿಯಲ್ಲಿ ಭಾಗವಹಿಸಿದ ಬ್ರಿಟಿಷ್ ವಿದ್ರೋಹಿ

2. N. Shyam Bhat, South Kanara (1799-1860) a study in colonial administration and Regional responce-, Mittal Publications, new delhi-1995, P. 181

ಮುಖಂಡರಿಗೆ ಅತ್ಯಂತ ಕಠಿಣ ಸಜೆ, ಗಲ್ಲು ಕೊಡಲ್ಪಟ್ಟಿತ್ತು ಎಂಬುದಾಗಿ ಈ ಹಿಂದೆಯೇ ಚರ್ಚಿಸಲಾಗಿದೆ. ಡಾ. ಪುರುಷೋತ್ತಮ ಬಿಳಿಮಲೆಯವರು ತಮ್ಮ ಕೃತಿ "ವಲಸೆ–ಸಂಘರ್ಷ–ಸಮನ್ವಯ" ದಲ್ಲಿ "ಸುಳ್ಯ ಸರಹದ್ದಿನ ಗೌಡ ರೈತ ಸಮುದಾಯ ಭೂಹಿಡುವಳಿ ಹೊಂದಿದ್ದು, ಶ್ರೀಮಂತರಾಗಿದ್ದರೆ, ಬೆಳ್ತಂಗಡಿ, ಪುತ್ತೂರು, ವಿಟ್ಲ ಭಾಗದ ತುಳು ಭಾಷಿಕ ಗೌಡರು ಗೇಣಿ ಒಕ್ಕಲುಗಳಾಗಿ ಬಡವರಾಗಿದ್ದರು" ಎಂಬ ವಿಚಾರ ಸತ್ಯಕ್ಕೆ ದೂರವಾದದ್ದು. ಇಲ್ಲಿ ಗಣಪತಿ ರಾವ್ ಐಗಲ್ರವರ ಉಲ್ಲೇಖ (2004) ಸ್ತುತ್ಯಾರ್ಹ: "ಕೆಳದಿ ವೆಂಕಟಪ್ಪ ನಾಯಕನ (1613ರ ಜೈತ್ರಯಾತ್ರೆ) ಪ್ರಭಾವದಿಂದಾಗಿ ಶಿಶಿಲ, ಬೆಳ್ಳಾರೆ, ಕಾನ್ತಮಂಗಳ, ಬದಿಯಡ್ಕ, ಕುಂಬ್ಳೆ, ಕಾಸರಗೋಡು ಭಾಗಗಳಲ್ಲಿ ಬಂಟ ಹಾಗೂ ಜೈನ ಬಲ್ಲಾಳರ ಪ್ರಭಾವ ನಾಶವಾಗುತ್ತದೆ. ಇದು ಇಕ್ಕೇರಿ (ಕೆಳದಿ)ಯವರ ಅನುಯಾಯಿಗಳಾದ ಗೌಡರ ನೆಲೆ ಭದ್ರಗೊಳ್ಳುವಲ್ಲಿ ಒಂದು ದಾರಿಯಾಗುತ್ತದೆ. ಗೌಡರು ಸುಳ್ಯ, ಪುತ್ತೂರು ಭಾಗಗಳಲ್ಲಿ ಪ್ರಭಾವಿ ಜಮೀನುದಾರರಾಗುತ್ತಾರೆ." ಈ ಭಾಗದ ಗೌಡ–ರೈತಾಪಿ ಜನರು ಒಂದು ಕಾಲದಲ್ಲಿ ಪ್ರಬಲ ಜಮೀನುದಾರರಾಗಿ ಬಾಳ್ವೆ ನಡೆಸಿದ್ದರು ಎಂಬುದು ಬಿಳಿಮಲೆಯವರ ಗಮನಕ್ಕೆ ಬಂದಿರಲಾರದ ವಿಚಾರವಿರಬೇಕು. ಈ ಭಾಗದಲ್ಲಿ ಅಂದಿನ ಕಾಲದಲ್ಲಿ ವಿಶಾಲವಾದ ಬತ್ತದ ಗದ್ದೆಗಳು, ಕಂಬಳ ಗದ್ದೆಗಳು ಇದ್ದುವು.

ಪುರುಷೋತ್ತಮ ಬಿಳಿಮಲೆಯವರ ಸ್ವಂತ ಅಜ್ಜಿ, ಅಜ್ಜನ ತಂಗಿಯವರು ಪುತ್ತೂರು ಕಸಬಾ ಗ್ರಾಮದ, ತೆಂಕಿಲ ಬೈಲು ಜಮೀನ್ದಾರರಾಗಿದ್ದ, ಕೂಡು ಕುಟುಂಬದ ನನ್ನ ದೊಡ್ಡಪ್ಪ ತೆಂಕಿಲ ವೀರಪ್ಪ ಗೌಡರ ಪತ್ನಿ. ತೆಂಕಿಲ ವೀರಪ್ಪಗೌಡರು ಅಂದಿನ ಕಾಲದಲ್ಲಿ ಬ್ರಿಟಿಷ್ ಸರಕಾರದ PWD ಯಲ್ಲಿ ಉನ್ನತ ಹುದ್ದೆಯಲ್ಲಿ ಇದ್ದರು. ಗೌಡ ಸಮುದಾಯದಲ್ಲಿ ಪ್ರಪ್ರಥಮವಾಗಿ ಹೆಂಚಿನ ಮನೆ ಕಟ್ಟಿದ ಕೀರ್ತಿ ಇವರಿಗೆ ಸಲ್ಲುತ್ತದೆ. ವೀರಪ್ಪಗೌಡರು 1909ರಲ್ಲಿ ಆರಂಭವಾದ ಪುತ್ತೂರು ಗೌಡ ವಿದ್ಯಾಸಂಘದ ಕೋಶಾಧಿಕಾರಿ. ಪ್ರಥಮ ಹಂತದಲ್ಲಿ ಪುತ್ತೂರು ಗೌಡ ವಿದ್ಯಾಸಂಘದ ಮೀಟಿಂಗ್ ನಮ್ಮ ಮನೆಯಲ್ಲೇ ನಡೆಯುತ್ತಿತ್ತು. ಸಿ.ಕೆ. ಪದ್ಮಯ್ಯಗೌಡರು, ಕೂಜುಗೋಡು ಕಟ್ಟೆಮನೆ ವೆಂಕಟರಮಣ ಗೌಡರು ವಿಚಾರ ವಿನಿಮಯಕ್ಕೆ ನಮ್ಮಲ್ಲಿ ಬರುತಿದ್ದರಂತೆ. ಸುಮಾರು 1956ರಲ್ಲಿ ಕುಟುಂಬ ವಿಭಜನೆಯಾಗಿ ವೀರಪ್ಪಗೌಡರ ಭಾಗ ಬೆಳ್ತಂಗಡಿಯ ಬಂಗಾಡಿಯಲ್ಲಿ ಬದುಕು ಕಟ್ಟಿಕೊಂಡರು.

1837ರಲ್ಲಿ ಬ್ರಿಟಿಷರಿಂದ ಹತ್ತಿಕ್ಕಲಾದ ಅಮರ ಸುಳ್ಯ ಸ್ವಾತಂತ್ರದ ಸಮರದ ಅನಂತರದ ದಿನಗಳಲ್ಲಿ ದಕ್ಷಿಣ ಕನ್ನಡ ಜಿಲ್ಲೆಯಲ್ಲಿ ಬ್ರಿಟಿಷರ ಅನುಯಾಯಿಗಳು, ಪ್ರಬಲರಾದ ಮಧ್ಯವರ್ತಿಗಳು, ಗಿರವಿದಾರರು ಇವರಿಂದ ಹೆಚ್ಚಿನ ಶೋಷಣೆಗೆ ಒಳಗಾದವರು ಪುತ್ತೂರು, ವಿಟ್ಲ ಮತ್ತು ಬೆಳ್ತಂಗಡಿ ಭಾಗದ ರೈತಾಪಿ ಜನರು, ಭೂಒಡೆಯರಾಗಿದ್ದ ಗೌಡರು ತಮ್ಮದೆ ಭೂಮಿಯಲ್ಲಿ ಗೇಣಿ ಒಕ್ಕಲುಗಳಾಗಿ ಶೋಚನೀಯ ಸ್ಥಿತಿ ತಲುಪಿದ್ದರು ಎಂದರೆ ಅತಿಶಯೋಕ್ತಿ ಆಗಲಾರದು. ಡಾ. ಎನ್. ಶ್ಯಾಮ್‌ಭಟ್‌ರವರು ತಮ್ಮ ಕೃತಿಯಲ್ಲಿ

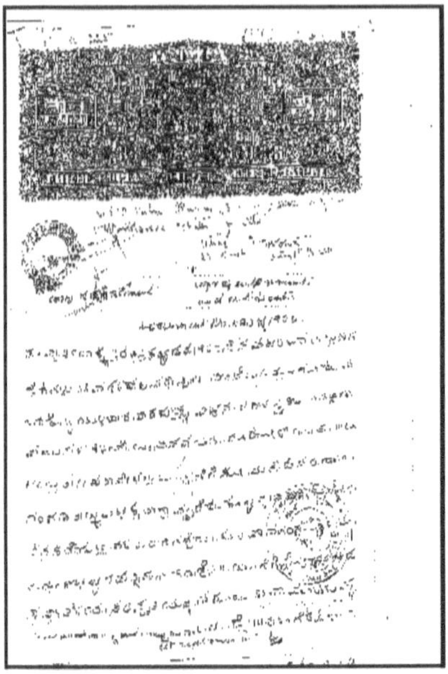

1920ರಲ್ಲಿ ಬ್ರಿಟೀಷರ ಕುಮ್ಮಕ್ಕಿನಿಂದ ವಿಟ್ಲದ ಸಮೀಪದ ಮೂರ್ಜೆ (ಮೂರಕಜೆ) ಗೌಡ ಕುಟುಂಬದ ವರಭೂಮಿ ಬ್ರಿಟೀಷ್ ಅನುಯ್ಯಾಯಿಗಳಿಗೆ ಬರೆದು ಕೊಟ್ಟ ಆಸ್ತಿ ಹಕ್ಕು ಪತ್ರ.

1920ರಲ್ಲಿ ಬ್ರಿಟೀಷರ ಕುಮ್ಮಕ್ಕಿನಿಂದ ವಿಟ್ಲದ ಸಮೀಪದ ಅನುಯ್ಯಾಯಿಗಳಿಗೆ ಬರೆದು ಕೊಟ್ಟ ಆಸ್ತಿ ಹಕ್ಕು ಪತ್ರ.

ಬ್ರಿಟಿಷರ ಒಡೆದು ಆಳುವ ನೀತಿ ಬಗ್ಗೆ ವಿವರವಾಗಿ ದಾಖಲಿಸಿದ್ದಾರೆ. ಬಹುಶಃ ಸುಳ್ಯ ಪರಿಸರದಲ್ಲಿ ಬಹು ಸಂಖ್ಯಾತರಾದ ಗೌಡರ ಜೊತೆ ಈ ಮಧ್ಯವರ್ತಿಗಳ ಬೇಳೆ ಹೆಚ್ಚು ಬೆಂದಿರಲಾರದು. ಕಾಲಾನುಘಟ್ಟದಲ್ಲಿ ರೈತಾಪಿ ವರ್ಗವನ್ನು ಬ್ರಿಟಿಷರು ಮತ್ತು ಅವರ ಅನುಯಾಯಿಗಳು ಯಾವ ರೀತಿ ಶೋಷಿಸಲಾಯಿತು ಎಂಬ ಬಗ್ಗೆ ಕೆಲವು ಕೇಸ್ ಸ್ಟಡೀಸ್ ಈ ಕೆಳಗೆ ಚರ್ಚಿಸಲಾಗಿದೆ

ಪುತ್ತೂರಿನ ಬಲ್ನಾಡು ಗ್ರಾಮ:[3]

ಗೌಡ ಸಮಾಜದ ಆಡಳಿತ ಘಟಕಗಳಲ್ಲಿ ಮುಖ್ಯವಾದುದು ಕಟ್ಟೆಮನೆಗಳು. ಗೌಡರ ವಲಸೆಯ ಅನಂತರ ರಾಜಕೀಯವಾಗಿ ಬಲಗೊಂಡು ಅಧಿಕಾರ ಸ್ಥಾಪನೆಯನ್ನು ಮಾಡುವ ಪ್ರಕ್ರಿಯೆಯಲ್ಲಿ ಕಟ್ಟೆಮನೆಗಳ ಪಾತ್ರ ಮಹತ್ವದ್ದು. ಪುತ್ತೂರಿನ ಬಲ್ನಾಡು ಕಟ್ಟೆಮನೆ ನಮಗೆ ಗೌಡರ ರಾಜಕೀಯ ಬೆಳೆವಣಿಗೆ ಹಾಗೂ ಸ್ಥಿತ್ಯಂತರಗಳನ್ನು ತೋರಿಸುತ್ತದೆ.

ಬಲ್ನಾಡು ಬಂಗರಸನ ಆಡಳಿತಕ್ಕೆ ಸೇರಿದ್ದ ಭೂಭಾಗವಾಗಿದ್ದು, ಇಂದು ಪುತ್ತೂರಿನ ಮುನ್ಸಿಫ್ ಕೋರ್ಟ್ ಇರುವ ಭಾಗದಲ್ಲಿ ಅವನ ಅರಮನೆಯೊಂದಿತ್ತು. ಇವನ ಕಾಲದಲ್ಲಿ ಬಲ್ನಾಡಿಗೆ ಬಂದ ಗೌಡರು ಅವನ ಆಸ್ಥಾನದಲ್ಲಿ ಸ್ಥಾನಮಾನವನ್ನು ಪಡೆದುದಲ್ಲದೇ ಮಹಾಲಿಂಗೇಶ್ವರ ದೇವಾಲಯದ ಸೇವೆಯಲ್ಲಿ ಸಂಖೇಶ (ಆಡಳಿತ) ಅಧಿಕಾರಿಗಳಾಗಿ ತೊಡಗಿಸಿಕೊಳ್ಳುತ್ತಾರೆ. ಕಟ್ಟೆಮನೆಯ ಗೌಡರು ಆರ್ಥಿಕ ಹಾಗೂ ರಾಜಕೀಯವಾಗಿ ಪ್ರಬಲರಾಗಿದ್ದದ್ದು ದೇವಾಲಯದಲ್ಲಿ ಅವರಿಗಿರುವ ಸ್ಥಾನಮಾನಗಳಿಂದ ವೇದ್ಯವಾಗುತ್ತದೆ.

1836–1837 ರಲ್ಲಿ ನಡೆದ ಅಮರಸುಳ್ಯ ದಂಗೆ ಗೌಡರ ವೀರಶ್ರೀಗೊಂದು ಒಳ್ಳೆಯ ನಿದರ್ಶನ. ಈ ಹೋರಾಟದಲ್ಲಿ ವಿಟ್ಲ, ಬಲ್ನಾಡು, ಬೆಳ್ತಂಗಡಿಯ ಗೌಡರು ಪಾಲ್ಗೊಂಡು ಬ್ರಿಟಿಷರ ವಿರುದ್ಧ ದಂಗೆ ಎದ್ದಿದ್ದರು. ಇವರು ಕೆದಂಬಾಡಿ ರಾಮಯ್ಯಗೌಡ, ಕಲ್ಯಾಣಪ್ಪ ಮೊದಲಾದ ವೀರರೊಂದಿಗೆ ಪುತ್ತೂರಿನ ಆಂಗ್ಲ ಖಜಾನೆಯ ಮೇಲೆ ಧಾಳಿ ಇಡುತ್ತಾರೆ. ಇದರ ಪರಿಣಾಮ ಗೌಡ ಸಮುದಾಯ ಬ್ರಿಟಿಷರ ಕೆಂಗಣ್ಣಿಗೆ ಗುರಿಯಾಗಬೇಕಾಯಿತು. ಇದಲ್ಲದೇ ಪುತ್ತೂರು ಸೀಮೆ, ವಿಟ್ಲ ಮೊದಲಾದ ಭಾಗದ ಗೌಡರು, ಬಂಟರು, ಶಿವಳ್ಳಿ–ಹವ್ಯಕ ಬ್ರಾಹ್ಮಣರು, ಗೌಡ ಸಾರಸ್ವತರು ಮೊದಲಾದ ಪ್ರಬಲ ವರ್ಗಗಳ ತುಳಿತಕ್ಕೂ ಒಳಗಾಗಿದ್ದಾರೆ. ಇತರ ಪ್ರಬಲ ಸಮುದಾಯದವರು ಬ್ರಿಟಿಷ್ ಸರಕಾರ ಮತ್ತು ರೈತರ ಮಧ್ಯವರ್ತಿಗಳಾಗಿ ಬಂದು ಇದರಿಂದ ತಮ್ಮ ಆಸ್ತಿ–ಪಾಸ್ತಿಗಳನ್ನು ಕಳೆದುಕೊಂಡಿದ್ದಾರೆ.

---

3. **ಬಲ್ನಾಡು ಕುಟುಂಬ ದಿ. ಬಾಬುಗೌಡ ಮತ್ತು ಶ್ರೀಮತಿ ಪದ್ಮಾವತಿಯವರೊಂದಿಗೆ ಲೇಖಕರ ದಾಖಲಿತ ಸಂವಾದ.**

ಹೀಗೆ ಬಲ್ನಾಡು ಕಟ್ಟೆಮನೆಯ ಗೌಡರ ಹತ್ತಿರದ ಇತರ ಮಧ್ಯವರ್ತಿಯ ಕುಟುಂಬವೊಂದು ಅವರ ಅನಕ್ಷರತೆಯನ್ನು ದುರುಪಯೋಗಪಡಿಸಿಕೊಂಡು ಭೂಮಿಯನ್ನು ನುಂಗಿತ್ತು. ಕಾಲಾಂತರದಲ್ಲಿ ಇವರ ಅನೇಕ ಭೂಭಾಗಗಳು ಇವರ ಕೈ ತಪ್ಪಿ ಹೋದವು. ದಂಡನಾಯಕ ಉಲ್ಲಾಕುಳು ಹಾಗೂ ಉಲ್ಲಾಳ್ತಿಯ ದೈವಸ್ಥಾನದ ಅಧಿಕಾರವೂ ಇವರ ಕೈಯಿಂದ ನಟ್ಟೋಜ ಬ್ರಾಹ್ಮಣ ಕುಟುಂಬ ಸಹಭಾಗೀತ್ವಕ್ಕೆ ಬಂತು. ಇವರೆಡೂ ಕುಟುಂಬಗಳ ಮನಸ್ತಾನದಿಂದಾಗಿ ಅನೇಕ ವರ್ಷ ನೇಮ ನಡಾವಳಿಗಳು ನಡೆಯಲಿಲ್ಲ. ಇದರಿಂದ ಎರಡೂ ಕುಟುಂಬಗಳಿಗೆ ದೋಷಾದಿಗಳು ಕಂಡುಬಂದವು.

ಕಾಲಾಂತರದಲ್ಲಿ ಗೌಡರು ಸೇಡಿಯ ಸೀತಾರಾಮಭಟ್ಟರೆಂಬ ಹವ್ಯಕರೊಂದಿಗೆ ಸೇರಿ ನೇಮೋತ್ಸವ ನಡೆಸಿದರು. ಇವರ ನಡುವಿನ ಭಿನ್ನಾಭಿಪ್ರಾಯ ಕೋರ್ಟಿನ ಮೆಟ್ಟಲೇರಿ ಭಟ್ಟನ ಪಿರ್ಯಾದಿನಂತೆ ಇಂದು ಬಲ್ನಾಡು ದಂಡನಾಯಕ ದೈವಸ್ಥಾನ ಕರ್ನಾಟಕ ಸರಕಾರದ ಮುಜರಾಯಿ ಇಲಾಖೆಗೆ ಒಳಪಟ್ಟಿದೆ. ಇಂದು ಗೌಡರ ಕಟ್ಟೆಮನೆಯವರು ದರ್ಶನ ಪಾತ್ರಿಗಳಾಗಿ ದೈವಗಳ ಸೇವೆ ಮಾಡುತ್ತಿದ್ದಾರೆ. ಪ್ರಸ್ತುತ ದರ್ಶನ ಪಾತ್ರಿಯಾಗಿರುವ ಪರಮೇಶ್ವರಗೌಡರಿಗೆ ಕೇವಲ ವಾರ್ಷಿಕ 2700 ರೂ.ಗಳನ್ನು ಇಲಾಖೆ ನೀಡುತ್ತಿದೆ.

ಇಂದು ಬಲ್ನಾಡಿನ ಮನೆ ಜೀರ್ಣಾವಸ್ಥೆಯನ್ನು ತಲುಪಿದ್ದು, ಕಷ್ಟಗಳನ್ನು ಎದುರಿಸುತ್ತಿದೆ. ಮನೆಯ ಆರ್ಥಿಕ ವ್ಯವಸ್ಥೆಯೂ ಕುಸಿದಿದ್ದು, ಇಂದೂ ಸೌದೆ ಒಲೆಯಲ್ಲಿಯೇ ಅಡುಗೆ ಮಾಡುತ್ತಾರೆ. ಸದಸ್ಯರೂ ಕೂಡ ಹೆಚ್ಚು ವಿದ್ಯಾವಂತರಲ್ಲದಿರುವುದರಿಂದ ಪ್ರಬಲ ವರ್ಗಗಳ ತುಳಿತಕ್ಕೆ ಒಳಗಾಗುತ್ತಿದ್ದಾರೆ.

ಪುತ್ತೂರು ಪಕ್ಕ ಬೆಲ್ಲಿಪಾಡಿ ಗ್ರಾಮ:

ಬೆಲ್ಲಿಪಾಡಿ ಗ್ರಾಮವು ಪುತ್ತೂರು ತಾಲೂಕಿನ ಬತ್ತದ ಕಣಜವೆಂದು ಗುರುತಿಸಿಕೊಂಡಿದೆ. ಬೆಲ್ಲಿಪಾಡಿಯ ದೇವಸ್ಯ ಕುಟುಂಬವು ಒಂದು ಪ್ರತಿಷ್ಠಿತ ಜಮೀನ್ದಾರ ಮತ್ತು ಗೌಡಾಳ್ವಿಕೆಯ ಕೇಂದ್ರವಾಗಿತ್ತು. ಇಲ್ಲಿ ದೇವಸ್ಯ, ಮಲವೇಲು, ಕೂಟೇಲು ಮತ್ತು ಅಂದ್ರಿಗೇರು ಎಂಬ ನಾಲ್ಕು ರೈತ ಕುಟುಂಬಗಳಿವೆ. 1837ರ ಹಿಂದೆ ಸ್ವಂತ ಹಿಡುವಳಿದಾರರಾಗಿ ಉತ್ತಮ ಬಾಳ್ವೆ ನಡೆಸಿದ್ದರು. ತದನಂತರದ ದಿನಗಳಲ್ಲಿ ಇತರ ಪ್ರಭಾವಿ ಸಮುದಾಯದ ಯುವಕನೋರ್ವನು ದೇವಸ್ಯ ಊರಗೌಡರಲ್ಲಿಗೆ ಸಹಾಯಕ್ಕೆಂದು ಬಂದಿದ್ದು, ಬೆಲ್ಲಿಪಾಡಿಯಲ್ಲಿ ನೆಲೆಕಂಡ. ಕಾಲಾನುಘಟ್ಟದಲ್ಲಿ ಕುಟಿಲ ತಂತ್ರವನ್ನು ಹೆಣೆದು, ಬ್ರಿಟಿಷರ ಮಧ್ಯವರ್ತಿಯಾಗಿ ಸಂಪೂರ್ಣ ಭೂಮಿ ಒಡೆತನ ಅವನ ವಂಶಜರದ್ದಾಯಿತು. ಮೇಲಿನ ನಾಲ್ಕು ರೈತ ಕುಟುಂಬಗಳು ತಮ್ಮದೇ ಭೂಮಿಯಲ್ಲಿ ಗೇಣಿ ಒಕ್ಕಲುಗಳಾದರು. ನೂರಾರು ವರ್ಷ ಕಳೆದ ಮೇಲೆ ಡಿ.

ದೇವರಾಜಅರಸುರವರ 'ಉಳುವವನೇ ಭೂಮಿಯ ಒಡೆಯ' ಮಸೂದೆಯಿಂದಾಗಿ ರೈತ ಜನರು ಸ್ವಲ್ಪ ಮಟ್ಟಿನ ಭೂಮಿಯನ್ನು ತಮ್ಮದಾಗಿ ಪುನಃ ಪಡೆದರು.

ಬಂಟ್ವಾಳ ತಾಲೂಕು ಗೋಳ್ತಮಜಲು ಗ್ರಾಮದ "ಪಾಡಿ ಮನೆ":

ದಕ್ಷಿಣಕನ್ನಡದ ಅಂದಿನ ಪುತ್ತೂರು ತಾಲೂಕಿನ ವಿಟ್ಲ-ಕಲ್ಲಡ್ಕ-ಪಾನೆಮಂಗಳೂರು ರಸ್ತೆಯ ಗೋಳ್ತಮಜಲು ಗ್ರಾಮದಲ್ಲಿ ಬಲಬದಿಗೆ ಸಿಗುವ ಕುದುರೆಮಾರು ಗದ್ದೆ ಸೇರಿ ಸಂಪೂರ್ಣ ವಿಶಾಲ ಬೈಲಿನ ಜಮೀನುದಾರರಾಗಿದ್ದವರು "ಪಾಡಿ ಮನೆ" ಗುರಿಕಾರರು. ಇವರು ತಮ್ಮ ಯೋಧ ಪರಂಪರೆಯ ಸಲುವಾಗಿ ನಂದಾವರ ಬಂಗರಸರಿಂದ ಉಂಬಳಿ ಪಡೆದು ನೂರಾರು ಮಂದಿ ಊಳಿಗದವರ ಜೊತೆ ಅನೋನ್ಯವಾಗಿ ನಂದಾವರ ಬಂಗರಸರಿಗೆ ಬೆಂಗಾವಲಾಗಿ ಇದ್ದರು. ಒಂದು ಹೊತ್ತಿನ ಊಟಕ್ಕೆ ಅಂದಿನ ಕಾಲದಲ್ಲಿ ಅರ್ಧ ಮುಡಿ ಅಕ್ಕಿ (21 ಕೆ.ಜಿ.) ಬೇಕಿತ್ತಂತೆ. ಗಂಡು ಜನರಿಗೆ ಗಂಡು ಗುರಿಕಾರರು, ಹೆಣ್ಣು ಜನರಿಗೆ ಹೆಣ್ಣು ಗುರಿಕಾರರಿದ್ದರು. 1837 ರ ಅಮರ ಸುಳ್ಯ ದಂಗೆಯಲ್ಲಿ ನಂದಾವರ ಲಕ್ಷ್ಮಪ್ಪ ಬಂಗರಸ ಶಾಮೀಲಾಗಿ, ಕೊನೆಯಲ್ಲಿ ಬ್ರಿಟಿಷರು ಅವನನ್ನು ಮಂಗಳೂರಿನ ಬಿಕರ್ಣ ಕಟ್ಟೆಯಲ್ಲಿ ನೇಣುಕಂಬಕ್ಕೆ ಏರಿಸಿದ್ದು, ಬ್ರಿಟಿಷ್ ದಾಖಲೆಗಳಲ್ಲಿ ಇದೆ. ಪಾಡಿ ಮನೆಯ ಗುರಿಕಾರ ಲಕ್ಷ್ಮಪ್ಪ ಬಂಗರಸನೊಂದಿಗೆ ಬ್ರಿಟಿಷರ ಎದುರು ಕಾದಾಡಿ ಬ್ರಿಟಿಷರ ಗುಂಡಿಗೆ ಬಲಿಯಾದ ಬಗ್ಗೆ ಕುಟುಂಬದ ಹಿರಿಯರು ನೆನೆಪಿಸಿಕೊಳ್ಳುತ್ತಾರೆ. ಇದೇ ಸಂದರ್ಭದಲ್ಲಿ ಬ್ರಿಟಿಷರಿಗೆ ಸಹಕರಿಸಿದ ಬಂಟ್ವಾಳದ ವರ್ತಕ ರಂಗ ಬಾಳಿಗನ[1] ಸಂಬಂಧಿ ಪಾನೆಮಂಗಳೂರಿನ ವರ್ತಕ ನಾರಾಯಣ ಪ್ರಭು ಕಿರಾಣಿ ಮತ್ತು ಬಟ್ಟೆ ಅಂಗಡಿ ಹೊಂದಿದ್ದ. ಪಾಡಿಮನೆ ಗುರಿಕಾರ ನಾರಾಯಣ್ ಪ್ರಭು ಅಂಗಡಿ ಹೊಂದಿದ್ದ. ಪಾಡಿಮನೆ ಗುರಿಕಾರ ನಾರಾಯಣ ಪ್ರಭು ಅಂಗಡಿಯಿಂದ ಸಾಮಾನು ಸರಂಜಾಮುಗಳನ್ನು ಕೊಂಡುಕೊಂಡು ಬದಲಿಗೆ ಅಕ್ಕಿ ಮುಡಿ ಕೊಡುತ್ತಿದ್ದ. ಹತ್ತೊಂಬತ್ತನೆಯ ಶತಮಾನದ ಆದಿಭಾಗದಲ್ಲಿ ನಾರಾಯಣ ಪ್ರಭು ಸುಳ್ಳು ಲೆಕ್ಕ ಬರೆದು ಮಂಗಳೂರು ಬ್ರಿಟಿಷ್ ನ್ಯಾಯಾಲಯದಲ್ಲಿ ಪಾಡಿ ಗೌಡನು ಸಾಲ ಪಡೆದುದನ್ನು ತೀರಿಸಿಲ್ಲ ಎಂದು ದಾವೆ ಹೂಡಿದ. ಈ ಬಗ್ಗೆ ನ್ಯಾಯಾಲಯದಲ್ಲಿ ವಿಚಾರಣೆಯಾದಾಗ ಗುರಿಕಾರ ಗೌಡ ಲೆಕ್ಕವೆಲ್ಲ ನಾರಾಯಣ ಪ್ರಭು ಬರೆದಿಟ್ಟಿದ್ದಾನೆ ಅಂದ. ನಾರಾಯಣ ಪ್ರಭುವಿನ ಸುಳ್ಳು ಲೆಕ್ಕದ ಆಧಾರದಲ್ಲಿ ತೀರ್ಪು ನೀಡಿ, ಗೌಡ ಅದನ್ನು ತೀರಿಸಲು ಸಾಧ್ಯವಾಗದೇ ತನ್ನ ಕುಟುಂಬದ ಭೂಮಿಯನ್ನು ನಾರಾಯಣ ಪ್ರಭುವಿಗೆ ನೀಡಿ ಪಾಡಿ ಮನೆಯವರು ಅವನ ಗೇಣಿ ಒಕ್ಕಲಾದರು.

---

1. **RICHTER GAZETEER**

ನನ್ನ ಅಮ್ಮ ದಿವಂಗತ ಸೀತಮ್ಮ ಅವರ ಬಾಲ್ಯದಲ್ಲಿ ನೆನೆಪಿಸಿಕೊಂಡ ವಿಚಾರ:

1918ರ ಒಂದನೆಯ ಮಹಾಯುದ್ಧದ ಸಮಯದಲ್ಲಿ ಬ್ರಿಟಿಷರ ಯುದ್ಧ ಸೇನೆಗಳಿಗೆ ಸರಬರಾಜು ಮಾಡಲು ಬ್ರಿಟಿಷ್ ಅಧಿಕಾರಿಗಳು ಅವರ ಅನುಯಾಯಿಗಳ ಜೊತೆಗೆ ಬಂದು ರೈತರು ಮಳೆಗಾಲದ ಉಪಯೋಗಕ್ಕೆ ಕೂಡಿಟ್ಟಿದ್ದ ಅಕ್ಕಿ ಬತ್ತಗಳನ್ನು ರೈತರ ತಲೆ ಹೊರೆಯಲ್ಲೇ ನೇತ್ರಾವತಿ ನದಿ ತನಕ ಹೊರಿಸಿ ಅಲ್ಲಿಂದ ದೋಣಿಗಳ ಮುಖಾಂತರ ಮಂಗಳೂರಿಗೆ ಕೊಂಡೊಯ್ದಿದುದಾಗಿಯೂ, ಅನಂತರದ ದಿನಗಳಲ್ಲಿ ತಿನ್ನಲು ಏನೂ ಇಲ್ಲದೇ ಕಾಡಿನಿಂದ ಗೆಡ್ಡೆ, ಗೆಣಸು, ಬಿದಿರಕ್ಕಿ ತಂದು ಉಂಡು ಬದುಕಬೇಕಾಯಿತು ಎನ್ನುತ್ತಾರೆ. ಈ ರೀತಿಯಾಗಿ ಬ್ರಿಟಿಷ್ ಆದಿಪತ್ಯದಲ್ಲಿ ರೈತರ ಶೋಷಣೆ ನಡೆದ ಬಗ್ಗೆ ನೆನೆಪಿಸುವ ಅಗತ್ಯವಿದೆ. ಇಂದಿಗೆ ನಮ್ಮ ಜೀವನ ತಕ್ಕ ಮಟ್ಟಿಗೆ ಸುಗಮವಾಗಿದೆ ಎನ್ನಬಹುದು.

ಪ್ರಜಾವಾಣಿ ದಿನಪತ್ರಿಕೆಯಲ್ಲಿ ಪ್ರಕಟವಾದ ವರದಿ:

ಬೆಂಗಳೂರಿನಲ್ಲಿ ನಡೆದ ಅಮರ ಸುಳ್ಯ ಸ್ವಾತಂತ್ರ್ಯ ಸಮರ–1837 ರ ಕಾರ್ಯಕ್ರಮ ಭಾರತ ಜ್ಞಾನಾಭಿವೃದ್ಧಿ ಟ್ರಸ್ಟ್, ಬೆಂಗಳೂರು ಇವರ ಸಮ್ಮುಖದಲ್ಲಿ ಶನಿವಾರದಂದು ಬೆಂಗಳೂರಿನ ಕನ್ನಡ ಸಾಹಿತ್ಯ ಪರಿಷತ್ತಿನಲ್ಲಿ ಅಮರಸುಳ್ಯ ಸಮರ–1837 ರಾಷ್ಟ್ರೀಯ ವಿಚಾರ ಸಂಕಿರಣ ಕಾರ್ಯಕ್ರಮ ನಡೆಯಿತು. ಈ ಕಾರ್ಯಕ್ರಮದಲ್ಲಿ ಜಗದ್ಗುರು ಶ್ರೀ ನಿರ್ಮಲಾನಂದ ಸ್ವಾಮಿಗಳು ರಾಜ್ಯದ ಮುಖ್ಯಮಂತ್ರಿಗಳಾದ ಯಡಿಯೂರಪ್ಪರವರು, ಕೇಂದ್ರ ರಾಸಾಯನಿಕ ಮತ್ತು ರಸಗೊಬ್ಬರ ಖಾತೆ ಸಚಿವರಾದ ಸದಾನಂದಗೌಡರು, ಉಪಮುಖ್ಯಮಂತ್ರಿ ಅಶ್ವಥ್ ನಾರಾಯಣ್‌ರವರು, ಸಚಿವರಾದ ಆರ್. ಅಶೋಕ್‌ರವರು, ಉಡುಪಿ–ಚಿಕ್ಕಮಗಳೂರು ಕ್ಷೇತ್ರದ ಸಂಸದರಾದ ಶೋಭಾ ಕರಂದ್ಲಾಜೆ ಅವರು, ರಾಜ್ಯಸಭೆ ಸದಸ್ಯರಾದ ಬಿ.ಸಿ. ಚಂದ್ರಶೇಖರ್ ಅವರು ಭಾಗವಹಿಸಿದ್ದರು. ಉದ್ಘಾಟನಾ ಭಾಷಣವನ್ನು ಮಾಡಿದ ಯಡಿಯೂರಪ್ಪನವರು ಅಪ್ಪಯ್ಯಗೌಡರ ಇತಿಹಾಸವನ್ನು ಹೇಳುವುದರ ಮೂಲಕ ಅಪ್ಪಯ್ಯಗೌಡರ ಸ್ಮಾರಕ ನಿರ್ಮಾಣ ಹಾಗೂ ಪಠ್ಯಪುಸ್ತಕದಲ್ಲಿ ತರುವ ಚಿಂತನೆಯನ್ನು ಕೈಗೆತ್ತಿಕೊಳ್ಳಲಾಗುವುದು ಎಂದು ಹೇಳಿದರು, ತದನಂತರ ಬೇರೆ ಕಾರ್ಯಕ್ರಮ ನಿಮಿತ್ತ ಆರ್. ಅಶೋಕ್‌ರವರು, ಅಶ್ವಥ್ ನಾರಾಯಣ್‌ರವರು, ಯಡಿಯೂರಪ್ಪನವರು ತೆರಳಿದರು. ಕಾರ್ಯಕ್ರಮದಲ್ಲಿ ಭಾಗವಹಿಸಿದ್ದ ಕೇಂದ್ರ ಸಚಿವರಾದ ಸದಾನಂದಗೌಡರು ಅರೆಭಾಷಿಕ ಸಮುದಾಯದ ಉಡುಗೆಯಾದ ಬಿಳಿ ಕುಪ್ಪಸ ದಟ್ಟಿಯನ್ನು ತೊಟ್ಟು ತಮ್ಮ ಸಮುದಾಯವನ್ನು, ತಮ್ಮ ಸಮುದಾಯದ ಹೋರಾಟಗಾರರು ಇರುವುದು ಮೆಚ್ಚಲೇಬೇಕಾದ, ಹಾಗೆಯೇ ಕೆಲ ಕೆಟ್ಟ ಇತಿಹಾಸಕಾರರ ಅಸ್ಪಷ್ಟ ಮಾಹಿತಿಗೆ, ಹಾಗೇ ಸ್ವಾತಂತ್ರ್ಯ ಸಮರಕ್ಕೂ ಮುಂಚೆ ನಡೆದ ಈ ಸಮರವನ್ನು ಇತಿಹಾಸದಲ್ಲಿ

ಕಾಣದಂತೆ ಮಾಡಿರುವುದರ ಬಗ್ಗೆ ಬೇಸರ ವ್ಯಕ್ತಪಡಿಸಿದರು. ಹಾಗೆ ಅಪ್ಪಯ್ಯಗೌಡರು ಹಾಗೂ ಕೆದಂಬಾಡಿ ರಾಮೇಗೌಡರ ಸ್ಮಾರಕವನ್ನು ಕೊಡಗು ಹಾಗೂ ದಕ್ಷಿಣಕನ್ನಡ ಭಾಗದಲ್ಲಿ ಸ್ಥಾಪಿಸಲು ಪಣ ತೊಡಲೇಬೇಕು ಎಂದು ಹೇಳುವುದರ ಮೂಲಕ ಕೊಡಗು ಹಾಗೂ ದಕ್ಷಿಣಕನ್ನಡ ಇತಿಹಾಸವನ್ನು ಹೇಳಿದರು. ಕಾರ್ಯಕ್ರಮದ ಅಧ್ಯಕ್ಷ ಭಾಷಣದಲ್ಲಿ ಶೋಭಾ ಕರಂದ್ಲಾಜೆ ಅವರು ಮಾತನಾಡಿ ಅಪ್ಪಯ್ಯಗೌಡರ ಹಾಗೂ ಕೊಡಗು ಹಾಗೂ ದಕ್ಷಿಣಕನ್ನಡದ ಸ್ವಾತಂತ್ರ್ಯ ಹೋರಾಟಗಾರರನ್ನು ನೆನೆದುಕೊಳ್ಳುತ್ತಾ ಕ್ರಾಂತಿಕಾರಿ ಸಂಗೊಳ್ಳಿ ರಾಯಣ್ಣ ಅವರ ಇತಿಹಾಸವನ್ನು ಹೇಳಿ ಸಂಗೊಳ್ಳಿ ರಾಯಣ್ಣ ಸಿನಿಮಾದಂತೆ ಅಮರಸುಳ್ಯ ದಂಗೆಯ ಸಿನಿಮಾವನ್ನು ಮಾಡಲು ಹಿರಿಯರಲ್ಲಿ ಕೇಳಿಕೊಂಡರು. ಹಾಗೇ ಸ್ಮಾರಕದ ಬಗ್ಗೆ ತಮ್ಮ ಇಂಗಿತವನ್ನು ವ್ಯಕ್ತಪಡಿಸಿದರು. ರಾಜ್ಯಸಭಾ ಸದಸ್ಯರಾದ ಬಿ.ಸಿ. ಚಂದ್ರಶೇಖರ್ ಅವರು ಮಾತನಾಡಿ ಹಿಂದಿನ ಹೋರಾಟಗಾರರ ಬಗ್ಗೆ ಮತ್ತೊಮ್ಮೆ ನೆನೆಪಿಸಿಕೊಂಡು ಅವರ ಹೋರಾಟ ಬಲಿದಾನ ಸಾಧನೆ ಹೋರಾಟಗಾರರ ಬಗ್ಗೆ ಮಾತನಾಡಿ ಯುವಕರಿಗೆ ಬೆಂಗಳೂರು ಆಳಿದ ಕೇಂಪೇಗೌಡರು ಹಾಗೂ ಕೊಡಗು ದಕ್ಷಿಣಕನ್ನಡ ಭಾಗದ ಅಪ್ಪಯ್ಯಗೌಡರ, ಕೆದಂಬಾಡಿ ರಾಮೇಗೌಡರ ವಿಷಯವನ್ನು ಪ್ರಸ್ತಾಪಿಸಿದರು. ಕಾರ್ಯಕ್ರಮದಲ್ಲಿ ಶ್ರೀ ನಿರ್ಮಲಾನಂದ ಸ್ವಾಮಿಗಳು ಮಾತನಾಡಿ ಒಕ್ಕಲಿಗ ನಾಯಕರ ಹಾಗೂ ದಕ್ಷಿಣಕನ್ನಡ ಕೊಡಗಿನ ಇತಿಹಾಸ ಹೇಳುವುದರ ಮೂಲಕ ಸಮಾಜದಲ್ಲಿ ತಾವೆಲ್ಲರೂ ಸಮಾನರು, ತಾವೆಲ್ಲ ಸ್ವಾವಲಂಬಿಗಳಾಗಬೇಕು ಹಾಗೂ ನಾವೆಲ್ಲರೂ ಆತ್ಮಸ್ಥೈರ್ಯವನ್ನು ತುಂಬಿಕೊಂಡು ಮುನ್ನಡೆಯಬೇಕು ಎಂದು ಹೇಳುವುದರ ಮೂಲಕ ದಿವ್ಯ ಆಶೀರ್ವಚನ ನೀಡಿದರು. ಅಮರ ಸುಳ್ಯದ ಸಂಶೋಧಕರಾದ ದೇವಿಪ್ರಸಾದ್‌ರವರು ಮಾತನಾಡಿ ತಾವು ಮಾಡಿದ ಸಂಶೋಧನೆ ಹಾಗೂ ಅದರ ಫಲವನ್ನು ಹೇಳಿದರು. ಹಾಗೆಯೇ ಮುಂದೆ ಆಗಬೇಕಾದ ವಿಚಾರಗಳ ಬಗ್ಗೆ ಮಾತನಾಡಿ ಹುಲಿಕೊಂದ ನಂಜಯ್ಯರ ಬಗ್ಗೆ ಹಾಗೂ ತಮ್ಮ ವಂಶದ ಬಗ್ಗೆ ಇದ್ದ ಇತಿಹಾಸವನ್ನು ಹೇಳಿದರು. ತದನಂತರ ಹಲವಾರು ಕ್ಷೇತ್ರಗಳಲ್ಲಿ ಸಾಧನೆ ಮಾಡಿದ

---

* ಪುತ್ತೂರು, ವಿಟ್ಲ ಮತ್ತು ಬೆಳ್ತಂಗಡಿ ತಾಲೂಕುಗಳಲ್ಲಿ ನೆಲೆಸಿರುವ ಯಾ ನೆಲೆಸಿದ್ದ ಹತ್ತು ಕುಟುಂಬ ಹದಿನೆಂಟು ಗೋತ್ರದ ತುಳು ಭಾಷಿಕ ಗೌಡರು (ಕೆಳದಿ ಸಂಸ್ಥಾನದಿಂದ ವಲಸೆ ಬದಾಗ ಈ ಗೌಡರ ಭಾಷೆ ಕೂಡಾ ಹಳಗನ್ನಡವಾಗಿತ್ತು. ಕಾಲಾನುಘಟ್ಟದಲ್ಲಿ ಪರಿಸರದ ಪ್ರಭಾವದಿಂದ ತುಳು ಭಾಷೆಯನ್ನು ತಮ್ಮದಾಗಿ ಸ್ವೀಕರಿಸಿದರು.) 1837ರ ಸ್ವಾತಂತ್ರ್ಯ ಹೋರಾಟದ ಪೂರ್ವದಲ್ಲಿ ಪ್ರಭಲ ಭೂ ಹಿಡುವಳಿದಾರರಾಗಿದ್ದರು. ಇಂತಹ ಕೆಲವು ಕುಟುಂಬಗಳು ಇವಾಗಿವೆ. 1. ಅಮೈ ಮಾಗಣೆ (ಗುಂಡಣ್ಣ ಬಳಿ– ಮೂಲದಲ್ಲಿ ಜೈನರು), ಸೇರಜೆ (ಊರಗೌಡರು– ಗುಂಡಣ್ಣ ಬಳಿ), ಕೂಡ್ರು, ಕಾಯರ್‌ಮಾರ್, ಕಲ್ಲಡ್ಕ ಮೂರ್ಜೆ ಮನೆ, ಗೋಲ್ತ ಮಜಲು ಗ್ರಾಮದ ಪಾಡಿಮನೆ, ಪುತ್ತೂರು ಬಲ್ನಾಡು ಕಟ್ಟೆಮನೆ, ಪುತ್ತೂರು ತೆಂಕಿಲಮನೆ, ಬನ್ನೂರು, ಹಿರೆಬಂಡಾಡಿ ಮಾಗಣೆ ಮನೆ, ಮಟ್ಟಂದೂರು, ಬೆಳ್ಳಿಪಾಡಿಯ ದೇವಸ್ಯ, ಮಳವೇಲು, ಕೂಟೇಲು ಮತ್ತು ಅಂದ್ರಿಗೇರಿ, ಬೆಳ್ತಂಗಡಿ ತಾಲೂಕಿನ ವಲಂಬ್ರ, ಕಿನ್ನಿಮಜಲು, ಮುಗುಳಿ, ಬಂಗಾಡಿ ಸಿದ್ದಪ್ಪ ಪಟೇಲರು ಇತ್ಯಾದಿ. ಇವೆಲ್ಲಾ ಕುಟುಂಬಗಳು 1837ರ ಅಮರ ಸುಳ್ಯ ಸ್ವಾತಂತ್ರ್ಯ ಸಮರದಲ್ಲಿ ಭಾಗಿಯಾಗಿದ್ದು ಅನಂತರದ ದಿನಗಳಲ್ಲಿ ಬ್ರಿಟಿಷರ ತುಳಿತಕ್ಕೆ ಒಳಗಾಗಿಗಳಾಗಿ ಅತ್ಯಂತ ಹೀನಾವಸ್ತೆಯ ಜೀವನ ನಡೆಸಬೇಕಾದ ಸ್ಥಿತಿ ಬಂತು. ಕೆಲವು ಕುಟುಂಬಗಳು ಸುಳ್ಯ ಕಡೆ ಬಂದು ಕಣಿವೆಗಳಲ್ಲಿ ನೆಲೆಸಿದರು.

ಹಿರಿಯರಿಗೆ ಸನ್ಮಾನ ಮಾಡಲಾಯಿತು. ಅಯೋಧ್ಯೆ ತೀರ್ಪಿನ ವಿಚಾರದ ಪರಿಣಾಮ ಈ ಕಾರ್ಯಕ್ರಮದಲ್ಲಿ ಇರಬೇಕಿದ್ದ ಸಾಂಪ್ರದಾಯಿಕ ಉಡುಪಿನ ಮೆರವಣಿಗೆಯನ್ನು ಮಾಡಲು ಸಾಧ್ಯವಾಗಲಿಲ್ಲ. ಕಾರ್ಯಕ್ರಮದಲ್ಲಿ ಸುರ್ತಾಲೆ ಸೋಮಣ್ಣ, ಅಂಬೇಕಲ್ಲ ನವೀನ್, ಕೆದಂಬಾಡಿ ರಾಜೇಶ್, ಅನಂತರಾಜಗೌಡ ಪುತ್ತೂರು, ಇತಿಹಾಸ ತಜ್ಞ ತಲಕಾಡು ಚಿಕ್ಕರಂಗೇಗೌಡ, ಬದನೂರು ಪುಟ್ಟಸ್ವಾಮಿ ಮತ್ತಿತರರು ಹಾಜರಿದ್ದರು. ನಗರದಲ್ಲಿ ನಿಷಾಧಾಜ್ಞೆ ಇದ್ದರೂ ಕಾರ್ಯಕ್ರಮದಲ್ಲಿ ಸಾವಿರಾರು ಮಂದಿ ಪಾಲ್ಗೊಂಡಿದ್ದರು. ಕಾರ್ಯಕ್ರಮ ಯಶಸ್ವಿಯಾಗಿ ನಡೆಯಿತು.

ಕಾರ್ಯಕ್ರಮದಲ್ಲಿ ಮುಖ್ಯವಾಗಿ ಅಪ್ಪಯ್ಯಗೌಡರು, ಕೆದಂಬಾಡಿ ರಾಮೇಗೌಡರು, ಹುಲಿಕೊಂದ ನಂಜಯ್ಯರವರು, ಹಾಗೆ ಅಮರ ಸುಳ್ಯ ದಂಗೆಯಲ್ಲಿ ಭಾಗವಹಿಸಿದ್ದ ಹಲವರು ಉಪಯೋಗಿಸುತ್ತಿದ್ದ ಯುದ್ಧ ಸಾಮಾಗ್ರಿಗಳು, ಬಳಸುವ ದಿನನಿತ್ಯದ ವಸ್ತುಗಳನ್ನು ಪ್ರದರ್ಶನಕ್ಕೆ ಇಡಲಾಗಿತ್ತು.

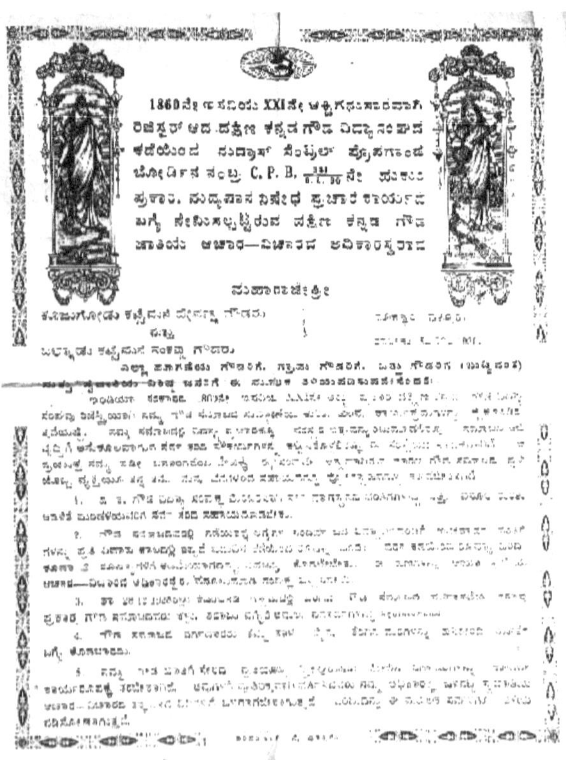
1860ನೇ ಇಸವಿಯ XXIನೇ ಆಕ್ಟಿನ ಪ್ರಕಾರವಾಗಿ ರಿಜಿಸ್ಟರ್ ಆದ ದಕ್ಷಿಣ ಕನ್ನಡ ಗೌಡ ವಿದ್ಯಾಸಂಘದ ಕಡೆಯಿಂದ ಮದ್ರಾಸ್ ಸೆಂಟ್ರಲ್ ಪ್ರೊಹಿಬಿಷನ್ ಬೋರ್ಡಿನ ನಂಬ್ರ C. P. B. 381 ನೇ ಹುಕುಂ ಪ್ರಕಾರ. ಮದ್ಯಪಾನ ನಿಷೇಧ ಪ್ರಚಾರ ಕಾರ್ಯದ ಬಗ್ಗೆ ನೇಮಿಸಲ್ಪಟ್ಟಿರುವ ದಕ್ಷಿಣ ಕನ್ನಡ ಗೌಡ ಜಾತಿಯ ಆಚಾರ—ವಿಚಾರದ ಅಧಿಕಾರಸ್ಥರಾದ

ಮಹಾರಾಜಶ್ರೀ

ಗೌಡರ ಕಟ್ಟುಕಟ್ಟಳೆಯ ಬಗ್ಗೆ ಕಟ್ಟೆಮನೆಗಳ ನಿರುಪ

10

ಕಾಲಾನುಘಟ್ಟದಲ್ಲಿ ಗೌಡ ಸಮುದಾಯದ ಧಾರ್ಮಿಕ ಆಚರಣೆಗಳು

ಕರ್ನಾಟಕದ ಎಲ್ಲಾ ಗೌಡ–ಒಕ್ಕಲಿಗ ಗೌಡರ ಮೂಲವು ತಲಕಾಡು ಗಂಗವಂಶದಿಂದ ಆರಂಭವಾಗಿರುವುದೆಂದು ಚರಿತ್ರೆಕಾರರ ಪ್ರತಿಪಾದನೆಯಾಗಿರುತ್ತದೆ. ಗಂಗ ಸಾಮ್ರಾಜ್ಯದ ಸ್ಥಾಪನಾ ಪುರುಷರು ಉತ್ತರ ಭಾರತದ ಸರಯೂ ಗಂಗಾ ನದಿ ತೀರದಿಂದ ದಕ್ಷಿಣಾಭಿಮುಖವಾಗಿ ಹೊಸ ಸಾಮ್ರಾಜ್ಯವನ್ನು ಕಂಡುಕೊಳ್ಳುವ ಪ್ರಯುಕ್ತವಾಗಿ ಪಸರಿಸಿರುತ್ತಾರೆ. ಇವರ ಒಂದು ಭಾಗವು ಕಳಿಂಗವನ್ನು ರಾಜಧಾನಿಯಾಗಿಟ್ಟುಕೊಂಡು "ಪೂರ್ವದ ಗಂಗವಂಶ" ವೆಂದು ಕರೆಯಲ್ಪಟ್ಟು ಚೇರರು (ಕೇರಳ), ಚೋಳ, ಗಂಗ, ಕಳಿಂಗ, ಬಂಗಾಳ (ಗೌಡ ದೇಶ) ಇತ್ಯಾದಿ ರಾಜವಂಶಗಳಾಗಿರುತ್ತಾರೆ. ಇವರ ವಂಶಜರೇ ಆಂಧ್ರಪ್ರದೇಶದ ರೆಡ್ಡಿ ಜನಾಂಗವಾಗಿರುತ್ತದೆ. ಇನ್ನೊಂದು ಭಾಗವು ಕಾವೇರಿ ನದೀ ತೀರದ ತಲಕಾಡನ್ನು ರಾಜಧಾನಿಯನ್ನಾಗಿಸಿಕೊಂಡು "ಪಶ್ಚಿಮದ ಗಂಗವಂಶ" ಕೇರಳದ ಚೇರರು ಎಂದು ಕರೆಯಲ್ಪಟ್ಟು ದಕ್ಷಿಣ ಕರ್ನಾಟಕದ ಹಲವು ಒಕ್ಕಲಿಗ ಒಳಪಂಗಡಗಳ ಮೂಲಪುರುಷರಾಗಿರುತ್ತಾರೆ.

ದೇಶವನ್ನಾಳಿದ ರಾಜವಂಶಗಳು ಆಯಾಯ ಸಂದರ್ಭದಲ್ಲಿ ಧರ್ಮ ಪ್ರಸಾರ ಮಾಡಿದ ಧರ್ಮಗುರುಗಳಿಂದ ಪ್ರೇರಿತರಾಗಿರುತ್ತಾರೆ. ತಲಕಾಡು ಗಂಗರು ಮೂಲತಃ ಶೈವ ಸಂಪ್ರದಾಯದವರಾಗಿದ್ದು ಪ್ರ.ಶ. 350 ರಿಂದ 450 ಜೈನಧರ್ಮದ ಅನುಯಾಯಿಗಳಾದರು. ಇವರು ಶೈವ ಹಾಗೂ ಜೈನಧರ್ಮಗಳನ್ನು ತುಷ್ಟೀಕರಿಸಿರುತ್ತಾರೆ.

ಇವರ ವಂಶಜರಾದ ಹೊಯ್ಸಳ ಚಕ್ರವರ್ತಿ ಜೈನನಾದ ಬಿಟ್ಟಿದೇವನು (1108–1152) ರಾಮಾನುಜಾಚಾರ್ಯರ ಪ್ರಭಾವದಿಂದ ವಿಷ್ಣುವರ್ಧನನಾಗಿ ಶ್ರೀವೈಷ್ಣವ ಧರ್ಮಾನುಯಾಯಿಯಾಗುತ್ತಾನೆ. ಹೊಯ್ಸಳ ಸಾಮ್ರಾಜ್ಯವು ವಿಜಯನಗರದೊಂದಿಗೆ ವಿಲೀನವಾಗಿ ಮಲೆನಾಡಿನ ಗೌಡರು ತಿರುಪತಿ ತಿಮ್ಮಪ್ಪನ ಭಕ್ತರಾಗುತ್ತಾರೆ. ತದನಂತರದ ದಿನಗಳಲ್ಲಿ ವಿಜಯನಗರವು ಕ್ಷೀಣವಾಗಿ ಅವರ ಪಾಳೆಯಗಾರರಾದ ಕೆಳದಿ (ಇಕ್ಕೇರಿ) ನಾಯಕರು ಬಸವೇಶ್ವರನವರ ಪ್ರಭಾವದಿಂದ ಶಿವಾಚಾರರಾದರು. 15ನೆಯ ಶತಮಾನದಿಂದ 19ನೆಯ ಶತಮಾನದವರೆಗೆ ಮಲೆನಾಡು, ತುಳುನಾಡಿನ ಭಾಗಗಳನ್ನು ಆಳಿದ ಕೆಳದಿ (ಇಕ್ಕೇರಿ) ನಾಯಕರೂ, ಕೊಡಗನ್ನಾಳಿದ ನಾಯಕರ ವಂಶಿಗರಾದ ಹಾಲೇರಿ ವಂಶದ ರಾಜರೂ ಲಿಂಗಾಯತ ಮತಸ್ಥರಾಗಿ ರಾಜ್ಯವನ್ನಾಳಿದರು. ಶೈವ

ಸಂಪ್ರದಾಯವನ್ನು ಎತ್ತಿ ಹಿಡಿಯುವಲ್ಲಿ ತೊಡಗಿಸಿಕೊಂಡರು. "ಯಥಾ ರಾಜ, ತಥಾ ಪ್ರಜೆ" ಎಂಬಂತೆ ಮೇಲಿನ ರಾಜವಂಶಗಳ ಸಂಬಂಧಿಗಳೂ ಪ್ರಜೆಗಳೂ ಆದ ಗೌಡರುಗಳು ತಮ್ಮ ತಮ್ಮ ಧಾರ್ಮಿಕ ಆಚರಣೆಗಳಲ್ಲೂ ಮಾರ್ಪಾಡುಗಳನ್ನು ಹೊಂದಾಣಿಕೆಗಳನ್ನು ಮಾಡಿಕೊಳ್ಳುವ ಅವಶ್ಯಕತೆಯುಂಟಾಯಿತು.

ಅದೇ ರೀತಿ "10 ಕುಟುಂಬ 18 ಗೋತ್ರದ ಗೌಡರು" ತುಳುನಾಡಿಗೆ ಪ್ರಸರಣ ಗೊಂಡಾಗ ತಮ್ಮ ಕೃಷಿ ಹಾಗೂ ಇತ್ಯಾದಿಗಳಲ್ಲಿ ಅಲ್ಲಿನ ಮೂಲನಿವಾಸಿಗಳ ಸಹಕಾರ ಪಡೆಯಲು ಮೂಲನಿವಾಸಿ ತುಳು ಜನರೊಂದಿಗೆ ಸಮನ್ವಯದಿಂದ ಬಾಳುವ ಅವಶ್ಯಕತೆಯನ್ನು ಕಂಡುಕೊಂಡರು. ಮೂಲನಿವಾಸಿಗಳ ಭೂತಾರಾಧನೆ ಪದ್ಧತಿಗಳನ್ನು ಅಳವಡಿಸಿಕೊಂಡರು. ಭೂತಾರಾಧನೆಯ ಹಿರಿತನದ ಒಂದು ಪಟ್ಟಿಯಲ್ಲಿ ತಮ್ಮ ಪೂರ್ವಜರನ್ನು "ಅರಸು ದೈವ"ಗಳಾಗಿ ಕೂರಿಸಿದರು. 'ಉಲ್ಲಾಕ್ಲು' ಮತ್ತು 'ಉಲ್ಲಾಳ್ತಿ' ದೈವಗಳು ಭೂತಾರಾಧನೆಯ ಉತ್ತುಂಗದಲ್ಲಿದ್ದು ಅವು ಗಂಗ ಸಾಮ್ರಾಜ್ಯ ಸ್ಥಾಪಕರಾದ "ದಡಿಗ–ಮಾಧವ" ಮತ್ತು ಅವರ ತಂಗಿ ಆಲಬ್ಬೆಯನ್ನು ಪ್ರತಿನಿಧಿಸುವುದಾಗಿ ವಿದ್ವಾನ್ ಡಿ.ಜಿ.ನಡ್ಕ ಮತ್ತು ಡಾ.ಪೂವಪ್ಪ ಕಣಿಯೂರ ಅವರ ಪ್ರತಿಪಾದನೆಯಾಗಿದೆ.

ಸಂಸ್ಕೃತಿ ಮತ್ತು ಧಾರ್ಮಿಕ ಆಚರಣೆ:

ಸಂಸ್ಕೃತಿ ಎಂಬುದು ಸಮೂಹ ಸಮ್ಮತ ಜೀವನ ಪದ್ಧತಿ. ಈ ಜೀವನ ಕ್ರಮದೊಳಗೆ ಸಮಾಜದ ಎಲ್ಲಾ ವರ್ಗಗಳೂ ನಿರ್ದಿಷ್ಟ ಪಾಲನ್ನು ಪಡೆದುಕೊಂಡಿರುತ್ತವೆ. ಹಾಗಾಗಿ ಪ್ರತಿ ವರ್ಗವೂ ಈ ಸಂಸ್ಕೃತಿಯ ಅವಿಭಾಜ್ಯ ಅಂಗ. ಅವುಗಳ ಸಂಪೂರ್ಣ ಪಾಲುದಾರಿಕೆ ಸಂಸ್ಕೃತಿಯೊಂದನ್ನು ಬಹುಮುಖಿಯಾಗಿ ರೂಪಿಸುತ್ತದೆ. ತುಳುವರ ದೈವಾರಾಧನೆಯೂ ತುಳುವ ಸಮಾಜದ ವಿವಿಧ ಜಾತಿಗಳ, ಸಮುದಾಯಗಳ ಭಾಗವಹಿಸುವಿಕೆಯಿಂದ ರೂಪುಗೊಂಡು ಬೆಳೆದುಬಂದಿದೆ. ಈ ಸಂಸ್ಕೃತಿಯೊಳಗೆ ಗೌಡ ಸಮುದಾಯವು ಬಹುಮುಖ್ಯ ಪಾತ್ರವನ್ನು ವಹಿಸಿಕೊಂಡು ಬಂದಿದ್ದು ಸಂಸ್ಕೃತಿಗೆ ತನ್ನ ಕೊಡುಗೆಗಳನ್ನು ನೀಡಿದೆ. ಈ ದೈವರಾಧನೆಯಲ್ಲಿ ತುಳುವೇತರ ಸಮುದಾಯವೊಂದು ಸಾಂಸ್ಕೃತಿಕವಾಗಿ ತೆರೆದುಕೊಂಡ ಬಗೆ ಸಮಾಜಶಾಸ್ತ್ರೀಯ ಹಿನ್ನಲೆಯಲ್ಲಿ ಅತ್ಯಂತ ಪ್ರಮುಖ ವಿಚಾರ. ಗೌಡ ಸಮುದಾಯದ ಆರಾಧನಾ ನೆಲೆಗಟ್ಟನ್ನು ಅಧ್ಯಯನ ಮಾಡುವ ಮುನ್ನ ಮೂಲ ಸಂಸ್ಕೃತಿಯ ಬಗ್ಗೆ ನೋಡುವುದು ಅಗತ್ಯ. ಈ ಮೂಲಕ ಸಮುದಾಯವೊಂದು ಹೊಸ ಸಂಸ್ಕೃತಿಗೆ ತೆರೆದುಕೊಂಡಾಗ ತನ್ನ ಮೂಲ ಆಚರಣೆಗಳನ್ನು ಬಿಡದೆ ಪರಿವರ್ತನೆ ಹೊಂದುವ ಸಾಂಸ್ಕೃತಿಕ ಸ್ಥಿತ್ಯಂತರದ ಸೂಕ್ಷ್ಮತೆಯನ್ನು ತಿಳಿದುಕೊಳ್ಳಬಹುದು.

---

1. ಮೂಲ ಲೇಖನ: ಅನಂತರಾಜಗೌಡರ ಆಂಗ್ಲ ಕೃತಿ. **In persuit of our poet Tenkila publications 2015,** ಕನ್ನಡಕ್ಕೆ ಭಾಷಾಂತರಕ್ಕೆ ಸಹಕಾರ– ಚರಣ ಐವರ್‌ನಾಡು.

ಧನಿಕ ವರ್ಗಗಳು ರಾಜಕೀಯ ಅಧಿಕಾರದಿಂದ ಸಮಾಜದ ವ್ಯವಸ್ಥೆಗಳ ಮೇಲೆ ಹಿಡಿತ ಸಾಧಿಸಿಕೊಂಡರೆ, ಪುರೋಹಿತ ವರ್ಗ ಧಾರ್ಮಿಕ ಅಧಿಕಾರಗಳನ್ನು ಹೊಂದಿ ತುಳುವ ಸಮಾಜದ ಮೇಲ್ತುದಿಯಲ್ಲಿರುತ್ತದೆ. ತುಳುನಾಡಿನ ಸೀಮೆ, ಮಾಗಣೆ, ಗ್ರಾಮ, ಗುತ್ತು, ಬಾವ ಇವೆಲ್ಲವೂ ಜಾತಿ ಆಧಾರಿತ ಆಡಳಿತ ಘಟಕಗಳು. ಸೀಮೆ, ಮಾಗಣೆಗಳು ಜೈನರ ಕೈಯಲ್ಲಿದ್ದರೆ, ಗ್ರಾಮ-ಗುತ್ತುಗಳಲ್ಲಿ ಬಂಟರು, ಕೆಲವೆಡೆ ಬಿಲ್ಲವರು ಮುಖ್ಯಸ್ಥ ರಾಗಿರುತ್ತಾರೆ. ಇವರಿಗೆ ಸಮಾನಂತರವಾಗಿ ಸುಳ್ಯ, ಪುತ್ತೂರು, ಬೆಳ್ತಂಗಡಿ ಭಾಗಗಳಲ್ಲಿ ಗೌಡ ಸಮುದಾಯ ಬೆಳೆದು ಬಂದಿದೆ. ಆಶ್ಚರ್ಯವೆಂದರೆ, ಯಜಮಾನ್ಯ ನೆಲೆಯಲ್ಲಿರುವ ಯಾವುದೇ ವರ್ಗವೂ ತುಳುನಾಡಿನ ಮೂಲನಿವಾಸಿಯಲ್ಲ ಎಂಬುದು! ಈ ಎಲ್ಲಾ ಪ್ರಬಲ ವರ್ಗಗಳು ವಲಸೆ ಬಂದ ಸಮುದಾಯಗಳು. ಆದರೆ ಇವು ತಮ್ಮ ಮೂಲ ಸಂಸ್ಕೃತಿಯೊಂದಿಗೆ ತುಳುನಾಡಿನ ಆದಿಮೂಲ ಆರಾಧನಾ ಪದ್ಧತಿಯನ್ನು ಒಪ್ಪಿಕೊಂಡು ಬೆಳೆದುಬಂದಿವೆ.

ತುಳುನಾಡಿನ ಪ್ರಕೃತಿ ಹಾಗೂ ಭೌಗೋಳಿಕ ಸನ್ನಿವೇಶಗಳು ಇಲ್ಲಿನ ಆಚರಣೆಗಳಿಗೆ ಪ್ರೇರಣದಾಯಿ ಶಕ್ತಿಗಳಾಗಿವೆ. ಪಡುವಣ ಕಡಲಿನಿಂದ ಹಾಗೇ ಮೂಡಣ ಪಶ್ಚಿಮ ಘಟ್ಟಗಳಿಂದ ಆವೃತವಾದ ತಂಪುತಂಪಾದ ದಟ್ಟ ಕಾಡುಗಳಿಂದ ಕೂಡಿದ ಭೂಮಿ ತುಳುನಾಡು. ಇಲ್ಲಿನ ಕ್ರೂರ ಮೃಗಗಳು, ಹುಲಿ, ಹಂದಿ, ವಿಷ ಸರ್ಪಗಳು ಇಲ್ಲಿನ ಮೂಲನಿವಾಸಿಗಳಿಗೆ ಅಲೌಕಿಕ ಶಕ್ತಿಗಳಾಗಿ ಕಂಡವು. ಇವುಗಳೆಲ್ಲವನ್ನು ಆರಾಧಿಸ ಲಾರಂಭಿಸಿದರು. ಇದರ ಕುರುಹುಗಳನ್ನು ಪಂಜುರ್ಲಿ, ಮೈಸಂದಾಯ, ಪಿಲ್ಚಿಂಡಿಗಳಂತಹ ಪ್ರಾಣಿ ಮೂಲಕ ದೈವಗಳಲ್ಲಿ ಕಾಣಬಹುದು. ಹಾಗಾಗಿ ಇಲ್ಲಿನ ಮೂಲನಿವಾಸಿ ಗಳೆನಿಸಿಕೊಂಡ ಮಲೆಕುಡಿಯ, ಮೊಗೇರ, ಮಾಯಿಲ, ಬಾಕುಡ, ಕೊರಗ, ಮನ್ಸ ಅಳಿದುಹೋಗಿರುವ ಮುಂಡ ಮೊದಲಾದ ಬುಡಕಟ್ಟುಗಳು ದೈವಾರಾಧನೆಯ ಮೂಲವಾರಸುದಾರರು. ಪರವ, ಪಂಬದ, ನಲಿಕೆ ಬುಡಕಟ್ಟುಗಳು, ಈ ದೈವಗಳನ್ನು ಆವಾಹಿಸಿಕೊಂಡು ಕುಣಿಯುತ್ತಾ ಸ್ತುತಿಗೀತೆಗಳಾದ 'ಪಾಡ್ದನ'ಗಳನ್ನು ಹಾಡುತ್ತಾರೆ. ಇವರಿಂದಾಗಿ ದೈವಾರಾಧನೆಗೆ ಭದ್ರವಾದ ಬುನಾದಿ ಇದೆ. ಪ್ರಬಲ ವರ್ಗಗಳ ಅಡಿಗೆ ಸಣ್ಣ ಸಮುದಾಯಗಳು ಬಂದಾಗ ಇವೆರಡರ ನಡುವೆ ಸಾಮಾಜಿಕ, ಸಾಂಸ್ಕೃತಿಕ, ಧಾರ್ಮಿಕ ಕೊಡುಕೊಳ್ಳುವಿಕೆ ನಡೆಯುತ್ತದೆ, ನಡೆಯಲೇಬೇಕು. ಹಾಗಾಗಿ ವಲಸೆ ಬಂದ ವರ್ಗಗಳು ಇಲ್ಲಿನವರನ್ನು, ಅವರ ಸಂಸ್ಕೃತಿಯನ್ನು ಒಪ್ಪಿಕೊಳ್ಳಬೇಕಾಯಿತು. ಈ ಸಮುದಾಯದ ಮೇಲೆ ಆಧಿಪತ್ಯವನ್ನು ಸ್ಥಾಪಿಸಲು ಆಚರಣೆಗಳನ್ನು ಒಪ್ಪಿಕೊಂಡು ಅದರಲ್ಲಿ ಪರಿಣತರಾದವರನ್ನು ಒಳಗೊಂಡು ನಡೆಯಬೇಕಾದುದು ಅಗತ್ಯವಾಗಿ ಕಂಡಿತು. ಕೊನೆಗೆ ದೈವಾರಾಧನೆಯನ್ನು ತಮ್ಮದೇ ಎಂಬಂತೆ ಸ್ವೀಕರಿಸಿ ಎಲ್ಲಾ ವರ್ಗಗಳ ಸಮ್ಮಿಲನದಿಂದ ಆ ಸಂಸ್ಕೃತಿ ಸಮೃದ್ಧವಾಯ್ತು.

ಪ್ರಭುತ್ವದ ನೆಲೆಯಲ್ಲಿ ಬೆಳೆಯಲು ಬಂದ ಪಂಗಡಗಳಲ್ಲಿ ಅರ್ವಾಚೀನವಾಗಿ ವಲಸೆ ಬಂದದ್ದು 'ಗೌಡ ಸಮುದಾಯ'. ತಾವು ಬಂದು ನೆಲೆಯೂರಿದ ಭಾಗಗಳಲ್ಲಿ ಹಿಡಿತವನ್ನು ಹೊಂದಿ ಕ್ರಮೇಣ ತುಳುನಾಡಿನ ಇತರೆಡೆ ಪ್ರಸರಣ ಹೊಂದಿತು. ಹಾಗಾಗಿ ಪುತ್ತೂರು, ಸುಳ್ಯ, ಬೆಳ್ತಂಗಡಿ ಭಾಗಗಳಲ್ಲಿ ಗೌಡರು ಪ್ರಬಲರಾಗಿ ಇತರೆಡೆ ಸಾಮಾನ್ಯ ವರ್ಗಗಳೊಂದಿಗೆ ಗುರುತಿಸಿಕೊಂಡಿದ್ದಾರೆ.

ತುಳುವ ಗೌಡರ ಮೂಲದ ಬಗ್ಗೆ ವಿದ್ವನ್ಮಂಡಳಿ ಹಲವು ಚರ್ಚೆಗಳನ್ನು ಮಾಡಿದ್ದು, ಇವರು ಮೂಲತಃ 'ಗಂಗಟಿಕಾರ ಒಕ್ಕಲಿಗರು' ಎಂದಿದ್ದಾರೆ. ಗಂಗಡಿಕಾರರ ಮೂಲವನ್ನು ಗಂಗರ ಪರಿವಾರದಲ್ಲಿ ಗುರುತಿಸಲಾಗುತ್ತದೆ. ಗೌಡ ಎಂಬ ಪದವು ಗ್ರಾಮವೃದ್ಧ-ಗಾವವಡ-ಗಾವುಡ-ಗೌಡ ಎಂದು ವ್ಯುತ್ಪತ್ತಿಯಾಗಿದೆ. ಇಲ್ಲಿ ವೃದ್ಧ (ಪಾಕೃತ-ವಡ್ಡ) ಗ್ರಾಮದ ಮುಖಂಡ. ಹಾಗಾಗಿ ಗೌಡ ಜಾತಿ ಸೂಚಕ ಪದವಾಗಿರಲಿಲ್ಲ! ತಮಿಳಿನ ಗೌಂಡರ್, ಕರ್ನಾಟಕದ ಮಲೆನಾಡಿನ ನಾಯಕರು, ಉತ್ತರ ಕನ್ನಡದ ಹೆಗ್ಗಡೆ, ಆಂಧ್ರದ ಒಕ್ಕಲಿಗ ರೆಡ್ಡಿಗಳು ಗೌಡರಿಗೆ ಸಂವಾದಿಗಳು. ಒಕ್ಕಲಿಗ ಎಂಬ ಪೂರ್ವನಾಮ ವೃತ್ತಿಯನ್ನು ಸೂಚಿಸುತ್ತದೆ. ಬಂಟ ಜನಾಂಗದವರನ್ನು ನಾಡವ, ನಾಡಗೌಡರೆಂದೂ, ಬಾರಗರೆಂದೂ ಕರೆಯುತ್ತಾರೆ (ಬಂಟನ ಮಗ ಬಾರಗ!). ಇಲ್ಲಿ ಬಾರಗ ಎಂಬುದು ಅವರ ಕೃಷಿ ಮೂಲವನ್ನು ಸೂಚಿಸುತ್ತದೆ. ಅಂತೆ ಒಕ್ಕಲಿಗ ಎಂಬುದು ಕೃಷಿಮೂಲದ್ದು.

"ಮಹಾರಾಷ್ಟ್ರದ ರತ್ನಗಿರಿ ಜಿಲ್ಲೆಯ ಗ್ರಾಮ ಪ್ರಮುಖನನ್ನು ಗೌಡ ಎನ್ನುತ್ತಾರೆ. ಗ್ರಾಮ ಕೂಟವೇ ಪ್ರಾಕೃತದಲ್ಲಿ ಗಾವ-ಉಡವೆಂದಾಗಿ ಗಾವುಂಡ-ಗೌಡವಾಗಿದೆ"[2]

ಪ್ರಾಚೀನ ಬಂಗಾಳವನ್ನು ಗೌಡದೇಶವೆಂದು ಕರೆಯಲಾಗುತ್ತಿತ್ತು. ಗೌಡದೇಶವನ್ನು ಹರ್ಷವರ್ಧನನ ಅಣ್ಣ ರಾಜವರ್ಧನ ಆಳುತ್ತಿದ್ದು, ಅವನನ್ನು ಕೊಂದ ಶಶಾಂಕನ ಕಡೆಯವರು ಗೌಡರೆಂಬ ಕಾರಣಕ್ಕೆ ಹರ್ಷನ ಕೋಪಕ್ಕೆ ಗುರಿಯಾಗಿ ದಕ್ಷಿಣಕ್ಕೆ ಬಂದರು ಎಂಬ ಐತಿಹ್ಯವಿದೆ.

"ಕರ್ನಾಟಕದ ದಕ್ಷಿಣ ಭಾಗವನ್ನು ಶತಮಾನಗಳಲ್ಲಿ ಆಳಿದ ಗಂಗರ ವಂಶ ಸ್ಥಾಪಕರ ಕುರಿತು (ಶ್ರೀಪುರುಷನ ಹೆಬ್ಬೆಟ್ಟ ಶಾಸನ-ಹಲ್ಲೆಗೆರೆ ಶಾಸನ) ಶಾಸನೋಕ್ತ ಐತಿಹ್ಯ ಭಾರತೀಯ ಪುರಾಣ ಮೂಲದ ಹಿನ್ನಲೆಯಲ್ಲಿ ತಮ್ಮನ್ನು ಗುರುತಿಸಿಕೊಳ್ಳುವ ಪ್ರಯತ್ನ ಮಾಡಲಾಗಿದೆ. ಹಾಗೆಯೇ ಪ್ರತಿಯೊಂದು ರಾಜವಂಶದ ಸ್ಥಾಪನೆಯಲ್ಲೂ 'ಪುರೋಹಿತ' ಮೂಲಗುರು ಶಕ್ತಿಯೊಂದು ಸಾಮಾನ್ಯವಾಗಿರುವಂತೆ, ಈ ಐತಿಹ್ಯದಲ್ಲೂ 'ಸಿಂಹನಂದಿ' ಎಂಬ ಜೈನ ಸನ್ಯಾಸಿಯನ್ನು ಹೊಂದಿಸಲಾಗಿದೆ. ಈ ಐತಿಹ್ಯ ಗಂಗರ ಮೂಲದ ವಾಸ್ತವತೆಗೆ ಪೂರಕವಾಗಿಲ್ಲವೆಂದು ವಾಸ್ತವವಾದಿ ಚರಿತ್ರೆಯ ಪ್ರಜ್ಞೆಯುಳ್ಳ ಚರಿತ್ರೆಕಾರರು

---

2. ಡಿ .ಜಿ.ಮೂಡೂರು, 2008, ಪು. 4

ಚರ್ಚಿಸಿದ್ದಾರೆ. ಗಂಗರ ಮೂಲ ಪುರಾಣಾಂತರ್ಗತವಾಗಿ ಜಾಹ್ನವೇಯ/ಪದ್ಮನಾಭಸುತ ಎಂದು ಶಾಸನಗಳಲ್ಲಿ ದಾಖಲಾಗಿದೆ. ಗಂಗವಂಶದ ಸ್ಥಾಪಕನೆಂದು ಗುರುತಿಸಲಾದ 'ದಡಿಗ' ನಿಗೆ ಕೊಂಗುಣಿವರ್ಮ ಎಂಬ ಪರ್ಯಾಯ ಹೆಸರಿದ್ದು, ಇವನ ಪ್ರ.ಶ.1049ರ ಶಾಸನದಲ್ಲಿ 'ಕೊಂಕಣಿ ಗಾವುಂಡ' ಎಂದು ದಾಖಲಾಗಿದ್ದಾನೆ."[3]

"ಗಂಗಡಿಕಾರ ಒಕ್ಕಲಿಗರು, ಇವರ ರಾಜಲಾಂಛನವೇ ಆನೆ (ಗಜಲಾಂಛನ), ಮೂಲದಲ್ಲಿ ತಲಕಾಡಿನವರಾಗಿದ್ದು, ಇವರು ಆನೆಗಳನ್ನು ಪಳಗಿಸುವುದರಲ್ಲಿ ನಿಸ್ಸೀಮರು. ಇವರ ಸಮುದಾಯದವರೇ ರಾಜ್ಯವೊಂದನ್ನು ಕಟ್ಟಿದರೆನಿಸುತ್ತದೆ."[4]

'ಗಾವುಂಡ' ಪದ ವಿಜಯನಗರದ ಶಾಸನಗಳಲ್ಲೂ ಬಳಕೆಯಲ್ಲಿದ್ದು, ಇದೊಂದು ಸ್ಥಾನ ಸೂಚಕ ಪದ.

ಗೌಡ ಪದೋತ್ಪತ್ತಿಯ ಕುರಿತು ಕಡವ ಶಂಭುಶರ್ಮರ ಚರ್ಚೆ ದಾಖಲಾರ್ಹ. ಗೌಡರು ಎಂಬ ಜಾತಿವಾಚಕ ಶಬ್ದ (ಗೋ+ಅಡ) ಗೋದೇಶದವರೆಂಬ ಅರ್ಥವನ್ನು ಹೇಳುತ್ತದೆ. ಈ ಪದಕ್ಕೆ ಅಧಿಪತಿ, ಅಧಿಕಾರಿ ಎಂಬ ಅರ್ಥ ಲಾಕ್ಷಣಿಕವಾಗಿ ಬಂದಿದೆ. ಗವುಡದಲ್ಲಿ ಗೋ+ಅಡ ಎಂಬ ಸಂಧಿಕಾರ್ಯವಾಗಿ ಅವ್ ಆದೇಶವಾಗಿದೆ. ಗೋದೇಶದ ರಾಜರ ಅಧಿಕಾರಿ ಜನರು ಪ್ರಧಾನರಾಗಿ ಕಳುಹಿಸಲ್ಪಟ್ಟವರು ಅಲ್ಲಲ್ಲಿ ಗೋರಾಷ್ಟ್ರದಲ್ಲಿ ನೆಲೆಸಿ ಕಾಲಕ್ರಮದಲ್ಲಿ ಅವರು ಅಧಿಕಾರವಿಲ್ಲದ ಗೌಡ ಶಬ್ದ ವಾಚ್ಯರಾಗಿರಲೂಬಹುದು. ಗೌಡರೆಲ್ಲ ತುಳುನಾಡಿನವರು (ತುಳುನಾಡು ಗೋರಾಷ್ಟ್ರ ಎಂಬ ಅವರ ವಾದ ಗಮನಿಸಿ) ಎಂದರೆ ಗೋದೇಶಿಗರು. ಗೋರಕ್ಷ ಪೀಠವಾದ ಕದ್ರಿಮಠದ ಶಿಷ್ಯರು (ಕಡವ ಶಂಭುಶರ್ಮ;42). ಒಕ್ಕಲಿಗರ ಮೊದಲ ಮಠವೇ ಕದ್ರಿಮಠ. ನಾಥಪಂಥದ ಜನರು ಇವರೆ. ಇವರನ್ನೇ ಕದ್ರಿ ಪ್ರಾಂತ್ಯದಲ್ಲಿ ಕಮುಗಳು, ಕಪಾಲಿಗಳು ಎನ್ನುತ್ತಾರೆ. ಅನಂತರ ನಾಥಪಂಥದವರು ಚುಂಚನಗಿರಿಯಲ್ಲಿ ಮಠ ಸ್ಥಾಪಿಸುತ್ತಾರೆ. ಇಲ್ಲಿರುವ ಕಪಾಲಿಗರ ಗೋರಿಗಳೇ ಸಾಕ್ಷಿ. ಈಗಲು ಚುಂಚನಗಿರಿಯ ಮೊದಲ ಭಕ್ತರೇ ಕಪಾಲಿಗರು.

ಗೌಡರು ನಾಥ ಪಂಥೀಯರು. ಬಂಗಾಳವು ನಾಥರ ಕೇಂದ್ರಗಳಲ್ಲೊಂದು. ಗುರು ಗೋರಖ ಇಲ್ಲಿಯವನೇ. ಗೌಡರು ಭೈರವನ ಆರಾಧಕರೂ ಹೌದು. ಗೌಡರ ಸಿದ್ಧವೇಷ ಕುಣಿತದ ಸಾಲುಗಳು ನಾಥರ ಮಠಗಳಿಗೆ ಅವರ ಸೇವೆಯನ್ನು ಸಾರುತ್ತವೆ. "ಕದಿರೆಯ ಮಠದಿಂದ ಶುದ್ಧ ಬೇಸೋ....."

ದಕ್ಷಿಣ ಕನ್ನಡದ ಸುಬ್ರಹ್ಮಣ್ಯ, ಸುಳ್ಯ, ವಿಟ್ಲ, ಪುತ್ತೂರು, ಬೆಳ್ತಂಗಡಿ, ಕಾಸರಗೋಡಿನ ಗಡಿಭಾಗಗಳಲ್ಲಿ ಗೌಡರು ಬಹುಸಂಖ್ಯಾತರು. ತುಳು–ಅರೆಭಾಷಿಕ ಗೌಡರು ಹಾಸನದ

---

3. **ಡಾ.ಕಣಿಯೂರು, ಪೂವಪ್ಪ : ಮೌಖಿಕ ಸಂಕಥನ, ತರಂಗಿಣಿ ಪ್ರಕಾಶನ, 2009, ಪು. 18.**

4. **ನಲ್ಲೂರು ಪ್ರಸಾದ್; ಸಂ.ಚಿನ್ನಪ್ಪ ಗೌಡ; 2003, 172**

ಐಗೂರು ಮೂಲದವರು. ಇದಕ್ಕೆ ನಿಖರವಾದ ಸಾಕ್ಷ್ಯಗಳು ಅಲಭ್ಯವಾದರೂ ಮೌಖಿಕ ಸಾಹಿತ್ಯಗಳು ಆಧಾರಗಳಾಗಿವೆ. ಈ ವಲಸೆ ಪ್ರಕ್ರಿಯೆ 15–16ನೆಯ ಶತಮಾನದಲ್ಲಿ ನಡೆದಿರಬೇಕು. ಡಾ.ಬಿಳಿಮಲೆಯವರು 'ಬಂಟರ ಸಂಧಿ–ಬೈದ್ಯರ ಸಂಧಿಯಲ್ಲಿ' ಗೌಡರ ಉಲ್ಲೇಖ ಇಲ್ಲದ್ದರಿಂದ ಇವರು ತುಳುನಾಡಿಗೆ ಆಮೇಲೆ ಬಂದವರೆಂದೂ ಇಲ್ಲವೇ ಆ ಕಾಲದಲ್ಲಿ ಪ್ರಬಲರಾಗಿರಲಿಲ್ಲ ಎನ್ನುತ್ತಾರೆ. ವಿವೇಕ್ ರೈಗಳ ಪ್ರಕಾರ ಬಂಟ ಸಂಧಿ 16ನೆಯ ಶತಮಾನದ ಅನಂತರ ರಚನೆಯಾಗಿದ್ದರಿಂದ ಪಂಜ–ಎಣ್ಮೂರನ್ನು ಕೇಂದ್ರಿಕರಿಸಿಕೊಂಡು ಮೆರೆದ ಕೋಟಿಚೆನ್ನಯ್ಯರ ಅನಂತರ ಅವರ ಆಗಮನವಾಯ್ತು ಎಂಬುದು ಅವರ ವಾದ. ಆದರೆ ಈ ವೀರರು ತಮ್ಮ ಜೀವಿತಾವಧಿಯಲ್ಲಿ ದರ್ಶಿಸಿದ 'ನಿಂತಿಕಲ್ಲು' ಇದಕ್ಕೆ ವ್ಯತಿರಿಕ್ತವಾಗಿದೆ. 'ಕಿನ್ನಿಮಾನಿ–ಪೂಮಾಣಿ'ಗಳು ನೆಟ್ಟ ಈ ಕಲ್ಲು ಅವರ ನಿರ್ದೇಶನದಂತೆ ಅವರಿಗೆ ಆಶ್ರಯ ನೀಡಿದ 'ಅರೆಂಬಿಗೌಡ' ರಿಂದ ಅರ್ಚಿಸಲ್ಪಡುತ್ತದೆ. ಉಲ್ಲಾಕುಳುಗಳ ಪ್ರಸರಣ ಬೈದ್ಯ ವೀರರಿಗಿಂತ ಹಿಂದೆಯೇ ಆಗಿತ್ತು. ಇದೇ ಕಲ್ಲನ್ನು ವೀರರು ಕಿತ್ತು ಸರಿಯಾಗಿ ನೆಟ್ಟರು. ಆ ಕಾಲದಲ್ಲೇ ಗೌಡರು ಆರಾಧನಾ ರಂಗ ಹಾಗೂ ಪ್ರಭುತ್ವಕ್ಕೆ ಹತ್ತಿರವಾಗಿದ್ದ ಪ್ರಬಲ ಜನರಾಗಿದ್ದರು.

ಗೌಡರ ವಲಸೆ ಕುರಿತು ಡಾ.ಬಿಳಿಮಲೆಯವರ ಚರ್ಚೆ ಇಲ್ಲಿ ಪ್ರಸ್ತುತ. 15–16ನೆಯ ಶತಮಾನದಲ್ಲಿ ಐಗೂರಿನಿಂದ ಗೌಡರು ತುಳುನಾಡಿಗೆ ಬರಲು ಕಾರಣವನ್ನು ಮೌಖಿಕ ಆಧಾರಗಳ ಮೂಲಕ ನಿರೂಪಿಸುತ್ತಾರೆ. ಸುಳ್ಯದ ಗೌಡರು ಹೇಳುವ 'ಕೆಂಡದ ಮಳೆ' ಐಗೂರಿನಲ್ಲಿ ಸಂಭವಿಸಿರಬಹುದಾದ ಭೀಕರ ಬರಗಾಲವನ್ನು ಸೂಚಿಸುತ್ತದೆ. ಹೇಮಾವತಿ ನದಿ ಬತ್ತಿ ಹೋದದ್ದನ್ನು ಸಂಕೇತಿಸುತ್ತದೆ. ಕೂಡುರಸ್ತೆಯಲ್ಲಿ ಪ್ರಚಲಿತದಲ್ಲಿರುವ 'ಐಗೂರಪ್ಪನ ಲಾವಣಿ' ಕ್ರೂರಿಯಾದ ರಂಗಪ್ಪನಾಯಕ ಉಂಟುಮಾಡಿದ ಅನಾಹುತಗಳನ್ನು ಚಿತ್ರಿಸುತ್ತದೆ. ಅವನ ಕ್ರೌರ್ಯದಿಂದ ಪಾರಾಗಲು ಘಟ್ಟದ ಕೆಳಗೆ ಇಳಿದು ಬಂದಿರಬೇಕು (ಡಾ.ಬಿಳಿಮಲೆ; ಸಂ.ಚಿನ್ನಪ್ಪ ಗೌಡ; 2003–84).

ಗೌಡರ ಆಗಮನ ಕುರಿತಾದ ಇತಿಹಾಸವನ್ನು ತುಳುನಾಡಿನ ದೈವಗಳ ಪಾಡ್ದನಗಳು ಸಾರುತ್ತವೆ. ಬಚ್ಚನಾಯಕ, ಉಲ್ಲಾಕುಳು, ಶಿರಾಡಿ ಭೂತಗಳು ಘಟ್ಟದಿಂದ ಇಳಿದು ಬಂದ ಹೆಜ್ಜೆಗಳೇ ಗೌಡರು ನಡೆದುಬಂದ ದಾರಿ.

ಪ್ರಸ್ತುತ ಕೃತಿಯಲ್ಲಿ ಗೌಡರ ಆಗಮನ ಪ್ರಕ್ರಿಯೆಯನ್ನು ರಾಜಕೀಯ ಸನ್ನಿವೇಶಗಳ ಆಧಾರದಲ್ಲಿ ನಿರೂಪಿಸಲಾಗಿದೆ. ಗೌಡರ ವಲಸೆ ಒಂದು ರಾಜಕೀಯ ವಲಸೆ. ಪ್ರಭುತ್ವದ ಪ್ರಾಬಲ್ಯವನ್ನು ಹರಡಿ ವಿಕೇಂದ್ರಿಕರಿಸಲು ತಮ್ಮ ಮತ ಮೂಲದ ಸಮುದಾಯವನ್ನು ಬಳಸಿಕೊಳ್ಳಲಾಗಿದೆ. ಈ ಬಗ್ಗೆ ಚರ್ಚೆ ಇಲ್ಲಿ ಮತ್ತೊಮ್ಮೆ ಅನಗತ್ಯ.

ಹಿರಿಯ ಜಾನಪದ ತಜ್ಞ ಡಿ.ಜಿ. ನಡ್ಕರು "ಗೌಡರು ತುಳುನಾಡಿಗೆ ಬರಲು ಕೆಳದಿ ಅರಸರ ಜಾತಿಮೂಲವೇ ಕಾರಣ" ಎಂದಿದ್ದಾರೆ. ಕೆಳದಿ ನಾಯಕರು, ಯಲಹಂಕ

ನಾಡಪ್ರಭುಗಳು, ಹೊಯ್ಸಳರು ಇವರೆಲ್ಲ ಒಕ್ಕಲಿಗ ಮೂಲದವರೆಂಬುದು ಗಮನಿಸತಕ್ಕ ವಿಚಾರ.

ಸುಳ್ಯದಲ್ಲಿ ಗೌಡರಿಂದ ಆರಾಧನೆಗೊಳ್ಳುವ ಹಿಂದೆ ಸುಳ್ಯವನ್ನಾಳಿದ ಕೇರಳಿಗ 'ಚಾತುನಾಯರ್' ಶೃಂಗೇರಿಯ ಶ್ರೀಗಳ ಅನುಮತಿ ಪಡೆದು ಗೌಡರನ್ನು ತಂಡ ತಂಡವಾಗಿ ಕರೆತಂದು ಅರ್ವತ್ತೊಕ್ಲು, ಮುನ್ನೂರೊಕ್ಲು ಎಂದು ವಿಂಗಡಿಸಿ ಸುಳ್ಯದಲ್ಲಿ ನೆಲೆಗೊಳಿಸಿದ. ಹಾಗಾಗಿ ನಾಯರ್ ನೇಮದ ಸಂದರ್ಭದಲ್ಲಿ ನಾಯರ್ ದೈವ ತಾನು ಕರೆ ತಂದ ಗೌಡರನ್ನು ಇಣುಕಿ ನೋಡಿ ಎಣಿಸುವ, ವಿಚಾರಿಸುವ ಕ್ರಮವಿದೆ. ಇವನು ಬೀಡಿನಲ್ಲಿ ಇದ್ದ ಸಂದರ್ಭದಲ್ಲಿ ಕೆಲ ಗೌಡ ಕುಟುಂಬಗಳು ತಂಡವಾಗಿ ಬಂದಿರಬೇಕು. ತುಳುನಾಡಿಗೆ ಬಂದರೂ ಯಜಮಾನೀಯ ಸ್ಥಾನವನ್ನು ಗಳಿಸಿದ್ದು ಪುತ್ತೂರು, ಸುಳ್ಯ, ಬೆಳ್ತಂಗಡಿ ಪರಿಸರಗಳಲ್ಲಿ. ಇವರು ಇತರ ಸಮುದಾಯಗಳಾದ ಬಂಟ, ಬಿಲ್ಲವ, ಕುಂಬಾರ, ಮಾಯಿಲ, ಮನ್ಸ, ಮೊಗೇರ, ಬೈರ ಮೊದಲಾದವರೊಂದಿಗೆ ಒಂದಾದರು.

ಗೌಡರು ದೈವಾರಾಧನೆಯನ್ನು ಒಪ್ಪಿಕೊಂಡರೂ ತಮ್ಮ ಮೂಲದೈವಗಳನ್ನು ಬಿಡಲಿಲ್ಲ. ಕೆಲವೆಡೆ ತಮ್ಮ ಮತ ಮೂಲದ ದೈವಗಳ ಆರಾಧನೆಯನ್ನು ವಿಸರ್ಜಿಸಿದ್ದಾರೆ. ಗೌಡರಲ್ಲಿ ಪ್ರಾಚೀನರೆನಿಸಿಕೊಂಡ ದೇರಾಜೆ, ಯೇನಡ್ಕ, ಕುಂಚಡ್ಕ ಹಾಗೂ ಅನೇಕ ಕುಟುಂಬಗಳಲ್ಲಿ, ಕಟ್ಟೆಮನೆಗಳಲ್ಲಿ ಹೊಸಕೋಟೆ ಕೆಂಚಮ್ಮ, ವಣಗೂರು ಸಬ್ಬಮ್ಮ ಎಂಬ ಸ್ತ್ರೀ ದೈವಗಳನ್ನು ಕಾಲಭೈರವ, ಕೆಂಚಿರಾಯ, ಕುಮಾರಸ್ವಾಮಿಯಂತಹ ಪುರುಷ ದೈವಗಳನ್ನು ಆರಾಧಿಸುತ್ತಾರೆ.

ಹೊಸಕೋಟೆ ಕೆಂಚಮ್ಮ ಸ್ಥಳೀಯ ಜನಪದ ದೈವ. ಹಾಸನದ ಐಗೂರು ಭಾಗದಲ್ಲಿ ಅವಳ ದೇವಸ್ಥಾನವೊಂದಿದೆ. ಹೇಮಾವತಿ ನದಿ ಪರಿಸರದ ಪ್ರಭಾವಿ ದೇವತೆಯಾಗಿದ್ದು, ಗೌಡರ ಮನೆ ದೈವ. ಪಂಜದ ಏನಡ್ಕ ಮನೆತನದಲ್ಲಿ ಕೆಂಚಮ್ಮನಿಗೆ ಗುಡಿ ನಿರ್ಮಿಸಿ ಆರಾಧಿಸಲಾಗುತ್ತಿದೆ. ವಣಗೂರು ಸಬ್ಬಮ್ಮ ಅನೇಕ ಗೌಡ ಮನೆತನಗಳ ಆರಾಧ್ಯ ದೇವತೆಯಾಗಿದ್ದು, ಸಕಲೇಶಪುರದ ಕೂಡುರಸ್ತೆಯಲ್ಲಿ ಇವಳ ಮುಖ್ಯ ಆರಾಧನಾ ನೆಲೆಯಿದೆ. 'ಮಾಯಿ' ತಿಂಗಳಲ್ಲಿ ಸಬ್ಬಮ್ಮನ ಆರಾಧನೆ ನಡೆಸುವ ಗೌಡರು ಅವಳ ಮೇಲೆ ಶೋಬಾನೆ (ಜನಪದ ಹಾಡು) ಪದಗಳನ್ನು ಹಾಡುತ್ತಾರೆ. ಮದುವೆ ಮುಂತಾದ ಶುಭ ಸಂದರ್ಭಗಳಲ್ಲಿ ಸಬ್ಬಮ್ಮನಿಗೆ ಹರಕೆಯಾಗಿ ಕಾಳುಮೆಣಸನ್ನು ತೆಗೆದಿಡುತ್ತಾರೆ. ಸಬ್ಬಮ್ಮನನ್ನು ಮಾಸ್ತಿಶಿಲ್ಪವನ್ನು ಹೋಲುವ ಮೂರ್ತಿ ಮುಖೇನ ಕೆಲವೆಡೆ ಆರಾಧಿಸಿದರೆ ಅನೇಕ ಕಡೆ ಕಲಶವಿಟ್ಟು ಪೂಜಿಸಲಾಗುತ್ತದೆ.

ಕೆಂಚಿರಾಯ ಶಿವನ ಭೈರವ ರೂಪ. ಇವೆರಡೂ ನಾಥ ಸಂಪ್ರದಾಯಕ್ಕೆ ಸಂಬಂಧಿಸಿದ ದೇವತೆಗಳು. ಪುರುಷ ಜೋಗಿ ಭೂತವು ಉಳ್ಳಾಕುಲುಗಳ ಪ್ರಧಾನ ನೆಲೆಯಲ್ಲಿ ಆರಾಧನೆ ಹೊಂದುವ ಪ್ರಭಾವಿ ದೈವ. ಈ ದೈವ ತನ್ನ ನುಡಿಗಟ್ಟಿನಲ್ಲಿ ಕಾಶಿಮಠ,

ಇಟ್ಟಲಮಠ, ಕಲ್ಯಾಣಪುರ ಮಠ, ಕದ್ರಿಮಠ ಮೂರು ಸೀಮೆಯೊಳಗೆ ತಿರುಗುವ ಬಡಜೋಗಿ ನಾನು. ಕಾಶಿಯಲ್ಲಿ ಕಾಳಭೈರವ, ತಿರುಪತಿಯಲ್ಲಿ ತಿಮ್ಮಪ್ಪೊಡೆಯ ಹುಚ್ಚು ಕೆಂಚಿರಾಯ ಮರುಳು ಜೋಗಿಯೆಂದು ಹೆಸರು ಪಡೆದ ಮಾಯಕದ ಜೋಗಿ ಎನ್ನುತ್ತದೆ. ತಿರುಪತಿ ಮೂಲದಲ್ಲಿ ಶೈವ ಕೇಂದ್ರಿತ ದೇವಾಲಯವಾಗಿತ್ತಲ್ಲದೆ ನಾಥ ಸಂಪ್ರದಾಯದ ನೆಲೆಯಾಗಿತ್ತು. ಗೌಡರು ಶ್ರೀವೈಷ್ಣವತೆಯನ್ನು ಆಚರಿಸಲಾರಂಭಿಸಿದಂತೆ ರಾಮಾನುಜರ ಕಾಲದಲ್ಲಿ ತಿರುಪತಿಯು ವೈಷ್ಣವ ಕ್ಷೇತ್ರವಾದಂತೆ ಗೌಡರು ತಿಮ್ಮಪ್ಪನನ್ನು ಹರಿಸೇವೆಯ ಮೂಲಕ ಆರಾಧಿಸಲಾರಂಭಿಸಿದರು. ವೈಷ್ಣವ ಪ್ರತಿನಿಧಿಯಾದ ದಾಸಯ್ಯನನ್ನು ಕರೆಸಿ ಅವನಿಂದ ಪೂಜೆ ಮಾಡಿಸುತ್ತಿದ್ದಾರೆ. ಹೀಗೆ ವೆಂಕಟರಮಣನನ್ನು ಆರಾಧಿಸಿ ತಾವು ಮುಡಿಪಿನಲ್ಲಿ ಸಂಗ್ರಹಿಸಿದ ಹಣವನ್ನು ಎಂದಾದರೊಮ್ಮೆ ತಿರುಪತಿಗೆ ಕಳುಹಿಸಿಕೊಡುತ್ತಾರೆ. ಹರಿಸೇವೆಯಲ್ಲಿ ಮದ್ಯ ಮಾಂಸದ ಸೇವನೆ ನಡೆಯುವುದಲ್ಲದೆ ಇದು ವರ್ಜಿಸಲಾಗದ ಗೌಡರ ನಾಥಪಂಥದ ಹಿನ್ನಲೆಯ ಕುರುಹಾಗಿದೆ.

ಕಾಲಭೈರವ ಮೂಲತಃ ಕಾಪಾಲಿಕರ ಆರಾಧ್ಯ ದೈವ. ಇವನನ್ನು ಕಾಳಮುಖರೂ ಸ್ವೀಕರಿಸಿ ಆರಾಧಿಸಲಾರಂಭಿಸಿದರು. ಗೌಡರು ಕಾಳಭೈರವನನ್ನು ಕೆಂಚಿರಾಯನಾಗಿ ಆರಾಧಿಸುತ್ತಾರೆ. ಇದೇ ಸಂದರ್ಭದಲ್ಲಿ ಕೆಂಚಿರಾಯನಿಗೆ ಬಲಿ ನೀಡಿ ಆರಾಧಿಸುತ್ತಾರೆ. ಕೆಂಚಿರಾಯನು ಶಿವನ ಭೈರವರೂಪವಾಗಿದ್ದು, ಇವನ ಪ್ರತಿಮೆಗಳನ್ನು ಕೆಲವೆಡೆ ಕಾಣಬಹುದು.

ಗೌಡರ ಇತಿಹಾಸಕ್ಕೂ ಉಲ್ಲಾಕುಳುಗಳಿಗೂ ಅವಿನಾಭಾವ ಸಂಬಂಧವಿದೆ. ಈ ಬಗೆಗೆ ಈಗಾಗಲೇ ಚರ್ಚಿಸಲಾಗಿದೆ. ಕೆಳದಿ ಅರಸರ ಕಾಲದಲ್ಲಿ ಅರಸು ದೈವಗಳ ಆರಾಧನೆ ಆರಂಭವಾಯ್ತು ಎನಿಸುತ್ತದೆ. ಗೌಡರ ಮೇಲುಸ್ತುವಾರಿಯಲ್ಲಿ ಆರಾಧನೆಗೊಳ್ಳುವ ಉಲ್ಲಾಕುಳುಗಳ ಮೂಲವನ್ನು ಗಂಗರಲ್ಲಿ ಚರ್ಚಿಸಲಾಗಿದೆ. ಡಾ.ಕಣಿಯೂರರ ಚರ್ಚೆ ಇಲ್ಲಿ ದಾಖಲಾರ್ಹವೆನಿಸುತ್ತದೆ. ಗಂಗರ ದಡಿಗ ಮಾಧವ–ಆಲಬ್ಬೆಯರ ಕುರಿತಾದ ಐತಿಹ್ಯಕ್ಕೂ ಉಲ್ಲಾಕುಳುಗಳಿಗೂ ಇರುವ ಸಾಮ್ಯತೆಯನ್ನು ಎತ್ತಿ ಹಿಡಿಯುತ್ತಾರೆ. ದಡಿಗನಿಗೆ ಸಿಂಹನಂದಿ ಎಂಬ ಜೈನ ಮುನಿ ಕರ್ಣಿಕಾರ ಪುಷ್ಪದ ಕಿರೀಟ ತೊಡಿಸಿದ್ದು ಉಲ್ಲಾಕುಳಲ್ಲಿ ಹಿರಿಯಣ್ಣನಿಗೆ 'ಪೂಮಾಣಿ' ಎಂಬ ಹೆಸರಿರುವುದು ಈ ಸಾಧ್ಯತೆಗಳನ್ನು ತೋರಿಸುತ್ತದೆ. ಐತಿಹ್ಯದಂತೆ ಬಂಗಾಳದಿಂದ ದಡಿಗ–ಮಾಧವ–ಆಲಬ್ಬೆಯರು ದಕ್ಷಿಣಕ್ಕೆ ಬರುವಾಗ ಅವರಿಗೆ ರಾಮ–ಲಕ್ಷ್ಮಣ– ಸೀತೆಯೆಂಬ ಹೆಸರಿತ್ತು. ತುಳುನಾಡಿನಲ್ಲಿ ಕಿನ್ನಿಮಾಣಿ–ಪೂಮಾಣಿಗಳನ್ನು ರಾಮ–ಲಕ್ಷ್ಮಣರು ಎನ್ನುತ್ತಾರೆ. ಇವರಿಗೆ ಸಾತ್ವಿಕ ರೂಪದ 'ಆವಾರೊ' (ಬಾರಣೆ ಬರಿಯ ಹಾಲು ಮಾತ್ರ) ನೀಡುವುದರಿಂದ ಇದು ಜೈನ ಪ್ರಭಾವ ಎನಿಸುತ್ತದೆ. ಆದರೆ ಈ ಗಂಗವಂಶದ ಬಂಗಾಳ ಮೂಲದ ಕತೆಯನ್ನು ಅಲ್ಲಗಳೆಯುವ ವಾದವನ್ನು ಈಗಾಗಲೇ ಚರ್ಚಿಸಲಾಗಿದೆ. ಸಾಂಸ್ಕೃತಿಕ–ಇತಿಹಾಸದ ದೃಷ್ಟಿಯಿಂದ ಕಣಿಯೂರರ 'ಮೌಖಿಕ ಸಂಕಥನ' ದ ಈ ಚರ್ಚೆ ಆಕರ್ಷಣೀಯವಾದದು.

ಪಾದೂರು ಗುರುರಾಜಭಟ್ಟರ ಅಭಿಪ್ರಾಯದಂತೆ 14ನೆಯ ಶತಮಾನದಲ್ಲಿ ದೈವಾರಾಧನೆ ಇಂದಿನ ಸ್ವರೂಪವನ್ನು ಪಡೆಯಿತು. ಈ ಹೊತ್ತಿಗಾಗಲೇ ವಿಜಯನಗರ-ಕೆಳದಿಯರಸರ ಆಡಳಿತ ತುಳುನಾಡಿನಲ್ಲಿ ಇದ್ದದ್ದರಿಂದ ಅರಸು ದೈವಗಳನ್ನು ಆರಾಧಿಸುವ ಪರಂಪರೆ ಆರಂಭವಾಯಿತು. ಇತರೆಡೆ ಇರುವ ಉಲ್ಲಾಯ- ಉಲ್ಲಾಳ್ತಿಯರನ್ನು ಬಂಗರ ಮೂಲದ ದೈವಗಳೆನ್ನುತ್ತಾರೆ. ಈ ದೈವಗಳನ್ನು ಆರಾಧಿಸುವ ಮೂಲಕ ತಮ್ಮ ಅಧಿಕಾರವನ್ನು ಗಟ್ಟಿಗೊಳಿಸುವ ಯತ್ನ ನಡೆದಿದೆ. ಹಾಗಾಗಿ ಬಂಗರ ಸೀಮೆಯ ವ್ಯಾಪ್ತಿಯೊಳಗೆ ಬಹುತೇಕ ಅರಸು ದೈವಗಳ ಆರಾಧನೆಯಾಗುತ್ತದೆ. ಉಲ್ಲಾಯನಿಗಿಂತ ಭಿನ್ನವಾದ 'ಇರ್ವೆರ್ ಉಲ್ಲಾಕುಳು' ಗೌಡರ ಮೂಲಕ ಕೆಳದಿಯವರ ಪ್ರಾಬಲ್ಯವನ್ನು ಸ್ಥಿರಗೊಳಿಸುವ ಯತ್ನ.

ಉಲ್ಲಾಕುಳು ಘಟ್ಟವಿಳಿದು ಬರುವಾಗ ಸುಬ್ರಹ್ಮಣ್ಯದ ಸುಬ್ರಾಯನ ಕೊಡಿಮರ ಏರುವುದನ್ನು ಕಂಡು ಅದನ್ನು ತಮ್ಮ ಬಾಣದಿಂದ ತುಂಡರಿಸುತ್ತಾರೆ. ಇವರಿಗೂ ಸುಬ್ರಾಯನಿಗೂ ನಡೆದ ಕದನ ಒಂದು ಐತಿಹಾಸಿಕ ಧಾಳಿ ಎನಿಸುತ್ತದೆ. ಹಾಗಾಗಿ ಇಂದಿಗೂ ಕುಕ್ಕೆಯಲ್ಲಿ ಕೊಡಿಮರ (ಧ್ವಜಾರೋಹಣ) ಇಲ್ಲ. ಬದಲಾಗಿ ಉಲ್ಲಾಕುಳು ನೀಡಿದ ಕೊಪ್ಪರಿಗೆಯ ಮೂಲಕ ಜಾತ್ರೆ ಆರಂಭವಾಗುತ್ತದೆ. ಹಾಗಾಗಿ ಶಾಪವೆಂಬಂತೆ ಇವರಿಗೆ ಹಾಲು ಮಾತ್ರ ಆವಾರೊ ನೀಡುತ್ತಾರೆ. ಡಾ. ಬಿಳಿಮಲೆಯವರು ಗೌಡೇತರ ದೇವರುಗಳ ಕೊಡಿಮರ ಕಡಿದರೆನ್ನುತ್ತಾರೆ. ಇದು ಗೌಡರು ಆಗಮನ ಪ್ರಕ್ರಿಯೆಯಲ್ಲಿ ಎದುರಿಸಿದ ಸಂಘರ್ಷ. ಈ ದೈವಗಳ ಆರಾಧನೆ ಗೌಡರ ಮೇಲುಸ್ತುವಾರಿಯಲ್ಲಿ ನಡೆಯುತ್ತದೆ. ಗೌಡರು ಪುರುಷಭೂತ, ಬಚ್ಚನಾಯ್ಕ, ಶಿರಾಡಿ, ರುದ್ರಾಂಡಿ ಮುಂತಾದ ದೈವಗಳನ್ನು ಆರಾಧಿಸುತ್ತಾರೆ. ರುದ್ರಾಂಡಿ-ರುದ್ರ ಚಾಮುಂಡಿಯನ್ನು ಕುಟುಂಬದ ಮಾತೃನೆಲೆಯ ದೈವವಾಗಿ ಆರಾಧಿಸುತ್ತಾರೆ. ಕುಟುಂಬದ ಪ್ರಧಾನ ದೈವವಾದ ರುದ್ರಾಂಡಿಯನ್ನು ತರವಾಡು ಮನೆಗಳಲ್ಲಿ ಮಾತ್ರ ಆರಾಧಿಸುತ್ತಾರೆ. ಇದರೊಂದಿಗೆ ಪಂಜುರ್ಲಿ, ಗುಳಿಗ, ಕಲ್ಲುಡ, ಕಲ್ಲುರ್ಟಿ, ವರ್ತೆ ಮುಂತಾದ ದೈವಗಳನ್ನು ಆರಾಧಿಸುತ್ತಾರೆ. ಪ್ರತಿ ಗೌಡ ಮನೆಯಲ್ಲೂ ಕಲ್ಲುರ್ಟಿ-ಪಾಷಾಣಮೂರ್ತಿಯನ್ನು ಬೆತ್ತ, ಮೂರ್ತಿಗಳಲ್ಲಿ ಆರಾಧಿಸುತ್ತಾರೆ. ಈ ದೈವಕ್ಕೆ 'ಅಗೆಲು' ಹಾಕಿ ಪೂಜಿಸುತ್ತಾರೆ.

ಬಚ್ಚನಾಯಕ ದೈವ ಏನೆಕಲ್ಲಿನಲ್ಲಿ ಪ್ರಭಾವಿ ದೈವವಾಗಿದ್ದು, ಓರ್ವ ರಾಜ ಪ್ರತಿನಿಧಿ. ಕಂದಾಯ ನೀಡದ ಏನೆಕಲ್ಲು ಮಾಗಣೆಯ ನಾಲ್ಕೂರು ಗುತ್ತು ಮನೆ ಸುಬ್ಬಣ್ಣಗೌಡನನ್ನು ಶಿಕ್ಷಿಸಲು ಪಂಜದ ಬಲ್ಲಾಳ ಕಳಿಸುವ ಬಚ್ಚನಾಯಕ ಗೌಡನ ಕೈಯಿಂದ ಹತನಾಗುತ್ತಾನೆ. ಮತಮೂಲದ ಸಾಮ್ಯತೆಯಿಂದಾಗಿ ಗೌಡರಿಂದ ಆರಾಧಿಸಲ್ಪಡುತ್ತಾನೆ.

ಇಂತಹ ಅನೇಕ ನಾಯಕ ಪರಂಪರೆಯ ದೈವಗಳು ಸುಳ್ಯ ಭಾಗದಲ್ಲಿ ಆರಾಧಿಸಲ್ಪಡುತ್ತಿವೆ. ಬೈಸುನಾಯಕ, ಮಡಪ್ಪಾಡಿ-ಮೊಗ್ರಾಲಿನ ಕರಿಯಣ್ಣ ನಾಯಕ ಇವರೆಲ್ಲರನ್ನು ಸುಬ್ಬಣ್ಣಗೌಡ

ಹತ್ಯೆ ಮಾಡುತ್ತಾನೆ (ಡಾ. ಲಕ್ಷ್ಮಿಪ್ರಸಾದ್2011, 21). ಇವರೆಲ್ಲ ಕೆಳದಿಯರಸರ ಕಾಲದಲ್ಲಿ ತುಳುನಾಡಿಗೆ ಕಪ್ಪ ಸ್ವೀಕಾರಕ್ಕೆ ಬಂದ ಅರಸು ಪ್ರತಿನಿಧಿಗಳು.

ಗೌಡರು ತಮ್ಮ ಸಂದುಹೋದ ಹಿರಿಯರನ್ನು 'ಕಾರಣವರ್' ಎಂದು ಆರಾಧಿಸುತ್ತಾರೆ. ಮನೆಯಲ್ಲಿ ಅವರಿಗೆ ಅಗೆಲು ಹಾಕಿ ಬಡಿಸುತ್ತಾರೆ. ಒಟ್ಟು ಹದಿನೆಂಟು ಎಲೆಗಳಲ್ಲಿ ಬಡಿಸುವ ಇವರು ಸಂದುಹೋದ ಹದಿನೆಂಟು ಆತ್ಮಗಳಿಗೆ ಗೌರವ ಸಲ್ಲಿಸುತ್ತಾರೆ. ಇವರಲ್ಲಿ ಮೋಕ್ಷದ ಕಲ್ಪನೆ ಇಲ್ಲ. ವಿಶೇಷ ಸಂದರ್ಭಗಳಲ್ಲಿ ಇವರನ್ನು ನೆನೆದು ಕಾರ್ಯವನ್ನು ಆರಂಭಿಸುತ್ತಾರೆ. 'ಗುರು ಕಾರಣವರ್' ಗೆ ಗೌರವ ಸಲ್ಲಿಸುವುದು ತಮ್ಮ ಕರ್ತವ್ಯ ಎಂದು ಭಾವಿಸುತ್ತಾರೆ. ಈ ಎಲ್ಲ ಆಚರಣೆಗಳೂ ಅಡುಗೆ ಮನೆಯಲ್ಲಿ ನೆಟ್ಟಿರುವ 'ಕನ್ನಿಕಂಬ' ಕೇಂದ್ರಿತವಾಗಿರುತ್ತದೆ.

ಗೌಡರು ಮೂಲತಃ ಶೈವ ಮೂಲದ ನಾಥಪಂಥೀಯರು. ಇವರು ಆರಾಧಿಸುವ ಪುರುಷರಾಯ ಓರ್ವನಾಥ ಸಂಪ್ರದಾಯಸ್ಥ ಸನ್ಯಾಸಿ. ತುಳುನಾಡಿನಲ್ಲಿ ಕದ್ರಿ, ವಿಟ್ಲ, ಗುರುಪುರ, ಕಾಣಿಯೂರು, ಮಂಜೇಶ್ವರಾದಿ ಹಲವು ಕಡೆಗಳಲ್ಲಿ ತಾಂತ್ರಿಕ ಪಂಥಗಳ ಕುರುಹುಗಳು, ಜೋಗಿಮಠಗಳಿವೆ. ಶೈವ ಮೂಲೀಯ ಪಾಶುಪತ, ಶಾಕ್ತ, ಕಾಳಮುಖ, ಲಕುಲೀಶ, ಕಾಪಾಲಿಕ, ಕಾಳಾದಿ ನಾಥ ತಾಂತ್ರಿಕ ಪಂಥಗಳ ಆಚರಣೆಗಳನ್ನು ಸುಳ್ಯ ಪರಿಸರದಲ್ಲೂ ನೋಡಬಹುದು. ತಮ್ಮ ಜೀವನಾವರ್ತನಗಳ ಆಚರಣೆಗಳಲ್ಲಿ ಮಾಡುವ ವೆಂಕಟರಮಣ ದೇವರ ಮುಡಿಪು ಕಟ್ಟುವಿಕೆಯು ಇಂತದೇ ಆಚರಣೆಗಳಲ್ಲಿ ಒಂದು. ನಾಥಾದಿ ತಾಂತ್ರಿಕ ಪಂಥಗಳಲ್ಲಿ ಪಂಚ 'ಮ' ಕಾರಕ್ಕೆ ಹೆಚ್ಚು ಪ್ರಾಶಸ್ತ್ಯ ನೀಡಲಾಗಿದೆ. ಮದ್ಯ, ಮಾಂಸ, ಮುದ್ರಾ, ಮೈಥುನ ಮತ್ತು ಮತ್ಸ್ಯ ಇವುಗಳ ಮೂಲಕ ಆರಾಧನೆ ನಡೆಯುತ್ತದೆ. ಬಹುಶಃ ಗೌಡರು ತಮ್ಮ ಅಡುಗೆ ಮನೆಯಲ್ಲಿ ನೆಡುವ ಕನ್ನಿಕಂಬ ಲಿಂಗದ ರೂಪವಾಗಿರಬೇಕು. ಆದರೆ ನಾಥ ಪರಂಪರೆಯವರ ಆರಾಧನೆ ಮೂಲದಲ್ಲಿ ಲಾಕುಳಶೈವರಷ್ಟು ಕಾಮಕ್ಕೆ ಪ್ರಾಶಸ್ತ್ಯವನ್ನು ನೀಡುವುದಿಲ್ಲ. ನಾಥ ಸನ್ಯಾಸಿ ಜೋಗಿ ಪುರುಷ ಭಾಗಮಂಡಲದಲ್ಲಿ ಸೂಳೆಯರ ಮೇಳ ನಡೆಸಿದ್ದನ್ನು ಹೇಳುತ್ತಾನೆ. ಕಾಲಾಂತರದಲ್ಲಿ ಲಾಕುಳರ ಪ್ರಭಾವಕ್ಕೆ ನಾಥರು ಬಿದ್ದಂತಿದೆ. ನಾಥರಲ್ಲಿ ಯೋಗಿನಿಯರಿಗೆ ಹೆಚ್ಚು ಮಹತ್ವವಿದೆ. ಯೋಗಿನಿಯರನ್ನು ಶಕ್ತಿಯ ರೂಪವೆಂದು ತಾಂತ್ರಿಕರು 'ಯೋನಿ ತಂತ್ರ' ಮೊದಲಾದ ವಿಧಿಗಳಲ್ಲಿ ಆರಾಧಿಸುತ್ತಾರೆ. ಜೋಗಿ ಪುರುಷನಿಗೆ 'ಜವುಳಿ ಜಂಗಮ'ಳೆಂಬ ತಂಗಿ ಇದ್ದಳು.

ಗೌಡರು ಮದ್ಯ, ಮಾಂಸವನ್ನು ದೇವತಾರಾಧನೆಯ ಭಾಗವಾಗಿ ಪರಿಗಣಿಸಿದರೂ ಮೈಥುನವನ್ನು ಈ ನೆಲೆಯಿಂದ ಬಿಟ್ಟಂತಿದೆ. ಆದರೂ ಇದರ ಕುರುಹುಗಳನ್ನು ಅವರ ಆಚರಣೆಗಳಲ್ಲಿ ಕಾಣಬಹುದು. ಮುಖ್ಯವಾಗಿ ಗೌಡ ಸಮುದಾಯದ ಪ್ರಖ್ಯಾತ ಕುಣಿತ 'ಸಿದ್ಧವೇಷ'ವನ್ನು ಈ ನೆಲೆಯಿಂದ ನೋಡಬಹುದಾಗಿದೆ.

ಸಿದ್ಧವೇಶ:

ಸುಗ್ಗಿಯ ಕಾಲದಲ್ಲಿ ಗೌಡ ಯುವಕರು ಸಿದ್ಧವೇಷವನ್ನು ಕುಣಿಯುತ್ತಾರೆ. ಬ್ರಾಹ್ಮಣ, ದಾಸಯ್ಯ, ಸನ್ಯಾಸಿ ಮತ್ತು ಆರೇಳು ಮಂದಿ ಯುವಕರು ಇದರಲ್ಲಿ ಬರುವ ಪಾತ್ರಗಳು. ಯುವಕರು ತಲೆಗೆ ಮುಂಡಾಸುಕಟ್ಟಿ, ಕಚ್ಚೆ ಹಾಕಿ ದೋಗಲೆ ಅಂಗಿ ತೊಟ್ಟಿರುತ್ತಾರೆ. ದಾಸಯ್ಯ ಕೆಂಪು ಶಾಲು ಹಾಕಿ ಕೈಯಲ್ಲಿ ಜಾಗಟೆ ಶಂಖ ಹಿಡಿದಿರುತ್ತಾನೆ. ಬ್ರಾಹ್ಮಣ ಬಿಳಿ ಕಚ್ಚೆ ಹಾಕಿ, ಗೋಣಿಯ ಹಗ್ಗದಿಂದ ಜನಿವಾರ ಧರಿಸಿ, ಗಂಧ ಹಚ್ಚಿಕೊಂಡಿರುತ್ತಾನೆ. ಸನ್ಯಾಸಿ ಇದರಲ್ಲಿ ಆಕರ್ಷಕ ವೇಷವಾಗಿದ್ದು, ಒಣಗಿದ ಬಾಳೆಎಲೆಯನ್ನು ಮೈಗೆ ಸುತ್ತಿಕೊಂಡಿರುತ್ತಾನೆ. ಮುಖ ಮರೆಯಾಗದ ಬಾಳೆ ಎಲೆಯನ್ನು ಕಟ್ಟಿರುತ್ತಾರೆ ಮತ್ತು ತಲೆಗೆ ಅಡಿಕೆ ಹಾಳೆಯಿಂದ ಶಂಕುವಿನ ಆಕಾರದ ಟೊಪ್ಪಿ ಇಡುತ್ತಾರೆ. ಸೊಂಟಕ್ಕೆ ಬೆತ್ತದಿಂದ ಮಾಡಿದ ಶಿಶ್ನವನ್ನು ಕಟ್ಟಿರುತ್ತಾರೆ. ಕೈಯಲ್ಲೊಂದು ದೊಣ್ಣೆ, ಭಸ್ಮದ ಪಾತ್ರೆ ಹಿಡಿದಿರುತ್ತಾರೆ.

ಸಿದ್ದುಲಿಂಗ ಮುದ್ದುಲಿಂಗ ಸುದ್ದು ಬೇಸೋ... ಎಂದು ಹಾಡು ಆರಂಭವಾದಾಗ ಯುವಕರು ವೃತ್ತಾಕಾರದಲ್ಲಿ ಕುಣಿಯುತ್ತಾರೆ. ಹಾಡಿನಲ್ಲಿ 'ಶೃಂಗೇರಿ ಮಠದಿಂದ' ಎಂದು ನುಡಿ ಬಂದಾಗ ಸನ್ಯಾಸಿ ಪ್ರತ್ಯಕ್ಷನಾಗುತ್ತಾನೆ. ಕುಂಟುತ್ತಾ ದೊಣ್ಣೆಯನ್ನು ಊರುತ್ತಾ ಸನ್ಯಾಸಿ ಬರುತ್ತಾನೆ. ಅಂಗಳದಲ್ಲಿ ದಾಸಯ್ಯ ಮತ್ತು ಸನ್ಯಾಸಿ ಕೂಡ ಇರುತ್ತಾರೆ. ಸನ್ಯಾಸಿ ತನ್ನ ಬೆತ್ತದ ಶಿಶ್ನವನ್ನು ನೇವರಿಸುತ್ತಾ 'ಆಹಾಹ....ಓಹೋಹೋ...' ಎಂದು ಪ್ರಲಾಪವನ್ನು ಮಾಡುತ್ತಿರುತ್ತಾನೆ.

ದಾಸಯ್ಯ ಜಾಗಟೆ ಬಾರಿಸುತ್ತಾ ಶಂಖ ಊದುತ್ತಾನೆ. ಬ್ರಾಹ್ಮಣ ತಾನು ಪೂಜೆ ಮಾಡಿದಂತೆ, ಮಂತ್ರ ಹೇಳುವಂತೆ ನಟಿಸುತ್ತಾನೆ. ಸನ್ಯಾಸಿ ಇವರಿಬ್ಬರನ್ನೂ ತಮಾಷೆ ಮಾಡುತ್ತಾನೆ. ಅವರನ್ನು ಅನುಕರಿಸಿ ಲೇವಡಿ ಮಾಡುತ್ತಾನೆ. ತನ್ನ ನಿಗುರಿದ ಬೆತ್ತದ ಶಿಶ್ನದಿಂದ ಇಬ್ಬರನ್ನು ಮುಟ್ಟಲು ಹೋಗುವಾಗ ಅವರಿಬ್ಬರೂ ಓಡುತ್ತಾರೆ. ಅವರನ್ನು ಅವಮಾನಿಸುತ್ತಾನೆ.

ಕೊನೆಯಲ್ಲಿ ಮನೆ ಮಂದಿ ಅವರಿಗೆ ಅಕ್ಕಿಯೋ ಏನೋ ಕೊಟ್ಟು ಪುರಸ್ಕರಿಸುತ್ತಾರೆ. ಸನ್ಯಾಸಿ 'ತಾನು ಹೊಳೆ ಬದಿಗೆ ಹೋಗಿ ಲಕ್ಡಿ (ಶಿಶ್ನ) ಪೂಜೆ ಮಾಡಬೇಕು" ಎನ್ನುತ್ತಾನೆ.

ಮಧ್ಯಕಾಲೀನ ತಾಂತ್ರಿಕ ಪರಂಪರೆಗಳಲ್ಲಿ ಅತ್ಯಂತ ಪ್ರಮುಖವಾದ ಕಾಳಮುಖ–ಲಾಕುಲೀಶ ಪಂಥದ ಸನ್ಯಾಸಿಯನ್ನು ಇದು ಹೋಲುತ್ತದೆ. ಸನ್ಯಾಸಿಯ ಪೂರ್ಣ ನಗ್ನತೆಯನ್ನು ಬಾಳೆ ಎಲೆಗಳ ಮೂಲಕ ಸಂಕೇತಿಸಲಾಗಿದ್ದರೂ ಶಿಶ್ನದ ರಚನೆ ನಗ್ನತೆಯನ್ನು ಬಿಂಬಿಸುತ್ತದೆ. ಲಾಕುಳ ಸನ್ಯಾಸಿಗಳು ನಗ್ನರಾಗಿದ್ದು ಕಾಮುಕರಂತೆ ವರ್ತಿಸುತ್ತಿದ್ದ ಬಗ್ಗೆ ಚೀನೀ ಪ್ರವಾಸಿ ಯುವಾನ್‌ಚಾಂಗ್ ದಾಖಲಿಸಿದ್ದಾನೆ. ಇವರು ವೈದಿಕ ವಿರೋಧಿಗಳಾಗಿದ್ದರು. ಲಾಕುಳರು ಕೈಯಲ್ಲಿ ದೊಣ್ಣೆಯನ್ನು ಹಿಡಿದಿರುತ್ತಾರೆ. ಲಾಕುಲೀಶನ

ಶಿಲ್ಪದಲ್ಲೂ ಕೈಯಲ್ಲಿ ದೊಣ್ಣೆಯನ್ನು ಕಾಣಬಹುದು. ಈ ವಿಗ್ರಹವನ್ನು ಕದ್ರಿಮಠದಲ್ಲೂ ನೋಡಬಹುದು. ಗೌಡರೂ ಈ ಲಾಕುಳರ ಪ್ರಭಾವಕ್ಕೆ ಬಿದ್ದಿದ್ದನ್ನು ಇದು ತೋರಿಸುತ್ತದೆ. ಸಿದ್ಧವೇಷದ ಸನ್ಯಾಸಿ ಲಾಕುಳನಾದರೂ 'ಸಿದ್ಧ' ಎಂಬ ಪದದೊಂದಿಗೆ ಅವನ ಸಂಬಂಧವನ್ನು ಅರ್ಥೈಸಬೇಕಾಗಿದೆ. ಜೋಗಿಮಠಗಳೆಂದು ಕರೆಯಲ್ಪಡುವ ಅನೇಕ ಸಿದ್ಧಮಠಗಳನ್ನು ಕರ್ನಾಟಕದಲ್ಲಿ ನೋಡಬಹುದು. ಸಿದ್ಧವೇಷ ಕುಣಿತದ ಹಾಡಿನಲ್ಲಿ ಬರುವ ವಿಟ್ಲ, ಕದ್ರಿ, ಮರ್ಕಂಜ ಮೊದಲಾದವು ಜೋಗಿಮಠಗಳು.

ಜೈನ-ಬಂಟ-ಬಿಲ್ಲವರಿಗೆ ಸುತ್ತು ಪಡ್ಪಿರೆ ಮನೆಗಳಿರುವಂತೆ ಗೌಡರಿಗೂ 'ಐನ್‌ಮನೆ' ಇದೆ. ಇದೊಂದು ರಾಚನಿಕ ಹಾಗೂ ಸಾಂಸ್ಕೃತಿಕವಾಗಿ ಸಂಕೀರ್ಣವಾದದ್ದು. ಐನ್‌ಮನೆಯು ಕುಲದೈವ, ಮನೆದೈವ, ಗುರುಕಾರಣವರ್, ಧರ್ಮದೈವಗಳೊಂದಿಗೆ ಕರ್ತನ ನಿರ್ದೇಶನದಲ್ಲಿ ನಡೆಯುವ ಮನೆ. ಈ ಐದು ವ್ಯವಸ್ಥೆಗಳ ಮನೆಯಲ್ಲಿ ಕುಲದೈವಗಳ ಕೋಣೆ ಇದ್ದು ಮುಡಿಪು, ಹರಿಸೇವೆ ಇತ್ಯಾದಿಗಳು ನಡೆಯುತ್ತವೆ. ಇದೇ ಮನೆಯಲ್ಲಿ ಉದ್ರಾಂಡಿ, ಉಲ್ಲಾಕುಳು, ವಿಷ್ಣುಮೂರ್ತಿ, ವಯನಾಟ್ ಕುಲವನ್ ಮುಂತಾದ ದೈವಗಳ ಭಂಡಾರವಿರುತ್ತದೆ. ಸಾಮಾನ್ಯವಾಗಿ ಅಡುಗೆ ಕೋಣೆಯ ಪಕ್ಕ ಕತ್ತಲಲ್ಲಿ ಕಲ್ಲುರ್ಟಿಯ ಬೆತ್ತ ಪರಿಕರಗಳು ಇರುತ್ತವೆ. ಹೊರಗಡೆ ಅಗೆಲು ಹಾಕಲಾಗುತ್ತದೆ.

ಗೌಡರು ತಮ್ಮ ಮತ ಮೂಲದ ಆರಾಧನೆಗಳನ್ನು ಉಳಿಸಿಕೊಂಡು ದೈವಾರಾಧನೆಯನ್ನು ಒಪ್ಪಿಕೊಂಡಿದ್ದಾರೆ. ಈ ಕಾಲಘಟ್ಟದಲ್ಲಿ ಅನೇಕ ಸ್ಥಿತ್ಯಂತರಗಳು ಘಟಿಸಿವೆ. ಕೊಡುಕೊಳ್ಳುವಿಕೆ ನಡೆದಿದೆ. ಈ ಮೂಲಕ ತಾವು ಸ್ವೀಕರಿಸಿದ ಸಂಸ್ಕೃತಿಗೆ ತಮ್ಮತನವನ್ನು ನೀಡಿ ಶ್ರೀಮಂತ ಗೊಳಿಸಿದ್ದಾರೆ.

ಪರಾಮರ್ಶಿತ ಗ್ರಂಥಗಳು:

1. ಮೌಖಿಕ ಸಂಕಥನ: ಡಾ. ಪೂವಪ್ಪ ಕಣಿಯೂರು, ತರಂಗಿಣಿ ಪ್ರಕಾಶನ, 2009.
2. ಕರಾವಳಿ ಜಾನಪದ: ಡಾ. ಪುರುಷೋತ್ತಮ ಬಿಳಿಮಲೆ, ತರಂಗಿಣಿ ಪ್ರಕಾಶನ, 1990.
3. ಬೃಹತ್ ಕರ್ನಾಟಕ: ಭಾಷಿಕ, ಸಾಂಸ್ಕೃತಿಕ, ಡಾ. ಚಿದಾನಂದಮೂರ್ತಿ, 2008.
4. ಗೌಡ ಜನಾಂಗ: ಸಂ.ಡಾ. ಚಿನ್ನಪ್ಪ ಗೌಡ, 2003.
5. ಭೂತಗಳ ಅದ್ಭುತ ಜಗತ್ತು: ಡಾ. ಲಕ್ಷ್ಮೀಪ್ರಸಾದ್
6. ತುಳು ದೇಶ ಭಾಷಾ ವಿಚಾರ: ಕಡವ ಶಂಭುಶರ್ಮ 1970
7. ತುಳುನಾಡು; ಪಾದೂರು ಗುರುರಾಜ ಭಟ್ 2009
8. ಜನಮನದ ಕಂದ್ರಪ್ಪಾಡಿ; ಹಿಮಕರ ಎ.ಕೆ. 2001
9. ದಕ್ಷಿಣ ಕನ್ನಡ ಜಿಲ್ಲೆಯ ಪ್ರಾಚೀನ ಇತಿಹಾಸ; ಗಣಪತಿರಾವ್ ಐಗಳ್, 2004.
10. A History of South Kanara: Ramesh K.V.
11. In pursuit of our roots: Puttur Anantharaja Gowda, 2015

ಗೌಡ ಸಮುದಾಯವು ಮೂಲದಲ್ಲಿ ನಾಥ ಸಂಪ್ರದಾಯಸ್ಥರು

ತುಳುನಾಡಿನಲ್ಲಿ ಹಿಂದೂಧರ್ಮಕ್ಕೆ ಹೊಂದಿಕೊಂಡಂತೆ ನಾಥ ಸಂಪ್ರದಾಯವು ಹಿಂದೆ ಉನ್ನತ ಸ್ಥಿತಿಯಲ್ಲಿತ್ತು ಎನ್ನುವುದಕ್ಕೆ ಬಹಳಷ್ಟು ಪುರಾವೆಗಳು ಸಿಗುತ್ತವೆ. ಸ್ಥಳನಾಮಗಳನ್ನು ಹೊಂದಿಕೊಂಡು ಮಠ, ಮಠಕಣಿ, ಮಠಂದೂರು, ಮಠಂತಬೆಟ್ಟು, ಜೋಗಿಯಡ್ಕ, ಜೋಗಿಬೆಟ್ಟು, ಜೋಗಿ ಗುಂಡಿ, ಕಲ್ಲೇಮಠ, ಕೊರಮಠ, ಸಾಧುಮಠ, ಸಿದ್ಧಕಟ್ಟೆ, ಸಿದ್ಧಾಪುರ, ಸಿದ್ಧಬೈಲು, ಸಿದ್ದೋಡಿ, ಬೈರಂಪುರ, ಬೈರಹಳ್ಳಿ, ಬೈರೋಣಿ ಮುಂತಾದ ಸ್ಥಳಗಳಲ್ಲಿಯ ಸ್ಥಿತಿಗಳಿಂದ ಇವರ ಅಸ್ತಿತ್ವವನ್ನು ಗಮನಿಸಬಹುದಾಗಿದೆ. ಜೈನಮಠ, ಬೌದ್ಧಮಠಗಳಿದ್ದಂತೆ ನಾಥ ಸಂಪ್ರದಾಯವೂ ಒಂದು. ಇವರು ಐದು ತತ್ವಗಳಾದ–ಸಾಲೋಕ್ಯ, ಸಾರುಪ್ಯ, ಸಾಮಿಪ್ಯ, ಸಾಯುಜ್ಯ, ಸಾಷ್ಟಿತಗಳ ಪರಿಣತರಾಗಿದ್ದು, ನಿಷ್ಣಾತ ಪವಿತ್ರ ಸಂತರು. ಈ ಪೈಕಿ ಭೈರವರು, ಸಿದ್ಧರು ಅವಧೂತ ಸ್ಥಿತಿಯಿಂದ–ಯೋಗಸಿದ್ಧಿಯಿಂದ ಯೋಗೀಶ್ವರರೆನಿಸಿದ್ದರು. ಈ ಪೈಕಿ ನವನಾಥ ಸಿದ್ಧರು ಅತೀ ಪ್ರಮುಖರು.

ಪ್ರಸಕ್ತಶಕ ಪೂರ್ವದಲ್ಲಿ ಈ ಸಂಪ್ರದಾಯವನ್ನು ಸಮಾಜದಲ್ಲಿ ಪಾರೀಶ್ವರನಾಥ ಯೋಗಿಯು ತತ್ವಭೋದೆ ಮಾಡಿದನೆಂದು ಇತಿಹಾಸ ತಿಳಿಸುತ್ತದೆ. ಯೋಗ ಸಾಧನೆಯಿಂದ ದೇವಸಿದ್ಧಿ ಪಡೆದು ಸನ್ಮಾರ್ಗದಲ್ಲಿ ನಡೆಯುವುದೊಂದೇ ಶ್ರೇಷ್ಟವೆಂದು ವ್ಯಾಖ್ಯಾನಿಸುವ ಇವರು ಹೆಚ್ಚಾಗಿ ಅತೀ ಶ್ರೀಮಂತರನ್ನು–ಆಳುವವರನ್ನು ಆಶ್ರಯಿಸಿ ಸುಖ ಸಂತೋಷಗಳ ಕುರಿತು ನಶ್ವರತೆಯನ್ನು ಪ್ರತಿಪಾದಿಸಿ ಕಷ್ಟದಲ್ಲಿರುವವರನ್ನು–ಜಾತಿ ಭ್ರಷ್ಟರನ್ನು ತಮ್ಮ ಮಠಕ್ಕೆ ಸೇರಿಸಿಕೊಂಡು ಅವರನ್ನು ಉದ್ಧರಿಸುವುದಾಗಿ ಮಠ ಬೋಧನೆ ಮಾಡಿದರು. ಇವರು ತಮ್ಮ ಕಿವಿಗಳಿಗೆ ದೊಡ್ಡ ಮಕರ ಕುಂಡಲಗಳನ್ನು ಧರಿಸುವುದು, ತಲೆಯಲ್ಲಿ ಜಟೆ ಇಳಿಸಿ ರುದ್ರಾಕ್ಷಿಮಾಲೆ ಸುತ್ತಿಕೊಳ್ಳುವುದು, ಮೈಗೂ ಹಣೆಗೂ ಭಸ್ಮಧಾರಣೆ ಮಾಡಿ ಕಂಕುಳದಲ್ಲಿ ಜೋಳಿಗೆ, ಸೊಂಟಕ್ಕೆ ಉಣ್ಣೆಯ ಉಡಿದಾರ ಕಟ್ಟಿಕೊಳ್ಳುವುದು, ಕೌಪೀನ ವಸ್ತ್ರ, ಕೈಯಲ್ಲಿ ದಂಡ ಕಮಂಡಲು, ಶೌಲಿ, ತ್ರಿಶೂಲ ಮುಂತಾದವುಗಳನ್ನು ಹಿಡಿದುಕೊಳ್ಳುವುದು ತೀರ್ಥಯಾತ್ರೆ ಕೈಗೊಳ್ಳುವುದಲ್ಲದೇ ಯೋಗ್ಯ ಸ್ಥಳಗಳಲ್ಲಿ ಮಠವನ್ನು ಕಟ್ಟಿಸಿಕೊಳ್ಳುವುದು, ಮಠ ಪ್ರಚಾರ ಮಾಡುವುದಾಗಿದೆ. ಇವರು ಈಶ್ವರನನ್ನು ಆದಿನಾಥ ಅಥವಾ ಲೋಕೇಶ್ವರನೆಂಬ ಹೆಸರಿನಿಂದ ಪೂಜಿಸುವರು. ಅಲ್ಲದೇ ಶಕ್ತಿಯನ್ನು ಭೈರವನನ್ನು ಪೂಜಿಸುವುದಾಗಿದೆ.

ಈ ಮಠವು ಮತ್ಸೇಂದ್ರನಾಥ ಯೋಗೀಶ್ವರನ ಕಾಲದಲ್ಲಿ ಉನ್ನತ ಸ್ಥಿತಿಗೆ ಬಂದಿತು. ಈತನ ಶಿಷ್ಯರಾದ ಗೋರಕನಾಥ–ಜಾಲಾಂಧರ ನಾಥ–ಗೋಪೇಂದ್ರನಾಥ– ಕನೀಫನಾಥ–ಚರ್ಪಟಿನಾಥ–ಔರಂಗಿನಾಥ ಮುಂತಾದ 12 ಜನ ವಿದ್ವಾಂಸ ಮಠಬೋಧಕರಿದ್ದರು. ಈಗಿನ ಉತ್ತರಪ್ರದೇಶದಲ್ಲಿ ಮುಖ್ಯಮಂತ್ರಿಯಾಗಿರುವ ಆದಿತ್ಯನಾಥರು ಸಹ ನಾಥಪಂಥಕ್ಕೆ

ಸೇರಿದ್ದು, ಕದ್ರಿ ಮತ್ತು ಚುಂಚನಗಿರಿಯಲ್ಲಿ ದೀಕ್ಷೆ ಪಡೆದವರಾಗಿದ್ದಾರೆ. ಮತ್ಸ್ಯೇಂದ್ರನಾಥನು ಗೋರಕಪುರದಲ್ಲಿ ಮುಖ್ಯ ನಾಥಮತ ಸ್ಥಾಪನೆ ಮಾಡಿದನು. ಇದು ನಾಥ ಸಂಪ್ರದಾಯದ ಪ್ರಮುಖ ಸ್ಥಳವಾಗಿದೆ. ಇವರು ಪ್ರತಿ 12 ವರ್ಷಗಳಿಗೊಮ್ಮೆ ನಾಸಿಕ್ ಪ್ರಾಂತ್ಯದ ತ್ರ್ಯಯಂಬಕದಲ್ಲಿ ಧರ್ಮಸಭೆಯನ್ನು ನಡೆಸುವುದಲ್ಲದೇ ಅಂದು ನಿಶ್ಚಯಿಸಿಕೊಂಡ ದಿಕ್ಕು (ಸ್ಥಳ)ಗಳಿಗೆ ತೀರ್ಥಯಾತ್ರೆ- ಮತ ಪ್ರಚಾರಕ್ಕೆ ತೆರಳುವುದಾಗಿತ್ತು. ಆಯಾಯ ಸ್ಥಳಗಳ ಅರಸರನ್ನು ನಾಥ ಸಂಪ್ರದಾಯಕ್ಕೆ ತಮ್ಮ ಅಮೋಘ ಯೋಗ ಶಕ್ತಿಯಿಂದ ಮನೋಸಿದ್ಧಿಯಿಂದ ಒಗ್ಗೂಡಿಸಿಕೊಂಡು ಮಠ ಸ್ಥಾಪಿಸಿ ಬೋಧಿಸುತ್ತಿದ್ದರು. ತುಳುನಾಡಿನಲ್ಲಿ ಪ್ರಮುಖವಾಗಿ ಕದ್ರಿಯ ಮಠವು ಒಂದಾಗಿದೆ. ಮತ್ಸ್ಯೇಂದ್ರನಾಥ ಯೋಗಿಯಿಂದ ಈ ಮಠ ಸ್ಥಾಪಿತವಾಗಿದೆ. ಇಲ್ಲಿ ಯೋಗದ ಗುಹೆ ಹಾಗೂ ಯಜ್ಞ ಕುಂಡಗಳಿವೆ. ಕಾಸರಗೋಡು ತಾಲೂಕು ಕುಂಬಳೆಯ ಪೊಸೋಡಿಗುಂಪೆಯ ಹತ್ತಿರ ಗುಡ್ಡದಲ್ಲಿ ಇವರ ಯೋಗ ಸಾಧನೆಯ ಗವಿಗಳು, ಕುಟಚಾದ್ರಿ, ಸೂಡ ಎಂಬಲ್ಲೂ ಇವರ ಮಠಗಳು ಯೋಗ ಸಾಧನೆಯ ಸ್ಥಳಗಳಿವೆ. ಅಂತೆಯೇ ತುಳುನಾಡಿನಲ್ಲಿ ಮೂರು ಮುಖ್ಯ ಮಠಗಳಿದ್ದವು. ಪ್ರ.ಶ. 918ರಲ್ಲಿ ಮಂಗಳೂರನ್ನು ಆಳುತ್ತಿದ್ದ ಆಳುಪ ಅರಸ ಕುಂದವರ್ಮನೆಂಬವನು ನಾಥ ಸಂಪ್ರದಾಯವನ್ನು ಅನುಸರಿಸಿ ಕದ್ರಿಯಲ್ಲಿ ಲೋಕೇಶ್ವರ ದೇವರನ್ನು ಪ್ರತಿಷ್ಠಾಪಿಸಿದನು. ಇದು ಈಗಲೂ ಕದ್ರಿಯ ಮಂಜುನಾಥ ದೇವಾಲಯದಲ್ಲಿದೆ. ಇದು ಕಂಚಿನ ಎರಕದ ಪ್ರತಿಮೆಯಾಗಿದ್ದು, ಮೂರು ಮುಖಗಳು ಆರು ಕೈಗಳಿವೆ. ಪದ್ಮಾಸನ ಸ್ಥಿತನಾಗಿ ತಲೆಯ ಮೇಲೆ ಕಿರೀಟದ ಬದಲು ಜಟೆಯು- ಜಟೆಯ ಬುಡದಲ್ಲಿ ಮತ್ಸ್ಯೇಂದ್ರನಾಥನ ಸಣ್ಣ ವಿಗ್ರಹವು ಕೆತ್ತಲ್ಪಟ್ಟು ಜಟೆಯ ಮೇಲೆ ರುದ್ರಾಕ್ಷಿ ಮಾಲೆ ಧರಿಸಲ್ಪಟ್ಟಂತಿದೆ. ಕಿವಿಗೆ ಮಕರ ಕುಂಡಲಗಳಿವೆ. ಹಿಂದೆ ಪ್ರಭಾವಳಿ ಇದೆ. ಅಲ್ಲದೇ ಇನ್ನೊಂದು ಪ್ರತಿಮೆಯಿದ್ದು ಒಂದೇ ಮುಖ ನಾಲ್ಕು ಕೈಗಳಿವೆ. ಪ್ರತಿಮೆಯು ಪದ್ಮಾಸನದಲ್ಲಿದೆ. ಮತ್ತೊಂದು ಪ್ರತಿಮೆಯು ಮಕರ ಕುಂಡಲ ಧರಿಸಿದ ಭೈರವನದ್ದಾಗಿದೆ. ಶೃಂಗೀವಾದ್ಯವು ಕೈಯಲ್ಲಿದೆ. ಕಾಲು ಬುಡದಲ್ಲಿ ವರಾಹ ಚಿತ್ರವಿದೆ. ದೇವಾಲಯದ ಒಳಗೋಡೆಯಲ್ಲಿ ಮತ್ಸ್ಯೇಂದ್ರನಾಥನ ಶಿಲಾವಿಗ್ರಹ ಇದೆ. ಶೃಂಗನಾಥನ ಇನ್ನೊಂದು ಪ್ರತಿಮೆ ಇದೆ.

ಕದಿರೆ ಗುಡ್ಡದಲ್ಲಿ ಮತ್ಸ್ಯೇಂದ್ರನಾಥನ ಮಠವನ್ನು ಕಟ್ಟಿಸಿಕೊಟ್ಟ ಆಳುಪ ಅರಸು ಕುಂದವರ್ಮನು ನಾಥ ಸಂಪ್ರದಾಯಕ್ಕೆ ಅವಕಾಶ ಮಾಡಿದ ಸ್ಪಷ್ಟ ಸ್ಥಿತಿ ಇದೆ. ಈಗಲೂ ಈ ಮಠದಲ್ಲಿ 12 ವರ್ಷಕ್ಕೊಮ್ಮೆ ಪಟ್ಟಾಭಿಷೇಕವಾಗಬೇಕು. ಮೊದಲು ಮತ್ಸ್ಯೇಂದ್ರನಾಥನ ಗುಡಿಯ ಸಮೀಪ ಬ್ರಾಹ್ಮಣ ಕ್ರಿಯೆಯಲ್ಲೂ ಅನಂತರ ಮಠದಲ್ಲಿ ನಾಥ ಸಂಪ್ರದಾಯದ ಪ್ರಕಾರ ನಡೆಯುತ್ತದೆ. ವಿಟ್ಲದ ಅರಸರಲ್ಲಿ ಒಬ್ಬಾತ ನಾಥ ಸಂಪ್ರದಾಯವನ್ನು ಅನುಸರಿಸಿ ಯೋಗೀಶ್ವರನಾಗಿ ವಿಟ್ಲದ ಹತ್ತಿರ ಮಠವೊಂದನ್ನು ಕಟ್ಟಿಸಿ ಅಲ್ಲಿಯೇ ಇದ್ದನು. ಈ ಮಠಾಧಿಪತಿಗೂ ಪಟ್ಟವಾಗಬೇಕು. ಈಗಲೂ ಅನ್ಯರ ಸಹಕಾರದೊಡನೆ ನಡೆಯುತ್ತಿದೆ.

ತುಳುನಾಡಿನಲ್ಲಿ ಇವರು 12 ಮಠಗಳನ್ನು ಕಟ್ಟಿಕೊಂಡಿದ್ದು, ಪ್ರಕೃತ 2 ಮಠಗಳಲ್ಲಿ ಮಾತ್ರ ಪಟ್ಟಾಭಿಷೇಕ ನಡೆಯುತ್ತದೆ ಉಳಿದಂತೆ ಕಂಡುಬರುವುದಿಲ್ಲ. ಇತ್ತೀಚೆಗೆ ಮರ್ಕಂಜ ಗ್ರಾಮದಲ್ಲಿ ಕಂಡುಬರುತ್ತದೆ. ಆಳುಪ ಅರಸನ ಆಡಳಿತ ಕಾಲದಲ್ಲಿ ತುಳುನಾಡಿನ ಹಲವು ಕಡೆ ಮಠ ಮಂದಿರಗಳಾದುವು. ಅನಂತರದ ಕಾಲಘಟ್ಟದಲ್ಲಿ ಈ ಮಠ ಅನೇಕ ಸ್ಥಿತ್ಯಂತರಕ್ಕೆ ಒಳಗಾಗಿ ಬದಲಾವಣೆಗಳಾದುವು. ಪ್ರತಿಯೊಬ್ಬರೂ ಸನ್ಯಾಸಿಗಳಾಗಿ ಮನೆ ಮಾಡಿಕೊಂಡು ಸಂಸಾರಿಗಳಾದರು.

ಸುಮಾರು 7ನೆಯ ಶತಮಾನದವರೆಗೆ ಹಿಂದೂಸ್ಥಾನದಲ್ಲಿ ವಿಜೃಂಭಿಸಿ ಆರ್ಥಿಕವಾಗಿ– ರಾಜಕೀಯ– ನೈತಿಕತೆಗಳ ಏಳುಬೀಳುಗಳಿಂದ ಬದಲಾವಣೆಗಳಾಗಿರಬಹುದು. ಬ್ರಾಹ್ಮಣರಿಂದಲೂ, ಜೈನಧರ್ಮದವರಿಂದಲೂ ತಡೆಗೊಂಡ ಕಾರಣ ಮದ್ಯ ಮಾಂಸದ ಅರ್ಚನೆ, ಉಣ್ಣುವುದು ಹಾಗೂ ಅನೈತಿಕತೆ ಮುಂತಾದ ಸಮಾಜ ನಿಂದನೆಯಿಂದ ಅಡಚಣೆಯಾಯಿತು. ಬ್ರಾಹ್ಮಣರೆ ಹಿಂದೂಧರ್ಮ ಸಂಬಂಧಗಳಿಗೆ ಹಕ್ಕುದಾರರು ಎಂದೆಣಿಸಿ ಉಳಿದ ವರ್ಣದವರು ಅನುಸರಿಸುವ ವ್ಯವಸ್ಥೆಗೆ ಅದ್ವೈತಮತ ಹಾಗೂ ಶ್ರೀ ಶಂಕರಾಚಾರ್ಯರ ಮತ ಬೋಧೆಯು ಕಾರಣವಾಯಿತು. ಜೈನಕವಿಗಳಂತು ರಾಜರನ್ನು ಹೊಗಳಿ ಬೆಳೆದರು. ರಾಜರು ಉಳಿದರು, ನಾಥಪಂಥ ಕ್ಷೀಣ ಸ್ಥಿತಿಗೆ ಬಂದಿತು.

ನಾಥ ಸಂಪ್ರದಾಯದ ಶ್ರೇಯಸ್ಸಿನಲ್ಲಿ ಪುರುಷರಾಯ ಸೋದರರರನ್ನು ಗುರುತಿಸ ಬಹುದಾಗಿದೆ. ಕುಕ್ಕೆ ಸುಬ್ರಾಯ ದೇವರನ್ನು ಸಂದರ್ಶಿಸುವುದು ಪಾಡ್ದನಗಳಿಂದ ತಿಳಿಯಬಹುದು. ಸುಳ್ಯ ಪರಿಸರದ ಹೆಚ್ಚಿನ ಕಡೆಗಳಲ್ಲಿ ದೈವಸ್ಥಾನದಲ್ಲಿ ಪುರುಷರಾಯ ದೈವದ ಆರಾಧನೆಯಿದೆ. ದೈವಕ್ಕೆ ಸಂಬಂಧಪಟ್ಟಂತೆ ದಂಡ, ತ್ರಿಶೂಲ, ಶೌಲ ಮುಂತಾದ ಸೊತ್ತುಗಳನ್ನಿಟ್ಟು ದೈವಸ್ಥಾನದಲ್ಲಿ ನೇಮಾದಿಗಳನ್ನು ನಡೆಸುತ್ತಾರೆ. ವರ್ಷಾವಧಿಯ ತಂಬಿಲಗಳು ವನಪ್ರದೇಶದಲ್ಲಿ ನಡೆಯುತ್ತದೆ. ಅಗೇಲು ಸಮರ್ಪಣೆಯಲ್ಲಿ ಕೋಳಿಮಾಂಸದ ಅಡುಗೆ – ರೊಟ್ಟಿ... ಸಹೋದರನಿಗೆ ಜೋಳಿಗೆಯಲ್ಲಿ ಅಕ್ಕಿ ತೆಂಗಿನಕಾಯಿ (ಪಡಿಅಕ್ಕಿ) ಕೊಡುವುದು ಎನ್ನಲಾಗುತ್ತಿದೆ. ಭೂಮಿ ಸಂಬಂಧವನ್ನು ಹೊಂದಿರುವ ಪುರುಷ ದೈವದ ಆರಾಧನೆಯು ಭೂಮಿಯ ಹುಟ್ಟುವಳಿಯಿಂದ ಮಠಕ್ಕೆ ಸಲ್ಲಿಸುವ ಕ್ರಮವಿರಬಹುದಾಗಿದ್ದು, ಕಾಲಾಂತರದಲ್ಲಿ ಬಿದ್ದು ಹೋಗಿ ಮಠದ ಅಧಿಕಾರವು ಕೃಷಿ ಭೂಮಿಯ ಹಕ್ಕು ಒಡೆತನಗಳು ಅನ್ಯರ ವಶವಾದವು.

ಕನ್ನಡದಲ್ಲಿ ಸಂಭಾಷಿಸುವುದರಿಂದ 'ಕನ್ನಡ ದೇವತೆ' ಯೆಂದು ಮೊಗ್ರ ದೈವಸ್ಥಾನದಲ್ಲಿ ಪುರುಷ ದೈವವು ಆರಾಧನೆಗೊಳ್ಳುತ್ತಿದೆ. ಈಗಾಗಲೇ ಮರೆಯಾಗುತ್ತಿರುವ ಸಿದ್ಧವೇಷ ಕಾರ್ಯಕ್ರಮವು ಅವೈದಿಕ ಕ್ರಿಯೆಯಲ್ಲಿ ನಡೆಯುವುದಿದ್ದರೂ ವೈದಿಕ ವಿಚಾರವನ್ನು

---

1. ಆಧಾರ : ಪರ್ಲ ಆನಂದಗೌಡ – ಕಿನ್ನರಿ ಸ್ಮರಣ ಸಂಚಿಕೆ–2011

ನಿಂದಿಸುವುದನ್ನು ಗಮನಿಸಬಹುದು. ಸುಳ್ಯ ಪರಿಸರ ಕಂದ್ರಪ್ಪಾಡಿ ರಾಜನ್ ದೈವ ಪುರುಷರಾಯನ ಕ್ಷೇತ್ರವು ಕಾರಣೀಕ ಪ್ರಧಾನವಾಗಿದ್ದು, ಭೂಮಿ ಸಂಬಂಧ ಸಮಾಜ ಬಾಂಧವರಿಂದ ಆರಾಧನೆಗೊಳ್ಳುತ್ತಿದೆ.[1]

ಶೃಂಗೇರಿಯ ಮಠದ ಹತ್ತಿರದಲ್ಲಿರುವ ಕಿಗ್ಗ ಮಠವು ಆದಿಯಲ್ಲಿ ನಾಥ ಪರಂಪರೆಯ ಮೂಲಸ್ಥಾನವಾಗಿತ್ತು:

ಇದೇ ಪರಿಸ್ಥಿತಿಯು ಶೃಂಗೇರಿ ಮಠದಿಂದ 10ಕಿಮೀ ದೂರದಲ್ಲಿರುವ ಕಿಗ್ಗ (ಋಶ್ಯ ಶೃಂಗೇಶ್ವರ) ದೇವಾಲಯದಲ್ಲಿ ಕಾಣಬರುತ್ತದೆ. ಕಿಗ್ಗ ಮಠವು (ದೇವಾಲಯ) ಆದಿನಾಥ ಪರಂಪರೆಯ ಅನಾದಿಕಾಲದ ಕೇಂದ್ರವಾಗಿತ್ತೆಂದು ಸಂಶೋಧಕರಾದ ಪುರುಷೋತ್ತಮ ಬಿಳಿಮಲೆಯವರು ತಮ್ಮ (1985) ಪ್ರಬಂಧದಲ್ಲಿ ಸೂಚಿಸಿರುತ್ತಾರೆ.

2017ರ ಏಪ್ರಿಲ್ ತಿಂಗಳಲ್ಲಿ ಕೊಡಗು, ದಕ್ಷಿಣಕನ್ನಡ ಮತ್ತು ಬೆಂಗಳೂರಿನ ಸಂಶೋಧಕರ ತಂಡವು ಮೂಡಿಗೆರೆ, ಶೃಂಗೇರಿ ಮತ್ತು ಕಿಗ್ಗ ಪೌರಾಣಿಕ ಸ್ಥಳಗಳಿಗೆ ಭೇಟಿ ನೀಡಿತು. ಈ ಸಂಶೋಧನಾ ಪ್ರಯಣದಲ್ಲಿ ಭಾಗವಹಿಸಿದವರು ವಿದ್ಯಾಧರ ಕುಡೆಕಲ್ಲು, ಎ.ಕೆ. ಹಿಮಕರ, ಪಿ. ಅನಂತರಾಜಗೌಡ, ರಾಜೇಶ್ ಕುದ್ಪಾಜೆ, ಚರಣ್ ಐವರ್‌ನಾಡು, ಬೆಂಗಳೂರಿನ ನಾಗರಾಜ್ ಎನ್., ತಲಕಾಡು ಚಿಕ್ಕರಂಗೇಗೌಡರು, ಡಾ.ಪುಟ್ಟಸ್ವಾಮಿಗೌಡರು, ಡಾ. ಪಾಂಡುಕುಮಾರ್. ನಮಗೆ ಸಹಯೋಗ ನೀಡಿದವರು ಶ್ರೀ ಗೋಪಾಲಕೃಷ್ಣಗೌಡರು.

ಕಿಗ್ಗ ದೇವಾಲಯವು ಪ್ರ.ಶ.700ಕ್ಕಿಂತಲೂ ಹಿಂದಿನ ಕಾಲದಲ್ಲಿ ತಲಕಾಡು ಗಂಗರಿಂದ ಸ್ಥಾಪನೆಯಾದಂತೆ ಕಾಣುತ್ತದೆ. ದೇವಾಲಯದ ಒಳಪ್ರಾಂಗಣದಲ್ಲಿರುವ ಶಿಲಾಶಾಸನವು 'ಪಾಳಿ' ಭಾಷೆಯಲ್ಲಿ, ಹಳೆಗನ್ನಡದಲ್ಲಿ, ತಮಿಳು ಭಾಷೆಗಳಲ್ಲಿರುವುದು ಕಂಡುಬರುತ್ತದೆ. ಗಂಗರನ್ನು ಸೋಲಿಸಿದ ಚೋಳರು (ಪ್ರ.ಶ.1004) ದೇವಾಲಯವನ್ನು ವಿಸ್ತರಿಸಿದರು. ಮೆಟ್ಟಲಿನಲ್ಲಿ ಆನೆಯ ಮೇಲೇರಿದ ಸಿಂಹದ ಶಿಲ್ಪವಿದೆ. ಗಜಲಾಂಛನದ ಗಂಗರನ್ನು ಸೋಲಿಸಿದ ಸಿಂಹ ಲಾಂಛನದ ಚೋಳರು ಈ ಶಿಲ್ಪವನ್ನು ಪ್ರತಿಸ್ಥಾಪಿಸಿರಬೇಕು.

ನಮ್ಮ ತಂಡವು ಶ್ರೀ ಕಲ್ಕುಡಿ ವಿಠಲ ಹೆಗ್ಡೆಯವರನ್ನು ಭೇಟಿಯಾಯಿತು. ಗೌಡ ಸಮುದಾಯದವರಾದ ವಿಠಲ ಹೆಗ್ಡೆಯವರು ಶೃಂಗೇರಿಯ ಬಗ್ಗೆ ಸಂಶೋಧನೆ ಮಾಡಿರುತ್ತಾರೆ. "ಮಂಗನ ಬೇಟೆ" ಎಂಬ ಅವರ ಕೃತಿಗೆ ಕರ್ನಾಟಕ ಸಾಹಿತ್ಯ ಅಕಾಡೆಮಿ ಯಿಂದ ಪ್ರಶಸ್ತಿ ದೊರಕಿದೆ. ಕಿಗ್ಗ ದೇವಾಲಯವು ಆದಿಯಲ್ಲಿ ಮಲ್ಲಪ್ಪ ಎಂಬ ಮಲೆದೇವರಾಗಿತ್ತು. ಜಟ್ಟಿಗರಾಯ ಮತ್ತು ಚೌಡಿ ಕ್ಷುದ್ರ ದೇವತೆಗಳಾಗಿದ್ದವು. ಸ್ತ್ರೀ ದೇವತೆಗಳೆಲ್ಲಾ ವೈದಿಕಾಚರಣೆಯ ದೈವಗಳಾಗಿರಲಿಲ್ಲ. ಇಂದಿಗೂ ರಥೋತ್ಸವ ಆರಂಭಕ್ಕೆ ಮೊದಲು ಹಂದಿಯನ್ನು ಬಲಿ ಕೊಡುತ್ತಾರೆ. ಚೌಡಿ ದೇವಿಗೆ ಮತ್ತು ಮಲ್ಲಪ್ಪ ದೇವರಿಗೆ ಪ್ರಾಣಿ, ಪಕ್ಷಿ ಬಲಿಗಳು ನಡೆಯುತ್ತವೆ. ಇಲ್ಲಿ ಚೋಳಗೌಡನ ಎಂಬ ಪ್ರತಿಷ್ಠಿತ ಗೌಡ ಕುಟುಂಬವಿದೆ.

ಕಾಲಾನುಘಟ್ಟದಲ್ಲಿ ಈ ದೇವಾಲಯವು ಶೃಂಗೇರಿ ಮಠದ ಸುಪರ್ದಿಗೆ ಒಳಪಟ್ಟು ವೈದಿಕಾಚರಣೆಗೆ ಪರಿವರ್ತನೆಯಾಗಿ ಮಲ್ಲಪ್ಪ ದೇವರಿಗೆ ನಂದಿ ಇರಲಿಲ್ಲವಾದುದರಿಂದ 1976ರಲ್ಲಿ ಶಾಂತಮ್ಮನೆಂಬವರು ನಂದಿಯನ್ನು ಕೂರಿಸಿದರು ಮತ್ತು ಮಲ್ಲಪ್ಪ ಮಲ್ಲಿಕಾರ್ಜುನ ದೇವರಾದರು. ಚೌಡಿಯು ಚೌಡೇಶ್ವರಿಯಾಗಿ ದೇವಾಲಯದ ಹೊರಭಾಗದ ಒಂದು ಗೋಡೆಯ ಮೂಲೆಯಲ್ಲಿ ಕೂರಿಸಲ್ಪಟ್ಟಿತು. ಸೀಮೆ ದೇವರುಗಳು ಮಾಂಸಹಾರಿ ದೇವತೆಗಳಾಗಿದ್ದರು. ಅಕ್ಕಿ ಹಿಂಡಿ ಮತ್ತು ಹಂದಿ ಎಡೆಗಳನ್ನು ಇಡಲಾಗುತ್ತದೆ. ಜಟ್ಟಿಗರಾಯ ಕ್ಷುದ್ರದೇವತೆ ಕ್ಷೇತ್ರಪಾಲಕನಾಗಿದ್ದು, ಆತನ ಪಳಿಯುಳಿಕೆಗಳನ್ನು ನೈರುತ್ಯ ಭಾಗದಲ್ಲಿ ಬೀಗ ಜಡಿದು ಬಂಧಿಸಲಾಗಿದೆ. ಹಲವಾರು ಶಾಸನಗಳು ವಾರಸುದಾರರಿಲ್ಲದೆ ಅಲ್ಲಲ್ಲಿ ಬಿದ್ದಿವೆ. ಹಿಂದಿನ ಆಚರಣಾ ಪದ್ಧತಿಗಳ ಸಾಕ್ಷಿಗಳನ್ನೆಲ್ಲಾ ನಾಶಮಾಡಿ ಈಗಿನ ವೈದಿಕ ತತ್ವಗಳನ್ನು ಪ್ರತಿಪಾದಿಸಲಾಗಿದೆ. ಮಲ್ಲಪ್ಪ-ಮಲ್ಲಿಕಾರ್ಜುನನ ಪುತ್ರನಾಗಿ ಋಷ್ಯಶೃಂಗ ಕೆಳಗಿನ ದೇವರಾಗಿ ರಾರಾಜಿಸುತ್ತಿದ್ದಾನೆ. ದೇವಾಲಯವು ಸರಿಯಾದ ಮೇಲುಸ್ತುವಾರಿಯಿಲ್ಲದೆ ಶಿಥಿಲಾವಸ್ಥೆಯಲ್ಲಿದೆ. ಇಲ್ಲಿಗೆ ಕೆಲವೇ ಯಾತ್ರಾರ್ಥಿಗಳು ಬರುತ್ತಾರೆ.

ಕಂದ್ರಪಾಡಿಯಲ್ಲಿ ಪುರುಷ ಜೋಗಿ:

ಇಂದು ಕಂದ್ರಪಾಡಿ ಮಲೆನಾಡಿನ ಕಣಿವೆಯೊಳಗಿನ ಸಣ್ಣ ಹಳ್ಳಿ. ಕುಕ್ಕೆ ಸುಬ್ರಹ್ಮಣ್ಯದ ಸನಿಹದಲ್ಲಿರುವ ಗ್ರಾಮ. ಕಂದ್ರಪಾಡಿ ಸುಳ್ಯ ತಾಲೂಕಿನ ಪ್ರಸಿದ್ಧ ಧಾರ್ಮಿಕ ಕ್ಷೇತ್ರಗಳಲ್ಲೊಂದು. ಗಿರಿಶಿಖರಗಳ ಕಂದರಗಳೊಳಗೆ ಕಂದ್ರಪಾಡಿ, ದೇವಚಳ್ಳ, ನಾಲ್ಕೂರು, ಗುತ್ತಿಗಾರು ಮತ್ತು ಮಡಪ್ಪಾಡಿಗಳೆಂಬ ಐದು ಕಂದಾಯ ಗ್ರಾಮಗಳ ಮುನ್ನೂರು ಒಕ್ಕಲುಗಳು, ಹದಿನಾರು ದಿಕ್ಕುಗಳಲ್ಲಿ ನೆಲೆ ನಿಂತ ಹದಿನಾರು ಕಾವಲುಗಾರ ಮಲೆದೈವಗಳು ಕಂದ್ರಪಾಡಿ ಕ್ಷೇತ್ರಕ್ಕೆ ಒಳಪಟ್ಟವರು. ಪುರಾತನ ಕುಕ್ಕೆ ಪಟ್ಟಣ (ಕುಕ್ಕೆ ಸುಬ್ರಹ್ಮಣ್ಯ) ಇಲ್ಲಿಂದ 13 ಕಿಮೀ ದೂರದಲ್ಲಿದೆ. ಮಂಗಳೂರು-ಮೈಸೂರು ನಡುವಿನ 87ನೆಯ ರಾಜ್ಯ ಹೆದ್ದಾರಿಯಲ್ಲಿರುವ ತಾಲೂಕು ಕೇಂದ್ರವಾದ ಸುಳ್ಯದಿಂದ 20 ಕಿಮೀ ದೂರದಲ್ಲಿದೆ.

ಇಂದು ಕರ್ನಾಟಕದ ಬಯಲುಸೀಮೆಯಿಂದ ಬೆಳೆದುಕೊಂಡಿರುವ ಸಂಪರ್ಕ ರಸ್ತೆಗಳು ತೀರಾ ಇತ್ತೀಚೆಗಿನವು. ಪ್ರಾಚೀನ ಸಂಪರ್ಕ ಜಾಲಗಳನ್ನು ಈ ಕೆಳಗಿನಂತೆ ಗುರುತಿಸಿಕೊಳ್ಳಬಹುದು. ಈ ರಹದಾರಿಗಳೇ ಗೌಡ ಸಮುದಾಯದ ತುಳುನಾಡಿನ ಪ್ರಸರಣದ ದಾರಿಗಳಾಗಿವೆ.

1. ಪುರುಷ ದೈವದ ನುಡಿಗಟ್ಟಿನಲ್ಲಿ ಉಲ್ಲೇಖಿಸಲ್ಪಟ್ಟಿರುವಂತೆ, ಕೊಡಗಿನ ಭಾಗಮಂಡಲ-ತಲಕಾವೇರಿಯಿಂದ ಘಟ್ಟವಿಳಿದು ಚೆಂಬು - ಮರ್ಕಂಜ - ನರ್ಕ- ತಳೂರು- ದೇವಚಳ್ಳ- ಅಡ್ಡಣಪಾರೆ- ಒಳಲಂಬೆ- ಕಂದ್ರಪಾಡಿ.

2. ಕೊಡಗಿನ ಕಡೆಯಿಂದ ಘಟ್ಟವಿಳಿದು ಚೆಂಬು– ಅರೆಕಲ್ಲು– ಕಡ್ಯ– ಹಾಡಿಕಲ್ಲು – ಕಂದ್ರಪಾಡಿ.
3. ಕೊಡಗಿನ ಗಾಳಿಬೀಡು ಮೂಲಕ ಘಟ್ಟ ಇಳಿದು ಕಲ್ಮಕಾರು – ಕೊಲ್ಲಮೊಗ್ರ – ಕರಂಗಲ್ಲು ಮೂಲಕ
4. ಬಂಗಾಡಿ ಘಾಟಿ ಇಳಿದು ಕಡ್ತಿಕಲ್ಲಿಗಾಗಿ ಪುತ್ತೂರು – ಪಂಜ ಸೀಮೆ ಮೂಲಕ ಅಂಬ್ರೋಳಿ ಸಂದಿನ ಮೂಲಕ ಒಳಲಂಬೆಗೆ
5. ಸುಳ್ಯ ಸೀಮೆಗಾಗಿ ಈಗಿನ ಕೇರಳದ ಅಡೂರಿಗೆ
6. ಕಂದ್ರಪಾಡಿಯಿಂದ ಕರಂಗಲ್ಲು– ಹರಿಹರ– ಕುಕ್ಕೆ ಸುಬ್ರಹ್ಮಣ್ಯ ಮೂಲಕ – ಬಿಸಿಲೆ ಘಾಟಿ ಮಾರ್ಗವಾಗಿ ಐಗೂರು ಸೀಮೆಗೆ

ಕಂದ್ರಪಾಡಿಯ ಚಾರಿತ್ರಿಕ ವಿಷಯವನ್ನು ಚರ್ಚಿಸುವ ಮೊದಲು ಆ ಸಂದರ್ಭದ ಮಲೆನಾಡು ಮತ್ತು ತುಳುನಾಡಿನ ಚಾರಿತ್ರಿಕ ಅವಲೋಕನವನ್ನು ಸ್ಥೂಲವಾಗಿ ನೋಡುವ ಅವಶ್ಯಕತೆಯಿದೆ. ಕೆಳದಿ (ಇಕ್ಕೇರಿ) ನಾಯಕರು ವಿಜಯನಗರ ಅರಸರ ಪತನದ ಅನಂತರ ಮಲೆನಾಡಿನ ಬಯಲುಸೀಮೆ ಮತ್ತು ತುಳುನಾಡಿನ ಪುತ್ತೂರು ಮತ್ತು ಸುಳ್ಯ ಸೀಮೆಗಳನ್ನು ಪೂರ್ತಿಯಾಗಿ ತಮ್ಮ ಸುಪರ್ದಿಗೆ ತೆಗೆದುಕೊಂಡಿದ್ದರು. ಆದರೆ ತುಳುನಾಡಿನ ಸ್ಥಳೀಯ ಜೈನ–ಬಂಟ ಪಾಳೆಯಗಾರರು ಮಾಧ್ವ ವೈಷ್ಣವ ಬ್ರಾಹ್ಮಣರೊಡಗೂಡಿ ಕುಕ್ಕೆ ಪಟ್ಟಣದ ಸುಬ್ರಹ್ಮಣ್ಯ, ಪುತ್ತೂರು ಮಹಾಲಿಂಗೇಶ್ವರ, ವಿಟ್ಲ ಪಂಚಲಿಂಗೇಶ್ವರ, ಕದ್ರಿ ಮಂಜುನಾಥ ಇತ್ಯಾದಿ ದೇವಾಲಯಗಳನ್ನು ತಮ್ಮ ಸುಪರ್ದಿಗೆ ಇಟ್ಟುಕೊಂಡು ಸ್ಥಳೀಯ ಜನರನ್ನು ವೈಷ್ಣವರಾಗಿ ಪರಿವರ್ತನೆಗೊಳಿಸುತ್ತಿದ್ದರು. ಆದರೆ ಇಕ್ಕೇರಿ ನಾಯಕರು ತುಳುನಾಡಿನ ಆ ಕಾಲದಲ್ಲಿ ಪಾಳೇಯಗಾರರಾಗಿದ್ದ ಬಲ್ಲಾಳರನ್ನು ನಂಬಿಕೆಗೆ ಅರ್ಹರಲ್ಲ ಎಂಬುದಾಗಿ ಶೃಂಗೇರಿ ಮಠವು ಶೈವ ಸಂಪ್ರದಾಯವನ್ನು ತುಳುನಾಡಿನಲ್ಲಿ ಪುನರ್ ಪ್ರತಿಷ್ಠಾಪಿಸುವ ತವಕದಲ್ಲಿದ್ದ ಪ್ರಯುಕ್ತ ಅರಮನೆ (ಇಕ್ಕೇರಿ ನಾಯಕರು) ಮತ್ತು ಗುರುಮನೆಗೆ (ಶೃಂಗೇರಿ ಮಠ) ವಿಧೇಯರಾದ ಗೌಡ ಸಮುದಾಯವನ್ನು ತಂಡ ತಂಡವಾಗಿ ಇಕ್ಕೇರಿ ನಾಯಕರ ದಂಡನಾಯಕರ ಮುಂದಾಳತ್ವದಲ್ಲಿ ಕಳುಹಿಸಿರುವುದಾಗಿ ಈ ಹಿಂದೆಯೇ ಚರ್ಚಿಸಿರುತ್ತೇವೆ. ಈ ದಿಶೆಯಲ್ಲಿ ಗೌಡರ ನೆಲೆಯನ್ನು ಭದ್ರಗೊಳಿಸಲು ಕೆಳದಿ ನಾಯಕರು ಆಗಾಗ ತಮ್ಮ ವೀರ ಪುರುಷರನ್ನು ತುಳುನಾಡಿಗೆ ಕಳುಹಿಸಿರುವುದು ಕಂಡುಬರುತ್ತದೆ. ಭೂತಾರಾಧನೆಯಲ್ಲಿ ಬರುವ ಶಿರಾಡಿ ಭೂತ, ಬಚ್ಚನಾಯಕ, ಪುರುಷ ಜ್ಯೋಗಿಗಳು, ಕಬರು ಗೋತ್ರದ ಮೂಲ ಪುರುಷ ಕುಮಾರ ಸ್ವಾಮಿ ಇತ್ಯಾದಿ ನಾಯಕರು ಪ್ರಮುಖರಾಗಿ ಗೌಡ ಸಮುದಾಯವು ಇಂದಿಗೂ ಇವರನ್ನು ದೈವತ್ವ ಸ್ಥಾನದಲ್ಲಿರಿಸಿ ಆರಾಧಿಸಿಕೊಂಡು ಬರುತ್ತಿದ್ದಾರೆ.

ಕೆಳದಿ (ಇಕ್ಕೇರಿ) ಸಂಸ್ಥಾನದಲ್ಲಿ ನೆಲೆಸಿದ್ದ ಪ್ರಸಿದ್ಧ ದಂಪತಿಗಳು ಹಲವು ಕಾಲದ ಪರ್ಯಾಂತ ಮಕ್ಕಳಿಲ್ಲದ ಶಂಕರ ಪುರ್ಸೆರ್ ಮತ್ತು ದೇವಾಂಗ ಪುರ್ಷೆದಿಯು ಕಾಶಿಯ ವಿಶ್ವನಾಥನಿಗೆ ಹರಕೆ ಹೊತ್ತುಕೊಂಡು ಪ್ರಸಾದ ರೂಪವಾಗಿ ನಾಲ್ಕು ಮಂದಿ ಗಂಡು ಮಕ್ಕಳನ್ನು ಪಡೆದು ಆನಂದ ತುಂದಿಲರಾದರು. ಮತ್ತೆ ಒಂದಾದರೂ ಹೆಣ್ಣು ಮಗುವನ್ನು ಪಡೆಯುವ ಆಸೆಯಿಂದ ಕೊಡಗಿನ ಕಾವೇರಮ್ಮನಿಗೆ ಬೆಳ್ಳಿಯ ತೊಟ್ಟಿಲಲ್ಲಿ ಬಂಗಾರದ ಮಗುವಿನ ಪ್ರತಿರೂಪವನ್ನು ನೀಡುತ್ತೇವೆ ಎಂದು ಹರಕೆ ಹೊತ್ತುಕೊಂಡ ಪ್ರಯುಕ್ತ ಒಬ್ಬಳು ಹೆಣ್ಣು ಮಗುವನ್ನು ಪಡೆದರು. ಅಣ್ಣನಾದ ಜೋಗಿ ರಾಮಸ್ವಾಮಿ, ವಿಶ್ವನಾಥ ಗುರುಸ್ವಾಮಿ, ಜೋಗಿಜಡೆ ಭೈರವಸ್ವಾಮಿ, ಸಿದ್ಧಪುರುಷ ರಮಣಸ್ವಾಮಿಯವರು ಪ್ರೀತಿಯ ತಂಗಿಯಾದ ಜೋಗಿತಿ ಪುರ್ಸೆದಿಯೊಂದಿಗೆ ಪ್ರವರ್ಧಮಾನಕ್ಕೆ ಬಂದರು. ಅಚಲವಾದ ದೈವಭಕ್ತಿ, ಶೈವನೇಮ ನಿಯಮಗಳಿಂದ ಧರ್ಮಾನುಷ್ಠಾನ ತತ್ವವನ್ನು ಕೈಗೊಂಡು ಸತತ ಮೋಕ್ಷ ಸಾಧನೆಗಳನ್ನು ಮಾಡುತ್ತಾ ಸಿದ್ಧಜೋಗಿಗಳಾದರು. ಹರಕೆ ಹೊತ್ತು ಮಕ್ಕಳನ್ನು ಪಡೆದ ತಂದೆ ಶಂಕರ ಪುರ್ಸೆರ್, ತಾಯಿ ದೇವಾಂಗ ಪುರ್ಷೆದಿ ಮಕ್ಕಳ ಜನನದ ಹರಕೆಯನ್ನು ತೀರಿಸದೆ ಮರಣ ಹೊಂದಿದರು.

ವಿವಾಹ ಮುಂಚಿತವಾಗಿ ಹರಕೆಯನ್ನು ಸಲ್ಲಿಸಲು ಉದ್ದೇಶಿಸಿದ ಅಣ್ಣ ತಮ್ಮಂದಿರು ತಂಗಿಯನ್ನು ಒಡಗೂಡಿ ಕಾಶಿಯ ವಿಶ್ವನಾಥನ ಸನ್ನಿಧಿಯಿಂದ ದೇಶದ ದಕ್ಷಿಣ ದಿಕ್ಕಿನ ಅಖಿಲ ಪುಣ್ಯಕ್ಷೇತ್ರಗಳ ಪರ್ಯಟನೆ ಮಾಡುತ್ತಾ ನೇಪಾಳದ ಅಂಚಿನಲ್ಲಿರುವ ಗೋರಕನಾಥಪುರದ ನವನಾಥ ಪರಂಪರೆಯ ಜೋಗಿ ಪುರುಷರಿಂದ 64 ವಿದ್ಯೆಗಳಲ್ಲಿ ಪಾರಂಗತರಾಗಿ, ಅಷ್ಟಸಿದ್ಧಿಯನ್ನು ಹೊಂದಿದ ನವನಾಥ ಸಿದ್ಧಪುರುಷನಾದ ರಮಣಸ್ವಾಮಿಯು ಅಣ್ಣ ತಂಗಿಯರನ್ನು ಒಡಗೂಡಿಕೊಂಡು ಗುರುಮಠ ಶೃಂಗೇರಿಯಿಂದ ಆಶೀರ್ವಾದ ಪಡೆದು, ಅರಮನೆ–ಇಕ್ಕೇರಿ ನಾಯಕರಿಂದ ದಿವ್ಯಾಸ್ತ್ರಗಳನ್ನು ಪಡೆದು ಅವರ ಮಾರ್ಗದರ್ಶನದೊಂದಿಗೆ ದಕ್ಷಿಣ ಕನ್ನಡದಲ್ಲಿ ಪ್ರಚಲಿತವಿದ್ದ ಜೈನ ಮತ್ತು ಮಾಧ್ವ–ವೈಷ್ಣವ ತತ್ವಗಳನ್ನು ಕುಂದಿಸಿ ಶೈವ ಸಂಪ್ರದಾಯವನ್ನು ಎತ್ತಿ ಹಿಡಿಯುವ ಹಾಗೂ ಈ ಮೊದಲೇ ಅಲ್ಲಿ ನೆಲೆ ಕಂಡಿದ್ದ ಗೌಡ ಸಮುದಾಯವನ್ನು ಬಲಪಡಿಸುವ ನಿರ್ಧಾರದಿಂದ ಶೃಂಗೇರಿ ಸೇರಿ, ಐಗೂರು ಸೀಮೆ, ಬಂಗಾಡಿ ಕಡ್ತಿಕಲ್ಲಿಗಾಗಿ, ಕದಿರೆಯ (ಮಂಗಳೂರಿನ) ಸಿದ್ಧಮಠ– ಮಂಜುನಾಥ ಕ್ಷೇತ್ರ, ಧರ್ಮಸ್ಥಳ ಮಂಜುನಾಥ ದರ್ಶನ ಮಾಡಿದರು.

ಕೊಕ್ಕಡ, ಗುಂಡ್ಯವನ್ನು ಹಾದು ಸುಬ್ರಹ್ಮಣ್ಯ ಕ್ಷೇತ್ರವನ್ನು ಕಂಡರು. ಹರಿಹರ, ಬಾಳುಗೋಡು ದಾರಿಯಾಗಿ ಕಿನ್ನರಪಾಡಿಯ (ಕಂದ್ರಪಾಡಿ) ಗೌರಿಗುಂಡಿ ಹೊಳೆಯಲ್ಲಿ ಸ್ನಾನ ಮಾಡಿ ಹೊಳೆಕೆರೆ ಪೂಜೆಗೈದು ಕೋಳಿ ರೊಟ್ಟಿ ಊಟವನ್ನು ಮಾಡಿದರು. ತದನಂತರ ಪುರುಷ ಜೋಗಿಗಳು ಚೆಂಬು, ಪೆರಾಜೆ ಮೂಲಕ ತಲಕಾವೇರಿಗೆ ತೆರಳಿ ಅಲ್ಲಿ ಜಾತ್ರೆಯನ್ನು, ಸೂಳೆಯರ ಮೇಳವನ್ನು ನೆರವೇರಿಸಿರುವುದಾಗಿ ತಿಳಿದುಬರುತ್ತದೆ.

ಜೋಗಿ ಪುರುಷರು ಶಿವಯೋಗಿಗಳು, ಶೈವಧರ್ಮದಲ್ಲಿ ಅಚಲವಾದ ನಂಬಿಕೆಯಿದ್ದು, ಭಕ್ತಿ ಶ್ರದ್ಧೆಯಿಂದ ಮತ ಪ್ರಚಾರಕರಂತೆ ಊರೂರು ಅಲೆಯುವ ಸನ್ಯಾಸಿಗಳು. ಕಾವಿ ಬಣ್ಣದ ಉಡುಪು, ಜಟೆ, ಭಸ್ಮ ಲೇಪನವಿದ್ದು, ರುದ್ರಾಕ್ಷಿಮಾಲೆ ಧರಿಸಿಕೊಂಡು ಶೈವ ಧರ್ಮ ಪ್ರಚಾರಕರಾಗಿದ್ದರು. ಕಿನ್ನರಿಜೋಗಿಗಳ ಪೈಕಿ ಹಿರಿಯಣ್ಣ ರಮಣಸ್ವಾಮಿ ಕಂದ್ರಪಾಡಿಯಲ್ಲೂ, ಎರಡನೆಯ ವಿಶ್ವನಾಥ ಗುರುಸ್ವಾಮಿ ಕದ್ರಿಯಲ್ಲೂ, ಮೂರನೆಯ ಜೋಗಿ ಭೈರವಸ್ವಾಮಿ ವಿಟ್ಲದಲ್ಲಿಯೂ, ಕೊನೆಯ ಕುಮಾರಸ್ವಾಮಿಯು ಹೊಸಲಿಗಮ್ಮನಾಗಿ ಸುಬ್ರಹ್ಮಣ್ಯದಲ್ಲೂ ನೆಲೆಯನ್ನು ಕಂಡುಕೊಂಡು ಶೈವಧರ್ಮದ ಪ್ರತಿಪಾದಕರಾಗುತ್ತಾರೆ.

ಜನಮನದ ಕಂದ್ರಪಾಡಿ ಎಂಬ ಎ.ಕೆ. ಹಿಮಕರ ಅವರ ಕೃತಿಯ ಮುನ್ನುಡಿಯಲ್ಲಿ ಶ್ರೀ ವಿದ್ಯಾಧರ ಕುಡೆಕಲ್ ಅವರು ಈ ರೀತಿಯಾಗಿ ನುಡಿದಿರುತ್ತಾರೆ:[1]

"ಸುಳ್ಯ (ಮತ್ತು ಕೊಡಗು) ಪರಿಸರದಲ್ಲಿ ಅರೆಕನ್ನಡ (ಗೌಡ ಕನ್ನಡ) ಮನೆಮಾತುಳ್ಳ ಗೌಡ ಸಮುದಾಯ ಪುರುಷ ದೈವದ ಮುಖ್ಯ ಆರಾಧಕರಾಗಿದ್ದಾರೆ. ಸಾಮಾನ್ಯವಾಗಿ ಪುರುಷ ದೈವದ ಅರ್ಚಕರು (ಪೂಜಾರಿಗಳು) ಇದೇ ಸಮುದಾಯದವರಾಗಿರುತ್ತಾರೆ, ಗೌಡ ಸಮುದಾಯದ ಕುಟುಂಬಗಳ ಐನ್‌ಮನೆ (ಆದಿಮನೆ) ಗಳಲ್ಲಿ ಕನ್ನೆಕಂಬವೆಂಬ ಕಾಷ್ಠಲಿಂಗವನ್ನು ಸ್ಥಾಪಿಸಿ ಪೂಜಿಸುತ್ತಾರೆ. ಕುಟುಂಬದ ಯಾವುದೆ ಶುಭಾಶುಭ ಸಮಯಗಳಲ್ಲಿ ಕನ್ನೆಕಂಬದ ಮುಂದೆ ಪ್ರಾರ್ಥನೆಯನ್ನು ಸಲ್ಲಿಸುತ್ತಾರೆ. ಅದೇ ರೀತಿ ಐನ್‌ಮನೆಯ ಇನ್ನೊಂದು ಕೋಂಬರೆಯಲ್ಲಿ (ಕೊಠಡಿ) ತಿರುಪತಿ ತಿಮ್ಮಪ್ಪನ ಮುಡಿಪನ್ನು ಕಟ್ಟಿರುತ್ತಾರೆ. ಕಾಲಾವಧಿ ಹರಿಸೇವೆಯನ್ನು ನಡೆಸುವ ಸಂಪ್ರದಾಯವೂ ಜತೆಗಿದೆ. ಈ ಗೌಡ ಸಮುದಾಯದ ಜನ ಸಿದ್ಧವೇಷ ಅಥವಾ ಪುರುಷರ ಮಕ್ಕಳ ಕುಣಿತ ಎಂಬ ಜನಪದ ಆಚರಣೆಯನ್ನು ನಡೆಸುತ್ತಾರೆ.

ಈ ಕಲಾಪ್ರಕಾರದಲ್ಲಿ ಸಿದ್ಧವೇಷವನ್ನು ಧರಿಸಿದ ವ್ಯಕ್ತಿ ಬ್ರಾಹ್ಮಣ ವೇಷಧಾರಿಯನ್ನು ಮತ್ತು ದಾಸಯ್ಯ ವೇಷಧಾರಿಯನ್ನು ಅತ್ಯಂತ ಅವಹೇಳನಕಾರಿಯಾಗಿ ಅಪಹಾಸ್ಯ ಮಾಡುವ ಸನ್ನಿವೇಶವಿದೆ. ಸಿದ್ಧವೇಷದ ಕುಣಿತ ರಾತ್ರಿ ವೇಳೆಯಲ್ಲಿ ನಡೆಸುವ ಆಚರಣೆ, ಹಗಲು ಹೊತ್ತಲ್ಲಿ ವೈದಿಕರೊಂದಿಗೆ, ವೈಷ್ಣವರೊಂದಿಗೆ ಹೊಂದಾಣಿಕೆಯ ಬದುಕು ಸಾಗಿಸುತ್ತಾ ರಾತ್ರಿ ವೇಳೆಯಲ್ಲಿ ಆಂತರ್ಯದ ಅಸಹನೆಯನ್ನು ಅಭಿವ್ಯಕ್ತಗೊಳಿಸುವ ಋಣಾತ್ಮಕ ಮನಃಸ್ಥಿತಿಯ ಪ್ರತೀಕವೆಂದು ಪ್ರೊ. ಪುರುಷೋತ್ತಮ ಬಿಳಿಮಲೆ ತಮ್ಮ 'ಕರಾವಳಿ ಜಾನಪದ' ದಲ್ಲಿ ವಿಶ್ಲೇಷಿಸುತ್ತಾರೆ. ಆದರೆ ಈ ವಾದ ಸಮರ್ಥವಾದ ಪುರಾವೆಯ ಅಥವಾ ತಾರ್ಕಿಕ ಶಿಸ್ತಿನ ಬೆನ್ನೆಲುಬನ್ನು ಹೊಂದಿಲ್ಲ. ಮನೆಯಲ್ಲಿ ಕನ್ನೆಕಂಬವನ್ನಿಟ್ಟು ಪೂಜಿಸುವ ಶಿವಾರಾಧಕರಾದ ಈ ಸಮುದಾಯ ಕಾಲಘಟ್ಟದ ಯಾವುದೋ

1. ಎ.ಕೆ. ಹಿಮಕರ, ಜನಮನದ ಕಂದ್ರಪಾಡಿ– 2011

ಸಂದರ್ಭದಲ್ಲಿ ತಿರುಪತಿ ತಿಮ್ಮಪ್ಪನಿಗೆ ನಡೆದುಕೊಳ್ಳುವ ಸಂಪ್ರದಾಯವನ್ನು ರೂಢಿಸಿ ಕೊಂಡಿರುವುದು ಸ್ಪಷ್ಟ. (ತಿರುಪತಿ ತಿಮ್ಮಪ್ಪ ಎಷ್ಟರಮಟ್ಟಿಗೆ ವೈಷ್ಣವ ದೈವ ಎಂಬ ಪ್ರಶ್ನೆ ಬೇರೆ!) ಒಂದು ಸಮುದಾಯದೊಳಗೆ ಎರಡು ವಿಭಿನ್ನ ವಿಚಾರಧಾರೆಗಳು ಪರಸ್ಪರ ತಿಕ್ಕಾಟಕ್ಕೆ ತೊಡಗಿದ್ದರೆ ಆಶ್ಚರ್ಯವಿಲ್ಲ. ಸಿದ್ಧವೇಷದ ಮೂಲಕ ಶೈವ ಪರಂಪರೆಯನ್ನು ಪ್ರತಿಪಾದಿಸುವ ಮಾದರಿಯೊಂದು ಹುಟ್ಟಿಕೊಂಡಿದೆ. ಮಧ್ಯಕಾಲೀನ ತಾಂತ್ರಿಕ ಪಂಥವೊಂದರ ನಗ್ನ ಸನ್ಯಾಸಿಯೊಬ್ಬ ಇಲ್ಲಿ ಧಾರ್ಮಿಕ ಪ್ರಾಬಲ್ಯದ ಸಂಕೇತವಾಗಿ ಬಳಸಲ್ಪಟ್ಟಿದ್ದಾನೆ. ಅಂದಿನ ವೈಚಾರಿಕ ಸಂಘರ್ಷದ ಪಳೆಯುಳಿಕೆಯಾಗಿ ಸಿದ್ಧವೇಷ ಈಗ ಆಚರಣೆಯ ರೂಪದಲ್ಲಿ ಉಳಿದುಕೊಂಡಿದೆ.

ಕರ್ನಾಟಕದ ಮಧ್ಯಕಾಲೀನ ತಾಂತ್ರಿಕ ಪಂಥಗಳು ಇನ್ನೂ ನಿಗೂಢವಾಗಿಯೇ ಉಳಿದಿವೆ. ಆ ಸಮಯದ ಶೈವ, ಶಾಕ್ತ ಮುಂತಾದ ಧರ್ಮಗಳಲ್ಲಿ ತಾಂತ್ರಿಕ ಪಂಥಗಳು ಅಸ್ತಿತ್ವದಲ್ಲಿದ್ದವು. ಅದರಲ್ಲೂ ಶೈವ ಪರಂಪರೆ ಪಾಶುಪತನಾಥಸಿದ್ಧ, ಲಕುಲೀಶ, ಕಾಪಾಲಿಕ ಮುಂತಾದ ಪ್ರತ್ಯೇಕ ವಿಭಾಗಗಳನ್ನು ಹೊಂದಿತ್ತು. ವಿವಿಧ ಪಂಥಗಳ ಮಧ್ಯೆ ವೈರುಧ್ಯ ಮತ್ತು ಹೊಂದಾಣಿಕೆ ಎರಡನ್ನೂ ನೋಡಬಹುದು. ಶಿವನ ಅರ್ಧನಾರೀಶ್ವರ ಕಲ್ಪನೆಯ ಹಿಂದೆ ಶೈವ-ಶಾಕ್ತ ಸಂಸರ್ಗ ನಿಚ್ಚಳವಾಗಿದೆ. ಎಲ್ಲ ತಾಂತ್ರಿಕ ಪಂಥಗಳೂ ಮೂಲತಃ ಬೌದ್ಧ ವಜ್ರಯಾನ ವೈಚಾರಿಕತೆಯ ಪ್ರಭಾವಕ್ಕೊಳಗಾಗಿವೆ. ಜೈನ ಮತ್ತು ವೈದಿಕ ಧರ್ಮಗಳ ಮೇಲೆ ಪ್ರಹಾರವನ್ನೆಸಗಲು ಕಾರಣೀಭೂತನಾದ ಜೋಗಿ ಪುರುಷ ರಮಣಸ್ವಾಮಿ ಇಂದು ಭೂತಾರಾಧನೆಯಲ್ಲಿ ಕಾಣಿಸಿಕೊಳ್ಳುವ ರೀತಿಯಲ್ಲಿ ಅವನೊಬ್ಬ ನಾಥಸಿದ್ಧ ಪರಂಪರೆಗೆ ಸೇರಿದ ವ್ಯಕ್ತಿಯಾಗಿದ್ದಾನೆ. ಆದರೆ ಆಚರಣೆಯಲ್ಲಿ ಮತ್ತು ವೇಷಭೂಷಣಗಳಲ್ಲಿ ವೈದಿಕತೆ ನುಸುಳಿರುವುದು ಕಾಲಾಂತರದಲ್ಲಿ ನಡೆದ ಅನುಸಂಧಾನದ ಪ್ರಕ್ರಿಯೆಯ ಲಕ್ಷಣವಾಗಿದೆ. ಇದು ಪುರುಷದೈವದ ಆರಾಧಕ ಸಮುದಾಯ ನಡೆದು ಬಂದ ದಾರಿಯನ್ನು ತೆರೆದಿಡುವ ಇತಿಹಾಸವೂ ಆಗಿದೆ. ಜತೆಗೆ ಸಂಸ್ಕೃತಿ ಯಾವಾಗಲೂ ಎಂದೆಂದಿಗೂ ಚಲನಶೀಲ ಎಂಬ ಸತ್ಯವನ್ನು ಸಹ ದಾಖಲಿಸುತ್ತದೆ.

ಕಂದ್ರಪ್ಪಾಡಿಯಲ್ಲಿ ಪುರುಷದೈವವಾಗಿ ಆರಾಧಿಸಲ್ಪಡುವ ಜೋಗಿ ಪುರುಷ ಹಿರಿಯಣ್ಣ ರಮಣಸ್ವಾಮಿ ಈಗಾಗಲೇ ಹೇಳಿರುವಂತೆ ಒಬ್ಬ ಜನಪದ ನಾಯಕ. ಈತ ಕಂದ್ರಪ್ಪಾಡಿಯಲ್ಲಿ ನೆಲೆ ನಿಂತರೆ ಇವನ ಸಹೋದರ ಕುಮಾರಸ್ವಾಮಿ ಹೊಸೊಳಿಗಮ್ಮ ಸುಬ್ರಹ್ಮಣ್ಯದಲ್ಲಿ ನೆಲೆಸುತ್ತಾನೆ.[2] ಸುಬ್ರಹ್ಮಣ್ಯದಲ್ಲಿ ಮತ್ತು ಹಾಸನ ಜಿಲ್ಲೆಯ ರಾಮನಾಥಪುರದಲ್ಲಿ ಹೊಸೊಳಿಗಮ್ಮನನ್ನು ಹೆಣ್ಣು ದೈವವೆಂದು ಆರಾಧಿಸುತ್ತಾರೆ! ಜೋಗಿ ಪುರುಷ ಮತ್ತು ಹೊಸೊಳಿಗಮ್ಮ ಕಂದ್ರಪ್ಪಾಡಿ ಸೀಮೆಯ ಕಡೆ ಬರುವ ಮೊದಲು ಅವರು ಭಾಗಮಂಡಲದಲ್ಲಿ ಜಾತ್ರೆಯನ್ನು ನಡೆಸುತ್ತಾರೆ. ಭಾಗಮಂಡಲ ಮತ್ತು ಅದರ ಸನಿಹದ

2. ಸುಬ್ರಹಮಣ್ಯ ದೇವಾಲಯದ ದಕ್ಷಿಣ ಹೊರಾಂಗಣದಲ್ಲಿ ಹೊಸೊಳಿಗಮ್ಮನ ಗುಡಿಯಿದೆ.

ತಲಕಾವೇರಿ ಶೈವ-ಶಾಕ್ತ ಧರ್ಮಗಳ ಸಮನ್ವಯ ಸಂಕೇತದ ಪ್ರದೇಶಗಳಾಗಿವೆ. ತಲಕಾವೇರಿಯಲ್ಲಿ ವರ್ಷಕ್ಕೊಮ್ಮೆ ತೀರ್ಥೋದ್ಭವಾಗುವುದು ಮತ್ತು ಆ ಸಮಯದಲ್ಲಿ ಕುಂಡಿಕೆಯಲ್ಲಿ ಕುಂಕುಮ ಚೆಲ್ಲಿ ರಕ್ತವರ್ಣವಾಗಿಸುವುದು ಶಾಕ್ತ ನಂಬಿಕೆಗಳಿಗೆ ಅನುಸಾರವಾಗಿಯೇ ಇವೆ. ಕುತೂಹಲಕಾರಿ ಅಂಶವೆಂದರೆ ಕೊಡಗಿನ ಅಮ್ಮಕೊಡವ ಎಂಬ ಸಮುದಾಯದ ಜನ ತಮ್ಮನ್ನು ತಾವು ಕಾವೇರಿ ಬ್ರಾಹ್ಮಣರು ಎಂದು ಕರೆದು ಕೊಳ್ಳುತ್ತಾರೆ. ಇವರು ತಲಕಾವೇರಿಯ ಮೂಲ ಅರ್ಚಕರಾಗಿದ್ದರು ಎನ್ನುವ ದಂತಕತೆಗಳಿವೆ. ಈ ಅಮ್ಮ ಕೊಡವರ ಹೆಸರುಗಳು ಕೊನೆಯಲ್ಲಿ ಅಮ್ಮ ಅಥವಾ ಅಮ್ಮಯ್ಯ ಎಂದು ಅಂತ್ಯಗೊಳ್ಳುತ್ತದೆ! ಶಿವನ ಮುಂದೆ ತಾನು ಹೆಣ್ಣು ಎಂದು ಆರೋಪಿಸಿಕೊಳ್ಳುವ ಸಂಪ್ರದಾಯ ಕರ್ನಾಟಕದ ಬೇರೆ ಪ್ರದೇಶಗಳಲ್ಲೂ ರೂಢಿಯಲ್ಲಿವೆ. ಸುಬ್ರಹ್ಮಣ್ಯದ ಹೊಸೊಳಿಗಮ್ಮ ಎನ್ನುವ ಹೆಸರು ಸಹ ಇದೇ ಚಿಂತನೆಯ ಹಿನ್ನೆಲೆಯನ್ನು ಹೊಂದಿರಬಹುದು.

ಕಂದ್ರಪ್ಪಾಡಿಯ ಪುರುಷದೈವದ ಕತೆ ಮುಖ್ಯವಾಗಿ ಸಾಮಾಜಿಕ-ಸಾಂಸ್ಕೃತಿಕ ಸಂಘರ್ಷದ ಒಂದು ಐತಿಹಾಸಿಕ ಘಟನೆಯಾಗಿದೆ. ಮೂಲತಃ ಶೈವರಾದ ಗೌಡ ಸಮುದಾಯದ ಜನ ಇಲ್ಲಿನ ಆಳುವ ವರ್ಗವಾದ ಜೈನ ಬಲ್ಲಾಳರನ್ನು ಮತ್ತು ನಾಗಾರಾಧಕ ಬ್ರಾಹ್ಮಣರನ್ನು ರಕ್ತಸಿಕ್ತವಾದ ಹೋರಾಟವೊಂದರ ಮೂಲಕ ಏಕಕಾಲದಲ್ಲಿ ಹೊಡೆದೋಡಿಸಿದ ಪ್ರಸಂಗವಿದು. ಪ್ರತಿವರ್ಷವೂ ಕಂದ್ರಪ್ಪಾಡಿ ಜಾತ್ರೆಯ ಸಮಯದಲ್ಲಿ ಮಾಳಿಗೆಯಿಂದ ಮಾಡಕ್ಕೆ ಭಂಡಾರ ತರುವ ಹೊತ್ತಲ್ಲಿ ಈ ಘಟನೆಯ ಪುನರಭಿನಯ ನಡೆಯುತ್ತದೆ. ಜೈನಧರ್ಮ ಮತ್ತು ವೈದಿಕ ಧರ್ಮಗಳು ಇಲ್ಲಿನ ಜನಸಾಮಾನ್ಯರ ನಂಬಿಕೆಯನ್ನು ನಿರಾಕರಿಸುವ ಹೊತ್ತಲ್ಲಿ ಈ ಹೋರಾಟಗೊಂಡಿರುವುದು ಸ್ಪಷ್ಟವಾಗಿದೆ.

ಒಂದೇ ರಾತ್ರಿಯಲ್ಲಿ ಕಂದ್ರಪ್ಪಾಡಿಯ ಸಾಮಾನ್ಯ ಜನಸಮೂಹ ಜೈನಬಸದಿಯನ್ನು ನಿರ್ನಾಮ ಮಾಡಿ ಬಲ್ಲಾಳ ಆಳ್ವಿಕೆಯನ್ನು ಕೊನೆಗೊಳಿಸುವುದರೊಂದಿಗೆ ನಾಗಾರಾಧಕ ಬ್ರಾಹ್ಮಣರು ಹೊಸದಾಗಿ ಕಟ್ಟಿಸಿ ಶಂಖಪಾಲ ದೇವರನ್ನು ಪ್ರತಿಷ್ಠಾಪಿಸಲು ಉದ್ದೇಶಿಸಿದ್ದ ದೇಗುಲದ ಸುತ್ತ ಸೂತ್ರ ಬಳ್ಳಿಯ ಬದಲು ಕಡವೆಯ ಕರುಳನ್ನು ಸುತ್ತಿ ತಮ್ಮ ಆರಾಧ್ಯ ದೈವವಾದ ರಾಜ್ಯ ದೈವವನ್ನು ನೆಲೆಗೊಳಿಸಿದ ಪ್ರಸಂಗವಿದು. (ಹೊಸ ಕಟ್ಟಡಗಳ ಒಕ್ಕಲಿನ ಸಮಯದಲ್ಲಿ ಸುತ್ತಲೂ ಸುತ್ತುವ ಸೂತ್ರ ಬಳ್ಳಿಗೆ 'ಕಿನ್ನರಿ ಬಳ್ಳಿ' ಎಂಬ ಬಳ್ಳಿಯನ್ನು ಉಪಯೋಗಿಸುತ್ತಾರೆ!). ಈ ಹೋರಾಟಕ್ಕೆ ಪ್ರೇರಣೆಯಾದ ಎರಡು ಮುಖ್ಯ ಕಾರಣಗಳನ್ನು ನಾವು ನೋಡಬಹುದು. ಮೊದಲನೆಯದ್ದು ಶೈವಧರ್ಮ ಪ್ರಚಾರಕನಾದ ಜೋಗಿ ಪುರುಷ ಧಾರ್ಮಿಕ ವಿರೋಧಿಗಳಿಂದ ಹತ್ಯೆಗೊಳಗಾದುದು, ಎರಡನೆಯದ್ದು ಶೈವಧರ್ಮದ ಪ್ರಾಬಲ್ಯವನ್ನು ಸಂಕೇತಿಸುವ ಕೊಡಿಮರವನ್ನು ಏರಿಸದಂತೆ ರಾಜ್ಯ ದೈವದ ಆರಾಧನೆಯ ಸಂದರ್ಭದಲ್ಲಿ ಆಳುವ ವರ್ಗ ನಿಷೇಧಿಸಿದ್ದು, ಇನ್ನೂ

ಒಂದು ಗಮನಾರ್ಹ ಅಂಶವೆಂದರೆ ಸಮಕಾಲೀನವಾಗಿ ಇಂತಹದೊಂದು ಜನಾಭಿಪ್ರಾಯ ಮತ್ತು ಹೋರಾಟ ಸಾರ್ವತ್ರಿಕವಾಗಿ ರೂಪುಗೊಂಡಿತ್ತು ಎನ್ನುವುದು."

ತದನಂತರ ಶಂಕಪಾಲ (King cobra -ನಾಗಾರಾಧನೆ) ಗುತ್ತಿಗಾರು ಸಮೀಪದ ವಲಲಂಬೆಯಲ್ಲಿ ನೆಲೆಸಿದ್ದು, ದೇವಾಲಯವನ್ನು ರೂಪಸಿದ್ದು, ವೈದಿಕ ಮತ್ತು ಅವೈದಿಕ ಪರಂಪರೆಯ ಸಮನ್ವಯದ ಪ್ರತೀಕವಾಗಿದೆ.

ಈ ಬಗ್ಗೆ ಹೆಚ್ಚಿನ ಮಾಹಿತಿಗಾಗಿ ಎ.ಕೆ. ಹಿಮಕರ ಅವರ "ಜನಮನದ ಕಂದ್ರಪಾಡಿ"[1] ಎಂಬ ಕೃತಿ, 2001, 'ಕಿನ್ನರಿ' ಸ್ಮರಣ ಸಂಚಿಕೆ–ಶ್ರೀ ರಾಜ್ಯದೈವ ಮತ್ತು ಪುರುಷ ದೈವ ದೈವಸ್ಥಾನ ಕಂದ್ರಪಾಡಿಯಲ್ಲಿ ಪ್ರಕಟವಾದ ಲೇಖಕರಾದ ಪರ್ಲ ಆನಂದ ಗೌಡ, ರುದ್ರಚಾಮುಂಡಿ ದೇವಿದಾಸ ಕುಶಾಲಪ್ಪ ಗೌಡ, ಡಾ. ಪುರುಷೋತ್ತಮ ಬಿಳಿಮಲೆ, ಮಂಜುನಾಥ ಉಂಞನ, ಶ್ವೇತಾ ಮಡಪ್ಪಾಡಿ, ಫಾಲನೇತ್ರ ಮುಂಡೊಡಿ, ಡಾ. ಪೂವಪ್ಪ ಕಣಿಯೂರು ಅವರುಗಳ ಕೃತಿಯಲ್ಲಿ ಕಾಣಬಹುದು.[2]

1. **ಜನಮನದ ಕಂದ್ರಪಾಡಿ– ಎ.ಕೆ. ಹಿಮಕರ, 2001,**
2. **ವೀರ ಪುರುಷರಾಯ– ರುದ್ರಚಾಮುಂಡಿ ದೇವಿದಾಸ, ಕಿನ್ನರಿ ಸ್ಮರಣ ಸಂಚಿಕೆ–2011**

11

ಪಾಶುಪತ ಶೈವರು ಮತ್ತು ಗೌಡ ಸಮಾಜ

ಮೂಲಕೃತಿ : ಮಾಕೋನಹಳ್ಳಿ ದೊಡ್ಡಪ್ಪಗೌಡ

ಪಾಶುಪತ ಶೈವರು ಮತ್ತು ಗೌಡ ಸಮಾಜ– 1995 ರ ಆಯ್ದ ಭಾಗಗಳನ್ನು ಲೇಖಕರ ಒಪ್ಪಿಗೆಯೊಂದಿಗೆ ಪರಿಷ್ಕರಿಸಿಕೊಡಲಾಗಿದೆ.*

ಮುನ್ನುಡಿ:

ದಕ್ಷಿಣ ಭಾರತದ ಸಮುದಾಯದ ಒಳಪಂಗಡಗಳಲ್ಲಿ ಗಂಗಡಿಕಾರ, ರೆಡ್ಡಿ, ದಾಸೊಕ್ಕಲಿಗ, ಮೊರಸು, ಕುಂಚಿಟಿಗ, ನಾಮಧಾರಿ ಮುಂತಾದುವು ಮುಖ್ಯವಾದುವು. ಇವನ್ನೆಲ್ಲ ಆಯಾ ಹೆಸರಿನಿಂದಲೇ ಕರೆಯುವುದು ವ್ಯಾವಹಾರಿಕ ದೃಷ್ಟಿಯಿಂದ ತುಂಬ ತೊಡಕಾಗುವುದರಿಂದಲೂ, ಕೇಂದ್ರ ಸಂಘದ ಅನುಮತಿಯಿಂದಲೂ ಅವೆಲ್ಲವನ್ನೂ ಪ್ರತಿನಿಧಿಸಲು 'ಒಕ್ಕಲಿಗ' ಎಂಬ ಒಂದೇ ಹೆಸರು ಮಾನ್ಯತೆ ಪಡೆದುಬಂದಿದೆ.

ಈ ರೀತಿ 'ಒಕ್ಕಲಿಗ' ಎಂದೇ ವಿಂಗಡಣೆಯಾಗಿರುವ ಈ ಸಮುದಾಯದ ಯಾವ ಮತದವರು? ಉಚ್ಚ ನೀಚ ಎಲ್ಲರಿಗೂ ಒಂದು ಜಾತಿ, ಮತವೆಂದು ಇರುವಾಗ, ಪ್ರಮುಖ ಸಮುದಾಯಗಳಲ್ಲೊಂದಾಗಿ ಬಾಳಿ ಬದುಕಿ ಬಂದ ಈ ಸಮುದಾಯಕ್ಕೆ ವೃತ್ತಿಯ ಹೆಸರು ಬಿಟ್ಟರೆ ಬೇರೆ ಜಾತಿ, ಮತ ಎಂಬುದು ಇಲ್ಲವೆ? ಅಥವಾ ಆರ್ಯಸಮಾಜದ ಚಾತುರ್ವರ್ಣದಲ್ಲಿ ಶೂದ್ರರೆಂಬವರು ಇವರೇ ಇರಬಹುದೇ? ಇವೇ ಮುಂತಾದ ಪ್ರಶ್ನೆಗಳನ್ನು ಪರಿಶೀಲಿಸಿ ಸತ್ಯಸಂಗತಿಗಳನ್ನು ಬೆಳಕಿಗೆ ತರಬೇಕಾಗಿದೆ.....

ಒಕ್ಕಲಿಗ ಸಮುದಾಯ ಕುರಿತ ಈ ಸಂಶೋಧನಾತ್ಮಕವಾದ 'ಪಾಶುಪತಶೈವರು ಮತ್ತು ಗೌಡಸಮಾಜ' ಎಂಬ ಗ್ರಂಥವನ್ನು ಸಾರ್ವಜನಿಕರಿಗೆ ಇದೀಗ ಅರ್ಪಿಸುತ್ತಿದ್ದೇನೆ.

ಮಂಗಳೂರು ವಿಶ್ವವಿದ್ಯಾಲಯದ ಡಾ.ಪುರುಷೋತ್ತಮ ಬಿಳಿಮಲೆ ಅವರು ನನ್ನ ಈ ಕೃತಿಯ ಹಸ್ತಪ್ರತಿಯನ್ನು ತರಿಸಿಕೊಂಡು, ಅದನ್ನೇ ಮುಖ್ಯ ವಿಷಯವನ್ನಾಗಿ

---

* (ಮಾಕೋನಹಳ್ಳಿ ದೊಡ್ಡಪ್ಪಗೌಡರು ಮೂಡಿಗೆರೆ ತಾಲೂಕು ಮಾಕೋನಹಳ್ಳಿ ದೊಡ್ಡಮನೆ ಮಂದೇಪಟೇಲ್ ಕಾಳೇಗೌಡರು ಮತ್ತು ಸಿದ್ದಮ್ಮನವರ ಮಗ. ಜನನ 10.06.1907, ಮಾಕೋನಹಳ್ಳಿ, ಮೂಡಿಗೆರೆ. ಚಿಕ್ಕಮಗಳೂರು ಮತ್ತು ಬೆಂಗಳೂರುಗಳಲ್ಲಿ ಇಂಟರ್ ಮೀಡಿಯೇಟ್‌ವರೆಗೆ ವ್ಯಾಸಂಗಮಾಡಿದ ಗೌಡರು ಅನಂತರ ಗಾಂಧೀಜಿ ಪ್ರಭಾವಕ್ಕೊಳಗಾಗಿ ಸ್ವಾತಂತ್ರ್ಯ ಚಳವಳಿಯಲ್ಲಿ ಧುಮುಕಿದರು.

ಆರಿಸಿಕೊಂಡು ಅಧ್ಯಯನಮಾಡಿ ಮಹಾಪ್ರಬಂಧವನ್ನು ಸಿದ್ಧಪಡಿಸಿ ಒಪ್ಪಿಸಿದ ಬೃಹತ್ ಗ್ರಂಥಕ್ಕೆ ವಿಶ್ವವಿದ್ಯಾಲಯ ಅವರಿಗೆ ಡಾಕ್ಟರೇಟ್ ಪದವಿ ನೀಡಿ ಗೌರವಿಸಿದೆ.

ಹೀಗೆ ನಾನು ಪ್ರಾರಂಭಿಸಿದ ಕಾರ್ಯ ಒಂದು ಹಂತದಲ್ಲಿ ಮುಕ್ತಾಯವಾದಂತಾಗಿದೆ ಎಂಬುದನ್ನು ತಿಳಿದು ನನಗೆ ಆಗಿರುವ ಸಂತೋಷವನ್ನು ಊಹಿಸಿಕೊಳ್ಳಬಹುದು. ಇದರೊಂದಿಗೆ ಮತ್ತೊಂದು ಸಂತೋಷದ ವಿಷಯವೂ ಕೂಡಿಬಂದಿತು. ಏನೆಂದರೆ ಇತ್ತೀಚೆಗೆ ಮಾಕೋನಹಳ್ಳಿಯ ನಮ್ಮ ಆದಿಮನೆಯಲ್ಲಿ ದೊರೆತಿರುವ ಪುರಾತನ ಸನ್ನದಿನ ನಕಲು ಕೊಡಗು ಮತ್ತು ದಕ್ಷಿಣಕನ್ನಡ ಜಿಲ್ಲೆಯ ಹಾಲೊಕ್ಕಲುಮಕ್ಕಳು ಗೌಡ ಸಮುದಾಯಕ್ಕೆ ಮುನ್ನೂರು ವರ್ಷಗಳ ಕೆಳಗೆ ಇಕ್ಕೇರಿ ಅರಸು ಕೆಳದಿ ಬಸಪ್ಪನಾಯ್ಕರು ಗೌಡ ಸಮುದಾಯದ ವಿವಾಹ ಕಾಲದ ಸಂಪ್ರದಾಯ, ಮಾನಮರ್ಯಾದೆ, ರಿವಾಜು ಕುರಿತು ಬರೆಸಿಕೊಟ್ಟು, ಈಗ ಶೃಂಗೇರಿ ಮಠದಲ್ಲಿರುವ ಸನ್ನದಾಗಿರುತ್ತೆ ಅದರ ವಿವರಗಳನ್ನು ಪರಿಶೀಲಿಸಿ ತುಳುಗೌಡಗಳೂ ಘಟ್ಟದ ಮೇಲಿನ ಗೌಡಗಳೂ ಒಂದೇ ಬುಡಕಟ್ಟು ಮತ್ತು ಸಂಪ್ರದಾಯದವರೆಂಬುದು ಮನಗಂಡು ಅದರ ಸಂಕ್ಷಿಪ್ತ ವಿವರಣೆ ಈಗ ಅಳವಡಿಸಲಾಗಿದೆ.........

ಈ ಕುರಿತು ಅನಾದಿಶೈವಧರ್ಮದ ನಾಲ್ಕು ಶಾಖೆಗಳಲ್ಲಿ ಒಂದಾದ 'ಪಾಶುಪತಶೈವ' ಸಂಪ್ರದಾಯವನ್ನು ತಮ್ಮ ಧಾರ್ಮಿಕ, ಸಾಮಾಜಿಕ ಹಾಗೂ ವ್ಯವಹಾರಿಕೆಯಲ್ಲಿ ಕ್ರಮವಾಗಿ ಅನುಸರಿಸಿಕೊಂಡು ಬಂದವರು ಇವರೇ ಎಂಬುದನ್ನು ಈ ಕೃತಿಯ ಮೊದಲ ಅಧ್ಯಾಯಗಳಲ್ಲಿ ಸಂಕ್ಷೇಪವಾಗಿ ವಿವರಿಸಿದ್ದೇನೆ.

ಇದರೊಂದಿಗೆ ಇತ್ತೀಚಿನ ಸಂಶೋಧನೆಯಿಂದ, ಆದಿಗುರು ಗೋರಕ್ಷನಾಥನಿಗೂ ಶ್ರೀಕಂಠನಾಥನೆಂಬ ಮತ್ತೋರ್ವ ಗುರುವಿದ್ದದ್ದು ಕಂಡುಬಂದು ಕದ್ರಿಮಠದಲ್ಲಿ ಆತನ ವಿಗ್ರಹವೂ ಇದ್ದು, ಅದರ ಛಾಯಾಚಿತ್ರದೊಂದಿಗೆ ವಿವರಣೆ ಕೊಟ್ಟಿದ್ದೇನೆ ಹಾಗೂ ಗೌಡ ಸಮುದಾಯದಲ್ಲಿಯೂ ಒಬ್ಬಳು ತಪಸ್ವಿನಿ ಮಹಾಮಾತೆ, ಸಂತೆ ಮಂಗಳಾದೇವಿ ಎಂಬವಳು ಇದ್ದ ವಿಷಯಕ್ಕೆ ಸಹ ಬೆಳಕು ಹರಿಸಿದ್ದೇನೆ.

ಲಡಾಕಿನಲ್ಲಿ ದೀರ್ಘಕಾಲ ಪ್ರವಾಸಮಾಡಿ, ಅಲ್ಲಿನ ಬಗ್ಗೆ ಪುಸ್ತಕ ಬರೆದಿರುವ ಆಂಡ್ರೂಹಾರ್ವೆ, ಒಮ್ಮೆ ಒಬ್ಬ ಲಾಮಾನನ್ನು ಭೇಟಿಯಾದಾಗ, 'ನಾನೊಬ್ಬ ಲೇಖಕನಾಗಿ ಕಂಡದ್ದನೆಲ್ಲ ಬರೆದೆ. ಇನ್ನು ನಾನೇನು ಮಾಡಬಹುದು?' ಎಂದು ಕೇಳಿದಾಗ, ಲಾಮಾ ಹೇಳಿದ, 'ಈಗ ಎಲ್ಲವೂ ಬದಲಾಗುತ್ತಿದೆ. ಮುಂದೆ ಈಗಿನದೆಲ್ಲವು ಗತಿಸುತ್ತದೆ. ನಾವು ಈಗ ಹೇಗಿದ್ದೆವು ಎಂಬುದಕ್ಕೆ ನೀನು ಸಾಕ್ಷಿಯಾಗು: ನಾವು ನಿನಗೆ ನೀಡಿದ್ದನ್ನು ಇನ್ನೊಬ್ಬರಿಗೆ ದಾಟಿಸು; ಅಷ್ಟು ಮಾಡಿದರೆ ಸ್ವಲ್ಪವಾದರೂ ಮಾಡಿದಂತೆ' ಎಂದು ನಕ್ಕು ಹೇಳಿದನಂತೆ. ಇದೂ ಅಷ್ಟೆ. ಹಿಂದಿನವರ ಪದ್ಧತಿ ಹೇಗಿದ್ದಿತು ಎಂಬುದಕ್ಕೆ ಸಾಕ್ಷಿಯಾಗಿ ಮುಂದಿನವರಿಗೆ ದಾಟಿಸುತ್ತಿದ್ದೇನೆ.....

ಮಾಕೋನಹಳ್ಳಿ ದೊಡ್ಡಪ್ಪಗೌಡ

ಒಕ್ಕಲುಮಕ್ಕಳು:

ಉತ್ತರ, ಮಧ್ಯಭಾರತದ ಗಂಗರು ಚದುರಿಹೋಗಿದ್ದು, ಒಕ್ಕಲು ವೃತ್ತಿಯೇ ಕುಲ ಕಸುಬಾದವರಲ್ಲಿ ಜಾಟರು, ಚಾದ್ರಿಗಳು, ಪಟೇಲರು, ಠಾಕೋರರು. ಇವರೆಲ್ಲರು ಒಕ್ಕಲು ಜಾತಿಗೆ ಸೇರಿದವರೆ ಆಗಿದ್ದಾರೆ. ದೇವಿಲಾಲ್, ಚೌದ್ರಿಚರಣ್ ಸಿಂಗ್, ಸರದಾರ್ ವಲ್ಲಬಾಯ್ ಪಟೇಲ್, ಮಾಜಿ ಪ್ರಧಾನಿ ಚಂದ್ರಶೇಖರ್, ಅಜಿತ್ ಸಿಂಗ್, ಮಹೇಂದ್ರ ಸಿಂಗ್ ಟಿಕಾಯಿತ್ ಇವರೆಲ್ಲರು ಒಕ್ಕಲು ಜಾತಿಯ ಮಕ್ಕಳೆ. ಇವರಲ್ಲಿ ಸಸ್ಯಹಾರಿ, ಮಾಂಸಹಾರಿಗಳಿದ್ದಾರೆ. ಕುಲ ಕಸುಬು ಒಕ್ಕಲು, ಅದಕ್ಕೆ ಒಕ್ಕಲು ಜಾತಿಯಾಯಿತು.

ಕನ್ನಡ ನಾಡಿನಲ್ಲಿ ಒಕ್ಕಲಿಗರು ಒಂದು ಪ್ರಮುಖ ಸಮುದಾಯವಾಗಿದ್ದಾರೆ. ಅವರನ್ನು ಒಕ್ಕಲುಮಕ್ಕಳು, ಗೌಡರು, ಗೌಡರ್, ಗೌಂಡರ್‌ಗಳು ಎಂದು ಕರೆಯುತ್ತಾರೆ. ಸರಕಾರದವರೂ ಮಠಾಧಿಪತಿಗಳೂ 'ಒಕ್ಕಲಿಗರು' ಎಂಬ ಮತಕ್ಕೆ ಆರ್ಶೀಯವಾಗಿ ಮಾನ್ಯತೆ ಕೊಟ್ಟಿರುತ್ತಾರೆ. ಶ್ರೀ ಆದಿಚುಂಚನಗಿರಿ ಮಠವು ಈ ಸಮುದಾಯದ ಗುರುಪೀಠವಾಗಿದೆ. ಹಾಸನ ಜಿಲ್ಲೆಯ ಕುಂದೂರು ಮಠ, ಮಂಗಳೂರಿನ ಕದ್ರಿಮಠಗಳೂ ಒಕ್ಕಲಿಗರ ಮಠಗಳೆನ್ನಿಸಿಕೊಂಡಿವೆ. ಚಿಕ್ಕಮಗಳೂರು ಜಿಲ್ಲೆ, ಕೊಪ್ಪ ಪಟ್ಟಣ ಸಮೀಪ ಒಕ್ಕಲಿಗರ ಒಂದು ಪುರಾತನ ಮಠವಿದ್ದು, ಈಚೆಗೆ ಅದು ಚುಂಚನಗಿರಿಯ ಶಾಖಾಮಠವಾಗಿ ಸೇರ್ಪಡೆಯಾಗಿರುತ್ತದೆ ಎಂಬುದನ್ನು ಮಹಾಜನತೆಯ ಗಮನಕ್ಕೆ ತರಬಯಸುತ್ತೇನೆ.

ಈ ಸಮುದಾಯ ಬೇಸಾಯ, ಪಶುಪಾಲನೆಯನ್ನು ಮುಖ್ಯ ವೃತ್ತಿಯನ್ನಾಗಿ ಅವಲಂಬಿಸಿದೆ. ದಕ್ಷಿಣ ಭಾರತದಲ್ಲಿ ಒಕ್ಕಲಿಗರು ಹಾಗೂ ರೆಡ್ಡಿಯವರು ಬಹುಸಂಖ್ಯೆಯಲ್ಲಿದ್ದಾರೆ. ಒಕ್ಕಲಿಗರಲ್ಲಿ ಶೈವ ಹಾಗೂ ವೈಷ್ಣವ ಎಂಬ ಎರಡು ಸಂಪ್ರದಾಯದವರಿದ್ದರೆ, ಒಳಪಂಗಡಗಳು ಮೈಸೂರು ಗೆಜೆಟಿಯರ್ ಆಧಾರದ ಮೇಲೆ ಸುಮಾರು 54 ಇರುತ್ತವೆ. ಆದರೆ ಈಗ ಪ್ರಮುಖವಾಗಿ ಕೇವಲ ನಾಲ್ಕಾರು ಪಂಗಡಗಳು ಮಾತ್ರ ಇವೆ.

ಈ ಸಮುದಾಯ ಸಾಮಾನ್ಯವಾಗಿ ಹಳೇ ಮೈಸೂರಿನ ಮೈಸೂರು, ಮಂಡ್ಯ, ಕೋಲಾರ, ಚಿತ್ರದುರ್ಗ, ಬೆಂಗಳೂರು, ತುಮಕೂರು, ಚಿಕ್ಕಮಗಳೂರು, ಶಿವಮೊಗ್ಗ, ಹಾಸನ ಜಿಲ್ಲೆಗಳಲ್ಲಿ ಮತ್ತು ದಕ್ಷಿಣ ಕನ್ನಡದ ಪುತ್ತೂರು, ಸುಳ್ಯ, ಬೆಳ್ತಂಗಡಿ ತಾಲೂಕುಗಳಲ್ಲಿ; ಕೊಯಮತ್ತೂರು, ಸತ್ಯಮಂಗಲ, ನೀಲಗಿರಿಗಳಲ್ಲಿ ವ್ಯಾಪಕವಾಗಿಯೂ ಕೊಡಗು, ಮಂಗಳೂರು, ಪಾಲ್‌ಘಾಟ್‌ಗಳಲ್ಲಿ ಅಲ್ಲಲ್ಲಿ ಚದುರಿದಂತೆಯೂ ಇದ್ದಾರೆ.

ವಿದ್ಯಾಪ್ರಸಾರ ಹೆಚ್ಚಿದಂತೆ ಶೈವ, ವೈಷ್ಣವರಲ್ಲಿ ಕೆಲಮಟ್ಟಿಗೆ ಬಾಂಧವ್ಯ ಬೆಳೆಯುತ್ತಾ ಬಂದಿದ್ದರೂ, ಬಹುಭಾಗ ಒಳಪಂಗಡಗಳಲ್ಲಿ ಪರಸ್ಪರ ಬಾಂಧವ್ಯಕ್ಕೆ ಸಮ್ಮತಿಸುತ್ತಿಲ್ಲ. ಈ ಸಮುದಾಯ ಕುಲಸಂಕೇತವಾಗಿ ತಮ್ಮ ಹೆಸರಿನ ಮುಂದೆ 'ಗೌಡ' ಎಂಬುದಾಗಿ ಇಟ್ಟುಕೊಳ್ಳುತ್ತಾರೆ. ಇವರಲ್ಲಿ 'ಹೆಗ್ಗಡೆ' 'ನಾಯಕ' ಮನೆತನಗಳೂ ಇವೆ. ಶೈವ

ಸಂಪ್ರದಾಯದವರು ಹಣೆಗೆ ವಿಭೂತಿಯನ್ನೂ ವೈಷ್ಣವರು ಕುಂಕುಮದ ನೆಟ್ಟನೆಯ ಗೀಟನ್ನೂ ಹಾಕಿಕೊಳ್ಳುವುದು ರೂಢಿಯಲ್ಲಿದೆ. ಮಹಿಳೆಯರನ್ನು ಗೌಡ್ತಿ, ಹೆಗ್ಗಡ್ತಿ, ಒಕ್ಕಲಗಿತ್ತಿ ಎಂದು ಕರೆಯುತ್ತಾರೆ. ಅನೇಕ ಶಿಲಾಶಾಸನಗಳಲ್ಲಿಯೂ ಹಳಗನ್ನಡ ಸಾಹಿತ್ಯದಲ್ಲೂ ಮಾಸ್ತಿಕಲ್ಲು, ವೀರಗಲ್ಲುಗಳಲ್ಲಿಯೂ ಗಾವುಂಡ, ಗವುಂಡಿ ಎಂಬುದಾಗಿ ಬರೆದಿರುವುದನ್ನು ನೋಡಬಹುದು; 'ಆನೆ ನೆಗಲ್ದಿ ಬಮ್ಮಗಾವುಂಡಂಗಂ ಆತನ ಕುಲವಧು ವಿಚವೆಗಾವುಂಡಿಂಗಂ ಪುಟ್ಟಿದರು....'

ಇವರ ಕುಲದೇವರು ಶೈವರಿಗೆ ಶ್ರೀಕಾಲಭೈರವ, ವೀರಭದ್ರಸ್ವಾಮಿ. ವೈಷ್ಣವರಿಗೆ ತಿರುಪತಿ ವೆಂಕಟರಮಣಸ್ವಾಮಿ, ಮೇಲುಕೋಟೆ ಚೆಲುವರಾಯಸ್ವಾಮಿ ಹಾಗೂ ನರಸಿಂಹಸ್ವಾಮಿ. ಶೈವ-ವೈಷ್ಣವ ಸಂಪ್ರದಾಯದ ಪಂಗಡದ ಒಕ್ಕಲಿಗರ ಲಗ್ನಕಾರ್ಯಗಳೂ ಬ್ರಾಹ್ಮಣ ಪುರೋಹಿತರುಗಳಿಂದಲೇ ನೆರವೇರಿಸಲ್ಪಡುತ್ತಿವೆ. ಇವರಲ್ಲಿ ಕೆಲವರು ಮದ್ಯ ಮಾಂಸ ಸೇವಿಸುತ್ತಾರೆ. ಇವರಿಗೆ ಯಜ್ಞೋಪವೀತವಿಲ್ಲದಿರುವುದರಿಂದ ಚಾತುರ್ವರ್ಣ ಗಳಲ್ಲಿ ಶೂದ್ರಜನಾಂಗದ ಗುಂಪಿಗೆ ಸೇರಿದವರೆನ್ನುತ್ತಾರೆ.....

ಚರಿತ್ರೆಯ ಅವಲೋಕನದಿಂದ ಈ ಸಮುದಾಯದಲ್ಲಿ ಅನೇಕ ರಾಜರುಗಳು ಪಾಳೇ ಗಾರರೂ ದಂಡನಾಯಕರೂ ಕವಿಗಳೂ ಇದ್ದರೆಂದು ತಿಳಿದುಬರುತ್ತದೆ. ಇಂದು ವ್ಯವಸಾಯ, ವ್ಯಾಪಾರ, ವಿಜ್ಞಾನ, ಸಾಹಿತ್ಯ, ರಾಜಕೀಯ, ಕೈಗಾರಿಕೆ ಮುಂತಾದ ಎಲ್ಲ ರಂಗಗಳಲ್ಲಿಯೂ ಕಾರ್ಯನಿರ್ವಹಿಸುತ್ತಾ ಮುಂದುವರಿಯುತ್ತಿದ್ದಾರೆ. ಹೊಯ್ಸಳರು, ರಾಷ್ಟ್ರಕೂಟರು, ಕೋಲಾರದ ಬಾಯೂರು, ಯಲಹಂಕದ ಕೆಂಪೇಗೌಡರು ಇವರೆಲ್ಲ ಒಕ್ಕಲು ಮಕ್ಕಳೆ ಆಗಿದ್ದಾರೆ. ಶ್ರೀಪುರುಷನ ಮಗಳನ್ನು ಚಾಳುಕ್ಯ ಚಕ್ರವರ್ತಿ ಇಮ್ಮಡಿ ಪುಲಕೇಶಿಗೆ ವಿವಾಹ ಮಾಡಿಕೊಟ್ಟು ಚಾಳುಕ್ಯ-ಗಂಗರ ಸಂಬಂಧವು ನೆಲೆಸಿತ್ತು. ಧರ್ಮಗಳು ಪ್ರಬಲವಾದಂತೆ ಜೈನರಾದರು, ಲಿಂಗಾಯಿತರಾದರು. ಒಕ್ಕಲು ಜಾತಿ ಕಡಿಮೆಯಾಗುತ್ತ ಬಂದು ಕೆಲವೇ ಜಿಲ್ಲೆಗಳಲ್ಲಿ ಕಟಿಬದ್ಧರಾಗಿ ಉಳಿದರು.

ಇವರು ಭೂಮಾತೆಯ ಪ್ರೀತಿಯ ಮಕ್ಕಳು. ಅಂತೆಯೇ ಗೇಣುಭೂಮಿಗಾಗಿ ತಮ್ಮ ಸರ್ವಸ್ವವನ್ನೂ ಬಲಿಕೊಡುವ ಹುಚ್ಚು ಸಾಹಸಿಗರು. ತಮ್ಮ ಅಜ್ಞಾನದಿಂದ ಮುಂದುವರಿದ ಸಮುದಾಯದವರ ಶೋಷಣೆಗೆ ಗುರಿಯಾದವರೂ ಹೆಚ್ಚಾಗಿ ಇವರೇ. ಎಲ್ಲ ಶಾಸ್ತ್ರಗಳಿಗೂ ಹ್ಲೂಗುಟ್ಟಿ, ಎಲ್ಲ ದೇವರುಗಳಿಗೂ ಕೈಮುಗಿದು, ಎಲ್ಲ ಮಠದ ಗುರುಗಳೂ ತಮ್ಮವರೇ ಎಂದು ಮಣಿದವರು, ಮೂಢಸಂಪ್ರದಾಯಗಳು ಇವರಲ್ಲಿ ಗಣನೀಯವಾಗಿ ಮನೆಮಾಡಿಕೊಂಡಿವೆ. ಅನ್ನದಾನಕ್ಕೆ ಎತ್ತಿದ ಕೈ. ದುಂದುಗಾರಿಕೆಗೂ ಇತಿಮಿತಿ ಇಲ್ಲ. ಭೂವಿಸ್ತರಣೆ ಇವರ ಪ್ರಬಲವಾದ ಹವ್ಯಾಸ.

ಹಾಲೊಕ್ಕಲುಮಕ್ಕಳು ಗೌಡಗಳು:

ಮಾಕೋನಹಳ್ಳಿಯ ನನ್ನ ಆದಿಮನೆಯಲ್ಲಿ ಇದೀಗ ಹಳೆಯ ದಾಖಲೆಯೊಂದರ

ಪೂರ್ಣಪಾಠ ದೊರೆತಿದೆ. ಅದು ಶೃಂಗೇರಿಮಠದ ಭಂಡಾರದಲ್ಲಿ ನಂಬರ್ 368 ಎಂದು ದಾಖಲಾಗಿದ್ದುದನ್ನು ಮಂಗಳೂರು ಬಾರೆಕಾಜೆ, ಮಾಗಣೆಗೌಡ–ನೀಲಬೈಲು ರಾಮೇಗೌಡರು 1892, ಜನವರಿ 24ರಲ್ಲು ಮಠದ ಮೊಹರು ನಿಶಿನಕಲು ಪಡೆದು ಪ್ರತಿ ನಕಲು ನಮ್ಮ ಹಿರಿಯರಿಗೆ ಕಳಿಸಿದ್ದಾಗಿದೆ.

'ಶ್ರೀ ಶಾರದಾಂಬಾಯ ನಮಃ. ವಿದ್ಯಾಶಂಕರಾ–ಶ್ಯಾಸನದ ಕಲ್ಲು' ಅಂತ ಪ್ರಾರಂಭವಾಗಿ, 'ಶ್ರೀ ಸಚ್ಚಿದಾನಂದ ಶಿವಾಭಿನವ ನರಸಿಂಹ ಭಾರತಿ ಸ್ವಾಮೀಜಿಃ' ಎಂತ ಸ್ವಾಮಿಗಳ ಮಾನ ಸನ್ಮಾನ ಗೌರವದ ವಾಕ್ಯಗಳನ್ನಷ್ಟೇ ಆಯ್ದು ಕೊಂಡಿದೆ.

ಶ್ರೀ ಶೃಂಗೇರಿ ಮಠದ ಭಂಡಾರಕ್ಕೆ.

"ಸ್ವಸ್ತಿಶ್ರೀ ವಿಜಯಾಭ್ಯುದಯ ಶಾಲಿವಾಹನಶಕ 1626ನೇ (ಪ್ರ. ಶ. 1704) ವರ್ತಮಾನಕ್ಕೆ ಸಲ್ಲುವ ತಾರಣಸಂವತ್ಸರದ ಜೇಷ್ಟ ಶುದ್ಧ 15ರಲ್ಲು ಮಠದ ಪಾರುಪತ್ತೇಗಾರರು ನಾರಾಯಣಭಟ್ಟರ ಮುಂತಿಟ್ಟು, ಮೇಲುಶೀಮೆಯ ಬೇಲೂರು ತಿಮ್ಮೇಗೌಡ, ವಸ್ತಾರೆ ಕಲಸೇಗೌಡ, ದೇಗುಂದದ ರಾಮೇಗೌಡ, ಚಿಕ್ಕಮಗಳೂರು ಜೋಗೇಗೌಡ ಮುಂತಾದವರ ಮುಂತಿಟ್ಟುಕೊಂಡು, ಮಂಗಳೂರು ಹೋಬಳಿಯಲ್ಲಿ ಇಹ ಹಾಲೊಕ್ಕಲು ಮಕ್ಕಳು ಗೌಡಗಳು ಸುಳ್ಯ ಸೀಮೆ ಅಜ್ಜಾವರದ ಕುನ್ಯಟ್ಟಿಗೌಡ... ಅಮರಸೀಮೆ... ಪಂಜದ ಮಾಗಣೆ..... ಸುಬ್ರಹ್ಮಣ್ಯ ಮಾಗಣೆ..... ಕಡಬದ ಮಾಗಣೆ....ಗೇರಂಕಿ ಮಾಗಣೆ... ಪುತ್ತೂರು ಸೀಮೆ....ಕುಂಬಳ ಸೀಮೆ..... ಮೊಗ್ರನಾಡು ಸೀಮೆ.... ಬಂಗರ ಸೀಮೆ... ಮುಂತಾದ ಸಮಸ್ತ ಬಂಗಾಡಿಸೀಮೆಗೌಡಗಳೂ ಬರೆದು ವಪ್ಪಿಸಿದ ಬಿನ್ನವತ್ತಳೆ ಕ್ರಮವೇನೆಂದರೆ, ಘಟ್ಟದ ಕೆಳಗಿನ ತುಳುಪ್ರಜೆಗಳು ತಮ್ಮ ತಮ್ಮ ಜಾತಿ ಮರ್ಯಾದೆ ಇದ್ದ ರೀತಿ ತೊಡರು ಮಾಡಿದ್ದರಿಂದ ಹುಜೂರಿಗೆ ಹೋಗಿ ಅರಿಕೆ ಮಾಡಿ ನಿರೂಪ ಬರ್ಸಿಕ್ಕೊಂಡು ಬಂದೆವು...ಆದ್ಯಂತರ ಸಮ್ಮತದಿಂದ ಹರಿಹರದ ತಿಮ್ಮಂಣ, ಹೊಪ್ಪಳೆರಾಜಾ, ಅಮಾಸಿಸುಬ್ಬ, ಸಬನಿಚಂನ, ಅಜ್ಜಾವರದ ಕುನ್ಯಟ್ಟಿ, ಉಪ್ಪಿನಂಗಡಿ ಶಿವಣ್ಣ, ಅಬಿಕಸುಬ್ಬ ಸಹ ಆದ್ಯಂತರ ಸಮ್ಮತದಿಂದ ಬರೆದು ವಪ್ಪಿಸಿದ ಬಿನ್ನವತ್ತಳೆಯ ಯಥಾನಕಲು (1. ಕೆಳದಿ ಅರಸು ಬಸಪ್ಪನಾಯ್ಕರ ಆಸ್ಥಾನ).

ಹದಿನೆಂಟು ಮಾಗಣೆಯವರು ಶ್ರೀಮಠದವರೂ ಕೂಡಿ ನಿಶ್ಚಯಿಸಿದ ಹಾಲುವಕ್ಕಲು ಮಕ್ಕಳು ಗೌಡರ ಜಾತಿ ರಿವಾಜು ಪಟ್ಟಿ.... ತಾರಣ ಸಂವತ್ಸರದ ವೈಶಾಖ ಶುದ್ಧ ಪಂಚಮಿಯಲ್ಲೂ ಕೆಳದಿ ಬಸಪ್ಪನಾಯಕರು ಸನ್ನದಿನ ಅಪ್ಪಣೆ ಪ್ರಕಾರ ಹಾಲುವಕ್ಕಲು ಮಕ್ಕಳು ಶುಭ ಶೋಭನ ಆಗುವ ವಿವರಕ್ಕೆ ಮಾಡಿದ ದಂಥೆ ಕಟ್ಟುಕಟ್ಲೆಯ ಪ್ರಮಾಣ....

ಈ ರಿವಾಜುಪಟ್ಟಿಯು ಪ್ರಾಕುಶಾಸನದಲ್ಲಿದ್ದಂನು ಅಪೇಕ್ಷಿಸಿದವರು ದಕ್ಷಿಣ ಕನ್ನಡ ಹಾಲುವಕ್ಕಲುಮಕ್ಕಳು ಗೌಡಗಳು ಅಪೇಕ್ಷಿಸಿ ಆಚಾರ ವಿಚಾರ ಅಧಿಕಾರ ನೇಮಕಪಟ್ಟ

ಶುಭೇದಾರರು ಯಡಮಂಗಲ ಸೀತಾರಾಮಯ್ಯನವರಿಗೆ ಬಿನ್ನವತ್ತಳೆ ಅರ್ಜಿಸಿದ ಪ್ರಕಾರ ಅವರು ಶ್ರೀಮಠಕ್ಕೆ ಸದರಿ ಬಿನ್ನವತ್ತಳೆ ಹುಡುಕೋಣ ಪೀಜು ರೂಪಾಯಿ 129–96 ಸಮೇತ ಬರಕೊಂಡವರಿಗೆ ಶಾಸನದ ಯಥಾನಕಲನ್ನು ಸುಭೇದಾರ್ ಸೀತಾರಾಮ್ಮೈಯ್ಯ ನವರ ಬಳಿಗೆ ರವಾನಿಸಿದ ತಾರೀಖು ಸಾಲಿವಾಹನ ಶಕವರುಷ 1806 ತಾರಣ ಸಂವತ್ಸರದ ಜೇಷ್ಠ ಬಹುಳ 7ರಲ್ಲು ಶುಭೇದಾರ್‌ರವರಿಂದ ವಳಗುತ್ತೇದಾರರಿಗೆ ಸಿಕ್ಕಿದ ಯಥಾನಕಲು... ರುಜು ಶುಬೇದಾರ್ ಶಿವಂಗೈಶಾಸ್ತ್ರಿಗಳು.

ಮೊಹರ್‌ನಿಶಿ ದಸ್ಕತುಂಟು

ಈ ನಕಲು ವಿವರ 24 ಪುಟಗಳಲ್ಲಿದೆ. ಅಲ್ಲಿನ ಗೌಡಸಮುದಾಯದ ಮದುವೆ ಶಾಸ್ತ್ರಗಳು, ಛತ್ರಿ, ಚಾಮರ, ಪಲ್ಲಕ್ಕಿ, ದೀವಟಿಗೆ, ಮಕರತೋರಣ ಮುಂತಾದ ಮಾನಮರ್ಯಾದೆಗಳೂ ಕೈವಾಡದವರಿಗೆ, ಉದ್ಯೋಗದವರಿಗೆ ಕೊಡುವ ರಿವಾಜು ಇತ್ಯಾದಿ ವಿವರಗಳಿವೆ. ಇಷ್ಟು ವಿವರವಾಗಿ ನಿರೂಪಿಸುವ ಸನ್ನದು ದಾಖಲೆ ಪ್ರಾಯಶಃ ಇತರ ಕಡೆ ಗೌಡ ಸಮುದಾಯದವರಿಗೆ ದೊರೆತಿರುವ ನಿದರ್ಶನ ಈವರೆಗೆ ಕಂಡು ಬಂದಿರುವುದಿಲ್ಲ. ಅಥವಾ ಅಂತಹ ಸನ್ನದುಗಳನ್ನು ರೆಕಾರ್ಡ್ಸ್ ರೂಮಿನಲ್ಲಿ ಹುಡುಕಿಸಿ ನೋಡುವ ಪ್ರಯತ್ನ ಮಾಡಿಲ್ಲ. ಈ ಸನ್ನದು ಪತ್ರ ಸುಮಾರು ಮುನ್ನೂರು ವರ್ಷಗಳಷ್ಟು ಹಿಂದಿನದಾಗಿರುತ್ತೆಂಬುದು ಗಮನಾರ್ಹ.

ಹಳೇ ಮೈಸೂರಿನ ಘಟ್ಟದ ಮೇಲಿನ ಮತ್ತು ಬಯಲುಸೀಮೆಯ ಗೌಡ ಸಮುದಾಯದವರು, ಮದುವೆ ಚಪ್ಪರದಲ್ಲಿ 'ಮದಲಿಂಗನಕಂಬ ಅಥವಾ ಸೂತಕ ಕಂಬ' ವೆಂತ ಚಪ್ಪರದ ಒಂದು ಕಂಬದ ಬುಡದಲ್ಲಿ ಹುಡಿಗೊಬ್ಬರದ ಹೆಡಿಗೆ ಇಟ್ಟು ಅದರಲ್ಲಿ ಅತ್ತಿ, ಆಲ ಅಥವಾ ಹಲಸಿನಕೊನೆ ಇಟ್ಟು ಮಡಿಬಟ್ಟೆ ಸುತ್ತಿ, ವರನ ಕಡೆಯಿಂದ ಬಂಗಾರದ ಹೆಡಿಗೆಯಲ್ಲಿ ಬಂದ ಐದು ಐರಣಿ ಕುಡಿಕೆಗಳಲ್ಲಿ ಫಲತಾಂಬೂಲ ತುಂಬಿಸಿ ಕೊನೆ ಬುಡದಲ್ಲಿಟ್ಟು ಪೂಜೆ ಮಾಡುವಂತೆ ದಕ್ಷಿಣ ಕನ್ನಡದ ಮತ್ತು ಕೊಡಗಿನ ಗೌಡ ಸಮಾಜದವರೂ ಸಹ ಮಾಡುತ್ತಾರೆ. ಆದರೆ ಆಲ, ಅತ್ತಿ, ಹಲಸಿನ ಕೊನೆಗೆ ಬದಲಾಗಿ, ಕಡಿದರೆ ಹಾಲಿನಂತೆ ಸುರಿಯುವ ಹಾಲೇಮರದ ಕೊನೆ ಇಡುತ್ತಾರೆ. ಈ ಹಾಲೇಮರ ಘಟ್ಟದ ಮೇಲೆ ಎಲ್ಲಿಯೂ ಕಂಡುಬರುತ್ತಿಲ್ಲ. ಇದನ್ನು ಇಂಗ್ಲಿಷ್‌ನಲ್ಲಿ "mimusops kanki ಮತ್ತು Alstonia Sholaris" ಎಂತಲೂ ತುಳುವಿನಲ್ಲಿ 'ಪಾಲೇಮರ' ಸಂಸ್ಕೃತದಲ್ಲಿ 'ಕ್ಷೀರತ' ಎಂತ ಇರುವುದಾಗಿ ತಿಳಿದುಬಂದಿದೆ. ದೀಪಾವಳಿಯಲ್ಲಿ ಬಲೀಂದ್ರನ ಪೂಜೆಗೂ ಅಲ್ಲಿಯವರಿಗೆ ಇದು ಅಗತ್ಯವಾಗಿದೆ. ಇದರ ಹಣ್ಣು ತಿನ್ನುವುದಿಲ್ಲ, ಸೊಪ್ಪು ಹಟ್ಟಿಗೆ ಒಳ್ಳೆಯದಲ್ಲವೆನ್ನುತ್ತಾರೆ. ಹಾಲೇಮರದ ಕೊನೆ ಪೂಜಿಸುವುದರಿಂದ, 'ಹಾಲೇವಕ್ಕಲು ಮಕ್ಕಳು' ಎಂತಾಗಿ ಕ್ರಮೇಣ 'ಹಾಲೊಕ್ಕಲು ಮಕ್ಕಳು' ಎಂಬುದಕ್ಕೆ ಈ ಮರವೇ

ಕಾರಣವೆಂದು ದೃಢಪಡುತ್ತದೆ. ಘಟ್ಟದ ಮೇಲಿನ ಕಾಡುಗಳಲ್ಲಿ ತಾನಾಗಿಯೇ ಅಪರೂಪವಾಗಿ ಬೆಳೆಯುವ ಹಾಲೇಮರಗಳಿವೆ. ಇವುಗಳ ಕೊನೆ ಕಡಿದರೆ ಹಾಲು ಬರುವುದಿಲ್ಲ. ಮರ ದಪ್ಪನಾಗಿ ನೇರವಾಗಿ ಬೆಳೆಯುತ್ತದೆ. ನಾಟಾಯೋಗ್ಯವಾದ ಈ ಮರದ ಪಕ್ಕಾಸು, ರೀಪು ಕೊಯ್ದು ಮನೆಗೆ ಉಪಯೋಗಿಸುತ್ತಾರೆ. ಇದರ ಹಣ್ಣು ಸಪೋಟ ಹಣ್ಣಿನ ಗಾತ್ರವಿದ್ದು ಸ್ವಲ್ಪ ಮೇಣ ಒಸರಿದರೂ ತಿನ್ನಲು ರುಚಿಯಾಗಿರುತ್ತದೆ. ಬೀಜಗಳೂ ಸಪೋಟ ಬೀಜದಂತೆಯೇ ಇರುತ್ತವೆ.

ಇನ್ನು ಚನ್ನಪಟ್ಟಣದಲ್ಲಿ ಆಟದ ಸಾಮಾನುಗಳನ್ನು ತಯಾರಿಸುವ ಮರವನ್ನು 'ಹಾಲೇಮರ' ಎನ್ನುತ್ತಾರೆ. ಇವು ಪುತ್ತೂರು, ಸುಳ್ಯ ಸೀಮೆಯ ಹಾಲೇಮರವೊ ಅಥವಾ ಇವೇ ಬೇರೆ ಜಾತಿಗಳೋ ತಿಳಿಯದು ಮತ್ತು ಇವುಗಳ ಕೊನೆಯನ್ನು ಆ ಪ್ರಾಂತ್ಯದವರು ಮದುವೆ ಶಾಸ್ತ್ರದಲ್ಲಿ ಉಪಯೋಗಿಸುವ ವಿಷಯವೂ ತಿಳಿಯದು.

ಇತರ ಶಾಸ್ತ್ರ ಸಂಬಂಧಗಳೆಲ್ಲವೂ ಸುಮಾರಾಗಿ ಘಟ್ಟದ ಮೇಲಿನವುಗಳಂತೆಯೇ ಇರುವುದು ಶಾಸನದಲ್ಲಿ ದೀರ್ಘವಾಗಿ ಕಂಡುಬರುವ ವಿವರಗಳಿಂದ ಶ್ರುತಪಡುತ್ತದೆ ಮತ್ತು ಸಾಕ್ಷಿ ಹಾಗೂ ಸಮ್ಮತಿಗಾಗಿ ಘಟ್ಟದ ಮೇಲಿನ ನಾಡುಗಳಿಂದ ನಾಲ್ಕು ಜನರನ್ನು ಮುಂದಿಟ್ಟುಕೊಂಡು ಶಾಸನ ಬರೆಸಿರುವುದು, ಆಗಿನ ಕಾಲದಲ್ಲಿ ಅಲ್ಲಿ ಗೌಡ ಜನಾಂಗದ ಹಿರಿಯ ಮುತ್ಸದ್ಧಿ ತನವನ್ನು ದೃಢಪಡಿಸುತ್ತದೆ.

ಇಲ್ಲಿ ಗಮನಿಸಬೇಕಾದ ಮತ್ತೊಂದು ವಿಷಯವೆಂದರೆ ಬಿ.ಎಲ್. ರೈಸ್ ಅವರು ಮೈಸೂರು ಗೆಜೆಟಿಯರ್‌ನಲ್ಲಿ ಹೇಳಿರುವ ಐವತ್ನಾಲ್ಕು ಉಪಪಂಗಡಗಳಲ್ಲಿ 'ಹಾಲೊಕ್ಕಲುಮಕ್ಕಳು' ಎಂಬವರು ಕಂಡುಬಂದಿಲ್ಲ. ಪ್ರತಿಯಾಗಿ 'ತುಳುವ' ಎಂದಿದೆ. ಈಗಲೂ ಘಟ್ಟದ ಮೇಲಿನವರು ಇವರನ್ನು 'ತುಳು ಗೌಡಗಳು' ಎಂದೇ ಹೇಳುತ್ತಾರೆ.

ಗಂಗಡಿಕಾರರು:

ಒಕ್ಕಲಿಗ ಸಮುದಾಯದಲ್ಲಿ ಬಹುಸಂಖ್ಯಾತ ಒಳಪಂಗಡ 'ಗಂಗಡಿಕಾರ' ಒಕ್ಕಲಿಗರು. ಇವರು ಯಾರು, ಎಲ್ಲಿಯವರು. ಈ ಹೆಸರು ಇವರಿಗೆ ಹೇಗೆ ಬಂದಿತು ಎಂಬುದು ಪರಿಶೀಲನಾರ್ಹವಾದದ್ದು. ಪ್ರಸಿದ್ಧ ಚರಿತ್ರಕಾರರಾದ ಲೂಯಿ ರೈಸ್ ಅವರು ಹೀಗೆ ಹೇಳಿದ್ದಾರೆ.[1] "The Gangadikars and Nonabawakkaligars are doubtless the representatives of indigenous tribes who formed the subjects of Gangavadi and Nonambavadi Provinces." ಗಂಗಡಿಕಾರ ಮತ್ತು ನೊಣಬ ಒಕ್ಕಲಿಗರು, ಗಂಗವಾಡಿ ಮತ್ತು ನೊಣಂಬವಾಡಿ ಪ್ರಾಂತ್ಯಗಳ ಆರ್ಷೇಯ ಜನಾಂಗದ ವಂಶೀಯರೆಂಬುದರಲ್ಲಿ ಸಂಶಯವಿಲ್ಲ.

---

1. B.L. Rice, Mysore and Coorg, Gazater, Vol-III, Bangalore Mysore Government press, 1878.

ಆದರೆ ಪ್ರೊ.ಎಂ.ವಿ.ಕೃಷ್ಣರಾಯರ ಅಭಿಪ್ರಾಯ ಹೀಗಿದೆ: 'ಕರ್ನಾಟಕ ಆಂಧ್ರ ತಮಿಳುನಾಡಿನಲ್ಲಿ ರಾಜ್ಯ ಕಟ್ಟಿ ಆಳಿದ ಪುರಾತನ ರಾಜ ಮನೆತನವಾದ 'ಗಂಗರಸರು' ಎಂಬ ಹೆಸರು ಹೇಳುವಾಗ, ಅವರ ಕುರುಹಾಗಿ ನೋಡಲು ಸಿಕ್ಕುವುದು 'ಗಂಗಡಿಕಾರ' ಒಕ್ಕಲಿಗ ಜನಾಂಗ ಮಾತ್ರವಾಗಿದೆ.

ಒಂದು ಕಾಲಕ್ಕೆ ಮೈಸೂರು ದೇಶದ ಬಹುಭಾಗವನ್ನು ಆಳುತ್ತಿದ್ದು ಅಸ್ತಮಿಸಿದ, ಇಂದು 'ಮರೆತುಹೋದ ಸಾಮ್ರಾಜ್ಯ'ವೆನ್ನಿಸಿರುವ 'ಗಂಗವಾಡಿ ತೊಂಬತ್ತಾರು ಸಾವಿರ' ಸೀಮೆಯ ಪ್ರಭುಗಳು 'ಗಂಗರಸರು'. ಇವರು ಯಾರು, ಇವರಿಗೆ ಈ ಹೆಸರು ಹೇಗೆ ಬಂದಿತು, ಇವರು ಎತ್ತಕಡೆಯಿಂದ ಬಂದವರು, ಇವರ ಮನೆತನದವರೇ 'ಗಂಗಡಿಕಾರ' ಒಕ್ಕಲಿಗರು ಎಂಬುದಾಗಿ ಹೇಗೆ ನಿರ್ಧರಿಸುವುದು? ಗಂಗರಸರು ಜೈನರು, ಅಹಿಂಸಾವಾದಿಗಳು. ಗಂಗಡಿಕಾರ ಒಕ್ಕಲಿಗರು ಬಹುತೇಕ ಶೈವರು ಹಾಗೂ ವೈಷ್ಣವರು. ಮಾಂಸಾಹಾರಿಗಳು ಎಂಬ ವಿಷಯ ಗಮನಾರ್ಹವಾದದ್ದು.

'ಗಂಗಡಿಕಾರ' ಎಂಬುದು 'ಗಂಗವಾಡಿಕಾರ' ಅಥವಾ 'ಗಂಗವಾಡಿಯವ' ಎಂದಾಗುತ್ತದೆ. ಇಲ್ಲಿ 'ವಾಡಿ' ಎಂಬುದು ಗಂಗರು ಎನ್ನುವ ಜನರು ವಾಸಿಸುವ ಸ್ಥಳ, ವಸತಿ ಹಾಗೂ ಅವರ ನಾಡನ್ನು ಗುರುತಿಸುತ್ತದೆ. ರಾಜವಾಡಿ-ರಾಜರು ವಾಸಿಸುವ ಸ್ಥಳ, ಅರಮನೆ ಅನ್ನುವ ಹಾಗೆ. ಇದರಲ್ಲಿ ಗಂಗರು ಎನ್ನುವ ನಾಮ ಸ್ಪಷ್ಟವಾಗಿದೆ. ಗಂಗರ ನಾಡಿನಲ್ಲಿ ನಾನಾ ಮತ ಸಂಪ್ರದಾಯದ ಜನರು ವಾಸಿಸುತ್ತಿದ್ದಿರಲೇಬೇಕು. ಆದರೆ ಉಳಿದ ಯಾವ ಮತೀಯರ ಹೆಸರೂ 'ಗಂಗರು' ಎಂದು ಉಳಿದುಬರಲಿಲ್ಲ. ಇದರಿಂದ ಪ್ರ.ಶ.200ರಿಂದ ಸುಮಾರು ಒಂಭತ್ತನೆಯ ಶತಮಾನದವರೆಗೆ ಕರ್ನಾಟಕ-ಆಂಧ್ರ-ತಮಿಳುನಾಡುಗಳಲ್ಲಿ ರಾಜ್ಯ ಕಟ್ಟಿ, ಕಲೆ, ಸಾಹಿತ್ಯ ಮುಂತಾದವುಗಳಿಗೆ ಆಶ್ರಯದಾತರಾಗಿ, ಹಿರಿದಾಗಿ ಬಾಳಿದ ಪ್ರಸಿದ್ಧ ಗಂಗರಸರ ಪೀಳಿಗೆಯವರೇ ಇಂದಿಗೂ ಅದೇ ಹೆಸರಿನಲ್ಲಿ ಉಳಿದುಬಂದಿರಬಹುದೆಂದು ಹೇಳಬಹುದಾಗಿದೆ.

"Of the ancient dynasties of South India, the Gangas were one of the most illustrious who ruled over the greater part of the Mysore Country then known by the Wellneigh forgotten name Gangawadi which survives only in the designation of a community of Mysore people known to this day as the Gangadikar Vokkaligars.... The Gangas may be described as the principal Jaina Dynasty of the South. How Ganga came to be their designation, whence their kingdom was called Gangavadi or Gangapadi and its subjects Gangadikars are not accounted for".

ಈ ಸಂದರ್ಭದಲ್ಲಿ ಒಕ್ಕಲಿಗ ಸಮುದಾಯದ ಮುಖ್ಯ ಗುರುಪೀಠಗಳೆನ್ನಿಸಿಕೊಂಡಿರುವ ಮಂಡ್ಯ ಜಿಲ್ಲೆಯ ಆದಿಚುಂಚನಗಿರಿ ಮಠ ಮತ್ತು ಮಂಗಳೂರಿನ ಕದ್ರಿ ಮಠ ಇವೆರಡಲ್ಲಿಯೂ ಹಿಂದೆ ಬಹುಕಾಲದಿಂದ ಮಹಾಸಂಸ್ಥಾನಗಳ ಆಡಳಿತ ನಡೆಸುತ್ತಿದ್ದ ಮತ್ತು ಈಗಲೂ ಕದ್ರಿ ಮಠದಲ್ಲಿ ನಡೆಸುತ್ತಿರುವ ಗುರುಪರಂಪರೆ, ಉತ್ತರ ಭಾರತದ ಗೋರಕ್‌ಪುರದ ಅವಧೂತ ಯೋಗಾಶ್ರಮದ, ನಾಥಪಂಥ ಸಮಾಜದ ಪಾಶುಪತರದ್ದಾಗಿರುತ್ತದೆ ಎಂಬುದನ್ನು ಗಮನಿಸುವುದು ಸೂಕ್ತವಾಗಿರುತ್ತದೆ.

ಗಂಗರು:

ಗಂಗರ ಮೂಲಪುರುಷರು ದಡಿಗ ಮತ್ತು ಮಾಧವ ಎಂಬವರು. ಗಂಗರಸರಲ್ಲಿ ಪೂರ್ವದಲ್ಲಿ ಕಳಿಂಗಗಂಗರು (ಒರಿಸ್ಸ), ಚೋಳಗಂಗ (ತಂಜಾವೂರು) ಮತ್ತು ಪಶ್ಚಿಮದಲ್ಲಿ ತಲಕಾಡು ಗಂಗರು ಎಂಬುದಾಗಿ ಒಂದೇ ವಂಶದ ಎರಡು ಕವಲುಗಳು ದಕ್ಷಿಣಭಾರತದಲ್ಲಿ ಆಳುತ್ತಿದ್ದರು.

"Beginings and expansion of Gangawadi under Madhava and his successiors"[2].

Didiga who was also called kongunivarma or Konakaniverma a title used by all the subsequent Kings of the line was the founder of the dynasty (350 to 400 AD) as he and his brother had came from the North and halted at perur with a view to mature their plans of conquest they naturally had to encounter the opposition of the mahabali or Bana king who held away over the east of Mysore… and became victorious". (ಮಾಧವ ಮತ್ತು ಆತನ ವಂಶಿಯರಿಂದ 'ಸಾಮ್ರಾಜ್ಯ ಸ್ಥಾಪನೆ ಮತ್ತು ವಿಸ್ತರಣೆ: ಆಧಾರ; ತಲಕಾಡಿನ ಗಂಗರು ಅಧ್ಯಾಯ II ಪೊ.ಎಂ.ವಿ.ಕೃಷ್ಣರಾವ್ ಅವರ Gangas of Talkad P.995-6) ಕೊಂಗುಣಿ ವರ್ಮ ಅಥವಾ ಕೊಂಕಣಿವರ್ಮನೆಂದು ಬಿರುದಾಂಕಿತರಾದ ಈ ವಂಶದ ಮೂಲಪುರುಷ ದಡಿಗನೆಂಬವನು ತನ್ನ ತಮ್ಮ ಮಾಧವನೊಂದಿಗೆ ಉತ್ತರದ ಕಡೆಯಿಂದ ಬಂದು 'ಪೆರೂರ್' ಎಂಬಲ್ಲಿ ನೆಲೆಸಿ, ಪೂರ್ವದ ಮೈಸೂರಿನ ಬಹುಭಾಗವನ್ನು ಆಕ್ರಮಿಸಿ ಆಳುತ್ತಿದ್ದು, ಪ್ರಬಲನಾಗಿದ್ದ ಮಹಾಬಲಿ ಅಥವಾ ಬಾಣ ದೊರೆಯೊಡನೆ ಯುದ್ಧ ಮಾಡಿ ಗೆದ್ದು ಆ ರಾಜ್ಯಕ್ಕೆ ಅಧಿಪತಿಗಳಾದರು.)

---

2. **Gangas of Talkad, chapter II P 995-6, by Dr. M.V.Krishna Rao, B G Poul and company calcutta- 1936.**

ಇಕ್ಷ್ವಾಕುವಂಶದ ಹರಿಶ್ಚಂದ್ರನಿಗೆ ಭರತನೆಂಬ ಮಗನಿದ್ದನು. ಆತನ ಪತ್ನಿ ವಿಜಯಮಹಾದೇವಿಯು ಪವಿತ್ರಗಂಗೆಯಲ್ಲಿ ಮಿಂದು ಪುತ್ರಸಂತಾನಕ್ಕಾಗಿ ಪ್ರಾರ್ಥಿಸಿ ಗಂಗದತ್ತನೆಂಬ ಮಗನನ್ನು ಪಡೆದಳು; ಆತನ ಸಂತತಿಯವರೇ ಗಂಗರು. ಈ ವಂಶದ ಭಗದತ್ತನೆಂಬವನಿಗೆ ಕಳಿಂಗದೇಶದ ಪ್ರಭುತ್ವ ದೊರೆಯಿತು. ಈ ರಾಜ ಮನೆತನದ ಧ್ವಜ 'ಆನೆ'. ಈ ಆನೆಯ ಧ್ವಜ ಮುಂದೆ ಗಂಗರಸರಲ್ಲಿಯೂ ಇತ್ತು. ಈ ವಂಶದ ಪ್ರಿಯಬಂಧು ಎಂಬವನಿಗೆ ದೇವೇಂದ್ರನು ಐದು ವರಗಳನ್ನು[1] (five tokens) ಕರುಣಿಸಿ 'ನೀನಾಗಲೀ ನಿನ್ನ ವಂಶೀಯರಾಗಲೀ ಸ್ವಧರ್ಮ ತ್ಯಾಗಮಾಡಿದಲ್ಲಿ ಇವು ಮಾಯವಾಗುವುವು' ಎಂದು ತಿಳಿಸಿದ್ದನು. ಉಜ್ಜಯಿನಿಯ ಮಹೀಪಾಲನು ಆ ವರಗಳನ್ನು ತನಗೆ ಒಪ್ಪಿಸಬೇಕಾಗಿ ಆಗ್ರಹಪಡಿಸಲು, ತನ್ನ ಇಬ್ಬರು ಗಂಡುಮಕ್ಕಳು, ಒಬ್ಬಳು ಮಗಳು ಮತ್ತು ಕೆಲವು ಬ್ರಾಹ್ಮಣರನ್ನು ಕೂಡಿಸಿ ಅವರುಗಳ ಸಮೇತ ದಕ್ಷಿಣಾಭಿಮುಖವಾಗಿ ಕಳಿಸಿಕೊಟ್ಟನು. ಆ ಇಬ್ಬರು ಪುತ್ರರೇ ದಡಿಗ–ಮಾಧವರು. ಇವರು ಪಶ್ಚಿಮ ಗಂಗರ ಮೂಲಪುರುಷರು[2].

"1400 ವರ್ಷಗಳ ಹಿಂದೆ ಮಂಡ್ಯ, ಹಾಸನ, ಮೈಸೂರು, ಬೆಂಗಳೂರು, ಕೋಲಾರ, ತುಮಕೂರು ಕೆಲವು ಪ್ರದೇಶದಲ್ಲಿ ಗಂಗ ದೊರೆಗಳು ಗಂಗನಾಡಿನ ಗಂಗಡಿಕಾರರು ರಾಜ್ಯಭಾರ ಮಾಡುತ್ತಿದ್ದರು. ಅವರು ರಾಜ್ಯ ಸ್ಥಾಪನೆಗೊಳ್ಳುವ ಆರಂಭದ ಕಾಲದ ಒಂದು ಕಥೆ ಇಲ್ಲಿ ನನಗೆ ನೆನಪಾಗುತ್ತದೆ. ಆ ಗಂಗದೊರೆಗಳು ಉತ್ತರಭಾರತದವರೆಂದು ಕೆಲವರು, ಅವರು ಇಲ್ಲಿಯವರೇ ಎಂದು ಇನ್ನು ಕೆಲವರು ಹೇಳುತ್ತಾರೆ. ಅವರು ಎಲ್ಲಿಯವರೇ ಆಗಿರಲಿ, ಆಗ ನಡೆದ ಒಂದು ಪ್ರಸಂಗ ಇಲ್ಲಿ ಪ್ರಸ್ತುತವೆನ್ನಿಸುತ್ತದೆ. ಗಂಗರ ಮೂಲಪುರುಷ ತನ್ನ ರಾಜ್ಯವನ್ನು ಕಳೆದುಕೊಂಡು ತನ್ನ ಇಬ್ಬರು ಮಕ್ಕಳೊಂದಿಗೆ ಕಾಡಿನಲ್ಲಿ ಸಂಚರಿಸುತ್ತಿರುತ್ತಾನೆ. ಆಗ ಅವನಿಗೆ ತನ್ನ ಇಬ್ಬರು ಮಕ್ಕಳ ವಿದ್ಯಾಭ್ಯಾಸದ ಬಗ್ಗೆ ಚಿಂತೆಯಾಯಿತು. ಅವನ ಸಂಚಾರದಲ್ಲಿ 'ಸಿಂಹನಂದಿ' ಎಂಬ ತಪಸ್ವಿಗಳು ಅವನಿಗೆ ಕಂಡರು. ತನ್ನ ಮಕ್ಕಳಿಗೆ ವಿದ್ಯಾಭ್ಯಾಸ ಮಾಡಿಸಬೇಕೆಂದು ಅವನು ಅವರನ್ನು ಬೇಡಿಕೊಂಡ, ಅವರು ಒಪ್ಪಿದರು ಮತ್ತು ಆಗಿನ ಕಾಲದಲ್ಲಿ 64 ವಿದ್ಯೆಗಳು ಎಂದು ಏನು ಜನಗಳು ತಿಳಿದುಕೊಂಡಿದ್ದರೋ ಆ ವಿದ್ಯೆಗಳಲ್ಲೆಲ್ಲ ಅವರು ಪಾರಂಗತರಾಗುವಂತೆ ಆ ಋಷಿ ಪುಂಗವರು ಮಾಡಿದರು.

ತಮ್ಮ ವಿದ್ಯಾಭ್ಯಾಸ ಮುಗಿದ ಮೇಲೆ ಅವರು ಆ ತಪಸ್ವಿಗಳ ನಿರೂಪ ತೆಗೆದುಕೊಂಡು ಹೋಗಬೇಕು. ಆದರೆ ಅವರಿಗೆ ಚಿಂತೆ ಆಯಿತು. ತಮಗೆ ಕಲಿಸಿದ ಗುರುವಿಗೆ ಗುರುದಕ್ಷಿಣೆ ಕೊಡಲು ತಮ್ಮ ಬಳಿ ಏನೂ ಇಲ್ಲವೆನ್ನುವ ವ್ಯಥೆ ಅವರನ್ನು ಕಾಡಿತು. ಸಿಂಹನಂದಿಯವರು

---

1. ಐದು ವರಹ–ಸಮಂಜಸವಲ್ಲ. ಈ ಕುರಿತು ತರಂಗ–'ಪಾಪು ಪ್ರಪಂಚ' 19–12–93.

2. 'ತರಂಗ', 19–12–93, ಪುಟ 22, 'ಪಾಪು ಪ್ರಪಂಚ'

ಅವರ ಮನಸ್ಸಿನ ವ್ಯಾಕುಲವನ್ನು ಓದಿಕೊಂಡರು. ಆಗ ಅವರು ರಾಜಪುತ್ರರಿಗೆ ಹೇಳಿದರು. 'ನೀವು ನಾಳೆ ಹೇಗೊ ರಾಜ್ಯ ಕಾರಭಾರ ಮಾಡುತ್ತೀರಿ; ನಾನು ಹೇಳಿದ ಐದು ಮಾತುಗಳನ್ನು ನಡೆಸಿ ಕೊಟ್ಟರೆ ನೀವು ನನಗೆ ಗುರುದಕ್ಷಿಣೆ ಕೊಟ್ಟುದುದಕ್ಕಿಂತಲೂ ಜಾಸ್ತಿ ಆಗುತ್ತದೆ. ನೀವು ನಿಮ್ಮ ಕೈಯಿಂದ ಆಗದೇ ಇದ್ದುದನ್ನು ಕುರಿತು ಎಂದೂ ವಚನ ಕೊಡಬೇಡಿ.'

ಆ ಇಬ್ಬರು ಮಕ್ಕಳೇ ದಡಿಗ, ಮಾಧವರು, ಗಂಗರಸರ ಮೂಲ ಪುರುಷರು. ಕಳಿಂಗಗಂಗ ವಂಶದಲ್ಲಿ ಯಯಾತಿಯ ಮಗ ಪುರು ಮಕ್ಕಳಿಲ್ಲದೆ ಗಂಗೆಯನ್ನು ಪ್ರಾರ್ಥಿಸಿ ಗಾಂಗೇಯನೆಂಬ ಪುತ್ರನನ್ನು ಪಡೆದನು. ಈತನ ವಂಶೀಯರೇ ಪ್ರಸಿದ್ಧ ಕಳಿಂಗಗಂಗರು.

ರಾಜಾದುರ್ವಿನೀತನ ಒಂದು ಶಾಸನದಲ್ಲಿ ಪಶ್ಚಿಮಗಂಗರು ಶ್ರೀಕೃಷ್ಣನ ವಂಶಜರೆಂದು ಹೇಳಿಕೊಂಡಿರುವುದಾಗಿ ಕಂಡುಬಂದಿದೆ. ಇದರಿಂದ ಇವರು ಯಾದವಕುಲ ದವರೆಂದಾಗುತ್ತದೆ–

'Simhanandi is another celebrated teacher who is mentioned in many inscriptions as helping Madhava konganivarma in founding his dynasty and establishing his power he took up the cause of Madhava and in due course he provided them with the army and invested them with all kingly power.... He finally insisted on the two brothers changing their faith to Jainism as Ganga-wadi was then predominantly jains and attempted with their support to secure the solidarity of the jaina community.

ಸಿಂಹನಂದಿ ಎಂಬ ಜೈನಗುರುವು ಉತ್ತರದಿಂದ ಬಂದ ಸಾಹಸಿಗರಾದ ದಡಿಗ ಮತ್ತು ಮಾಧವರಿಗೆ, ರಾಜ್ಯ ಸ್ಥಾಪನೆಗೆ ಸರ್ವ ವಿಧದಲ್ಲು ನೆರವು ಕೊಡುವ ಮೊದಲು ಜೈನಧರ್ಮ ಸ್ವೀಕರಿಸಲು ಒಪ್ಪಿಸಿ, ಅನಂತರ ಸೈನ್ಯ ಸಹಾಯ ಕೊಟ್ಟು 'ಮಹಾಬಲಿ' ಅಥವಾ 'ಬಾಣ' ದೊರೆಯನ್ನು ಸೋಲಿಸಿ ರಾಜ್ಯ ಸ್ಥಾಪನೆ ಮಾಡಿಸಿದನು. ಬಾಣದೊರೆಗಳು ಪೂರ್ವಮೈಸೂರಿನಲ್ಲಿ ಪ್ರಬಲರಾಗಿದ್ದರು.

ಇದರಿಂದ ಒಂದು ವಿಷಯ ಸ್ಪಷ್ಟವಾದಂತಾಯಿತು. ಪುರಾಣ ಕಥೆ ಏನೇ ಇರಲಿ, ಸಿಂಹನಂದಿ ಎಂಬ ಜೈನಗುರು ಚೇರರು ಅಥವಾ ಚೇರಪತಿಗಳು ಎಂಬವರನ್ನು ಜೈನಧರ್ಮಕ್ಕೆ ಮತಾಂತರಿಸಿದರು. ಚೇರರ ಮೂಲಪುರುಷರಾದ ದಡಿಗ–ಮಾಧವರು ಉತ್ತರದಿಂದ ಬಂದು ಜೈನಗುರುವಿನ ಸಹಾಯದಿಂದ ಚೇರ ಸಾಮ್ರಾಜ್ಯವನ್ನು ದಕ್ಷಿಣದಲ್ಲಿ ಸ್ಥಾಪಿಸಿದರು. ಈ ಅಭಿಪ್ರಾಯವನ್ನು ಲೂಯಿರೈಸ್‌ರವರೂ ಪ್ರೊ.ಎಂ.ವಿ.ಕೃಷ್ಣರಾಯರೂ

ಅನುಮೋದಿಸುತ್ತಾರೆ. ಇದರಿಂದ ಚೇರರು ಪೂರ್ವದಲ್ಲಿ ಜೈನರಲ್ಲ ಎಂಬುದೂ ಮತ್ತು ಐತ್ತರೇಯ ಅರಣ್ಯಕದಲ್ಲಿ ಕಂಡುಬರುವಂತೆ ವಂಗ, ಮಗಧ ಚೇರ ಪಾದಗಳು ವೈದಿಕಧರ್ಮದ ವಿರೋಧಿಗಳಾಗಿದ್ದು, ಬಿಹಾರ್ ಹಾಗೂ ಮಧ್ಯಪ್ರದೇಶಕ್ಕೆ ಸೇರಿದ ಪ್ರತ್ಯೇಕ ಜನಾಂಗವೆಂಬುದೂ ಸ್ಪಷ್ಟವಾಗುತ್ತದೆ. ಆರ್ಯರ ಒತ್ತಡದಿಂದಾಗಿ ತಮ್ಮ ರಾಜ್ಯಕೋಶಗಳನ್ನು ಕಳೆದುಕೊಂಡು ದಕ್ಷಿಣಕ್ಕೆ ಧಾಳಿಯಿಟ್ಟವರೆಂದು ಹೇಳಬಹುದು.

ಇವರು ಚೇರಪತಿಗಳಾಗಿ ಜೈನಧರ್ಮ ಸ್ವೀಕರಿಸಿ ರಟ್ಟರು, ರೆಡ್ಡಿ ಕುಲದವರಾದರು. ಜೈನಧರ್ಮವನ್ನು ತ್ಯಜಿಸಿ ಶೈವರಾಗಿ 'ಗಂಗವಂಶ'ವನ್ನು ಸ್ಥಾಪಿಸಿದರು. ಅವರು ಸಾಮಾನ್ಯ ಪ್ರಜೆಗಳಾಗಿ ಉಳಿದುಕೊಂಡಾಗ 'ಗಂಗಡಿಕಾರ'ರಾದರು. ಇದರಿಂದ ರೆಡ್ಡಿ ಮತ್ತು ಒಕ್ಕಲಿಗರು ಒಂದೇ ಬುಡಕಟ್ಟಿನವರು ಎಂಬುದು ನಿಸ್ಸಂದೇಹವಾದದ್ದು.

ಗೌಡ ಸಮಾಜ–ಗೌಡ ರಾಜ್ಯ:

'ಊರಿಗೊಬ್ಬ ಗೌಡ–ದೇಶಕ್ಕೊಬ್ಬ ದೊರೆ'. ಇದು ಕನ್ನಡನಾಡು, ನುಡಿ, ದೇಶದ ಜನತೆ ಪೂರ್ವದ ಒಕ್ಕಲಿಗ ಗೌಡರುಗಳ ಗ್ರಾಮಾಡಳಿತದ ಸವಿನೆನಪಿಗೆ ಇಂದಿಗೂ ಸಲ್ಲಿಸುತ್ತಿರುವ ಗೌರವಾದರದ ಬಳಕೆಯ ಮಾತು. ಇದನ್ನು 'ಗೌಡಾಳ್ವಿಕೆ'ಯೆಂದೇ ಕರೆಯುತ್ತಾರೆ.

'ಗೌಡ' ಶಬ್ದವು ಅತೀ ಪ್ರಾಚೀನವಾದದ್ದು. ಪುರಾತನ ಗದ್ಯ ಸಾಹಿತ್ಯದಲ್ಲಿ ಅಂಗ ವಂಗ ಕಳಿಂಗ ಮುಂತಾದ ಐವತ್ತಾರು (ಛಪ್ಪನ್ನ) ದೇಶಗಳ ಹೆಸರು ಹೇಳುವಾಗ 'ಗೌಡ' ದೇಶದ ಹೆಸರು ಇದೆ. ಇದರಿಂದ ಗೌಡ ರಾಜ್ಯವೊಂದು ಇತ್ತೆಂಬುದಾಗಿ ತಿಳಿಯಬಹುದು.

ಕಲ್ಯಾಣದ ಚಾಳುಕ್ಯ ಚಕ್ರವರ್ತಿ ಸೋಮೇಶ್ವರನ ಮಗ ವಿಕ್ರಮಾದಿತ್ಯ II (ತ್ರಿಭುವನಮಲ್ಲ ಪ್ರ.ಶ.1076–1126) ಬಂಗಾಳದ ಗೌಡರಾಜ್ಯ ಮತ್ತು ಅಸ್ಸಾಂಗಳನ್ನು ಗೆದ್ದಂತೆ ಉಲ್ಲೇಖವಿದೆ. ರಾಷ್ಟ್ರಕೂಟ ಅರಸು ಅಮೋಘವರ್ಷನ ಮಗನಾದ ಕೃಷ್ಣ II ಅಥವಾ ಅಕಾಲವರ್ಷನು (775–799) 'ಲಾಟ್'ರನ್ನು ಮತ್ತು 'ಗೌಡರುಗಳನ್ನು' ಸದೆಬಡಿದಂತೆ ಇದೆ. ಎಂಟನೆಯ ಶತಮಾನದ ಆದಿಯಲ್ಲಿ ಕನೋಜದ ಸುಯಶೋವರ್ಮ ನೆಂಬವನು ಬಂಗಾಳದವರೆಗೆ ಧಾಳಿಮಾಡಿ, ಅಲ್ಲಿನ ಗೌಡರಾಜನನ್ನು ಕೊಂದು ಆ ದೇಶವನ್ನು ಆಕ್ರಮಿಸಿದ ವಿವರ ಡಾ.ಎಸ್.ಎಂ.ಮಿಶ್ರರವರ 'ಯಶೋವರ್ಮನ್ ಆಫ್ ಕನೋಜ್' ಎಂಬ ಪುಸ್ತಕದಲ್ಲಿ ಉಲ್ಲೇಖವಿದೆ. ಈ ಗೌಡರಾಜ್ಯಗಳು ಯಾವುವೆಂದು ತಿಳಿಯದು.

ಆದರೆ ಚೋಳರಿಂದ ನಾಶವಾದ ತಲಕಾಡಿನ ಗಂಗರಸರ ಸಂತತಿಯಲ್ಲಿ 'ಚೋಳಗಂಗ' ಎಂಬವನು ಅಳಿದುಳಿದ ಸೈನಿಕರನ್ನು ಕೂಡಿಕೊಂಡು ಬಹುದೂರದ ಒರಿಸ್ಸ ಪ್ರಾಂತ್ಯಕ್ಕೆ ನುಗ್ಗಿ ಆ ದೇಶವನ್ನೂ ಗೆದ್ದು ಗಂಗರಾಜ್ಯವನ್ನು ಸ್ಥಾಪಿಸಿದನು. ಪೂರಿ ಜಗನ್ನಾಥ

ದೇವಾಲಯವನ್ನು ಕೊನಾರ್ಕದ ಸೂರ್ಯ ದೇವಾಲಯವನ್ನೂ ಕಟ್ಟಿಸಿದವರು ಈ ವಂಶದವರು. ಜಗನ್ನಾಥ ದೇವಾಲಯದಲ್ಲಿ ಇಂದಿಗೂ ಇರುವ ದಾಖಲೆಯಂತೆ ಈ ವಂಶೀಯರು ಪ್ರ.ಶ.1132 ರಿಂದ 1434ರವರೆಗೆ ಈ ದೇಶವನ್ನು ಆಳುತ್ತಿದ್ದರು. ತ್ರಿಭುವನಮಲ್ಲ 1126 ರಲ್ಲಿ ಬಂಗಾಳದ ಗೌಡ ರಾಜ್ಯವನ್ನು ಸೋಲಿಸಿದನು ಎನ್ನುವುದಕ್ಕೆ ಇಲ್ಲಿ ಸ್ವಲ್ಪ ಮಟ್ಟಿಗೆ ಸಮರ್ಥನೆ ಕೂಡ ದೊರೆಯುತ್ತದೆ. ಚೋಳಗಂಗನು ಒರಿಸ್ಸ ಪ್ರಾಂತ್ಯಕ್ಕೆ ಧಾಳಿ ಇಟ್ಟ ಒಡನೆ ರಾಜ್ಯಗಳನ್ನು ಗೆದ್ದು, ಸ್ಥಿರವಾಗಿ ರಾಜಗದ್ದುಗೆಯನ್ನೇರಿ ರಾಜ್ಯಭಾರ ಮಾಡಲು ಕ್ರಮಿಸಿದ್ದು 1136 ರಲ್ಲಿ ಎಂದು ಭಾವಿಸಬಹುದಾದರೆ ಅದಕ್ಕೆ ಕೇವಲ 8–10 ವರ್ಷಗಳ ಹಿಂದೆ ಇನ್ನೂ ಬಾಲ್ಯಾವಸ್ಥೆಯಲ್ಲಿ ಅಸ್ಥಿರವಾಗಿದ್ದ ಈತನ ರಾಜ್ಯದ ಮೇಲೆ ತ್ರಿಭುವನಮಲ್ಲ ಧಾಳಿಯಿಟ್ಟು ಸೋಲಿಸಿರಬಹುದು ಎಂದು ಊಹಿಸಲು ಸಾಕಷ್ಟು ಸಮರ್ಥನೆ ದೊರೆಯುತ್ತದೆ. ಆ ಕಾಲದಲ್ಲಿ ಬಂಗಾಳ ಒರಿಸ್ಸಗಳ ಪ್ರಾದೇಶಿಕ ಗಡಿಗಳು ಯಾವುದೂ ಇರಲಿಲ್ಲವೆಂಬುದನ್ನು ಇಲ್ಲಿ ಜ್ಞಾಪಿಸಿಕೊಳ್ಳಬಹುದು. 1534ರಲ್ಲಿ ಮುಸಲ್ಮಾನರ ಧಾಳಿಯಿಂದ ನಾಶವಾದ ಈ ಸಂತತಿ ಮತ್ತೆ ತಲೆಯೆತ್ತಲಿಲ್ಲ. 'ಗೌಡ ಬಂಗಾಳಿ' ಎಂಬ ಜನ ಈಗಲೂ ಬಂಗಾಳದಲ್ಲಿ ಇರುವುದಾಗಿ ತಿಳಿದುಬರುತ್ತೆ.

ಗಂಗರಸರ ಮತ್ತೊಂದು ಹಿರಿಯ ಶಾಖೆ ತರೀಕೆರೆ ತಾಲೂಕು, ಆಸಂದಿನಾಡಿನ 'ಆಸಂದಿ' ಗ್ರಾಮವನ್ನು ರಾಜಧಾನಿಯನ್ನಾಗಿ ಮಾಡಿಕೊಂಡು, ಹೊಯ್ಸಳರ ಪ್ರಮುಖ ಸಾಮಂತರಾಗಿ ತಮ್ಮ ಪೂರ್ವದ 96000 ಸೀಮೆಯನ್ನು ಆಳುತ್ತಿದ್ದರು ಎಂಬುದಕ್ಕೆ ಎ.ಕ.ಸಂ.6(ಕಡೂರು) ಅನೇಕ ಶಾಸನಗಳೂ, ಆಸಂದಿಯಲ್ಲಿ ಅವರು ಕಟ್ಟಿಸಿರುವ ಶಿವಾಲಯಗಳೂ ಅವಕ್ಕೆ ಬಿಟ್ಟ ದತ್ತಿಗಳೂ ಸಾಕ್ಷಿಯಾಗಿವೆ. ಹೊಯ್ಸಳರ ಪತನಾನಂತರ ಆಸಂದಿನಾಡ ಪ್ರಭುಗಳೂ ತಮ್ಮ ರಾಜ್ಯ ಕಳೆದುಕೊಂಡು ಮೂಡಿಗೆರೆ ತಾಲೂಕು ಜಾವಳಿ ಗ್ರಾಮಕ್ಕೆ ಬಂದು ಜಾವಳಿ, ಇಡಕಣಿ, ಹೆಮ್ಮಕ್ಕಿ, ಕೂವೆ – ಹೀಗೆ ನಾಲ್ಕು ಗ್ರಾಮಗಳ ಒಡೆಯರಾಗಿ ಸಾಮಾನ್ಯ ಜನರೊಡನೆ ಬೆರೆತಿದ್ದರೂ ಪಾಳೆಯಗಾರರಂತೆ ವೈಭವದ ಜೀವನ ನಡೆಸುತ್ತಿದ್ದರು.

ಈಗಿನ ಕೂವೆ ಪಟೇಲ್ ವೀರಪ್ಪಗೌಡರ ಅಜ್ಜ ಸಿದ್ದೇಗೌಡರ ಕಾಲಕ್ಕೆ ಸರ್ಕಾರಿ ಕಂದಾಯ ಬಾಕಿಗೆ ಜಾವಳಿ, ಇಡಕಣಿ, ಹೆಮ್ಮಕ್ಕಿ ಗ್ರಾಮಗಳು ಹರಾಜಾಗಿ ಇವರು ಜಾವಳಿಯಿಂದ ಕೂವೆಗೆ ವಲಸೆ ಹೋದರು. ಅವರ ಮನೆಯಲ್ಲಿ ಈಗಲೂ ಗಂಗರಸರ ವಂಶಾವಳಿಯನ್ನು ಹೇಳುವ ತಾಮ್ರದ 6 ಹಾಳೆಗಳಲ್ಲಿರುವ ಶಾಸನ (ಸಂಖ್ಯೆ 36, ಪ್ರ.ಶ.749, ವಿ.ಕ.ಸಂ.6) ಇದೆ ಮತ್ತು ಅದರಲ್ಲಿ ಗಂಗರಸರ ಲಾಂಛನವಾದ 'ಆನೆಧ್ವಜ'ವೂ ಚಿತ್ರಿಸಲ್ಪಟ್ಟಿದೆ.

ಗೌಡ:

'ಗೌಡ ಎಂದರೆ, 'ಯಜಮಾನ' ಎಂದು ಅರ್ಥ. ಪ್ರಾಚೀನ ಗ್ರಂಥಗಳಲ್ಲಿಯೂ,

ಶಾಸನಗಳಲ್ಲಿಯೂ ಗಾವುಂಡ, ಗೌಡಿ, ಗವೂಂಡಿ, ಗವೂಂಡರ್ ಎಂಬ ಪದಗಳು ಹೇರಳವಾಗಿ ಸಿಗುತ್ತವೆ. ಕಡೂರು ಯಗಟಿ ಹೋಬಳಿ ಮರುವಂಜಿ ಗ್ರಾಮದ ಕಲ್ಲೇಶ್ವರ ದೇವಸ್ಥಾನದ ಬಳಿ ನೆಟ್ಟ ಕಲ್ಲು "ಅನ್ತುನೆಗಲ್ದ ಬಮ್ಮಗಾವುಂಡಂಗಂ ಆತನ ಕುಲವಧು ವಿಚವೆಗಾವುಂಡಿಗಂ ಪುಟ್ಟಿದರು ಸುಪುತ್ರ ಕುಲದೀಪಕರು..... ಸ್ವಸ್ತಿ ಸಮಸ್ತ ಗುಣಸಂಪನ್ನಂ ನುಡಿದು ಮತ್ತೆನ್ನಂ ಗೋತ್ರಪವಿತ್ರಂ ಪರನಾರೀಪುತ್ರ ಕುಲದೇವರ ಶ್ರೀಪಾದ ಪಂಕಜಭ್ರಮರನಪ್ಪ ಸೋಮಗೌಂಡಂ ನಾಗವ್ವೆಗೌಂಡಿಗಂ ಪುಟ್ಟಿದ ಪುತ್ರರು ಮಲ್ಲಗೌಡ ಬಸವಗೌಡ... (ಶಕವರುಷ 1092ನೆಯ ವಿಕ್ರಮಸಂವತ್ಸರದ). ಗೌಡಾಳಿಕೆ ಚೇರರ ಕಾಲದಲ್ಲಿಯೇ ಪ್ರಾರಂಭವಾಗಿ ಗಂಗರಸರ ಕಾಲಕ್ಕೆ ದಕ್ಷಿಣ ಮೈಸೂರಾದ್ಯಂತ ವಿಸ್ತರಿಸಿದಂತೆ ಕಾಣುತ್ತದೆ. ಚೇರಪತಿಗಳು ಆದಿಯಲ್ಲಿ ಕೇರಳ ತಮಿಳುನಾಡುಗಳಲ್ಲಿ ರಾಜ್ಯ ವಿಸ್ತರಣೆ ಮಾಡುತ್ತಾ ಹೋದಂತೆ ಗೌಡಾಳ್ವಿಕೆಯೂ ಬೇರೂರಿತು ಎನ್ನಬಹುದು.

ಇದರಿಂದ ಈಗಲೂ ಆ ಭಾಗದಲ್ಲಿ ವೆಳ್ಳಾಲಗೌಂಡರ್, ಬೆಳ್ಳಿಯಗೌಂಡರ್‌ಗಳೆಂದು ಇದ್ದಾರೆ. ಇವರ ಮನೆ ಮಾತು ಮಲೆಯಾಳ, ತಮಿಳು. ಕೊಯಮತ್ತೂರು, ಪೊನ್ನಾಚಿ, ನೀಲಗಿರಿ, ಮಧುರೈ, ಧರ್ಮಾವರಂ, ತಿರುವಲ್ಲಾಮಲೈ, ಸತ್ಯಮಂಗಲ, ಪಾಲ್‌ಘಾಟ್ ಕಡೆಯೂ ಗೌಡರ್ ಗೌಂಡರ್‌ಗಳೂ ಇದ್ದಾರೆ. ಇವರ ಮನೆ ಮಾತು ಅರೆಕನ್ನಡ. ಮನೆಯಿಂದ ಹೊರಗೆ ಬಂದರೆ ಶುದ್ಧ ತಮಿಳರೇ ಆಗಿರುತ್ತಾರೆ. ಇವರ ಕುಲದೇವರು ಶ್ರೀ ಕಾಲಭೈರವ. ಆದಿಚುಂಚನಗಿರಿ ಮಠವೇ ಗುರುಮಠ. ಆದ್ದರಿಂದ 'ಗೌಡ' ಶಬ್ದದ ಪ್ರಾಚೀನತೆಯನ್ನು ನಿರ್ಣಾಯಕವಾಗಿ ಹೇಳಲು ಸಾಧ್ಯವಿಲ್ಲದಿದ್ದರೂ ಇದು ರಾಜ್ಯದ ಆಡಳಿತಾಂಗದ ಒಂದು ಹುದ್ದೆಯ ಹೆಸರನ್ನು ಸೂಚಿಸುತ್ತದೆ. ಯುದ್ಧ ವ್ಯವಸಾಯದಲ್ಲಿ ನುರಿತ ಒಂದು ಜನಾಂಗ ರಾಜ್ಯ ಸ್ಥಾಪನೆಯ ಅನಂತರ ವ್ಯವಸ್ಥಿತ ಹಾಗೂ ಸುಭದ್ರ ಆಡಳಿತಕ್ಕಾಗಿ ತನ್ನವರನ್ನೇ ಮುಖ್ಯ ಸ್ಥಾನಗಳಿಗೆ ನೇಮಿಸಿಕೊಳ್ಳುವುದು ಪೂರ್ವದ ರಾಜನೀತಿಯಾಗಿದ್ದಿತು. ಹೊಸ ಹೊಸ ಪ್ರಾಂತ್ಯಗಳನ್ನು ಗೆದ್ದಾಗ ಸ್ಥಳದ ಪ್ರಜೆಗಳಲ್ಲಿ ವಿಶ್ವಾಸವಿರುತ್ತಿರಲಿಲ್ಲ. ಆದುದರಿಂದ ಚೇರರು, ಗಂಗರು ತಮ್ಮ ಜನರಿಗೆ ಗೌಡಿಕೆ ಕೊಟ್ಟು ಆ ಮೂಲಕ ಗ್ರಾಮಾಂತರದಲ್ಲಿ ಶಾಂತಿ ಸುವ್ಯವಸ್ಥೆಗಳು ಶಾಶ್ವತವಾಗಿ ನೆಲೆಸುವಂತೆ ಮಾಡುತ್ತಿದ್ದರು. ಆತನೇ ಊರಿನ ಮುಖ್ಯಾಧಿಕಾರಿ, ನ್ಯಾಯಾಧೀಶ. ಗೌಡನನ್ನು ಸಾಮಾನ್ಯವಾಗಿ ರಾಜಪ್ರತಿನಿಧಿಗಳು ನೇಮಕ ಮಾಡುತ್ತಿದ್ದರು. ಗೌಡಿಕೆ ಹುದ್ದೆ ಆನುವಂಶಿಕವಾಗಿ ನಡೆದು ಬರುತ್ತಿತ್ತು.

"The title of Heggade or pergade seems to have been same lines born by the provicial governors." The Chief men of Nads or Rural circles were the Gamunda, a word which after becoming Gavunda now appears as Gowda. Every Indian village is and appears always to have been, infact a separate community or republic, the Gaunda or Patel is the judge and Majistrate.[1]

"ಸ್ವಸ್ತಿ ಶ್ರೀ ಮನ್ಮಹಾಮಂಡಳೇಶ್ವರ... ಭುಜಬಳಗಂಗ ವಿಷ್ಣುವರ್ಧನ ಹೊಯ್ಸಳದೇವರು ಗಂಗವಾಡಿ ತೊಂಭತ್ತಾರು ಸಾಸಿರಮಂ...... ಪೃಥ್ವೀರಾಜ್ಯಂಗೈಯುತ್ತಮಿರೆ ಸಕವರ್ಷ 1063ನೆಯ ದುರ್ಮತಿ ಸಂವತ್ಸರದಂದು ಬಂಕಾಪುರದಲು ಹಿರಿಯರಸ ಬಿಟ್ಟಿದೇವ ಕಾಲಂಗೆಯ್ಯೆ ಬೊಪ್ಪದೇವ ದಣ್ಣಾಯಕರು, ಕಂಠಮಂ ಕೊಂಡು ಬೆಂನಗೆ ಬಂದಲ್ಲಿ ಮೂಡಿಗೆರೆಯ ಕಾಳೆಗದಲ್ಲಿ ತಳಿಗೆನಾಡ ಮಿರಿಯಿವಾಳ್ವಳ್ಳಿಯ (ಆಲ್ದೂರು ಹವ್ವಳ್ಳಿ) ಬಿಣ್ಣಗೌಂಡ ಆನೆಭಂಡಾರವ ಹಿಡಿಹಡವಲ್ಲಿ ಕಾದಿ ಬಿದ್ದಲ್ಲಿಗೆ, ತಳಿಗೆನಾಡ ಸಾಯಿರ ಭೂಮಿಯವೊಂಭತ್ತು ಮಂದೆಯ ಪ್ರಭುಗಾವುಂಡಗಳು, ನಾರಸಿಂಗದೇವರಿಗೆ (ವಿಷ್ಣುವರ್ಧನನ ಮಗ ಚಕ್ರವರ್ತಿ) ಬಿನ್ನಹಂಗೆಯ್ದು ವೊಂದು ಹಣವಿನ ಮಣ್ಣ ನಾ ಬೀರಣ್ಣಗೌಡನ ಮಗ ಭೂತೆಗೌಡಂಗೆ ಸಲಿಸಿ ನಿರಿಸಿದ ಕಲ್ಲು" (ಎ.ಕ.ಸಂ.6, 97, ಕಲ 1141, ಚಿಕ್ಕಮಗಳೂರು). ಈ ಶಾಸನವು ಆ ಕಾಲದಲ್ಲಿ ಆಯಾ ನಾಡಿಗೆ ಮಂದೇ ಗೌಡರುಗಳೇ ಪ್ರಭುಗಳಾಗಿದ್ದು, ರಾಜ್ಯದ ಆಡಳಿತದಲ್ಲಿ ಅವರಿಗಿದ್ದ ವಿಶೇಷ ಸ್ಥಾನಮಾನ ಗೌರವ ಪ್ರತಿಷ್ಠೆಗಳನ್ನು ಸೂಚಿಸುತ್ತದೆ ಹಾಗೂ ಈ ಸಮುದಾಯದ ಬಹುಪಾಲು ಜನರಿಗೆ ಪೂರ್ವಕಾಲದ ಅರಸರುಗಳಿಂದ ಬಂದ ಉಂಬಳಿ, ಕೊಡುಗೆಗಳೂ ರಾಜಯೋಗ್ಯವಾದ ಪಲ್ಲಕ್ಕಿ, ಛತ್ರಿ, ಚಾಮರ, ಸೂರ್ಯಚಂದ್ರಪಾನಿ (ಪಕ್ಕ, ಪಕ್ಕ) ಹಗಲು ದೀವಟಿಗೆ ಮುಂತಾದ ಬಿರುದಾವಳಿಗಳೂ ಇವೆ.

ಗೌಡ ಸಮುದಾಯದ ಆಚಾರಗಳು, ಊಟ ಉಪಚಾರಗಳ ಪರಿವರ್ತನೆ ಮುಂತಾದವುಗಳಲ್ಲಿ ಕೆಲವು ಅಂಶಗಳು ಗಮನಾರ್ಹವಾಗಿವೆ.

"The Kapalikas worshipped Bhirava-feasted on flesh and wine, worshipped women as the embodiment of Adishakti and at the same time recognised equality of all class of people. The Tantric Shiva worship and Chandika worship seem to have originated in the south among the Andhras and the Dravidians who were always as the chief priests in the rites. Shivism in Gangawadi however was qualified monoism which abhorred the blood sacrifices and revolting practices of the kapalikas. It regarded Vedas and Agamas as its Scriptures, the former being intended for the twice born and the later for all.

---

1. **Mysore Gezetteer. P.466: Administration**

Lakulisa pasupatas or Kalamukhas experienced considerable influence in Gangawadi in the Ninth, Tenth and the following centuries".[4]

ಕಾಪಾಲಿಗಳು ಭೈರವನ ಉಪಾಸಕರಾಗಿದ್ದಾರೆ. ಅವರು ಮದ್ಯ ಮಾಂಸ ಸೇವಿಸುವವರು. ಇವರಿಂದಲೇ ದ್ರಾವಿಡನಾಡು, ಆಂಧ್ರ, ಗಂಗವಾಡಿಯಲ್ಲಿ ಶಿವ, ಆದಿಶಕ್ತಿ ಚಂಡಿಕಾಪೂಜೆಗೆ ಪ್ರಾಶಸ್ತ್ಯ ಹೆಚ್ಚಾದುದು ಮತ್ತು ಪ್ರಾಣಿ ಬಲಿಯ ಪೂಜೆ ಹೆಚ್ಚಾದದ್ದು. 9–10ನೆಯ ಶತಮಾನದಲ್ಲಿ ಲಕುಲೀಶ ಪಾಶುಪತ ಅಥವಾ ಕಾಳಾಮುಖರ ಪ್ರಭಾವ ಗಂಗವಾಡಿಯಲ್ಲಿ ಅತಿ ಹೆಚ್ಚಿನ ಮಟ್ಟದಲ್ಲಿತ್ತು. ಇವರ ಜೊತೆಗೂಡಿಯೇ ಪುರೋಹಿತ ವರ್ಗದಿಂದ ಮತ್ತೆ ಯಜ್ಞ ಯಾಗಾದಿಗಳೂ ಉತ್ತೇಜನ ಪಡೆದುವು. ಮಾಂಸಾಹಾರವು ಸರ್ವಸಾಮಾನ್ಯ ಊಟದ ಪದಾರ್ಥವಾಯಿತು. ರಾಜಾಧಿರಾಜರೂ ಕೂಡ ತಮ್ಮ ಅರಮನೆಯಲ್ಲಿ ಮಾಂಸಾಹಾರವನ್ನು ಧಾರಾಳವಾಗಿ ಬಳಸುತ್ತಿದ್ದರು. ಅರಮನೆಯಲ್ಲಿ ರುಚಿಯಾದ ಮಾಂಸ ಭಕ್ಷ್ಯಗಳನ್ನು ಮಾಡುವವನಿಗೆ 'ಮಾಂಸಪಾಕ ವಿಶಾರದ' ನೆಂಬ ಬಿರುದು ದೊರೆಯುತ್ತಿತ್ತು.

"A class of Bramins are described as well versed in the scene of sacrifices and performance of six duties and as incessant drinkers of the some juice (avichacma somapitabyam) with the decline of Jainism in the country and the establishment of Hoysala sovereignty vaishnavite persuation and the revival of rituals and sacrifices, animal food seems to have been revived and indulged is by the kings and the nobility too. Culminary experts (Mamsapaka Visharada) who could prepared varieties of flesh were employed in the palace".[5]

'ಯಥಾರಾಜಾ ತಥಾ ಪ್ರಜಾ'. ಇನ್ನು ಸಾಮಾನ್ಯ ಜನರ ಪಾಡೇನು. ಜೈನಧರ್ಮದ ಅವನತಿಯಿಂದ, ಕಾಪಾಲಿ ಕಾಳಾಮುಖರು ಮುಂತಾದ ಮತ ಪ್ರಚಾರಕರುಗಳ ಪ್ರಭಾವದಿಂದ, ವೈದಿಕ ಯಜ್ಞ ಯಾಗಾದಿಗಳ ಆಚರಣೆ ಪ್ರಾಣಿಬಲಿ, ರಾಜಾಧಿರಾಜರ, ಶ್ರೀಮಂತರ ಬಳಕೆಯಿಂದ ಗೌಡ ಸಮಾಜದ ಒಕ್ಕಲಿಗ ಜನಾಂಗದವರೂ ಮದ್ಯ ಮಾಂಸ ಸೇವಿಸತೊಡಗಿದ್ದರೆ ಆಶ್ಚರ್ಯ ಪಡಬೇಕಾಗಿಲ್ಲ.... ಗಂಗಸಂತತಿಯ ಸ್ಥಾಪಕರು ಕನ್ನಡಿಗರೆಂಬುದರಲ್ಲಿ ಸಂಶಯವಿಲ್ಲ. ಅವರ ಭಾಷೆ ಅಚ್ಚಹಳಗನ್ನಡವಾಗಿರುವುದೇ

---

4. **Prof. M V Krishna Rao, Gangas of Talkad' p.p. 189. B G Paul & Co. Culcutta, 1936.**

5. ಅದೇ

ಇದಕ್ಕೆ ಸಾಕ್ಷಿ. ಶಾತವಾಹನ ಸಾಮ್ರಾಜ್ಯ ಪತನವಾಗುವ ಕಾಲಕ್ಕೆ ದಕ್ಷಿಣ ಭಾರತದಲ್ಲಿ ಹಲವಾರು ರಾಜಮನೆತನಗಳು ತಲೆ ಎತ್ತಿದ್ದುವು. ಅವರಲ್ಲಿ ಕದಂಬರು, ಬಾಣರು, ಪಲ್ಲವರು, ಗಂಗರು ಮುಖ್ಯರು. ತಲಕಾಡಿನ ಗಂಗರ ರಾಜ್ಯದ ಮೇರೆಗಳು ಕಾಲಕಾಲಕ್ಕೆ ಬದಲಾಗಿವೆ. ಒಟ್ಟಿನಲ್ಲಿ ಬಳ್ಳಾರಿ ಜಿಲ್ಲೆಯಿಂದ ಹಿಡಿದು ತಮಿಳುನಾಡು ಕೊಯಮತ್ತೂರು ಜಿಲ್ಲೆಯವರೆಗೂ ಕೊಡಗು ಜಿಲ್ಲೆಯಿಂದ ಉತ್ತರ ಆರ್ಕಾಟ್ ಜಿಲ್ಲೆಯವರೆಗೂ ಇವರ ಪ್ರಭಾವ ವಿಸ್ತರಿಸಿತ್ತೆನ್ನಬಹುದು.

ಧಾರ್ಮಿಕ ಪರಂಪರೆ

ಲಕುಲೀಶಪಾಶುಪತ ಶಿವಾದ್ವೈತ:

ಭಾರತದ ಸನಾತನ ಧರ್ಮಗಳಲ್ಲಿ ಶೈವಧರ್ಮವು ಅತ್ಯಂತ ಪ್ರಾಚೀನವಾದುದು. ಜಗದ್ರಕ್ಷಕನಾದ ಪರಮೇಶ್ವರನು ಲೋಕಕಲ್ಯಾಣಕ್ಕಾಗಿ 'ಲಕುಲೀಸ' ನೆಂಬ ಅಭಿದಾನದಿಂದ ಅಯೋನಿಜನಾಗಿ ಗುಜರಾತದ ಕಾರಾವನದಲ್ಲಿ ಅವತರಿಸಿ, ತನ್ನ ಅಂಶದಿಂದ ಉದ್ಭವಿಸಿದ ಇತರ ಇಪ್ಪತ್ತೆಂಟು ಶಿವಯೋಗಾಚಾರ್ಯರನ್ನೊಳಗೊಂಡು ಪಾಶುಪತಲಾಕುಳಶೈವ ಧರ್ಮವನ್ನು ಸ್ಥಾಪಿಸಿದನು. ಶಿವಾದ್ವೈತಮತವನ್ನು ಪ್ರತಿಪಾದಿಸಲು ಈತನು ರಚಿಸಿದ ಧರ್ಮಗ್ರಂಥಕ್ಕೆ "ಪಂಚಾರ್ಥಲಾಕುಳ ಅಥವಾ ಪಂಚಾರ್ಥಿಕಾ" ಎಂಬ ಹೆಸರು ರೂಢಿಯಲ್ಲಿರುವುದಾಗಿಯೂ ತಿಳಿದುಬರುತ್ತದೆ. ಈ ಗ್ರಂಥವು ಈವರೆಗೆ ಉಪಲಬ್ಧವಿಲ್ಲ.

ಹೀಗೆ ಅವತರಿಸಿದ 'ಲಕುಲೀಸ' ಮತ್ತು ಇಪ್ಪತ್ತೆಂಟು ಮಂದಿ ಶಿವಯೋಗಾಚಾರ್ಯರನ್ನು ಪೌರಾಣಿಕ ಲಕುಲೀಶನ ಅವತಾರಿಗಳೆಂದೂ ಇವರು ಪ್ರಸಕ್ತಶಕ ಪೂರ್ವದಲ್ಲಿ ಇದ್ದಿರಬಹುದೆಂದೂ ಅಭಿಪ್ರಾಯ ಪಡುತ್ತಾರೆ. ಇದಕ್ಕೆ ಕಾಯಾರೋಹಣ ಮಹಾತ್ಮೆ, ಕೂರ್ಮಪುರಾಣ, ಲಿಂಗಪುರಾಣ, ವಾಯುಪುರಾಣಗಳಲ್ಲಿ ಆದಿರುದ್ರನ ಇಪ್ಪತ್ತೆಂಟು ಅವತಾರಗಳ ವಿವರವಿದೆ.[6]

1. ಶ್ವೇತ, 2. ಸುತಾರ, 3. ದರ್ಶಕ, 4. ಸುಹೋತ್ರ, 5. ಕಾಂಗ, 6. ಲೋಕಾಕ್ಷಿ, 7. ಜಯಗೀಸವ್ಯ, 8. ದಧಿವಾಮನ, 9. ವೃಷಭ, 10. ಮುನಿ, 11. ಉಗ್ರ, 12. ಅತ್ರಿ, 13. ವಾಲಿನ್, 14. ಗೌತಮ, 15. ವೇದಶಿರಸ್, 16. ಗೋಕರ್ಣ, 17. ಗುಹವಾಸಿನ್, 18. ಶಿಖಂಡಿನ್, 19. ಜಾತಮಾಲಿನ್, 20. ಅಟ್ಟಹಾಸ, 21. ದಾರುಕ, 22. ಲಿಂಗಾಲಿನ್, 23. ಶ್ವೇತ, 24. ಸೂಲಿನ್, 25. ದಂಡಿಮುಂಡೀಶ್ವರ, 26. ಸಹಿಷ್ಣು, 27. ಸೋಮಶರ್ಮನ್, 28. ನಕುಲೇಶ.

---

6. **Saivism through the Ages", P.62, by Prof. Rabindrakumar Siddhartha Shastree.**

ಕಲಿಯುಗದಲ್ಲಿ 'ನಕುಲೇಸ'ನೆಂಬ ಅಭಿದಾನದಿಂದ ಕೊನೆಯ 28ನೆಯ ಅವತಾರವಾಗಿದೆ. ಆದರೆ ಲಕುಲೀಸ ಗುರುವಿನಿಂದ ಉಪದೇಶಿಸಲ್ಪಟ್ಟ ಶಿವಾದ್ವೈತ ಮತವು, ಮಹಾಭಾರತದ ಶಾಂತಿಪರ್ವದಲ್ಲಿ ನೋಡಲು ಸಿಕ್ಕುತ್ತದೆ. ಅದರಲ್ಲಿ ಆ ಕಾಲದ ಭಾರತದ ಮುಖ್ಯ ಧರ್ಮಗಳು ಐದು ಎಂದೂ ಅವು 1. ಸಾಂಖ್ಯ, 2. ಯೋಗ, 3. ಪಂಚರಾತ್ರಾ, 4. ವೇದ, 5. ಪಾಶುಪತ ಎಂದು ತಿಳಿದುಬರುತ್ತದೆ. ಮೊದಲ ಮೂರು ಧರ್ಮಗಳು ಇಂದು ವೇದ ಮತ್ತು ಪಾಶುಪತಧರ್ಮಗಳಲ್ಲಿ ವಿಲೀನಗೊಂಡಿವೆ ಎನ್ನಬಹುದು. ಐತಿಹಾಸಿಕ 'ಲಕುಲೀಸ'ನೆಂಬ ಧರ್ಮಗುರು ಪ್ರಶ.ಪೂ ಅಥವಾ ಪ್ರಸಕ್ತಶಕ 2ನೆಯ ಶತಮಾನದಲ್ಲಿ ಆಗಿಹೋದನೆಂದೂ ಈತನು ನೈಷ್ಠಿಕ ತಪಸ್ವಿಯಾಗಿದ್ದು ಘನ ವಿದ್ವಾಂಸನಾಗಿದ್ದನೆಂದೂ ಡಿ.ಆರ್.ಭಂಡಾರ್‌ಕರ್ ಮತ್ತು ಇತರ ಸಂಶೋಧಕರು ಒಮ್ಮತದಿಂದ ಅಭಿಪ್ರಾಯಪಟ್ಟಿರುತ್ತಾರೆ. ('ಕರ್ನಾಟಕ ಲಾಕುಳಶೈವರ ಇತಿಹಾಸ', ಶ್ರೀ ಕಪಟರಾಳ ಕೃಷ್ಣರಾಯರು. ಲಾಕುಳಶೈವ (ಲಕುಲೀಶಪಾಶುಪತ) ಶ್ರೀ ಮಲ್ಲನಗೌಡ ಪಾಟೀಲರು.

ಐತಿಹಾಸಿಕ ಲಕುಲೀಶ ಗುರು ಸ್ಥಾಪಿಸಿದ ಶಿವಾದ್ವೈತಮತಕ್ಕೆ ಮಾರ್ಗದರ್ಶನವೀಯಲು 'ಪಾಶುಪತಸೂತ್ರ' ಎಂಬ ಧರ್ಮಗ್ರಂಥವನ್ನು ರಚಿಸಿದ್ದನು..........

ಸಿದ್ಧಯೋಗಿ ಮತ್ಸ್ಯೇಂದ್ರ
ಭಗವಾನ್-ಶ್ರೀಕಂಠನಾಥ-ಶಿವಪಶುಪತಿ

The pasupata doctrine was first preached according to a tradition recorded in the Mahabharatha by Shiva Srikanta. R.g. Bhandarkar has suggested that this Srikanta was probably a human teacher. His view seems to be confirmed by a passage of the pingala mata, which says that Bhagavan Srikantanatha was the author of that work. Lakulisa was probably his disciple and these two were responsible for the foundation of the Pasupata sect…R.G.Bhadarkar has placed Lakulisa in the time of patanjali… It is possible that Lakulisa was responsible more for the growth of the sect than of its origin which was earlier and Srikanta may have been the founder of the same.[7]

ಸಾರಾಂಶ:

ಪಾಶುಪತಶೈವ ಸಂಪ್ರದಾಯದ ಸಂಸ್ಥಾಪಕರಾಗಿ ಕಂಡುಬರುವ ಮಹಾನ್ ಆಚಾರ್ಯ

ಪುರುಷರಲ್ಲಿ ಮಹಾದೇವ–ಪಶುಪತಿ–ಸಿದ್ಧಯೋಗಿ, ಮತ್ಸ್ಯೇಂದ್ರನಾಥ–ಭಗವಾನ್ ಶ್ರೀಕಂಠನಾಥ ಈ ಹೆಸರುಗಳು ಸಿಗುತ್ತವೆ.

ಮಹಾಭಾರತದಲ್ಲಿ ದಾಖಲಿಸಿರುವ ಮೊಟ್ಟಮೊದಲಿನ ಶೈವಧರ್ಮದ ತತ್ತ್ವ ಭಗವಾನ್ ಶ್ರೀಕಂಠನಾಥನದೆಂದು ಪಿಂಗಳಮಠದ ಒಂದು ಅವತರಣಿಕೆಯಲ್ಲಿ ವ್ಯಕ್ತ ಪಡುತ್ತದೆ. ಇದರಿಂದ ಪ್ರಾಯಶಃ ಲಕುಲೀಸನು ಭಗವಾನ್ ಶ್ರೀಕಂಠನಾಥನ ನೇರ ಶಿಷ್ಯನಾಗಿದ್ದು, ಈ ಗುರು ಶಿಷ್ಯರೀರ್ವರೂ ಪಾಶುಪತ ಶೈವಧರ್ಮ ಪ್ರಸಾರ ಮೂಲ ಕರ್ತೃಗಳೆಂದು ಊಹಿಸಬಹುದಾಗಿದೆ.

ಮಂಗಳೂರು ಕದ್ರಿಮಠದಲ್ಲಿ ಒಳಗೆ ಹೋದಾಗ ಎಡಭಾಗಕ್ಕೆ ಚಿಕ್ಕ ಚಿಕ್ಕ ಮೂರು ಕೋಣೆಗಳಿದ್ದು ಮುಂದೆ ಹೇಳಿರುವಂತೆ ಹಾಗೂ ಫೋಟೋಗಳಂತೆ ಮೂರು ವಿಗ್ರಹಗಳಿವೆ. ಇವಕ್ಕೆ ನಿತ್ಯ ಪೂಜೆ ನಡೆಯುತ್ತದೆಯೋ ಇಲ್ಲವೋ ತಿಳಿಯದು. ಇವಕ್ಕಿರುವ ಕಬ್ಬಿಣದ ಸರಳಿನ ಬಾಗಿಲು, ಸದಾ ಬೀಗ ಹಾಕಿರುತ್ತೆ.

ವಿಗ್ರಹ–

1. **ಮತ್ಸ್ಯೇಂದ್ರನಾಥ:** ಜನಿವಾರವಿಲ್ಲ, ಚತುರ್ಭುಜ, ವರದಹಸ್ತ, ಇದು ಶಿವ ಮಹಾದೇವ.

2. **ಕಂದಳನಾಥ:** ಜನಿವಾರವಿಲ್ಲ. ಈತನು ಪುಷ್ಪಪುರದ ಮಹಾಬಲ ರಾಜನ ಮಗ. 'ಔರಂಗಿಸಿದ್ಧ'ನೆಂದೂ ಕರೆಯುತ್ತಾರೆ. ಮತ್ಸ್ಯೇಂದ್ರನಾಥನ ಮೊದಲ ಶಿಷ್ಯನಾದ್ದರಿಂದ ಶಿವನ ಪಕ್ಕದ ಕೋಣೆಯಲ್ಲೇ ಈ ವಿಗ್ರಹವಿದೆ. 'History of Saivism' by P. Jash P.3; page 35 ಮತ್ತು R.G. Bhandarkar ಇವರುಗಳ ಅಭಿಪ್ರಾಯದಂತೆ ಇದು ನಾಥಪಂಥದ ಪ್ರಥಮ ಆಚಾರ್ಯ ಚಾರಿತ್ರಿಕ ಪುರುಷ ಭಗವಾನ್ ಶ್ರೀಕಂಠನಾಥನದು ಎಂದು ಭಾವಿಸಬಹುದು.

3. **ಲೋಕನಾಥ, ಗೋರಕ್ಷನಾಥ:** ಜನಿವಾರವಿಲ್ಲ. ಶ್ರೀಕಂಠನಾಥ ಪಾಶುಪತ ಶೈವಧರ್ಮದ ಚಾರಿತ್ರಿಕ ಸಂಸ್ಥಾಪನಾಚಾರ್ಯನಾದರೆ, ಅದನ್ನು ಭಾರತದಾದ್ಯಂತ ಸಂಚರಿಸಿ, ಮಠಗಳನ್ನು ಸ್ಥಾಪಿಸಿ ಪ್ರಚಾರ ಮಾಡಿದ ಮಹಾಪುರುಷ ಗೋರಕ್ಷನಾಥ. 'ನಕುಲೇಶ' ಈ ಹೆಸರು ಶಿವ ಇಪ್ಪತ್ತೆಂಟನೆಯ ಅವತಾರಕ್ಕೆ ಮಾತ್ರ ಸಲ್ಲುತ್ತದೆ. ಅವಧೂತ ಯೋಗಿ ಸಂಪ್ರದಾಯದ, ನಾಥಪಂಥದ ಅಗ್ರಮಾನ್ಯ ಸಂಘಟಿತ ವ್ಯಕ್ತಿಯಾದ್ದರಿಂದ, ಭಕ್ತಾದಿಗಳೂ ಈತನನ್ನೇ ಶಿವನ ಅವತಾರಿ ಲಕುಲೀಶನೆಂದು ಕರೆದರು. ಆತನ ವಿಗ್ರಹ ಮೂರನೆಯ ಕೋಣೆಯಲ್ಲಿರುವುದರಿಂದಲೂ ಶ್ರೀಕಂಠನಾಥ ಅನಂತರದ ಎರಡನೆಯ ಸ್ಥಾನದಲ್ಲಿರುವುದನ್ನು ಗಮನಿಸಬಹುದು ಮತ್ತು (ಲಾಕುಳ=ದಪ್ಪದೊಣ್ಣೆ) ಸದಾ ದೊಣ್ಣೆ

---

7. History of Saivism, A. The Pasupatas. P.35 by Dr. Jash.

ಊರಿಕೊಂಡು ನಡೆಯುತ್ತಿದ್ದುದರಿಂದ ಲಾಕುಳೀಸ, ಲಕುಲೀಶ, ಎಂದು ಗೋರಕ್ಷನಿಗೆ ಹೆಸರಾಗಿದೆ.

ಆರ್.ಜಿ. ಭಂಡಾರ್‌ಕರ್ ಅವರು, ಲಕುಲೀಶನು ಪತಂಜಲಿಯ ಸಮಕಾಲೀನನೆಂದೂ, ಪಾಶುಪತ ಶೈವಧರ್ಮದ ಪ್ರಚಾರಕ್ಕೆ ಲಕುಲೀಶನೇ ವಿಶೇಷವಾಗಿ ಶ್ರಮಿಸಿದ ಮಹಾನ್ ವ್ಯಕ್ತಿಯೆಂದೂ, ಭಗವಾನ್ ಶ್ರೀಕಂಠನಾಥನೇ ಈ ಧರ್ಮದ ಸಂಸ್ಥಾಪಕನೆಂದೂ ಅಭಿಪ್ರಾಯಪಟ್ಟಿರುತ್ತಾರೆ.

ಈಗ ಮುಖ್ಯವಾಗಿ ಗಮನಿಸಬೇಕಾದ ವಿಷಯ, ಅಲ್ಲಲ್ಲಿ ಕಂಡು ಬರುವ ಸಿದ್ಧಯೋಗಿ, ಮತ್ಸ್ಯೇಂದ್ರನಾಥ, ಭಗವಾನ್ ಶ್ರೀಕಂಠನಾಥ ಈ ಮೂವರೂ ಒಬ್ಬನೇ ವ್ಯಕ್ತಿಯೇ ಅಥವಾ ಬೇರೆ ಬೇರೆಯೇ ಎಂಬುದು ಸ್ವಲ್ಪ ಗೊಂದಲಮಯವಾಗಿದೆ.

ಕೌಂಡಿನ್ಯನ ಪಾಶುಪತಸೂತ್ರ ಮತ್ತು ಪಂಚಾರ್ಥಭಾಷ್ಯದಲ್ಲಿ ವ್ಯವಹಾರಿಗಳಾದ ಜನಸಾಮಾನ್ಯರು. ಭಗವದನುಗ್ರಹಕ್ಕೆ ಕೇವಲ 'ಓಂ ನಮಃ ಶಿವಾಯ' ವೆಂದು ಭಕ್ತಿಯಿಂದ ಹೇಳುತ್ತಾ ಕೈಮುಗಿಯುವುದು. ಅದೇ ಬ್ರಹ್ಮಚಾರಿಯೋರ್ವನು ಶುದ್ಧಪಾಶುಪತನಾಗಿ ದೀಕ್ಷೆ ಪಡೆಯಲೂ ಪಂಚಾಘ್ನಿ ಸಾಧನೆಯನ್ನು ಕ್ರಮವಾಗಿ ಆಚರಿಸಬೇಕು...... ಮುಂತಾಗಿ ವಿವರವಿದೆ.[1] (ಹಿಸ್ಟರಿ ಆಫ್ ಶೈವಿಸಿಮ್,ಪಾಶುಪತರು, ಪು.35–36, ಡಾ.ಪ್ರಣಭಾನಂದ ಜಾಶ್).

ಮತ್ಸ್ಯೇಂದ್ರನಾಥನಿಗೆ ಒಟ್ಟು ಏಳು ಜನ ಶಿಷ್ಯರಿದ್ದರು. ಮಹಾದೇವನೇ ಆದಿನಾಥನಾಗಿ ಉಳಿದ ಎಂಟು ಜನರಿಂದ ಕೂಡಿದ ಇವರಿಗೆ 'ನವನಾಥ' ರೆಂದೂ ಇವರು ಬೋಧಿಸಿದ ಶೈವಾಗಮ 'ನಾಥಪಂಥೀಯ'ವೆಂದೂ ಪ್ರಸಿದ್ಧವಾಗಿದೆ. ಭಾರದ್ವಾಜ ಸಂಹಿತೆಯ ಅಧ್ಯಾಯಗಳ ಶ್ಲೋಕ 7–9 ರಲ್ಲಿ ನವನಾಥರ ಹೆಸರುಗಳು ಹೀಗಿವೆ–('ನವನಾಥರು', ಕದಳೀಮಂಜುನಾಥ ಮಹಾತ್ಮೆ, ಪುಟ 58)

ಆದಿನಾಥೋ ಮಹಾದೇವೋ ಮೀನಾನಾಥಸ್ತತಃ ಪರಂ
ತಥಃ ಕಂದಡನಾಥಾಭ್ಯೋ ತತೋ ಗೋರಕ್ಷ ಏವಚ 7

ಕೋಂಕಣೋಥ ವಿರೂಪಾಕ್ಷ ಅನಂಗೋರಾಜಮಸ್ತಕಃ
ಜಾಲಂಧರೋ ಜಿತೈಕಾತ್ಮಭುಜಗಃ ಪುಣ್ಯಕೀರ್ತನಃ 8

ಅರುಣಾಚಲನಾಥಾಭ್ಯೋದೇವಃ ಸರ್ವಾರ್ಥಸಾಧಕಃ
ಇತಿ ನಾಮಾನಿ ದೇವಸ್ಯ ಮಂಜುನಾಥ ಮಹೀಶಿತುಃ 9

1. ಆದಿನಾಥ, 2. ಮೀನಾನಾಥ, 3. ಕಂದಡನಾಥ 4. ಗೋರಕ್ಷನಾಥ, 5. ಕೊಂಕಣನಾತ, 6. ಅನಂಗನಾಥ, 7. ಜಲಂಧರನಾಥ, 8. ಭುಜಂಗನಾಥ, 9. ಅರುಣಾಚಲನಾಥ.

ಆದರೆ ಆದಿಚುಂಚನಗಿರಿ ಗುರುಮಠದ ಪೌರಾಣಿಕ ಕಥೆಯ ಮೇರೆ 'ದ್ವಾದಶೌನಾಥ'ರ (ಹನ್ನೆರಡು) ಹೆಸರುಗಳು ಬರುತ್ತವೆ. ಇದರಿಂದ ಕದ್ರಿಮಠ ಮತ್ತು ಚುಂಚನಗಿರಿ ಈ ಎರಡೂ ಮಠಗಳೂ ನಾಥಪಂಥೀಯ ಮಠಗಳೆಂದೂ ಮತ್ತು 'ಬಾರಾನಾಥ್' ಪಂಥದವರೆಂದೂ ಹೆಸರಿಸುತ್ತಾರೆ. ಇದರಿಂದ ವೇದಕಾಲದಲ್ಲಿ ಪಾಶುಪತ ಶಿವಾದ್ವೈತಮತ ವನ್ನು ಭಾರತದಲ್ಲಿ ಮೊಟ್ಟಮೊದಲಿಗೆ ಪ್ರಸಾರ ಮಾಡಿದವರು ವೇದಪಾರಂಗತರಾಗಿ, ನೈಷ್ಟಿಕ ತಪಸ್ವಿಗಳಾಗಿದ್ದ ಹನ್ನೆರಡು ಜನ ಯೋಗೀಶ್ವರರೆಂದು ತಿಳಿಯಬಹುದು. ಇವರನ್ನು ಶಿವನ ಅವತಾರಿಗಳಾದ ಪ್ರವಾದಿಗಳು ಎನ್ನಬಹುದು. ಇದೇ ಪಾಶುಪತ ಶಿವಾದ್ವೈತ ಮತದ ಪೌರಾಣಿಕ ಉಗಮವಾಗಿರುತ್ತದೆ.

ಮಂಗಳೂರಿನ ಕದ್ರಿಮಠ ಈಗಲೂ ಅವಧೂತ ಯೋಗಿ, ನಾಥಪಂಥಿಯರ ಮಠವಾಗಿಯೇ ಉಳಿದಿರುತ್ತೆ. ಚುಂಚನಗಿರಿ ಮಠದ ಕ್ಷೇತ್ರ ಪುರಾಣದಲ್ಲಿ ದ್ವಾದಶಾನಾಥರ ಹೆಸರುಗಳು ಬಂದಿದ್ದು ಅದರಲ್ಲಿ ಆದಿನಾಥ, ಮತ್ಸ್ಯೇಂದ್ರ ನಾಥ, ಗೋರಕ್ಷನಾಥ- ಹೀಗೆ ಹಲವಾರು ನಾಥರ ಹೆಸರುಗಳು ಕದ್ರಿ ಮಠದ ಪುರಾತನ ಧರ್ಮಗ್ರಂಥವಾದ ಭಾರಧ್ವಾಜಸಂಹಿತೆಯಲ್ಲಿಯೂ ಇದ್ದು ಒಂದಕ್ಕೊಂದು ಸಾಮ್ಯವಿರುವುದರಿಂದ ಈ ಎರಡೂ ಲಕುಲೀಶಪಾಶುಪತ ನಾಥಪಂಥೀಯರ ಮಠಗಳಾಗಿರುತ್ತವೆ ಎಂದೂ ಹೇಳಬಹುದು. ಭಾರತದಲ್ಲಿ ಇನ್ನುಳಿದ ನಾಥಪಂಥೀಯರ ಮಠಗಳು ಯಾವುವು ಎಂಬುದು ತಿಳಿಯದು. ಕದ್ರಿ ಮಠದಲ್ಲಿ ದಂಡಧಾರಿ ಲಕುಲೀಶರ ವಿಗ್ರಹವಿದೆ. ಇದನ್ನೇ ಗೋರಕ್ಷನಾಥನ ವಿಗ್ರಹವೆನ್ನುತ್ತಾರೆ. ಅದರಂತೆ ಮತ್ಸ್ಯೇಂದ್ರನಾಥರ ವಿಗ್ರಹವೂ ಇದೆ. ಆದರೆ ಸ್ವಯಂಬು ದಂಡಧಾರೀ ಲಕುಲೀಶನು ಜನ್ಮನಿಮಿತ್ತ ಮೀನಾನಾಥ, ಮತ್ಸ್ಯೇಂದ್ರನಾಥನೆಂದೇ ಪ್ರಸಿದ್ಧನಾಗಿದ್ದಾನೆ. ಈ ವಿಷಯ ಕುರಿತು ಇನ್ನೂ ವಿವರವಾಗಿ ಪರಿಶೀಲಿಸಬೇಕಾಗಿದೆ. ಉತ್ತರಭಾರತದಲ್ಲಿ, ಮಧ್ಯಭಾರತದಲ್ಲಿಯೂ ದಂಡಧಾರೀ ಲಕುಲೀಶನ ವಿಗ್ರಹಗಳು ದೊರೆತಿವೆ. ಭಾರಧ್ವಾಜ ಸಂಹಿತೆಯಲ್ಲಿ ಗೋರಕ್ಷನಾಥನು ಲಗುಡಧಾರಿಯಾಗಿರುವ ಸಂದರ್ಭವನ್ನು ವಿವರವಾಗಿ ವಿಸ್ತರಿಸಿದೆ ಮತ್ತು ಮತ್ಸ್ಯೇಂದ್ರನಾಥನು ಗುರುವಾಗಿ ಸ್ವಯಂಭುವಾಗಿಯೂ ವರ್ಣಿತವಾಗಿದೆ. ಡಾ. ಡೇವಿಡ್ ಯನ್. ಲಾರೆನ್ ಜೆನ್ ಅವರು ಇದನ್ನೇ ಅನುಮೋದಿಸುತ್ತಾರೆಯಾದರೂ ಲಕುಲೀಶನೆ ಆದಿಗುರು ಎನ್ನುತ್ತಾರೆ.[8]

ಈ ರೀತಿಯಲ್ಲಿ ಶಿವನು ಭೂಲೋಕದಲ್ಲಿ ಲಕುಲೀಶನೆಂಬ ಅಭಿದಾನದಿಂದ ಅವತರಿಸಿ ಶಿವಾದ್ವೈತ ಸಿದ್ಧಾಂತವನ್ನು ಪ್ರಸಾರ ಮಾಡಿದುದರ ಕುರಿತು ಬಗೆಬಗೆಯ ವಿಚಾರಗಳು ಬೆಳಕು ಕಂಡಿದ್ದರೂ ಇನ್ನೂ ಅನೇಕ ವಿಷಯಗಳು ವಾದಗ್ರಸ್ತವಾಗಿಯೇ ಉಳಿದಿವೆ.

---

8. **No doubt Gorkshanatha is the founder and systamatiser of Pasupata order Saivism. K and K by Dr. David N. Larrenzon.**

ಅಂತೂ ಲಕುಲೀಸನೆಂಬ ಧರ್ಮ ಗುರುವು ಸುಮಾರು ಪ್ರಸಕ್ತಶಕಾರಂಭದಲ್ಲಿ ಗುಜರಾತದ ಕಾರೋಹನವೆಂಬಲ್ಲಿ ಜನಿಸಿ ಸರ್ವ ಶಾಸ್ತ್ರ ವಿದ್ಯಾಪಾರಂಗತನಾಗಿ, ತಪೋಧನನಾಗಿ 'ಲಕುಲೀಶಪಾಶುಪತ ಪಂಚಾರ್ಥಿಕ' ಎಂಬ ಶಿವಾದ್ವೈತ ಧರ್ಮಗ್ರಂಥವನ್ನು ರಚಿಸಿ, ಅನೇಕ ಶಿಷ್ಯವರ್ಗವನ್ನು ಸಂಪಾದಿಸಿ, ದೂರದ ಉಜ್ಜಯಿನಿ, ಮಧ್ಯಭಾರತದವರೆಗೆ ಧಾರ್ಮಿಕ ಪ್ರವಚನಕ್ಕಾಗಿ ಪ್ರವಾಸಮಾಡುತ್ತಿದ್ದನೆಂದು ಚರಿತ್ರಕಾರರು ಒಮ್ಮತದಿಂದ ಅಭಿಪ್ರಾಯಪಟ್ಟಿರುತ್ತಾರೆ.

ಆದರೆ ಮಂಗಳೂರಿನ ಕದ್ರಿಮಠದಲ್ಲಿ ಲಕುಲೀಶನ ವಿಗ್ರಹವಿರುವುದರಿಂದಲೂ ಮತ್ತು ಕೇರಳದ ರಾಜಕುಮಾರಿ ಮಂಗಳಾದೇವಿ, ಲಕುಲೀಶಗುರುವಿನ ಶಿಷ್ಯಳಾಗಿ, ಮಂಗಳೂರಿಗೆ ಬಂದು, ಅಲ್ಲಿಯೇ ತಪೋನಿರತಳಾಗಿದ್ದು, ಐಕ್ಯಳಾಗಿ, ಆಕೆಯ ಹೆಸರಿನಿಂದಲೇ ದೇವಸ್ಥಾನ ವಿರುವುದರಿಂದಲೂ ಆ ಮಹಾಗುರು ಭಾರತದಾದ್ಯಂತ ಸಂಚರಿಸುತ್ತಿದ್ದನೆಂಬುದು ವ್ಯಕ್ತವಾಗುತ್ತದೆ. ಮಂಗಳಾದೇವಿಯ ಹೆಸರಿನಿಂದ 'ಮಂಗಳೂರು' ಎಂದಾಗಿರುತ್ತದೆ. ಆ ದೇವಸ್ಥಾನವು ಈಗಲೂ ಒಕ್ಕಲಿಗ ಹೆಗ್ಗಡೆಯವರ ಆಡಳಿತದಲ್ಲಿದೆ.

ಮಹಾಭಾರತ ಕಾಲಕ್ಕೆ ಸಾಂಖ್ಯ, ಯೋಗ, ಪಂಚರಾತ್ರ, ವೇದ ಮತ್ತು ಪಾಶುಪತ ಹೀಗೆ ಐದು ಮುಖ್ಯ ಧರ್ಮಗಳಿದ್ದುವೆಂದು ಹಿಂದೆಯೇ ತಿಳಿಸಿದೆ. ಈಗ ಪಾಶುಪತ ಲಾಕುಳ ಶೈವ ಸಿದ್ಧಾಂತವನ್ನು ಅನುಸರಿಸಿಕೊಂಡು ಬಂದ ಅವರ ಶಾಖೆಗಳನ್ನು ಕುರಿತು ವಿಮರ್ಶಿಸೋಣ. ಚರಿತ್ರಕಾರರು ಇದನ್ನು ಕೂಲಂಕಷವಾಗಿ ವಿಚಾರಮಾಡಿ, ಪುರಾತನ ಶೈವಧರ್ಮದ ಶಾಖೆಗಳು ನಾಲ್ಕು ಎಂದೂ ಅವು, 1.ಪಾಶುಪತ, 2. ಕಾಳಾಮುಖ, 3. ಕಪಾಲಿ, 4. ಶೈವ ಎಂದೂ ಲಕುಲೀಶನೇ ಆದಿಗುರುವಾಗಿ, ಆತನ ಪ್ರಧಾನ ಶಿಷ್ಯರು 1. ಕುಶಿಕ (ಕೌಶಿಕ), 2. ಗಾರ್ಗ್ಯ, 3. ಕಾರುಸ, 4. ಮೈತ್ರೇಯ ಎಂದೂ ಹೇಳುತ್ತಾರೆ. ಈ ನಾಲ್ವರು ಗುರುಗಳ ಶಿಷ್ಯ ಸಂತಾನವೇ ಮೇಲೆ ಹೇಳಿದ ನಾಲ್ಕು ವರ್ಗಕ್ಕೆ ಕಾರಣವಾಯಿತೋ ಅಥವಾ ಶೈವಾಗಮದ ಧರ್ಮಸೂತ್ರ ರಚನೆಯಲ್ಲಿ ತಾತ್ತ್ವಿಕ ಭೇದದಿಂದ ತಮ್ಮ ತಮ್ಮ ಗುರುಮಾರ್ಗವನ್ನನುಸರಿಸಿ ಈ ವರ್ಗಭೇದವಾಯಿತೋ ತಿಳಿಯದು.

ಮೇಲೆ ಹೇಳಿದ ಲಕುಲೀಶ ಧರ್ಮಗುರುವಿನ ಪ್ರಧಾನ ಶಿಷ್ಯರಾದ ನಾಲ್ವರು ಋಷಿಶ್ರೇಷ್ಠರಿಗೆ ಕ್ರಮವಾಗಿ ಹದಿಮೂರು ಮಂದಿ ಪಟ್ಟ ಶಿಷ್ಯರಿದ್ದರೆಂದು ತಿಳಿದುಬಂದಿದೆ.[9] 1. ಈಶಾನ್ಯ, 2. ಪಾರಗಾರ್ಗ್ಯ 3.ಕಪಿಲಾಂಡ (ಕಪಿಲಮಹರ್ಷಿ), 4. ಮಾನುಷ್ಯಕ, 5. ಅಪರಕುಶಿಕ, 6. ಅತ್ರಿಮುನಿ, 7. ಪಿಂಗಳಾಕ್ಷ, 8. ಪುಷ್ಪಕ, 9. ಬೃಹದಾಚಾರ್ಯ, 10. ಅಗಸ್ತ್ಯ, 11. ಸಂತಾನ, 12. ರಾಸಿಕಾರ, 13. ವಿದ್ಯಾಗುರು.

ಲಕುಲೀಶನನ್ನೊಳಗೊಂಡ ಈ ಹದಿನೆಂಟು ಮಂದಿ ಗುರುಪರಂಪರೆಯವರೇ ಪ್ರಧಾನರಾಗಿ ಭಾರತದಲ್ಲಿ ಶಿವಾದ್ವೈತ ಧರ್ಮಸೂತ್ರವನ್ನು ಪಸರಿಸಿದರು. ಇದೇ

ಶೈವಾಗಮದ ಚಾರಿತ್ರಿಕ ಉಗಮವೆಂದು ಚರಿತ್ರಕಾರರು ಭಾವಿಸುತ್ತಾರೆ ಮತ್ತು 'ರತ್ನಾಟಿಕೆ' ಎಂಬ ಗ್ರಂಥದಲ್ಲಿ ಇವರನ್ನು 'ತೀರ್ಥಕಾರರು, ತೀರ್ಥೇಶರು' ಎಂದಿದೆ.

ಗೋತ್ರ :

ಕೊಡಗು ಮತ್ತು ದಕ್ಷಿಣ ಕನ್ನಡದ ಗೌಡಸಮಾಜದಲ್ಲಿ ಮದುವೆಗೆ ಇತರ ಕಡೆಗಳಂತೆಯೇ ಹನ್ನೆರಡು ಕಂಬದ ಚಪ್ಪರ ಹಾಕಿ, ಹನ್ನೆರಡು ಅಥವಾ ಐದು ಐರಣೆ ಕುಡಿಕೆಗಳಿಟ್ಟು ಫಲ ತಾಂಬೂಲ ತುಂಬಿಸಿ ಪೂಜಿಸುವ ಪದ್ಧತಿ ಇದೆ. ಇದು ಬಾರಾನಾಥ್ ಪಂಥೀಯ, ಪಾಶುಪತ ಆದಿಗುರುಗಳಿಗೆ ಗೌರವ ಸಲ್ಲಿಸಿ, ಆ ಶುಭಕಾರ್ಯಕ್ಕೆ ಆಶೀರ್ವಾದ ಬೇಡುವ ಸಂಪ್ರದಾಯವಾಗಿರುತ್ತದೆ ಮತ್ತು ಆದಿಗುರು ಲಕುಲೀಶನ ಸಂಕೇತವಾಗಿ ಗೊಬ್ಬರದ ಹೆಡಿಗೆಯಲ್ಲಿ ಹಾಲೇಮರದ (ಇತರ ಕಡೆ ಆಲ, ಅತ್ತಿ, ಹಲಸು) ಕೊನೆ ನೆಟ್ಟು ಚಪ್ಪರದ ಒಂದು ಕಂಬಕ್ಕೆ ಒರಗಿಸಿ ಮಡಿಬಟ್ಟೆ ಸುತ್ತಿ, ಮೇಲ್ಕಟ್ಟು ಕಟ್ಟಿ ಪೂಜಿಸುವ ಪದ್ಧತಿ ಇದೆ. ಆದರೆ ಧಾರಾಮುಹೂರ್ತಕ್ಕೆ 'ಹತ್ತು ಕುಟುಂಬ, ಹದಿನೆಂಟು ಗೋತ್ರ ಕುಲಸ್ತರ1 (ಕೊಡಗು ಮತ್ತು ದಕ್ಷಿಣ ಕನ್ನಡ ಗೌಡ ಸಮಾಜ ಸಂಸ್ಕೃತಿ, ಪುಟ 28, ಶ್ರೀ ಯಂ.ಗಂಗಾಧರ, ಬಿ.ಎ., ಬಿ.ಎಡ್.,) ಅನುಮತಿ ಕೇಳುವ ವಾಡಿಕೆ ಸ್ವಲ್ಪ ವಾದಗ್ರಸ್ತವಾಗಿದೆ.

ಅವರ ಗೋತ್ರಗಳ ವಿವರ: 1. ನಂದರಗೋತ್ರ, 2. ಹೇಮನ ಗೋತ್ರ, 3. ಶೆಟ್ಟಿಗೋತ್ರ, 4. ಕಬರ್ ಗೋತ್ರ, 5. ಚಾಲ್ಯರಗೋತ್ರ, 6. ಮೂಲ್ಯರ ಗೋತ್ರ, 7. ಬಂಗಾರಗೋತ್ರ, 8. ಗೌಡರ ಗೋತ್ರ, 9. ಗೋಳಿ ಗೋತ್ರ, 10. ಸಾಲೆಗೋತ್ರ, 11. ಬಳಸನ್ನ ಗೋತ್ರ, 12. ಕರ್ಬನ್ನಗೋತ್ರ, 13. ಔದನ್ನಗೋತ್ರ, 14. ನಾಯರ್ ಗೋತ್ರ, 15. ಕರೆಂಬರ್ ಗೋತ್ರ, 16. ಚಿತ್ತೆರ ಗೋತ್ರ, 17. ಗುಂಡೆರ ಗೋತ್ರ, 18. ಲಿಂಗಾಯತ ಗೋತ್ರ.

ವೇದ ಧರ್ಮೀಯ ದ್ವಿಜರಲ್ಲಿ ಗೋತ್ರಗಳು ಋಷಿಮೂಲದಿಂದ ಹೇಳಲ್ಪಡುತ್ತವೆ. ಆದರೆ ಮೇಲೆ ಹೇಳಿದ ಹದಿನೆಂಟು ಗೋತ್ರಗಳಲ್ಲಿ ಯಾವ ಋಷಿಗಳ ಹೆಸರೂ ಕಂಡುಬರುತ್ತಿಲ್ಲ. ಅದಕ್ಕೆ ಬದಲಾಗಿ ನಾಯರ್, ಶೆಟ್ಟಿ, ಗೌಡ, ಲಿಂಗಾಯಿತ, ಮೂಲ್ಯ, ಚಾಲ್ಯ ಎಂಬ ಗೋತ್ರಗಳು ಹೇಳುವುದರಿಂದ ಅವು ಆ ಜನರು ಹಿಂದೆ ಒಂದು ಕಾಲಕ್ಕೆ ಇದ್ದಿರಬಹುದಾದ ಕೋಮು ಅಥವಾ ಒಳಪಂಗಡಗಳನ್ನು ಮಾತ್ರ ಸೂಚಿಸುತ್ತವೆ ಮತ್ತು ಆದಿಯಲ್ಲಿ ಹತ್ತೇ ಕುಟುಂಬಗಳಿದ್ದು, ಕಾಲಾನಂತರ ಹದಿನೆಂಟು ಕುಟುಂಬಗಳು ಅವುಗಳಿಂದ ಆದವು ಎಂಬುದೂ ಆ ಹದಿನೆಂಟು ಗೋತ್ರದಲ್ಲಿ ಪ್ರತಿಯೊಂದು ಗೋತ್ರದವರೂ ದಾಯಾದಿಗಳೇ ಆಗಿದ್ದು, ಸಗೋತ್ರದ ವಿವಾಹ ಸಲ್ಲದು ಎಂಬುದೂ ವಿಚಾರವಂತರಿಗೆ ಸ್ವಲ್ಪ ತೊಡಕಾದ ವಿಷಯವಾಗಿದೆ. ಅದರಲ್ಲಿಯೂ ಕಬರ್–ಕರ್ಬನ್ನ,

---

9. 'Dr. P Jash, History of Saivism', P.37.

ಔದನ್ನ-ಬಳಸನ್ನ, ಚಾಬ್ಯ ಮುಂತಾದ ಗೋತ್ರ ಸೂಚಕ ಶಬ್ದಗಳಿಗೆ ಯಾವ ಅರ್ಥವಿದೆಯೋ ತಿಳಿಯದು.

ಆದಿಗುರು ಲಕುಲೀಶನನ್ನೊಳಗೊಂಡು ಹದಿನೆಂಟು ತೀರ್ಥೇಶರ ವರ್ಗದಲ್ಲಿ ಈ ಗೋತ್ರ ಸೂಚಕ ಅಡಕವಾಗಿರಬಹುದೇ ಎಂಬುದನ್ನು ಪರಿಶೀಲಿಸಿದರೆ, ಆ ಯಾವ ಋಷಿಗಳ ಹೆಸರೂ ಇಲ್ಲಿ ಕಂಡುಬರುವುದಿಲ್ಲ. ಕೆಲವು ಕಡೆ 'ಗೋತ್ರ' ಎನ್ನುವುದಕ್ಕೆ 'ಬಳಿ-ಬಳ್ಳಿ' ಎನ್ನುತ್ತಾರೆ.

ಮಾಗಡಿ ಕೆಂಪೇಗೌಡರ ಚರಿತ್ರೆಯಲ್ಲಿ ಅವರ ವಂಶೀಯರು ಯಾರೂ ಕೊರಟಗೆರೆ ಯಲ್ಲಿ ದೊರೆಗಳಾಗಿ ರಾಜ್ಯಭಾರ ಮಾಡುತ್ತಿದ್ದ ವಿಷಯ ತಿಳಿದುಬಂದಿಲ್ಲ. ಮೇಲಾಗಿ ಮಾಗಡಿ ಕೆಂಪೇಗೌಡರ ವಂಶೀಯರು 'ಸದಾಶಿವ' ಗೋತ್ರದವರು. ಈ ಶಾಸನದ ಗೌಡರುಗಳು 'ಚಿತುದ್ರುಕುಂಭಿಗೋತ್ರ' ಮತ್ತು 'ಮಲ್ಲಿಗೋತ್ರ' ಎಂದು ಹೇಳಿಕೊಂಡಿದ್ದಾರೆ. ಈ ಎರಡೂ ಗೋತ್ರಗಳು ಗೌಡ ಜನಾಂಗಕ್ಕೇ ಹೊಸತು ಎನ್ನಿಸುತ್ತಿವೆ. ಶಾಸನದ ಕಾಲ ಗಮನಿಸಿದಾಗ ಹೊಯ್ಸಳರ ಅವನತಿಯ ಹಾಗೂ ವಿಜಯನಗರದ ಪ್ರಾರಂಭದ ಕಾಲವಾಗಿರುತ್ತೆ.

ಕೆಲವು ಶಾಸನಗಳಲ್ಲಿ 'ಶಿವಗೋತ್ರೋದ್ಭವ' 'ಶಿವಗಣಾವತಾರಗೋತ್ರ ಪವಿತ್ರ' ಎಂದು ಮಾತ್ರ ಹೇಳಿದೆ1 (ಕಡೂರು, ಎ.ಕ.ಸಂ. 6, ಸಂ.62, ಪ್ರ.ಶ.1104). ಋಷಿಮೂಲ ಹೇಳಿಲ್ಲ ಮತ್ತು ಡಾ. ಎಂ.ವಿ. ಕೃಷ್ಣರಾವ್ ಅವರು ಸಂಪಾದಿಸಿರುವ 'ಬೆಂಗಳೂರು ಕೆಂಪೇಗೌಡ' ಗ್ರಂಥ ಪು.166-168-136 ರಲ್ಲಿ ಕಂಡುಬರುವ ನಾಲ್ಕು ಶಾಸನಗಳಲ್ಲಿಯೂ 'ಸದಾಶಿವಗೋತ್ರದ ಯಲಹಂಕ ನಾಡಪ್ರಭು ಮುಮ್ಮಡಿ ಕೆಂಪೇಗೌಡ...' ಎಂದು ಇರುವುದರಿಂದಲೂ ಪ್ರ.ಶ.1104 ರ ಕಡೂರು ಶಾಸನದಲ್ಲಿ 'ಶಿವ ಗೋತ್ರ' ಎಂತಲೇ ಹೇಳಿರುವುದರಿಂದಲೂ ವೇದ ಸಂಪ್ರದಾಯದಂತೆ ಋಷಿ ಮೂಲ ಹೇಳುವುದು ಈ ಗೌಡ ಜನಾಂಗದಲ್ಲಿ ಎಲ್ಲಿಯೂ ಕಂಡುಬರುವುದಿಲ್ಲ. ಮಲೆನಾಡಿನ ಐಗೂರು, ಉಗ್ಗೇಹಳ್ಳಿ, ಮೂಡಿಗೆರೆ, ವಸ್ತಾರೆ, ಕಡಗಲ್ ನಾಡುಗಳಲ್ಲಿ ಗೌಡ ಜನಾಂಗ ಮದುವೆಯಲ್ಲಿ 'ಶಿವಗೋತ್ರ'ವೆಂದಷ್ಟೇ ಹೇಳುತ್ತಾರೆ.

ಲಕುಲೀಶನ ಶೈವಸಿದ್ಧಾಂತವನ್ನು ಅನುಸರಿಸಿಕೊಂಡು ಬಂದವರಲ್ಲಿ ಕಾಪಾಲಿಗಳು ಯಾವುದೇ ಸಂಘಟಿತ ಮಠ ಸಂಸ್ಥಾಪಕರಾಗಿ ಶಿಷ್ಯವೃತ್ತಿಯನ್ನು ಸಂಪಾದಿಸಿಕೊಂಡು, ಸಂಪ್ರದಾಯಬದ್ಧರಾಗಿ, ವೇದಾಗಮಗಳಲ್ಲಿ ಶ್ರದ್ಧೆಯುಳ್ಳವರಾಗಿ, ಸಮಾಜ ಸೇವೆಯಲ್ಲಿ ತೊಡಗಿದ್ದರೆಂಬುದಕ್ಕೆ ದಾಖಲೆಗಳು ಇರುವುದಿಲ್ಲ. ಜೈನ ವೈಷ್ಣವ ಪಂಥದವರ ಸಾಹಿತ್ಯಗಳಾದ ಶ್ರೀಭಾಷ್ಯ, ಮಾಲತೀಮಾಧವ, ಕುಲಾರ್ಣವತಂತ್ರ-ಸ್ಕಾಂದಪುರಾಣ-ವಾಮನ ಪುರಾಣ, ಹರ್ಷಚರಿತ, ಮತ್ತವಿಲಾಸ, ಶಂಕರದಿಗ್ವಿಜಯ, ಪ್ರಬೋಧ ಚಂದ್ರೋದಯ ಮುಂತಾದ ಗ್ರಂಥಗಳನ್ನು ಪರಿಶೀಲಿಸಿದ ಚರಿತ್ರಕಾರರು, ಕಾಪಾಲಿಗಳನ್ನು

ಅತ್ಯಂತ ಪುರಾತನ ಶೈವಧರ್ಮೀಯರೆಂದೂ ಇವರು ವಾಮಾಚಾರಿಗಳೂ ಘೋರಕರ್ಮಿಗಳೂ ಆಗಿದ್ದು, ಸುಮಾರು ಹದಿನಾಲ್ಕನೆಯ ಶತಮಾನದವರೆಗೂ ಅಸ್ತಿತ್ವದಲ್ಲಿ ಇದ್ದರೆಂದೂ ಉತ್ತರಬಂಗಾಳ, ಅಸ್ಸಾಮಿನ ಅರಣ್ಯಗಳಲ್ಲಿ ಇಂತಹ ವಾಮಾಚಾರಿಗಳಾದ ಹಲವು ಕಾಪಾಲಿ ಸನ್ಯಾಸಿಗಳು ಇಂದಿಗೂ ವಾಸಿಸುತ್ತಿರುವರೆಂದೂ ಅಜ್ಜಿ ಕಥೆಗಳಂತೆ ಕೇಳಿಬರುತ್ತಿದೆಯಾಗಿ ಡಾ॥ ಡೇವಿಡ್ ಲಾರೆನ್ ಜೆನ್ ಅವರು ತಿಳಿಸುತ್ತಾರೆ.

ಉಳಿದ ಮೂರು ಪಂಗಡಗಳಾದ ಪಾಶುಪತ, ಕಾಳಾಮುಖ, ಶೈವ ಇವರು ವೇದಪ್ರಮಾಣಗಳನ್ನು ಮನ್ನಿಸುತ್ತಿದ್ದರೆಂದೂ ಧರ್ಮಾಚರಣೆಯುಳ್ಳವರಾಗಿ ಮಠಗಳನ್ನೂ ಸ್ಥಾಪಿಸಿಕೊಂಡು, ನೈಷ್ಠಿಕ ತಪೋಧನರಾಗಿ ಶಿಷ್ಯವೃತ್ತಿಯನ್ನು ಬೆಳೆಸಿಕೊಂಡು, ಸಮಾಜದ ಜನರೊಡನೆ ಬೆರೆತು ಬಹುಮುಖ ಜನತಾ ಸೇವೆಯಲ್ಲಿ ತೊಡಗಿದ್ದರೆಂದೂ ಇವರಿಗೆ ರಾಜರು, ಮಾಂಡಲೀಕರು, ಹೆಗ್ಗಡೆ, ಊರಗೌಡರು, ಪಟ್ಟಣ ಶೆಟ್ಟರುಗಳೇ ಮುಂತಾದವರಿಂದ ಮಾನಸನ್ಮಾನಗಳು ದೊರೆತಿರುವುದು ನೂರಾರು ಶಾಸನಗಳಿಂದಲೂ ಗ್ರಂಥಗಳಿಂದಲೂ ತಿಳಿದುಬಂದಿರುತ್ತದೆ. ಇವರಲ್ಲಿ ಕೆಲವರು ರಾಜಗುರುಗಳಾಗಿಯೂ ಇದ್ದರು.

ಐತಿಹಾಸಿಕ ಲಕುಲೀಶನು ಪಾಶುಪತಶೈವ ಧರ್ಮಗುರುವಾಗಿ, ಶಿವನ ಅವತಾರವೆನಿಸಿದನು. ಈತನು ರಚಿಸಿದ 'ಪಂಚಾರ್ಥಪಾಶುಪತಸೂತ್ರ' ವು ಧರ್ಮಗ್ರಂಥ ವಾಯಿತು. ಈತನ ಪ್ರಮುಖ ಶಿಷ್ಯರಾದ ದ್ವಾದಶನಾಥರು ಹನ್ನೆರಡು ಸ್ಥಳಗಳಲ್ಲಿ ಮಠಗಳನ್ನು ಸ್ಥಾಪಿಸಿಕೊಂಡರು. ಇವರು ವೇದ ಪಾರಂಗತರಾಗಿ ಶಿವಾದ್ವೈತಮತದಲ್ಲಿ ಅಚಲ ಶ್ರದ್ಧಾಸಕ್ತಿಯುಳ್ಳವರಾಗಿ, ದಾಸ, ಯೋಗಿ (ಜೋಗಿ), ಜಂಗಮ, ಶ್ರವಣ, ಸನ್ಯಾಸಿ, ಕಾಳಾಮುಖಿಗಳೆಂಬ ಆರು ಜನ ಶಿಷ್ಯವರ್ಗದಿಂದ ಕೂಡಿ ದೇಶದಲ್ಲೆಲ್ಲ ಸಂಚಾರ ಮಾಡಿ, ಲಾಕುಳ ಶೈವಸಿದ್ಧಾಂತವನ್ನು ಪ್ರಚಾರ ಮಾಡುತ್ತಿದ್ದರು–

ಶ್ಲೋಕ : ಅಸ್ಮಿ ಮತೆ ದಾಸ ಯೋಗಿ ಜಂಗಮ ಶ್ರವಣಸ್ತಥಾ
ಸನ್ಯಾಸಿ ಕಾಳಮುಖ್ಯಾ ಚ ದರ್ಶನಾನಿ ವದಂತಿ ಹಿ

('ಆದಿಚುಂಚನಗಿರಿ'–ಪುಟ 6)

ಇವರು ಮಾತ್ರಾಯಷ್ಟಿ ಎಂಬ ದಂಡವನ್ನೂ ಊದುವ ಶೃಂಗವನ್ನೂ ಭಿಕ್ಷಾ ಕರ್ಪರವನ್ನೂ ಶಂಖವನ್ನೂ ಕುಂಡಲಗಳನ್ನೂ (ಈ ಪಂಚ ಮುದ್ರೆಗಳನ್ನು) ಗುರುವಿನಿಂದ ಪಡೆದು ಪಂಚಪ್ರಾಣಗಳಿಂದ ಕೂಡಿದಂತೆ ಲೋಕದಲ್ಲಿ ಮೆರೆದರು.

ಶ್ಲೋಕ : ಮಾತ್ರಾಯಷ್ಟಿಂ ಚ ಶೃಂಗಂ ಚ ಖರ್ಪರಂ ಶಂಖಕುಂಡಲೇ
ಮುದ್ರಾಂ ಪಂಚದಧೌ ನಾಥಸ್ತಸ್ಮೈ ಸಿದ್ಧಾಂತ ವರ್ತ್ಮನಃ
ಮುದ್ರಾಭಿಃ ಪಂಚಭಿಃ .. ಪಾವನೇ ಸಮಯೇ ಪಂಚಭಿಃ
ಪ್ರಾಣೈಶ್ಚಕಾಸ ಭುವಿಕೋವಿದಃ **(ಕ.ಮಂ.ಮ.ಪುಟ 185)**

ಗೌಡ ಸಮುದಾಯದ ಶೈವರಲ್ಲಿ ಶವಸಂಸ್ಕಾರದ ಕಾಲದಲ್ಲಿ ಇಂದಿಗೂ ಗ್ರಾಮಾಂತರಗಳಲ್ಲಿ ಸಾಂಪ್ರದಾಯಿಕವಾಗಿ ಹಿಂದಿನಿಂದಲೂ ನಡೆದುಬಂದಿರುವ ಕೆಲವು ಪದ್ಧತಿಗಳನ್ನು ಪ್ರಸ್ತಾಪಿಸುವುದು ಈ ಸಂದರ್ಭದಲ್ಲಿ ಅನುಚಿತವೆನ್ನಿಸಲಾರದು. ಊರಿನಲ್ಲಿ ಹಿರಿಯ ಗೌಡರೊಬ್ಬರು ಅಥವಾ ಹೆಗ್ಗಡ್ತಿ ತೀರಿಕೊಂಡರೆ, ಸಮೀಪ ಬಂಧುಗಳಿಗೆ ಕೌಡಿ (ಸತ್ತ ಸುದ್ದಿ) ಕಳುಹಿಸುವಂತೆಯೇ ಸಮೀಪದ ಜಂಗಮಯ್ಯ, ದಾಸಯ್ಯ, ಜೋಗಿ, ಇವರುಗಳಿಗೂ ಸುದ್ದಿ ಮುಟ್ಟಿಸುತ್ತಾರೆ. ಇವರಲ್ಲಿ ಜೋಗಿ 'ಸಿಂಗ್‌ನಾಥ್ ಶೃಂಗ' (ಹುಲ್ಲೇಕರುವಿನ ಕೊಂಬು ಶಂಖದಂತೆ ಊದುವುದು) ದಾಸಯ್ಯ ಶಂಖು, ಜಾಗಟೆ ಹಿಡಿದು ಸಾವಿನ ಮನೆಗೆ ಬರುತ್ತಾರೆ. ಜಂಗಮಯ್ಯನೋರು ಶ್ರೀಮಠದ ಗೌರವಾರ್ಥ ಬೆಳ್ಳಿಹಿಡಿಯ ಕೋಲು ಹಿಡಿದು ನೇರವಾಗಿ ಸ್ಮಶಾನಕ್ಕೆ ಬರುತ್ತಾರೆ.

ಒಕ್ಕಲಿಗ ಗೌಡ ಸಮುದಾಯದ ಶೈವರಲ್ಲಿ ಹಿಂದೆ ಹಿರಿಯರನ್ನು ಮಕ್ಕಳನ್ನು ಹೂಳುವ ಪದ್ಧತಿಯೂ, ನಡುಪ್ರಾಯದವರನ್ನು, ಬಸುರಿ ಬಾಣಂತಿಯರನ್ನು ಸುಡುವ ಪದ್ಧತಿಯೂ ಇತ್ತು.

ಹೂಳುವಾಗ ಆಳವಾದ ಗುಂಡಿಯ ತಳದಲ್ಲಿ ಉತ್ತರ ದಿಕ್ಕಿಗೆ ತ್ರಿಕೋಣಾಕಾರವಾಗಿ ಗೂಡು ಕೊರೆದು, ಅದರಲ್ಲಿ ದಕ್ಷಿಣಕ್ಕೆ ಮುಖಮಾಡಿ ಶವ ಕೂರಿಸುವರು ಅಥವಾ ಚಿತೆಯ ಮೇಲೆ ಶವವನ್ನು ಮಲಗಿಸಿ ಸುಗಂಧ ದ್ರವ್ಯಗಳನ್ನು ಹಾಕಿ ಮೇಲೆ ಮತ್ತೆ ಸೌದೆ ಇಟ್ಟು ಪೂರ್ಣಗೊಂಡ ಮೇಲೆ ಜಂಗಮಯ್ಯನೋರು ಚಿತೆಗೆ ಯಾ ಗುಂಡಿಗೆ ಗೋಮಯ ಪ್ರೋಕ್ಷಣೆ ಮಾಡಿ, ವಿಭೂತಿ ಉಂಡೆಯಿಂದ ಈಡಿನ ಅಥವಾ ಗುಂಡಿ ಸುತ್ತ ಮೂರು ಗೀಟು ಹಾಕಿ, ಸಗಣಿಯಿಂದ ಮಾಡಿದ ವಿನಾಯಕನನ್ನು ಇಟ್ಟು, ಗರಿಕೆ ಪತ್ರೆ, ತುಂಬೆಹೂ, ಲಕ್ಕಿಕುಡಿ ಸಿಕ್ಕಿಸಿ ಕರ್ಪೂರ, ಧೂಪ ದೀಪದಿಂದ ಪೂಜೆ ಮಾಡುವಾಗ, ಎದುರುಗಡೆ ಒಂದು ಕುಡಿಕೆಯಲ್ಲಿ ನೀರು ತುಂಬಿಸಿಟ್ಟಿರುತ್ತಾರೆ. ಈಗ ತಮ್ಮ ಬೆಳ್ಳಿ ಕಟ್ಟಿನ ಕೋಲಿನ ಬುಡ ಹಿಡಿದು ತುದಿಯ ಹಿಡಿಕೆಯನ್ನು ಕುಡಿಕೆಗೆ ಮೂರು ಸಾರಿ ಮುಟ್ಟಿಸುತ್ತಾ ಘೋಷಿಸುತ್ತಾರೆ... ಮೃತರ ಹೆಸರು ಹೇಳುತ್ತಾ... "ಗೌಡರು ಅಥವಾ ...ಹೆಗ್ಗಡ್ತಿಯವರು ಈ ಲೋಕ ಬಿಟ್ಟು ದೇವಲೋಕಕ್ಕೆ ಹೋಗುತ್ತಾರೆ ಉಘೇ ಅನ್ನಿ", ಎಂದು ನೆರೆದ ಸಮೂಹ ಮೂರು ಸಾರಿ "ಉಘೇ ಉಘೇ ಉಘೇ" ಅನ್ನುತ್ತದೆ. ಮೂರನೇ ಸಾರಿ ಉಘೇ ಅನ್ನುವಾಗ ಐಯ್ಯನೋರು ತಮ್ಮ ಕೋಲಿನಿಂದ ಹೊಡೆದು ಕುಡಿಕೆ ಒಡೆಯುತ್ತಾರೆ. ಜೋಗಿ ಶಿಂಗ್‌ನಾಥ್ ಊದುತ್ತಾನೆ. ದಾಸಯ್ಯ ಶಂಖ ಜಾಗಟೆ ಬಾರಿಸುತ್ತಾನೆ. ವಾದ್ಯಗಳು ಮೊಳಗುತ್ತವೆ. ಎಲ್ಲರೂ ಗುಂಡಿಗೆ ಮಣ್ಣು ತುಂಬಿಸಿ ಗುಡ್ಡೆಯ ಮೇಲೆ ಲಕ್ಕಿ ಕೊನೆ, ತುಂಬೆ ಗಿಡ ನೆಡುತ್ತಾರೆ. ಈ ಗುಡ್ಡೆಯನ್ನು 'ದಿಬಿ' ಎನ್ನುತ್ತಾರೆ. ತುಂಬ ಹಿರಿಯರು, ಸಂತರು ಆಗಿದ್ದರೆ ಕುಟುಂಬದವರು ಕಲ್ಲುಮಣ್ಣಿನಿಂದ ಎತ್ತರವಾಗಿ ವೇದಿಕೆಯನ್ನು ಕಟ್ಟುತ್ತಾರೆ. ಇದನ್ನು 'ಗದ್ದುಗೆ' ಎನ್ನುತ್ತಾರೆ.

ಚಿತೆಗೆ ಕರ್ಮಾಧಿಕಾರಿ ಬೆಂಕಿ ಇಡುತ್ತಾನೆ. ಈಗ ಜಂಗಮ-ದಾಸ-ಜೋಗಿ ಈ ಮೂವರಿಗೂ ಮಠದ ಕಾಣಿಕೆಯಂತೆ ಒಂದೊಂದು ಹಣ ಸಂಭಾವನೆ ದೊರೆಯುತ್ತದೆ. ಮಾಕೋನಹಳ್ಳಿ ಮಂದೇಗೌಡಿಕೆಯ ನಮ್ಮ ಕುಟುಂಬಕ್ಕೆ ಹೊಸಮಠದ ಐಯ್ಯನೋರು, ಹರಿನಗಂಡಿ ಜೋಗಪ್ಪ ಬರುತ್ತಿದ್ದರು. ದಾಸಯ್ಯನ ಒಂದು ಒಕ್ಕಲು ಊರಲ್ಲೇ ಇತ್ತು. ಮೃತರು ಲಗ್ನವಾದ ಮಹಿಳೆಯಾಗಿದ್ದರೆ, ಚಿತೆಗೆ ಇಡುವಾಗ ತೌರು ಮನೆಯಿಂದ ತಂದ ಹತ್ತು ಮೊಳದ ಬಿಳಿ ಹೊಸ ವಸ್ತ್ರವೇ ಆಗಬೇಕು. ಚಿತೆಗೆ ಬೆಂಕಿ ಇಡುವವನು ಹಿರಿಯ ಅಥವಾ ಕಿರಿಯ ಮಗನೇ ಆಗಬೇಕೆಂಬ ನಿಯಮಗಳಿವೆ.

ಈ ಮೇರೆ ದಾಸ-ಜೋಗಿ-ಜಂಗಮ ಈ ಮೂವರು ಗೌಡ ಸಮುದಾಯದ ಶವ ಸಂಸ್ಕಾರದ ವೇಳೆ ಶ್ರೀಮಠದ ಪ್ರತಿನಿಧಿಗಳಾಗಿ ಬಂದು ಮಿತ್ರರಿಗೆ ಶಿವ ಸಾಯುಜ್ಯ ಅನುಗ್ರಹಿಸುವುದರ ಔಚಿತ್ಯ ಸ್ಪಷ್ಟವಾಗಿಯೇ ಇದೆ. ಇದರಿಂದ ಪಾಶುಪತ, ಕಾಳಾಮುಖ (ಮುಂದೆ ವಿವರಿಸಿದೆ) ಮಠಗಳು ಗೌಡ ಸಮಾಜದಲ್ಲಿ ಹೇಗೆ ನಿಕಟ ಸಂಪರ್ಕ ಹೊಂದಿದ್ದವೆಂಬುದು ತಿಳಿಯಬಹುದಾಗಿದೆ.

ಕಾಲಕ್ರಮೇಣದಲ್ಲಿ ಕಾಳಾಮುಖಿಗಳು ಪ್ರಬಲರಾಗಿ ಪಾಶುಪತರಿಂದ ಪ್ರತ್ಯೇಕವಾದರು. ತಾತ್ವಿಕವಾಗಿ ಪಾಶುಪತನಾಥ್ ಪಂಥೀಯರಿಗೂ ಕಾಳಾಮುಖರಿಗೂ ಹೆಚ್ಚು ಭಿನ್ನಾಭಿಪ್ರಾಯಗಳಿಲ್ಲದಿದ್ದರೂ ಕಾಳಾಮುಖಿಗಳು ಸ್ವತಂತ್ರರಾಗಿ ಸುಮಾರು 10-12ನೆಯ ಶತಮಾನದ ವೇಳೆಗೆ ತಮ್ಮದೇ ಆದ ಮಠಗಳನ್ನು ಸ್ಥಾಪಿಸಿಕೊಂಡು ಜನಹಿತ ಕಾರ್ಯಗಳಿಂದ ರಾಜಾಶ್ರಯವನ್ನು ದೊರಕಿಸಿಕೊಂಡು ಪ್ರಬಲರಾದರು.

"We have noted more than once that Ramanuja describes four sects as following the doctrine of Pasupathi, the Kapali, the Kalamukhi, the Pasupatha and the Saiva. The Pasupatha sect is the oldest of the four and was the spiritual parent of the Kalamukha sect, if not of the others…the ephigraphs of the Pasupatas and Kalamukhas display many similarities. Both sects revere the legendary teacher Lakulisa. The ascetics of both bear similar or identical names and undertake piligrims to kedaranath and Sriparvatha. The philosophical content of the Iswarakarthavada profounded by the Kalamukha preist Bonteyamuni of Hombal can be little different from the Pasupatha doctrine of Iswara as cause (Karma) of the material Universe (Karya) we have guoted above the passage from inscriptions as Nesargi and Sirasangi[10]"

---

10. Dr. David N. Lorrengen K. and K.P.173

The association of the Kalamukhas with the Pasupathas is well documented many Kalamukha teacher including Srikanta are identified with lakulisa the famous Pasupatha saint to whom the Pasupatha sutra is traditionally ascribed. Lakula Siddantha, the doctrine of Lakula, is one of the chief subjects studied at the Kodiya mutt and most of the Srikantas (kalamukha preist) successors are eighter indentified with Lakulisa of said to follow the Lakula Sidhantha or Lakulagama (Dr. David N. Lorrengen K. and K.P.107).

ತಾತ್ಪರ್ಯ :

ಪಾಶುಪತ ಧರ್ಮದ ಅನುಯಾಯಿಗಳು ಕಾಪಾಲಿಗಳು, ಕಾಳಾಮುಖಿಗಳು, ಪಾಶುಪತರು ಮತ್ತು ಶೈವರು ಎಂಬುದಾಗಿ ರಾಮಾನುಜಾಚಾರ್ಯರು ಅನೇಕ ವೇಳೆ ಹೇಳಿರುವುದನ್ನು ನಾವು ನೋಡಿದ್ದೇವೆ. ಪಾಶುಪತಶೈವಾಗಮ ಈ ನಾಲ್ವರಲ್ಲಿ ಅತ್ಯಂತ ಪುರಾತನವಾದುದು ಮತ್ತು ಈ ಪಂಥವೇ ಕಾಳಾಮುಖರಿಗೂ ಆಧ್ಯಾತ್ಮಿಕ ಪ್ರಮಾಣವಾಗಿತ್ತು. ಶಾಸನಗಳನ್ನು ವೀಕ್ಷಿಸಿದಾಗ ಪಾಶುಪತರಿಗೂ ಕಾಳಾಮುಖರಿಗೂ ಹೆಚ್ಚಿನ ಭೇದ ಕಾಣುವುದಿಲ್ಲ. ಈ ಎರಡೂ ಪಂಥದವರು ಪೌರಾಣಿಕ ಲಕುಲೀಸನನ್ನು ತಮ್ಮ ಆಧ್ಯಾತ್ಮಿಕ ಗುರುವಾಗಿ ಗೌರವಿಸುತ್ತಾರೆ ಮತ್ತು ಕೇದಾರನಾಥ ಹಾಗೂ ಶ್ರೀ ಶೈಲಕ್ಕೆ ಕ್ಷೇತ್ರಯಾತ್ರೆ ಹೋಗುತ್ತಾರೆ. ಹೊಂಬಾಳದ ಕಾಳಾಮುಖಿಗುರು ಬೊಂತೇಯ ಮುನಿಯ ಈಶ್ವರ ಕರ್ತೃವಾದ, ಪಾಶುಪತರ ಈಶ್ವರನೇ ಕಾರಣ ಮತ್ತು ಕಾರ್ಯ ಎಂಬ ದಾರ್ಶನಿಕ ಸೂತ್ರಕ್ಕೆ ಬರಲು ಸ್ವಲ್ಪ ವ್ಯತ್ಯಾಸವಾಗಬಹುದು. ಇದನ್ನು ನಾವು ನೇಸರ್ಗಿ ಮತ್ತು ಸಿರಸಂಗಿ ಶಾಸನಗಳ ಆಧಾರದಿಂದ ಹೇಳುತ್ತಿದ್ದೇವೆ3 (ಡಾ.ಡೇವಿಡ್ ಲಾರನ್‌ಜನ್, ಕಾ.ಕಾ.ಪುಟ 173).

ಪ್ರಸಕ್ತಶಕಾರಂಭದ ವೇಳೆಗೆ ಬೌದ್ಧ, ಜೈನಧರ್ಮಗಳು ಪ್ರಭಾವಶಾಲಿಗಳಾಗಿ ಉತ್ತರ ಭಾರತವನ್ನೆಲ್ಲ ಆಕ್ರಮಿಸಿ ದಕ್ಷಿಣ ಭಾರತದಲ್ಲಿಯೂ ಧಾಳಿ ಎಬ್ಬಿಸಿದವು. ಇದರಿಂದ ಶೈವ, ವೈಷ್ಣವ ಧರ್ಮಗಳು ಅವನತಿಯ ಹಂತದಲ್ಲಿದ್ದುವು ಎಂಬ ವಿಷಯ ಸರ್ವವಿದಿತವಾಗಿದೆ. ಜೈನ, ಬೌದ್ಧರ ಒತ್ತಡದಿಂದ ಶೈವಧರ್ಮೀಯ ಋಷಿಮುನಿಗಳು ಕ್ರಮೇಣ ದಕ್ಷಿಣದ ಕಡೆ ಸಾಗಿಬಂದು ಶ್ರೀಶೈಲವನ್ನು ತಮ್ಮ ಆಧ್ಯಾತ್ಮಿಕ ಕೇಂದ್ರವನ್ನಾಗಿ ಮಾಡಿಕೊಂಡರು.

ದುರ್ಗಮವಾದ ವಿಂಧ್ಯಪರ್ವತಗಳನ್ನು ದಾಟಿ, ಧಾರ್ಮಿಕ ಪ್ರವಚನಕ್ಕಾಗಿಯೋ ಅಥವಾ ತಪಸ್ಸಿಗೆ ಪ್ರಶಾಂತ ಸ್ಥಳವನ್ನರಸಿಕೊಂಡೋ ದಕ್ಷಿಣ ಭಾರತಕ್ಕೆ ಮೊಟ್ಟ ಮೊದಲಿಗೆ ಬಂದ ಶೈವ ಮಹರ್ಷಿ ಅಗಸ್ತ್ಯರು ಎಂಬುದು ಪ್ರಾಜ್ಞರ ಅಭಿಪ್ರಾಯವಾಗಿದೆ. ಆದರೆ

ಇವರ ಆದಿಗುರು ಲಕುಲೀಸನು ಅದಕ್ಕೂ ಹಿಂದೆಯೇ ಕೇರಳ, ಮಂಗಳೂರು ಕಡೆ ಪ್ರವಾಸ ಮಾಡಿದ್ದರ ಕುರಿತು ಈ ಮುಂಚೆಯೇ ತಿಳಿಸಿದೆ. ಇವರುಗಳಂತೆಯೇ ಕಪಿಲರು, ಮಾರ್ಕಾಂಡೇಯರು, ಗೌತಮರು ಮುಂತಾಗಿ ಅನೇಕ ಋಷಿಮುನಿಗಳು ದಕ್ಷಿಣಾಪಥಕ್ಕೆ ಬಂದು ಅಲ್ಲಲ್ಲಿ ಆಶ್ರಮಗಳನ್ನು, ಶಿವಾಲಯಗಳನ್ನು ಸ್ಥಾಪಿಸಿಕೊಂಡು ತಪೋನಿರತ ರಾಗಿದ್ದರು. ಅಗಸ್ತ್ಯರು ಕಳಸಕ್ಷೇತ್ರದಲ್ಲಿ ಆಶ್ರಯವಾಸಿಗಳಾಗಿದ್ದು, ಕಳಸೇಶ್ವರಸ್ವಾಮಿ ದೇವಾಲಯವನ್ನೂ ಸಮೀಪದ ಹೊರನಾಡಿನಲ್ಲಿ ಅನ್ನಪೂರ್ಣೇಶ್ವರಿ ಅಮ್ಮನವರನ್ನೂ ಪ್ರತಿಷ್ಠೆ ಮಾಡಿದುದಾಗಿ ಅಲ್ಲಿನ ಸ್ಥಳಪುರಾಣದಿಂದ ತಿಳಿದುಬರುತ್ತದೆ. ಅದೇ ರೀತಿ ಮಾರ್ಕಂಡೇಯರು ಖಾಂಡ್ಯದಲ್ಲಿಯೂ ಗೌತಮರು ಗೌತಮೇಶ್ವರದಲ್ಲಿಯೂ ಇನ್ನುಳಿದ ಅನೇಕ ಮುನಿಪುಂಗವರು ಕರ್ನಾಟಕ, ಆಂಧ್ರ, ಕೇರಳ, ತಮಿಳುನಾಡುಗಳಲ್ಲಿ ಆಶ್ರಮಗಳನ್ನು ನಿರ್ಮಿಸಿಕೊಂಡು ತಪೋನಿರತರಾಗಿದ್ದು, ಆ ಸ್ಥಳಗಳಲ್ಲೆಲ್ಲ ಶಿವಾಲಯಗಳನ್ನು ಸ್ಥಾಪಿಸಿದರೆ ಎಂಬುದನ್ನು ಅಲ್ಲಿನ ಸ್ಥಳಪುರಾಣಗಳಿಂದ ತಿಳಿಯಬಹುದು.

ಇದರಲ್ಲಿ ಮುಖ್ಯವಾಗಿ ಗಮನಿಸಬೇಕಾದ ವಿಷಯವೆಂದರೆ, ಧರ್ಮ ಗುರು ಲಕುಲೀಶನೂ ಸೇರಿದಂತೆ ಶೈವಾಗಮದ ತೀರ್ಥೇಶರು ಹದಿನೆಂಟು ಎಂಬುದನ್ನು ನೋಡಿದ್ದೇವೆ. ಇವರನ್ನು ತೀರ್ಥಕಾರರು ಎಂದೂ ಕರೆಯುತ್ತಾರೆ. ಇವರಲ್ಲಿ ಅಗಸ್ತ್ಯರು, ಅತ್ರಿಮುನಿ, ಗಾರ್ಗ್ಯ, ಕಪಿಲರು, ಕೌಶಿಕರು, ಗೌತಮರು ಮುಂತಾದವರು ಸೇರಿದ್ದಾರೆ. ಅಗಸ್ತ್ಯರು ತಲಕಾವೇರಿಯ ಬ್ರಹ್ಮಗಿರಿಯಲ್ಲಿ ತಪೋನಿರತರಾಗಿದ್ದರು. ಅವರ ಪತ್ನಿ ಲೋಪಾಮುದ್ರಾ ಕಾವೇರಿಯಾಗಿ ಹರಿದಳೆಂಬ ಪುರಾಣ ಕಥೆ. ಅಂದ ಮೇಲೆ ಲಕುಲೀಶನ ಪಾಶುಪತ ಶೈವಧರ್ಮ ಈ ಋಷಿಗಳ ಮೂಲಕ ದಕ್ಷಿಣ ಭಾರತದಲ್ಲಿ ಹೇಗೆ ನುಸುಳಿ ಬಂದು ಪ್ರಭಾವಶಾಲಿಯಾಯಿತು ಎಂಬುದನ್ನು ಗ್ರಹಿಸಬಹುದು. ಇವರು ಯಾವ ಮಠಗಳನ್ನೂ ಸ್ಥಾಪಿಸದೆ, ಗೌರವ ಪ್ರತಿಷ್ಠೆಗಳ ಮೋಹಕ್ಕೆ ಒಳಗಾಗದೆ ತಮ್ಮ ಪಾಡಿಗೆ ತಪಶ್ಚರ್ಯದಲ್ಲಿ ನಿರತರಾಗಿದ್ದುದರಿಂದ ಲಾಕುಳ ಶೈವ ಸಿದ್ಧಾಂತವನ್ನು ಅನುಸರಿಸಿಕೊಂಡು ಬಂದ ನಾಲ್ಕು ಶಾಖೆಗಳಾದ ಪಾಶುಪತ, ಕಾಳಾಮುಖ, ಕಾಪಾಲಿ ಮತ್ತು ಶೈವ-ಇವುಗಳಲ್ಲಿ ಕೊನೆಯದಾದ ಶುದ್ಧ ಶೈವರೇ ಈ ನೈಷ್ಠಿಕತಪಸ್ವಿಗಳು ಎನ್ನಬಹುದು. ಇವರು ಆಶ್ರಮವಾಸಿಗಳಾಗಿ ನಿಂತ ಸ್ಥಳಗಳೇ ಇಂದು ಪವಿತ್ರ ಕ್ಷೇತ್ರಗಳಾಗಿವೆ. ಇವೇ ಶುದ್ಧ ಶೈವಮತ ಸ್ಥಾಪನೆಗೆ ದಾರ್ಶನಿಕ ಸೂತ್ರವಾಯಿತು ಎಂದೂ ತಜ್ಞರು ಭಾವಿಸುತ್ತಾರೆ.

ಕಾಲಾನಂತರ ಹತ್ತನೆಯ ಶತಮಾನದ ವೇಳೆಗೆ ಕೇದಾರನಾಥನೆಂಬ ಕಾಳಾಮುಖಿ ಮುನಿಗಳು, ಶಿವಮೊಗ್ಗ ಜಿಲ್ಲೆಯ ಬಳ್ಳಿಗಾವೆಯಲ್ಲಿ ತಮ್ಮ ಪಂಥದ ಮಠ ಸ್ಥಾಪನೆ ಮಾಡಿ ಅದನ್ನು ದಕ್ಷಿಣಕೇದಾರವೆಂದು ಕರೆದರು. ಕ್ರಮೇಣ ಈ ಮಠವು ಕೇಂದ್ರವಾಗಿ ಇದರ ಅಧೀನ ಮಠಗಳು ಎಪ್ಪತ್ತೇಳು ಇದ್ದುವೆಂದು ತಿಳಿದುಬರುತ್ತದೆ. ಹೀಗೆ ಬಹುಸಂಖ್ಯೆ ಕಾಳಾಮುಖ ಮಠಗಳೂ ಅಲ್ಪಸಂಖ್ಯೆಯ ಪಾಶುಪತ ಅವಧೂತ ಯೋಗಿಗಳ ನಾಥ

ಪಂಥೀಯ ಮಠಗಳೂ ಕೇರಳ, ಕರ್ನಾಟಕ, ಆಂಧ್ರ, ತಮಿಳುನಾಡು, ಮಹಾರಾಷ್ಟ್ರಗಳಲ್ಲಿ ಪ್ರಬಲರಾಗಿ ಜೈನ, ಬೌದ್ಧಧರ್ಮಗಳ ವಿರೋಧಿಗಳಾಗಿದ್ದರು.

ಈ ಎರಡೂ ಪಂಥದ ಮಠಗಳು ಸಮಾಜಸೇವಾ ಕಾರ್ಯದಲ್ಲಿ ತೊಡಗಿದ್ದುವೆಂದೂ ವಿದ್ಯಾಭ್ಯಾಸ, ಅನ್ನದಾನ, ಶಾಸ್ತ್ರಾಧ್ಯಯನ, ದೀನದಲಿತರ ಸೇವೆ ಮುಂತಾದವುಗಳಲ್ಲಿ ಶ್ರದ್ಧಾಸಕ್ತಿಯುಳ್ಳವರಾಗಿ, ಮಾಂಡಲೀಕರು, ಗೌಡರು, ಸೆಟ್ಟಿಯವರುಗಳಿಂದ ದಾನ ದತ್ತಿಗಳನ್ನು ಸ್ವೀಕರಿಸಿ ಜನರ ಗೌರವ ಆದರಗಳಿಗೆ ಪಾತ್ರರಾಗಿದ್ದರೆಂದು ಶಾಸನಗಳಿಂದ ತಿಳಿದುಬರುತ್ತದೆ. ಇದರಿಂದ ಎಲ್ಲ ಕೋಮಿನ ಜನರೂ ಈ ಮಠಗಳಿಗೆ ಶಿಷ್ಯರಾಗಿದ್ದರು. ಕ್ರಮೇಣ 12ನೆಯ ಶತಮಾನದಲ್ಲಿ ಶ್ರೀ ಬಸವೇಶ್ವರರು ಶೈವಸಿದ್ಧಾಂತಗಳಲ್ಲಿ ಕ್ರಾಂತಿಯನ್ನೆಬ್ಬಿಸಿ, ಶುದ್ಧ ಶೈವ ಅಥವಾ ವೀರಶೈವ ಸಮಾಜ ಸ್ಥಾಪನೆಯಾಗಿ ಈ ಎಲ್ಲಾ ಕಾಳಾಮುಖ ಮಠಗಳ ಗುರುಗಳೂ ಅವುಗಳ ಶಿಷ್ಯರೂ ಲಿಂಗಧಾರಣೆ ಮಾಡಿಕೊಂಡು ಅದರಲ್ಲಿ ವಿಲೀನವಾದರು. ಅದರೊಂದಿಗೇ ಸಹಸ್ರಾರು ಗೌಡ, ಶೆಟ್ಟಿ ಮತ್ತಿತರ ಸಮುದಾಯದ ಕುಟುಂಬಗಳೂ ವೀರಶೈವರಾದರು.

ಇಲ್ಲಿ ಮಹತ್ವದ ಸಂಗತಿಯೆಂದರೆ ವೀರಶೈವ ಸಮಾಜ ಸ್ಥಾಪನೆಗೆ ಪೂರ್ವದಲ್ಲಿ ಅಂದರೆ 12ನೆಯ ಶತಮಾನಕ್ಕೆ ಹಿಂದೆ ಯಾರೂ ಲಿಂಗಧಾರಣೆ ಮಾಡುತ್ತಿರಲಿಲ್ಲವೆಂಬ ವಿಷಯ ಈ ಮುಂದಿನ ವಿವರಣೆಯಿಂದ ತಿಳಿಯಬಹುದು.

ಮಂಗಳೂರು ಕದ್ರಿಮಠದಲ್ಲಿರುವ ಲಕುಲೀಶ (ಗೋರಕ್ಷನಾಥ) ಮತ್ಸ್ಯೇಂದ್ರನಾಥ, ಔರಂಗಿಸಿದ್ಧ (ಶ್ರೀಕಂಠನಾಥ) ಈ ಯಾವ ವಿಗ್ರಹದಲ್ಲೂ ಲಿಂಗಧಾರಣೆಯಾಗಲೀ ಜನಿವಾರವಾಗಲೀ ಇಲ್ಲ. ಇದೇ ವಿಷಯ ಕುರಿತು, ಪ್ರೊ॥ ಕೆ. ಕೃಷ್ಣರಾಯರು (ಕಪಟರಾಳ ಕೃಷ್ಣರಾಯರು) ತಮ್ಮ 'ಲಾಕುಳ ಶೈವರ ಇತಿಹಾಸ' ಪು 134 ರಲ್ಲಿ ಹೀಗೆ ಬರೆಯುತ್ತಾರೆ:

'ಇದಲ್ಲದೆ ಲಾಕುಳಶೈವಗುರುಗಳಲ್ಲಿ ಲಿಂಗಧಾರಣೆ ಇತ್ತೆಂದು ಇಷ್ಟರಿಂದಲೇ ಹೇಳಲು ಬಾರದು. ಈ ವಿಷಯವನ್ನು ಹಿಂದಿನ ಪ್ರಕರಣಗಳಲ್ಲಿ ಅಲ್ಪ ಸ್ವಲ್ಪ ನಿರ್ದೇಶನ ಮಾಡಲಾಗಿದೆ. ಮಹಾಕೂಟ, ಕಾಳೇಶ್ವರ ಮುಂತಾದ ಸ್ಥಳಗಳಲ್ಲಿ ಕಾಳಾಮುಖರ ಪ್ರತಿಮೆಗಳಿವೆ. ಅಲ್ಲಿಯ ಪ್ರಾಚೀನ ಪ್ರತಿಮೆಗಳಲ್ಲಿ ಇಷ್ಟಲಿಂಗಧಾರಣೆಯ ಯಾವ ಕುರುಹುಗಳೂ ಇಲ್ಲ. ಇದು ಪ್ರತ್ಯಕ್ಷ ಪ್ರಮಾಣ. ಸೊರಬ, 275ನೆಯ ಶಾಸನದಲ್ಲಿ ಚಿಕ್ಕಸರ್ವೇಶ್ವರ ಯತಿಯ ವರ್ಣನೆ ಇದೆ. ಅದರಲ್ಲಿ ಜಡೆ, ಭಸ್ಮ, ಕಾಶಾಪಚ್ಛಾದಿಗಳ ವರ್ಣನೆ ಇದೆ. ಆದರೆ ಲಿಂಗವರ್ಣನೆ ಎಲ್ಲಿಯೂ ಇಲ್ಲ... ಈ ಎಲ್ಲ ಕಾರಣಗಳಿಂದ ಲಾಕುಳಯತಿಗಳಿಗೆ, ಕಾಳಾಮುಖರಿಗೆ ಲಿಂಗಧಾರಣೆ ಇದ್ದಿಲ್ಲವಷ್ಟೇ ಅಲ್ಲ ಅವರು ಆರಾಧ್ಯ ಬ್ರಾಹ್ಮಣರೂ ಅಲ್ಲ ಎಂದು ನಿಷ್ಪನ್ನವಾಗುವುದು. ಅವರು ಈಗಿನ ಜಂಗಮರ ಪೂರ್ವಜರು. ವೀರಶೈವ ಗುರುಗಳಾಗಿ ರೂಪಾಂತರ ಹೊಂದಿರುವಷ್ಟೆ ಲಿಂಗಧಾರಣೆಯು ಎಂದಿನಿಂದ ಪ್ರಾರಂಭವಾಯಿತು ಎನ್ನುವುದು ಬೇರೆ ವಿಷಯವಾಗಿದೆ'.

ಆದರೆ ಆ ಪ್ರಚಂಡ ಬಿರುಗಾಳಿಯೂ ಅನಾದಿಪಾಶುಪತಶೈವ ಮಠಗಳಾದ ಆದಿಚುಂಚನಗಿರಿಮಠ, ದಕ್ಷಿಣ ಕನ್ನಡ ಜಿಲ್ಲೆಯ ಕದ್ರಿ ಮಠ, ಹಾಸನ ಜಿಲ್ಲೆಯ ಕುಂದೂರು ಮಠಗಳೂ ಅವುಗಳ ಶಿಷ್ಯರಾದ ಈಗಿನ ಒಕ್ಕಲಿಗ ಗೌಡ ಜನಾಂಗವೂ ತಮ್ಮ ಪೂರ್ವಾಶ್ರಮದ ಶೈವಧರ್ಮ ಹಾಗೂ ಸಂಪ್ರದಾಯಕ್ಕೆ ಚ್ಯುತಿಬಾರದಂತೆ ಅಚಲವಾಗಿ ಉಳಿದುಬಂದಿರುವುದು ತನ್ನದೇ ಆದ ಪಾಶುಪತಶೈವಧರ್ಮದ ವೈಶಿಷ್ಟ್ಯವನ್ನು ತೋರಿಸುತ್ತದೆ. ಕಾಳಾಮುಖ ಗುರುಮಠಗಳು ಉತ್ತರ ಕರ್ನಾಟಕ, ಆಂಧ್ರ, ಮಹಾರಾಷ್ಟ್ರ ಗಳಲ್ಲಿ ಪ್ರಬಲವಾಗಿದ್ದಂತೆ ಹಳೇಮೈಸೂರು ಸಂಸ್ಥಾನದ ಶಿವಮೊಗ್ಗ, ಅರಸೀಕೆರೆ, ಮುಳ್ಳಯ್ಯನಗಿರಿ, ಹಾಸನ, ಚನ್ನರಾಯಪಟ್ಟಣ, ನಂದೀಬೆಟ್ಟ, ಚಿತ್ರದುರ್ಗ ಮುಂತಾದ ಕಡೆಗಳಲ್ಲಿಯೂ ಅಷ್ಟೇ ಪ್ರಭಾವಶಾಲಿಗಳಾಗಿದ್ದವು. ಅಂದ ಮೇಲೆ ಅವೆಲ್ಲವೂ ವೀರಶೈವ ಸಮಾಜದಲ್ಲಿ ವಿಲೀನಗೊಂಡಾಗಲೂ ಕೇವಲ ಈ ಮೂರು ಮಠಗಳು ಮಾತ್ರ ಪ್ರತ್ಯೇಕವಾಗಿ ಉಳಿದುಕೊಂಡಿವೆ ಎನ್ನುವಾಗ ಇವು ಕಾಳಾಮುಖ ಮಠಗಳಲ್ಲ ಎಂಬುದು ಗಮನಾರ್ಹವಾಗಿದೆ. ಅವುಗಳಲ್ಲಿಯೂ ಚುಂಚನಗಿರಿ ಮಠವು ತನ್ನ ಹೆಸರಿನ ಮೊದಲಿಗೆ 'ಆದಿ' ಎಂಬ ಸರ್ವನಾಮವನ್ನು ಬಳಸುತ್ತಿರುವುದರಿಂದ ದಕ್ಷಿಣಾಪಥದಲ್ಲಿ ಇದೇ ಪಾಶುಪತಶೈವರ ಆದಿಗುರುಪೀಠವೆಂದೂ, ಉಳಿದವು ಇದರ ಅಧೀನಮಠ ಅಥವಾ ಅನಂತರದ ಮಠಗಳಾಗಿದ್ದಿರಬೇಕೆಂದೂ ಊಹಿಸಬಹುದಾಗಿದೆ.

ಪಾಶುಪತಶೈವ ಹಾಗೂ ಕಾಳಾಮುಖ ಶೈವಗುರುಗಳಿಗೆ ಚಾತುರ್ವರ್ಣದವರೂ ಶಿಷ್ಯರಾಗಿದ್ದರೂ, ಗೌಡ ಮತ್ತು ಶೆಟ್ಟಿ ಜನಾಂಗದವರು ಪ್ರಮುಖ ಶಿಷ್ಯರಾಗಿ ಮಠದ ಆಡಳಿತೆಯಲ್ಲಿಯೂ ವಿಶೇಷ ಸ್ಥಾನಮಾನ ಪಡೆದಿದ್ದರು. ಬಹುತೇಕ ಶಾಸನಗಳಲ್ಲಿ ಈ ಎರಡೂ ಕೋಮಿನ ಹೆಸರುಗಳೂ ಅವರುಗಳ ಸೇವಾಕಾರ್ಯಗಳೂ ವಿಶೇಷವಾಗಿ ಕಂಡುಬಂದಿವೆ.

'ಇಂತೀ ಧರ್ಮಂ ಸೊಂಡಿಯರುವರ್ಗಾವುಂಡಗಳುಮೆಣ್ಬರ್ ಶೆಟ್ಟಿಯರು ಕೈಕೊಂಡು ಸ್ವಧರ್ಮದಿಂ1 ರಕ್ಷಿಸುತ್ತಮಿರ್ಪರ್॥ ಕನ್ನಡ ನಾಲ್ಕು ಸಾಸಿರದ ಮುಂಮುರಿದಂಡಗಳಿಗೆ ಮುಖ್ಯರಪ್ಪ ಶಿವಧರ್ಮ ದೀಪಕನಾದ ಶೈವರ ದೇವಿಶೆಟ್ಟಿಯರು, ಅರುವರ ಮೂವರ್ಪ್ರಭುಗಾವುಂಡಗಳಿಗೆ ಸ್ಥಾನ ಪೂಜೆಯಂ ಕೊಟ್ಟು ಧರ್ಮೇಶ್ವರಖಂಡಸ್ಫುಟಿತ ಧೂಪೋಪಹಾರಕ್ಕುಂ ಸ್ಥಾನಾಚಾರ್ಯರ ಗ್ರಾಸಕ್ಕಂ ಧಾರಾಪೂರ್ವಕಂ ಮಾಡಿ ಬಿಟ್ಟ....."1 (ಸೊಂಡಿಯ ಶಾಸನ: 'ಲಾಕುಳಶೈವರ ಇತಿಹಾಸ' ಶ್ರೀಕಪಟರಾಳ ಕೃಷ್ಣರಾಯರು, ಪು.92)

ಈ ಮೇಲಿನ ಶಾಸನದಲ್ಲಿ ಶೈವರ ದೇವಶೆಟ್ಟಿಯು, ಮೂವರು ಪ್ರಭುಗಾವುಂಡಗಳಿಗೆ ಸ್ಥಾನಪೂಜೆ ಕೊಟ್ಟನೆಂದು ಹೇಳಿರುವುದರಿಂದ, ಆ ಗಾವುಂಡರು ಅಲ್ಲಿಯ ಸ್ಥಳೀಯ ಪ್ರಮುಖರಾಗಿದ್ದರು. ಅವರ ಅಪ್ಪಣೆ ಪಡೆಯುವುದು ಅವಶ್ಯಕವಾಗಿದ್ದಿತು. ಇತ್ತೀಚಿನವರೆಗೂ

ಪರಗ್ರಾಮದವರು ಬಂದು ಶುಭಕಾರ್ಯ ನೆರವೇರಿಸುವ ಮುಂಚೆ ಗ್ರಾಮಗೌಡನ ಸಂಬಂಧಿಕರಲ್ಲದವರು, ಹಣ್ಣುಕಾಯಿ ವೀಳ್ಯದೊಂದಿಗೆ 'ಊರಹಣ, ದೇವರ ಕಾಣಿಕೆ' ಎಂದು ಊರ ಗೌಡನಿಗೆ ಕೊಟ್ಟು ಅಪ್ಪಣೆ ಪಡೆಯುವ ಪದ್ಧತಿ ಇತ್ತು. ವಿಶೇಷವಾಗಿ ಲಾಕುಳಶೈವಗುರುಗಳ ಭಕ್ತರಾದ ಗಾವುಂಡರು, ಶೆಟ್ಟರು ಮುಂತಾದವರು ದೇವಾಲಯಕ್ಕೆ ದತ್ತಿ ವಿಷಯದಲ್ಲಿ ಮಠ ಮಾನ್ಯ ಇವರದೇ ಆಗಿತ್ತೆಂದು ಕಂಡುಬರುತ್ತದೆ.

ಹೀಗೆ ಪಾಶುಪತಲಾಕುಳಶೈವ ಧರ್ಮಿಯರಾಗಿ ಶಿವಾಲಯಗಳ, ಗುರುಮಠಗಳ ರಕ್ಷಣೋದ್ಧಾರ ಕಾರ್ಯಗಳಲ್ಲಿ ಶ್ರದ್ಧೆ ಮತ್ತು ಭಕ್ತಿಪೂರ್ವಕವಾಗಿ ಸೇವೆ ಸಲ್ಲಿಸುತ್ತಾ ಬಂದ ಒಕ್ಕಲಿಗ ಗೌಡ ಸಮಾಜದ ಬಹುತೇಕ ಪ್ರಮುಖರಿಗೆ ರಾಜರು ಮತ್ತು ಶ್ರೀ ಮಠದ ಗುರುಗಳಿಂದ ಮಾನ ಸನ್ಮಾನ ಬಿರುದಾವಳಿಗಳೂ ದೊರೆತಿದ್ದವು. ಅವುಗಳಲ್ಲಿ ಒಂದೆರಡನ್ನು ಉದಾಹರಿಸಬಹುದು:

1. ಗಂಜಿಗೆರೆಯ ಸಮಸ್ತ ಪ್ರಜೆಗಾವುಂಡಗಳಿಗೆ 'ಶಿವಧರ್ಮನಿರ್ಮಳರು'. (ಕ.ಲಾ.ಇ.ಪು.96. ಅರಸೀಕೆರೆ ನಂ.283.1183 ನಂ.40–1209).

2. ಗೌಡರಿಗೆ ಸಮಸ್ತ ಭಕ್ತಜನಂಗಳು 'ಹರಚರಣಕಮಲಬೃಂಗ ಮಹಾಪ್ರಭು ಗಾಂವುಂಡರು' (ಅರಸೀಕೆರೆ ನಂ.124–1238)

3. 'ಶಂಕರಸ್ತುತಿ.......... ಪೊಯ್ಸಳದೇವ ಸತ್ಯವಾಕ್ಯ ಶ್ರೀಮನ್ ಮಹಾಮಾಂಡಲೀಕ ರಾಜ್ಯಂಗೆಯ್ಯುತ್ತಿರೆ, ಶಿವಗಣಾವತಾರ ಗೋತ್ರ ಪವಿತ್ರ ಶಿವಪಾದಶೇಖರ, ಬಂಕಗೌಂಡಗ ಬಮ್ಮ ಗೌಂಡಿಗ ಪುಟ್ಟಿದ ಸುಪುತ್ರ ಚಟ್ಟಗೌಂಡ1 (ಎ.ಕ.ಸಂ.6, ಕಡೂರು ನಂ.62. ಪ್ರ.ಶ.1104).

ಈ ಪ್ರಕಾರವಾಗಿ ಲಕುಲೀಶ ಧರ್ಮಗುರುವಿನಿಂದ ನಿರೂಪಿಸಲ್ಪಟ್ಟ ಶೈವಾಗಮವನ್ನು ಪ್ರಸಾರ ಮಾಡಿ, ವೃದ್ಧಿಸಿ, ಮಠಗಳನ್ನು ಸ್ಥಾಪಿಸಿ ಲೋಕೋಪಯೋಗಿ ಕಾರ್ಯದಲ್ಲಿ ನಿರತರಾಗಿದ್ದು, ಒಂದೇ ವೃಕ್ಷದ ಎರಡು ಶಾಖೆಗಳಂತಿದ್ದ ಪಾಶುಪತ ಮತ್ತು ಕಾಳಾಮುಖ ಗುರುಗಳಿಗೆ ಒಕ್ಕಲಿಗ ಗೌಡಜನಾಂಗದವರು ಪ್ರಮುಖ ಶಿಷ್ಯರಾಗಿದ್ದರು. ಬಸವೇಶ್ವರರು ಸ್ಥಾಪಿಸಿದ ವೀರಶೈವ ಸಮಾಜದಲ್ಲಿ ಕಾಳಾಮುಖ ಗುರುಗಳೂ ಅವರ ಶಿಷ್ಯವರ್ಗದಲ್ಲಿ ಒಂದು ಕೋಮಿನವರಾದ ಗೌಡ ಸಮಾಜದ ಅನೇಕರೂ ಲಿಂಗಧಾರಣೆ ಮಾಡಿಕೊಂಡು ಲಿಂಗವಂತರಾದರು. ಉಳಿದ ಪಾಶುಪತಶೈವ ಮಠಗಳ ಶಿಷ್ಯರಾದ ಗೌಡ ಜನಾಂಗದ ಬಹುತೇಕ ಕುಟುಂಬಗಳು ತಮ್ಮ ಪೂರ್ವದ ಸಂಪ್ರದಾಯದಲ್ಲಿಯೇ ಉಳಿದುಕೊಂಡು ಬಂದಿರುತ್ತಾರೆ.

ಚುಂಚನಗಿರಿಪೀಠ ಮತ್ತು ಬಾರಾನಾಥ್ ಪಂಥ್:

"ಈಶ್ವರನ ಕಪೋಲದಿಂದ ಸಿದ್ದಯೋಗಿ ಉದ್ಭವಿಸಿದನು. ಶಿವನು ತನ್ನ ಆವಾಸಸ್ಥಾನವಾದ ಚುಂಚನಗಿರಿ ಪೀಠವನ್ನು ಸಿದ್ಧಯೋಗಿಗೆ ಬಿಟ್ಟುಕೊಟ್ಟು ದ್ವಾದಶ ಶರೀರಗಳೊಳಗೆ ಇದೇ ಆದಿಪೀಠ ಸ್ಥಾನವೆಂದೂ ತಿಳಿಸಿದನು. ಮತ್ತು ದ್ವಾದಶನಾಥರುಗಳನ್ನು ತನಗೆ ಯುಕ್ತ ತೋರಿದ ಸ್ಥಳಗಳಲ್ಲಿ ಪಟ್ಟಾಭಿಷೇಕ ಮಾಡುವುದೆಂದೂ ಆಜ್ಞಾಪಿಸಿದನು2" ('ದಿವ್ಯ ಚುಂಚನಗಿರಿ ಕ್ಷೇತ್ರ ಪುರಾಣ'ದಿಂದ ಪು.4–5). ಈ ದ್ವಾದಶನಾಥರ ಸಂಘಟನೆಗೆ ಬಾರಾನಾಥ್ ಪಂಥ್ ಎಂದೂ ಕರೆಯಲಾಗುತ್ತಿದೆ.

'ದ್ವಾದಶನಾಥರು ವಿಷ್ಣುವು ಮೋಹಿನೀ ರೂಪವನ್ನು ತಾಳಿ ಕನಕಾಸುರ (ಭಸ್ಮಾಸುರ) ನನ್ನು ಸಂಹಾರ ಮಾಡಿದನು. ಆ ಸಮಯದಲ್ಲಿ ಶಿವನೇ ಮೋಹಿನಿಯಲ್ಲಿ ಮೋಹಿತನಾಗಲು ವೀರ್ಯಸ್ಖಲನವಾಗಿ ಸಮುದ್ರದಲ್ಲಿ ಬೀಳಲು ಅದನ್ನು ಒಂದು ಮತ್ಸ್ಯವು ಪಾನಮಾಡಿತು. ಅದರ ಗರ್ಭದಲ್ಲಿ ಯೋಗಿಗಳು ಹುಟ್ಟಿದರು:

1. ಸತ್ಯನಾಥರು, 2. ಸ್ವತೋನಾಥರು, 3. ಅನಾದೀಕನಾಥರು, 4. ಆದಿನಾಥರು, 5. ಅಕುಲೀನಾಥರು, 6. ಮಾತುಂಗನಾಥರು, 7. ಮತ್ಸ್ಯೇಂದ್ರನಾಥರು, 8. ಯಂತ್ರಘಟನಾಥರು, 9. ಗೋರಕ್ಷನಾಥರು ಎಂಬ ಒಂಭತ್ತು ನಾಥರು ಹುಟ್ಟಿದ್ದಾರೆ. ನಿನ್ನ ಅಂಶದಿಂದ ಸಾರಂಗನಾಥರು, ಅಘೋರನಾಥರು ಹುಟ್ಟಿ ನೀವು ದ್ವಾದಶಾನಾಥರೂ ಕೂಡಿ ತಪೋವಂತರಾಗಿಯೂ ಯೋಗನಿರತರಾಗಿಯೂ ಶಂಗಕರ್ಣಾಭರಣಗಳಿಂದಲೂ ಭಸ್ಮಾಲಂಕಾರಯುಕ್ತರಾಗಿಯೂ ದ್ವಾದಶ ಪೀಠಗಳಿಗೆ ಅಧಿಪತಿಗಳಾಗಿ ಭೂಲೋಕದಲ್ಲಿ ಸಂಚರಿಸುತ್ತಾ ಪಾಮರ ಜನರನ್ನು ಮಂತ್ರೋಪದೇಶ, ದೀಕ್ಷಾವಿಧಾನಗಳಿಂದ ಪರಿಶುದ್ಧರನ್ನಾಗಿ ಮಾಡತಕ್ಕದ್ದೆಂದು ಉಪದೇಶಿಸಿದನು ಮತ್ತು ದಾಸ, ಯೋಗಿ, ಜಂಗಮ, ಶ್ರವಣ, ಸನ್ಯಾಸಿ, ಕಾಳಾಮುಖಿಗಳೆಂಬ ಆರು ಜನರು ಶಿಷ್ಯರಾಗಿ ಸಂಚಾರ ಮಾಡಿ ಜ್ಞಾನ ಪ್ರಸಾರ ಮಾಡುವುದೆಂದೂ ತಿಳಿಸಿದನು.

ಇದೇ ರೀತಿ ಕದ್ರಿಮಠದ 'ಕದಳೀಮಂಜುನಾಥ ಮಹಾತ್ಮೆ, ಕ್ಷೇತ್ರ ಪುರಾಣದಲ್ಲಿಯೂ ನವನಾಥರ ಹೆಸರುಗಳು ಬರುತ್ತವೆ. ಆದರೆ ಕಥೆಯಲ್ಲಿಯೂ ನವನಾಥರ ಹೆಸರುಗಳಲ್ಲಿಯೂ ಬಹಳ ವ್ಯತ್ಯಾಸವಿದೆ. ಉಳಿದ ಮೂವರು ನಾಥರ ಹೆಸರುಗಳೂ ಹೇಳಿಲ್ಲ. ಆದರೆ ಎರಡರಲ್ಲಿಯೂ ಆದಿನಾಥರು, ಮತ್ಸ್ಯೇಂದ್ರನಾಥರು, ಗೋರಕ್ಷನಾಥರ ಹೆಸರುಗಳಿವೆ.

ಭಾರತದ ದಶದಿಕ್ಕುಗಳಲ್ಲಿಯೂ ಮತಪ್ರಚಾರ ಮಾಡುತ್ತಾ ಹೊರಟ ದ್ವಾದಶನಾಥರು ಹನ್ನೆರಡು ಕಡೆ ಮಠ ಸ್ಥಾಪನೆ ಮಾಡಿ ಶಿಷ್ಯವೃತ್ತಿಯನ್ನು ಬೆಳೆಸಿಕೊಂಡು ಬಂದಿರುತ್ತಾರೆ. ಇವರು ಹನ್ನೆರಡು ವರ್ಷಕ್ಕೊಮ್ಮೆ ಹರಿದ್ವಾರದಲ್ಲಿ ಸಭೆ ಸೇರಿ ಮಠಾಧಿಪತಿಗಳ ವರ್ಗಾವಣೆ,

ಆದೇಶ ಮುಂತಾದ ಅನೇಕ ಕಾರ್ಯಕಲಾಪಗಳನ್ನು ನಡೆಸುತ್ತಾರೆ. ಅದರಂತೆ ಕರ್ನಾಟಕ ಪ್ರಾಂತ್ಯಕ್ಕೆ ಸಿದ್ಧಯೋಗಿಗಳು ಬಂದು ಚುಂಚನಗಿರಿ ಆದಿಪೀಠವನ್ನು ಸ್ಥಾಪಿಸಿರುತ್ತಾರೆ ಎಂಬುದು ಅಲ್ಲಿನ ಗುರುಪರಂಪರೆಯಿಂದ ತಿಳಿದುಬರುತ್ತದೆ. ಅದೇ ರೀತಿ ದಕ್ಷಿಣ ಕನ್ನಡ ಮತ್ತು ಮಲೆಯಾಳಿಗಳಿಗೆ ಮತ್ಸ್ಯೇಂದ್ರನಾಥರೂ ಗೋರಕ್ಷ ನಾಥರೂ ಬಂದು ಕದ್ರಿಯಲ್ಲಿ ಮಠ ಸ್ಥಾಪನೆ ಮಾಡಿದರು ಎನ್ನಬಹುದು. ಆದರೆ ಇಲ್ಲಿ ಮುಖ್ಯವಾಗಿ ಗಮನಿಸಬೇಕಾದ್ದು, ಮತ್ಸ್ಯೇಂದ್ರನಾಥರ ವಿಗ್ರಹ ಚತುರ್ಭುಜ, ವರದಹಸ್ತವಾಗಿ, ಕೊರಳ ಹಾರದಿಂದ ಶೋಭಿಸುವ ಕಾರಣ ಅದು ಸ್ವಯಂಭುಶಿವನೇ ಆಗಿರುವುದರಿಂದ, ಅದರ ಪಕ್ಕದಲ್ಲೇ ಇರುವ ಉಳಿದೆರಡು ವಿಗ್ರಹಗಳಿಂದ, ಹಾಗೆ ಬಂದವರು ಶ್ರೀಕಂಠನಾಥ ಮತ್ತು ಗೋರಕ್ಷನಾಥರೆನ್ನಬಹುದು.

ಮಹಾಮಾತೆ ಮಂಗಳಾದೇವಿ:

ಗೋರಕ್ಷನಾಥರು ಕೇರಳದಲ್ಲಿ ಮಠ ಪ್ರಚಾರ ಮಾಡುತ್ತಿದ್ದಾಗ, ಕೇರಳದ ರಾಜಕುಮಾರಿ ಮಂಗಳಾದೇವಿ ಅವರ ಶಿಷ್ಯಳಾಗಿ, ಸನ್ಯಾಸದೀಕ್ಷೆ ಪಡೆದು ಮಂಗಳೂರಿಗೆ ಬಂದು, ತಪೋನಿರತಳಾಗಿ ಅಲ್ಲಿಯೇ ಐಕ್ಯಳಾದ್ದರಿಂದ ಭಕ್ತಾದಿಗಳು ಆಕೆಯದೇ ದೇವಸ್ಥಾನ ಕಟ್ಟಿ ಇಂದಿಗೂ ಪೂಜಿಸುತ್ತಾ ಬಂದಿರುತ್ತಾರೆ. ಆಕೆಯ ಹೆಸರಿನಿಂದಲೇ ಮಂಗಳೂರು ಎಂದಾಗಿರುತ್ತದೆ. ಈಗ ಅದು ಕಲ್ಯಾಣಮಂಟಪವೂ ಆಗಿ ಮದುವೆಗಳೂ ನಡೆಯುತ್ತಿವೆ.

ಗೋರಕ್ಷನಾಥನು 12 ಕಡೆ ಮಠಸ್ಥಾಪನೆ ಮಾಡಿ ಭಾರತದಾದ್ಯಂತ ಸಂಚಾರ ಮಾಡುತ್ತಿದ್ದನು. ಒಂದೆಡೆ ಹೆಚ್ಚಾಗಿ ಎಲ್ಲೂ ನಿಲ್ಲುತ್ತಿರಲಿಲ್ಲ. ಕೊನೆಗೂ ಅವರು ಎಲ್ಲಿ ಸಮಾಧಿಸ್ತರಾದರೆಂಬುದು ಇಂದಿಗೂ ತಿಳಿಯದು.

ಭಾರಧ್ವಾಜರ 'ಕದಳೀ ಮಂಜುನಾಥ ಮಹಾತ್ಮೆ' ವಿವರಿಸುವ ಎರಡು ಓಲೆಗರಿ ಗ್ರಂಥಗಳು ಕದ್ರಿ ಮಠದಲ್ಲಿರದೆ, ಮಂಗಳಾದೇವಿ ದೇವಸ್ಥಾನದ ಅರ್ಚಕರಲ್ಲಿ ನಿತ್ಯ ಪಾರಾಯಣಕ್ಕಾಗಿ ಇವೆ. ಅಂದರೆ ಮಂಗಳಾದೇವಿ ಗೋರಕ್ಷನಾಥರ ಶಿಷ್ಯಳಾಗಿದ್ದ ಕಾರಣ ಅವು ಅಲ್ಲಿವೆ. ಇದರಿಂದ ಮಂಗಳಾದೇವಿ ಪಾಶುಪತಲಾಕುಳಶೈವಳಾಗಿದ್ದು, ಅದರ ಅನುಯಾಯಿಗಳಾದ ಒಕ್ಕಲಿಗ ಗೌಡ ಸಮುದಾಯಕ್ಕೆ, ತಮ್ಮೊಳಗೂ ಒಬ್ಬಳು ಮಹಾಸಂತ ವೀರಾಗ್ರಣಿ ಇದ್ದು, ತನ್ನ ಆದರ್ಶ ಸನ್ಯಾಸ ಜೀವನದಿಂದ ಲೋಕಕ್ಕೆ ಮಾತೆಯಾಗಿ ನಿತ್ಯಪೂಜೆ ಗೊಳ್ಳುತ್ತಿರುವಳೆಂಬುದು ಅಭಿಮಾನದ ವಿಷಯವಾಗಿದೆ. ಆ ದೇವಸ್ಥಾನ ಈಗಲೂ ಒಕ್ಕಲಿಗ ಗೌಡ ಜನಾಂಗದ ಹೆಗ್ಗಡೆಯವರ ಆಡಳಿತೆಯಲ್ಲಿಯೇ ಇದೆ ಎಂಬುದೂ ಗಮನಾರ್ಹವಾಗಿದೆ.

ಕದ್ರಿಯಲ್ಲಿ ಮಂಜುನಾಥಸ್ವಾಮಿ ಮುಖ್ಯ ದೇವರಾಗಿದ್ದರೆ, ಚುಂಚನಗಿರಿಯಲ್ಲಿ ಶ್ರೀ ಗಂಗಾಧರೇಶ್ವರ ಸ್ವಾಮಿ ಮುಖ್ಯ ದೇವರಾಗಿದ್ದಾರೆ. ಆದರೆ ಈ ಎರಡು ಮಠಗಳಲ್ಲಿಯೂ ಒಕ್ಕಲಿಗರ ಕುಲದೇವರಾದ ಶ್ರೀ ಕಾಲಭೈರವ ಸ್ವಾಮಿ ಪ್ರತಿಷ್ಠಿತನಾಗಿದ್ದಾನೆ.

ಕಾಶೀಕ್ಷೇತ್ರಕ್ಕೆ ಹೋದವರು ಶ್ರೀ ವಿಶ್ವನಾಥನ ದರ್ಶನ ಮಾಡಿದ ಅನಂತರ ಅಲ್ಲಿನ ಹೆಡ್‌ಡಾಕ್ ಕಟ್ಟಾ ಬಳಿ ಒಂದು ಓಣಿಯಲ್ಲಿರುವ ಆದಿ ಶ್ರೀ ಕಾಲಭೈರವನ ದರ್ಶನ ಮಾಡದೆ ಬಂದರೆ ಕ್ಷೇತ್ರಯಾತ್ರಾ ಫಲ ದೊರೆಯದು ಎಂಬುದು ಪ್ರತೀತಿ. ಅಲ್ಲಿಗೆ ಹೋಗುವ ಭಕ್ತಾದಿಗಳಿಗೆ ಶೈವಗುರುಗಳು ವಿಭೂತಿ ಪ್ರಸಾದವನ್ನೂ ಕಾಶೀದಾರವನ್ನೂ ಕೊಡುತ್ತಾರೆ. ಕಾಲಭೈರವನ ವಿಗ್ರಹವು ಕಲೆಯ ದೃಷ್ಟಿಯಿಂದ ತೀರ ಒರಟು ಒರಟಾಗಿದ್ದು, ಅದರ ಪ್ರಾಚೀನತೆಯನ್ನು ಸಾರುತ್ತದೆ. ಆ ಪುಣ್ಯಸ್ಥಾನವು ಅತಿ ಪುರಾತನ ಸಂಸ್ಕೃತಿಯ ಒಂದು ಕೇಂದ್ರವಾಗಿತ್ತು ಎಂದು ಇದರಿಂದಲೂ ಊಹಿಸಬಹುದು. ಶ್ರೀ ಆದಿ ಶಂಕರಾಚಾರ್ಯರು ಕಾಶೀಕ್ಷೇತ್ರಕ್ಕೆ ಹೋಗಿದ್ದಾಗ ಆದಿ ಶ್ರೀಕಾಲ ಭೈರವನ ದರ್ಶನ ಮಾಡಿ ಅಲ್ಲಿಯೇ ಕುಳಿತು ಕಾಲಭೈರವಾಷ್ಟಕವೆಂಬ ಸ್ತೋತ್ರ ಮಾಲೆಯನ್ನು ರಚಿಸಿರುತ್ತಾರೆ.

ಲಕುಲೀಶ ಪಾಶುಪತರು ಮತ್ತು ಚೋಳರು:

ಚೋಳರು ನಾಥಪಂಥ ಸಂಘದ ಪ್ರಮುಖ ಶಿಷ್ಯವರ್ಗದವರು. ಇವರಿಗೆ ರಾಜಾಶ್ರಯ ದೊರೆತು ಚೋಳರಾಜ್ಯದಲ್ಲಿ ಪ್ರಬಲರಾಗಿದ್ದರು. ಚೋಳರು ಕಟ್ಟಾ ಶೈವರು ಹಾಗೂ ಜೈನ-ಬೌದ್ಧರ ದ್ವೇಷಿಗಳು ಎಂಬುದನ್ನು ಚರಿತ್ರೆಯಲ್ಲಿ ನೋಡಿರುತ್ತೇವೆ. ಈ ಚೋಳರಿಂದಲೇ ತಲಕಾಡು ಪತನವಾಗಿ 'ಗಂಗರಸರ' ಚಕ್ರಾಧಿಪತ್ಯ ನಾಶವಾದದ್ದು. ಇವರು ಗಂಗರಸರನ್ನು ಗೆದ್ದು ಕೆಲವು ಕಾಲ ಗಂಗವಾಡಿಯನ್ನು ಚೋಳ ಸಾಮ್ರಾಜ್ಯಕ್ಕೆ ಸೇರಿಸಿಕೊಂಡಿದ್ದರು. ಇದರಿಂದ ಚೋಳರ ಗುರುಗಳಾದ ಪಾಶುಪತರು ತಮ್ಮ ಪ್ರಭಾವವನ್ನು ಈ ಕಡೆಯಲ್ಲಿಯೂ ಬೀರಿ ಜೈನರನ್ನು ಹಿಂಸಿಸಿ ಜೈನರ ಬಸದಿಗಳನ್ನು ಮಠಗಳನ್ನು ನಾಶಮಾಡಿ ಜನರನ್ನು ಪುನಃ ಸನಾತನ ಶೈವಧರ್ಮಕ್ಕೆ ಒಲಿಸಿಕೊಂಡು ಮತಾಂತರಿಸಿದರು-

"The monastaries of Saivite sects which appeared as integral parts of the saivite temples from the 8th century onwards were a characteristic product of the age...Important monastaries often organized mass conversion (Diksa) do Saivism and there by extended the sphere of Saivite influence, more over cultural and welfare activities of the Saivite monks transformed their monastaries in to powerful instruments of sectarian publicity. All this recalled on the popularity of the Jaina monastic Ordears.[11]

ಹೀಗೆ ಮತಾಂತರ ಹೊಂದಿದವರಲ್ಲಿ ಅಥವಾ ಆರ್ಷೇಯವಾಗಿ ನಡೆದುಬಂದ ಶಿಷ್ಯವರ್ಗದಲ್ಲಿ ಪ್ರಮುಖವಾದ ಮೂರು ಜನಾಂಗಗಳು ಮಾತ್ರವೇ ಕಂಡುಬರುತ್ತವೆ. ಸಾಕ್ಷ್ಯವಾಗಿ ಭಾರಧ್ವಾಜ ಸಂಹಿತಾಂತರ್ಗತ ಕದರೀಮಂಜುನಾಥಮಹಾತ್ಮೆಯ ಕನ್ನಡ ಅನುವಾದ ಒಳಪುಟದಲ್ಲಿ ಕಂಡು ಬರುವ ಈ ಅಧಿಕೃತ ಪತ್ರವನ್ನು ನೋಡಬಹುದು:

ಶ್ರೀಮದ್ಯೋಗೀಂದ್ರ ಗೋರಕ್ಷನಾಥಾಯ ನಮಃ

ಅಖಿಲ ಭಾರತ ವರ್ಷೀಯ ಅವಧೂತಯೋಗೀಮಹಾಸಭಾ

ಭೇಷ 12 ಪಂಥ, ಮುಖ್ಯ ಕಾರ್ಯಾಲಯ ದಲೀಚಾ ಬಾರಹ್ ಪಂಥ್, ಅಪ್ಪರ್ ರೋಡ್ ಹರಿದ್ವಾರ–ಯು.ಪಿ. ಪ್ರಮಾಣಪತ್ರಮ್

ಶ್ರೀ 108 ಶ್ರೀಮಹಂತ ಪೂರ್ಣನಾಥಜೀ (ಕೈಸರ್ ಹಿಂದ್) ಗೋಲ್ಡ್ ಮೆಡಲಿಸ್ಟ್, ಪ್ರೊವಿನ್ಷಿಯಲ್ ದರಬಾರೀಕೆ ಶಿಷ್ಯಶ್ರೀ ಭೂತೇಶ್ವರ ನಾಥಜೀ ಗುರುಸ್ಥಾನ್ ಬಹೋರ್ ಸೋಹಕತ್‌ಕೋ, ಉಪಮಂತ್ರಿ ದಕ್ಷಿಣ ಅಖಿಲ ಭಾರತ ವರ್ಷೀಯ ಅವಧೂತಯೋಗೀ ಮಹಾಸಭಾ ಕೇಸಮುಚಿತಪ್ರಬಂಧಕೇಲಿಯೆ ಭಾರತ ವರ್ಷ ತಥಾ ಅನ್ಯದೇಶೋಮೇ ಜಹಾವಹ ಉಚಿತ ಸಮರ್ಥೋಂಯೋಗಿ ಸಂಪ್ರದಾಯಕೇ ಸಾಧು ಓಂ ತಥಾಪೀಠ ಮಹಂತೋಕಾ ಅಧಿವೇಶನ್ ಕರಕೇ ಮಂಡಲೀಸೆ ಸುಧಾರ್ ಕಾರ್ಯಕೋಯೋಗ್ಯತಾ ಪೂರ್ವಕ ಕರೇ ಇಸ್ ಪ್ರಮಾಣಪತ್ರಕೋ ಜಹಾಂ ಅವಶ್ಯಕತಾ ಹೋ ದಿಖಾ ಸಕತೇ ಹ್ಯೆಂ ಸಾಥೆಹೀ ಸೋಮವಂಶ ಸಹಸ್ರಾರ್ಜುನಕ್ಷಕ್ರಿಯ. ಭಾವಸಾರಕ್ಷತ್ರಿಯ, ಗೌಡ ಸಮಾಜ, ಚುಂಚನಗಿರಿಮಠ ಶಿಷ್ಯ ತಥಾ ಅನ್ಯನಾಥ ಸಂಪ್ರದಾಯ ಶಿಷ್ಯೋಂಕೋ ಉಪದೇಶದ್ವಾರಾ ಸನಾತನ ಧರ್ಮಕೇ ಪೂರ್ಣ ಪರಿಚಯ ದೇ.

ಆಜ್ ತಾರೀಕು 29–4–50 ಕೋಹಮನೇ ಅಪನೇ ಕಾರ್ಯಾಲಯಕೀ ಓರ್‌ಸೆ ಯಹ್ ಪ್ರಮಾಣಪತ್ರ ಶ್ರೀ ಭೂತೇಶ್ವರನಾಥ್‌ಕೋ ದಕ್ಷಿಣಮಂತ್ರೀ ಕೇ ರಾಯಸ ಕಾಮಕೊದಿಯಾ ಶ್ರೀ ಮಹಂಥದಿಗ್ವಿಜಯನಾಥ್.

ಸಭಾಪತಿ–ಇಂದ್ರನಾಥ್	ರಮುಜಾ ಈನಾಥ್	ಪ್ರಯಾಗಕುಬ
ಇಂದ್ರನಾಥ ಶಾಸ್ತ್ರಿ	ಪ್ರಧಾನಮಂತ್ರಿ	2010
ಸಹಾಯಕ ಮಂತ್ರಿ		9–3–54

---

11. **R and C. Dn. P 170 by Ramendranath Namdi**

ಈ ಅಧಿಕಾರಪತ್ರದ ಸಾರಾಂಶ: ಹರಿದ್ವಾರದಲ್ಲಿ ಹನ್ನೆರಡು ವರ್ಷಕ್ಕೊಮ್ಮೆ ಸೇರುವ ಅವಧೂತಯೋಗೀ ಸಮಾಜದ ಮಹಾಸಭೆಯಲ್ಲಿ ದಕ್ಷಿಣ ಭಾರತದಲ್ಲಿ ಈ ಸಮಾಜದ ಸುಧಾರಣೆ ಬೆಳೆವಣಿಗೆ ಶಿಷ್ಯವೃತ್ತಿಗಾಗಿ ಶ್ರೀ ಭೂತೇಶ್ವರನಾಥ್‌ಜೀಯವರಿಗೆ ಉಪಮಂತ್ರಿ ಸ್ಥಾನ ಕೊಟ್ಟು ಬರೆಸಿದ ಅಧಿಕಾರಪತ್ರ. ಇವರು ದಕ್ಷಿಣಭಾರತದಲ್ಲಿ ಸೋಮವಂಶ ಸಹಸ್ರಾರ್ಜುನ ಕ್ಷತ್ರಿಯ, ಭಾವಸಾರಕ್ಷತ್ರಿಯ, ಗೌಡ ಸಮಾಜ ಮತ್ತು ಚುಂಚನಗಿರಿಮಠದ ಶಿಷ್ಯರು ಹಾಗೂ ಇತರ ಸಂಪ್ರದಾಯದ ಶಿಷ್ಯರಿಗೂ ಉಪದೇಶ ಕೊಡುವುದು ಇತ್ಯಾದಿ... ಇರುತ್ತೆ.

ಈ ಪತ್ರದಿಂದ ಮೇಲೆ ಹೇಳಿದ ಕ್ಷತ್ರಿಯರು, ಗೌಡರು ಮತ್ತು ಚುಂಚನಗಿರಿ ಮಠದ ಶಿಷ್ಯರುಗಳು ಮಾತ್ರ ಈ ಅವಧೂತಯೋಗೀ ಸಮಾಜಕ್ಕೆ ನೇರವಾಗಿ ಸೇರಿರುವ ಶಿಷ್ಯವರ್ಗವೆಂದು ಸ್ಪಷ್ಟವಾಗಿ ತಿಳಿದುಬರುತ್ತದೆ. ಗೌಡರು ಚುಂಚನಗಿರಿಮಠದ ಶಿಷ್ಯರು ಎಂದರೂ ಅದೇ ಅರ್ಥವಾಗುತ್ತದೆ. ಮೇಲಾಗಿ ಈ ಪತ್ರ ಕದರಿಮಠದಲ್ಲಿದ್ದರೂ ಅದರ ಹೆಸರು ಹೇಳಿಲ್ಲ ಮತ್ತು ದಕ್ಷಿಣ ಭಾರತಕ್ಕೆಲ್ಲ ಚುಂಚನಗಿರಿ ಮಠದ ಒಂದೇ ಹೆಸರು ಕಂಡುಬಂದಿದೆ. ಇದರಿಂದ ಅವಧೂತಯೋಗೀ ಸಮಾಜದ ಮುಖ್ಯ ಕಾರ್ಯಾಲಯದಲ್ಲಿ ದಕ್ಷಿಣ ಭಾರತಕ್ಕೆ ಆದಿಚುಂಚನಗಿರಿ ಮಠ ಒಂದೇ ಒಂದು ಅವರಿಂದ ಅಧಿಕೃತ ಮಾನ್ಯತೆ ಪಡೆದಿರುವುದೆಂದೂ ಉಳಿದ ಮಠಗಳು ಇದರ ಅಧೀನಮಠಗಳೆಂದೂ ನಿಸ್ಸಂದೇಹವಾಗಿ ಅಭಿಪ್ರಾಯಪಡಬಹುದು ಮತ್ತು ನಾಥ್‌ಪಂಥದ ಪ್ರಭಾವ ಗೌಡ ಸಮುದಾಯದಲ್ಲಿ ಆಳವಾಗಿ ಬೇರುಬಿಟ್ಟಿತ್ತು ಎಂಬುದನ್ನು ಮಾಗಡಿಪ್ರಭು ಕೆಂಪೇಗೌಡರು ಬೆಂಗಳೂರು ಗವೀಪುರದಲ್ಲಿ ಕಟ್ಟಿಸಿರುವ ಗವಿ ಗಂಗಾಧರೇಶ್ವರ ಸ್ವಾಮಿಯ ದೇವಾಲಯದ ಮುಂಭಾಗದಲ್ಲಿ ಕಡೆದು ನಿಲ್ಲಿಸಿರುವ ಬೃಹದಾಕಾರದ ತ್ರಿಶೂಲ, ಡಮರುಗ ಮತ್ತಿತರ ಶಿಲಾಸ್ಥಂಭಗಳಿಂದಲೂ ಗುರುತಿಸಬಹುದಾಗಿದೆ. ಅಲ್ಲಿನ ಡಮರುಗ, ಸೂರ್ಯ ಚಂದ್ರದಾನಿ ನಾಥ್‌ಪಂಥೀಯರ ಲಾಂಛನವಾಗಿರುತ್ತವೆ.

ಹೀಗೆ ಚೋಳರ ಪ್ರಾಬಲ್ಯ ಮತ್ತು ಪಾಶುಪತ ಶೈವಗುರುಗಳ ಪ್ರಭಾವದಿಂದ ಶ್ರೀಕಾಲಭೈರವನನ್ನು ಮನೆದೇವರನ್ನಾಗಿ ಸೇವೆಗೈಯುತ್ತ ಗಂಗವಾಡಿಯ ಗಂಗರು ಮತಾಂತರ ಹೊಂದಿ ಅವಧೂತಯೋಗೀ ಸಮಾಜದ ಆಚಾರ ವಿಚಾರಗಳನ್ನು ಬೆಳೆಸಿಕೊಂಡು ಬಂದಿರುತ್ತಾರೆ. ಚೋಳರು ಶೈವ ಗುರುಗಳಿಗೆ ಈ ಕಾರ್ಯದಲ್ಲಿ ಹೇಗೆ ಸಹಾಯಕರಾಗಿ ಮತಪ್ರಸಾರವು ನಿರ್ವಿಘ್ನವಾಗಿ ನಡೆಯಲು ನೆರವಾದರೆಂಬುದನ್ನು ಮುಂದೆ ವಿವರಿಸಲಾಗಿದೆ.

ಚುಂಚನಗಿರಿಯ ಸುತ್ತಲ ಪ್ರಾಂತ್ಯಕ್ಕೆ 'ವಿಕ್ರಮಚೋಳಮಂಡಲ' ವೆಂದು ಹೆಸರು ಇದ್ದಿತಾಗಿ ತಿಳಿದುಬರುತ್ತದೆ. ಚುಂಚನಗಿರಿಯಲ್ಲಿ 'ಚೋಳರ ಕಂಭ' ಎಂಬ ಶಿಖರವೂ ಇದೆ ಮತ್ತು ಇದಕ್ಕೆ ಸಮೀಪದಲ್ಲೇ 'ಚೋಳೂರು' ಎಂಬ ಗ್ರಾಮವೂ ಇದೆ. ಇಲ್ಲಿ

ಒಂದು ಕಲ್ಯಾಣಿಯೂ ಇದೆ. ಇತ್ತೀಚಿನವರೆಗೆ ಅಲ್ಲಿ ಪರಂಪರಾನುಗತವಾಗಿ ನಡೆದುಬಂದ ವಾಡಿಕೆಯಂತೆ ವರ್ಷಕ್ಕೊಮ್ಮೆ ನಡೆಯುವ ಚುಂಚನಗಿರಿ ಉತ್ಸವ ಕಾಲದಲ್ಲಿ ಚೋಳೂರು ಕಂಭದ ಮೇಲೆ ಹತ್ತಿಸುತ್ತಿದ್ದ ದೀಪದ ಪ್ರತಿಬಿಂಬ ಚೋಳೂರು ಗ್ರಾಮದ ಕಲ್ಯಾಣಿಯಲ್ಲಿ ಮೂಡುವವರೆಗೆ ಆ ಗ್ರಾಮಸ್ಥರು ಊಟಮಾಡುತ್ತಿರಲಿಲ್ಲ.

ಈ ವಿಷಯವನ್ನು ಹೀಗೆ ಅರ್ಥ ಮಾಡಬಹುದು. ಚೋಳೂರು, ಚೋಳರ ಊರು. ಹತ್ತಾರು ಶತಮಾನಗಳ ಹಿಂದೆ ಆಡುಮಾತಿನ ಈ ಬದಲಾವಣೆ ಸ್ವಾಭಾವಿಕ. ಇದರಂತೆ ಚೇಳೂರುಕಂಭ, ಚೋಳರಕಂಭ ಆಗಿರಬೇಕು. ಈ ಚೋಳರ ಮಂಡಲವೇ ಚೋಳರ ಪ್ರಭುತ್ವದ ಹಿರಿಮೆಯನ್ನು ಎತ್ತಿಹಿಡಿಯುತ್ತದೆ. ಇಲ್ಲಿನ ಶ್ರೀ ಕಾಲಭೈರವನ ದೇವಸ್ಥಾನದ ಗೋಪುರವನ್ನು ಚೋಳರು ಕಟ್ಟಿಸಿದ್ದು ಜನಪದ ಸಾಹಿತ್ಯದಿಂದ ತಿಳಿದುಬರುತ್ತದೆ–

ಚೋಳರು ಕಟ್ಟಿದ ಗುಡಿಯ ಸೋಜಿಗ ನೋಡುವ ಬನ್ನಿ

ಸೂಜೀಲಿ ಬೀಗ ತೆಗೆಯೋನ ಭೈರವನ

ಸೋಜಿಗದ ಮೇಲುಶಿಖರವಾ

ಈ ಅಭಿಪ್ರಾಯದಂತೆ ಚೋಳರು ಸೈನ್ಯ ಸಮೇತ ಈ ಮಠವನ್ನು ಮುತ್ತಿ ಅಲ್ಲಿದ್ದಿರ ಬಹುದಾದ ಅನ್ಯಮತೀಯ ಗುರುಗಳನ್ನು ಹೊರಗಟ್ಟಿ, ನಾಥ್‌ಪಂಥ್ ಗುರುಗಳಿಗೆ ಪುನಃ ಪಟ್ಟಾಭಿಷೇಕ ಮಾಡಿಸಿ ಜಯಭೇರಿ ಹೊಡೆದು, ಅತಿ ಎತ್ತರದ ಶಿಖರದ ಮೇಲೆ ವಿಜಯಧ್ವಜ ಹಾರಿಸಿ ದೀಪ ಹತ್ತಿಸಿರಬೇಕು. ಅದರ ಬೆಳಕು ದೂರದಲ್ಲಿ ಬೀಡುಬಿಟ್ಟಿದ್ದ ಚೋಳರ ಸೈನ್ಯದ ಠಾಣೆಯ ಬಳಿ ಕಲ್ಯಾಣಿಯಲ್ಲಿ ಕಂಡಿರಬೇಕು. ಅದನ್ನು ನೋಡಿ ಸೈನಿಕರು ಸಂತೋಷದಿಂದ ಕುಣಿದಾಡಿರಬೇಕು. ಅದೇ ಪದ್ಧತಿ ಮುಂದುವರಿದು ಬಂದಿರಬಹುದು. ಸೈನಿಕರೆಲ್ಲ ಚೋಳರೇ ಆಗಿದ್ದುದರಿಂದ ಚೋಳರ ಊರೇ ಆಯಿತು. ಹೇಗೋ ಈ ಮಠ ಚೋಳರ ಉದಾರಾಶ್ರಯದಲ್ಲಿ ಮತ್ತೆ ಪ್ರಬಲವಾಗಿ ಮತಪ್ರಚಾರ ನಡೆಸುತ್ತ ಬಂದಿತು ಎನ್ನಬಹುದು.

ಹೀಗೆ ನಡೆದಿರಬಹುದಾದ ಕಾಲವನ್ನು ತಕ್ಕಮಟ್ಟಿಗೆ ನಿರ್ಣಯಿಸಬಹುದು. ಚುಂಚನಗಿರಿ ಸಂಸ್ಥಾನವನ್ನು ಆಳಿದ ಗುರುಪರಂಪರೆಯಲ್ಲಿ 51ನೆಯ ಗುರುಗಳು ಪಾರ್ಶ್ವನಾಥರು, ಇವರು ತಮ್ಮ ಹೆಸರಿನಿಂದಲೇ ಜೈನಯತಿಗಳು ಎಂಬುಸದು ವ್ಯಕ್ತವಾಗುತ್ತದೆ. ಈ ಹೆಸರು ಇತರ ಮತೀಯರಿಗೆ ಸಲ್ಲದು. ಜೈನಯತಿಗಳ ಹೆಸರಿನ ಗುರುಗಳು ಅದಕ್ಕೆ ಪೂರ್ವದಲ್ಲಿಯೂ ಇಲ್ಲ, ಅನಂತರವೂ ಇಲ್ಲ. ಆದ್ದರಿಂದ ಈ ಜೈನಯತಿಯ ಕಾಲದಲ್ಲಿ ಜೈನರು ಈ ಮಠವನ್ನು ಆಕ್ರಮಿಸಿದ್ದರು. ಮತ್ತು ಕದ್ರಿ ಮಠದಲ್ಲಿದ್ದಂತೆ ಇಲ್ಲಿಯೂ ಇದ್ದಿರಲೇಬೇಕಾಗಿದ್ದ ನಾಥಪಂಥ್ ಶೈವ ಸಂಪ್ರದಾಯದ ನಾನಾ ಶಿಲಾವಿಗ್ರಹಗಳನ್ನು ಭೂಗತ ಮಾಡಿರಲೇಬೇಕು. ಸ್ಥಳೀಯ ಸಂಶೋಧಕರು ಈ ದಿಶೆಯಲ್ಲಿ ಸ್ವಲ್ಪ ಆಸಕ್ತಿ

ವಹಿಸಿದರೆ ಅಕ್ಕಪಕ್ಕ ಎಲ್ಲಿಯಾದರೂ ಅವು ದೊರೆಯಬಹುದು. ಆ ಪಾರ್ಶ್ವನಾಥಯತಿಗಳ ಕಾಲವನ್ನು ಚೋಳರು ನಡೆಸಿದ ಧಾಳಿಯ ಕಾಲವೆಂದು ನಿರ್ಣಯಿಸಬಹುದು.

ನಾಮಧಾರಿ ಒಕ್ಕಲಿಗರು:

ಒಕ್ಕಲಿಗ ಸಮುದಾಯದಲ್ಲಿ ಶ್ರೀವೈಷ್ಣವ ಸಂಪ್ರದಾಯದ 'ನಾಮಧಾರಿ ಒಕ್ಕಲಿಗರು' ಎಂಬ ಒಳಪಂಗಡವಿರುವುದಾಗಿ ಹಿಂದೆಯೇ ತಿಳಿಸಿದೆ. ಇವರು ದಕ್ಷಿಣ ಕನ್ನಡದ ಪುತ್ತೂರು, ಸುಳ್ಯ, ಬೆಳ್ತಂಗಡಿ, ಶಿವಮೊಗ್ಗ ಜಿಲ್ಲೆಯ ಮಲೆನಾಡು ತಾಲೋಕುಗಳು, ಚಿಕ್ಕಮಗಳೂರು ಜಿಲ್ಲೆಯ ನರಸಿಂಹರಾಜಪುರ, ಕೊಪ್ಪ, ಶೃಂಗೇರಿ ತಾಲ್ಲೋಕು, ಮೂಡಿಗೆರೆ ತಾಲ್ಲೂಕು, ಕಳಸ, ಬಾಳೂರು ಹೋಬಳಿಗಳಲ್ಲಿ ಹೆಚ್ಚಾಗಿಯೂ ಬಯಲುಸೀಮೆಯ ನಾಗಮಂಗಲ, ಕುಣಿಗಲ್, ಕಡೂರು, ಬೇಲೂರು, ಪಿರಿಯಾಪಟ್ಟಣ, ಕೆ.ಆರ್.ನಗರ, ಹೆಗ್ಗಡದೇವನ ಕೋಟೆ, ಮೈಸೂರು ತಾಲೂಕುಗಳಲ್ಲಿಯೂ ಕೊಡಗಿನ ಕಡೆ ಸಹ ವಿರಳವಾಗಿ ಕಂಡುಬರುತ್ತಾರೆ.

ಆಧ್ಯಾತ್ಮಕ ವಿಚಾರ ವೇದಿಕೆಯಲ್ಲಿ 'ಶ್ರೀವೈಷ್ಣವ ಹಾಗೂ ವೀರಶೈವ'ರ ದಾರ್ಶನಿಕ ಪ್ರೌಢಿಮೆಗಾಗಿ ನಡೆದ ತಿಕ್ಕಾಟ ಒಕ್ಕಲಿಗ ಸಮುದಾಯದಲ್ಲಿಯೂ ತಪ್ಪಿದಂತೆ ಕಾಣಲಿಲ್ಲ. ಒಕ್ಕಲಿಗರಲ್ಲಿ ಶೈವರು ನಾವು ಮೇಲು, ವೈಷ್ಣವರು ನಾವು ಮೇಲು ಎಂಬ ವಾದ ದೂರದ ಕಿವಿಮಾತಾಗಿ ಇನ್ನೂ ಉಳಿದಿದೆ. ಆದರೆ ಮಲೆನಾಡು ವಿಭಾಗದಲ್ಲಿ ಇದು ಸಂಪೂರ್ಣ ಅಳಿಸಿಹೋಗಿದೆ ಎಂಬುದು ಸಂತೋಷದ ವಿಷಯ. ಇಲ್ಲಿನ ಶೈವರೂ ವೈಷ್ಣವರೂ ಅನೇಕ ತಲೆಮಾರುಗಳಿಂದ ಬಾಂಧವ್ಯ ನಡೆಸುತ್ತಾ ಬಂದಿರುವುದರಿಂದ, ಅದು ಇಂದು ಯಾರ ಗಮನದಲ್ಲೂ ಉಳಿದಿಲ್ಲ. 'ನಾಮಧಾರಿ' ಒಕ್ಕಲಿಗ ಪಂಗಡ ಅನಾದಿಯೆಂದು ನನಗೆ ಅನಿಸುತ್ತಿಲ್ಲ. ಇದುವರೆಗೆ ದೊರೆತ ದಾಖಲೆಗಳಿಂದ ಹೀಗೆ ಹೇಳಬಹುದು:

'ವಿಶಿಷ್ಟಾದ್ವೈತ ಶ್ರೀವೈಷ್ಣವ' ಮತ ಸ್ಥಾಪಕರಾದ ಶ್ರೀ ರಾಮಾನುಜಾಚಾರ್ಯರು (12ನೆಯ ಶತಮಾನ) ಶೈವಧರ್ಮಕ್ಕೆ ಆಶ್ರಯದಾತರಾದ ಚೋಳರಾಜರ ಕಿರುಕುಳ ಸಹಿಸಲಾರದೆ, ತಮಿಳುನಾಡಿನ ಶ್ರೀರಂಗವನ್ನು ತ್ಯಜಿಸಿ ಮೈಸೂರಿಗೆ ಬಂದು ಹೊಯ್ಸಳರ ಆಶ್ರಯದಲ್ಲಿ ಮೇಲುಕೋಟೆಯಲ್ಲಿ ತಮ್ಮ ಮಠವನ್ನು ಸ್ಥಾಪಿಸಿ ಶ್ರೀವೈಷ್ಣವಪಂಥವನ್ನು ಸಾರಿದರು. ಇವರು ವಾದದಲ್ಲಿ ಜೈನಯತಿಗಳನ್ನು ಸೋಲಿಸಿದರು. ಇವರ ಉಪದೇಶದಿಂದ ಹೊಯ್ಸಳ ಚಕ್ರವರ್ತಿ ಬಿಟ್ಟಿದೇವನೂ ಮತಾಂತರ ಹೊಂದಿ ವಿಷ್ಣುವರ್ಧನನೆಂಬ ಹೆಸರು ಪಡೆದು ವೈಷ್ಣವನಾಗಿ ಹಳೇಬೀಡಿನ ಶಿವಾಲಯದ ಕೆಲಸ ಅಷ್ಟಕ್ಕೇ ನಿಲ್ಲಿಸಿ ಬೇಲೂರಿನಲ್ಲಿ ಶ್ರೀ ಚೆನ್ನಕೇಶವಸ್ವಾಮಿ ದೇವಾಲಯದ ಕೆಲಸ ಪ್ರಾರಂಭಿಸಿದನು. ಈ ಎರಡೂ ಕಾರಣಗಳಿಂದ ಮೇಲುಕೋಟೆ ಮತ್ತು ಬೇಲೂರುಗಳು ಶ್ರೀ ವೈಷ್ಣವಪಂಥದ

ಪ್ರಚಾರಕೇಂದ್ರಗಳಾಗಿ, ಶೈವ ಸಂಪ್ರದಾಯದ ಹಲವಾರು ಒಕ್ಕಲಿಗ ಕುಟುಂಬಗಳೂ ಮತಾಂತರ ಹೊಂದಿ ವೈಷ್ಣವರಾಗಿ 'ನಾಮಧಾರಿ' ಒಕ್ಕಲಿಗರಾಗಿರುತ್ತಾರೆ. 'ನಾಮಧಾರಿ' ಎಂಬವರು ಒಕ್ಕಲಿಗರಲ್ಲಿ ಮಾತ್ರವೇ ಎಂಬುದೇನಿಲ್ಲ. ಹರಿಜನರಿಂದ ಪ್ರಾರಂಭಿಕವಾಗಿ ಸವರ್ಣಿಗಳಾದ ನಾನಾ ಮತಗಳಲ್ಲಿಯೂ ನಾಮಧಾರಿ ಮತ್ತು ಶೈವರು ಎಂಬ ಎರಡೂ ಪಂಗಡಗಳು ಕಂಡುಬರುತ್ತಿವೆ.

ಶಿವಮೊಗ್ಗೆಯ ಸಾಗರದಿಂದ ಪುತ್ತೂರು, ಸುಳ್ಯ, ಸಂಪಾಜೆವರೆಗಿನ ಪಶ್ಚಿಮಘಟ್ಟಗಳ ಪರ್ವತಶ್ರೇಣಿಯಲ್ಲಿ ಒಕ್ಕಲಿಗ ನಾಮಧಾರಿಗಳ ಶಿಷ್ಟಾಚಾರ, ಸಂಪ್ರದಾಯಗಳು ಬಹಳವಾಗಿವೆ. ಇವರಲ್ಲಿ ಒಂದು ಶಿಸ್ತಿನ ಸಂಘಟನೆಯನ್ನು ನೋಡಬಹುದು. ಕುಲದ ಆಚಾರ ವಿಚಾರಗಳಲ್ಲಿ 'ಕಟ್ಟೆಮನೆ'ಯವರು ನಿರ್ದೇಶಕರಾಗಿದ್ದಾರೆ. ಲಗ್ನಕಾರ್ಯ ಮುಂತಾದ ವಿಶೇಷ ಕಾರ್ಯಗಳನ್ನು ಬ್ರಾಹ್ಮಣ ಪುರೋಹಿತರಿಂದಲೇ ನಡೆಸುತ್ತಾರೆ. ಉಳಿದಂತೆ ಶುದ್ಧಿ ಸಂಪ್ರೋಕ್ಷಣೆ, ಪುಣ್ಯಾರ್ಚನೆ, ಪೂಜೆ, ಪಿಂಡಪ್ರಧಾನ ಮುಂತಾದ ಕೆಲಸಗಳನ್ನು 'ಓಪ್ಪಮಯ್ಯ' (ವೈಷ್ಣವೀಯ)ರುಗಳಿಂದ ಮಾಡಿಸುತ್ತಾರೆ. ಈ ಓಪ್ಪಮಯ್ಯಗಳು ಇವರಲ್ಲಿ ಸಹಪಂಕ್ತಿ ಭೋಜನ ಸ್ವೀಕರಿಸುತ್ತಾರೆ.

ಶಿವಮೊಗ್ಗ ಜಿಲ್ಲೆಯಲ್ಲಿ ಹಿಂದೆ 'ಸಿಂಧುವಾಡಿಸಂಸ್ಥಾನ'ವೆಂದೂ ಪ್ರಸಿದ್ಧವಾಗಿದ್ದ ತೀರ್ಥಳ್ಳಿ ಆರಗ ಮಂಡಗದ್ದೆ ಕೋಣಂದೂರು ಕಡೆ ಧಾರಾಮುಹೂರ್ತದಲ್ಲಿ ಪುರೋಹಿತರು ಗೌಡಜನಾಂಗದ ಕನ್ಯಾಪಿತೃವಿಗೆ ವಿಧಿವತ್ತಾಗಿ ಯಜ್ಞೋಪವೀತ ಧಾರಣೆ ಮಾಡಿಸಿಯೇ ಕನ್ಯಾದಾನ ಮಾಡಿಸುತ್ತಾರೆ. ನಾಮಧಾರಿಗಳ ಮುಖ್ಯ ಹಬ್ಬಹರಿದಿನಗಳೆಂದರೆ ಹರಿಸೇವೆ, ಕೆಂಚರಾಯನ ಸೇವೆ, ಶ್ರಾವಣಮಾಸ, ಶ್ರೀ ಕೃಷ್ಣಜನ್ಮಾಷ್ಟಮಿ. ಅದರಂತೆ ಗೌರಿಚೌತಿ, ಯುಗಾದಿ, ಶಿವರಾತ್ರಿ, ದೀಪಾವಳಿಯನ್ನು ಆಚರಿಸುತ್ತಾರೆ. ಆಯಾ ಮನೆತನದಲ್ಲಿ ನಡೆದುಬಂದಂತೆ ಕೆಲವರು ಅಷ್ಟಮಿಯನ್ನು ಕೆಲವರು ಹರಿಸೇವೆಯನ್ನು ವಿಜೃಂಭಣೆಯಿಂದ ಆಚರಿಸುತ್ತಾರೆ.

ಶೈವರಲ್ಲಿ ಹಿರಿಯ ಹಬ್ಬ ಭಾದ್ರಪದ ಬಹುಳದಲ್ಲಿ ಬರುವಂತೆ ಇವರು ಅದೇ ದಿನ ಆಚರಿಸುತ್ತಾರೆ. ಆದರೆ ಬಯಲುಸೀಮೆಯ ನಾಮಧಾರಿಗಳಲ್ಲಿ ಕೆಲವರು ಶ್ರಾವಣ ಮಾಸದಲ್ಲಿಯೇ ಮಾಡುತ್ತಾರೆ. ಮಲೆನಾಡಿನ ನಾಮಧಾರಿಗಳು ಶ್ರಾವಣಮಾಸ ಒಂದು ತಿಂಗಳು ಮದ್ಯ ಮಾಂಸ ಸೇವಿಸುವುದಿಲ್ಲ.

ಕಳಸ ಪ್ರಾಂತ್ಯದ ನಾಮಧಾರಿ ಗೌಡರುಗಳಿಗೆ 'ಹರಿಸೇವೆ'ಯೊಂದು ದೊಡ್ಡ ಹಬ್ಬ. ಮೂರು ದಿನಗಳು ಉಪವಾಸ ವ್ರತಾಚಾರಣೆ, ತುಳಸೀಕಟ್ಟೆಯನ್ನು ಚಪ್ಪರ ತಳಿರುತೋರಣಗಳಿಂದ ಅಲಂಕರಿಸಿ ರಾತ್ರಿ ಇಡೀ ಗೋವಿಂದ ನಾಮಸಂಕೀರ್ತನೆ, ಭಜನೆ, ಹರಿಕಥೆ, ಯಕ್ಷಗಾನ ತಾಳಮದ್ದಳೆ, ಕೊನೆಯ ದಿನ ಅನ್ನಸಂತರ್ಪಣೆ ಮುಂತಾಗಿ ಧಾರಾಳ ಸೇವಾ ಕಾರ್ಯ ನಡೆಯುತ್ತದೆ. ಸಾಮಾನ್ಯವಾಗಿ ಹರಿಸೇವೆಯನ್ನು ಮನೆತನದಲ್ಲಿ

ನಡೆದುಬಂದಂತೆ ಒಂದು ಊರಲ್ಲಿ ಒಬ್ಬರು ಅಥವಾ ಕಟ್ಟೇಮನೆಯವರು ನಡೆಸುತ್ತಾರೆ. ಅವರಿಗೆ ಓಪ್ಪಮಯ್ಯಗಳು, ಗ್ರಾಮಸ್ಥರು ಮತ್ತು ಬಂಧುಗಳು ಬಂದು ಸಹಕರಿಸುತ್ತಾರೆ. ಈ ಹಬ್ಬದ ಮೂರು ದಿನಗಳಲ್ಲಿಯೂ ಮದ್ಯ ಮಾಂಸ ವರ್ಜಿತ.

ಹರಿಸೇವೆಯ ನಾಲ್ಕನೆಯ ದಿನ, ಕೆಂಚರಾಯನ ಸೇವೆಯಲ್ಲಿ ಮುಕ್ತಾಯವಾಗುತ್ತದೆ. ಕೆಂಚರಾಯನ ಸೇವೆಯೆಂದರೆ ಶ್ರೀಕಾಲಭೈರವನ ಸೇವೆ. ಪ್ರಳಯರುದ್ರನಾದ ಭೈರವನ ಮುಖ ಅಗ್ನಿಜ್ವಾಲೆಯಂತೆ ಕೆಂಪಗೆ ಪ್ರಜ್ವಲಿಸುವುದರಿಂದ ಆತನನ್ನು ಕೆಂಪರಾಯ, ಕೆಂಚರಾಯನೆಂದು ಕರೆದು ಪೂಜಿಸುತ್ತಾರೆ.

ಪೂಜಾ ಕ್ರಮ:

ಹರಿಸೇವೆ ಮುಗಿದ ಅನಂತರ ಸಂಜೆ ವೇಳೆ ಮನೆಯಿಂದ ಸ್ವಲ್ಪ ದೂರದಲ್ಲಿ ಅದಕ್ಕಾಗಿ ಮೀಸಲಾದ ಸ್ಥಳದಲ್ಲಿ ನೆಲ ಸ್ವಚ್ಛ ಮಾಡಿ ಸಾರಿಸಿ ನಾಲ್ಕು ಕಂಬಗಳ ಚಿಕ್ಕ ಚಪ್ಪರ ಹಾಕಿ ತಳಿರು ತೋರಣ ಹೂಗಳಿಂದ ಅಲಂಕರಿಸಿದ ಅನಂತರ ಚಪ್ಪರದ ಮಧ್ಯೆ ರಂಗೋಲಿ ಬಿಟ್ಟು, ದೊಡ್ಡ ಕುಡಿಬಾಳೆ ಎಲೆ ಹಾಸಿ ಅದರ ಮೇಲೆ ಬತ್ತ ರಾಶಿ ಹಾಕಿ, ತ್ರಿಶೂಲವನ್ನು ಧಾನ್ಯದ ಧಾರೆಯ ಮೇಲೆ ನೆಟ್ಟು, ಎದುರಿಗೆ ನೀರು ತುಂಬಿದ ಮಣ್ಣಿನ ಕಳಸ ಸ್ಥಾಪನೆ ಮಾಡಿ ಅದರಲ್ಲಿ ಎರಡು ಲಕ್ಕಿ ಕೊನೆ ಇಟ್ಟು, ಬದಿಯಲ್ಲಿ ಒಂದು ಖಡ್ಗ ಇಡುತ್ತಾರೆ.

ಕಳಸ, ತ್ರಿಶೂಲ, ಖಡ್ಗಗಳಿಗೆ ಗಂಧ, ಅರಿಸಿನ, ಕುಂಕುಮ, ವಿಭೂತಿ ಹಚ್ಚಿ ಹೂಗಳಿಂದ ಅಲಂಕರಿಸಿ ದೀಪದ ಕಂಭ ಇಟ್ಟು ಹತ್ತಿಸುತ್ತಾರೆ. ಅಗಲವಾದ ಬಾಳೆಪಟ್ಟೆ ತಂದು ಒಂದು ಉದ್ದಳತೆಗೆ ಸರಿಯಾಗಿ ಮೂರು ತುಂಡು ಕತ್ತರಿಸಿ ಅವನ್ನು ತ್ರಿಕೋಣಾಕಾರವಾಗಿ ಬರುವಂತೆ ಕಡ್ಡಿಗಳನ್ನು ಚುಚ್ಚಿ ನಾರಿನಿಂದ ಬಿಗಿದು ಕಳಸದ ಮುಂದೆ ಇಡುವರು; ಇನ್ನೂ ಬೇಯಿಸದೇ ಇರುವ ಹಸಿ ಹಿಟ್ಟಿನ ಎಂಟು ಹತ್ತು ಕಡುಬು ತಂದು ತ್ರಿಕೋಣ ಬಾಳೆಪಟ್ಟೆಯೊಳಗೇ ಇಡುವರು; ಒಂದು ಕುರಿ ಅಥವಾ ಕೋಳಿಹುಂಜ ತಂದು ಚಪ್ಪರದ ಮುಂದೆ ನಿಲ್ಲಿಸಿ ಕಳಸ, ತ್ರಿಶೂಲ, ಖಡ್ಗಕ್ಕೆ ಹಣ್ಣು ಕಾಯಿ ಧೂಪಾರ್ತಿ ಮಾಡಿ, ಎದುರಿಗೆ ನಿಲ್ಲಿಸಿರುವ ಪ್ರಾಣಿಯ ಕುತ್ತಿಗೆ ಕೊಯ್ದು, ಬಾಳೇಪಟ್ಟೆಯಲ್ಲಿರುವ ಕಡುಬುಗಳ ಮೇಲೆ ಸ್ವಲ್ಪ ನೆತ್ತರು ಬೀಳಿಸುತ್ತಾರೆ. ಈ ಕಾರ್ಯವೆಲ್ಲ ಭಿಲ್ಲರು ಕೊಡಗರು ಎಂಬ ಊರ ಒಕ್ಕಲುಗಳಿಂದ ಮಾಡಿಸುತ್ತಾರೆ.

ಕೊಯ್ದ ಪ್ರಾಣಿ ಈಗ ಅಡುಗೆಮನೆಗೆ ಹೋಗುತ್ತದೆ. ಆ ದಿನ ಹಬ್ಬವಾಚರಿಸಲು ಅಡಿಗೆ ಮಾಡಿರುವ ಎಲ್ಲ ಮೀಸಲು ಪದಾರ್ಥಗಳನ್ನು ಸ್ವಲ್ಪ ಸ್ವಲ್ಪ ತಂದು ಕಳಸದ ಮುಂದೆ ಎಡೆ ಹಾಕಿ ಪೂಜಿಸಿ ಭೈರವನಿಗೆ ನೈವೇದ್ಯ ಅರ್ಪಿಸಿದ ಅನಂತರ ಎಲ್ಲರೂ ಮೌನವಾಗಿ ಮಾತನಾಡದೆ ಸ್ವಲ್ಪ ದೂರ ಹೋಗಿ ಹಿಮ್ಮುಖವಾಗಿ ನಿಲ್ಲುತ್ತಾರೆ. ಮತ್ತೆ ತಿರುಗಿ ಬಂದು ಧೂಪಾರ್ತಿ ಮಾಡಿ ಹಿರಿಯರಾದವರೊಬ್ಬರು ಪ್ರಾರ್ಥನೆ ಮಾಡುತ್ತಾರೆ.

'ಭೈರವೇಶ್ವರಸ್ವಾಮಿ ಈಗ ನಡೆಸಿದ ಹರಿಸೇವೆಯಲ್ಲಿ ಏನಾದರೂ ಲೋಪ ದೋಷಗಳು ಆಗಿದ್ದರೆ, ನಿನಗೆ ಅಪಚಾರವಾಗಿದ್ದರೆ, ದಯಮಾಡಿ ನಮ್ಮನ್ನು ಕ್ಷಮಿಸಿ, ನಾಡಿನ ಜನರಿಗಾಗಲೀ ದನಕರು ಪೈರು ಪಚ್ಚೆಗಳಿಗಾಗಲೀ ಏನೊಂದೂ ಉಪದ್ರ ಮಾಡದೆ ಕಾಪಾಡಿಕೊಂಡು ಬರುವುದು' ಎಂಬುದಾಗಿ ಪ್ರಾರ್ಥಿಸುವರು.

ಈ ಪದ್ಧತಿ ಬಲು ವಿಚಿತ್ರವಾಗಿದೆ. ಅದುವರೆಗೆ ಇವರು ನಡೆಸಿದ್ದು ಹರಿಸೇವೆ. ಕೊನೆಯಲ್ಲಿ ತಪ್ಪುಗಳೇನಾದರೂ ಆಗಿದ್ದರೆ ಮನ್ನಿಸಿ ಕಾಪಾಡುವಂತೆ ಪ್ರಾರ್ಥಿಸಿದ್ದು ಕಾಲಭೈರವನನ್ನು. ಈ ಆಚರಣೆಯಿಂದ ಇವರ ಪೂರ್ವಾಶ್ರಮದ ಮೇಲೆ ವಿಶೇಷ ಬೆಳಕು ಚೆಲ್ಲುತ್ತದೆ. ನಾಮಧಾರಿಗಳು ಅಂದರೆ ಮಲೆನಾಡಿನ ಕಳಸ ಪ್ರಾಂತ್ಯದ ಸರಹದ್ದಿನವರು ಮೊದಲು ಕಾಲಭೈರವನ ಒಕ್ಕಲಾಗಿದ್ದು, ಕ್ರಮೇಣ ವೈಷ್ಣವರಾದರೂ ಪೂರ್ವಾಶ್ರಮದ ಕುಲದೈವದ ಮೇಲಿನ ಭಕ್ತಿಭಾವನೆಗಳು ಅಳಿಯಲಿಲ್ಲ. ಪ್ರತಿಯಾಗಿ ಹರಿಸೇವೆಯಿಂದ ಕುಪಿತನಾದ ಪ್ರಳಯರುದ್ರನು ಮತ್ತೆ ಲೋಕಕ್ಕೆ ಏನು ಮಾಡುವನೋ ಎಂಬ ಭಯದಿಂದ ವರ್ಷದ ಆ ಒಂದು ದಿನ ಮಾತ್ರ ಭೈರವನ ಪೂಜೆ ನಡೆಸಿಕೊಂಡು ಬಂದಿರುತ್ತಾರೆ.

ಹರಿಸೇವೆಯನ್ನು ಆ ಪ್ರಾಂತ್ಯದ ಬ್ರಾಹ್ಮಣರು, ಹೆಬ್ಬಾರರು ಮೊದಲುಗೊಂಡು ಎಲ್ಲರೂ ಆಚರಿಸುತ್ತಾರೆ. ಆದರೆ ಕೆಂಚರಾಯನ ಸೇವೆಯನ್ನು ಬ್ರಾಹ್ಮಣರು, ಹೆಬ್ಬಾರರು ಆಚರಿಸುವುದಿಲ್ಲ. ಪ್ರತಿಯೊಂದು ನಾಮಧಾರಿ ಕುಟುಂಬವೂ ಶನಿವಾರದ ಆಚರಣೆಯನ್ನು ನಿಯಮದಂತೆ ಪಾಲಿಸುತ್ತಾರೆ. ಮಲೆನಾಡು ಘಟ್ಟಪ್ರಾಂತ್ಯದಲ್ಲಿ ಶ್ರೀವೈಷ್ಣವಪಂಥ ಇಷ್ಟು ಆಳವಾಗಿ ಬೇರೂರಿ ನಿಲ್ಲಲು ಈ ಮುಂದಿನ ಅಂಶ ಕಾರಣವಾಗಿರಬಹುದು:

ನಾಥಪಂಥ ಯೋಗಿಗಳಿಗೆ ಕಾಳಾಮುಖಿ, ದಾಸ, ಜೋಗಿ, ಜಂಗಮರು ಮುಂತಾದ ಶಿಷ್ಯವರ್ಗವಿದ್ದಂತೆ ಮತ ಪ್ರಚಾರಕ್ಕೆ ಶ್ರೀ ವೈಷ್ಣವರಿಗೆ ಹೆಬ್ಬಾರ್ ಎಂಬ ಶಿಷ್ಯವರ್ಗವಿದ್ದಿತು. ಇವರ ಪೂರ್ವಿಕರು ಶ್ರೀರಂಗ ಮತ್ತು ಕಾಂಜೀವರಂ ಕಡೆಯಿಂದ ವಲಸೆ ಬಂದು, ಮೈಸೂರು ದೇಶದ ಕಡಬ (ತುಮಕೂರು ಜಿಲ್ಲೆ) ಮತ್ತು ಬೇಲೂರು, ಈ ಕಡೆಗಳಲ್ಲಿ ಮತ್ತು ಗ್ರಾಮ (ಹಾಸನ ಜಿಲ್ಲೆ), ಶ್ರೀರಂಗಪಟ್ಟಣ, ಮೋಳೂರು (ಬೆಂಗಳೂರು ಜಿಲ್ಲೆ) ಈ ಐದು ಕಡೆಗಳಲ್ಲಿ ನೆಲೆಸಿದರು1. (Rice, Gazetteer, P.324) ಇದರಿಂದ ಇವರನ್ನು ಪಂಚಗ್ರಾಮಿಗಳೆಂದು ಶ್ರೀ ವೈಷ್ಣವರಲ್ಲಿ ಉಪಪಂಗಡವಾಗಿ ಕರೆಯುತ್ತಾರೆ. ಇವರ ಪ್ರಚಾರದಿಂದ ಅನೇಕ ಶೈವ ಕುಟುಂಬಗಳು ವೈಷ್ಣವ ಪಂಥಕ್ಕೆ ಮತಾಂತರ ಹೊಂದಿದರು. ಇವರಿಗೆ ಹೊಯ್ಸಳ ಚಕ್ರವರ್ತಿಗಳಿಂದ ರಾಜಾಶ್ರಯವೂ ದೊರೆತು ಮೂವರು ಹೆಬ್ಬಾರರುಗಳಿಗೆ ಕಳಸದ ಗಂಗಾಮೂಲದಿಂದ ನೆರೆಯ ಪುತ್ತೂರು, ಸಂಪಾಜೆಯವರೆಗೆ ಮೂರು ಸಾವಿರ ವರಹಗಳಿಗೆ ಗುತ್ತಿಗೆಗೆ ಕೊಟ್ಟುದಾಗಿಯೂ ತಿಳಿದುಬಂದಿದೆ, ಈ ಮಲೆಪ್ರಾಂತ್ಯಕ್ಕೆ ಹೆಬ್ಬಾರುಗಳು ಅಧಿಕಾರ ಹೊಂದಿ ಬರುವ

ಮೊದಲೇ ಅಲ್ಲಿ ಒಕ್ಕಲಿಗ ಗೌಡ ಜನಾಂಗದವರು ವಾಸವಾಗಿದ್ದರು ಎಂಬುದು ಶಾಸನದಿಂದ ತಿಳಿದುಬರುತ್ತದೆ.

ಕಾರ್ಕಳದಲ್ಲಿ ಜಕ್ಕಲಮಹಾದೇವಿ ರಾಜ್ಯಭಾರ ಮಾಡುತ್ತಿದ್ದಾಗ ಕಳಸದ ಕಳಸೇಶ್ವರಸ್ವಾಮಿಯ ಸೇವೆಗೆಂದು, ಮಿಗುದಂಡ (ಪ್ರಾಯಶಃ ಮಾಗುಂಡಿ) ಕೋಟೆಗೌಂಡನು ಬಿಟ್ಟ ದತ್ತಿ (ಪ್ರ.ಶ.1246). ಇದರಿಂದ ವೈಷ್ಣವ ಹೆಬ್ಬಾರರು ನೆಲೆಸುವ ಮುಂಚೆಯೇ ಗೌಡಜನಾಂಗ ಆ ಮಲೆ ಪ್ರಾಂತ್ಯದಲ್ಲಿ ವಾಸವಾಗಿದ್ದರು ಮತ್ತು ಶಿವಭಕ್ತರಾಗಿಯೂ ಸಂಪತ್ತುಶಾಲಿಗಳಾಗಿಯೂ ಇದ್ದರೆಂಬುದು ಸ್ಪಷ್ಟವಾಗುತ್ತದೆ.

ದಕ್ಷಿಣಕೊಡಗಿನ ನಾಮಧಾರಿ 'ಗೌಡ' ಸಮಾಜದವರು ಕೊಡಗಿನ ಅರಸರ ಕಾಲದಲ್ಲಿ ಪುತ್ತೂರು, ಸುಳ್ಯ, ಸುಬ್ರಹ್ಮಣ್ಯ, ಸಂಪಾಜೆ ಕಡೆಗಳಿಂದ ವಲಸೆ ಹೋದವರು. ಈಗಲೂ ದಕ್ಷಿಣಕೊಡಗಿನ ಗೌಡರನ್ನು ತುಳುಗೌಡರು ಎಂದು ಕರೆಯುವ ವಾಡಿಕೆ ಇದೆ. ಅವರ ಕುಟುಂಬಗಳಲ್ಲಿ ಮೊದಲು ವಲಸೆ ಬಂದವರು ಎಂಬತ್ತು ಒಕ್ಕಲು ಎಂದು ಹೇಳುತ್ತಾರೆ.

ಒಕ್ಕಲಿಗ ಜನಾಂಗದ ಪೂರ್ವೇತಿಹಾಸ ಏನೇ ಇದ್ದರೂ2.(ಕೊಡಗು–ಗೌಡಸಂಸ್ಕೃತಿ, ಪು.5.ಶ್ರೀ.ಡಿ.ಎನ್.ಕೃಷ್ಣಯ್ಯ) ಇಂದು ಇವರು ಶುದ್ಧ ಕನ್ನಡಿಗರು. ಈ ಕನ್ನಡನಾಡಿನ ನಡೆ, ನುಡಿ, ನೆಲ, ಜಲ. ವಾಯುವಿನಲ್ಲಿ ಒಂದಾಗಿ ಬೆರೆತು ಈ ನಾಡಿನ 'ಮಣ್ಣಿನ ಮಕ್ಕಳು' ಎಂದೇ ಹೆಸರು ಗಳಿಸಿದ್ದಾರೆ. ಬೇಸಾಯ, ಪಶುಪಾಲನೆ ಈ ಎರಡರಿಂದಲೇ ಅವರ ಬಾಳು, ಬದುಕು ಸಾಗುತ್ತಿದೆ.

ಕೊಯಮತ್ತೂರು ಕಡೆ ಒಕ್ಕಲಿಗರು ಹಾಗಿಲ್ಲ, ಅವರು ತಮಿಳರೊಂದಿಗೆ ವ್ಯಾವಹಾರಿಕವಾಗಿ ಬೆರೆತು, ಅವರ ಕಾರ್ಯಕ್ಷೇತ್ರ ವ್ಯವಸಾಯದೊಂದಿಗೆ ವ್ಯಾಪಾರ, ಉದ್ಯೋಗ, ಬ್ಯಾಂಕಿಂಗ್, ಕೈಗಾರಿಕೆಗಳಲ್ಲಿ ಬಹುಮುಖವಾಗಿ ಬೆಳೆದಿದ್ದಾರೆ. ಇತರ ಕಡೆ ಒಕ್ಕಲಿಗರು ಲೇಖನಿ ಮತ್ತು ತಕ್ಕಡಿಗೆ ದೂರವಾಗಿ ನೇಗಿಲ ಯೋಗಿಗಳಾಗಿ, ಒಂದು ದೃಷ್ಟಿಯಿಂದ ತಮ್ಮ ಪ್ರಪಂಚವನ್ನು ವಿಶೇಷವಾಗಿ ಹಳ್ಳಿಗಾಡಿಗೇ ಸೀಮಿತಗೊಳಿಸಿ ಕೊಂಡಿರುತ್ತಾರೆ. ಆದ್ದರಿಂದಲೇ ಇವರಲ್ಲಿ ವ್ಯವಹಾರಜ್ಞಾನ ಕುಂಟಿತವಾಯಿತು ಎಂದು ಹೇಳಬಹುದು.

ಆರ್ಥಿಕ ಮತ್ತು ಸಾಮಾಜಿಕ ಸ್ಥಿತಿ:

ಒಕ್ಕಲಿಗರ 'ಆರ್ಥಿಕ ಮತ್ತು ಸಾಮಾಜಿಕ ಸ್ಥಾನಮಾನಗಳ ವಿಚಾರ' ಎಂಬ ಈ ಶೀರ್ಷಿಕೆಯಲ್ಲಿ ಕೆಲವೊಂದು ಅಂಶಗಳು ಗಮನಾರ್ಹವಾಗಿವೆ. ಹಿಂದೆ ಹಳ್ಳಿಗಾಡಿನಲ್ಲಿ ಅನಕ್ಷರಸ್ಥರ ಸಂಖ್ಯೆ ಅತಿಯಾಗಿಯೇ ಇದ್ದಿತು. ಇತ್ತೀಚಿನವರೆಗೆ ಹಳ್ಳಿಯಲ್ಲಿ ಒಂದು ಕಾಗದ ಬಂದರೆ ಓದಿ ತಿಳಿಯಲು ಬಹು ಪ್ರಯಾಸವಿತ್ತು. ಅಪ್ಪಿತಪ್ಪಿ ಯಾವುದಾದರೂ

ಒಂದು ಹಳ್ಳಿಯಲ್ಲಿ ಊರ ಗೌಡರ ಜಗುಲಿ–ಪಾಗಾರದಲ್ಲಿ ಬಂದು ಓದುವ ಮಠ ಎಂದು ಕರೆದು ಒಬ್ಬರು ಐಯ್ಯನೋರನ್ನು ನೇಮಿಸಿ ಮಕ್ಕಳಿಗೆ ಅಕ್ಷರಾಭ್ಯಾಸ ಮಾಡಿಸಿದರೆ, ಅಲ್ಲಿ ಕಲಿಯುವುದೇನು, ಕಾಗುಣಿತ–ಭಾಗಾಕಾರ, ಜೈಮಿನಿ ಭಾರತ, ಅಮರಕೋಶದ ನಾಲ್ಕಾರು ಪದ್ಯಗಳು. ಇಷ್ಟರಲ್ಲಿ ವಿದ್ಯಾಭ್ಯಾಸವೇ ಮುಗಿದು ಹೋಗಿ ಮತ್ತೆ ಜೀವನದ ಹೋರಾಟಕ್ಕಾಗಿ ಬೇಸಾಯದಲ್ಲಿ ತೊಡಗುತ್ತಿದ್ದರು. ಭೂಗೋಳ, ಚರಿತ್ರೆ, ವಿಜ್ಞಾನ, ಆರೋಗ್ಯ ಇವುಗಳಂತೂ ಇಲ್ಲವೇ ಇಲ್ಲ. ಮಠದ ಅಯ್ಯನೋರಿಗೆ ಮಕ್ಕಳ ಪಾಠಕ್ಕಿಂತ ಆಶ್ರಯದಾತ ಗೌಡರ ವ್ಯವಹಾರ, ಊರ ಪಂಚಾಯ್ತಿ ಇತ್ಯಾದಿಗಳಲ್ಲೇ ಹೆಚ್ಚು ಸಮಯ ಹೋಗುತ್ತಿತ್ತು. ಇದರಿಂದ ಮಕ್ಕಳಿಗೆ ಚಿಕ್ಕಂದಿನಲ್ಲಿ ಬುದ್ಧಿವಿಕಾಸಕ್ಕೆ ತಕ್ಕ ವಾತಾವರಣವೇ ಅಲ್ಲಿ ಸೃಷ್ಟಿಯಾಗಲಿಲ್ಲ.

ಈ ಸಮುದಾಯದಲ್ಲಿ ಒಗ್ಗಟ್ಟು ಎಂಬುದು ಈಗಲೂ ದೂರದ ಮಾತೇ ಆಗಿದೆ. ಹಿರಿಯರ ಗಾದೆಮಾತು–ಬ್ರಾಹ್ಮಯಾರು ಮಾಡುವುದು ಪಿಂಡರೇ, ಗೌಡರು ಮಾಡೋದು ದಂಡಕ್ಕೆ– ಅಂದರೆ ನಾಲ್ವರು ಗೌಡರು ಕೂಡಿದಲ್ಲಿ ನ್ಯಾಯತೀರ್ಮಾನವಿಲ್ಲ, ಒಮ್ಮತವೂ ಇಲ್ಲ. ಗ್ರಾಮಾಂತರದಲ್ಲಿ ಇಂತಹ ಜಿಜ್ಞಾಸೆಗಳು ಬೆಳೆಯಲು ಪೂರ್ವದಿಂದ ನಡೆದುಬಂದ ರಾಜಕೀಯವೂ ಕೆಲಮಟ್ಟಿಗೆ ಕಾರಣವಾಗಿತ್ತೆಂದರೆ ತಪ್ಪಾಗಲಾರದು. ಗೌಡಾಳ್ವಿಕೆಯಲ್ಲಿ ಆಯಾ ಹಳ್ಳಿಗೆ ಗೌಡನೇ ಪ್ರಭುವಾಗಿದ್ದ. ಪ್ರತಿ ಹಳ್ಳಿಗೂ ಹನ್ನೆರಡು ಜನ 'ಆಯಗಾರ್' ಎಂಬ ಆಡಳಿತ ಮಂಡಳಿ ಇತ್ತು. ಅದರ ಮುಖ್ಯಸ್ಥ ಗೌಡನೇ ಆಗಿದ್ದನು. ಪ್ರತಿ ಹಳ್ಳಿಯೂ ಒಂದು ರೀತಿ ಪ್ರಜಾಪ್ರಭುತ್ವದ ಬೀಡೇ ಆಗಿದ್ದಿತು. 1. ಗೌಡ, 2.ಶ್ಯಾನುಭೋಗ, 3.ಕಮ್ಮಾರ, 4.ಬಡಗಿ, 5.ಅಗಸ, 6.ಪಂಚಾಂಗಿ, 7.ನಾಯಿಂದ, 8.ಅಕ್ಕಸಾಲೆ, 9. ಕುಂಬಾರ, 10. ತಲಾಟಿ, 11.ನೀರ್ಗಂಟಿ, 12.ಮಾದಿಗ. ಇವರನ್ನು ಆಯಗಾರರು ಎಂದು ಕರೆಯುತ್ತಿದ್ದರು.

ಆಯಾ ವರ್ಷದ ಕಂದಾಯವನ್ನು ರಾಜನಿಗೆ ಮುಟ್ಟಿಸುವುದು, ಯುದ್ಧ ಕಾಲದಲ್ಲಿ ದವಸ, ಪ್ರಾಪ್ತವಯಸ್ಕರು, ಗ್ರಾಮ ಕೈಗಾರಿಕೆಯ ಆಯುಧಗಳು, ಇಷ್ಟು ಪಾಳೇಗಾರ ಸೀಮೇಗೌಡ, ಹೆಗ್ಗಡೆ ಅಥವಾ ಮಾಂಡಲೀಕರ ಮೂಲಕ ರಾಜನಿಗೆ ಮುಟ್ಟಿಸಿದರೆ ಆಯಿತು. ಉಳಿದಂತೆ ತನ್ನ ಗ್ರಾಮದಲ್ಲಿ ಸ್ವತಂತ್ರನೇ ಆಗಿದ್ದನು. ಗ್ರಾಮ ರಕ್ಷಣೆಯೂ ಆತನದೇ ಹೊಣೆ. ಪುಂಡರು ದರೋಡೆಕೋರರು ಹಳ್ಳಿಗಳನ್ನು ಕೊಳ್ಳೆಹೊಡೆಯಲು ಬರುತ್ತಿದ್ದರು. ಆಗೆಲ್ಲ ಊರ ಗೌಡ ಅಸಹಾಯಕನಾಗಿ ಕೂರುವಂತಿಲ್ಲ. ಶತ್ರುಗಳೊಡನೆ ಯುದ್ಧಮಾಡಿ ಧನ, ಧಾನ್ಯ, ಗೋ, ಬ್ರಾಹ್ಮಣರನ್ನು ರಕ್ಷಿಸಬೇಕಿತ್ತು. ಇದರಿಂದ ಹಳ್ಳಿಯ ಜನರೆಲ್ಲ ಯುದ್ಧಪ್ರಿಯರಾಗಿ ಸದಾ ಜಾಗರೂಕರಾಗಿ ಇರುತ್ತಿದ್ದರು. ಒಟ್ಟಿನಲ್ಲಿ ಗಂಡುಗಲಿಗಳು ಮಾತ್ರ ತಮ್ಮ ಬಾಳು ಬದುಕನ್ನು ಸುಸೂತ್ರವಾಗಿ ಸಾಗಿಸಬಹುದಾಗಿದ್ದ ಕಾಲವಾಗಿತ್ತು.

ಇಂತಹ ವಾತಾವರಣದಲ್ಲಿ ಬೆಳೆದುಬಂದ ಜನರಲ್ಲಿ ತಾಳ್ಮೆಯೂ ಶೂನ್ಯ. ಜೊತೆಗೆ ವಿದ್ಯೆಯೂ ಶೂನ್ಯ. ಪ್ರತಿಯೊಬ್ಬ ಗೌಡನಲ್ಲಿಯೂ ಸ್ವತಂತ್ರ ಮನೋವೃತ್ತಿ ಬೆಳೆದು ಬಂದಿತ್ತು. ಬಾಳು ಬದುಕು ಶಕ್ತಿ ಪ್ರದರ್ಶನಕ್ಕೆ ಮೀಸಲಾಯ್ತು, ಹಾಗೆಯೇ ಭೂಸಂಪಾದನೆಯ ಗೀಳೂ ಹೆಚ್ಚಿತು.

ಗೌಡ ಸಮುದಾಯ ರಾಜ್ಯಾಡಳಿತದಲ್ಲಿ ಪಾಲುಗೊಂಡದ್ದು ಮಾತ್ರವಲ್ಲ ಮತಾಚಾರ ಸತ್ಸಂಪ್ರದಾಯಗಳು ಪ್ರತಿಯೊಂದು ಕೋಮಿನವರೂ ಕಟ್ಟುನಿಟ್ಟಾಗಿ ಪರಿಪಾಲಿಸಿಕೊಂಡು ಬರುವಲ್ಲಿಯೂ ಈತನೇ ಮುಖ್ಯಾಧಿಕಾರಿಯಾಗಿದ್ದನು. ಈತನೂ ನ್ಯಾಯ ತಪ್ಪಿದರೆ ಅದರ ವಿಚಾರಣೆಗೆ ಮೇಲ್ಮನೆಗಳಿದ್ದುವು. ಒಂದು ಗ್ರಾಮಕ್ಕೆ ಒಬ್ಬ ಗೌಡ. ಹಲವು ಗ್ರಾಮಗಳಿಗೆ ಒಬ್ಬ ಮಂದೇಗೌಡ (ಮಾಗಣೇಗೌಡ), ನಾಲ್ಕಾರು ಮಂದೆಗಳಿಗೆ ಒಬ್ಬ ನಾಡಗೌಡ, ಮೂರು ನಾಲ್ಕು ನಾಡುಗಳಿಗೆ ಒಬ್ಬ ಮೊಖ್ತೇಸರಗೌಡ. ಇವರೆಲ್ಲರ ಸೀಮೆಗೆ ಒಬ್ಬ ಸೀಮೆಗೌಡ ಅಥವಾ ಪಾಳೆಯಗಾರ. ಅನೇಕ ಕಡೆಗಳಲ್ಲಿ ಪಾಳೆಯಗಾರನೋ ರಾಜಪ್ರತಿನಿಧಿಯಾದ ಮಾಂಡಲೀಕನೋ ಅಥವಾ ಹೆಗ್ಗಡೆಯೋ (Provincial Governer) ಸೀಮೆಗೌಡನಾಗಿರುತ್ತಿದ್ದನು. ಮತಾಚಾರದಲ್ಲಿ ತಪ್ಪಿ ನಡೆದರೆ ದಂಡ ವಿಧಿಸುವ ಹಕ್ಕು ಗ್ರಾಮ ಗೌಡನಿಗಿತ್ತು. ಇವರ ತೀರ್ಮಾನಕ್ಕೆ ಮಾನ್ಯತೆ ದೊರೆಯದಿದ್ದಾಗ, ಅಂಥವರ ವಿಚಾರದಲ್ಲಿ ಆಯಾ ಮತದ ಮಠಾಧಿಕಾರಿಗಳಿಗೆ ತಿಳಿಸಿ ಕುಲದಿಂದ ಹೊರಗೆ ಹಾಕಲು ಬಹಿಷ್ಕಾರ ನಿರೂಪಣೆ ಪಡೆಯುತ್ತಿದ್ದರು.

ಗ್ರಾಮದೇವತೆಗಳ ಪೂಜಾಸ್ಥಾನಗಳೆಲ್ಲವೂ ಇವರ ಆಡಳಿತಕ್ಕೆ ಒಳಪಟ್ಟಿದ್ದವು. ಆ ಪದ್ಧತಿ ಈಗಲೂ ಸುಮಾರಾಗಿ ಮುಂದುವರಿದಿದೆ. ಅವುಗಳ ಪೂಜೆ, ಜಾತ್ರೆ, ಉತ್ಸವಗಳೆಲ್ಲವೂ ಕ್ರಮವಾಗಿ ನಡೆಯುವಂತೆ ನೋಡಿಕೊಳ್ಳುವುದು, ದೇವಸ್ಥಾನದ ಜೀರ್ಣೋದ್ಧಾರ, ಗೋ ಬ್ರಾಹ್ಮಣರ ರಕ್ಷಣೆ, ಗ್ರಾಮದಲ್ಲಿ ಅನಾಥರಾದವರ ರಕ್ಷಣೆ ಊರ ಗೌಡನಿಗೇ ಸೇರಿದ್ದುದಾಗಿತ್ತು. ಈ ಎಲ್ಲ ಹೊಣೆಗಾರಿಕೆಗೆ ಆಯಾ ರಾಜರು ಪಾಳೆಯಗಾರರಿಂದ 'ಗೌಡಿಕೆ ಇನಾಮ್ತಿ' (ಪಟೇಲಿ ಇನಾಮ್ತಿ) ಎಂತ ಉಂಬಳಿ ಜಮೀನುಗಳಿದ್ದುವು. ಜೊತೆಗೆ ದೇವಮಾನ್ಯ, ಭಟಮಾನ್ಯ ಜಮೀನುಗಳೂ ದಾನಿಗಳು ಬಿಟ್ಟ ದತ್ತಿ ಜಮೀನುಗಳೂ ಇದ್ದುವು. ಊರಗೌಡ ಮತ್ತು ಶ್ಯಾನುಭೋಗರ ಕೆಲಸ ಕಾರ್ಯಗಳಿಗೆ ಸಹಾಯಕನಾಗಿ ಕುಲುವಾಡಿ ಎಂಬ ಹರಿಜನನೊಬ್ಬನಿರುತ್ತಿದ್ದನು. ಆತನ ಬಳಿ ಮೂರು ನಾಲ್ಕು ಅಕ್ಷರಗಳಿರುವ ಬೆಳ್ಳಿ ಹಿಡಿಕೆಯ ದೊಡ್ಡ ದೊಣ್ಣೆ ಇರುತ್ತಿತ್ತು. ಸರ್ಕಾರಿ ಕಾರ್ಯನಿಮಿತ್ತ ಎಲ್ಲಿಗಾದರೂ ಹೋಗಬೇಕಾದರೆ, ಬೆಳ್ಳಿ ಹಿಡಿ ದೊಣ್ಣೆ ಹಿಡಿದು ಕುಲವಾಡಿ, ಮಂದೇಗೌಡ, ಶ್ಯಾನುಭೋಗರು ಆತನ ಹಿಂದೆ ಹೋಗಬೇಕು. ಕುಲವಾಡಿಗಳಿಗೆ 'ಕುಲವಾಡಿ ಇನಾಮ್ತಿ' ಎಂಬ ಜಮೀನು ಇದೆ. ಈ ಕುಲವಾಡಿಗಳು ಈಗಲೂ ಗ್ರಾಮ ಪಂಚಾಯತಿ ಕಾರ್ಯದರ್ಶಿಗಳ ಸಹಾಯಕರಾಗಿ ಇದ್ದಾರೆ.

ಊರ ಗೌಡರುಗಳಲ್ಲಿ ರಾಜಸೇವೆ, ದೇವತಾಸೇವೆ, ಮತ್ತಿತರ ಸಾರ್ವಜನಿಕ ಸೇವಾಕಾರ್ಯದಲ್ಲಿ ವಿಶೇಷ ಆಸಕ್ತಿ ಪ್ರದರ್ಶಿಸಿದವರಿಗೆ 'ರಾಜಾ' ಎಂಬ ಬಿರುದು, ಛತ್ರಿ, ಚಾಮರ, ಬಿಚ್ಚು ಗತ್ತಿ ಪಹರೆ, ಮುಖ ತೋರಣ, ಹಗಲು ದೀವಟ್ಟಿಗೆ, ಪಲ್ಲಕ್ಕಿ, ರಾಜರ ಖಾಸಾ ನಿಲುವಂಗಿ, ಪೇಟಾ ಮುಂತಾದವುಗಳ ಸನ್ನದೂ ದೊರೆತಿವೆ. ಅವನ್ನು ಮದುವೆ ಸಮಾರಂಭದಲ್ಲಿ ಮಾತ್ರ ಉಪಯೋಗಿಸುತ್ತಾರೆ.

ರಾಜ್ಯದ ಅವಿಭಾಜ್ಯ ಅಂಗವಾಗಿ, ರಾಜಪ್ರತಿನಿಧಿಯಾಗಿ, ಮಾಂಡಲಿಕರಂತೆ ಆಡಳಿತಗಾರರಾದ ಮಂದೇಗೌಡರು, ನಾಡಗೌಡರು, ಮೊಖ್ತೇಸರಗೌಡರು, ಸೀಮೆಗೌಡರಿಗೆ ರಾಜಮರ್ಯಾದಿತವಾದ ಅರಮನೆಯ ಎಲ್ಲ ಗೌರವ ಸಂಪ್ರದಾಯಗಳು ಇದ್ದುವು. ಅದೂ ಅಲ್ಲದೆ ರಾಜರ ಪ್ರವಾಸ ಕಾಲದಲ್ಲಿ ಮಧ್ಯೆ ಎಲ್ಲಿಯಾದರೂ ರಾಜರಿಗೆ ಎದುರಾಗಿ ಕೈಮುಗಿದು ನಿಂತ ಮೊಖ್ತೇಸರ ಗೌಡರಿಗೆ ತಕ್ಷಣ ಹರಿವಾಣದಲ್ಲಿ ಎಲೆ, ಅಡಕೆ ಮೇಲೆ ಎರಡು ರೂಪಾಯಿ ಇಟ್ಟು ಕೈ ಮುಟ್ಟಿ ಮಹಾರಾಜರೇ ಕೊಡಬೇಕು. ಹಾಗೆ ಕೊಡುವವರೆಗೆ ಮುಗಿದ ಕೈ ತೆಗೆಯುವುದಿಲ್ಲ, ದಾರಿಯನ್ನೂ ಬಿಡುವುದಿಲ್ಲ. ಇದನ್ನು 'ಮುಗಿದ ಕೈಗೆ ಹೊನ್ನು ವೀಳ್ಯ'ವೆನ್ನುತ್ತಾರೆ. ಇದರಿಂದ ಮೊಖ್ತೇಸರಗೌಡರು ರಾಜ ಪ್ರತಿನಿಧಿಗಳಲ್ಲ, ಅವರು ಜಗದ್ಗುರುಗಳ ನೇರ ಪ್ರತಿನಿಧಿಗಳು ಎಂದು ತಿಳಿಯಬಹುದು. ಹೀಗೆ ಕೊಡುವ ಎರಡು ರೂಪಾಯಿ ಕಾಣಿಕೆ ಜಗದ್ಗುರುಗಳ ಸನ್ನಿಧಿಗೆ ಗೌರವಾರ್ಥವಾಗಿರುತ್ತದೆ.

ಕೇಂದ್ರದಲ್ಲಿ ರಾಜವಂಶವೇ ಬದಲಾದರೂ ಛತ್ರಿ, ಚಾಮರ, ಸೂರ್ಯ, ಚಂದ್ರಪಾನಿ, ಅಂದಲ, ಹಗಲು ದೀವಟಿಗೆ, ಮುಖ ತೋರಣ, ಬಿಚ್ಚುಗತ್ತಿ, ಜೋಡು ವಾದ್ಯ ಮುಂತಾದ ಇವರ ರಾಜಮರ್ಯಾದೆಗಳನ್ನು ಯಾರ ಅಡ್ಡಿ ಆತಂಕವೂ ಇಲ್ಲದೆ ಅನುಭವಿಸುತ್ತಾ ಬಂದಿರುತ್ತಾರೆ. ಅಲ್ಲದೆ ಕೆಲವು ಗೌಡ ಕುಟುಂಬಗಳಿಗೆ ಅವರ ಪೂರ್ವಿಕರು ಎಸಗಿದ ಅದ್ವಿತೀಯ ಸಾಹಸ ಕಾರ್ಯಗಳನ್ನು ಮೆಚ್ಚಿ ರಾಜರುಗಳು ಕೊಟ್ಟ ಬಿರುದಾವಳಿಗಳೂ ಅಲ್ಲಲ್ಲಿ ಕಂಡುಬರುತ್ತಿವೆ. ಅಂತಹ ಬಿರುದಾವಳಿಯ ಒಂದು ಮಾದರಿ ಹೀಗಿದೆ1 (E.C. Vol-v, Hassan, Manjarabad Tq. P. 576 No.10 Date 1670 A.D.).

"ನಮಸ್ತುಂಗ... ಸ್ವಸ್ತಿ ಶ್ರೀ ವಿಜಯಾಭ್ಯುದಯ ಶಾಲಿವಾಹನ ಶಕಾಬ್ಧಿ 1593ನೇ ವರ್ತಮಾನಕ್ಕೆ ಸಲ್ಲುವ ಸಾಧಾರಣ ಸಂವತ್ಸರದ, ವೈಶಾಖ ಶುದ್ಧ 3 ಯಲ್ಲು ಶ್ರೀಮದ್ ರಾಜಾಧಿರಾಜಪರಮೇಶ್ವರ...... ಕಾಶ್ಯಪಗೋತ್ರದ .... ಬೇಲೂರು... ಪುತ್ರರ್ ಆದ ವೆಂಕಟಾದ್ರಿನಾಯಕರು ಕಣಿವೆಬಸವನಹಳ್ಳಿ ದಿಡ್ಡೆಯ ನೇಲಿಂಗೇಗೌಡರಿಗೆ ಪಾಲಿಸಿದ ಬಿರುದಾವಳಿಗಳು ನೀವು ಅಡವಿಯಿಂದ ನಿಮ್ಮ ಬಾಹುಬಲಗಳಿಂದ ವ್ಯಾಘ್ರನನ್ನು ಮುಷ್ಟಿ ಯುದ್ಧದಿಂದ ಜೈಸಿ, ನಮ್ಮ ಮಂದಿರದಲ್ಲಿ ತಂದು ನಿಲ್ಲಿಸಿದ ಧೀರಶೂರತ್ವಕ್ಕೆ

ಮೆಚ್ಚಿ, ಛತ್ರಿ ಸೂರ್ಯಪಾನ ಅಂದಲಹಿವೆ, ಕುದುರೆ, ಒಂಟೆ, ಕಬಹಲೆ, ತಂಬಟೆ, ಕಂಚಿನಮರಪು, ಕಂಬಳಿ, ಚ್ವಗೆ, ನೆಲ್ಲುಲ್ಲು, ಸರ್ವಿಗಗ್ಗರ, ಕರಿದಂಡೆ ಇಂಥ ಬಿರುದಾವಳಿಗಳನ್ನು ಕೊಟ್ಟು ಇರುತ್ತೇವೆ. ಈ ವೈಭೋಗ ಸುಖವನ್ನು ನೀವ್ ಆದಿಯಾಗಿ ಅನುಭವಿಸುತ್ತ ಬಹುದು ಎಂದು ಬೇಲೂರು ಚನ್ನಕೇಶವಸ್ವಾಮಿ ಸನ್ನಿದಿಯಲ್ಲಿ ದಯಪಾಲಿಸಿದ ಬಿರುದಾವಳಿಗಳ ಈ ತಾಮ್ರಶಾಸನ..."

ಹಬ್ಬಹರಿದಿನಗಳಲ್ಲಿ ರೈತರು ಬಿಡುವಿದ್ದಾಗ ಕೋಲಾಟ, ಮಾರ್‍ನೋಮಿ, ಸುಗ್ಗಿಕುಣಿತ, ದೀಪಾವಳಿಯಲ್ಲಿ ಗ್ರಾಮದಿಂದ ಗ್ರಾಮಕ್ಕೆ ಹೋಗಿ ತಮ್ಮ ಕಲಾಪ್ರದರ್ಶನ ಮಾಡುವ ರೂಢಿ ಇತ್ತು. ಹಾಗೆ ಪರ ಗ್ರಾಮದಿಂದ ಬಂದವರು ಊರಗೌಡರ ಅಪ್ಪಣೆ ಮೊದಲು ಪಡೆಯಬೇಕು ಮತ್ತು ಅನುಕ್ರಮವಾಗಿ ಗೌಡರ ಹಿರಿಯ ತಲೆಯಿಂದಲೇ ಪ್ರಾರಂಭವಾಗಿ ಆ ಮನೆತನ ವಿಭಾಗವಾದಂತೆ ಕ್ರಮ ತಪ್ಪದೆ ಆಯಾ ಮನೆಗಳಲ್ಲಿ ಪ್ರದರ್ಶನ ಕೊಡಬೇಕು; ಮತ್ತೆ ಎಲ್ಲ ಗೌಡ ಸಮುದಾಯದ ಮನೆಗಳು ಮುಗಿದ ಮೇಲೆಯೇ ಉಳಿದವರ ಮನೆಗೆ ಹೋಗಬೇಕು. ಆಯಾ ಊರಲ್ಲಿ ಮದುವೆ ಶುಭಕಾರ್ಯದಲ್ಲಿ ಅಣ್ಣತಮ್ಮಂದಿರನ್ನು ಆಹ್ವಾನಿಸುವಾಗಲೂ ಹಣ್ಣುಕಾಯಿ, ವೀಳ್ಯ, ಅಕ್ಷತೆ, ಕಳಸ ಹಿಡಿದು ವಾದ್ಯ, ಛತ್ರಿಯೊಂದಿಗೆ ಇದೇ ಕ್ರಮ ಅನುಸರಿಸಿ ಫಲವೀಳ್ಯ ಅಕ್ಷತೆ ಕೊಟ್ಟು ಕರೆಯಬೇಕು.

ತಲಕಾವೇರಿ
1980ರಲ್ಲಿ

ಜೀವನದಿ ಕಾವೇರಿಯ ಉಗಮ
ಸ್ಥಾನವಾದ ತಲಕಾವೇರಿಯ ವಿಹಂಗಮ
ನೋಡ ಬ್ರಹಗಿರಿ ಬೆಟ್ಟದಿಂದ

ದಕ್ಷಿಣ ಕನ್ನಡ ಜಿಲ್ಲಾ ಗೌಡ ಜಾತಿಯ ಆಚಾರ–ವಿಚಾರದ ಅಧಿಕಾರಸ್ಥ ರಾದ ಮಹಾರಾಜೇ ಶ್ರೀ ಕೂಜುಗೋಡು ಕಟ್ಟೆಮನೆ ದೇವಣ್ಣ ಗೌಡರು ಮತ್ತು ಬಲ್ನಾಡು ಕಟ್ಟೆಮನೆ ಸಂಕಪ್ಪ ಗೌಡರು ಕೂಡಾ

ಎಲ್ಲಾ ಮಾಗಣೆ ಗೌಡರಿಗೆ, ಗ್ರಾಮ ಗೌಡರಿಗೆ, ಒತ್ತು ಗೌಡರಿಗೆ (ಬುದ್ಧಿವಂತ) ಮತ್ತು ಸ್ವಜಾತಿಯ ವಿಶಿಷ್ಟ ಜನರಿಗೆ ಈ ಮೂಲಕ ತಿಳಿಯಪಡಿಸುವುದೇನೆಂದರೆ :

ಇಂಡಿಯಾ ಸರಕಾರದ 1860ನೇ ಇಸವಿಯ ಷಷೀ ನೇ ಆಕ್ಟು ಪ್ರಕಾರ ದಕ್ಷಿಣ ಕನ್ನಡಗೌಡ ವಿದ್ಯಾಸಂಘವು ರಿಜಿಸ್ಟ್ರಿಯಾಗಿ ನಮ್ಮ ಗೌಡ ಸಮಾಜದ ಸುಧಾರಣೆಯ ಕುರಿತು ಹಲವು ಕಾರ್ಯಕ್ರಮಗಳನ್ನು ಕೈ ಕೊಂಡಿರುತ್ತದಷ್ಟೆ. ನಮ್ಮ ಸಮಾಜದಲ್ಲಿ ವಿದ್ಯಾ ಪ್ರಚಾರಕ್ಕೂ, ಪರಸ್ಪರ ಐಕ್ಯವನ್ನುಂಟುಮಾಡಲಿಕ್ಕೂ, ಸಮಾಜದ ಅಭಿವೃದ್ಧಿಗೆ ಅನುಕೂಲವಾಗುವ ಸರ್ವತರದ ಸೌಕರ್ಯಗಳನ್ನು ಕಲ್ಪಿಸಿಕೊಳ್ಳಲಿಕ್ಕೂ ಈ ಸಂಸ್ಥೆಯು ಸಾಧಕವಾಗಿದೆ. ಆ ಪ್ರಯುಕ್ತ ನಮ್ಮ ಇಡೀ ಜನಾಂಗವೆಂಬ ದೇಹಕ್ಕೆ ಈ ಸಂಘವೇ ಆತ್ಮವಾಗಿರವ ಕಾರಣ ಗೌಡ ಸಮಾಜದ ಪ್ರತೀಯೊಬ್ಬ ವ್ಯಕ್ತಿಯೂ ತನ್ನ ತನು, ಮನ, ಧನಗಳಿಂದ ಸಹಾಯವನ್ನೂ ಪ್ರೋತ್ಸಾಹವನ್ನೂ ಕೊಡಬೇಕಾಗಿದೆ.

1. ದ. ಕ. ಗೌಡ ವಿದ್ಯಾಸಂಘಕ್ಕೆ ಮೆಂಬರನಾಗಿ ಸೇರಿ ವಾಗ್ದಾನದ ವಂತಿಕೆಗಳನ್ನು ಎತ್ತಿ, ವಸೂಲಿ ಕುರಿತು ಆಡಳಿತ ಮಂಡಳಿಯವರಿಗೆ ಸರ್ವ ತರದ ಸಹಾಯ ಮಾಡಬೇಕು.

2. ಗೌಡ ಸಮಾಜದವರಲ್ಲಿ ನಡೆಯತಕ್ಕ ಲಗ್ನಗಳ ಸಂದರ್ಭ ಬಡ ವಿದ್ಯಾರ್ಥಿ ಫಂಡಿಗೆ ಉಚಿತಾರ್ಥ ವಂತಿಗೆಗಳನ್ನು ಪ್ರತಿ ವಿವಾಹ ಕಾಲದಲ್ಲಿ ತಪ್ಪದೆ ವಧುವಿನ ಕಡೆಯಿಂದ ರೂಪಾ ಒಂದು, ವರನ ಕಡೆಯಿಂದ ರೂಪ್ಯಾಗಳಿಗೆ ಕಡಿಮೆ ಯಾಗದಷ್ಟು ಐವಜನ್ನು ಕೊಡಲೇಬೇಕು. ಈ ಹಣಗಳನ್ನು ಆಯಾ ಸ್ಥಳೀಯ ಆಚಾರ–ವಿಚಾರದ ಅಧಿಕಾರಸ್ಥರು ವಸೂಲು ಮಾಡಿ ಸಂಘಕ್ಕೆ ಒಪ್ಪಿಸಬೇಕು.

3. ತಾ.28–12–1928ರಲ್ಲು ಕೆದಂಬಾಡಿ ಗ್ರಾಮದಲ್ಲಿ ಜರಗಿದ ಗೌಡ ಸಮಾಜದ ಮಹಾಸಭೆಯ ಠರಾವು ಪ್ರಕಾರ, ಗೌಡ ಸಮಾಜದವರು ಕಳ್ಳು, ಶರಾಬು ವಗೈರೆ ಅಮಲು ಪದಾರ್ಥಗಳನ್ನು ಸೇವಿಸಬಾರದು.

4. ಲಗ್ನ ಮೊದಲಾದ ಶುಭಕಾರ್ಯಗಳಲ್ಲಿ ಕಳ್ಳು, ಶರಾಬುಗಳ ಉಪಯೋಗವನ್ನರಿತು ಪೂರ್ಣ ಮಾಡಲೇಬೇಕು.

5. ನಮ್ಮ ಗೌಡ ಜಾತಿಗೆ ಸೇರಿದ ಪ್ರತೀಯೊಬ್ಬ ಸ್ತ್ರೀ ಪುರಷರು ಮೇಲಿನ ನಿರ್ಣಯಗಳನ್ನು ಕೂಡಲೇ ಕಾರ್ಯರೂಪಕ್ಕೆ ತರಬೇಕಾಗಿದೆ. ಅವುಗಳಿಗೆ ವ್ಯತಿರಿಕ್ತವಾಗಿ ವರ್ತಿಸಿದವರು ನಮ್ಮ ಅಧಿಕಾರಕ್ಕೆ ಒಳಪಟ್ಟ ಸ್ವಜಾತಿಯ ಆಚಾರ–

ವಿಚಾರದ ತಕ್ಕದಾದ ವಿಧಿಗಳಿಗೆ ಒಳಗಾಗಬೇಕಾಗುತ್ತದೆ. ಎಂಬುದನ್ನು ಈ ಮೂಲಕ ಸರ್ವರಿಗೂ ತಿಳಿಯ ಪಡಿಸೋಣಾಗುತ್ತದೆ.

ಬಲ್ನಾಡು ಕಟ್ಟೆಮನೆ

ಸಂಕಪ್ಪ ಗೌಡ

ಕೂಜುಗೋಡು ಕಟ್ಟೆಮನೆ

ದೇವಣ್ಣ ಗೌಡ

ಮೊಕ್ಕಾಂ, ಪುತ್ತೂರು

ತಾ. 28.12.932.

ಆಧಾರ ಗ್ರಂಥಗಳು

1. ಗೌಡ ಸಂಸ್ಕೃತಿ; ಸುಳ್ಯ ಪರಿಸರದ ಗೌಡ ಜನಾಂಗ; ಒಂದು ಸಾಂಸ್ಕೃತಿಕ ಅಧ್ಯಯನ–ಡಾ.ಪುರುಷೋತ್ತಮ ಬಿಳಿಮಲೆ.
2. ಮೌಖಿಕ ಸಂಕಥನ; ಡಾ. ಪೂವಪ್ಪ ಕನಿಯೂರು, 1985, ತರಂಗಿಣಿ ಪ್ರಕಾಶನ, 2009
3. ಪಾಶುಪತ ಶೈವರು ಮತ್ತು ಗೌಡ ಸಮಾಜ– ದಿ. ಮಾಕೋನಹಳ್ಳಿ ದೊಡ್ಡಪ್ಪ ಗೌಡರು, 1995
4. ಪ್ರೊ. ಪೂಜಾರಿ ಮೊನ್ನಪ್ಪ
5. ಡಾ.ಕಿರಿಭಾಗ ಚಂದ್ರಶೇಖರ
6. ಜನಮನದ ಕಂದ್ರಪಾಡಿ–ಎ.ಕೆ. ಹಿಮಕರ, 2001
7. ಕಿನ್ನರಿ ಸ್ಮರಣ ಸಂಚಿಕೆ–ಕಂದ್ರಪಾಡಿ, 2011
8. N. Sham Bhat-'South Kanara' (1799-1860) a study of colonial administration-Regional response
9. ಕುಂಭಗೌಡನ ಉತ್ತಯ್ಯ, ಕೆ.ಎಂ. ಅರವಿಂದ, ಜಗದೀಶ್, ಸಬ್ಬಂಡ್ರ ಕುಶಾಲಪ್ಪ – ಸಂವಾದ
10. Conner's Memories of the Codagu Survey, cited by G Richter.
11. Mysore and Coorg Gazetteer, Vol.III, Blr, Mysore Government Press, 1878 AD.
12. Jamabandhi (RTC), Biligeri Village, 1808 to 1957
13. ಕೊಡಗಿನ ಹಾಲೇರಿ ರಾಜವಂಶವು, ಎಂ.ಜಿ. ನಾಗರಾಜ ನಿರ್ದೇಶಕರು, ಪುರಾತತ್ವ ಮತ್ತು ವಸ್ತುಸಂಗ್ರಹಾಲಯ, 2004.
14. ಕೊಡಗಿನ ಇತಿಹಾಸ, ಡಿ.ಎನ್. ಕೃಷ್ಣಯ್ಯ, ಕನ್ನಡ ಸಾಹಿತ್ಯ ಪರಿಷತ್ತು, ಬೆಂಗಳೂರು, 2014.
15. ಕೊಡಗು ಸಂಸ್ಥಾನದ ರಾಜೇಂದ್ರನಾಮೆ, ಕನ್ನಡ ಸಾಹಿತ್ಯ ಪರಿಷತ್ತು, ಬೆಂಗಳೂರು, 2014.
16. ಕೊಡಗಿನ ಕೈಮಡಗಳು, ಎಂ.ಜಿ. ನಾಗರಾಜ್, ಕನ್ನಡ ಸಾಹಿತ್ಯ ಪರಿಷತ್ತು, ಬೆಂಗಳೂರು, 2004.

17. ಕರ್ನಾಟಕ ಕಾವೇರಿ ಸಂಸ್ಕೃತಿ, ಡಾ.ಕೋ.ವೆಂ. ರಾಮಕೃಷ್ಣಗೌಡ, ಕನ್ನಡ ಸಾಹಿತ್ಯ ಪರಿಷತ್, ಬೆಂಗಳೂರು –2011

18. ಎಪಿಗ್ರಾಫಿಯ ಕರ್ನಾಟಿಕ – ಕೊಡುಗು ಜಿಲ್ಲೆ, ಕನ್ನಡ ಅಧ್ಯಯನ ಸಂಸ್ಥೆ, ಮೈಸೂರು ವಿಶ್ವವಿದ್ಯಾಲಯ – 1972.

19. ಎಪಿಗ್ರಾಫಿಯ ಕರ್ನಾಟಿಕ – ಕೊಡಗು ಜಿಲ್ಲೆ. ಕನ್ನಡ ಅಧ್ಯಯನ ಸಂಸ್ಥೆ, ಮೈಸೂರು ವಿಶ್ವವಿದ್ಯಾನಿಲಯ – 1972

20. ಡಾ.ಆರ್.ಗೋಪಾಲ್, ಶಿವಮೊಗ್ಗ ಜಿಲ್ಲೆಯ ಇತಿಹಾಸ ಮತ್ತು ಪುರಾತತ್ವ, ಪ್ರಾಚ್ಯವಸ್ತು ಮತ್ತು ಸಂಗ್ರಹಾಲಯಗಳ ನಿರ್ದೇಶನಾಲಯ – 2008.

21. ವಿಜಯ ಪೂಣಚ್ಚ ತಂಬಂಡ, ರಾಜೇಂದ್ರನಾಮೆ ಮರು ಓದು, ಪ್ರಸಾರಾಂಗ ಕನ್ನಡ ವಿಶ್ವವಿದ್ಯಾಲಯ, ಹಂಪಿ – 2018.

22. Dr. M.S. Nagaraja Rao and Dr. K.V.Ramesh – copper Plate Inscriptions From Karnataka, Directorate of Archaeology and Museums, Mysore – 1997.

23. ಕನ್ನಡ ವಿಷಯ ವಿಶ್ವಕೋಶ, ಕರ್ನಾಟಕ ಸಂಪುಟ 1 & 2, ಕುವೆಂಪು ಕನ್ನಡ ಅಧ್ಯಯನ ಸಂಸ್ಥೆ, ಮೈಸೂರು ವಿಶ್ವವಿದ್ಯಾನಿಲಯ– 2005.

24. ಪುತ್ತೂರು ಅನಂತರಾಜ ಗೌಡ, ರಾಜ ಪರಂಪರೆಯ ಕೊಡಗು ಮತ್ತು ದ.ಕ. ಗೌಡರು, ವಿಶ್ವ ಒಕ್ಕಲಿಗರ ಮಹಾ ವೇದಿಕೆ – 2018.

25. ಪುತ್ತೂರು ಅನಂತರಾಜ ಗೌಡ, ಆಂಗ್ಲ ಭಾಷೆಯ ಕೃತಿ In Pursuit of our roots, Tenkila Publishers – 2015

26. F.C. Brown, letters to and from the Government of Madras relating to the Disturbances in CANARA- Smith, Elders And co, 65, corn hill, London – 1838.

27. ಶ್ರೀಮತಿ ಪ್ರೇಮ ಚೌಡ್ಲು – ಚೌಡ್ಲು ಮನೆಯ ಅಭ್ಯುದಯ – 2015

28. ತಂಬಂಡ ವಿಜಯ ಪೂಣಚ್ಚ – ಆಧುನಿಕ ಕೊಡಗು – ಕನ್ನಡ ಸಾಹಿತ್ಯ ಪರಿಷತ್ತು, ಬೆಂಗಳೂರು – 2014

29. ಎನ್.ಎಸ್.ದೇವಿಪ್ರಸಾದ್ ಸಂಪಾಜೆ, ಅಮರ ಸುಳ್ಯದ ಸ್ವಾತಂತ್ರ ಸಮರ– ಕನ್ನಡ ಪ್ರಪಂಚ ಪ್ರಕಾಶನ, ಪುತ್ತೂರು – 1999.

30. B Lewis Rice, C.I.E – COORG INSCRIPTIONS (Revised Edition 1914), EPIGRAPIA CARNATICA –Vol – I.

31. HUGH MURRAY FRSE, History of British India, I NELSON & SONS, LONDON & EDINEDURGH – 1898.

32. Prof. M.V. Krishna Rao, Gangas of Talked, B.G. Paul & Calcutta 1936. (Digitized)

33. Puttur Anantharaja Gowda, IN PURSUIT OF OUR ROOTS, Tenkila Prakashana, 2015.

34. ಪುತ್ತೂರು ಅನಂತರಾಜ ಗೌಡ, ರಾಜಪರಂಪರೆಯ ಕೊಡಗು ಮತ್ತು ದಕ್ಷಿಣ ಕನ್ನಡ ಗೌಡರು, ವಿಶ್ವ ಒಕ್ಕಲಿಗರ ಮಹಾ ವೇದಿಕೆ– 2018.

35. ಅರವಿಂದ ಚೊಕ್ಕಾಡಿ, ಬ್ರಿಟಿಷರ ವಿರುದ್ಧ ಜನತಾ ಬಂಡಾಯ 1834–1837, ರೂಪಾ ಪ್ರಕಾಶನ ಮೈಸೂರು, 2021.

36. ಪುರುಷೋತ್ತಮ ಬಿಳಿಮಲೆ, ವಲಸೆ, ಸಂಘರ್ಷ ಮತ್ತು ಸಮನ್ವಯ, ಆಕೃತಿ ಪಬ್ಲಿಕೇಶನ್ಸ್, ಮಂಗಳೂರು, 2019.

37. ಪುರುಷೋತ್ತಮ ಬಿಳಿಮಲೆ, ಅಮರ ಸುಳ್ಯ ರೈತ ಹೋರಾಟ (1834–1837) ಅಹರ್ನಿಶಿ ಪ್ರಕಾಶನ, 2021.

38. ವಿದ್ಯಾಧರ ಕುಡೆಕಲ್ಲು, ಅಮರ ಸುಳ್ಯ, 1837, ಬಂಟಮಲೆ ಪ್ರಕಾಶನ – 2021.

39. Rev. H. Moegling, COORG MEMOIRS an Account of COORG, Wesleyan Mission Press – 1855 – Digital copy.

ವೀರಲೋಕದ ಪ್ರಕಟಣೆಗಳು

1. ಕೈ ಹಿಡಿದು ನೀ ನಡೆಸು ತಂದೆ–ವಿಶ್ವೇಶ್ವರ ಭಟ್ 250/–
2. ವಿಶ್ವಸುಂದರಿ–ಕುಂ. ವೀರಭದ್ರಪ್ಪ....................160/–
3. ನಿಮಗೆಷ್ಟು ಹಣ ಬೇಕು?–ಅನಂತ ಹುದೆಂಗಜೆ....................250/–
4. ಆರ್ಟ್ ಆಫ್ ಸಕ್ಸಸ್–ರಮೇಶ್ ಅರವಿಂದ್....................120/–
5. ಮನಿ ಮನಿ ಎಕಾನಮಿ–ರಂಗಸ್ವಾಮಿ ಮೂಕನಹಳ್ಳಿ....................160/–
6. ಇವರು ಅವರು ದೇವರು–ಜೋಗಿ....................200/–
7. ಲಾಸ್ಟ್ ಡೇಸ್ ಆಫ್ ಲೆಜೆಂಡ್ಸ್–ಗಣೇಶ್ ಕಾಸರಗೋಡು 225/–
8. ಒಳ್ಳೆಯ ಬದುಕಿನ ಸೂತ್ರಗಳು–ರವಿ ಕೃಷ್ಣಾರೆಡ್ಡಿ....................150/–
9. ಸೋಲೆಂಬ ಗೆಲುವು–ದೀಪಾ ಹಿರೇಗುತ್ತಿ....................150/–
10. ಬೆಳ್ಳಿತೆರೆಯ ಬಂಗಾರದ ಗೆರೆ–ಗಣೇಶ್ ಕಾಸರಗೋಡು 150/–
11. ನಟನ ಕಥೆ–ಮಂಡ್ಯ ರಮೇಶ್–ಎನ್. ಧನಂಜಯ 250/–
12. ತ್ಯಾಗಕ್ಕಿಲ್ಲ ನೂಕುನುಗ್ಗಲು–ಡಾ. ಗವಿಸ್ವಾಮಿ ಎನ್. 150/–
13. ಬದುಕೇ ಭಗವಂತ–ಡಾ. ಡಿ.ಎಸ್. ಶ್ರೀನಿವಾಸ ಪ್ರಸಾದ್ 170/–
14. ಮಾದಕ ದೊರೆ–ಸಂತೋಷಕುಮಾರ ಮೆಹೆಂದಳೆ....................375/–
15. ದ್ವೈತ–ರಾಘವ್ 140/–
16. ಹೃದಯದ ಮಾತು ಕೇಳಿ–ಮಂಜುನಾಥ್ ಚಾಂದ್....................160/–
17. ಹಿಂದಿನ ನಿಲ್ದಾಣ–ಶುಭಶ್ರೀ ಭಟ್ಟ....................120/–
18. ಪ್ರೀತ್‌ಸು–ರಾಜೀವ ನಾರಾಯಣ ನಾಯಕ 170/–
19. ಕೃಷಿ ಯಾಕೆ ಖುಷಿ?–ನರೇಂದ್ರ ರೈ ದೇರ್ಲ....................140/–
20. ಕ್ಷಯ–ಡಾ. ವಾಸುದೇವ ಶೆಟ್ಟಿ....................120/–
21. ಅರ್ಧ ಬಿಸಿಲು ಅರ್ಧ ಮಳೆ...–ಸದಾಶಿವ ಸೊರಟೂರು....................120/–
22. ಯಾರೂ ಹೇಳದ ಕಥೆಗಳು–(ಸಂ.) ಸುದರ್ಶನ ಚೆನ್ನಂಗಿಹಳ್ಳಿ....................150/–
23. ಕಥಾ ಸಾಗರಿ–ನಾಗವೇಣಿ ವೆಂ. ಹೆಗಡೆ ಹೆಗ್ಗರ್ಸಿಮನೆ....................125/–
24. ಮೆಮರೀಸ್ ಆಫ್ ಬಾರ್ಸಾ–ರಂಗಸ್ವಾಮಿ ಮೂಕನಹಳ್ಳಿ 160/–
25. ಮೇರುನಟ–ಡಾ. ಶರಣು ಹುಲ್ಲೂರು....................240/–
26. ನಾ ಸೆರೆಹಿಡಿದ ಕನ್ಯಾಸ್ತ್ರೀ–ಶಶಿಧರ ಹಾಲಾಡಿ 200/–
27. ಟ್ರಾಯ್–ಗಾಯಿತ್ರಿ ರಾಜ್....................200/–
28. ಫಾರೆಸ್ಟರ್ ಪೊನ್ನಪ್ಪ–ನೌಶಾದ್ ಜನ್ನತ್ತ್....................300/–
29. ವಿಶ್ವಯಾನಕ್ಕೆ ಗಣಿತವಾಹನ–ಎಸ್.ವಿ. ಶ್ರೀನಿವಾಸಮೂರ್ತಿ 200/–
30. ಲೆಟ್ಸ್ ಮೇಕ್ ಎ ಶಾರ್ಟ್ ಫಿಲಂ–ಜಯರಾಮಾಚಾರಿ 120/–
31. ಕುಣಿಗಲ್ ಟು ಕಂದಹಾರ್–ಮಂಜುನಾಥ್ ಕುಣಿಗಲ್.................... 260/–
32. ಗದಾಯುದ್ಧಂ–ಡಾ. ಎಂ.ಎ. ಜಯರಾಮ್ ರಾವ್....................350/–
33. ಫೀನಿಕ್ಸ್–ದೀಪಾ ಹಿರೇಗುತ್ತಿ....................120/–
34. ಹಿಟ್ಲರ್ ಲವ್ ಪಾಲಿಟಿಕ್ಸ್–ಸತೀಶ ಬಳೆಗಾರ 170/–
35. ಭಾನುಮತಿಯ ಪರಿವಾರ–ಕುಮಾರಸ್ವಾಮಿ ತೆಕ್ಕುಂಜ....................140/–

36. ನೀ ದೂರ ಹೋದಾಗ–ಫೌಝಿಯ ಸಲೀಂ..220/–
37. ವ್ಯಗ್ರ ಮತ್ತು ಇತರ ಕಾದಂಬರಿಗಳು–ಕುಮಾರ ಬೇಂದ್ರೆ...180/–
38. ಸತ್ಯದ ಅನಾವರಣ–ಕೆ.ಎಸ್. ರಮಾಸುಂದರಿ 100/–
39. ಅಂತಾರಾಷ್ಟ್ರೀಯ ಕುಂಬಳಕಾಯಿ ಮತ್ತು ಇತರ ಕಥೆಗಳು–ಅಬ್ದುಲ್ ರಶೀದ್........120/–
40. ಅನಾಥ ಪ್ರೀತಿಯ ಅನುಬಂಧ–ಬಿ. ಮಂಜುನಾಥ್ ಕಾಮತ್ ಹಾಲಾಡಿ................140/–
41. ಹಕ್ಕಿ ಮತ್ತು ಹುಡುಗಿ (ಕವನ ಸಂಕಲನ)–(ಸಂ.) ಪ್ರಜಾವಾಣಿ ಬಳಗ.....................150/–
42. ಹಾವಿನ ಮನೆ–ಅನು ಬೆಳ್ಳೆ (ರಾಘವೇಂದ್ರ ಬಿ. ರಾವ್)..250/–
43. ಈಗಲ್ಸ್ ಲೈನ್–ರಾಜೇಶ್ ಕುಮಾರ್ ಕಲ್ಯಾ..220/–
44. ನಂಬಿಕೆಯೆಂಬ ಗಾಳಿಕೊಡೆ–ಡಾ. ಪ್ರೇಮಲತ ಬಿ. 180/–
45. 10 ಕುಟುಂಬ 18 ಗೋತ್ರದ ಗೌಡ ಪರಂಪರೆ–ಪುತ್ತೂರು ಅನಂತರಾಜ ಗೌಡ......300/–
46. ಗಿಳಿಯು ಬಾರದೆ ಇರದು (ಕಥಾಸಂಕಲನ)–ಪಿ.ಎಸ್. ಶ್ರೀಧರನ್ ಪಿಳ್ಳ
(ಅನುವಾದ: ಮೇರಿ ಜೋಸೆಫ್) 85/–
47. ಒಂದು ಆದಿಮ ಪ್ರೇಮ (ಕವನ ಸಂಕಲನ)–ನಂದಿನಿ ಹೆದ್ದುರ್ಗ................................150/–
48. ಮಣ್ಣೇ ಮೊದಲು... (ಕವನ ಸಂಕಲನ)–ಪಾಪುಗುರು..120/–
49. ಬಿಂಜೆಮುಳ್ಳು (ಕವನ ಸಂಕಲನ)–ಫಾಲ್ಗುಣ ಗೌಡ ಅಚವೆ.....................................120/–
50. ಅಮೋಘವರ್ಷ–ಡಾ. ಲಕ್ಷ್ಮಣ ಕೌಂಟೆ..420/–
51. ಗಾಯಗೊಂಡ ಸಾಲುಗಳು (ಕವನ ಸಂಕಲನ)–ಸದಾಶಿವ ಸೊರಟೂರು 110/–
52. ನಿನ್ನ ಧ್ಯಾನದ ನೂರೊಂದು ಹಣತೆ (ಕವನ ಸಂಕಲನ)–ವಾಸುದೇವ ನಾಡಿಗ್ 170/–
53. ಕ್ರಿಕೆಟಾಯಣ–ಎಚ್. ಪ್ರೇಮಾನಂದ ಕಾಮತ್ 230/–
54. ಹೂವಿನಕೊಲ್ಲಿ–ಅಬ್ದುಲ್ ರಶೀದ್ 270/–
55. ಕನಸುಗಳ ಶ್ರಾದ್ಧ–(ಅನುವಾದ) ಡಾ. ಗೀತಾ ಸುನಿಲ್ ಕಶ್ಯಪ್...................................200/–
56. ವೀರ ಸಿಂಧೂರ ಲಕ್ಷ್ಮಣ–ಕೌಂಡಿನ್ಯ..190/–
57. ಸಹಭಾಷಿಕರ ಕನ್ನಡ ಪ್ರೇಮ–ಡಾ. ಡಿ.ಎಸ್. ಶ್ರೀನಿವಾಸ ಪ್ರಸಾದ್..............................400/–
58. ಚಿತ್ರ–ವಿಚಿತ್ರ–ರವೀಂದ್ರ ವೆಂಶಿ...220/–
59. ಜನಮಿತ್ರ ಅರಸು–ಡಾ. ಡಿ.ಎಸ್. ಚೌಗಲೆ 80/–
60. ಹಂಸಾಕ್ಷರ–ಜಯರಾಮಾಚಾರಿ 160/–
61. ನದಿಯೊಂದು ಕಡಲ ಹುಡುಕುತ್ತಾ–ಸಂತೆಬೆನ್ನೂರು ಫೈಜ್ನಟ್ರಾಜ್ 180/–
62. ನೀಲಿ ಮತ್ತು ಸೇಬು–ಸುಧಾ ಆಡುಕಳ...180/–
63. ಕಾಗೆ ಮೇಷ್ಟ್ರು–ವಿಕ್ರಮ ಹತ್ವಾರ..125/–
64. ಪರಿಮಳದ ಪಡಸಾಲೆ (ಎಸ್. ದಿವಾಕರ್ ಪ್ರಪಂಚಕ್ಕೊಂದು ಪ್ರವೇಶಿಕೆ).....................190/–
65. ಈ ಹೊತ್ತಿನ ಕಥೆಗಳು–(ಸಂ) ವಿಜಯ ಕರ್ನಾಟಕ..250/–
66. ನಿಶ್ಚಲವ ಕಲಕಿದ ಹಕ್ಕಿ–ವಿಕ್ರಮ ಹತ್ವಾರ..100/–
67. ಹರಿವ ಕನ್ನಡಿ–ಸ್ವಯಂಪ್ರಭಾ ಮಹೇಶ...120/–
68. ನರಕದ ಕೆನ್ನಾಲಿಗೆಯಂಥ ನಿನ್ನ ಬೆನ್ನಹುರಿ–ಅಬ್ದುಲ್ ರಶೀದ್ 130/–
69. ಚಿಕ್ಕಮುಟ್ಟಮ್ಮನವರ ಗೃಹನ್ಯಾಯ–ಕೆ. ಸತ್ಯನಾರಾಯಣ 140/–
70. ಹಕ್ಕಿ ಅಟೆಂಡೆನ್ಸ್–ಡಾ. ಲೀಲಾ ಅಪ್ಪಾಜಿ.. 595/–
71. ದಡ ಸೇರದ ದೋಣಿಗಳು–ಬೇಲೂರು ರಾಮಮೂರ್ತಿ...275/–

72. ನಿಷಿತೆ–ಪ್ರೀತಿನಿ ಧನಂಜಯ....................250/-
73. ಮಲೆನಾಡ ಅಜ್ಜಿ–ಶೋಭಾ ರಾವ್....................175/-
74. ಮಲ್ಲಿಮಲ್ಲಿಗಿ–ಎಂ.ಎಲ್. ಪ್ರಸನ್ನ....................210/-
75. ಬೆಳವಡಿ ಮಲ್ಲಮ್ಮ–ಕೌಂಡಿನ್ಯ....................200/-
76. ಆರೋಹಣ–ವಿವೇಕಾನಂದ ಕಾಮತ್....................190/-
77. ಕಂದಕ–ಭಾರದ್ವಾಜ ಕೆ. ಆನಂದತೀರ್ಥ....................265/-
78. ಕ್ರಮಣ–ಭಾರದ್ವಾಜ ಕೆ. ಆನಂದತೀರ್ಥ....................375/-
79. ವ್ಯಾಘ್ರಹತ್ಯೆಯ ನಿಗೂಢಗಳು–ಡಾ. ಟಿ.ಎಸ್. ವಿವೇಕಾನಂದ....................200/-
80. ಹಿಮಾಲಯದ ನರಭಕ್ಷಕಗಳು–ಡಾ. ಟಿ.ಎಸ್. ವಿವೇಕಾನಂದ....................675/-
81. ಪರಿಸರ ನಿಘಂಟು–ಡಾ. ಟಿ.ಎಸ್. ವಿವೇಕಾನಂದ....................625/-
82. ಪ್ರೀತಿಯೆನುವ ಮಾಯೆ–ಬಿ.ಆರ್. ಲಕ್ಷ್ಮಣರಾವ್....................320/-
83. ಸಹಜ ಜೀವನ–ರವಿ ಕೃಷ್ಣಾರೆಡ್ಡಿ....................160/-
84. ಬಿಂಬ–ಬಿಂಬನ–ಗೋಪಾಲಕೃಷ್ಣ ಪೈ & ಗಿರೀಶ್ ಕಾಸರವಳ್ಳಿ....................385/-
85. ಕಥಾ ಸಂಕ್ರಾಂತಿ (ಕನ್ನಡ)–(ಸಂ) ಕೇಶವ ಮಳಗಿ....................185/-
86. ಕುಸುರೆಳ್ಳು–(ಸಂ) ಕೇಶವ ಮಳಗಿ....................320/-
87. ಕಥಾ ಸಂಕ್ರಾಂತಿ (ತೆಲುಗು)–(ಸಂ) ಕೇಶವ ಮಳಗಿ....................220/-
88. **Festive (English)–(Ed) Keshava Malagi**....................249/-
89. ಕಥಾ ಸಂಕ್ರಾಂತಿ (ಮಲಯಾಳಂ)–(ಸಂ) ಕೇಶವ ಮಳಗಿ....................
90. ಕಗ್ಗಕ್ಕೊಂದು ನ್ಯಾನೋ ಕತೆ–ವಿ. ಗೋಪಕುಮಾರ್....................130/-
91. ಪುನರುತ್ಥಾನ–ಪಾರ್ವತಿ ಪಿಟಗಿ....................200/-
92. ಮಹಾವಿನಾಶ–ಡಾ. ಲಕ್ಷ್ಮಣ ಕೌಂಟೆ....................450/-
93. ಮಿಸ್ಸಿನ ಡೈರಿ–ಮೇದಿನಿ ಕೆಸವಿನಮನೆ....................200/-
94. ನೀಲಿ ಶಾಯಿಯ ಕಡಲು–ಗೀತಾ ದೊಡ್ಮನೆ....................120/-
95. ಬಹುತ್ವ ಭಾರತ ಕಟ್ಟಿದವರು–ರಾಘವೇಂದ್ರ ಪ್ರಭು ಎಂ. 350/-

www.ingramcontent.com/pod-product-compliance
Lightning Source LLC
LaVergne TN
LVHW060225051026
849517LV00005B/1517
9789394942486